வீரபாண்டியன்

இருபதாம் நூற்றாண்டு வரலாறும் கவிதையும்

வீரபாண்டியன்

வீரபாண்டியன்

வீரபாண்டியன்

இருபதாம் நூற்றாண்டு வரலாறும் கவிதையும்

வீரபாண்டியன்

பாரதி புத்தகாலயம்

Irupatham Nootrandu Varalarum Kavithaiyum (In Tamil)
Veerapandiyan ©
First Published : December, 2022

Published by

BHARATHI PUTHAKALAYAM
7, Elango Salai, Teynampet, Chennai - 600 018
Email: bharathiputhakalayam@gmail.com | www.thamizhbooks.com

இருபதாம் நூற்றாண்டு வரலாறும் கவிதையும்

வீரபாண்டியன் ©

முதற் பதிப்பு : டிசம்பர், 2022

வெளியீடு

பாரதி புத்தகாலயம்

7, இளங்கோ சாலை, தேனாம்பேட்டை, சென்னை- _ 600 018.
தொலைபேசி : 044 -24330024, 24330024 விற்பனை: 24332924.

இந்நூல் தமிழ்நாடு அரசின் தமிழ் வளர்ச்சித்துறை நிதியுதவியுடன் வெளிவருகின்றது.

அச்சு: பிரிண்டெக், சென்னை - 600 005.

✲

இந்த வரலாறு
போராட்டங்களிலும் வன்செயல்களிலும்
மாண்டுபோன அப்பாவி உயிர்களுக்கு..
போராடும் தோழர் ஆர். நல்லகண்ணு
போன்ற போராளிகளுக்கு..
எழுதிய தோழமைக்கவிஞர் இன்குலாப்
போன்ற படைப்பாளிகளுக்கு..

✲

இந்த விளைச்சல்
போர்வாள்களைத் தீட்டுகின்ற
சென்னைப் பல்கலைக்கழகத்
தமிழ்த்துறைப் பட்டறைகளுக்கு..

சி. மகேந்திரன், மூத்த தலைவர், இந்தியக் கம்யூனிஸ்டு கட்சி
ஆசிரியர், தாமரை - இலக்கிய இதழ்

கவிதை, சமூகம், வரலாறு - ஒருங்கிணைந்த ஆய்வுக்கு ஓர் எடுத்துக்காட்டு

வீரபாண்டியனின் இந்த நூல் வாசிப்பு எதை எதையோ என்னை யோசிக்க வைத்துவிட்டது. தமிழ்ச்சூழல் ஒரு பெரும் பண்பாட்டுப் படையெடுப்பில் சிக்கி நிற்கிறது. அதன் அடித்தளத்தைச் சிதைக்கும் குறுக்கு வழிகள் உருவாக்கப்பட்டு, அவை கண்ணுக்குத் தெரியாமல் நம்மைச் சுற்றி ஊடுருவி நிற்கின்றன. இதை எதிர்கொள்வதற்காக வலிமை மிகுந்த கருதுகோள்கள் பண்பாட்டு அசைவுகளில் இருப்பதாகத்தான் எனக்குத் தோன்றுகின்றது. பொருத்தமான கருதுகோள்களால் மட்டுமே இதை எதிர்கொள்ள முடியும் என்பது என் நம்பிக்கை. வெற்று ஆரவாரங்கள் பயனற்றுப் போய்விடுகின்றன. தரம் வாய்ந்த ஆய்வுகளிலிருந்து கருதுகோள்களை உருவாக்கிக் கொள்ளல் வேண்டும் என்பது காலம் நமக்குப் பிறப்பித்துள்ள கட்டளையாகும். இந்த ஆய்வு இதை நோக்கிய தன் பயணத்தைத் தொடங்கியிருப்பது எனக்கு மகிழ்ச்சியை அளிக்கிறது.

சென்னைப் பல்கலைக்கழகத்தின் தமிழ்த்துறையின் மீது எப்பொழுதுமே எனக்குத் தனி மதிப்புண்டு. அதற்குப் பேராசியர்களின் அர்ப்பணிப்பை முக்கியக் காரணமாகச் சொல்ல வேண்டும். பேராசிரியர் வீ. அரசு தஞ்சையில் என் சமகாலத்தைச் சார்ந்தவர். அவர் பேராசிரியர் தொழிலில் தன்னை அர்ப்பணித்துக் கொண்டார். நான் அரசியலுக்கு வந்துவிட்டேன். அவரது ஆளுமை, திறமை அனைத்தையும் நான் அறிவேன். நூலாசிரியர் வீரபாண்டியன் பல்கலைக்கழகத்தில் இவரது மாணவர் என்பதை அறிந்து பெரிதும் மகிழ்ச்சியடைந்தேன். இந்த ஆய்வுக்கு வழிகாட்டிய நெறியாளர் பேராசியர் ய. மணிகண்டன் எனது அறிவார்ந்த தோழர். ஆரம்பக் காலத்திலிருந்தே ஆய்வுத்துறையின் மீது, அவர் கொண்டிருந்த ஈடுபாடு பெருமைக்குரியது. அண்மைக்காலத்தில் தமிழக இலக்கியம் குறித்து வெளிவந்துள்ள, இவரது ஆய்வுகள் தனித்தன்மை கொண்டவை. இந்த இருவரின் மாணவர் என்பதால் ஆய்வாளர் வீரபாண்டியனின் இந்தச் சமூக

நூலுக்கான முன்மதிப்பீட்டை என்னால் உருவாக்கிக் கொள்ள முடிகிறது..

நல்லதொரு நூலைப் பார்த்த மகிழ்ச்சி மனத்தில் வலுசேர்க்கிறது. இன்றைய ஆராய்ச்சிப் படிப்பின் உண்மைத் தன்மை, சில நேரங்களில் கேள்விக்குறியாகி விடுகிறது. இதற்கான காரணங்கள் ஆராயப்பட வேண்டும். எந்தவிதமான ஆராய்ச்சித் தேடுதலுமின்றி, வேலைவாய்ப்பு என்ற ஒற்றைப் பாதையில் கட்டாயப்படுத்தப்பட்டுள்ளதாக இதன் பயணம் அமைந்து விடுகிறது. அடிப்படையில் கல்வி என்பதே வாழ்க்கையைப் புரிந்து கொள்வதற்கான கருவி என்பதும், அறிவை ஆழப்படுத்திக் கொள்வதற்கான ஈடேற்றம் என்பதையும் இன்றைய கல்விமுறை முற்றாகப் புறக்கணித்துவிட்ட நிலையில், ஆராய்ச்சிப் படிப்பில் மட்டும் எவ்வாறு உண்மைத் தன்மையை எதிர்பார்க்க முடியும்?

வெறும் வேலை வாய்ப்பைப் பெறுவதற்குக் கண்களை மூடிக் கொண்டு செல்லும் கண்மூடிப் பாதையாக ஆய்வுப் பட்டங்களும் மாறிக் கொண்டு வருவது வருத்தத்தைத் தருகிறது. அதே சமயத்தில் கடின உழைப்போடு கூடிய சிறந்த ஆய்வுகளும் வெளிவரத்தான் செய்கின்றன. இதற்கான பொறுப்பு, ஆசிரியர், மாணவர் ஆகிய இரண்டு பகுதியிலும் அமைந்த பொறுப்புணர்ச்சியைப் பொருத்தே அமைகிறது.

தமிழகத்தின் நினைவுகளில் புறந்தள்ளப்பட்ட வரலாற்றையும் விடாது ஆய்வுசெய்திருக்கும் இந்த நூல், துணை நூற்பட்டியல், ஆய்வு வரலாற்று நிகழ்வுப்பட்டியல் ஆகியவற்றுடன் சேர்த்து மொத்தம் 500 பக்கங்களுக்கு அமைந்தள்ளது. ஐந்து இயல்கள். முன்னுரையும் முடிவுரையும் தனி இயல்களாகத் தங்கள் பொறுப்பைச் செவ்வனே செய்துள்ளன. இயல்கள் ஒவ்வொன்றும் குறுகத் தரித்த குறள் போல் அளவறிந்த விவரிப்பைக் கொண்டிருக்கின்றன. கருத்தும் மொழியும் பிணக்கின்றி, கை கோர்த்துப் பயணம் செய்கின்றன.

கவிதைக் குறித்த சரியான பார்வையானது இந்த நூலில் முன் வைக்கப்பட்டுள்ளது. ஒரு கவிதைக்குச் சமுதாயம் பற்றிய அக்கறை எவ்வாறு இருக்க வேண்டும் என்பதிலிருந்து இந்தப் பார்வை உருவாக்கப்பட்டுள்ளது. இந்தப் பார்வையின் மூலமாகத்தான் இருபதாம் நூற்றாண்டின் கவிதையைப் பார்த்திருக்கிறார் நூலாசிரியர். சமூக வரலாற்றைக் கவிதையின் மூலம் எவ்வாறு அணுக வேண்டும் என்பது, இவர் வைத்துள்ள கருதுகோள்களின் மையமாகக் கருதுகிறேன்.

சமூக வரலாற்றை, பொதுவான வரலாற்றின் மூலம் பார்ப்பதற்கும், கவிதையின் மூலம் பார்ப்பதற்கும் பெருத்த வேறுபாடுகள் இருக்கின்றன. வரலாறு, திட்டமிட்டு ஆதிக்க சக்திகளால் உருவாக்கப்படுகிறது. கவிதைகள் அவ்வாறு பிறப்பதில்லை. சமுதாயத்தில் நிகழும் அடித்தளக் கொந்தளிப்பின் தகிப்பில் அவை பிறக்கின்றன. இதிலுள்ள உணர்ச்சி முக்கியமானது. இதனால் தான் கவிதையால் பிறந்த சமூக வரலாறு கூடுதல் உண்மையைப் பேசுகிறது. இந்த உணர்ச்சிகரமான வரலாறுதான் சமுதாய மாற்றத்திற்கான முதல் காலடியை எடுத்து வைக்கிறது. போர்க்குணமிக்க புரட்சிகர விதைகளை ஒவ்வொருவரின் மனதிலும் விதைத்துவிடுகிறது. இத்தகு வரலாற்றையும் காரணமான கவிதையையும் ஒருசேரக் கையகப்படுத்தியுள்ள இந்த நூலினை முக்கியமாகக் கருதவேண்டும்.

சமூகத்தின் கட்டமைப்புப் பற்றியும், மீள் கட்டமைப்பு பற்றியும் நூல் பேசுகிறது. சமுதாய ஓட்டத்தில் கட்டுமானங்கள் உருவாவதும், அதை மீள் கட்டுமானம் செய்வதும் தவிர்க்க முடியாதவை. முன்னோக்கி செல்லும் வாழ்க்கையில் இதை யாராலும் தவிர்க்க முடியாது. மீள் கட்டுமானத்திற்கான கூறுகள் கவிதையில் ஆதாரப்பட்டு நிற்பதைக் கூர்ந்து நோக்குகிறார் ஆசிரியர். இது குறித்து விஞ்ஞானப் பூர்வமான முடிவுக்கு வருகிறார். அதுதான் 'இயங்கியல்' என்னும் தத்தவம் என்கிறார்.

இயங்கியலானது, 'மாற்றம் என்ற ஒன்றைத் தவிர மற்ற எதுவுமே மாறாதது' என்பதை வெளிப்படையாக அறிவித்துள்ள தத்துவம். வைதீகத் தத்துவங்கள் பூர்வ ஜென்மத்தின் மீதும் கர்ம விதியின் மீதும் நம்பிக்கை கொண்டவை. இந்தச் சமூகத்தின் கட்டமைப்பை அப்படியே ஏற்று, நிறைவு செய்தால்தான் மறு பிறப்பில் எல்லாப் பலன்களும் நம்மை வந்து சேரும் என்று போதித்து வளர்க்கும் தத்துவங்கள். நூலாசிரியர் இயங்கியலை முன்வைத்துக் கவிதையின் சமூக வரலாற்றுப் பின்னணியை ஆய்வு செய்கிறார். மனித குலம் துலங்குவதற்கான இன்னொரு முயற்சியாக இது இருக்கிறது.

இவரது ஆய்வில் இலக்கியச் சமூகவியல் என்பது எனக்கு இன்றைய காலத்தின் முக்கியத் தேவையாகத் தோன்றுகிறது. மனித வாழ்விலிருந்து இலக்கியத்தை வெகுதூரத்தில் வைத்துக் வேடிக்கைக் காட்டுவதற்கு, இயல்பான மாற்று வடிவமாக இது அமைந்து விடுகிறது. அரசியலற்ற மக்களை உருவாக்குதல் என்பது ஆதிக்க சக்திகளின் அடிப்படையான நோக்கம். புறம் சாராத, அகம் சார்ந்தவை மட்டுமே படைப்புகள் என்னும் இலக்கியப் பார்வை உருவாக்கப்பட்டு, கற்பனைக் கெட்டாத

உயரத்திற்கு நம்மை ஒரு நிலையில் ஆழ்த்தி இலக்கியத்தின் மூலம் 'கண்கட்டி வித்தை'யைச் செய்துவிடுகிறார்கள். இதனை நேரடியாக எதிர் கொள்ளும் வலிமையை இலக்கியச் சமூகவியல் பெற்றிருக்கிறது. (வீரபாண்டியனின் நாவலான பருக்கையும் அவரது சிறுகதைகளுமே இந்த வரிசையில் செயலாற்றுகிறது. படைப்பாளராகவும் அவரது பங்களிப்பைப் பாராட்ட வேண்டும்).

அரசியல் நிகழ்வுகள், போராட்ட நிகழ்வுகள், வன்செயல் நிகழ்வுகள் என்னும் நூலின் மூன்று பாகங்களும் இருபதாம் நூற்றாண்டின் அரசியல் சமூக வரலாற்றைப் பேசுகின்றன. சுதந்திரப் போராட்டத்தின் தீவிரத்தையும், சுதந்திரத்திற்குப் பின்னர், பின்னைக் காலனியத்தின் விளைவுகள் கவிஞர்களின் கவிதைகள் மூலம் விவரிக்கப்படுகின்றன. இருபதாம் நூற்றாண்டின் இந்திய விடுதலை அசைவுகள் உருவாக ரஷியப் புரட்சி முக்கியக் காரணமாக அமைந்துள்ளது. ரஷியப் புரட்சியையும் இந்திய விடுதலைக்கு இதனால் எழுந்த வெகுமக்கள் எழுச்சியையும் வரலாறு பலநேரங்களில் புறக்கணித்தே வந்துள்ளது. ரஷியப் புரட்சிதான் பகத் சிங் போன்ற ஆரம்ப காலப் புரட்சிக்காரர்களையும், பின்னர் அதை காங்கிரஸ் கட்சி வெகுஜனப் போராட்டமாகவும் எடுத்துச் செல்லக் காரணமாக அமைந்தது. நூலாசிரியர், அதன் தாக்கத்தால் நிகழ்ந்த வரலாற்று நிகழ்வுகள் ஆய்வுக்கு அவசியம் என்பதைக் கருத்தில் கொண்டிருக்கிறார். பின்னி மில் போராட்டம், கோவை ஸ்டேன்ஸ் மில் போராட்டம், டிராம்வே குறித்த தொழிலாளர்களின் எழுச்சிப் படைப்புகளை ஆய்வு கவனத்தில் கொண்டிருக்கிறது.

சமூக வரலாற்றை அறிய இவர் தேர்வு செய்துள்ள கவிஞர்களும் அவர்களிடமிருந்து தேர்வு செய்யப்பட்டக் கவிதைகளும் என்னை வியப்பில் ஆழ்த்தின.'நான் நேயம் கொண்ட' அதே கவிஞர்கள், அதே கவிதைகள், இதில் சில கவிஞர்கள், சமூகப் பெருவெளியின் ஞாபகத்தில் மறந்தே போய்விட்டார்கள். அவர்களைத் தேடிப்பிடித்துச் சமூக வரலாற்றை அடையாளம் காட்டுவது நூலாசிரியரின் பொறுப்புணர்ச்சியைக் காட்டுகிறது. இத்தகு கவிஞர் தடத்தில் வெ.நா. திருமூர்த்தியும் ஒருவர். 1904 ஆம் ஆண்டில் பிறந்தவர். நூலாசிரியர் பட்டியலிட்டுள்ளவர்களில் இன்றைய வெகுசனத் தளத்தில் சரிவர அறியப்படாதவர் ஒருவர் உண்டென்றால் அவர் திருமூர்த்தியாகத்தான் இருக்க முடியும். அவரது முக்கியத்துவத்தை உணர, அவரைப் பற்றி தமிழறிஞர் வ.ரா. எழுதியதை இங்குப் பதிவிடுவதை ஒருவாய்ப்பாகக் கருதிக் கொள்கிறேன்.

'முதன் முதலில் திருமூர்த்தி அவர்களின் பாடல்களை **2-2-1945**ஆம் தேதியன்று திருச்சி முனிசிபல் ஹாலில் கேட்டேன். அந்தப் பாடல்களை நான் கேட்டதும், ஆனந்தமும் துக்கமும் சேர்ந்து என்னைக் கவ்விக் கொண்டது. இவ்வளவு எளிமையாகத் தமிழில் பாட்டு எழுத முடியும் என்பதைத் திருமூர்த்தி ருசுப்படுத்தியதில் எனக்கு பேரானந்தம் உண்டாயிற்று. நம்முடைய மக்களின் வறுமையை அவர் சித்தரிக்கையில், என் மனம் ஒடிந்து விழும் போல் இருந்தது. மேலும், திருமூர்த்தி தமிழ்நாட்டு மக்களைத் தட்டி எழுப்ப வேண்டும்' என்று வ.ரா. கடிதமாக எழுதியுள்ளார்.

இந்தக் கருத்து கவனிக்கப்பட வேண்டியது. ஏனென்றால் அந்த அளவுக்கு மக்களுக்கு மதிப்பளித்து மக்களிடையே நேரிடையாக இறங்கிப் பாடியவர் திருமூர்த்தி. அவர் எழுதிய பாடல்களில் ஒன்று,

மண்ணுக்காய் பாரதத்தின் சண்டை என்றும்
விண்ணுக்காய் அசுரர்களின சண்டை என்றும்
பெண்ணுக்காய் ராமயனச் சண்டை என்றும்
பெயர் போன பழங்கதையை கேட்டிருப்பீர்.
கண்ணுக்கும் முன்னாலே எங்கள் வீட்டில்
கஞ்சிக்கும் கந்தைக்கும் பெரிய சண்டை.

என்று மேடையில் பாடிய இந்தப் பாடலில் எத்தனை உயிர்ப்பு வெளிப்படுகிறது. கவிதைகளின் மூலமாக வரலாற்றை மீட்டெடுக்கும் இந்நூல் இப்படிக் கவிஞர்களையும் மீட்டெடுப்பது மகிழ்ச்சியாக இருக்கிறது.

கவிமணி, பாரதியார், நாமக்கல் கவிஞர் முதல் இன்றைய நவீனக் கவிஞர்கள் வரை, சமூகத்தின் பிரச்சனைகளைப் பாடிய அனைவரையும் இவர் தொகுத்திருக்கிறார். இவர்கள் மரபுக்கவிதை, புதுக்கவிதை, வசனக்கவிதை, மெட்டுக்குப் பாட்டு எழுதுதல் போன்ற பல வடிவங்களில் பாடிய படைப்புகளைப் பார்த்து ரசித்தபடியே தனித்த இயல்புடன் ஆய்வு தனது பயணத்தைத் தொடங்கியிருக்கிறது. இலக்கணத்தின் வரம்புக்குள் நின்ற படைப்புகள் மட்டுமே இலக்கியப் படைப்புகள் என்ற தடையை உடைத்து ஆய்வு முன்னேறுகிறது. காரணம் ஆய்வில் 'பாடுபொருள்' தான் முதன்மை நோக்கம் கொண்டதாக இருக்கிறது.

நூலின் மற்றொரு சிறப்பு, கவிஞர்களின் படைப்புகள் ஒரு வரிதான் வரலாற்று நிகழ்வுகளைப் பேசினாலும் அந்த நிகழ்வின் முக்கியத்துவம் கருதி, அந்த நிகழ்வை நூல் எந்த யோசனையுமின்றி ஆராயத்

தொடங்கிவிடுகிறது. இதனை வரலாற்றை விவரித்து மறு வாசிப்பு செய்து பார்க்கும் வாய்ப்பாக நூலாசிரியர் கருதிக் கொள்கிறார். இதன் மூலம் நூற்றாண்டின் வரலாற்று நிகழ்வுகள் அனைத்தையும் எடுத்துரைக்க முடிகிறது. அரசியல், திருப்புமுனை போராட்டங்கள், எளிய மக்களின் மீது ஆதிக்கச் சக்திகளும் அரசு பயங்கரவாதமும் தொடுத்த தாக்குதல்கள், இயற்கைச் சீற்றத்தால் பேரழிவு என்று அனைத்தையும் நூல் நமக்குத் தொகுத்தளித்துள்ளது.

வரலாற்று நிகழ்வுகளின் தேர்விலிருந்து தான் கவிஞர்கள் தேர்வு செய்யப்பட்டிருக்கிறார்கள் என்று நினைக்கிறேன். தோழர் ஜீவா வெகுமக்கள் தளத்தில் கவிஞராக அறியப்பட்டவர் இல்லை. அவர் அர்ப்பணிப்பு மிக்க அரசியல் தலைவராகவும், இலக்கிய ரசனைக்காரராகவும் தான் அறியப்பட்டிருக்கிறார். ஆனால் ஆய்வு நூல் அவர் மேடையில் பாடுவதற்கென்று எழுதப்பட்ட பாடல்களை ஆய்வுக்கு எடுத்துக் கொண்டதன் மூலம், மீண்டும் அவர் கவிஞராக ஞாபகப்படுத்தப்படுகிறார். ‘வேலையின்றி நாம் அழுவோம் வீடு முச்சுடும் அழும்’ என்ற வரிகள், நூலை வாசித்த அந்தத் தருணத்தில் ஞாபகத்திற்கு வந்துவிடுகிறது. இதைப் போன்று பட்டியலிடப் பட்ட நூற்றாண்டு கவிஞர்களின் பல்வேறு சிறப்புகளை அகக் கண்களின் பார்வைக்கு நூல் எடுத்துச் செல்லுகிறது.

மொத்தத்தில் ஆய்வுலகில் வீரபாண்டியனின் ‘இருபதாம் நூற்றாண்டு வரலாறும் கவிதையும்’ என்ற இந்த நூல், கவிதை, சமூகம், வரலாறு ஆகியவற்றின் ஒருங்கிணைந்த ஆய்வு ஒன்றை முன்னோட்டமாக்கி, அதில் வெற்றியும் பெற்றுள்ளது. நான் கண்ட அளவில் இதனை ஒரு புதிய முறையாகவோ புத்தாக்க முயற்சியாகவோ எண்ணிப் பாராட்டுகிறேன். வரலாற்றைப் பொருட்படுத்துபவர்கள் இந்த நூலையும் கவனப்படுத்துவார்கள். நன்றி.

வாழ்த்துகளுடன்

சி. மகேந்திரன்

பேரா. க. பஞ்சாங்கம்
புதுச்சேரி - 605008

மேனாள் தமிழ்ப் பேராசிரியர்
காஞ்சி மாமுனிவர் பட்ட மேற்படிப்பு மையம்

அணிந்துரை

நண்பர் வீரபாண்டியன் தேசிய விருது பெற்ற "பருக்கை" - புதினம் மூலமாகவே எனக்குள் அறிமுகமானார். ஆய்வுத் துறையில் இருப்பவர்கள் எழுத்தாளர்களாகவும் இயங்குவதை அறிய நேரும்போது எனதுள்ளம் ஆர்வத்தோடு அவர்களைப் பற்றிக்கொள்ளும். அப்படியான ஒருவர்தான் ஒருநாள் எதிர்பாராமல் தொலைபேசியில் தொடர்பு கொண்டு, "என் ஆய்வுத் தலைப்புக் குறித்து உங்களோடு உரையாட வேண்டும்; நேரம் ஒதுக்க முடியுமா ஐயா" என்று பேசினார். இளம் படைப்பாளியைப் பார்க்கப் போகிறோம் என்று உள்ளம் மகிழ்ந்தது. நேரில் வந்தார், "பேரா. ய.மணிகண்டன் ஐயாதான்" நெறியாளர் என்றார்; எனது ஆர்வம் மேலும் கூடுதலானது. அவர் கேட்ட ஐயங்களுக்கு எனக்குத் தெரிந்த அளவில் பதில் கூறினேன் என்று நினைக்கிறேன்.

பொதுவாகவே ஆய்வு, நாம் வாழும் சமூகம் சார்ந்ததாக இருக்கும்போது, எனக்கது பிடித்தமானதாகிவிடும்; வீரபாண்டியனின் இந்த ஆய்வு - நம் சமூகத்தின் வரலாற்று முக்கியத்துவம் சார்ந்த நிகழ்வுகள் எவ்வாறு கவிதை எனும் படைப்பாக வெளிப்பட்டுள்ளன என்ற இந்த ஆய்வுத் தலைப்பு - பெரிதும் மகிழ்ச்சி அளிப்பதாக இருந்தது. ஆய்வும் ஓர் அரசியல்தான் என்ற பார்வை கொண்டவன் நான். தன் படைப்பிலக்கியம் மூலமாகத் தன் சமூகம் குறித்து உரையாடுகிற ஒருவர், தன் ஆய்வு மூலமாகவும் சமூகத்தை அலசி ஆராய முயல்வது பெருஞ்சிறப்பு என்று கருதிக் கொண்டேன். அதனால் சென்னை மாதவரத்திலிருக்கும் எனது மகன் வீட்டிலிருந்து பெருநடை மேற்கொண்டும் பழச்சாறு பருகிக் கொண்டும் எங்கள் உரையாடல் நீண்ட ஒன்றாக அமைந்தது. இன்று கனமான ஆய்வுநூலாக வெளிவர, "நூலாக்கப் போகிறேன், அணிந்துரை தாருங்கள்" என்று தன் அன்பைப் புலப்படுத்துகிறார். முதலில் அவருக்கு என் நன்றியைத் தெரிவித்துக் கொள்கிறேன்.

இந்த ஆய்வு முயற்சி பல வகையில் பன்முகப்பட்ட கடும் உழைப்பைக் கோருவது; ஆய்வாளர் அதைத் துணிச்சலோடு எதிர்கொண்டு வெற்றி பெற்றிருக்கிறார். முதலில் ஏறத்தாழ நூறாண்டுக் காலத்தில், வரலாற்று முக்கியத்துவம் வாய்ந்த நிகழ்வுகள் என்று குறிப்பிட்ட அளவுகோல் கொண்டு முடிவு எடுப்பது; தொடர்ந்து அத்தகைய தரவுகளைத் திரட்டுவது; திரட்டிய தகவல்களை ஒரு வரன்முறைக்குள் அமைப்பது; அவற்றை வகைப்படுத்துவது; இதேபோல் இந்த வரலாற்று நிகழ்வுகளைப் படைப்பாக்கமாகப் புனைந்துள்ள கவிஞர்களைத் திரட்டுவது; அவர்களைத் தேர்ந்தெடுப்பது; தொடர்ந்து அவர்களின் கவிதைகளைத் தேடிக் கண்டடைவது; மேலும் வரலாற்று நிகழ்விற்கும் படைப்பிற்குமுள்ள இடைவெளிகள் குறித்தெல்லாம் உரையாடுவது என இந்த ஆய்வு அரும்பெரும் முயற்சியில் உருவாக்கப்பட்டுள்ளது; 69 -வரலாற்று நிகழ்வுகள் எனத் தேர்வு செய்து அவைகளை அரசியல் நிகழ்வுகள், போராட்ட நிகழ்வுகள், வன்செயல் நிகழ்வுகள், இயற்கை நிகழ்வுகள், பிற நிகழ்வுகள் என வகைப்படுத்தி ஆராய்ந்துள்ளார்.

ஒரு நூறாண்டு நிகழ்வுகளை, அவற்றின் வரலாறுகளை, அவற்றையெல்லாம் தாங்கிக் கொண்டிருந்த கவிதைகளை ஒருசேரக் காட்சிக்குக் கொண்டுவந்து நிறுத்தியிருக்கிறார். பொதுவெளிக்கு வராத சில புதிய நிகழ்வுகளையும் காலப்போக்கில் கடந்துபோன பல முக்கிய நிகழ்வுகளையும் ஆய்வு வெளிக்கொணர்கிறது. தரவுகளைத் தொகுத்தலும் தொகுத்தவற்றை வகுத்தலும் சிறந்த ஆய்விற்கான அடிப்படை என்பதை உள்வாங்கி ஆய்வு நிகழ்த்தப்பட்டுள்ளது; இந்த நிகழ்வுகளின் மேலான ஆராய்ச்சி உரையாடலை நிகழ்த்திக் காட்ட தேசிகவிநாயகம் பிள்ளை தொடங்கி வைரமுத்து வரையிலான 25 - கவிஞர்களின் கவிதைகளைத் தேர்ந்தெடுத்துள்ளார்; ஆய்வில் அர்ப்பணிப்பு என்பது இல்லாமல் இத்தகைய அரிய முயற்சியை வெற்றிகரமாக நிறைவேற்றி இருக்க முடியாது என்பதை இந்நூலைப் படித்து முடித்த காலத்தில் எனக்குள் ஆழமாக உணர்ந்து வியந்தேன். அந்த வியப்புணர்வோடேயே ஆய்வாளரையும் நெறியாளரையும் வாழ்த்துகிறேன்.

படைப்பாக இருந்தாலும் ஆய்வாக இருந்தாலும் வீரபாண்டியன் நின்று எதிர்கொள்கிறார். எதிர்வரும் காலங்களில் அவரது படைப்புகளோடு இதுபோன்ற அவரது ஆய்வுகளையும் நெஞ்சார வரவேற்கிறேன். வரலாற்று உணர்வையும் சமூகத்தின் இயக்கத்தையும் படைப்பின் உன்னத நோக்கத்தையும் முன்னிறுத்தும் சிறப்பான இந்த

ஆய்வினை நூலாகப் - பொதுவெளியின் வாசிப்பிற்காக - வெளியிடவும் எடுத்துக் கொண்ட இந்த முயற்சியையும் பாரதி புத்தகாலயத்தையும் பாராட்டுகிறேன்; முயற்சி தொடர வேண்டுகிறேன். நன்றி.

பெருகும் அன்புடன்

புதுச்சேரி - *605008*
20.05.2022

க. பஞ்சாங்கம்
drpanju49@yahoo.co.in
9003037904

வரலாறு புரட்டலில்..

வரலாற்று அறிவென்பது எவ்வளவு முக்கியம் என இவ்வாய்வு எனக்கு உணர்த்தியது, உங்களுக்கும் வெளிப்படுத்தும். வரலாறு விரிந்த வானத்தையும் அடர்ந்தகன்ற ஆலமரத்தையும் போன்றது. ஆனால், எவ்வளவோ தேடல்கள் கொட்டாவி விட்டுக் கொண்டிருக்கின்றன என்பது புரிகின்றது. வரலாறு என்று பொதுவாக, வட்டமாக அமைந்திடாமல் புள்ளியையே துளைக்க முற்படுவதாக வரலாற்று நிகழ்வுகளைக் கணக்கிலெடுத்துக் கொண்டேன். ஒரேயொரு சொல்லில்கூட அழுத்தம் தரமுடியும் என்று காட்டும் கவிதையைக் கைக்கொண்டேன். துழாவிப் பார்த்ததில் வரலாற்றிலிருந்து வந்த கவிதைகள்வழி வரலாற்றினை நிறுத்திப் பார்க்க முயன்றிருக்கின்றேன். தெரிந்த நிகழ்வுகளுக்குத் தெரியாத கவிதைப் பதிவுகள் கிடைத்தன; தெரியாத நிகழ்வுகள் துலங்கின; அவை புத்துணர்ச்சி, புரட்சி, கலக்கம், சோர்வு, ஏக்கம் எனும் நிலைகளை அடையச் செய்தன.

கவிதைகளை வாசக நோக்கில் மட்டும் வாசிக்கும்போது இருக்கின்ற மதிப்பீட்டை விட, வரலாற்று நோக்கில் வாசிக்கும்போது அதன் மதிப்பு இன்னும் உயரவே செய்கின்றது. அது, சமூகத்தின் நெம்புகோல். புரட்டிப்போட மட்டுமல்ல, தோண்டியெடுக்கவும் செய்யும் என்பதை இந்நூல்வழி நினைவூட்டுகிறேன். எந்த வேரிலிருந்து, எந்த விதை-யிலிருந்து, யாருடைய நீட்சியாக, வாலாக நாம் வாழ்கிறோம் என்பதும் எத்தனை இழப்புகள், விளைச்சல்கள், போராட்டங்கள் கொடுத்த இந்த மூச்சினை நாம் உள்ளிழுத்துக் கொண்டிருக்கிறோம் என்கின்ற வரலாற்றுப் புரிதல் அனைவருக்கும் தேவை. காரணம், இருப்பின் மீதான மதிப்பீட்டைப் பொலியச்செய்யும். எதிர்காலத்தையும் வளப்படுத்திடச் செய்யும். எவ்வளவு இழந்தாலும் மண் ஈரமுடையது.

நூல் வெளிவருதலின் பின்புலத்தில் கடின உழைப்பு இருக்கவேண்டும் என்று பாடுபடும்போது பல நிலைகளுக்கு நன்றி தெரிவிக்க வேண்டிய கடப்பாடு இருக்கின்றது. கல்வி பயிலவும் முனைவர்பட்ட ஆய்வினை (மே 2019) இப்படி நூலாக வெளியிடவும் எனக்கு வாய்ப்பளித்த சென்னைப் பல்கலைக்கழகத்திற்கும் முனைவர் பட்டத்தை நான் மேற்கொள்ளக் காரணமான பல்கலைக்கழக நிதிநல்கைக் குழுவிற்கும்

என் வணக்கங்கள். முதுகலைப் பயில வந்த நாள் முதலாய் என்னை வழிநடத்தி வரும் என் ஆய்வு + வாழ்வு நெறியாளர் பேராசிரியர் ய. மணிகண்டன் அவர்களுக்கு என் காலம் கடமைப்பட்டுள்ளது. கவிதை வரலாறு எனக்குத் தேவையாக இருந்தது; இளைஞர்க்குச் சமூக வரலாறு தேவையென்பது அவருக்குத் தேவையாக இருந்தது. இருவரது தேவைகளும் இணைந்து இந்த ஆய்வானது. என்னையே தோயவிட்டு, என்னையே மாயவிட்டு என்னைத் தகுதிப்படுத்திப் பார்ப்பவர்; நூறு ஆய்வாளர்களை உருவாக்க முடியும் ஒரு படைப்பாளி உருவாகத்தான் முடியும் எனப் படைப்பெண்ணைத்தையும் விடாது அவ்வப்போது என் சட்டைப்பையில் சொருகுபவர். அத்தகையவருக்கு எப்போதும் என் இருகர இணைவு.

முதுகலை நான் பயின்றபோது எனக்கு அறிவூட்டி, என் இலக்கியப் போக்கை மாற்றி அமைத்த பேரா. வீ. அரசு அவர்கள் தலைமையிலான பேரா. கோ. பழனி, பேரா. ஆ. ஏகாம்பரம் உள்ளிட்டோர் அடங்கிய தமிழ் இலக்கியத் துறையை என் மனம் நன்றியோடு நினைக்கின்றது. மேலும் நான் பயின்ற, ஆராய்ச்சி செய்த காலத்தில் என்னை ஊக்குவித்த தமிழ்மொழித்துறை, இலக்கியத்துறை பேராசிரியர்களுக்கும், இனிமையுடன் பழகிய அலுவலக உதவியாளர்களுக்கும், நூலகப் பணியாளர்களுக்கும், வளாக ஊழியர்களுக்கும் மிகுந்த நன்றி.

அறிவுக்கு ஐயம் எழும்போதெல்லாம் தெளிவுபடுத்திய பேரா. வ. ஜெயதேவன் தலைமையிலான பேரா. பெ. மாதையன் செயலாற்றிய பேரகராதித்துறைக்கும், ஆய்வுக் காலத்தில் உடன்உழன்ற ஆய்வாளர்களுக்கும், மாணவநட்புகளுக்கும், என் மீது அக்கறை கொண்ட அன்பு உள்ளங்களுக்கும் எனது மகிழ்ச்சியோடு நன்றி சொல்கின்றேன். எனக்குச் சிறுவயது முதல் தமிழ் கற்பித்த ஆசிரியர்களை நன்றியோடு நினைவுகூர்கின்றேன். ஊக்குவித்த பிற ஆசிரியர்களும் அவ்வகையில் அடங்குவர். ஆய்வுக் காலத்தில் வரலாறு குறித்து நான் கலந்துரையாட அனுமதித்த பல அறிஞர்களுக்கும், ஆய்வாளர்களுக்கும், அரசியலாளர்களுக்கும், பொதுமனிதர்களுக்கும் நன்றி.

அவ்வாறே அன்புபொதி சொற்களோடு எப்பொழுதும் என்னை அரவணைக்கும் கவிஞர் ஈரோடு தமிழன்பன், எங்கிருந்தாலும் வாழ்கவென வாழ்த்தும் கவிஞர் சிற்பி, தம் படைப்புகளையெல்லாம் மூட்டைகட்டித் தந்த கவிஞர் காசி ஆனந்தன், ஒருமுறையாவது வீட்டிற்கு வந்துபோங்க என வரவேற்றுக் கொண்டிருக்கும் கவிஞர் பழமலய், ஆரோவில்லுக்கு வரவேற்றுக் கொண்டிருக்கும் என் வளர்ச்சி ஒன்றையே விரும்பும் தாயுள்ளம் படைத்த கவிஞர் இரா. மீனாட்சி,

என் பருக்கை புதினத்தைப் பாராட்டி, செத்தை சிறுகதைத் தொகுப்பைச் சிகரமேற்றி என் படைப்பையும் பண்பையும் மலர்ந்த வதனத்துடன் வாழ்த்தும் கவிஞர் இந்திரன் உள்ளிட்ட படைப்பாளர்களுக்கும் இருகரம் கூப்புகின்றேன். பல்வேறு நிலையில் நான் நிலையில்லாமல் குழம்பியபோதும் திரிந்தபோதும் ஆங்காங்கு, அவ்வப்போது, அடுக்க முடியாத அளவுக்கு நான் அடைந்திருக்கின்ற உதவிகளுக்கெல்லாம் காரணமானவர்களை உள்ளூறவே உள்ளுகிறேன்.

ஐந்தாண்டு காலத்தை உண்ட இவ்வாய்வு பெரும் உழைப்பைக் கோரிய தமிழ்ச் சமூகத்திற்கான முக்கியப் பணி. கொட்டிக் களைந்தெடுத்ததில், தெரிந்தெடுத்ததில் தேறியவை இவை. மனம் பொறாமல் இன்னும் தேடினாலும் ஒன்றிரண்டு கிடைக்கும். ஏனெனில், இன்னும் மீளாய்வு செய்யவோ சரிபார்க்கப்படவோ வரலாறு என்றும் இடம்கொடுப்பது போல இந்நூலும் இடம்தரலாம். தந்தால், எனக்கும் உதவுங்கள். படைப்பாளியாக அறிமுகமாகிய நான், படைப்புத் தடத்தில் பாடுபடவில்லையே என்றெந்தன் வளர்நிலைக்கு வாய்திறந்தோர்க்கு இந்நூலைத்தான் பதிலாய்த் தரக் காத்திருந்தேன்.

சென்னைப் பல்கலைக்கழக மெரினா வளாக நூலகம், தோழர் ம. சிங்காரவேலர் நூலகம், பெரியார் பகுத்தறிவு நூலகம் மற்றும் ஆய்வு மய்யம், கன்னிமாரா நூலகம், உழைக்கும் மக்கள் மாமன்றம் நூலகம் (புரசைவாக்கம்), உலகத் தமிழாராய்ச்சி நிறுவன நூலகம், ரோஜா முத்தையா ஆராய்ச்சி நூலகம், கல்மரம் நூலகம் (பெருங்குடி) உள்ளிட்ட நூலகத் தளங்கள் எனக்குப் பெரிதும் துணைசெய்தன. என் ஆய்வுக்கான பெரும்நன்றியை இவற்றிற்குத் தெரிவிக்கின்றேன். என்னை நிறைய குழப்பிய, நிறைய தெளிய வைத்த இணையதளத்திற்கும் அதற்கு ஒத்துழைத்த என்னுடைய கணினிக்கும் நன்றி. இந்நூலிலுள்ள சில நிகழ்வுகள் தனிப்பட்ட கட்டுரையாகவும் வெளிவந்துள்ளன. அவற்றின் வெளியீடுகளில் அரிமா நோக்கு, புதிய பனுவல், தலித் உள்ளிட்ட இதழ்களுக்கும் நன்றி.

ஆய்வு தொடங்கலுக்கு அடிக்கல் நாட்டும்போது இரண்டு புன்னகைகள் என்னை நம்பிக்கை கொள்ளச் செய்தன. ஒன்று, பேரா. பா. மதிவாணன் அவர்களின் மலர்ந்த முகம். இன்னொன்று, இந்நூலுக்கு அணிந்துரை வழங்கும்போதும் புன்னகை ஒன்றையே தருவித்த பேராய்வாளர் க. பஞ்சாங்கம் அவர்களின் பக்குவ முகம். இவர்கள் இருவர்க்கும் பெருத்த நன்றி. போராட்டங்களுக்கிடையில்தான் அணிந்துரைகூட எழுத வேண்டியிருக்கின்ற, நெருக்கடிக்களுக்கிடையில் எனக்கு நேரம் ஒதுக்கித்தந்த தோழர் சி. மகேந்திரன் அவர்களுக்கும்

பெருத்த நன்றி. இந்த நூல் வெளிவர நிதியுதவிய தமிழ்நாடரசின் தமிழ் வளர்ச்சித் துறைக்கு நன்றி. வெளியிடக் கேட்ட நொடிப்பொழுதே தாராளமாக வெளியிடலாம் என மனமுவந்து இப்படி நூலாகப் பொலியச் செய்த பாரதி புத்தகாலயத்திற்கு உச்சிகுளிர்ந்த நன்றி என்றைக்கும் உண்டு.

இவற்றையெல்லாம் கடந்து ஒரு நெகிழும் நன்றி என்னைத் தாங்கிய, நான் தாங்கும் அன்பும் பண்பும் நிறைந்த என் குடும்பத்திற்கு...

- வீரபாண்டியன்

7871612211

vvraa.s@gmail.com

பொருளடக்கம்

முன்னுரை 23

1 சமூகம் - கவிதை - இயங்கியல் 35

2 அரசியல் நிகழ்வுகள்: கவிதைகள் 95

3 போராட்ட நிகழ்வுகள்: கவிதைகள் 187

4 வன்செயல் நிகழ்வுகள்: கவிதைகள் 293

5 இயற்கை மற்றும்
பிற நிகழ்வுகள்: கவிதைகள் 409

முடிவுரை 457

துணைநூற்பட்டியல் 471 - 491

பின்னிணைப்புகள் 492 - 510

அ) நூலில் இடம்பெற்றுள்ள நிகழ்வுகளின் பட்டியல்

ஆ) குலக்கல்வித் திட்டம் தொடர்பான ஒளிப்படம்

இ) உஞ்சனை நிகழ்வு தொடர்பான துண்டறிக்கை

ஈ) குளப்பாடி நிகழ்வின் ‘விடுதலை’ச் செய்தி

உ) மெரினா துப்பாக்கிச்சூட்டின் நினைவுச் சின்னம்

குறுக்க விளக்கம்

ப.	-	பக்கம்
பக்.	-	பக்கங்கள்
ப.ஆ.	-	பதிப்பு ஆசிரியர், பதிப்பு ஆசிரியர்கள்
பா.நா.	-	பார்வையிட்ட நாள்
தொ.ஆ.	-	தொகுப்பு ஆசிரியர், தொகுப்பு ஆசிரியர்கள்
மு.கு.இ.	-	முன்னர்க் குறிப்பிட்ட இதழ்
மு.கு.நூ.	-	முன்னர்க் குறிப்பிட்ட நூல்
மொ.ஆ.	-	மொழிபெயர்ப்பு ஆசிரியர்

முன்னுரை

இலக்கியம் மானுட வாழ்க்கைக்குள் தொடர்பு கொண்ட காலத்திலிருந்து இன்றுவரை அதனுடைய தேவையும் அவசியமும் சற்றும் சரியவில்லை. வாழ்வின் அகம், புறம் எனும் இருநிலைகளிலும் அதன் பயன்பாடானது சங்க இலக்கியக் காலம் முதல் சமகாலம் ஈறாக மேலோங்கி வருகின்றது. நாகரிகம் பிறந்ததன் பெரும்பயன் கலையின் தோற்றம். அந்நாள்தொட்டு, கலையின் முழுமை மனித வாழ்க்கைக்கானதாகவும் மனித வாழ்க்கையைப் பேசுவதுமாக இருக்கின்றது. இலக்கியத்தை வைத்துக் காலத்தைக் கணிக்கின்ற நடைமுறை உலகெங்கும் புழக்கத்திலிருக்கின்ற மரபு.

சங்க இலக்கியப் புறப்பாடல்கள் இரண்டாயிரம் ஆண்டுகளுக்கு முந்தைய அன்றைய காலத்தின் போர் உள்ளிட்ட சில சமூக வரலாறுகளை நமக்குக் காட்டுகின்றது. வரலாற்றின் ஒவ்வொரு பகுப்பினையும் இப்படி இலக்கியங்களால் உணர்ந்துகொள்ள முடியும். இத்தடத்தில் இலக்கிய வகைமைக்குள் கவிதையே முதன்மையானதாக விளங்குகின்றது. கவிதைகள் சமூக வரலாற்றுத் தகவல்களை உள்ளடக்கிய ஆவணங்களாக இருக்கின்றன. தமிழ்ப் புலமை மரபை, தொடர்ச்சியை விளக்கும் ஆவணங்களாகவும் விளங்குகின்றன. இவ்வாறு இரண்டையும் தொடர்புபடுத்துதல், கவிதையிலிருந்து சமூகத்தை ஆய்ந்தெடுத்தல் ஆகியன தமிழிலக்கிய ஆய்வின் முதற்கட்டத்திலிருந்தே தொடங்கிவிடுகின்றது. சமூகம் குறித்தான தகவல்களைத் தந்துகொண்டிருந்த கவிதை காலப்போக்கில் சமூகத்தைச் சமைத்திடவும் பாதுகாக்கவும் இயங்கும் வளர்நிலைகளை எட்டியது.

முற்காலத்தில் இலக்கியம் என்பது கவிதையாக (கவிதை வடிவத்தில்) மட்டுமே இருந்தது. இரு நூற்றாண்டுகளாக அப்படியில்லை. வகைகளும் வடிவங்களும் என இலக்கியம் பல மாறுபாடுகளை, முன்னேற்றங்களை அடைந்திருக்கின்றது. இருந்தாலும் கவிதை முக்கியத் தளத்தில் இருக்கின்றது. மேலும் கவிதை உடனுக்குடன் சமூகத்தைப் பிரதிபலிக்கக்கூடியதாக இருக்கின்றது. தமிழிலக்கிய ஆய்வு வரலாற்றில் கவிதையிலிருந்து சமூகத்தைக் காட்டும் ஆய்வுகள் குறிப்பிடத்தக்க அளவில் நிகழ்ந்துள்ளன. ஆனால் கவிதையோடு வரலாற்று நிகழ்வுகளை மட்டுமே மையப்படுத்தும் ஆய்வுகள் எண்ணக்கூடிய அளவில் சிற்சிலவே காணப்படுகின்றன.

வாழ்வின் யாதொரு துறையிலும் முக்கிய வளர்ச்சியை, மாற்றத்தை, திருப்பத்தை, பெரும்விளைவை ஏற்படுத்திய நிகழ்வுகள் வரலாற்று நிகழ்வுகளாக இவ்வாய்வில் கருதப்படுகின்றன. ஒவ்வொரு காலகட்டம் சார்ந்தும் நிகழ்வுகளைத் தொகுப்பதும் ஆராய்வதும் முக்கியமானதாகின்றது. இருபதாம் நூற்றாண்டு அத்தகு நிகழ்வுகளை அதிகப்படியாக உள்ளடக்கிய ஒரு காலப்பரப்பு. இப்பரப்பின் வரலாறானது பின்வரும் எக்காலத்திற்கும் இன்றியமையாததாக இருக்கும். எனவே இருபதாம் நூற்றாண்டு வரலாற்று நிகழ்வுகளை இருபதாம் நூற்றாண்டுக் கவிஞர்களின் கவிதைகளை முதன்மையாகக் கொண்டு, அதன் வாயிலாகக் கண்டெடுத்து வெளிப்படுத்துவதாக இந்நூல் அமைகின்றது.

நூலின் அடிப்படைகள்

ஒரு சமூகத்தின் வரலாற்றைப் பல்வேறு வகைகளில் ஆவணப்படுத்தி வைப்பது எக்காலத்திற்கும் இன்றியமையாத ஒன்று. அவ்வகையில் தமிழ்ச் சமூகத்தின் வரலாற்றினையும் பாதுகாக்கும் முயற்சிகள், அதற்கான முன்னெடுப்புகள் நிகழ்ந்துவருகின்றன. இலக்கிய வகையில் பல்வேறு விதமான ஆராய்ச்சிகள் நிகழ்த்தப்பட்டுத் தமிழ்ச் சமூக வரலாறு கட்டமைக்கப்படுவதும், மீள்கட்டமைப்பு செய்யப்படுவதும் நடந்து வருகின்றன. இருபதாம் நூற்றாண்டுத் தமிழ்ச் சமூகத்தின் வரலாற்றினை அறிந்துகொள்ள கவிதைகள் பெரும்பங்காற்றுகின்றன. ஆகவே, அந்நூற்றாண்டின் கவிஞர்கள்வழிப் பதிவுசெய்யப்பட்டிருக்கும் வரலாற்று நிகழ்வுகளைக் கண்டெடுக்கும் ஆய்வு நிகழ்த்தப்படுவதன் வாயிலாக அக்காலச் சமூக வரலாற்றின் இயங்கியலை இன்னும் நன்கு புரிந்துகொள்ள முடியும்.

விவசாயம் முதல் விஞ்ஞானம் வரை பல்வேறு சமூக மாற்றங்கள் நிறைந்தது இருபதாம் நூற்றாண்டு. இக்காலகட்டத்தில் தமிழ்ச் சமூகத்தில் நிகழ்ந்த பல துறை நிகழ்வுகளில் வரலாற்று முக்கியத்துவம் வாய்ந்த நிகழ்வுகளை ஆராய்ந்து வெளிப்படுத்துவது மிக இன்றியமையாத தேவையாகும். ஆதலால் அந்நூற்றாண்டின் சமகாலக் கவிதைகளில் கிடக்கும் குறிப்புகள் மூலம் கிடைக்கும் அத்தகைய வரலாற்று நிகழ்வுகள் பலவற்றையும் வகைதொகைப்படுத்தி வெளிப்படுத்துவது, அதாவது கவிதைப் பின்புலத்தைப் புலப்படுத்துவது இந்நூலின் முயற்சியாக அமைந்திருக்கின்றது.

தமிழ்ச் சமூக வரலாறு தொடர்பாகவும் தமிழ்க் கவிதைகளில் வரலாறு தொடர்பாகவும் பல ஆராய்ச்சிகள் நிகழ்ந்திருக்கின்றன.

காலந்தோறும் நடைபெற்றுள்ள அவ்வாய்வுகளுள் இலக்கியத்தையும் சமூக வரலாற்றையும் ஒப்பிட்டும், சமூக வரலாற்றுக்கு இலக்கியம் அளிக்கின்ற பங்களிப்பினை ஆராய்ந்தும் வெளிப்படுத்துகின்ற ஆய்வுகளும் குறிப்பிடத்தக்க அளவில் நிகழ்ந்துள்ளன.

'தமிழ்க் கவிதைகளில் சமுதாயச் சிக்கல்கள்' (1985) எனும் பி. யோகீசுவரனின் நூல் (1980ஆம் ஆண்டு முனைவர்பட்ட ஆய்வு) தமிழ்க் கவிதைகளில் பதிவாகியுள்ள விடுதலைக்கு முந்தைய இருபதாம் நூற்றாண்டின் சமூகப் பிரச்சினைகளை ஆராய்ந்திருக்கின்றது. வா.மு.சே. ஆண்டவரின், 'தமிழ்க் கவிதைகளில் சமகால வரலாறு' (1998) எனும் ஆய்வு இருபதாம் நூற்றாண்டுத் தமிழ்க் கவிதைகளில் 1901 முதல் 1990 வரையிலான அரசியல் நிகழ்வுகள் பற்றிய பதிவுகளை ஆராய்ந்திருக்கின்றது. குறிப்பிட்ட கவிஞர்களின் பதிவுகள், குறிப்பிட்ட இதழ்களிலுள்ள பதிவுகள் அடிப்படையில் அவ்வாய்வு அமைந்திருக்கின்றது. கோ. தான்யாவின், 1975 வரையிலான 'இருபதாம் நூற்றாண்டுத் தமிழ்க் கவிதைகளில் மார்க்சியக் கொள்கைகளின் தாக்கம்' (1990) எனும் ஆய்வு கவிதைகளில் காணக்கிடக்கும் மார்க்சியச் சிந்தனைகளையும், இரா. இளவரசுவின், 'பாவேந்தரின் உலகநோக்கு' (2002) பாரதிதாசன் கவிதைகளில் காணப்படும் உலக நிகழ்வுக் குறிப்புகளையும் முன்வைக்கின்றன.

இருபதாம் நூற்றாண்டு வரலாற்று நிகழ்வுகளுள் மதுவிலக்கு குறித்து மட்டும் நிகழ்த்தப்பட்ட (முனைவர்பட்ட) ஆய்வு, மா. பராந்தகனின், 'மதுவிலக்கு இயக்கமும் இருபதாம் நூற்றாண்டுத் தமிழ் இலக்கியமும்' (1987) எனும் ஆய்வு. இதுபோன்று, அந்நூற்றாண்டின் முக்கிய நிகழ்வான கீழவெண்மணிப் படுகொலை குறித்து மட்டும் ஆய்வு நிகழ்த்தப்பெற்று நூலாக வெளிவந்துள்ளது செ.த. சுமதியின், 'வெண்மணி படுகொலைகள்: வரலாறும் கலை இலக்கியப் பதிவுகளும்' (2008) எனும் ஆய்வு. 1948 முதல் 2004 வரையிலான தமிழகத்தில் நிகழ்ந்த ஒடுக்கப்பட்டோர் மீதான வன்முறை நிகழ்வுகள் குறித்து ஆய்வு (2011) செய்த வெ. மதியரசனின், 'தமிழகத்தின் ஒடுக்கப்பட்டோர் மீதான வன்முறைகளும் இலக்கியப் பதிவுகளும்' (2016) எனும் நூல் கவிதை, புனைகதை, ஊடகப் பதிவுகள்வழி ஆராய்ந்திருக்கின்றது. இவையனைத்தும் இந்நூலுக்கு முன்னிலை ஆய்வுகளாக விளங்குகின்றன.

மேலும், 'அக்டோபர் புரட்சியும் தமிழ் இலக்கியமும்' (1977) எனும் தொ.மு.சி. ரகுநாதனின் ஆய்வு நூல், 1994இல் வெளிவந்த து. சீனிச்சாமியின் 'இருபதின் கவிதைகளில் சமூகநீதிக் கோட்பாடு' எனும் ஆய்வு நூல், 1997இல் முனைவர்பட்ட ஆய்வாக நிகழ்த்தப்பெற்ற குமரி

அனந்தனின் 'இருபதாம் நூற்றாண்டுக் கவிதைகளில் தொழிலாளர் நிலை' (2013) எனும் நூல் ஆகியவையும் இந்நிரலில் குறிப்பிடத்தக்கவை ஆவன.

இதே தடத்தில், இரா. ஜவஹரின், 'தமிழக அரசியல்: ஒரு நூற்றாண்டு வரலாறு! - முக்கிய நிகழ்வுகள்!' உள்ளிட்ட சில ஆய்வுக் கட்டுரைகளும் தமிழ்ச் சமூகத்தின் வரலாற்றைப் பொதுநிலையிலும், குறிப்பிட்ட கால அல்லது குறிப்பிட்ட பகுதி வரலாறு எனப் பகுதிநிலையிலும், இலக்கியத்தோடு வைத்து ஒப்பீட்டு நிலையிலும் ஆராய்ந்துள்ளன. அவை யாவும் இவ்வாய்வின் முன்முயற்சிகளாக இருக்கின்றன.

இலக்கியம் ஒவ்வொரு காலகட்டத்திலும் சமூக வரலாற்றை, அதன் இயங்கியலைப் புரிந்துகொள்ளத் துணைபுரிகின்றது. இலக்கிய வகைமைகளில் கவிதை இத்தடத்தில் பெரும்பங்காற்றுகின்றது. இருபதாம் நூற்றாண்டு பொதுவாகவே சமூகத் தளத்தில் பல்வேறு வளர்ச்சிகளையும் மாற்றங்களையும் அடைந்த காலப் பரப்பை உடையது. இந்நிலை இலக்கியத்திலும் சமூக வரலாற்றிலும் பெருந்தாக்கத்தைக் கண்டுள்ளது. அப்படியாகச் சமூக வரலாற்றில் நிகழ்ந்திருக்கிற அரசியல் மாற்றங்களையும், பல்வேறு வன்முறைகளையும், பல மாற்றங்களை வித்திட்ட போராட்டங்களையும், இவை முதலிய பிற நிகழ்வுகளையும் இந்நூற்றாண்டு தன்னகத்தே கொண்டிலங்குகின்றது. சங்க காலந்தொட்டே சமூக வாழ்வியலைத் தமக்குள் பதிவுகளாகக் கொண்டுள்ள தமிழிலக்கிய வரலாறானது இருபதாம் நூற்றாண்டிலும் அதன் சமகாலச் சமூகத்தைப் பிரதிபலிக்கின்றது.

இத்தகு நூற்றாண்டில் தமிழ்ச் சமூகத்தில் நிகழ்ந்த வரலாற்று நிகழ்வுகளை, அதன் சமகாலக் கவிஞர்களின் கவிதைகளில் பொதிந்துகிடக்கும் பதிவுகள் வழியாகக் கண்டடைய இந்நூல் வழிகோலும். அந்நூற்றாண்டானது இதற்கு முந்தைய காலகட்டத்திற்கும் பிந்தைய காலகட்டத்திற்கும் ஒரு திருப்பு முனையாக அமைந்து விளங்குகின்றது. இரண்டாயிரம் ஆண்டுகளுக்கும் மேற்பட்ட தமிழ்ச் சமூக வரலாற்றில் இருபதாம் நூற்றாண்டின் பல்வேறு வரலாற்று நிகழ்வுகளையும் அவற்றின் வாயிலாக இருபதாம் நூற்றாண்டின் வரலாற்றையும் அறிந்துகொள்ள வழிப்படுத்தும் எனும் நோக்கத்தில் இந்நூல் இயங்கியிருக்கின்றது.

எனவே, கவிதை ஒரு சமூகத்தின் கலைவடிவமாக மட்டுமல்லாமல் வரலாற்று ஆவணமாகவும் விளங்குவதை முதன்மைப்படுத்தும்

பின்புலத்தோடு, தமிழ்ச் சமூகத்தின் வரலாற்று நிகழ்வுகள் தமிழ்க் கவிதைகளில் பதிவாகி இருப்பதனை வெளிப்படுத்தி ஆராய்வது ஆய்வுலகத்தின் கடமையாகின்றது.

மூலங்களும் எல்லைகளும்

தமிழில் இருபதாம் நூற்றாண்டிலும் கவிதை வளமும் கவிஞர்கள் எண்ணிக்கையும் செழிப்புடையதாக இருக்கின்றன. பெருகிக்கிடக்கும் இந்நூற்றாண்டுக் கவிஞர்களுள் சமூகச் சிந்தனையோடு இயங்கிய மற்றும் சமூகத்தைப் பிரதிபலிக்கின்ற கவிதைகளை இயற்றிய கவிஞர்களில் 25 கவிஞர்கள் மட்டும் கவிதை மூலத்திற்கு ஆதாரமாகக் கொள்ளப்பெறுகின்றனர். அவர்கள்,

1. தேசிக விநாயகம் பிள்ளை (கவிமணி) (26.7.1876-26.9.1954)
2. சி. சுப்பிரமணிய பாரதி (11.12.1882 - 11.9.1921)
3. வெ. இராமலிங்கம் பிள்ளை (நாமக்கல் கவிஞர்) (19.10.1888 - 24.8.1972)
4. பாரதிதாசன் (29.4.1891 - 21.4.1964)
5. வெ.நா. திருமூர்த்தி (1904 - 21.1.1976)
6. ப. ஜீவானந்தம் (21.8.1907 - 18.1.1963)
7. கே.சி.எஸ். அருணாசலம் (1.9.1921 - 26.5.1999)
8. தொ.மு.சி. ரகுநாதன் (20.10.1923 - 31.12.2001)
9. தமிழ்ஒளி (21.9.1924 - 29.3.1965)
10. பெருஞ்சித்திரனார் (10.3.1933 - 11.6.1995)
11. ஈரோடு தமிழன்பன் (28.9.1933)
12. தணிகைச்செல்வன் (28.2.1935)
13. சிற்பி (29.7.1936)
14. அப்துல் ரகுமான் (9.11.1937 - 2.6.2017)
15. காசி ஆனந்தன் (4.4.1938)
16. ஞானக்கூத்தன் (7.10.1938 - 27.7.2016)
17. மீரா (10.10.1938 - 1.9.2002)
18. த. பழமலய் (3.2.1943)
19. இரா. மீனாட்சி (23.1.1944)
20. கந்தர்வன் (3.2.1944 - 22.4.2004)

21. இன்குலாப் (5.4.1944 - 1.12.2016)
22. பரிணாமன் (30.12.1946)
23. அறிவுமதி (2.2.1948)
24. இந்திரன் (11.6.1948)
25. வைரமுத்து (13.7.1953)

ஆகிய 25 கவிஞர்களுடைய கவிதை நூல்கள் ஆய்வுக்கு அடிப்படையாக அமைகின்றன. இவற்றுள், 2010க்குப் பிறகு வெளிவந்த நூல்கள் பெரும்பாலும் கணக்கில் கொள்ளப்படவில்லை. மேலும், வாசிக்கப்பட்ட கவிதை நூல்களில் வரலாற்று நிகழ்வுகள் பதிவாகாத நூல்கள் எடுத்துக்கொள்ளப்படவில்லை.

ஆய்வுக்கான காலகட்டமாக 1901 முதல் 2000 வரையிலான இருபதாம் நூற்றாண்டு முழுமையும் இருக்கிறது.

இவ்விருபத்தைந்து கவிஞர்களுடைய பதிவுகளில் கிடைக்கும் வரலாற்று நிகழ்வுகளில் கால எல்லைக்குரிய இருபதாம் நூற்றாண்டுத் தமிழ்ச் சமூக நிகழ்வுகள்தான் இந்நூலில் அமைகின்றன. ஆய்வு முறைமைகளும் பின்பற்றப்பட்டுள்ளன.

'கவிதை' என்று கொள்வதில் மரபுக்கவிதை, புதுக்கவிதை, வசன கவிதை, நவீன கவிதை உள்ளிட்ட வேறுபாடுகள், மெட்டில் அமைந்த பாடல் எனும் வேறுபாடு, கலை அடிப்படையில் தகுதி வாய்ந்ததா எனும் திறனாய்வு ஆகியவற்றைக் கருதாது, அனைத்தையும் கவிதை என்றே கொள்கின்றது. கவிஞர்கள் தேர்வுக்கும் யாதொரு தனிப்பட்ட காரணமும் இல்லை. காலத்திற்கேற்ப, கவிதை வரலாற்றிற்கேற்ப, சமூக நடப்பியலுக்கேற்ப என்று கவிஞர்களைத் தேர்ந்து கொண்டுள்ளது. **இவர்கள்தான் இருபதாம் நூற்றாண்டுக்குரிய கவிஞர்கள் என்று வரையறுக்கவில்லை.** இவர்கள் மட்டுந்தான் சமூக வரலாற்றைப் பிரதிபலிப்பவர்களா என்றால் இல்லை. இவர்களோடு கண்ணதாசன், நா. காமராசன், மு. மேத்தா, முதலிய முக்கியக் கவிஞர்களும் உள்ளனர். நூலின் அடுத்தடுத்த நிலைப்பாட்டுக்காக எண்ணிக்கை வரையறையில் நிற்கிறது.

ஆய்வுக்காகக் கவிஞர்களை வாசிக்கையில் பட்டுக்கோட்டை கல்யாணசுந்தரம், முருகுசுந்தரம், கா.மு. ஷெரீப், கம்பதாசன், ஆத்மாநாம், என்.டி. ராஜ்குமார் ஆகியோரோடு பொன்மணி வைரமுத்து, சுகந்தி சுப்பிரமணியன், இளம்பிறை, மாலதி மைத்ரி உள்ளிட்ட சில பெண் கவிஞர்களும் வாசிப்புக்கு உள்ளாக்கப்பட்டனர்.

நிகழ்வுகளின் எண்ணிக்கை, கால எல்லைக்குள் இல்லாமை உள்ளிட்ட காரணங்களால் எடுத்துக்கொள்ளவில்லை.

'வரலாற்று நிகழ்வு' என்று வரையறுக்கும்போது, வரலாற்றில் முக்கியமானது, கவிதை முதன்மைப்படுத்திக் காட்டியிருப்பது முதலிய காரணங்கள் செயல்படுகின்றன. கவிதை முதன்மைப்படுத்தி இருந்தாலும் தேவையின்மைகருதி ஏற்றுக்கொள்ளப்படாமையும் உண்டு; ஒரே சொல்லாகப் பதிவுபெற்றிருந்தாலும் அழுத்தம் கருதி, வரலாற்று அவசியம் கருதி ஏற்றுக்கொள்ளப்பட்டுள்ளமையும் உண்டு.

நூலுக்குள் பயன்படுத்தப்படும் மேற்கோள்களுக்குரிய 'சான்றெண் விளக்கம்' தரப்படுவதில், ஆய்வுக்குரிய கவிதை நூல்களின் பெயர்கள் மட்டும் சான்றெண் விளக்கம் பகுதியில் அல்லாமல் கவிதைப் பதிவிற்கருகிலேயே தேவைகருதி இருக்கின்றன. கவிஞர்களுடைய நூல்கள் தொகுப்பாக, அதாவது காலவரிசையில் பாரதி பாடல்கள், தணிகைச்செல்வன் கவிதைகள், மீரா கவிதைகள் என ஒரே நூலாக இருக்கும்பொருட்டு, அக்கவிஞர்களுடைய கவிதைப் பதிவினைப் பற்றிக் குறிப்பிடும்போது அவர்களுடைய பெயர்களுக்கருகில் நூலின் பெயர் அல்லாமல் கவிதை இடம்பெறும் பக்க எண் மட்டும் தரப்பட்டுள்ளது.

நிகழ்வுக் காலத்தில் சில ஊர்ப்பெயர்கள் எவ்வாறு அழைக்கப்பட்டனவோ அப்பயன்பாடு பெரும்பாலும் நூலிலும் கொள்ளப்பட்டுள்ளது. சான்றாக, இன்றைக்கு மும்பை என்று அழைக்கப்படும் அன்றைய பம்பாய் அதே பெயரில் கொடுக்கப்பட்டுள்ளது. தமிழ்நாடு, சென்னை மாகாணமாக இருந்தபோது பிற மொழி பேசும் மக்கள் கலந்திருந்தாலும் தமிழ்மக்களுக்கு உரித்தானது என்பதால் அக்காலத்து நிகழ்வுகள் தமிழ்ச் சமூக நிகழ்வாகக் கருதப்பட்டுள்ளது.

தரவுகள் கொண்டிலங்கும் முக்கிய ஆவணமாக இணையதளம் விளங்கி வருகின்றது. தேவைகருதி நம்பிக்கையான இணையதளத் தரவுகளே பயன்படுத்தப்பட்டுள்ளன.

நூல் அமைப்பு

தமிழ்ச் சமூகத்தில் இருபதாம் நூற்றாண்டுக் கவிஞர்களின் கவிதைகளில் பதிவாகியுள்ள அந்நூற்றாண்டின் வரலாற்று நிகழ்வுகளை ஆராய்கின்ற இந்நூல் முன்னுரை, முடிவுரைகளோடு பின்வரும் ஐந்து பகுதிகளைக் கொண்டுள்ளது.

1. *சமூகம் - கவிதை - இயங்கியல்*
2. *அரசியல் நிகழ்வுகள்: கவிதைகள்*
3. *போராட்ட நிகழ்வுகள்: கவிதைகள்*
4. *வன்செயல் நிகழ்வுகள்: கவிதைகள்*
5. *இயற்கை மற்றும் பிற நிகழ்வுகள்: கவிதைகள்*

முன்னுரையாக, நூலுக்குரிய ஆய்வுப் பொருள் தெரிவு - முன்முயற்சிகள் - நோக்கம் - ஆய்வு மூலங்கள் - நூலின் எல்லையை வரையறுத்தல் - அணுகுமுறை - நூலின் அமைப்பு என்ற வடிவத்தைக் காட்டுகின்ற இந்நூலின் பகுப்புகள் மற்றுமவற்றின் சுருக்கங்கள் இங்கே எடுத்துரைக்கப்படுகின்றன.

1. சமூகம் – கவிதை – இயங்கியல் :

கலையும் இலக்கியமும் மனித வாழ்க்கையோடு இரண்டறக் கலந்தவை. இலக்கியம் தோற்றம்பெற்ற காலத்திலிருந்தே சமூகத்தின் பண்பாடு, நாகரிக வளர்ச்சி என அனைத்துக் கூறுகளையுமே பதிவுகொண்டுள்ளது. மக்களுக்காக மக்களால் உண்டாக்கப்பட்டதுதான் இலக்கியம். அது, அவர்களின் இன்ப துன்பங்களைக் காலந்தோறும் பறைசாற்றியிருக்கின்றது. இன்று வரையிலும் அந்நிலை தொடர்கின்றது. இத்தகைய இலக்கியம் மக்களின் வாழ்நிலைக்கும் வரலாற்றுக்கும் பயன்படும் விதத்தில் அமையவேண்டுமெனும் கருத்துநிலை இருபதாம் நூற்றாண்டில் வலுப்பெற்றது. காரணம், தனிப்பட்ட, மனித விருப்பு வெறுப்புகளின் போக்கிற்கேற்பக் கவிதைகளும் இயற்றப்பட்டன. சமூகத்தில் பிரச்சினைகள் சூழ்ந்த காலத்திலும் இவ்வாறான கவிதைகள் இயற்றும் தன்னிலைப் போக்குகள் இருக்கவே செய்தன.

மனித இனம் பெருகிக் கால வளர்ச்சியாலும், கருவி வளர்ச்சியாலும் சமூகம் பல மாற்றங்களைக் காணும்போது, அதன் பொதுமைத் தன்மையினைச் சிதைக்கும் சூழ்ச்சிகளையும் அதிகாரங்களையும் முறியடிக்க ஒரு போராட்டக் கருவியாகவே கவிதை கைக்கொள்ளப்பெற்றது. ஒவ்வொரு காலத்திலும் நிலவிய இப்போக்கு இருபதாம் நூற்றாண்டில் கலை கலைக்காகவே, கலை மக்களுக்காகவே எனும் முரண்பாடாக வளர்ச்சிகண்டது. எனவே அறிஞர்கள், ஆய்வாளர்களுடைய கருத்துகளின் துணைகொண்டு சமூகத்தோடு கவிதை கொண்டுள்ள உறவுநிலையையும், தமிழ்க் கவிதை மரபில் வரலாற்று நிகழ்வுகள் பதிவாகி உள்ளமையையும், இந்த ஆய்வுக் கவிஞர்களின் பார்வையில் கவிதை குறித்த மதிப்பீடு மற்றும் கவிதை இயற்றுவதற்கான தன்னிலை விளக்கங்களையும், இவர்களுடைய

கவிதைகளில் பதிவாகித் தமிழ்ச் சமூக எல்லைகடந்த உலக, இந்திய நிகழ்வுகள் குறித்த அறிமுக ஆய்வையும் முன்வைத்து, கவிதை தொடர்ந்து இயங்குகின்ற, சமூகத்துக்காகக் கவிதை பயணப்படுகின்ற நிலை உள்ளிட்டவற்றைச் சுட்டிக்காட்டிக் கவிதை சமூகத்திற்கானது எனும் நிலைப்பாட்டை இப்பகுதி விளக்குகின்றது.

2. அரசியல் நிகழ்வுகள் : கவிதைகள்

ஆட்சியும் அதிகாரமும் வரலாறு நெடுகிலும் பல சமூக மாற்றங்களை ஏற்படுத்தியுள்ளது. குடவோலை முறை உள்ளிட்ட தேர்வு முறைகள் இருந்தாலும் மக்களால் கட்டமைக்கப்படும் அரசாங்கத்தை நிருணயிக்கும் தேர்தல்முறை இருபதாம் நூற்றாண்டில்தான் ஏற்படுத்தப்பட்டது. இவ்வழியிலான அரசாட்சியானது சமூகத்தின் பல துறையிலும் உண்டாக்கிய வளர்ச்சிநிலைகள், மாற்றங்கள், திட்டங்கள் முதலியவற்றைக் கவிதைப் பதிவுகள்வழி இப்பகுதி அறிமுகப்படுத்துகின்றது.

சான்றாக, மதுவிலக்குத் திட்டம், குலக்கல்வித் திட்டம், தமிழ்நாடு பெயர் மாற்றம், போக்குவரத்துக் கழகங்கள், மாவட்டங்கள் - தலைவர்கள் பெயர் நீக்கம் உள்ளிட்ட அரசியல் நிகழ்வுகள் குறித்த சுருக்க விளக்கத்தைத் தருகின்றது. மேலும் சமூகம் கண்ட தமிழிசை இயக்கம், தனித்தமிழ் இயக்கம், பூதான இயக்கம், மீனாட்சிபுரம் மதமாற்றம் உள்ளிட்டவையும் இப்பகுதியில் இடம்பெறுகின்றன.

3. போராட்ட நிகழ்வுகள் : கவிதைகள்

அதிகாரத்திற்கெதிராகவும், அடக்குமுறையைத் தகர்க்கவும், உரிமைகளைக் கோரியும், மறுக்கப்பட்டதை மீட்டெடுக்கவும் எனப் பல்வேறு போராட்டங்கள் சமூகத்தில் நடைபெற்று வருகின்றன. இருபதாம் நூற்றாண்டிலும் இவ்வாறான நிகழ்வுகள் பல களங்களில் நடந்தேறியிருக்கின்றன. அக்காலக் கவிஞர்கள் அப்போராட்டங்களுக்கு ஆதரவாகக் கவிதைகளை இயற்றியிருக்கின்றனர். அப்படியாகப் பதிவுசெய்யப்பட்டிருக்கின்ற போராட்ட நிகழ்வுகள் குறித்து இங்கு அறியமுடியும்.

போராட்டங்கள் பெருமளவு முன்னெடுக்கப்பட்ட காலமாக இருபதாம் நூற்றாண்டுதான் திகழ்கின்றது. 1917இல் நடந்த இரசியப் புரட்சிக்குப் பின்னர் உலகெங்கும் போராட்டங்களை நிகழ்த்துகின்ற தீரம் வீரியம் கொள்ளவே செய்தது. அந்நூற்றாண்டின் தொடக்கத்தை விடுதலைப் போராட்டங்களும் தொழிற்சங்கப் போராட்டங்களுமே அதிகப்படியாகத் தக்கவைத்துக் கொண்டிருந்தன.

பின்னி மில் போராட்டம், சுசீந்திரம் கோயில் நுழைவுப் போராட்டம், இந்தி எதிர்ப்புப் போராட்டம், வட மற்றும் தென் எல்லைப் போராட்டங்கள், கோவை ஸ்டேன்ஸ் மில் போராட்டம், டிராம்வே போராட்டம், கல்லக்குடிப் போராட்டம், சிம்சன் போராட்டம், ஆசிரியர் சங்கப் போராட்டம், மனுநூல் எரிப்புப் போராட்டம், நில மீட்புப் போராட்டம் என்றெல்லாம் பலவகைப்பட்ட போராட்ட நிகழ்வுகளையும் அவ்வவற்றுக்கான கவிதைப் பதிவுகளையும் நூலின் இப்பகுதி காட்டுகின்றது.

4. வன்செயல் நிகழ்வுகள் : கவிதைகள்

சங்க காலப் போர் நிகழ்வுகளிலிருந்தே வன்செயல் நிகழ்வுகளைத் தமிழ் இலக்கியம் வெளிக்காட்டியிருக்கின்றது. இவ்வகைப்பாட்டிற்குள் அடங்கும் ஒவ்வொரு நிகழ்வும் ஒவ்வொரு காரணத்தைக் கொண்டிருக்கின்றது. அதிகாரத்தினால் நிகழ்த்தப்படும் கொடுமைகள், விதிகளில் அத்துமீறல், சாதி, மதக் கலவரங்கள் என்பவற்றால் ஏற்பட்ட வன்முறைகள் முதலிய சிலவற்றை இப்பகுதி குறிப்பிடுகின்றது.

தமிழ்ச் சமூகத்தில் இவ்விதமான செயல்களின் விளைவால் ஏராளமான பொருளிழப்புகளும் உயிரிழப்புகளும் ஏற்பட்டிருக்கின்றன. நீதி நெறியிலிருந்து வழுவுகின்ற தன்மையால் இத்தகைய ஒழுக்கக்கேடுகள் அவ்வப்போது நடைபெற்றுள்ளன. முதுகுளத்தூர் கலவரம், கீழவெண்மணிப் படுகொலை, விழுப்புரம் படுகொலை, ஈழத்தில் தொடரும் படுகொலைகள், சிதம்பரம் பத்மினி உள்ளிட்ட பாலியல் வன்கொடுமைகள், வாச்சாத்தி வன்முறை, நாவரசு கொலை, கோவை குண்டுவெடிப்பு என வன்செயல் நிகழ்வுகளின் பட்டியல் நீள்கின்றது. இந்நிகழ்வுகள் பற்றி ஆழ, அகலத்தோடு படைக்கப்பட்டிருக்கின்ற கவிதைக் குறிப்புகளும், இவற்றுக்கான பின்புலமும், இழப்புகளும் இந்தப் பகுப்பில் காட்டப்படுகின்றன.

5. இயற்கை மற்றும் பிற நிகழ்வுகள் : கவிதைகள்

இறுதியான இப்பகுதியில் முன்கண்ட நிகழ்வுகள் அல்லாத அனைத்தும் இடம்பெறுகின்றன. இயற்கை ஏற்படுத்தும் மழை, புயல், வறட்சியால் விளையும் பஞ்சம் உள்ளிட்ட நிகழ்வுகள் குறித்து இப்பகுதி ஆராய்கின்றது. அதாவது, திட்டமிட்டு நிகழ்த்தப்பெறாத யாதொரு நிகழ்வும் இயற்கை நிகழ்வாகக் கருத்தில் கொள்ளப்பட்டுள்ளது. மேலும் இவற்றுடனும் பிற பகுதிகளின் வகைப்பாட்டிற்குள்ளும் இடம்பெற இயலாத வேறு சில நிகழ்வுகளும் இங்கு வெளிப்படுத்தப்படுகின்றன.

புதுவைப் புயல், தனுசுகோடிப் புயல், வைகை வெள்ளம், சென்னைக் குடிநீர்த் தட்டுப்பாடு (1983), தீப்பெட்டித் தொழிற்சாலைப் பேருந்து மூழ்கிக் குழந்தைகள் பலியானது, சிதம்பரம் தீ விபத்து உள்ளிட்ட இயற்கையின் விளைவால் ஏற்படக்கூடியவையும் திட்டமிட்டு நிகழ்த்தப்பெறாதவையும் இயற்கை நிகழ்வுகளாக இடம்பெற்றிருக்கின்றன.

பிற நிகழ்வுகளாக, பர்மா அகதிகள் வருகை, கும்பகோணம் மகாமகம், இரமலான் விழா நெரிசல் முதலான நிகழ்வுகள் இடம்பெறுகின்றன. கவிதைகளுக்குள் பதிவாகியிருக்கின்ற யாதொரு முக்கிய நிகழ்வும் விடுபடல் கூடாது எனும் நோக்கிலேயே இப்பிரிவின் பிற்பாதி அமைகின்றது.

நூலின் முடிவுரையாக, முந்தைய பகுதிகளில் ஆராய்ந்து கண்ட முடிவுகள் தொகுத்துரைக்கப் பெற்றுள்ளன. இருபதாம் நூற்றாண்டுக் கவிதை இலக்கியம் அதன் சமகாலத்தின் வரலாற்று நிகழ்வுகளைத் தமக்குள் பதிவுசெய்திருப்பது குறித்த ஒட்டுமொத்த மதிப்பீடாக இப்பகுதி அமைகின்றது. இத்தளத்தில் விரியவேண்டிய ஆய்வுச் சூழலையும் இந்நூல் முன்வைக்கிறது.

நூலின் இறுதியில் துணைநூற்பட்டியலோடு உரிய பின்னிணைப்புகளும் இடம்பெறுகின்றன.

......

இயல் ஒன்று

சமூகம் - கவிதை - இயங்கியல்

மனித சமூகம் சிந்தனை வயப்பட்ட காலத்திலேயே கலைக்கான கூறு தோன்றியிருக்க வேண்டும் என்பதே உலகம் ஏற்றுக்கொண்ட கருத்தாகும். கற்களைக் கூர்மையாக்கிக் கருவியாக்கியது, சக்கரம் கண்டுபிடித்தது உள்ளிட்ட தொடக்கக் கால மனிதனின் செயல்பாடுகளில் கலையின் படிநிலைகளை, அதன் பரிணாம வளர்ச்சியை உற்றறிய முடிகின்றது. மொழி பிறந்து தொடர்புச் சாதனமாக உருப்பெற்ற பிந்தைய காலத்தில் கலை ஒழுங்கமைவையும் முக்கியத்துவத்தையும் பெற்றது. அப்படிச் சீர்மைபெற்ற கலை வகைகளுள் கவிதை மிக இன்றியமையாத ஒன்றாக விளங்கி வருகின்றது.

பரந்த தமிழ் இலக்கிய மரபில் இன்றளவும் கவிதையானது சமூகத்தின் தேவையாகவும், சமூக மாற்றத்திற்கே வழிவகுக்கும் வீரியம் கொண்டதாகவும் இருக்கின்றது. இலக்கிய வகைகளுக்குள்ளும் தனக்கான தனித்தவொரு இடத்தைத் தக்க வைத்துக் கொண்டிருப்பதாகக் கவிதைக் கலை அமைந்துள்ளது. தனி மனித அகவெளிப்பாடுகள் முதற்கொண்டு சமூக வரலாற்றுப் பெரும்நிகழ்வுகள் வரை மனித வாழ்க்கையின் அனைத்து அடுக்குகளும் கவிதையில் கவனம் கொள்ளப்படுகின்றன. ஏறத்தாழ மனித வாழ்க்கையின் நகலாக, வரலாற்றின் வார்ப்பாகக் கவிதை பங்களித்து வருகின்றது.

இவ்வாறு கவிதையும் சமூகமும் பிணைக்கப்பட்டிருக்கின்ற நிலையில், சமூகத்தில் அக்கலைவடிவத்தின் வளர்ச்சி மாற்றங்களையும் சமூக நடப்புகளுக்கேற்ப அது எவ்வாறு தன்னைத் தகவமைத்துக்கொண்டு இயங்கி வருகின்றது என்கின்ற அதன் இயங்கியலையும் கவிதையின் ஊடாகவே கவனிக்க வேண்டும். இந்நிலைப்பாட்டில் வெளிப்படும் சமூக வரலாறு என்பது மிக முக்கியமானது. ஆய்வுலகில் இத்தகைய கவனிப்புகள் ஒவ்வொரு காலகட்டத்திற்கும் நிகழ்ந்து வந்திருக்கின்றன. இங்கு இயங்கியல் எனும் சொல் பயன்பாட்டைக் குறித்து அறிய வேண்டியது அவசியம். இயக்க இயல் அல்லது இயக்கவியல் எனும் இயங்கியல், மார்க்சியத்தில் முக்கிய இடம்பெற்ற ஒரு கோட்பாட்டை அடையாளப்படுத்துவதாகும். மார்க்ஸ், ஏங்கெல்ஸ் வரையறுத்த இதனை,

> *“அண்டத்திலுள்ள அனைத்துப் பொருட்களும் இயங்கிக் கொண்டே இருப்பதோடு மாறிக் கொண்டும் இருக்கின்றன. எல்லாம் தோன்றிக் கொண்டும், மறைந்து கொண்டும் இருக்கின்றன” என்பதே இயக்க இயல் பொருள் முதல் வாதம் (Dialectical Materialism). இயற்கை, வரலாறு, சிந்தனை அனைத்திலும் இயக்கமும் மாற்றமும் இருந்து*

கொண்டே இருக்கின்றன என்பதை அடிப்படையாகக் கொண்டதே இயக்க இயல் (Dialecticism).

இயக்க இயல் தத்துவத்தின்படி, இறுதியானது, பரமமானது, புனிதமானது (என்றும் மாறாதது அல்லது தெய்வீகத் தன்மை வாய்ந்தது) என்று எதுவுமில்லை. எல்லாம் மாற்றத்திற்குட்பட்டதே என்பதை அடிப்படையாகக் கொண்டது இயக்க இயல் பொருள் முதல் வாதம் [1]

என்று எடுத்துக்காட்டுகின்றார் ந. பிச்சமூத்து. இவ்வியலில் கவிதையானது சமூகத்தோடு கொண்டிருக்கின்ற உறவுநிலையை, அதாவது அதன் இயக்கத்தை மையப்படுத்துவதையே இயங்கியலாகக் கொள்ளப்படுகின்றது.

கவிதை இடையறாது இயங்கிக்கொண்டே இருப்பது. சமூகத்தின் செயல்பாடுகளை, நிகழ்வுகளை என்று அதனுடைய அசைவியக்கங்களை அவ்வப்போதோ பிற்காலத்திலோ கவிதைகள் பிரதிபலித்துக் கொண்டிருக்கின்றன. அப்படிப் பிரதிபலிப்பதால் சமூகக் கவிதைகள் என்று அழைக்கப்படுவது அதன் தனிச்சிறப்பும் ஆகும். இத்தகைய மீஉயர் பண்பு பல தரப்பிலும் கடைப்பிடிக்கப்படுகின்றது. அவற்றில், அறிஞர்களாலும், ஆய்வாளர்களாலும், இந்த ஆய்வுக்கு எடுத்துக் கொண்டிருக்கக்கூடிய படைப்பாளர்களாலும் வெளிப்படுத்தப்பட்டிருக்கும் கருத்துகள்வழி, கவிதை சமூகத்தோடு பிணைக்கப்பட்டிருக்கிற நிலைப்பாட்டை, அவ்வியங்கியலை இவ்வியல் ஆராய்கின்றது. அந்நிலைப்பாட்டில் காலந்தோறும் தமிழ்க் கவிதை மரபு வரலாற்று நிகழ்வுகளைப் பதிவுசெய்திருப்பது குறித்த பார்வையும், இவ்வாய்வுக் கவிஞர்கள் வெளிப்படுத்தியிருக்கும் கவிதைப் பதிவுகள்வழி இருபதாம் நூற்றாண்டுத் தமிழ்ச் சமூக வரலாற்று நிகழ்வுகளைக் கண்டெடுத்து ஆராயும் இந்நூலின் நோக்கத்தில், அக்கவிஞர்கள் தமிழ்ச் சமூகம் கடந்து உலக அளவிலும் இந்திய அளவிலும் நிகழ்ந்த நிகழ்வுகளைப் பதிவுசெய்திருப்பது குறித்த அறிமுகமும் இவ்வியலில் மேற்கொள்ளப்படுகின்றது.

சமூகமும் கவிதையும்

எந்த ஒரு செயல்பாடும் ஒரு நோக்கத்தை மையமாகக் கொண்டதே ஆகும். கவிதை இயற்றப்படுதலிலும் அதற்கானதொரு நோக்கத்தை அடிப்படையில் அது கொண்டிருக்க வேண்டும். அந்நோக்கம் சமூக உணர்வு கொண்டிலங்குகையில் கவிதை நல்லதொரு பரிமாணம் பெறுகிறது. அதற்கேற்பச் சமூகமும் பயனை அடைகின்றது. இலக்கியம் என்றும் அழியாத் தன்மை கொண்டதாய் விளங்குவது. அதனுள்

கருக்கொள்ளும் சமூகமும் அவ்வாறே அழியாநிலை பெற்று வரலாறாய் விளங்கக்கூடியதாகும். எனவே, இலக்கியத்தைப் பாதுகாப்பதென்பது அச்சமூகத்தின் வரலாற்றைக் காத்தற்கு இணையாகின்றது.

மக்களின் பண்பாட்டைத் தம்முள் உருக்கொண்டிருக்கின்றது இலக்கியம். இதன் அழியாச் சிறப்பை நீதிநெறி விளக்கத்தில்,

“கலைமகள் வாழ்க்கை முகத்த தெனினும்
மலரவன் வண்டமிழோர்க் கொவ்வான் - மலரவன்செய்
வெற்றுடம்பு மாய்வனபோன் மாயாப்புகழ் கொண்டு
மற்றிவர் செய்யு முடம்பு” [2]

என்று குமரகுருபரர் இயற்றியிருக்கின்றார். புலவர்களால் செய்யப்படும் இலக்கிய யாக்கைக்கு என்றும் அழிவில்லை என்னும் இக்கருத்து எக்காலத்திற்கும் நிலைபெற்றிருக்கக் கூடியது. அதனால், கவிதையின் பொறுப்பு மிக முக்கியமானது. மனித குலம் உருவாக்கிய கலை, அவர்களின் கிடக்கையை, தேவையை, வாழ்க்கையை வெளிப்படுத்தக்கூடிய ஒன்றாக இருந்திடல் வேண்டும்.

தனிமனித விருப்பு வெறுப்புகளையும் பொதுத் தன்மையுடன் அணுகிடும்போது கவிதையும் பொதுவாகின்றது. இதனை,

“பொது நிகழ்ச்சிகளைப் பற்றி எழும் கவிதைகள் மற்ற கருத்தமைந்த கவிதைகளைப் போலவே நிலைத்து வாழ உரிமை பெற்றிருக்கின்றன. அதேபோது அவை மாபெரும் கவிதையாக அமையவும் முடியும். நம்மைச் சுற்றிலும் நிகழும் நிகழ்ச்சிகளைப் பொருட்படுத்தாமலும் அவற்றால் தாக்கம் உறாமலும் இருக்கமுடியாது. அப்படிப்பட்ட தாக்கம் பெறாத கவிதைகளைப் படிக்க நேரும் எதிர்கால மக்கள், தம்கால நடப்புகளால் தாக்கம் உறாமல் கவிதைகள் எழ முடியும் என்பதை நம்பமாட்டார்கள்”.

பொதுமக்களின் வாழ்வில் நடைபெற்ற பொது நிகழ்ச்சிகளால் எழுந்த உணர்வுகளால் ஏற்பட வேண்டிய தாக்கத்தைப் பெறாத கவிதையை அப்பொதுமக்கள் ஏற்கமாட்டார்கள். அக்கவிதைகள் அவர்களுடைய இகழ்ச்சிக்கு ஆளாகும் [3]

என்னும் சி.எம். பௌராவின் கருத்தை முன்மொழியும் அருச்சுன. தட்சிணாமூர்த்தியின் ஆய்வு இதைக் குறிப்பிடுகின்றது. ஏனெனில் கவிதை அந்த அளவுக்கு முக்கியத்துவம்பெற்ற ஒரு கலைவடிவம் ஆகும். கவிதைதான் மிக எளிமையாக, கூர்மையாக உணர்வுகளைப் பரிமாற்றம் செய்யக்கூடிய இலக்கிய வகையாக இருக்கின்றது.

கவிதையும் அதனைப் படைக்கும் கவிஞனும் தனித்தன்மை பெற்று விளங்குவதைச் சங்ககாலம் முதற்கொண்டே அறியமுடிகின்றது. வாழ்வியலில் இருந்து விலகாத செய்யுள்களையும், அவ்வாறியற்றிய புலவர்களையும் தமிழ் இலக்கிய மரபு இன்றும் கொண்டாடி வருகின்றது. இன்றைய படைப்புகளுக்கும் படைப்பாளர்களுக்கும் இந்நிலை நீடிக்கின்றது. இதன் காரணத்தை நோக்குகையில்,

> *வாழ்க்கையை எல்லோரும்தான் பார்த்துக் கொண்டிருக்கிறார்கள். எல்லோருக்கும்தான் அனுபவங்கள் நேர்கின்றன. எல்லோருக்கும்தான் சமயங்கள், மரபுகள், பண்பாடுகள், அரசியல், ஆன்மீகம் போன்ற தளங்களில் தங்களுக்கெனச் சார்புகள், கருத்துகள் இருக்கின்றன. ஆனால் எல்லோராலும் வாழ்க்கையை அதன் உண்மைகளை உணர முடிவதில்லை. ஒரு படைப்பாளிதான் அதைச் சாதிக்கிறான். நாம் அன்றாடம் பழகிய அல்லது அறிந்த செயலில் நாம் இதுநாள் வரை உணர்ந்திராத அம்சத்தைக் கவிஞன் சுட்டிக் காட்டுகிறபோது நம் உணர்வுகள் திடுக்கிட்டு விழித்துக் கொள்கின்றன* [4]

என்று பாலா குறிப்பிடுவதைக் கவனிக்க வேண்டியிருக்கின்றது. அத்துனை இன்றியமையாத் தன்மையைக் கலைவடிவங்களுள் கவிதை பெற்றிருக்கின்றது. ஒரு நல்ல கவிதை இதுதான் என்றோ, கவிதை இப்படித்தான் அமையும் என்றோ சொல்ல முடியாது, அதனை வரையறுப்பது கடினம் என்று ஆராய்ந்திருக்கின்றார் ப. மருதநாயகம். அவர்,

> *“கவிதையின் பாடுபொருள், வடிவம், கவிதையேற்கும் சொற்களின் தன்மை, கவிதையில் ஒலிக்கும் இசைக்குமுள்ள பங்கு ஆகியவை பற்றியெல்லாம் மாறுபட்ட கருத்துகள் கூறப்பட்டு வந்துள்ளன. இதற்குக் காரணம், கவிதையின் வகைகள் பலவென்பதை எந்தவொரு குழுவினரும் ஏற்றுக் கொள்ளத் தயங்கியதேயாகும். கவிதையின் பன்முகத் தன்மையை உணராதார் எது கவிதையென்று வரையறை செய்ய முயலும்போது இடர்ப்பாடு உறுவது திண்ணம். வெற்றி பெற்ற கவிதைகள் எவ்வாறு வெற்றி பெற்றனவென்று ஓரளவுக்குக் கூறமுடியும். தோல்வியடைந்த கவிதைகள் ஏன் தோல்வியடைந்தனவென்று ஊகிக்கலாம். ஆனால் உறுதியாக வெற்றி பெறக்கூடிய கவிதை எவ்வாறு இருக்கவேண்டும் என்று அறுதியிட்டுச் சொல்வது யார்க்கும் இயலாததாகும்* [5]

என்று கருத்துரைக்கின்றார். அதற்குக் காரணம் கவிதை வகைமை பெற்றிருக்கக்கூடிய பல பரிமாணங்கள் என்றும் வெளிப்படுத்தியிருக்கின்றார். இன்றளவில், கவிதை அதன்

பண்புநலன்களில் பலவித நிலைப்பாடுகளை அடைந்துள்ளது. வடிவம், உத்தி உள்ளிட்டவற்றில் அது பெற்றிருக்கக்கூடிய வளர்ச்சி ஒரு புறமும், பொருண்மை, அதன் இயங்குதளம் உள்ளிட்ட இன்னொரு புறமும் கவிதையைப் பல நிலைகளைக் காண வைத்திருக்கின்றது.

இத்தகைய சூழல் கவிதைக்குரியதாக ஏற்கத்தான் வேண்டும். எனினும் எதை எழுதவேண்டும், எப்படி எழுதவேண்டும் என்று தீர்மானித்துக் கவிஞன் தம் படைப்பை வெளிப்படுத்துவது முக்கியம். வெற்றியடையும் நோக்கில்தான் கவிதை இயற்றப்பட வேண்டுமென்பதோ கவிதை ஏற்கும் பொருண்மைக்குக் கவிதையே தீர்வுகளை வெளிப்படுத்த வேண்டுமென்பதோ நியதி அல்ல.

> *கவிஞன் தீர்வுகளைக் கொடுக்க வேண்டும் என்ற அவசியமில்லை, வாழ்க்கையையும் தன்னையும் வெளிக்காட்டுவதே பெரிய விஷயம். அதைவிடப் பெரிய தீர்வு எதையும் கவிஞன் கொடுத்தவிட இயலாது. வாழ்க்கையைக் கண்டு செல்வதே - வாழ்க்கைக்குத் தீர்வு சொல்வதைவிடப் பெரியது. தீர்வுகளுக்குக் கவிஞன் முக்கியத்துவம் கொடுக்கிற போது பல சமயங்களில் அது கவிதையையே தீர்த்துக்கட்டி விடுகிறது. வாழ்க்கையைக் கவிஞன் இயல்பாக அணுகவேண்டும். உண்மையாக உணரவேண்டும். அழுத்தமாக வெளிக்காட்ட வேண்டும். இதை எப்படிச் செய்கிறான் என்பதிலேயே கவிஞன் தன்னை இனங்காட்டிக் கொள்கிறான்*

என்பதைப் போலக் கவிஞன் மக்களுடைய தேவையை, சிக்கல்களை, குமுறல்களைத் தமது எழுத்தில் வெளிப்படுத்துவதே முதற்கண் முக்கியமாகின்றது. இவ்வாறு எழுதப்படும் கவிதைகளைச் சமூகவியல் நோக்கில் ஆராய்வதும் முக்கியம். ஏனெனில் கவிதை வரலாறு என்பது சமூக வரலாறும் ஆகும். இத்தகைய கவிதைகளுக்கே சமூகத்தை உண்மையாகப் பதிவுசெய்கிற, மாற்றியமைக்கின்ற தன்மை மிகுந்திருக்கும். சமூகவியல் பார்வையில் இலக்கியம் ஆராயப்படுதலை அன்னிதாமசு,

> *இலக்கியச் சமூகவியல் (Sociology of literature) இலக்கியத்தைச் சமூகவியல் கல்விக்கு உட்படுத்துகின்றது. இரு விதமான குறிக்கோளுடன் இது செய்யப்படுகிறது. ஒன்று, சமூகம் பற்றிய எழுத்தாளனுடைய ஆழமான கணிப்புகளைக் கண்டு கொள்ளுதல். மற்றொன்று அறிவுச் சமூகவியல் (Sociology of knowledge) மாதிரியில், சமூகக் கட்டமைப்புடன் இலக்கியத்தைத் தொடர்புபடுத்திப் பார்த்தல். இவ்வறிவுச் சமூகவியல், (அறிவியல், சமயம், தத்துவம், முருகியல், அரசியல், சட்டவியல் முதலிய) அறிவுத் துறைகள் அல்லது*

சிந்தனையமைப்புகளுக்கும் சமூகப் பண்பாட்டுக் கூறுகளுக்கும் இடையேயுள்ள தொடர்பு பற்றியதாகும். எனவே, இவ்விரண்டாம் வகையுள், இலக்கியத் தரவுகளுக்கும் சமூகப் பதிவுகளுக்குமிடையேயுள்ள ஒப்பீட்டு நிலை புலப்பட முடியும்.

சமூகச் செய்யுள் (Society verse) என, 'நடப்புச் செய்தி பற்றிய எளிய நகைச்சுவை வாய்ந்த செய்யுள் வகை' அமைவதும் சமூக நிகழ்வுகளுக்கு இலக்கியம் களனாவதைக் காட்டும் [7]

என்றவாறு விளக்குகின்றார். இத்தகைய ஆய்வுகள் இன்றளவும் வெளிப்படுத்துவது ஒன்றுதான். அது, கவிதை சமூகத்தைப் பிரதிபலிக்கவேண்டும் என்பதே ஆகும். அந்நிரலில், இந்நூலும் இலக்கியப் பதிவுகளையும் சமூக நிகழ்வுகளையும் ஒருங்கேவைத்து ஆராயும் பணியை மேற்கொள்ளுகின்றது. இருபதாம் நூற்றாண்டுக் கவிஞர்களுடைய கவிதைகளிலிருந்து அந்நூற்றாண்டுத் தமிழ்ச் சமூக வரலாற்று நிகழ்வுகளைக் கண்டெடுக்கின்றது. ஏனெனில் அந்நூற்றாண்டு, கவிதைத் தளத்திலும் சமூகத் தளத்திலும் பல மாற்றங்களை, மாறுபட்ட வளர்ச்சிகளைக் கண்டது.

பத்தொன்பதாவது நூற்றாண்டில் புதிய பொருளாக, கிறிஸ்தவ சமயக் கொள்கைகளை, வரலாறுகளைத் தமிழ்க் கவிதை ஏற்றது. அந்தப் புதிய பொருள் என்ற அடைவிலே, அரசியற் கிளர்ச்சியும், சுதந்திரப் புரட்சியும், தினசரி வாழ்க்கைச் சித்திரங்களும், அவ்வாழ்க்கையைத் திருத்த முற்பட்ட அறிவும் நியாய உணர்ச்சியும், மண்ணுலகத்து நல்லோசைகள் அனைத்தும் வரலாம். வரவேண்டும் என்று காட்டியது பாரதியாரின் கவிதை. போலிப் புலமைக் கோணங்களிலிருந்து வாழ்க்கையை நோக்கி, பத்தொன்பதாவது நூற்றாண்டிலே மெல்லத் திரும்பிய தமிழ்க் கவிதை பாரதியார் பேசியதும், இம்மண்ணுலக வாழ்க்கையின் நட்ட நடுவில், ... [8]

என்று அ. சீநிவாசராகவன் குறிப்பிடுவதுபோன்று, சமூக மாற்றங்களைப் பெற்றுப் பாரதியிலிருந்து தமிழ்க் கவிதை புதிய வடிவத்தை, வீரியத்தை அடைந்துள்ளது.

இருபதாம் நூற்றாண்டு அரசியல் சிந்தனைகளில் புதிய மாற்றத்தை, திருப்பத்தை அடைந்த காலம். அச்சு இயந்திரப் பயன்பாட்டால் இந்நூற்றாண்டுப் படைப்பிலக்கியங்கள் உடனுக்குடன் சமகாலச் சூழலை வெளிப்படுத்தின. சமூகச் செயல்பாட்டை வெளிப்படுத்தும் கவிதைகள் மட்டுமல்ல கவிதைகள் குறித்த திறனாய்வுகளும் சமூக நோக்கிலானதாக இருக்கவேண்டும் என்று இந்திரன் கருத்துரைக்கின்றார். அதில்,

> *கவிஞன் மற்றும் கவிதையின் விமர்சகன் ஆகிய இருவரின் கவிதைகுறித்த முன்கூட்டிய அனுமானங்களை, அக்கறையுடன், எந்தவித மனக்கிலேசத்திற்கும் இடம் கொடுக்காமல் கறாரான ஒரு பரிசீலனைக்கு உட்படுத்துவது இன்றியமையாதது. இந்தப் பரிசீலனை, கவிதை மற்றும் சமூகம் ஆகிய இரண்டிற்குள்ளான உரையாடலை அஸ்திவாரமாகக் கொண்டு நிகழ்த்தப்பட வேண்டும். இத்தகைய செயல்பாட்டினால் கவிதை எந்த அளவுக்கு ஒரு படைப்பு நிகழ்வோ, அதே அளவுக்கு விமர்சனமும் ஒரு படைப்பு நிகழ்வு எனும் நிலைக்கு உயரும்* [9]

என்று குறிப்பிட்டு, கவிதை அளவிற்குத் திறனாய்வும் ஒரு படைப்பு நிலைக்கு உயர அது சமூகப் பார்வை மையமிட வேண்டுமென்று வலியுறுத்துகின்றார். ஆகவே, சமூகம் குறித்த கவனிப்பு என்பது முக்கியத்துவப்படுத்தப்பட்ட காலமாக இருபதாம் நூற்றாண்டு விளங்குகின்றது.

ஒரு காலத்தில் கலை என்பது மகிழ்ச்சியளிக்கும் செயல்பாட்டிற்குரியதாக இருந்துவந்தது. ஆனால், கால மாற்றத்தில் இன்றைய நிலையில் அது சமூகத்தில் மிகமுக்கியப் பங்காற்றி வருகின்றது. அதன் இயங்கியல் புரட்சியை ஏற்படுத்தத் தொண்டாற்றியது. 'உலகத்திற்கு விளக்கம் கூறுவதை விட்டு அதை மாற்றி அமைக்கும் சித்தாந்தமே மார்க்சின் இயக்கவியல் பொருள் முதல் வாதம்' என்கின்றார் செ. கணேசலிங்கன்.[10] இருபதாம் நூற்றாண்டில் கவிதை அத்தகைய நடவடிக்கைகளை மேற்கொண்டிருந்தது. 'நிகழ்வுகளைச் சரியான புரிதலோடு கவிதைக்குள் அமைத்துப் பாடுவது இந்தக் காலகட்டத்தில்தான் உருப்பெறுகின்றது'[11] எனும் வா.மு.சே. முத்துராமலிங்க ஆண்டவர் கூற்றைப் போன்று, தமிழ்க் கவிதை தமக்கான பொருண்மையைத் தெளிவாகத் தெரிந்தெடுத்துக்கொண்டது.

உண்மையை அழகியலுடன் கலந்து, உணர்ச்சி குன்றாது வெளிப்படுத்துகையில் கவிதையானது அதன் இலக்கை எட்டிவிட முடியும். இதனை,

> *அனுபவமைய நோக்கில், கவிதை வாழ்க்கை அனுபவங்களை உண்மையாகச் சொல்வது. அதுதான் முக்கியமானது. கவிஞன் புதிய ஆழமான அனுபவங்களைப் படிப்பவனுக்கு உருவாக்கித் தரமுயல்கிறான். வாசகன் அந்த அனுபவங்களை ஏற்கும் போது ஒரு விழிப்புணர்ச்சியையும் உலகினைப் பற்றிய புரிந்துகொள்ளலையும் அடைகிறான். இதனைப் பொய் என்று சொல்வது தவறு. எந்த நல்ல கவிதையும் நமது அனுபவங்களை அகலப்படுத்துகிறது. ஆழமாக்குகிறது. விரிவுபடுத்துகிறது* [12]

எனும் க. பூரணச்சந்திரனின் கருத்தியலும் காட்டுகின்றது. மாறுபட்ட கோணத்துடன் அணுகப்பட்ட கவிதைகளாக அந்நூற்றாண்டுக் கவிதைகள் உருவம்பெற்றன. அவை மேற்கொண்ட மேலும் பல மாறுபாடுகளை,

தமிழ்க் கவிதையில் சொல்லப்பட்ட செய்தி என்பது காலந்தோறும் மாறுபட்டுக் கொண்டே இருக்கிறது. பாடுபொருள் மாற்றத்திற்கு ஏற்றவாறு வடிவமும் தன்மையும் மாறிக் கொண்டே வருகிறது. இந்திய விடுதலைப் போராட்டத்தில் மாறுபட்ட கவிதைத் தன்மையானது மொழிப் போராட்டத்தின் இன்னும் வேகமான மாற்றத்தினை உள்ளடக்கி முதிர்ச்சி அடைகிறது [13]

என்ற வா.மு.சே. முத்துராமலிங்க ஆண்டவர் கூற்று காட்டுகின்றது. பாடுபொருள், வடிவம், தன்மை என்பவை அம்மாற்றத்திற்குள்ளாகிக் கவிதைக் கலையை வளர்த்தெடுத்துள்ளது. அதன் இயக்கமானது மரபுக்கவிதை, புதுக்கவிதை, வசன கவிதை, நவீன கவிதை, பின்நவீன கவிதை என்றும், ஹைக்கூ உள்ளிட்ட சிறு வடிவங்களிலும் மிகப்பெரும் வீச்சை எட்டியது. யாதொரு வரையறைக்குள்ளும், வேறுவிதமான கட்டுப்பாடுகளுக்குள்ளும் அது உடன்பட்டுப் போகவில்லை. கட்டற்ற நிலையில் பொருண்மை முறையிலும் அது இயங்கவே செய்தது. இருபதாம் நூற்றாண்டின் தொடக்கக் காலத்தில் சமூகச் சூழலுக்கேற்பப் பாடுபொருளைப் பின்பற்றியதால்தான், அதன் பிந்தைய இலக்கியத் தளம் சமூகப் பார்வையுடன் விரிந்திட இயன்றது. தி.சு. நடராசன்,

கவிதையாக உருவாகிற மொழி, எப்போதும் இயங்கிக்கொண்டேயிருப்பது; எனவே ஒற்றைத் தளத்துக்குள்ளும் ஒற்றைப் பண்புக்குள்ளும் அது என்றும் அமிழ்ந்து விடுவதில்லை. இசைவானவற்றையும் இணைவானவற்றையும் மட்டுமல்லாமல் எதிரானவற்றையும் முரணானவற்றையும் வயப்படுத்திக் கொள்கின்ற ஆற்றல்தான், மொழியின் படைப்பு ஆற்றல். எனவே வாழ்க்கையைச் சொல்லுகின்ற, வாழ்க்கையின் உணர்வுகளைச் சொல்லுகின்ற, கவிதை, அந்த வாழ்க்கையோடு சம்பந்தப்பட்டவற்றைத் தன்னோடு சம்பந்தப்பட்டனவாகக் கலைவயப்படுத்திக் கொள்கிறது [14]

என்கின்றார். இங்குக் குறிப்பிட்டுள்ளதுபோன்று கவிதையின் பலமாக அதன் முரண்படும், எதிர்வினையாற்றும் திறனே கருதப்படுகின்றது. கலையின் தேவையும் இதுவாகத்தான் இருக்கின்றது. கலையின் அவசியத்தைப் பற்றிப் பேசும் நூலில் எர்னஸ்ட் ஃபிஷர், இதை அழுத்தமாக வலியுறுத்துகின்றார். அவர்,

சிதைந்து கொண்டிருக்கும் சமூகத்தில், கலையானது அது உண்மையானதாக இருக்குமானால், அந்தச் சிதைவையும் பிரதிபலிக்க வேண்டும். அது தன் சமூகப் பணிக்கு உண்மையாக இருப்பதை முறித்துக் கொள்ள விரும்பாமலிருக்குமானால் உலகம் மாற்றியமைக்கப்படக் கூடியதுதான் என்பதைக் காட்ட வேண்டும். அதை மாற்றுவதற்கும் உதவ வேண்டும் [15]

என்று, கவிதை சமூகத்தின் பிற்போக்குத்தனங்களையும் பதிவுசெய்து வினையாற்றவேண்டிய கடமையைத் தெளிவுபடுத்துகின்றார். பிரச்சினைகளை, போராட்டங்களை, வன்முறைகளை, இன்ன பிறவற்றைக் கவிதை தயங்காமல் பதிவுசெய்ய வேண்டும். அவற்றிற்குரிய வகையில் குரல் எழுப்ப வேண்டும். ஒற்றையாகத் தெரிகின்ற சமூக நிகழ்வொன்றை இரண்டாகப் பிரித்து, அவ்விரண்டு பக்கங்களுக்கிடையிலான உறவுகளைப் பயிலுதலை இயங்கியல் என்று லெனின் வரையறுத்துள்ளதைக் குறிப்பிடுகின்றார் ந. முத்துமோகன்.[16] சமூகச் சிக்கல்களைக் கவிதையும் அவ்வாறெல்லாம் பகுத்துப்பார்க்கும் திறன்கொண்டது.

இத்தகைய நிலைகள் ஒருபுறமிருக்க, 'கலை கலைக்காகவே' என்னும் கொள்கையின்கீழ் ஒரு குழுவினர் செயல்படவும் செய்தனர். அவர்கள், கலையின் நோக்கம் மகிழ்விப்பது என்பதைத் தாண்டி வேறொன்றும் இல்லை என்ற கருத்து கொண்டிருந்தனர். தனி மனிதனின் உணர்ச்சிகளுக்கு இடம்தந்து, அவற்றையே கொண்டாடும், அவற்றை மட்டுமே பாடும் அகவயச் சிந்தனைகளுக்கு ஆட்பட்டிருந்தனர். சமூகத்தின் மீது அக்கறையற்ற, தமக்கும் சமூகத்தின் அசைவியக்கத்திற்கும் எவ்விதத் தொடர்பும் இல்லாதவாறு அவர்களது சிந்தனை உறுதிப்பட்டிருந்தது. கவிதையானது தமக்குள்ளாகவே தோன்றி தமக்கானதாகவே இருந்து செயல்படுவது என்பது அவர்களின் முடிவு. சத்தமாக வெளிப்படும் கவிதையை அது 'பிரச்சாரம்' செய்கிறது என்று அவர்கள் புறமொதுக்கினர். இருபதாம் நூற்றாண்டுத் தமிழ்ச் சமூகத்தில் இந்நிலை இருந்தது. பழங்காலத்திலேயே கலையைத் தோற்றுவித்த வரலாறு கொண்ட தமிழ்ச் சமூகத்தில் இப்படியொரு சூழல் நிலவி வந்ததை மறுப்பதற்கில்லை. ஆனால், 'கவிதை சமூக செயல்பாட்டுக்கு உகந்ததல்ல என்கிற சிந்தனை ஈழத்து புதுக்கவிதை உலகில் கிடையாது' என்கின்றார் இந்திரன்.[17] அதேபோன்று கலை உலகில் பழமை கொண்டுள்ள கிரேக்கத்திலும் இதுபோன்ற செயல்பாடு கிடையாது. இதனை,

கிரேக்கர்கள் மனப்பண்பு வேறு. கலைகள் யாவையும் மனிதசமுதாயத்தின் முன்னேற்றத்திற்காக அர்ப்பணஞ்செய்தார்கள். கலை, கலைக்காகவே என்ற தத்துவம் அவர்களிடையே நடமாடவில்லை. கலை தங்கள் மதத்தை வளர்க்குமா? அழகுணர்ச்சி தங்கள் உடலையும் உள்ளத்தையும் புனிதமாக்குமா? சமுதாயத்தை உன்னத நிலைக்கு அழைத்துச்செல்லுமா? என்றெல்லாம் சிந்தித்தார்கள். அவர்கள் கண்ட கனவுகளில் ஒரு தனித்த மனிதனின் லட்சியத்தைக் காணவில்லை. ஆனால் அவர்களின் அழகான அரண்மனைகளிலும், கோயில்களிலும், சிற்பங்களிலும், கவிதைகளிலும் சுருங்கக் கூறுமிடத்து ஒவ்வொரு செயலிலும் சமுதாயத்தின் உயர் லட்சியங்களைத்தாம் நாம் உணர்கின்றோம் [18]

என்று பிளேட்டோவைப் பற்றிப் பேசுமிடத்தில் 20ஆம் நூற்றாண்டில் கிரேக்கத்தின் கலை குறித்த நிலைப்பாட்டை எடுத்துரைக்கின்றார் ரா.ஸ்ரீ. தேசிகன். பல நாட்டறிஞர்களின் கவிதை பற்றிய பார்வையை, மதிப்பீட்டை முன்வைத்துக் கவிதைக் கலையை விளக்கும் தமது நூலில் இக்கருத்தைக் குறிப்பிட்டுள்ளார்.

'கவிதை' என்னும் சொல் இருபதாம் நூற்றாண்டில் தான் வழக்கிற்கு வந்தது என்கின்றார், இருபதாம் நூற்றாண்டுத் தமிழ் இலக்கியத்தைப் பற்றி ஆய்வுசெய்த மா. இராமலிங்கம்.[19] அந்த அளவுக்குப் பெரும்பான்மையுடன் கவிதை புழக்கத்தில் இருந்தது. பெருமளவுக்குச் சமூகத்தினை வெளிப்படுத்தும் இயக்கத்தையே கொண்டிருந்துள்ளது. இருந்தாலும் தனி மனிதவாதக் கவிதைகளும் ஒருபுறம் வளர்ச்சிகண்டே வந்துள்ளன. இப்போக்கு அந்நூற்றாண்டின் பிற்பாதியில் வலுப்பெற்றது. அதேநேரம் அன்றைய புதுக்கவிதை சமூகத்தைப் பாடுவதிலே பெரும்முனைப்பு காட்டிவந்தது. இதனை,

புதுக்கவிதையின் இன்னொரு வகைப்பாடற்பொருள் சமுதாயத்தை அடிப்படையாகக் கொண்டதாகும். தனிப்பட்டவனின் விகாரங்கள், ஏமாற்றங்கள் இவற்றுக்காக ஆழ்மன ஆராய்ச்சியில் இறங்கிக் கொண்டிராமல், மாறிவரும் உலகத்தின் தாக்கமும், சமுதாய மாறுபாடுகளுமே எல்லாவற்றுக்கும் காரணம் என்று பாடுவோர் புதுக்கவிதையில் நல்ல திருப்பத்தை விளைவித்திருக்கின்றனர். இவர்கள், "மாறிவரும் உலகத்தின் நடைமுறையை நோக்காமல் பாடும் கவிஞனைக் காலம் புறக்கணித்துவிடும்", என்று கூறிய ஜெரோமின் கூற்றை ஏற்றுக்கொள்கிறவர்கள். ஓரளவு மார்க்ஸின் கண்ணோட்டத்தை இவர்கள் பிரதிபலிக்கிறார்கள் [20]

எனும் ஆ. செகந்நாதனின் ஆய்வுக் கருத்து முன்னிலைப்படுத்துகின்றது. சமூகத்தின் இயக்கத்தில் கவிதையின் இயங்கியலையும், அதில் சமூகக்

கவிதைகள் கண்ட நிலைப்பாட்டையும், மார்க்சியத்தின் இயங்கியல் வெளிப்படுவது பற்றியும் அவர் தெரியப்படுத்துகின்றார். மேலும் அவரே தனிமையவாதக் கவிதைகளைப் பற்றியும் கருத்துரைக்கின்றார். அதில்,

கால, தேச நிலைகளை வைத்துக் கொண்டு மதிப்பீடு செய்யும்போது அவநம்பிக்கைவாதிகளை நாம் வரவேற்க முடியவில்லை. பலவிதங்களிலும் இழிவுற்ற நிலையிலிருந்து மீண்டு, இப்போதுதான் சரியான பாதையில் அடியெடுத்து வைக்கத் தொடங்கியுள்ளோம். வாழ்க்கையைப் பற்றிய நம்பிக்கையும், வாழ வேண்டும் என்ற உற்சாகமும் நமக்குத் தர வேண்டிய கடமை கவிதைக்குண்டு. வாழ்க்கை மறுப்புக் கோட்பாடுகளும், அவநம்பிக்கைப் புலம்பல்களும் இன்றைய நிலையில் தேவையற்றவை மட்டுமல்ல; தீமையானவையும் கூட [21]

என்று சாடுகின்றார். வாழ்க்கைக்குத் தேவையானது நம்பிக்கை ஊக்குவிக்கும் கவிதைதான் என்கின்றார். மேலும் அவர், உலகத்தின் வளர்ச்சிகள் யாரொருவரையும் தனிமனிதனாக இருக்க விடுவதில்லை, அவனது ஒவ்வோர் அசைவும் சமுதாயத்தால் நேரடியாகவோ மறைமுகமாகவோ ஆளப்படுகிறது என்றும் தெளிவுபடுத்துகின்றார்.[22]

அறிஞர்கள் பலரும் மேற்கூறிய நிலைப்பாட்டினையே கொண்டுள்ளனர். கவிதை தொடர்பான பல ஆய்வுச் சிந்தனைகளை வெளியிட்டவரான ஞானி,

தன்னலத்தில் சுருங்கியவனுக்குள்ளும் படைப்பியக்கம் உண்டு. எனினும் அதில் அவன் தன்னை அழித்துக் கொள்வதோடு தன்னைச் சூழ உள்ளவர்களையும் அழிக்கிறான். தன்னைத் தன் உடலுக்குள், தன் உறவிற்குள், தன் இன்பத்திற்குள், தனது பெருமைக்குள், தன் ஆதிக்கத்திற்குள் மட்டும் காண்பவனுக்குள் படைப்பியக்கம் அழிவையே செய்கிறது. தன்னலத்திலிருந்து விலகி தனக்குள் ஊரையும், உலகையும், இயற்கை, வரலாறு, சமூகம் முதலியவற்றையும் காண்பவனுக்குள் பேரழகுகள், பேராற்றல்கள் விரிகின்றன, வெடிக்கின்றன, பொங்குகின்றன. தனக்குள் படைப்பியக்கத்தைக் கண்டவன் பணத்திற்குள், அதிகாரத்திற்குள் தன்னை முடக்கிக் கொள்ளமாட்டான். நாடு, மொழி என இவன் அலைவான் [23]

என்று, கலை கலைக்காகவே எனும் சிந்தனையுடைய படைப்பாளியின் வீழ்ச்சியினைப் பற்றி விளக்குகின்றார். தான் சார்ந்திருக்கும் மனித சமூகத்திற்கு யாதொரு பயனையும் நல்காத அவனது படைப்பு காலப்போக்கில் வரலாற்றில் அழிவடைய நேரிடும் என்பதை எடுத்துக்காட்டுகின்றார். அவ்வாறெல்லாம் கவிதைகள்

படைக்கப்பட்டாலும் அது சமூகத்தின் தாக்கத்திலிருந்து முற்றிலும் விலகி நிற்பதில்லை, நின்றுவிடவும் முடியாது. அந்தக் கலைஞனும் சமூகத்தில் வாழ்வதால் எத்தனை கற்பனையாகக் கலைகளைப் படைத்தாலும், தன்னிச்சையாகப் படைத்தாலும் அது சமுதாயத்தை ஒட்டியதாக இருக்கும் என்பார் செ. கணேசலிங்கன்.[24] ஏனெனில், அக்கலைஞனும் ஒரு மனிதன்தான், அவனும் இதே சமுதாயத்தில் வாழக்கூடியவன்தான்.

இலக்கியத்தைப் பாட்டிலே, எழுத்திலே உருவாக்குகிறவன் ஒரு தனிமனிதன்தான். அவனுக்குரிய பங்கு நிச்சயம் அவனுக்கு உண்டு. ஆனால் அவனுக்குக் கிடைக்கிற களம் ஏற்கெனவே உள்ள சமூகம்தான். அதிலே ஓர் உடைப்பை ஏற்படுத்த அவன் விரும்பினாலும்கூட அதற்கான துவக்கம் ஏற்கெனவே உள்ளதிலிருந்துதான் பிறப்பெடுக்க முடியும். இது தனிமனித இலக்கியவாதியின் ஆசைக்கும் ஆணைக்கும் கட்டுப்படாத விஷயம் [25]

என்று அருணன் குறிப்பிடுவதுபோல, சமூகப் படைப்புச் சிந்தனையற்ற ஒரு கவிஞன், தான் விலகிநின்று செயல்பட்டாலும் சமூகத்தின் தாக்கத்திலிருந்து அவனால் முற்றுமுழுதாக விலகிட முடியாது. காரணம், அக்கலைஞனுக்கு அடிப்படை இச்சமூகம்தான். அதாவது, அவன் உருவெடுத்தது இந்தச் சமூகத்தில்தான். இதையேதான் ஞானியும் காட்டுகின்றார்:

வரலாற்றின் இயக்கத்தோடு படைப்பாளி இணைந்தோ முரண்பட்டோ செயல்படுவதைக் காண்கிறோம். தனிமனிதன் என்பதையும் கடந்து அவனுக்குள் சமூகம் செயல்படுவதைக் காண்கிறோம். சமகாலச் சமுதாயத்தின் அடிப்படையான முரண்கள் அவனுக்குள் வெடித்து மேல்வருவதைக் காண்கிறோம். படைப்பியக்கத்தில் வசப்படும்பொழுது அவன் தன்னிலையைக் கடந்து செல்கிறான். சமுதாயத்தின் கூட்டு மனநிலையின் வசப்பட்டு, அதன் இயக்கத்தோடு ஒன்றி இருந்து எழுதுகிறான் / படைக்கிறான். இந்த அடியாழத்திற்குள் செல்லும்போது அவன் தன் வாசகர்களையும் உள்ளிழுத்துக் கொள்கிறான். .... தம் சமகாலத்திற்குத் தேவைப்படும் அறம் எதுவோ அந்த அறத்தின் சார்பில் நின்று பேசுபவனாக செயல்படுபவனாக மாறுகிறான் [26]

என்பதன் மூலம், அக்கலைஞன் படிப்படியாகச் சமூகத் தளத்தின் திசையில் தன்னையறியாமலே இயங்கத் தொடங்கிவிடுகிறான் என்பதையும் தெரிவிக்கின்றார். சமூகக் காரணிகளின் தாக்கம் உறாமல் தனிமனித வாழ்நிலைகள் அமைந்து விடுவதில்லை என்பதே இவற்றிலிருந்து திண்ணமாவதை உணரமுடிகின்றது. மேலும்,

அவ்வாறெல்லாம் ஒரு கவிஞனைத் தனிமைப்படுத்துவதோ தனித்து அடையாளப் படுத்துவதோ சரியானதாகவும் இருக்காது. அக்கவிஞனது படைப்புகளில் பெரும்பான்மையாக இடம்பெறும் பொருண்மையின் விழுக்காட்டு அளவினைப் பொறுத்து ஒரு வகைப்பாட்டுச் சார்புநிலை பெற்றிருக்கின்றான் என்று கொள்ளமுடியுமே தவிர, அவ்வகைப்பாட்டிற்குள் நிலைநிறுத்திட முடிவதில்லை. இக்கருத்தை, இருபதாம் நூற்றாண்டில் புதுக்கவிதையின் தோற்றம் வளர்ச்சி பற்றி ஆராய்ந்த வல்லிக்கண்ணன்,

> *வாழ்க்கையை கவனித்து, வாழ்வும் காலமும் அன்றாட நிகழ்ச்சிகளும் உள்ளத்திலும் உணர்விலும் உண்டாக்கிய அதிர்வுகளை எழுத்தாக்க முயல்கிறவர்கள் அனைவரும் ஃபிராய்டீசத்தால் பாதிக்கப்பட்டவர்கள் என்று லேபில் ஒட்டுவது தவறான செயல்தான். அதேபோல் சமூகத்தில் காணப்படுகிற வறுமை, பணத்திமிர், இதர கொடுமைகள், சீர்கேடுகள் முதலியன ஏற்படுத்துகிற உள்ளத் துடிப்புகளை எழுத்தாக்குகிற எல்லோரையும் மார்க்சீயத் தத்துவப் பாதிப்பு பெற்றவர்கள் - மார்க்சியப் பார்வையோடு பிரச்னைகளை அணுகுகிறவர்கள் - என்று முத்திரை குத்தி விடுவதும் தவறான கணிப்பாகவே முடியும்* [27]

என்று குறிப்பிடுவதிலிருந்தும் ஏற்றுக் கொள்ளலாம். சிலர் அவர்களாகவே அத்தகையதொரு கொள்கையை வரித்துக் கொண்டவர்களாகக் காட்டிக் கொண்டாலும் அவர்களது படைப்புகள் அவ்வாறே அமைந்துவிடுவதில்லை.

கவிதை இலக்கியம் மேற்காணும் நிலைக்கு ஒரு படைப்பாளனைச் செயல்படச் செய்யுமளவிற்கு வீரியம் கொண்டதாக இருக்கிறது. பொருண்மையும் மானுடச் சமூகத்திற்குப் பயனளிக்கக்கூடியதாய் அமைகின்றபோது, கவிதை அதன் நோக்கத்தில் நிறைவுகொள்ள முடியும். கவிதையின் அத்தகு மகத்துவத்தை,

> *படைப்பியக்கம் குறித்து மார்க்சியம்தான் மிகச் சரியான விளக்கத்தைத் தரமுடியும். மார்க்சிய இயங்கியலில் பாய்ச்சல் என்ற ஒரு விதியை நாம் காண்கிறோம். உயரத் தாண்டுதல் அல்லது நீளத்தாண்டுதலில் முன் கொஞ்ச தூரம் ஓடிவந்து வேகமெடுத்து அப்புறம் பாய்ந்து தாண்டவேண்டும். தர்க்கங்கள் ஒன்று, இரண்டு, மூன்று என்று அடி அடியாகச் சென்று கொண்டிருக்க, ஒரு கட்டத்தில் எட்டு, பதினாறு எனப் பாய்ச்சல் நிகழும். இதைப் பண்பு மாற்றம் என்றும் கூறுகிறோம். இலக்கியப் படைப்பு என்பதினுள் செல்லும் மூலப்பொருள்கள் என்பன, அதே கலவையின் படைப்பாக வெளிப்படுவதில்லை. இடையில் பாய்ச்சல் நிகழ்கிறது. அப்பொழுது புதியது பிறக்கிறது. உள்ளே*

மூலப்பொருள்கள் புதிய பொலிவோடு, புதிய அர்த்தங்களோடு வெளிப்படுகின்றன. இந்தப் புதிய படைப்பு அந்தப் படைப்புக்குரிய மனிதனை மட்டுமல்லாமல் மூலப்பொருள்களையும் மாற்றிக் காட்டுகின்றது. வரலாற்றை இப்படித்தான் நாம் பொருள்படுத்துகிறோம். இன்றைய தேவைகளுக்கு ஒத்த முறையில் முன்னைய வரலாற்றைத் தொகுக்கிறோம், பொருள்படுத்துகிறோம். வரலாற்றை இப்படித்தான் கட்டமைக்கிறோம் [28]

என்றவாறு ஞானி விவரிக்கின்றார். பிற கலைவடிவங்களுக்கிடையே தனக்கான ஒரு சிறப்பிடத்தைக் கவிதை பெற்று விளங்குகிறது. அது வரலாற்றறைக் கட்டமைப்பதில் வினையாற்றவும் முக்கிய இடம் வகிக்கிறது.

மொழியானது தனக்கான வரிவடிவத்தைக் கண்ட சூழலில் கவிதை உருப்பெறத் தொடங்கியிருக்கும். அதன் தோற்றக் காலம் வேண்டுமானால் மகிழ்வளிக்கும் தன்மையினதாகவும், பிறகு அதிகாரத்திற்கான மகிழ்வுப் பொருள் நிலைப்பாட்டை அடைந்ததாகவும் இருந்திருக்கலாம். ஆனால் அக்காலத்திலும் அது மனிதத்தைப் பாடாமல் இருந்ததில்லை. கால மாற்றத்தில் மனிதனை மையப்படுத்துவதாக மாறி, இருபதாம் நூற்றாண்டில் சமூகத்தின் பெருங்குரலாகக் கவிதை வடிவம் பெற்றுவிட்டது. எனவே, சமூகத்திலிருந்து விலகாத கவிதை, வரலாற்றுத் தளத்தில் என்றும் தேவையானதாகக் கருதப்படும்.

அறிஞர்கள் பார்வையில் நிகழ்வும் கவிதையும்

வரலாற்றில் தமிழ்ச் சமூகம் பல மாற்றங்களைக் கண்டு வந்திருக்கின்றது. அதன் ஒவ்வொரு அசைவியக்கத்தையும் பதிவுசெய்வதென்பது கேள்விக்குரிய ஒன்றாகும். ஆனால், அதன் முக்கிய மாற்றங்களை, அதற்கான செயல்பாடுகளை, அச்செயல்பாடுகள் ஏற்படுத்தும் திருப்பங்களைப் பதிவுசெய்ய முடியும். இத்தன்மையில் காணப்படும் பல நிகழ்வுகளைக் கொண்டிருப்பதுதான் வரலாறு. அவற்றைத் தன்னகத்தே கொண்டு சமூக வரலாற்றுக்கு முக்கியப் பங்களிப்பது இலக்கியம். அதிலும் குறிப்பிடத்தகுந்தது கவிதை இலக்கியம். தமிழ்க் கவிதை மரபு இந்நிலைப்பாட்டைக் கொண்டிலங்குவது அறிந்த ஒன்றே ஆகும்.

தமிழ் இலக்கியத்தின் தொடக்கமான சங்க இலக்கியம் தொடங்கிக் கவிதை, வரலாற்றிற்கு ஆற்றிவரும் பயனைக் கண்ணுற முடிகின்றது. அன்றைய காலத்தின் வாழ்க்கையை நிகழ்வுகளாக

இலக்கியம் பகுத்துக் கொள்வதாகக் கார்த்திகேசு சிவத்தம்பி குறிப்பிடுகின்றார். அவர்,

> *அகத்திணையியலிலும் புறத்திணையியலிலும் தொல்காப்பியம் எடுத்துக்கூறும் பாடல் மரபைப் பார்க்கும்பொழுது அக்காலத்துத் தமிழ்க்கவிதையின் பொருள் மரபு வாழ்க்கையைச் சம்பவங்களாகப் பார்க்கின்ற ஒரு தன்மையையே காட்டுகின்றது. திணை, துறை மரபுகளும் கூற்று மரபுகளும் இவ்வுண்மையையே வலியுறுத்துகின்றன. முழு வாழ்க்கையினதும் ஒன்றிணைக்கப்பட்ட ஒட்டுமொத்தமான பார்வையாக அமையாது தனித்தனிச் சம்பவங்களிலே தெரியும் வாழ்க்கை உண்மைகளை முனைப்புறுத்துகின்ற ஒரு நோக்கே அக - புறக் கவிதைகளின் பண்பு ஆகின்றது [29]*

என்று கருத்துரைக்கின்றார். கி.மு.விலிருந்தே கவிதையின் செயல்பாடானது இந்த அளவிற்குப் பரந்த நோக்கத்தைக் கொண்டதாக இருந்துள்ளது. பொழுதுபோக்கிற்காக, அழகியலுக்காகத் தோன்றிய கலையானது வாழ்க்கையின் அத்தியாவசியமானத் தேவையாகிப் போனது.

> *இலக்கியம் என்பதேகூட மனிதனுக்கு அலங்காரமாக இருக்க முடியாது. மனிதனின் படைப்பு என்ற முறையில் இலக்கியத்தினுள்ளும் மனிதனின் இயக்கத்தை நாம் காண வேண்டும். மனித அறம் என்பது சமதர்மத்திலிருந்துதான் ஊற்றெடுக்கிறது. மனித நேயத்திற்கு ஆதாரம் சமதர்மம். ஆகவே, இலக்கியத்தின் கருப்பொருள் என்பது மனித நேயம் / சமதர்மம். தன் வாழ்வியல் அனுபவங்களைக் கதைகள் மற்றும் இலக்கியங்களின் வழியே திரட்டிக் கொள்பவன் மனிதன். இவனுக்குள் இயல்பாகவே ஒரு கலைஞன் இருக்கிறான். கலை அல்லது இலக்கியம் என்பது மனிதனின் அகத்துறுப்புக்கள் [30]*

என்னும் ஞானியின் கூற்றின் வாயிலாக இலக்கியம், மனித வாழ்வியல் அனுபவங்களைப் பேசுவதாக இருப்பதாகவும், அவ்வகையில் அது மனிதனின் அகத்துறுப்பாக விளங்குவதாகவும் உணர முடிகின்றது.

கவிஞன் எனும் தனிப்பட்ட மனிதனின் சிந்தனை கவிதைக்குள் கருக்கொண்டு இருந்தாலும் அது தனிப்பட்டதல்ல. அது அவன் சார்ந்த சமூகத்தின் எண்ணத்தைப் பிரதிபலிக்கக் கூடியவை. அவ்வாறு சமூக நடப்புகளை உட்கொள்ளாத கவிதைகளை அச்சமூகத்தில் பின்வரும் தலைமுறை புறந்தள்ள நேரிடும். இதனை,

> *தேசத்தின் குரலே இலக்கியக் குரல். தேசத்தின் மனத்தாகம் எதுவோ அதுவே கவிதையின் உள்ளோட்டம். ஒரு தேசத்தின் ஜீவ மரணப்*

போராட்டத்தில் ஒத்துழைக்காத இலக்கியத்தை அத்தேசத்தின் எதிர்காலம் நிராகரிக்கும். ஒரு தேசத்திற்கு ஒவ்வொரு பருவத்திலும் ஒரு குரல் உண்டு. கவிதையின் குரல் அதுவாகவோ அல்லது அதற்கு இணையானதாகவோ அமையும் [31]

என்று தமிழ்நாடன் கருத்தும் முதன்மைப்படுத்துகின்றது. கவிதைகள் அவ்வாறு பதிவுசெய்வது பல கோணங்களில், உணர்ச்சிகளில், வடிவங்களில் நிகழலாம். ஆனால் பதிவு ஒன்றே முக்கியமாகின்றது. சமூகநீதிக் கவிதையின் வெளிப்பாட்டியல்பில் மறுப்பு, எதிர்ப்பு, சீர்திருத்தம் எனும் மூன்று கூறுகள் இடம்பெறுமென்கிறார் து. சீனிச்சாமி.[32] அவ்வாறு சங்க காலம் முதல் 19ஆம் நூற்றாண்டு வரையில் பயின்று வந்துள்ளதையும் எடுத்துக்காட்டியிருக்கின்றார்.[33] இருபதாம் நூற்றாண்டில் அது மிகப்பெரியதொரு வீச்சு கண்டது. அதற்கேதுவான வகையில் சமூகச் சூழல் பொருந்தி வந்தது. அதாவது சமூக உணர்வு, சமூக ஓர்மை, சமூக நீதி ஆகியன சார்ந்து எழுதும் படைப்பாளிகளுக்கு இந்திய தேசிய இயக்கம், திராவிட இயக்கம், பொதுவுடைமை இயக்கம் ஆகிய மூன்று இயக்கங்கள் மிக வலுவான தளமாக அமைந்தது எனலாம்.[34]

கவிதை என்பதற்கு 'கவி' என்பதே அடிச்சொல்லாகும். கவி என்பது உள்நோக்கிப் பார்த்தலைக் குறிப்பதாகவும், கவிஞர் என்பவர் ஒன்றினை உள்நோக்கிப் பார்ப்பவராகவும் குறிப்பிடுவார் கார்த்திகேசு சிவத்தம்பி.[35] கவிதைகள் அப்படிச் சமூகத்தின் சிக்கல்களையும், போராட்டங்களையும், வன்முறைகளையும் உள்நோக்கிப் பார்க்கும்போது நிகழ்வுகளின் உண்மைத் தன்மையை வெளிக் காட்டுகின்றது. 'ஒருவகையில் பார்த்தால், இக்கவிதைகள் சமூக நிகழ்வுகள்; இன்னொருவகையில் பார்த்தால் கவிஞர்களின், கவித்துவ ஆளுமைகள். இவை இரண்டுக்குமான மொழியின் தடமே சமூகநீதிக் கவிதையின் கோட்பாடு'[36] என்பதுபோல, ஒரு கவிஞனின் கவித்துவ ஆளுமையால் மேம்படப்போவது கவிதை மட்டுமல்ல அது வெளிப்படுத்தும் சமூக நிகழ்வுகளும்தான்.

கவிஞன் வரலாற்றிற்காகவே கவிதைகளைப் படைப்பதில்லை. ஆனால், 'சமூகப் பிரக்ஞை' கொண்ட அவனது கவிதைகள் வரலாறுகளைத் தவற விடுவதில்லை. கவிஞர்களிடையே குறிப்பிட்ட நிகழ்வு, பிரச்சினைகளை இயற்றாத, சிக்கல்களைக் கண்டுகொள்ளாத போக்கும் உள்ளது. அதேநேரம்,

கலையின் வரலாறு மற்றொரு விஷயத்தையும் நமக்குச் சுட்டிக் காட்டுகிறது. மாபெரும் கலைஞர்கள் பலர், அன்றைய சமூக

> *நிகழ்வுகளிலும் குறிப்பிட்ட சமூகப் பிரச்சினைகளிலும் அக்கறை காட்டியுள்ளனர்; மாபெரும் கலைப் படைப்புகளாக நிலைத்து நிற்கின்றவற்றில் பல குறிப்பிட்ட உண்மையை, குறிப்பிட்ட சமூகப் பிரச்சினையைக் கையாளுதலின் விளைவாகவும் அப்பிரச்சினைகளுக்கான எதிர்வினையாகவும் தோன்றியவைதான்* [37]

என்ற எஸ்.வி. ராஜதுரையின் கருத்தினை இங்கு நினைவுகொள்ள வேண்டியிருக்கின்றது. இவ்வாறு கலைப் படைப்புகள் வெற்றியடைவதற்கான காரணம், கவிஞனின் சமூகத்தின்மீதான அக்கறையும் ஆழ்ந்த கவனிப்பும்தான். மானுடத்தின்மீது பற்றுகொண்ட அவனது எண்ணம் வாழ்க்கையின் நிகழ்வுகளை அவ்வாறு அசைபோட்டுக் கலையாக மிளிரச்செய்கின்றது. இதனைத் தி.சு. நடராசன்,

> *மனவெளிக்குப் போய்வராத அனுபவங்களோ நிகழ்வுகளோ படைப்புலகம் போவதில்லை; அப்படிப் போனாலும் அவை, தடம் பதிப்பதில்லை; பதிவு ஆவதில்லை; மேலெழுந்தவாரியாக இருந்துவிட்டு நழுவி விழுந்துவிடும்.*
>
> *மனதின் ஆழத்தில் பதிந்துவிட்ட நிகழ்ச்சிகளின் முத்திரைகளிலிருந்தே படைப்பிலக்கியத்திற்குரிய மூலாதாரப் பொருள் உருவாகிறது. அவை எவ்வளவு ஆழமாகப் பதிகின்றனவோ, அவ்வளவுக்கு அவை படைப்புக்குரிய மூலாதாரப் பொருளாக 'சேமிப்புக் கிடங்கில்' இருக்கும். வெளியுலகிற்கு, உயிருலகிற்கு, கொண்டுவரப்பட்டு, இன்னும் பலவற்றோடு இணைந்து, கலந்து, ஒரு படைப்பாக உருமாற்றம் பெறுகின்ற காலத்திற்காகக் காத்திருக்கும்* [38]

என்றவாறு குறிப்பிடுவதன் பின்புலத்திலிருந்து விளங்கிக் கொள்ளலாம். கவிஞனின் எண்ணம் கொடுக்கின்ற அக்கறையும் அழுத்தமுமே ஒரு படைப்பைச் சிறந்த ஒன்றாகச் செயலாற்ற வைக்கின்றது. அந்த அளவுக்கு முக்கியத்துவம் கொடுக்கப்படாது எழுதப்படுகின்ற கவிதை, வாசக மனத்திலோ வரலாற்றிலோ விளைவுகளை ஏற்படுத்துவதில்லை. அவற்றிலும், ஒரு நிகழ்விற்குக் கொடுக்கப்படவேண்டிய கவனமானது சற்றுக் கூடுதலாக அமைந்திருக்க வேண்டியது கடமையாகும்.

இருபதாம் நூற்றாண்டு அவ்வாறு நிகழ்வுகளை மையமிட்ட கவிதை வரலாற்றைக் கொண்டது. இக்காலத்தில்தான் அதிகப்படியாக நிகழ்வுகளைக் கருக்கொண்ட கவிதைகள் வெளிப்பட்டன என எண்ண முடிகின்றது. அதற்கேற்றாற்போன்று நிகழ்வுகளும் அதிகமாகச் சமூகத்தின் பார்வைக்கு வந்தன. து. சீனிச்சாமியின்,

நடப்பனுபவத்தைப் புதை அடுக்குநிலையிலோ அல்லது முழுத் தூல நிலையிலோ காட்சிப்படுத்தல் என்பது, சமூக அநீதிகளை நடப்பியலோடு காட்ட எண்ணுவதில், இருபதாம் நூற்றாண்டில் ஏற்பட்ட கூடுதலான முனைப்பு எனலாம். நடப்பியலாகச் சமூக வாழ்வின் சிக்கல்களைக் காட்டும் போக்கே இருபதாம் நூற்றாண்டில் வளர்ந்த ஓர் அணுகுமுறைதான் [39]

என்னும் கருத்துரை, மேற்காணும் கூற்றை இன்னும் புரிந்துகொள்ள வழிப்படுத்துகின்றது. மேலும் அவர், இருபதாம் நூற்றாண்டுச் சூழலை விளக்க முற்படுகையில்,

புதியகாலத் தேர்தல் மக்களாட்சி முறை, மக்களின் கூட்டு நடவடிக்கைகளுக்கான புதிய களங்களை உருவாக்கி வந்தமையால், இந்தச் சூழலுக்கேற்ப, இந்தச் சூழல் சார்ந்த இயக்கங்களின் போக்கிற்கேற்ப, கவிதைக் குரல்களும் புதிய கோணங்கள் பெறலாயின. மிகையான அணி நலமற்ற (அலங்காரமற்ற) பழங்காலச் சமூகநீதிக் கவிதைகளுக்கே உரியதான நேரடி மொழியும், வலியச் சொல்லும் எள்ளலும் தொடர்ந்து வந்ததோடு, புதிய கூட்டு அரசியல் பின்னணியில் கூட்டுக் குரலுக்கேற்ற ஒரு கூவல் தொனியும், பழைய காலத்தினும் அதிகமாகச் சமூகக் காட்சி ஆக்கங்கள் வெளிப்பட்டன. தேர்தல், மக்களாட்சிப் பின்னணியில் மக்களிடையே அழுந்திக் கிடந்த ஆசைகள் கனவுருக்களாகக் கவிதைகளில் வெளிப்படலாயின. இவ்வாறாகப் பழைய தடங்களும் புதிய தடங்களும் கலந்து இருபதின் நீதிக் கவிதைத் தடங்களில் உருவாகின எனலாம் [40]

என்று தெளிவுபடுத்துவது, அந்நூற்றாண்டுச் சமூகச் சூழலையும் அவற்றிற்கு ஏற்றாற்போல் கவிதை தடங்கண்டதையும் விளக்கமாக எடுத்துரைக்கின்றது. இருபதாம் நூற்றாண்டின் சமூகப் பிரச்சினைகளை அந்நூற்றாண்டுக் கவிஞர்கள் கவிதையாக்குவதில் அவ்வளவு கவனம் கொண்டுள்ளனர்.

கவிஞனுக்கும் சமுதாயத்திற்குமிடையே உள்ள உறவைப் பற்றிக் குறிப்பிடும்போது பெலின்ஸ்கி கூறியது நினைவுகொள்ள வேண்டிய ஒன்றாகும். அவரது அக்கருத்தைக் க. கைலாசபதி கீழ்க்காணும்படி எடுத்துக்காட்டுகின்றார்:

கவிஞனானவன் ஒரு ஆத்மீக இலட்சிய வாழ்வின் பிரதிநிதியாக மதிக்கப்படுகிறான்; அவன் சிக்கலான கேள்விகளுக்கெல்லாம் சட்டென விடைகூறும் அசரீரியாக இருக்கவேண்டும்; சாதாரண நோய்களையும், துன்பத்தையும் பிறரில் காணும் முன் தன்னில் கண்டுகொள்ளும் வைத்தியனாகவும் இருக்க வேண்டும்; அவற்றைக்

குணப்படுத்துவதற்கு அவற்றைக் கவிதை வடிவில் படைத்து விடவேண்டும் [41]

என்பதிலிருந்து சமூகத்தின் பிரதிநிதியாகக் கவிஞன் அடையாளப்படுத்தப் படுவதையும், ஒரு மருத்துவன்போல் அவன் சமூகப் பிரச்சினைகளின்மேல் அக்கறைகொண்டு செயலாற்ற வேண்டும் என்பதையும் தெரிந்துகொள்ள முடிகின்றது. சமூக நடப்புகளை அவன் கைக்கொள்ளுவதால் கவிதை எந்த அளவிலும் அதன் சிறப்பை, தன்மையை இழந்துவிடுவதில்லை. வரலாற்று நிகழ்வுகளைப் படைப்பில் பதிவுசெய்திடும் கவிஞனும் வரலாற்றில் நிலைநிறுத்தப்படுகின்றான். கிரேக்க அறிஞர் அரிஸ்டாடில் இதனை எடுத்துரைக்கின்றார். அவரது 'கவிதை இயல்' நூலில்,

உண்மையாக நடந்த வரலாற்றிலிருந்து சில நிகழ்ச்சிகளைத் தேர்ந்து தன் கதைப்பின்னலை அமைத்துக் கொள்ள நேரிட்டால், அதனாலேயே கவிஞனின் சிறப்புக் குறைந்து விடுவதில்லை. ஏனெனில் வரலாற்று நிகழ்ச்சிகளுள் சில நிகழத் தக்கனவாகவும் நிகழக் கூடியனவாகவும் அமைந்துள்ளன. மானிடக் கண்ணோட்டத்தில் நிகழத் தக்கனவற்றையும் நிகழக் கூடியனவற்றையும் படைப்பதே கவிஞனின் தனிச் சிறப்பாதலின், இத்தன்மையுடைய நிகழ்ச்சிகளை வரலாற்றிலிருந்து தேர்ந்தெடுத்து, முறைப்படுத்திக் கோர்த்துத் தன் கதைப் பின்னலைப் படைத்துக் கொள்ளும் கவிஞனும் சிறப்புடையவனாகவே கருதப்படுவான் [42]

என்னும் கருத்தினை அவர் வெளிப்படுத்தியுள்ளார். இது, அவரது கால நாடக இலக்கியத்திற்காகச் சொல்லப்பட்ட கருத்தெனினும் இக்காலக் கவிதைக்கும் பொருத்திப் பார்க்கக் கூடியதுதான். இங்குக் கவனிக்கத் தக்க ஒன்று, "மானிடக் கண்ணோட்டத்தில் நிகழத் தக்கனவற்றையும் நிகழக் கூடியனவற்றையும் படைப்பதே கவிஞனின் தனிச் சிறப்பு" என்று குறிப்பிடப்பட்டிருப்பது ஆகும். ஆக, கவிதையானது சமூக நிகழ்வுகளைப் பின்பற்றுவது இன்றியமையாத பொறுப்பாகும்.

சமூகத்தைப் பாடுவதில் கவிதைக்குரிய சிக்கல் குறித்து ஐயம் எழுகையில் அதற்குப் பாலா,

கவிதை தற்காலிகச் சிக்கல்களைப் பாடுவதால் நிரந்தரத் தன்மையை இழந்துவிடாதா என்று கேட்கிறார் அப்துல் ரகுமான். அவற்றிற்கு வரலாற்று மதிப்பு உண்டு என்கிறார் மீரா. வாழ்க்கைச் சிக்கல்களைத் தனிமைப்படுத்தி முற்றிலும் புறவயமாக நிறுத்திப் பார்க்கும்போதுதான் இந்தப் பிரச்னை வருகிறது. வாழ்க்கையில் அவற்றின் பங்கை வைத்து மதிப்பிட முயற்சி செய்யும்போது இந்தப் பிரச்னை தோன்றுவதில்லை. வாழ்க்கையோடு ஒட்டிய சிக்கல்களுக்குத்தான் வரலாற்று மதிப்பு இருக்கும். பாரதிதாசன் குழந்தை மணம் பற்றிப் பாடினார். பாரதி

நாட்டு விடுதலை பற்றிப் பாடினார். இன்று நாட்டு விடுதலைப் பிரச்னை நமக்கு இல்லை. குழந்தை மணக் கொடுமை இன்று இல்லை. ஆனாலும் இந்தக் கவிதைகளுக்கு ஒரு வரலாற்று மதிப்பு இருக்கிறது. அவை கவிஞனுக்கு இன்றும் பெருமை யளிப்பதாகவே இருக்கின்றன. அதே ரீதியில் இன்றைய வாழ்க்கையும் சிக்கல்களுக்குத் தோற்றுவாயாகவும் ஊற்றுக் கண்ணாகவும் உள்ள பிரச்னைகள் மிக்கதுதான். ஆனால் அது தனித்த விமர்சனமாக இல்லாமல் வாழ்க்கை நோக்கில் அந்தக் குறிப்பிட்ட சிக்கலின் பங்களிப்பைத் துலங்கச் செய்வதாக இருக்கவேண்டும் [43]

என்று விளக்கம் தருகின்றார். அவர் காட்டும் வரலாற்று முறையிலான விளக்கம் கவனிக்கத்தக்கது. வாழ்க்கையோடு தொடர்புடைய சிக்கல்கள்தான் வரலாற்றில் பேசப்படுபவையாகவும், அவற்றைப் பேசும் கவிதைகள் அச்சிக்கல்களின் கால எல்லையைக் கடந்தும் அதன் மதிப்பை இழப்பதில்லை என்பதாகவும் குறிப்பிட்டிருப்பது முக்கியமான ஒன்றாகும். இதுவே கவிதை வரலாற்றிற்கும் சமூக வரலாற்றிற்கும் வளமானதோர் அடித்தளம் அமைக்கின்றது. நாகரிகமும் அறிவியலும் வளர வளரக் காலச் சூழலும் அத்தகைய அரசியல் சூழலைச் சமூகத்தில் உருவாக்குகின்றது. பொருளாதாரத்தை முதன்மைப்படுத்தும் சமூகம் மனிதநேயத்தைப் புறமொதுக்குகின்றது. இவற்றால் ஏற்படுகின்ற விளைவுகளைக் கவிதை வெளிக்காட்ட வேண்டும்.

அரசியல் பிரக்ஞை இன்று எல்லோருக்கும் - கவிஞர் உட்பட - எல்லோருக்கும் தேவை என்பதை அதிகம் வற்புறுத்த வேண்டியதில்லை. அரசியல் முக்கியத்துவம் அதிகரித்துவரும் இந்நாட்களில் சரியான அரசியல் பிரக்ஞை பெறுவதன் தேவை பற்றி எத்தனை வற்புறுத்திக் கூறினாலும் தகும். குறிப்பாக, சமூகம் மாற்றம் பற்றி அக்கறை கொண்டவர்களுக்கிடையில் சரியான அரசியல் பிரக்ஞையின் முக்கியத்துவம் பற்றி நிறைய வற்புறுத்த வேண்டியிருக்கிறது. இத்தகைய அரசியல் பிரக்ஞையும் கவிதைப் படைப்புக்கான ஒரு மூலப்பொருள்தான் என்ற கருத்திலிருந்து நாம் விலகிவிட வேண்டியதில்லை [44]

என்று ஞானியும் இதனை வலியுறுத்துகின்றார். எதற்காக அரசியல் உணர்வை இங்குக் குறிப்பிடுகின்றார் என்றால், அதிகாரம் தோற்றம் பெற்றதிலிருந்தே சமூக இயக்கத்தை அது தீர்மானிக்கும் திறன் பெற்றிருப்பதுதான் காரணம். இருபதாம் நூற்றாண்டில் அத்திறன் இன்னும் தீவிரமடைந்தது. அந்நூற்றாண்டுக் கவிதைகளை மார்க்சியக் கொள்கைகளின்வழி ஆய்வுசெய்த கோ. தான்யா,

அரசியல் உணர்வு என்பது பொதுவாக மக்கள் எல்லோருக்கும் அவசியமானது; அதிலும், படைப்பாளருக்கு அரசியல் விழிப்புணர்வு எப்போதும் அதிதேவையாக உள்ளது; அரசு முறையின் அமைப்பை ஒட்டியே சமூக மக்கள் வாழ்வு நிர்ணயிக்கப்படுகின்றது. எனவே, மக்கள் வாழ்வின் இடையிலான பல வேறுபட்ட கூறுகளையும், வர்க்க அம்சங்களையும் மக்களிடையே உணரச்செய்து சமூக மாற்றத்துக்கான வழி இது என்ற சிந்தனை வளர்ச்சியை ஊட்டி விடுவதையே தம் பணியாகக் கொண்டுள்ள எந்தப் படைப்பாளரும் அரசியல் உணர்வில் தம்மை ஆழமாக ஈடுபடுத்திக் கொள்ளவேண்டும்; அரசியல் பாடமே ஒருவருக்குச் சமுதாய வளர்ச்சி, மாற்றம், ஏற்றத்தாழ்வு, குறைகள் பற்றிய பாடபோதனையை விளக்கக் காரணமாய் அமைகின்றது [45]

என்று குறிப்பிடுவதிலிருந்து, மக்களுக்கும் குறிப்பாக அவர்களில் ஒருநபரான கவிஞனுக்கும் அரசியல் உணர்வு இருக்கவேண்டிய அவசியத்தை அறிய முடிகின்றது. வரலாற்றைக் கவிதைவழி அவ்வப்போதே வெளிப்படுத்தும் கவிஞன், சமூக மாற்றத்திற்கான சிந்தனையினை ஊக்குவிப்பவனாக இருக்கின்றான் என்பதை மேற்காணும் கருத்து காட்டுகின்றது.

அறிஞர்களின் இத்தகைய கூற்றுகளிலிருந்து வெளிப்படும் முதன்மைக் கருத்து ஒன்றுதான். அது, சமூக நிகழ்வுகளைக் கவிதை பிரதிபலிக்கவேண்டும் என்பதாகும். மானுடத்தின் வாழ்க்கைப்போக்கில் அவை ஒவ்வொரு தனி மனிதனும் அனுபவிக்க நேர்கின்றவை. ஆனால் அவை ஒருபோதும் தனி மனிதனுக்கானதல்ல. ஒரு தனி மனிதனுக்கு ஏற்படுகின்ற பாதிப்பாக இருந்தாலும் அது மற்றவர்களுக்கும் உரிய ஒன்றுதான். க. கைலாசபதியின்,

சமுதாயத்தில் காணப்படும் முரண்பாடுகளையும், துன்ப, துயரங்களையும், போராட்டங்களையும் உதிரியான தனி மனிதர்களின் பிரச்சினைகளாக மாத்திரம் கண்டு காட்டாமல் அவற்றை வர்க்கங்களுக்கிடையே நிகழும் போராட்டத்தின் வெளிப்பாடுகளாகக் காண்பது இன்றியமையாததாகிறது [46]

என்னும் கருத்திற்கேற்ப, சமூகம் அனைத்து மனிதர்களுக்கானது, அது உருவாக்கித் தரும் நிகழ்வுகளும் அனைவருக்கும் உரியது. அவர்களின் பொறுப்பாளனாகக் கவிஞன் செயல்பட வேண்டும்.

இன்றைய நிகழ்வுகள் நாளைய வரலாறாக மாற்றம் அடைகின்றன. நாளைய வரலாற்றிற்காகக் கவிஞன் குரல் கொடுக்கவேண்டும் என்பதல்ல, இன்றைய மானுடத்தின் தேவைக்கு அவனது படைப்பு வினையாற்ற வேண்டும் என்பதே அவசியம். கலையின் நோக்கம்

வாழ்க்கைக்கானது. அது மகிழ்விப்பதைக் கருத்திற்கொள்ள வேண்டுமென்றாலும், மகிழ்வளிக்காத சமூகத்திலிருந்துகொண்டு அது அதற்கான காரணத்தை ஆராயவோ கேள்விக்குட்படுத்தவோ வேண்டுவது கடமையாகும். சிறிய செயல்பாடுகள் முதல் பெரும்நிகழ்வுகள் வரை தன்னகத்தே கொண்டு தமிழ்க் கவிதைப் பரிணமிக்கும்போது வரலாற்றிற்கு அது பெரும்பங்காற்றுகின்றது.

தமிழ்க் கவிதை மரபில் வரலாற்று நிகழ்வுகள்

வரலாற்று நிகழ்வுகளாக விளங்குபவற்றைத் தமிழ்க் கவிதை மரபு தொடக்கம் முதலே பதிவுசெய்து வந்திருக்கின்றது. கால மாற்றத்திற்கேற்பவும், அவ்வக்காலத்திய சமூக நிகழ்வுகளைச் சிறுபான்மையாகவேணும் பதிவுசெய்து இயங்கிக்கொண்டு கவிதை வளர்ந்திருக்கின்றது. இச்சிறப்பை இன்றும், அத்தகு கவிதைகளையும் அத்தகு நிகழ்வுகளையும் வரலாறு கொண்டாடுவதன் வாயிலாகத் தெரிந்துகொள்ள முடியும்.

சங்க இலக்கியத்தை மேலோட்டமாகப் பார்க்குமிடத்தே போர் முதலிய சில வரலாற்று நிகழ்வுகள் புலப்படும். சங்க இலக்கியம் தொகுக்கப்பட்டதன் நோக்கம்கூட அதற்கு முந்தைய கால வரலாற்றைப் பாதுகாப்பதற்காக இருக்கும் என்கின்றார் கார்த்திகேசு சிவத்தம்பி. ‘சங்க இலக்கியம் கவிதையும் கருத்தும்’ எனும் அவர்தம் நூலில்,

> *சங்க இலக்கியம் என ஒரு தொகுதி இருக்க வேண்டுவது நமக்கு வரலாற்று அவசியமாகிறது எனலாம். ஏறத்தாழ, கி.மு. 3ஆம் நூற்றாண்டு முதல் தமிழகத்தில் சமணர்கள் முக்கியத்துவம் பெறத்தொடங்கியதிலிருந்து அவர்கள் தமது மதநிலைப்பட்ட பதிவுகளைச் செய்தனரே அன்றி அவர்களது வருகைக்கு முந்திய தமிழகத்தின் வரலாற்றுப் பாரம்பரியம் பண்பாடு பற்றிச் சிரத்தை காட்டியவர்களாகத் தெரியவில்லை. சமணர்களோடு சேர்த்துப் பேசப்படுவதான தமிழ்ப் பிராமிக் கல்வெட்டுக்களில் தமிழ்நாட்டின் அரசியல் வரலாறு பற்றிய குறிப்புகள் முன்னிலைப் படுத்தப்படவில்லை என்பதை இராவதம் மகாதேவனே ஒப்புக் கொள்கிறார். இந்தச் சூழலிலேதான் நமது பாரம்பரியத்தை அல்லது தமிழ்நாட்டின் கடந்த காலப் பாரம்பரியத்தை உணர்த்துவதற்காக அக்காலத்தில் மேற்கிளம்பிக் கொண்டிருந்த ஆட்சியாளர்கள், மன்னர்கள், மூவேந்தர் ஆதியோருக்கு நமது பாரம்பரியத்திலிருந்த இலக்கிய வரலாற்றுக் குறிப்புகளை மீட்டெடுக்க வேண்டிய தேவை ஏற்பட்டது எனலாம்*[47]

என்றவாறு குறிப்பிடுகின்றார். இந்த ஆய்வுக் கருத்தானது, வரலாற்று நிகழ்வுகளைக் கவிதை மரபு அதன் தொடக்கக் காலம் முதலே கடைப்பிடித்திருப்பதைக் காட்டுகின்றது.

சங்க இலக்கியப் புலவர்களில் குறிப்பிடத்தகுந்த ஒருவர் பரணர். பல பாடல்களைப் பாடியிருக்கும் இவர்தம் பாடல்களில் பெரும்பாலும் வரலாற்றுச் செய்திகள் அடங்கியிருக்கும். அத்தகைய பாடல்களை ஆய்வுசெய்து, 'பரணர் பாடல்களில் வரலாற்றுச் செய்திகள்' என்றொரு ஆய்வு நூலை வெளியிட்டிருக்கின்றார் தெய்வ. சுமதி. அவற்றில் சேர மன்னர்கள் நிகழ்த்திய போர் நிகழ்வுகளுக்கான பல குறிப்புகளை எடுத்துரைத்துள்ளார். கடல்வழியாகப் போரிட்ட நிகழ்வும் நடந்துள்ளது. அதனை,

> *"கோடுநரல் பவ்வம் கலங்க வேலிட்*
> *டுடைதிரைப் பரப்பிற் படுகட லோட்டிய*
> *வேல்புகழ்க் குட்டுவன்"* - பதிற்.46
>
> *என்னும் பகுதியில் 'கடலோட்டிய' என்று குறிப்பிட்டுள்ளது. 'தன்னுள் வாழ்வார்க்கு அரணாக விளங்கிய கடல்வலியை அழித்த' என்று உரையாசிரியர் எழுதியுள்ளார். இதனால் கடலை அரணாகக் கொண்டு, அதனுள் ஒரு தீவில் வாழ்ந்த கூட்டத்தாரைக் குட்டுவன் வென்றான் என்பதே நிகழ்ந்த வரலாறாகும். கடற்கொள்ளையரை வென்றமையாலும், அவர்களை அழித்தமையாலும் ஏற்பட்ட சிறப்புப்பெயரே கடல்பிறக்கோட்டிய வேல்கெழுகுட்டுவன் என்பது.*
>
> *"தாவ லுய்யுமோ மற்றே...*
> *காலுளைக் கடும்பிசி ருடைய வாலுளைக்*
> *கடும்பரிப் புரவி யீர்ந்த நின்*
> *படுந்திரைப் பனிக்கட லூர்ந்த தாளே",* பதிற் - 41
>
> *என்னும் அடிகளை இங்கு கருத்தில் கொள்ளுதல் வேண்டும். அலையெறியும் விரிகடலில் கலம்செலுத்தி வென்றமையே இங்கு குறிக்கப்பெறுகின்றது* [48]

என்று குறிப்பிட்டு அந்நிகழ்வை வெளிப்படுத்தியுள்ளார். 'கடற்பிறக்கோட்டிய' என்று போற்றப்படுகின்ற வேல்கெழுகுட்டுவன் கடலில் போர் நிகழ்த்திய நிகழ்வினை இது காட்டுகின்றது.

சங்கக் கவிதைகளைப் பொறுத்தவரையில் புறநானூறும் பதிற்றுப்பத்தும்தான் அதிகப்படியான இத்தகைய வரலாற்று நிகழ்வுகளை உள்ளடக்கியதாக இருக்கின்றன. புறநானூறு வேறுபட்ட பல மன்னர்கள் தொடர்பான நிகழ்வுகளையும் வாழ்வியல் நிகழ்வுகளையும் பதிவுகளாகக் கொண்டுள்ளது. பதிற்றுப்பத்து சேர

மன்னர்கள் பலரது போர் நிகழ்வுகள் உள்ளிட்டவற்றைப் பதிவுசெய்துள்ளது. பதிற்றுப்பத்தின் எட்டாம் பத்தில், தகடூர் எறிந்த பெருஞ்சேரல் இரும்பொறை எனும் மன்னனின் முரசு கட்டிலில் மோசிகீரன் எனும் புலவர் படுத்துறங்கியதும் ஒரு முக்கிய நிகழ்வாகத்தான் இன்றும் பேசப்படுகின்றது. இவ்விரு நூல்களின் போர் நிகழ்வுகளைக் க. கைலாசபதியின் தமிழ் வீரநிலைக் கவிதை நூல் காட்டுகின்றது.[49] மேலும், அகப்பாடல்களிலும் ஐங்குறுநூறு, குறுந்தொகை, நற்றிணை, அகநானூறு ஆகியவற்றின் பாடல்களில் வரலாற்றுக் குறிப்புகள் அடங்கியிருப்பதையும் எடுத்துக்காட்டுகின்றார்.[50] இவ்வாறு வரலாற்று நிகழ்வுகளைத் தமிழ்க் கவிதை கொண்டிருப்பது அன்றிலிருந்து இன்றுவரை மாற்றவியலாத பண்பாக இருக்கின்றது. சமூக நிலையினை அவ்வக்காலங்களில் இலக்கியங்கள் பிரதிபலித்துள்ளன. ஒரு காலத்திய சமூகத்தின் எதிர்ச் செயல்பாடுகளால் ஏற்படும் பாதிப்பு அதன் பிந்தைய தலைமுறைகளின் வளர்ச்சியைப் பாதிக்கின்றது என்பதை ஞானி,

> *சங்ககாலம் என்று கூறப்படும் ஏறக்குறைய 200[0] ஆண்டுக்கால வரலாறு இது. இந்தக் காலத்தில் குறுநிலத் தலைவர்களுக்கிடையில், குறுநிலத் தலைவர்களுக்கும் வேந்தர்களுக்கும் இடையில் நடைபெற்ற போர்கள் மிகப்பல. இப்போர்களில் நகரங்கள் எரிக்கப்பட்டன. விளைநிலங்கள் பாழாக்கப்பட்டன. ஏரி குளங்கள் தூர்க்கப்பட்டன. எண்ணற்ற மக்கள் கொல்லப்பட்டனர். இவற்றின் விளைவாக சங்ககாலத்தின் இறுதியிலும், சங்கப் பிற்காலமாகிய சிலப்பதிகாரம், மணிமேகலை காலத்திலும் தமிழகத்தில் பெருகி இருந்த வறுமைக் கொடுமையை நாம் பார்க்கின்றோம். திருக்குறள் முதலிய அறநூல்களில் வறுமையின் குரல் ஓங்கி ஒலிப்பதைக் கேட்கிறோம்*[51]

என்றவாறு காட்டுகின்றார். இப்படிப் பெருந்தாக்கங்களை ஏற்படுத்திய வன்செயல்கள் பல நிகழ்ந்தேறியிருக்கின்றன. அதேநேரம், வன்செயல் நிகழ்வுகளோடு இயற்கை நிகழ்வுகளும் நடந்துள்ளன. சான்றாக,

> *குமரிக்கோடு தென் பகுதியில் இருந்தது என்ற குறிப்பினை,*
> *பஃறுளி ஆற்றுடன் பன்மலை அடுக்கத்துக்*
> *குமரிக்கோடும் கொடுங்கடல் கொள்ள... (சிலம்.11: 19-20)*
> *-என்று குறிப்பதால் அடுக்குமலையாகப் பரந்து காணப்பட்ட குமரிமலையைக் கொடுங்கடல் கொண்டுவிட்டது*[52]

எனும் சிலப்பதிகாரப் பாடல் அடியின் விளக்கமானது அதனோடு தொடர்புடைய வேறு சில தகவல்களை நினைவுகொள்ள வைக்கின்றது. நாவலந்தீவின் தென்பகுதியும், உலகில் முதலில் மனித இனம் தோன்றியதாகக் கருதப்படும் இலெமூரியாக் கண்டம் எனும்

குமரிக்கண்டம், அது குமரியாற்றில் தோன்றிய ஆழிப்பேரலையால் அழிவுற்றது என்று கருதப்படுகின்றது.[53] இது மிக முக்கியமான இயற்கை சார்ந்த வரலாற்று நிகழ்வாகும்.

இலக்கியங்களில் இவ்வாறு பதிவாகியிருக்கின்ற நிகழ்வுகள் ஒருபக்கமிருக்க, கல்வெட்டு இலக்கியம், நாட்டார் பாடல்கள் உள்ளிட்டவற்றிலும் வரலாற்று நிகழ்வுகள் நிறைய இடம்பெற்றுள்ளன. தொல்லியல் ஆய்வுகள் பரவலாக நடைபெறத் தொடங்கியதிலிருந்து இச்செய்திகள் அதிகம் வெளிப்படலாயின. கல்வெட்டுகள் இத்தளத்தில் மிக முக்கிய ஆவணம் ஆகும். இதனைக் க. கைலாசபதி,

> *சோழர் காலத்திலிருந்து நமக்குக் கிடைக்கும் பல கல்வெட்டுகளிலிருந்தும், வாய்மொழி இலக்கியங்களின் மீத மிச்சங்களிலிருந்தும் தமிழகத்தில் காலத்துக்குக் காலம் நடைபெற்ற கலகங்களைப் பற்றியும், உரிமைப் போராட்டங்களைப் பற்றியும் அறிகிறோம். பெரும்பாலான வரலாற்றாசிரியர்கள் இவற்றைச் சாதிச் சண்டைகள் என்றும், மதப்பூசல்கள் என்றும் பூசி மெழுகியுள்ளனர். ஆனால், கூர்ந்து கவனித்தால் "ஏழ்மை நிலை பொறுமையின் எல்லையைத் தாண்டியபோது மக்கள் கிராமச் சமுதாய அமைப்பை எதிர்த்துப் போராடியுள்ளனர்" என்பது தெளிவாகும்*[54]

என்று குறிப்பிடுவதன்மூலமும் தெரிந்துகொள்ள முடிகின்றது. பல போர் நிகழ்வுகளையும் போராட்ட நிகழ்வுகளையும் பற்றிய தரவுகளைக் கொண்டவையாகக் கல்வெட்டுகள் இருக்கின்றன. கல்வெட்டுகள் உள்ளிட்ட தொல்லியல் சான்றுகளின் தேவையைப் பெ. மாதையன் முன்னிறுத்துகின்றார். அவர் தொல்லியல் சான்றுகளின்வழி தமிழ்ச் சமூக வரலாற்றைக் கட்டமைக்கும் ஆய்வுமுறையை,

> *இந்த ஆய்வுப்போக்குகள் பண்டைய தமிழ்ச் சமுதாயத்தின் வெளிப்படுத்தப்படாத பரிமாணங்களை வெளிக்கொணரவும் சங்க இலக்கியத்தின் பழமை வாய்ந்த காலத்தை நிர்ணயிக்கவும் பேரளவில் உதவுகின்றன. இந்த ஆய்வுத்தடத்தில் புதியதொரு பரிணாமத்தை உருவாக்குவதாக வெளிவந்துள்ள ஐராவதம் மகாதேவனின் பிராமிக் கல்வெட்டுகள் பற்றிய விரிவான நூல் சங்ககாலச் சமுதாயத்தின் மறுபக்கத்தை (சங்க இலக்கியம் வெளிப்படுத்தாத சமுதாயத்தை) வெளிக்காட்டுவதாக அமைந்து மதம், எழுத்து, அரசு, சமுதாயம் எனும் பல்வேறு நிலைகளிலும் பல புதிய பார்வைகளை முன்வைத்துள்ளது*[55]

என்னும் கருத்தின்வழி முன்னிலைப்படுத்துகின்றார். பிராமிக் கல்வெட்டுகள் பற்றிய ஒரு நூலானது சங்க இலக்கியம் வெளிப்படுத்தாத

அக்காலச் சமூகத்தைத் தெரிவிப்பதாகக் குறிப்பிடப்படுவதிலிருந்து கல்வெட்டுகள், நடுகற்கள், செப்பேடுகள், அவற்றில் இடம்பெறும் மெய்க்கீர்த்திகள் முதலியவற்றின் வரலாற்றுத் தேவையும் புலப்படுகின்றது.

இலக்கிய ஈடுபாட்டில் ஆழ்ந்து கவனம் செலுத்தும்போது அக்கவனம் சமூக வரலாற்றின் பக்கமும் நாடுவதாகக் கார்த்திகேசு சிவத்தம்பி வெளிப்படுத்துகின்றார். அதனை அவர்,

> *தமிழகத்தின் சமூக, இலக்கிய வரலாறுகளிலே எனக்குள்ள ஈடுபாடு காரணமாக, ஏறத்தாழ கி.பி. 12ஆம் நூற்றாண்டு முதல் கி.பி. 18ஆம் நூற்றாண்டு வரையுள்ள தமிழக வரலாற்றை நினைவுபடுத்துவதற்குப் பெரிதும் தூண்டடப்படுகிறேன். ஆனால், அவ்வாறு செய்வது அரசியல் சமூக வரலாறுகளைக் கவிதை வரலாற்றிலும் பார்க்க அழுத்திக் கூறுகிறேனோ என்ற பயத்தை ஏற்படுத்துகிறது. ஆயினும் இலக்கிய, கவிதை வளர்ச்சிகளின் வரலாற்றுப் பின்புலத்தை நினைவூட்டிக் கொள்ள விரும்புகின்றேன். இது கவிதை வரலாற்றைத் தெளிவுபடுத்துவதற்கான ஒரு முயற்சியாக அமையலாமென்ற நம்பிக்கை காரணமாக .....*[56]

என்றவாறு காட்டுகின்றார். இவ்வாறு குறிப்பிடுவதிலிருந்து கவிதை வரலாறு எந்த அளவுக்குச் சமூக வரலாற்றோடு இயைந்திருக்கின்றது என்பது தெளிவுற விளங்கும். கி.பி. 985 - கி.பி. 1014 காலகட்டத்தில் ஆட்சியாண்ட சோழமன்னன் முதலாம் இராசராச சோழனைப் பற்றிக் குறிப்பிடும் கல்வெட்டுகளில் இடம்பெற்றிருக்கும் மெய்க்கீர்த்திகள் வரலாற்று நிகழ்வுகளைக் காட்டுகின்றன. “கல்வெட்டு மெய்க்கீர்த்திகளில் மன்னனின் ஆட்சியின் வரலாற்றைச் சேர்த்து எழுதும் வழக்கம் இவன் காலத்திற்றான் முதன்முதல் தொடங்குகின்றது” என்கின்றார் கே.கே. பிள்ளை.[57] “இராஜராஜ சோழன் கல்வெட்டுக்களில் மூன்று வகையான மெய்க்கீர்த்திகள் பொறிக்கப்பட்டுள்ளன. இவை பெரும்பாலும் அகவற்பாவால் ஆனவையாக உள்ளன”[58] என்று சி. இளங்கோ குறிப்பிடுவதிலிருந்து, மெய்க்கீர்த்திகளில் கவிதைகள் அதிகப்படியாக இடம்பெறுவது தெரிகின்றது.

இராசராச சோழனின் 29ஆவது ஆட்சியாண்டுக் கல்வெட்டில் அம்மன்னன் காந்தளூர்ச் சாலை எனும் புகழ்மிக்க இடத்தைப் போரிட்டுக் கைப்பற்றியதும் அது முதலான கேரளப் பகுதிகள், கன்னடப் பகுதிகள் உள்ளிட்டவற்றைப் போர் மூலம் உரிமையாக்கிக் கொண்ட வரலாறுகளும் தெரிய வருகின்றன. அதில்,

திருமகள் போலப் பெருநிலச் செல்வியும்,
தனக்கே உரிமை பூண்டமை மனக்கொளக்,
காந்தளூர்ச் சாலைக் கலமறுத் தருளி,
வேங்கை நாடும் கங்கை பாடியும்,
தடிகை பாடியும் நுளம்ப பாடியும்,
குடமலை நாடும் கொல்லமும் கலிங்கமும், ... [59]

என்னும் அடிகள் இடம்பெற்றுள்ளன. இதுவும் அகவற்பாவில் அமைந்துள்ளது. இச்சான்று வாயிலாகக் கல்வெட்டு இலக்கியம் வரலாற்று நிகழ்வுகளைத் தன்னகத்தே கொண்டிலங்குவதைத் தெரிந்துகொள்ள முடிகின்றது.

காலங்காலமாக இலக்கியங்கள் இவ்வாறு வாழ்க்கைக்கேற்ப தம்மைத் தகவமைத்துக்கொண்டும் நிகழ்வுகளைப் பதிவுசெய்துகொண்டும் வந்திருப்பதன் தொடர்ச்சியில், இருபதாம் நூற்றாண்டிலும் சமூகத்திற்கேற்ப அந்நூற்றாண்டுக் கவிஞர்கள் கவிதைகளை இயற்றியுள்ளனர். இந்நிலைப்பாட்டைப் பாலா,

இப்படிக் காலத்திற்கு காலம் வாழ்க்கையை இன்னதென்று அடையாளம் காட்டும் முயற்சியில் தமிழ்க் கவிஞர்களின் சிந்தனையும் காலந்தோறும் மாறி வந்திருக்கிறது. இத்தகைய சிந்தனை மாற்றங்களை உள்ளடக்கியது தானே நம் இலக்கிய மரபு. தமிழ் இலக்கிய மரபு என்று நாம் குறிப்பிடும்போது இந்த மாற்றங்களைத் தானே குறிப்பிடுகிறோம். இன்று நம்முன் உள்ள வாழ்க்கை மாற்றங்களுக்கேற்ப இன்றைய கவிஞர்களின் சிந்தனையும் மாற்றங்களைச் சுவீகரித்து நிற்கிறது [60]

எனும்படி வெளிப்படுத்துகின்றார். இருபதாம் நூற்றாண்டு அப்படித்தான் மாற்றம் கண்டது. பழைய பொருண்மைகளிலிருந்து விழிப்புணர்வு கொண்டு விளங்கியவையாக அதற்கான கவிதைகள் இருந்தன. இச்சூழலை,

பழங்காலத்திலே சமயக் கருத்துகளாகவும், தார்மீகக் கட்டளைகளாகவும், அறிவியல் கோரிக்கைகளாகவும் இலக்கியத்தில் இடம்பெற்ற பொதுமைச் சிந்தனைகள் இருபதாம் நூற்றாண்டிலே நேரடியாகவே அரசியல் சமுதாய விஷயங்களாக உருப்பெற்றன. இது இலக்கியத்தின் பொதுவான வளர்ச்சிப் போக்கிற்கு அமைய உள்ளது. பல நூற்றாண்டுகளாகச் சமயங்களைத் தழுவி வளர்ந்த தமிழிலக்கியம் பத்தொன்பதாம் நூற்றாண்டின் கடைக்கூறிலிருந்து சமயச் சார்பு குறைந்தும், சமுதாயச் சார்பு மிகுந்தும் புது வழியில் செல்லலாயிற்று. தொடக்கத்திலே சமுதாயச் சீர்திருத்தம் இலக்கியத்தின் முனைப்பான

உள்ளடக்கமாய் இருந்தது. நாளடைவில் சமுதாயப் புரட்சியும், புத்தாக்கமும் இலக்கியத்தின் உந்து சக்திகளாகவும் அமைந்தன [61]

என்று க. கைலாசபதி வெளிப்படுத்துகின்றார். இதன் இலக்கிய உத்திகள்கூடச் சமூகத்திற்கேற்பச் செயலாற்றியுள்ளது. 'அங்கதம்' எனும் எள்ளல் உத்தியானது சமூக இழிவுகளை இடித்துரைக்கப் பங்காற்றியதை,

சமுதாய உணர்வுடைய அங்கதம் செல்வாக்கிழந்து நகைச்சுவை மட்டுமே விளைவிக்கும் நோக்கம் கொண்ட எள்ளல் சங்ககாலத்திற்குப் பின் செல்வாக்குப் பெற்றதைத் தமிழ் இலக்கிய வரலாறு உணர்த்துகிறது. பாரதி, பாரதிதாசன் ஆகியோர் பாடல்களில் எள்ளற் சுவையை வெறும் நகைச்சுவைக்காக மட்டுமன்றிச் சமுதாய அவலங்களை இடித்துரைக்கும் வகையில் பயன்படுத்தினர் [62]

என்னும் சி.இ. மறைமலையின் கருத்து காட்டுகின்றது. கவிதை தொடர்பான திறனாய்வு, உத்தி உள்ளிட்டவற்றிலும் சமூகப் பார்வை ஆட்சி கண்டுள்ளது. 'ஒன்றினை உணர்த்தும்போது அதனோடு தொடர்புடைய சில செய்திகளும் சேர்ந்தே வெளிப்படுகின்றன. சில கவிதைகள் அதிகமாக அறிவுறுத்தலையும், சில கவிதைகள் அதிகமாக உணர்வுறுத்தலையும் மேற்கொள்கின்றது'.[63] எப்படியாயினும் நிகழ்வுகள் தொடர்பான குறிப்புகளைக் கவிதைகள் கொண்டிருப்பது முக்கியமானது.

கல்வெட்டு, நாட்டார் பாடல்களைப் போன்று இருபதாம் நூற்றாண்டில் தோன்றும் பிரபந்த இலக்கிய நூல்களிலும் வரலாறு பொதிந்துள்ளது. சான்றாகச் 'செண்பகராமன் பள்ளு' நூலைக் குறிப்பிடலாம். இவற்றைப் போன்று ஒரு தனிப்பட்ட இலக்கிய வகை முச்சந்தி இலக்கியம் ஆகும். 'குஜிலி இலக்கியம்' என்று பெயர்பெற்றுள்ள இவ்வகை இலக்கியங்கள் ஏறத்தாழ, 19ஆம் நூற்றாண்டின் பிற்பகுதியிலிருந்து தமிழ்க் கவிதை வரலாற்றிற்குப் பங்காற்றத் தொடங்கி 20ஆம் நூற்றாண்டின் முற்பகுதிவரை வீரியமுடன் வினையாற்றின. சமூக நிகழ்வுகளை, முக்கிய நடப்புகளை உடனுக்குடன் கவிதையாக்கி வெளிப்படுத்துவதை இது இலக்காகக் கொண்டிருந்தது. இவ்வகைக் கவிதைகள் பற்றியும், அதன் வரலாற்றைப் பற்றியும் ஆ. இரா. வேங்கடாசலபதி,

வெகுசன ஊடகங்கள் பரவலாகாத காலத்தில் - சுதேசமித்திரன் நாளிதழ் சில ஆயிரம் படிகளே விற்ற காலத்தில் - இத்தகு பாடுபொருள் கொண்ட பாடல்கள் நல்வரவேற்பைப் பெற்றன. (இதனால் இவை செய்தி இதழ்கள் என்று சொல்வது பொருத்தமற்றதாகும். குஜிலி இலக்கியம் விரிந்த, ஆழமான சமூக வேர்கள் கொண்ட ஒரு பண்பாட்டு

வடிவாகும். அதன் பயன் அல்லது வினையை மட்டும் கருதி, கருத்துப் பரவல் சாதனமாகக் கொள்வது ஏற்றுக்கொள்ளத் தக்கதன்று.). உள்ளூர் வம்புகள், கொலைகள், தொற்று நோய்கள், புதிய வாகனங்களின் அறிமுகம் முதலானவை ஆர்வமூட்டும் செய்திகளாக இருந்தன: 'திருவண்ணாமலை பிளேக்கு சிந்து' (1906), 'மேல் பறக்கும் மோட்டார் கார் சிந்து' (1913), 'துரைத்தனத்தாரிடம் சேலம் குடிகள் செய்துகொள்ளும் பிளேக்கு விண்ணப்பம்' (1916) போன்றவை சில எடுத்துக்காட்டுகள். ஜெர்மன் நீர்மூழ்கிப் போர்க்கப்பலான 'எம்டன்' என்பது தமிழ்ச் சமூக மனத்தில் ஆழ ஊன்றியதொரு பெயர். அதைப் பற்றியும் உடனுக்குடன் பாடல்கள் புனையப்பட்டுள்ளன: 'சிங்கப்பூருக்கு வடக்கில் கீலிங் என்ற தீவில் ஜர்மன் எம்டன் கப்பலை பிரிட்டிஷ்காரரர் சிட்னி என்ற குரூஸர் கப்பல் குண்டாலடித்து கொளுத்திய யுத்த மகிழ்ச்சி சிந்து' (1914); 'எம்டன் கப்பலை குண்டாலடித்து துரத்திய வல்லமைச் சிந்து' (1914) [64]

என்று விளக்கமளிக்கின்றார். மேலும் இதன் கூடுதல் முக்கியத்துவத்தையும் அவர் குறிப்பிடுகின்றார். 'தேசியக் கவிஞரான பாரதியே கவிதை இயற்றாத ஆர்பத்நாட் வீழ்ச்சி, ஜாலியான் வாலாபாக் படுகொலை முதலானவை பற்றிக் குஜிலிக் கவிதைகள் இயற்றியுள்ளன' என்று தெரிவிக்கின்றார்.[65] இந்த இலக்கியத்தைப் பற்றிய அவரது 'முச்சந்தி இலக்கியம்' எனும் ஆய்வு நூலில் பல விவரங்களைக் கண்ணுற முடிகின்றது.

மேற்காணும் கருத்துப்படி, இந்த நூலினுள் இடம்பெறும் இருபதாம் நூற்றாண்டுக் கவிஞர்களிடையே கிடைக்காத ஒரு முக்கிய நிகழ்வினைப் பற்றிக் குஜிலி இலக்கியங்கள் பதிவுசெய்துள்ளன. மதுரை மீனாட்சியம்மன் கோயில் நுழைவு நிகழ்ந்த சூழலில் அவ்வரலாற்று நிகழ்வைப் பற்றிப் பாடியிருக்கின்றன. இதனை,

மதுரையிலுள்ள கோயில்களில் அரிஜன மக்கள் நுழைய தடைவிதிக்கப்பட்டிருந்த கட்டுப்பாட்டை நீக்கி, அரிஜன மக்களும் கோயிலுக்குள் சென்று வழிபாடு செய்ய ஏற்பாடு செய்த இராஜாஜியின் பெருமையினைப் பாடும் விதமாக மதுரை ஆலயப் பிரவேசம் என்னும் ஆனந்தக் கீதம் என்ற நூல் எழுதப்பட்டுள்ளது.

.....

1939 ஜூலை 8 அன்று ஏ. வைத்தியநாத ஐயர் தடையை மீறி தலித்துகளுடன் இணைந்து மதுரை மீனாட்சி அம்மன் ஆலயத்துள் நுழைந்தார். அவருக்குச் சாதகமாகச் சென்னை மாகாண முதல்வராக இருந்த இராஜாஜி அவர்கள் 1939 ஜூலை அன்று அனைத்து மக்களும்

கோயிலுக்குள் சென்று வழிபடும் 'ஆலயப் பிரவேச சட்டத்தை' இயற்றினார்.

இந்நிலையில் அனைவருக்கும் பொதுவான சட்டத்தை இயற்றி அரிஜன மக்களின் உரிமைக்கு நற்செயலாற்றிய இராஜாஜியின் பெருமையினை இந்நூல் பதிவு செய்கிறது.

எல்லோரும் ஓர்குலமென்ன
இயம்புதுங்கோ வேதம் நம்புதுங்கோ
நல்லோருரைக்கும் நம்ராஜாஜி
நன்மையாய் சட்டமும் செய்தாருங்கோ [66]

என்று 'குஜிலிப் பனுவல்கள்' நூலும்,

ஆயிரக்கணக்கான சனாதனிகள் இராசாசிக்குக் கறுப்புக் கொடி காட்டினர்; எதிர்ப்புகள் வலுத்தன. அவை கவிதை உருவிலும் வந்தன. பிராமணப் பெண்ணான பாகீரதியம்மாளின் ஆலயப் பிரவேச எதிர்ப்பு கும்மிப்பாட்டுப் புத்தகம் (1939) கோயில் நுழைவை எதிர்த்தது. கோயிலுக்குள் ஒதுக்கப்பட்ட சாதிகள் நுழைந்துவிட்டதால் மதுரை மீனாட்சி, கோயிலை விட்டு வெளியேறிவிட்டதாகவும் அவளை மதுரை நகர் வீதிகளில் தேடுவதாகவும் கற்பனை நயத்துடன் இந்தப் பாடல்கள் அமைந்தன.

ஆறுபேர் சண்டாளர்களை
அன்புடனே அழைத்துக்கொண்டு
ஒருவருக்கும் தெரியாமல்
உள்நுழைந்தார் திருடனைப்போல

என்ற நியாயமற்ற கண்டனங்களும் பாடலாய் வந்தன [67]

என்று 'கோயில் நுழைவுப் போராட்டங்கள்' நூலும் காட்டுகின்றன. மதுரையிலிருந்து வெளிவந்த பாகீரதியம்மாளின் எதிர்ப்பிலக்கியத்தைப் பி. யோகீசுவரனும் எடுத்துக் காட்டுகின்றார்.[68]

மேலும், விபத்து, புயல் முதலிய இயற்கை வகை நிகழ்வுகளின் காலத்திலும், 1913இல் இரயில்வே ஊழியர்கள் போராட்டம் செய்தபோதும் (மடராஸ் ரெயில் கலகம்), 1915இல் மயிலாப்பூர் கோயில் தேர்ச் சக்கரத்தில் சிறுவர்கள் சிக்கிக்கொண்டு உயிரிழந்தபோதும் (மயிலாப்பூர் ரதத்தில் அகப்பட்ட ரணக்களச் சிந்து) குஜிலிக் கவிதைகள் அவற்றைப் பதிவுசெய்திருக்கின்றன.[69]

இந்த ஆய்வுக் கவிஞர்களில் ஒருவரான பழமலய், மேற்படி சமூகத்தை வெளிப்படுத்தும் கவிதை மரபு பற்றிக் குறிப்பிடுகின்றார்:

இது நம்முடைய மரபில் உள்ளதுதான். அவ்வையார், கபிலர் போன்றவர்கள் ஆளுவோரை அணுகி இருந்து ஆக்கவகையில் உதவியுள்ளனர். பேகன் மனைவி, நன்னனால் கொலை செய்யப்பட்ட பெண் - கண்ணகி, மாதவி, மணிமேகலை - ஆகியோர் செய்திகளில் நம் கவிஞர்கள் அக்கறை காட்டியுள்ளனர். பொதுவில் கலை இலக்கியச் செயல்பாடுகள் யாவுமே சமுதாய மாற்றத்தில் கலைஞர்களின் பங்கெடுப்புகள்தாம். துணையாக உடன்பாடாகவும், எதிர்மறையாக உடந்தையாகவும் இருக்கிறார்கள் [70]

என்னும் அவரது கருத்து, சமூக மாற்றத்திற்குக் கவிஞர்கள் வழிவகுப்பதையும், அது தமிழ் இலக்கிய மரபாக இருப்பதையும் தெரிவிக்கின்றது. இந்நீட்சியில் 'சமூகவியலும் இலக்கியமும்' எனும் தம்முடைய நூலில் க. கைலாசபதி,

இருபதாம் நூற்றாண்டில் விஞ்ஞான சோஷலிசம் வியாபகமான காலப்பகுதியிலே தமிழ் இலக்கியம் பொதுமைச் சிந்தனைகளுக்கு எவ்வாறு ஏற்ற வாகனமாக அமைந்து வந்துள்ளது என்பதனை நுணுகி ஆராய வேண்டும். அதற்குப் பின்னணியாகவே பழங்காலத்திலிருந்து பொதுமைச் சிந்தனைகள் பரிணாமம் பெற்று வந்துள்ளமையை இக்கட்டுரையிலே ஒருவாறு காட்டியிருக்கிறேன். பொதுமைச் சிந்தனையும், பொருள் முதல் வாதமும் வளர்ந்த வரலாறு முறையாக ஆராயப்படாமையினாலேயே நமது இலக்கியத்தில் இன்றும் நசிவிலக்கியப் போக்கு ஆட்சி செலுத்தக்கூடியதாயுள்ளது. அது மாற்றப்படல் வேண்டும் [71]

என்று குறிப்பிட்டிருக்கும் கருத்தும் இணைத்து எண்ணத்தக்கது. இக்கருத்து, தமிழ்க் கவிதைகளையும் வரலாற்று நிகழ்வுகளையும் ஒப்புமைப்படுத்தி ஆராயவேண்டிய அவசியத்தையும் காட்டுகின்றது.

இவ்வாறெல்லாம் தமிழ்க் கவிதை மரபு வரலாற்று நிகழ்வுகளை உட்கிடக்கையாகக் கொண்டுள்ளது. அவற்றைக் கண்டெடுத்து அந்நிகழ்வுகளை ஆராய்கையில் தமிழ்ச் சமூக வரலாற்றை அடைய முடியும். இருபதாம் நூற்றாண்டில் அத்தகு கவிதைகள் அதிகப்பட்டிருக்கின்றன. கவிதைகளின் வீச்சைப் பொறுத்தமட்டில், அந்நூற்றாண்டினைத் 'தமிழ் விடுதலை பெற்ற நூற்றாண்டு' என்று சொல்லக் கருதிய மா. இராமலிங்கத்தின் கூற்றும்[72] சரியெனவே தோன்றுகின்றது.

ஆய்வுக் கவிஞர்கள் பார்வையில் கவிதை

கவிதை என்பது சமூகத்தின் மிக முக்கிய ஆவணம் ஆகும். கவிஞர்களின் கலைப் பங்களிப்பு இப்படியொரு பரிமாணம் அடைவது அவர்களால் திட்டமிடப் படுவதல்ல. ஆனால் அவர்கள் கவிதைக்கென்று ஒரு நோக்கம் இருக்கின்றது. வாழ்வின் அனைத்துவிதமான கூறுகளையும் அவர்கள் கவிதையில் படைத்தாலும் தமக்கென்று கவிதை குறித்ததொரு கொள்கையை, சார்பை, சிந்தனையைக் கொண்டிருப்பார்கள். அவ்வடிப்படையில், இந்த நூலில் இடம்பெறும் கவிஞர்களின் கவிதை குறித்த பார்வைகள் சில இங்கு முன்வைக்கப்படுகின்றன.

ஒரே நோக்கத்தையுடைய கவிஞர்களை மட்டுமே இந்த நூலில் எடுத்துக் கொள்ளப்படவில்லை. வேறுவேறு சிந்தனைகளையும் சித்தாந்தங்களையும் உடையவர்களாகவே அவர்கள் இருக்கின்றார்கள். அவர்களில், கவிதை சமூகத்திற்கானது எனும் பார்வையையும், தமது கவிதை எதற்காக எழுதப்படுகின்றது எனும் வெளிப்பாட்டையும் கொண்டுள்ள சிலரின் கருத்துகளை நோக்க வேண்டியது அவசியமாகிறது. இது ஒரு வகை 'ஒப்புதல் வாக்குமூலம்' போன்றதாகும். தேசிக விநாயகம் பிள்ளை,"உள்ளத் துள்ளது கவிதை, உண்மை உருவெடுப்பது கவிதை'' என்று, கவிதையை உண்மையின் வெளிப்பாடாகப் பார்க்கின்றார். பாரதி, "சுவை புதிது பொருள் புதிது வளம் புதிது, சொல் புதிது சோதிமிக்க, நவகவிதை எந்நாளும் அழியாத மாகவிதை'' என, இருபதாம் நூற்றாண்டில் தமிழ்க் கவிதை மரபை மாற்றத்திற்கு உட்படுத்திய தமது எண்ணத்தைக் குறிப்பிடுகின்றார். 'பொருள் புதிது' என்றுதான் அவர், கவிதையைச் சமூகத்தின் உணர்ச்சிகளுக்காகக் குரல்கொடுக்கச் செய்திருக்கின்றார்.

கவிதையைத் தமது கைவாளாகக் கருதிய கே.சி.எஸ். அருணாசலம், மக்களுக்கான படைப்புகளுக்கே முக்கியத்துவம் கொடுத்துள்ளார். அவருடைய நோக்கத்தைக் கவிதை வாயிலாகவே வெளிப்படுத்துகின்றார்:

கவிதை எனக்கொரு கைவாள் - மார்பில்
கவசம் எனக்கு வாய்மை!
புவியில் தீமைகள் வீழ - நான்
போர்செயும் ஓர்படை வீரன்! [73]

என்று, சமூகத்தின் தீமைகளை ஊடறுக்கும் படைவீரனாகத் தம்மையும், அதற்குரிய கருவியாகக் கவிதையையும் இனங்காண்கின்றார். மனித வாழ்க்கையைப் பேசுகின்ற கவிதைகள்தான் மக்களிடையே

போற்றப்படும். தொ.மு.சி. ரகுநாதனும் இக்கருத்தைக் கொண்டவராக இருக்கின்றார். அதாவது,

எல்லா இலக்கியங்களும் இப்படி மக்கள் மனசைத் தொட்டுவிடுகிறதா என்றால், அது கிடையாது. எந்தக் கலைஞன் மக்களின் வாழ்க்கையை, வாழ்க்கைக்குப் பயன்படும் கருத்துகளைச் சித்திரிக்கிறானோ அவன்தான் மக்களை லகுவில் நெருங்க முடியும்; மனசைத்தொட முடியும், மகாசக்தியாக மாறமுடியும். .... கலை என்பதும் வாழ்க்கையுடன் பிரதிபலிப்பாக, விமர்சனமாகத்தான் இருக்க முடியும் [74]

என்னும் மெய்ம்மையைத் தெளிவுறக் குறிப்பிடுகின்றார். கலை என்பது வாழ்க்கையைப் பதிவுசெய்வதாகத்தான் இருக்க முடியும் என்று திண்ணமாகக் கருத்துரைக்கின்றார்.

மேற்காணும் ரகுநாதனின் கூற்றிற்கிணங்க, அதனோடு ஒப்புமைப் படுத்தும்படி அமைந்துள்ளது தமிழன்பனின் கருத்து. தமது கவிதையானது மக்களுடைய வருத்தத்தைப் போக்குவதற்காகச் செயல்பட்டுக் கொண்டிருப்பதை அவர்,

எதைப் பார்த்தாலும் எனக்கு மனிதனுடைய வருத்தம் தெரியும். மனிதனுடைய வீழ்ச்சி, மனிதனின் கண்ணீர் இவற்றைப் போக்குவதற்கு வழி கிடைக்குமா என்று பார்ப்பதுதான் என் கவிதையின் நோக்கம் [75]

என்று ஒரு குறிக்கோள் வாசகமாகக் காட்டுகின்றார். எதைப் பார்த்தாலும் மனிதனுடைய வருத்தத்தைக் கண்டடையும் இச்சிந்தனையே சமூகக் கவிதையின் இயங்குதளம். தமிழன்பனின் கவிதைகளும் இவ்வாய்விற்கு அப்படியே துணை செய்கின்றன. இவருடன் முக்கியமாகக் குறிப்பிடவேண்டிய இன்னொரு கவிஞர் தணிகைச்செல்வன் ஆவார். இவ்வாய்வின் நோக்கத்தை முழுமையாக நிறைவுசெய்யும் தன்மையிலான கவிதைகளையே அவர் இயற்றியுள்ளார். ‘1960களில் தமிழ் உணர்வும் பொதுவுடைமை வேட்கையும் கொண்டிருந்த இவர், உழைப்பாளர்கள் சுரண்டப்படுகின்ற பெருங்கொடுமையை எதிர்க்கும் பொதுவுடைமை இயக்கமே இந்திய மக்களுக்கு வழிகாட்டும் என்று இந்தியப் புரட்சியை நோக்கித் தமது கவிதையைப் பாடத் தொடங்கினார்’.[76] இவரைப் பற்றி மதிப்பிடுகின்றபோது கோ. தான்யா,

பாடுபடும் கூட்டத்தின் பசி வயிற்றுக்கான காரணமும், தீர்வு முறையும் பாடுவதே எங்கள் பணி; உலக எழிலை உருவாக்குகின்ற ஏழை மகன் நல்வாழ்க்கைக்கான குளிர்ச்சியைத் தேடிக் கொள்ளுவதற்காகப் போராடும் போர்க்களத்தில்தான் எங்கள் எழுத்துக்கள் பிறப்பெடுக்கும்;

வரலாற்றின் ஒவ்வொரு நிகழ்ச்சியும் எங்கள் படைப்பிலே வரைந்து காட்டப்படும்; என்று மார்க்சிய கவிஞர்கள் எழுத்தின் முக்கியப் பணியை வெளிப்படுத்துகின்றனர். [77]

என்று குறிப்பிடுவதிலிருந்தும், வரலாற்று நிகழ்ச்சிகளைத் தமது கவிதைகளிலே நீக்கமற இயற்றவேண்டிய பாடுபொருளாக அவர் கொண்டிருந்தமை விளங்கும். இதனால்தான், "இவருடைய கவிதைகள் யாவும் நடந்த, நடந்து வருகிற சரித்திர நடப்புகளைக் காணும் படப்பிடிப்பாக அமைந்துள்ளன"[78] என்றும் மதிப்பிடப்படுகின்றார். அவர்தம் சமகாலத்தில், தொழிலாளர்களின் போராட்டக் களங்களில் பெரும்பாலும் கவிதைப் பங்களிப்பை அளித்துள்ளார். இதனை அவரது கூற்றே காட்டுகின்றது:

அவசர நிலை திரும்பப் பெறப்பட்ட பிறகு, என் கவிதைக் களப்போர், வேறு பல தளங்களுக்கும் விரிவடைந்தது. ஜனநாயக வாலிபர் சங்கம், ஜனநாயக மாதர் சங்கம், இந்திய மாணவர் சங்கம், ஆசிரியர் - கூட்டணி, அரசு ஊழியர் சங்கம், விவசாயிகள் சங்கம், மின் தொழிலாளர், போக்குவரத்துத் தொழிலாளர், பஞ்சாலைத் தொழிலாளர், கைநெசவுத் தொழிலாளர், மற்றும் இந்தியத் தொழிற்சங்க மையத்தின் அனைத்துப் பகுதித் தொழிலாளர் நடத்திய பேரவைகள், மாநாடுகள், பொதுக்கூட்டங்கள் - ஆகியவற்றில் 1975 முதல் 1985 வரை - பத்தாண்டுக் காலம் நான் பங்கேற்காத மேடைகள் மிகக் குறைவே [79]

என்னும் அவரது வெளிக்காட்டுதல், சமூக நடப்புகளில் நிகழ்ந்தேறிய நிகழ்வுகளுக்கு அவர் கவிதை இயற்றியிருப்பதைத் தெளிவுபடுத்துகின்றது. இங்குக் குறிப்பிடப்பட்டிருக்கும் 10 ஆண்டுக் காலம் மட்டுமல்ல, அதற்கு முன், பின்னான காலங்களிலும் தணிகைச்செல்வன் அவ்வாறே இலக்கியச் செயலாற்றியிருக்கின்றார்.

இவ்வாறு மானுடத்திற்காகக் கவிதையைக் கைக்கொண்ட, சமூகத்தில் நீதி தவறிய சூழல்களையும், பிரச்சினைகளையும், போராட்டங்களையுமே அதிகமாக எழுதிய அவர், கவிதை பற்றிய தமது கருத்துநிலையைக் கீழ்க்கண்டவாறு அறிவுறுத்துகின்றார்:

சமூக அக்கறை பற்றி இலக்கியத்தில் அக்கறை கொள்ளாதவன் நத்தையாக இருக்கலாம்; ஆமையாகப் பிறக்கலாம்; மனிதனாகப் பிறக்க வேண்டுமா? அவனும் கவிஞனாக இருக்க வேண்டுமா?

தினவெடுத்தால் அறைக்குள்ளேயே எழுதிப் பார்த்துக் கிழித்துப் போடவேண்டியதுதானே? எதற்காக நூல் வெளியீடு? யாருக்காக நூல்? எதைச் சாதிக்க? எந்த இலக்கை நோக்கி?

இலக்கே தேவை இல்லை என்பவர்களுக்கு இலக்கியம் தேவைதானா? திக்கையே (வெளியையே) ஆடையாக உடுத்திய திகம்பரர்களுக்குக்கூட இலக்கியத்தில் ஒரு திக்கு இருந்தது. திக்கே இல்லாத இலக்கியம் திக்கற்றுப் போகாதா? [80]

என்னும் அவரது உணர்ச்சியுடைய கேள்விகள், கவிதை எதற்காக, என்ன பயன்கருதி இயற்றப்படவேண்டும், தனிமனித வாதங்களுக்குட்பட்ட கவிதைகள் எத்தன்மைத்தானவை உள்ளிட்டவற்றைப் புலப்படுத்துகின்றன. இவரது சமகாலக் கவிஞரான சிற்பி, தமக்கென ஒரு கவிதைக் கொள்கையையும் அதனை நிறைவேற்றிட தாமோர் இயக்கமாக வாழ்ந்த அனுபவத்தை உடையவராகவும் விளங்குகின்றார். இதனை,

சமகால வாழ்வியலின் ஏற்ற இறக்கங்களையும், வெற்றி தோல்விகளையும் புதுக்கவிதை பிரதிபலிக்க வேண்டுமெனக் கருதி வானாம்பாடி இயக்கத்தைத் தோற்றுவித்தோம். தமிழ்க் கவிதையில் சமகாலத் தன்மை, சிக்கல்களை முதன்மைப்படுத்துதல், சமுதாயத்தோடு ஒட்டி நிற்றல் என்பவற்றோடு கலைத் தன்மை குறையாமலும் படைப்புகள் வரவேண்டும் என்று எண்ணினோம். ... இந்தப் பேரியக்கத்தில் பங்கு கொண்டமையில் என் கவிதைகளில் அர்த்தமுள்ள மாற்றங்கள் விளைந்திருக்கின்றன. .... இன்னும் விளக்கமாய்ச் சொல்வதாயின் இக்கால மனிதனின் சிக்கல்களைப் புரிந்துகொள்வதற்கான இடையறாத முயற்சியே என் கவிதை. மனிதனையும் மண்ணுலக வாழ்க்கையையும் தொடாத எதுவும் இலக்கியமாக முடியாது [81]

எனும் அவரது கூற்று தெளிவுறக் காட்டுகின்றது. தமிழ்க் கவிதை வரலாற்றின் முக்கிய இயக்கமாக விளங்கிய ‘வானம்பாடி’ இயக்கத்தைத் தோற்றுவித்துப் பங்காற்றியவர்களில் ஒருவராகச் சிற்பி இருந்துள்ளார். சமகாலச் சமுதாயத்தோடு ஒட்டிநிற்கும் கவிதைகளையே அவர்கள் கடமையாகக் கருதி இயற்றியிருப்பது தெரிகின்றது. மேலும், மனிதனையும் மண்ணுலக வாழ்க்கையையும் தொடர்பு கொள்ளாத யாதொரு கவிதையுமே இலக்கியமாகாது எனும் சிற்பியின் முடிவு, கவிதை குறித்த அவரது எண்ண வலிமையைப் புலப்படுத்துகின்றது.

ஒரு கவிதை முழுமையுமாக, ஓரிரு அடிகள் வாயிலாக, ஒரேயொரு சொல்லைக் கொண்டுகூட ஒரு சமூக நிகழ்வைப் பதிவுசெய்யலாம். ஆனால் அக்கவிதையில் அதற்குக் கொடுக்கப்பட்டுள்ள அழுத்தம் மிக முக்கியமானது. “சரியான சொல் கவிதை முழுவதையுமே கூடத் தாங்கிக் கொண்டிருக்கும். சரியான சொல் எளிமையான

விஷயமான கவிதையின் ஆழத்தைக் காட்டும் அளவுகோல்"[82] என்று ஞானக்கூத்தன் குறிப்பிடுவதுபோன்று, ஒரு சரியான சொல் கவிதையின் ஆழத்தை மட்டுமல்ல அது மேற்கொண்டிருக்கும் பொருண்மையின் ஆழத்தையும், அதாவது ஒரு நிகழ்வின் ஆழத்தையும் கொண்டிருக்கும். ஆகவே, கவிதைகளை ஒரு சொல், ஒன்றிரண்டு அடிகள் எனக் கொண்டு மதிப்பிடுதல் முழுமையாகாது. சமூகத்தை வெளிப்படுத்த ஒரு கவிஞன் வீரியமிக்க ஒரு சொல்லைக்கூடக் கையாளலாம்; அதற்கென ஒரு வடிவத்தையும் உத்தியையும் அவன் பின்பற்றலாம். அப்படியாகப் பின்பற்றிய ஒருவர் மீரா. சமூகப் பிரச்சினைகளைப் பேசுவதற்கென்றே எள்ளல் தன்மையோடு கவிதைகளைப் படைத்தார். தமது கவிதை எதை எதிர்நோக்குகின்றது என்பதை,

> *சமுதாயத்தின் நோய்க் கிருமிகளைப் பார்க்கிறபோது சங்கடப்படுகிறேன். கோபமும் வருகிறது. ஒரு சுகாதாரமான சமுதாய ஆசைதான் இந்த 'ஊசிகளை' உருவாக்கியது. என்னைப் பொறுத்தவரை இலக்கிய உப்பரிகையில் உலாவுவதைவிடச் சமுதாய நடை பாதைகளைச் செப்பனிடுவதையே முக்கியமாகக் கருதுகிறேன்* [83]

என்று அவர் குறிப்பிடுவதிலிருந்து, மீராவின் கவிதைகளை அடையாளங் காணமுடிகின்றது. இருபதாம் நூற்றாண்டில் உருவெடுத்த புதுக்கவிதைகளைப் பற்றித் திறனாய்வு செய்த ஆ. செகந்நாதன், மீராவின் கவிதைகளைப் பற்றி,

> *மீராவின் புதுக்கவிதைகளில் சமுதாயப் பிரச்சினைகளே முக்கியமான உள்ளடக்கமாகும். .... சமுதாயப் பயனை மட்டும் முதன்மையாக்கி எழுதப் பட்ட புதுக்கவிதை, அனேகமாக, மீராவின் 'ஊசிகள்' மட்டுமே. "யானோர் வாணிகப் பரிசிலன் அல்லேன்" என்ற பெருஞ்சித்திரனின் பெருமிதத்தையும், ஆண்மையினையும் மீராவிடம் காணமுடிகிறது. சமுதாயத்தின் குறைபாடுகளைத் தயங்காமல் இடித்துக் கூறும் பண்பும், பலதுறைகளிலும் நிலவும் சிறுமைகளைக் களைவதில் உள்ள ஆர்வமும் மீராவை உயர்த்துகின்றன* [84]

என்றவாறு கருத்துரைக்கின்றார். மீராவின் 'ஊசிகள்' எனும் கவிதை நூலின் சமுதாயப் பங்களிப்பையும் தெரியப்படுத்துகின்றார். மேலும், பெருஞ்சித்திரனாரின் கவிதை நோக்கமும், அவரது தீரமும் வெளிப்படுத்தப்பட்டுள்ளதையும் கவனிக்க வேண்டும்.

இத்தகைய கவிஞர்களை ஒரு சமூகம் தனக்கானவர்களாகத் தானே உருவாக்கிக் கொள்கின்றது. இதனால்தான் கவிதையைச் சமூகத்தின் உற்பத்திப் பொருள்களுள் ஒன்றாகப் பொதுவுடைமைச் சிந்தனை

வரையறுக்கின்றது. இதையே, அத்தகைய கொள்கைப் பிடிப்புக் கொண்டவரான பழமலயும், "சமுதாயம் தனக்குரிய யாவற்றையும் போலவே கவிதையையும் படைத்துக் கொள்கிறது. அதன் தேவையை நிறைவேற்றாத எதையும் அது ஒரு போதும் வரவேற்பதும் இல்லை, வாழ வைப்பதும் இல்லை"[85] என்றவாறு வழிமொழிகின்றார். மேலும் அவர்,

> *முற்போக்கு, புரட்சி என்பவற்றுள் நம்பிக்கையுள்ள நான், ஒரு மக்கள் திரள் இவற்றைச் சாதிக்க, அதற்கு உந்துதல் தரவேண்டும். அது எங்கு நிற்கிறதோ அங்கிருந்துதான் அதை முன்னோக்கி நகர்த்த வேண்டும். இறுதி வெற்றிகளுக்குப் போவது போலவே இடைநிலை வெற்றிகளுக்கும் நாம் உதவ வேண்டும். வர்க்கங்களாகப் பிளவுண்டும், பிளவுபட்டும் வரும் ஒரு சமுதாயத்தில் யாருக்காக எழுதுகிறேன் என்னும் கேள்வி புறக்கணிக்க முடியாது. ... என் கவிதைகள் மார்க்சியத்தில் ஊன்றி நின்று பெரியாரியத்தைப் பேசுவனவாகவே நம்புகிறேன். என் கவிதைகளின் முதற்பொருள் சிற்றூர்கள் என்றும் சிறுநகரங்கள் என்றும் சொல்லலாம். கருப்பொருள் சிற்றூர் மக்களின் வாழ்க்கையையும், சிறு நகர வாசிகளின் இருப்பிடமாகவும் இருக்கிறது. உரிப்பொருளோ ஒரு விடுதலைக்கான போராட்டமாகும்*[86]

என்று தமது கவிதையின் நோக்கத்தை விளக்கமாகக் குறிப்பிடுகின்றார். கவிதை எதற்காக எழுதப்படவேண்டும் எனும் கேள்வியைப் புறக்கணிக்க முடியாது என்று எடுத்துரைக்கின்ற பழமலய், அதற்கான பதிலாகவே அவரது கவிதைகளின் உரிப்பொருள்வழியாகச் சமூக விடுதலையை மையப்படுத்துகின்றதையும் தெரிவிக்கின்றார். கவிதைகளில் சமூக நிகழ்வுகளைப் பதிவுசெய்கிற தன்மையைக் குறித்து,

> *நிகழிடங்களைப் போலவே நிகழ்வுகளுக்கும் என் கவிதை களமாகிறது. நிகழ்வுகளை நான் பதிவு செய்வது வெறும் ஆவண மதிப்பீடுகளுக்காக மட்டும் அல்ல. தனிமனித அனுபவ வெளிப்பாடுகள் இன்மை என்பது, தமிழ்க் கவிதையை அப்போதுதான் உடைக்கப்பட்ட சல்லிகளைப் போல அல்லாமல் முனை மழுங்கிய கூழாங்கற்களாக ஆக்கி விடுகிறது. வேறுபடுவதுதான் கவிதை. இது இனங்காணத் தக்கதாய் இருப்பதுதான் கவிதை*[87]

என்று அவர் முக்கியத்துவமாகக் கருதுவதிலிருந்து, தமது கொள்கையை எடுத்தோதத, தமிழ்க் கவிதைகளில் உட்புகும் தனிமனிதச் சிந்தனையை அகற்ற அவரது கவிதைகள் இயற்றப்படுகின்றன என்பது தெளிவாகின்றது. இப்படிப் போராட்ட குணத்தைக் கொண்ட பழமலயின் சமகாலக் கவிஞரும், "எனக்கு வரலாறு என்பது போராட்ட வரலாறுதான்"[88] என்று குறிப்பிடுபவருமான இன்குலாப்,

எனது வரிகளில் வியர்வை நாறுகிறது. எனது முகம் ஒடுக்கப்பட்ட முகம். எனது குரல் பள்ளத்தாக்கிலிருந்து எதிரொலிப்பது. ... உண்மையை உணர்வுபடச் சொல்வது எனது கவிதை முயற்சியாக இருந்து வந்திருக்கிறது. சொல் எனக்குப் பொருள்; பொருளின் ஒலிக் குறியீட்டுப் பொருள்; சொல் எனக்கு இசை; சொல் எனக்கு வண்ணம்; சொல் எனக்கு நாட்டியம் [89]

என்று தமது கவிதைப் பார்வையை எடுத்துரைக்கின்றார். உழைக்கும் மக்களின்மீது தொடுக்கப்படும் அதிகாரத்தினை எதிர்த்துக் கவிதை படைப்பவர் இன்குலாப். கவிதை என்பதே அது சமூகத்திற்கான கலைதான் என்ற உறுதியுடையவர். இதனை,

கலை கலைக்காகவா வாழ்க்கைக்காகவா என்ற வாதம் பொருளற்றது என்று கருதுகிறேன். மனித வாழ்க்கையின் இறுதி இலக்கே கலையும் பண்பாடுந்தான். எனவே, வாழ்க்கை கலைக்காக என்பதுதான் என் படைப்பு முயற்சியின் துணிபும். இதை அடைவதற்காக நான் போராட்டத்தை முன்மொழிகிறேன் [90]

என்னும் அவரது கூற்றும் தெளிவுபடுத்துகின்றது. 'சமுதாயக் குற்றவாளிகளைக் கண்டிப்பதற்கு இப்பொழுது என்னிடம் கவிதைதான் இருக்கிறது'[91] என்று தமது உணர்ச்சியைக் கவிதையில் ஆழப் பதிவுசெய்தவராக இன்குலாப் இருக்கின்றார்.

போராட்டக் கவிதைகளோடு மட்டுமல்லாது போராட்டத்திலும் பங்கேற்றவர்களாகவும் சில கவிஞர்கள் இருக்கின்றார்கள். இத்தகைய கவிஞர்களைப் பற்றியும், அத்தன்மைத்தான கவிதைகளைப் பற்றியும்,

இருபதாம் நூற்றாண்டில் நிகழ்ந்த புரட்சிகள் மற்றும் போராட்டங்கள் மக்களிடத்தில் பரவுவதற்கும் இருபதாம் நூற்றாண்டுக் கவிஞர்களின் பங்களிப்பு குறிப்பிடத்தக்க ஒன்றாகும். கவிஞர்களே போராட்டத்தில் முன்னிலையில் இருந்துள்ளனர். வன்மைமிக்க, தெளிந்த சிந்தனையுடன், போராட்டத்தை முன்னெடுத்துச் செல்வதிலும், இவர்கள் முனைப்போடு இருந்துள்ளார்கள். போராட்டம் வெடித்து பூதாகரமாக அமைவதற்கும் அவர்களின் கவிதைகளே பெருந்துணைகளாகவும் தூண்களாகவும் அமைகின்றன [92]

எனும் வா.மு.சே. முத்துராமலிங்க ஆண்டவரின் மதிப்பீடு குறிப்பிடத்தக்கதாகும். இப்படிப் போராட்டச் சிந்தனை கொண்ட இன்னொரு கவிஞரும், "தமிழக வரலாற்றின் அனைத்து வரலாற்று நிகழ்வையும் உள்வாங்கி வெளிப்படுத்திய உணர்ச்சித் தெறிப்புகளாகவே என் பாட்டரங்க கவிதைகள் அமைந்தன"[93] என்று குறிப்பிடுபவருமானவர்

அறிவுமதி. அவர் தமது சமூகப் பற்றைக் குறுங்கவிதைகளிலும் வெளிப்படுத்தி இருக்கின்றார்.

கவிஞர்களின் இத்தகைய சிந்தனைகளுக்குக் காரணமாக விளங்குவதில் இருபதாம் நூற்றாண்டுச் சமூகச் சூழல் முக்கிய இடம்வகிக்கின்றது. மானுடத்திற்கு எதிரான பல போக்குகளை அதிகப்படியாக வெளிப்படுத்திய காலம். அவை உடனுக்குடன் வெளித்தெரியும் அளவிற்கும் முன்னேற்றம் கண்ட காலம். இக்காலச் சூழலும் கவிஞர்களின் எதிர்ப்புக் குரலுக்கும் உணர்ச்சிப் போக்கிற்கும் காரணமாக அமைந்ததை வைரமுத்துவின்,

உலகக் கவிதைகளுக்கெல்லாம் பொதுவான குணம் ஒன்று உண்டு. மனிதகுலம் சோகப்படும்போது கண்ணீர் வடிப்பது; தாகப்படும்போது தண்ணீர் கொடுப்பது.

.... வேறெந்த நூற்றாண்டிலும் இல்லாத அளவுக்குத் தூரங்களும் இதயங்களும் சுருங்கிப்போன இந்தத் தொலைத்தொடர்பு யுகத்தில் நழுவிக் கொண்டிருக்கும் மனிதத்தை அலறியடித்தோடி இறுக்கிப் பிடிக்கும் கடமையை என் கவிதைகளுக்குக் கற்றுக் கொடுத்துக் கொண்டிருப்பவனாய் என்னைக் கருதுகிறேன் [94]

என்கின்ற, தமது கவிதை குறித்தான அறிமுக விளக்கமும் காட்டுகின்றது. மேலும் இங்குக் கவனிக்க வேண்டியது, உலகக் கவிதைகளுக்கே உள்ள பொதுவான பண்பாக அவர், மக்களுடைய பிரச்சினைகளையும் தேவைகளையும் கவிதையாக்குவதே என்பதைக் காட்டுகின்றார்.

கவிஞர்களின் மேற்காணும் தன்னிலை விளக்கங்களிலிருந்து கவிதையின் முதன்மையான நோக்கமாக, அது சமூகப் பிரச்சினைகளையும், போராட்டங்களையும், அரசியல் சூழல்களையும் எனச் சமூகத்தைப் பிரதிபலிப்பதாக இருப்பதையே கருதுகின்றதை அறிய முடிகின்றது. இவர்கள் தம்காலச் சமூகத்தினைப் பதிவு செய்வதோடு,எதிர்காலத்திற்கும் ஏற்றவாறு எடுத்துரைக்கின்றனர். இருபதாம் நூற்றாண்டுத் தமிழ்ச் சமூகத்தைத் தமது கவிதைகளில் கொண்டுள்ள இக்கவிஞர்கள் பற்றி,

தமிழகத்தில் இந்த நூற்றாண்டில் முன்பகுதியில் தோன்றிய சுப்பிரமணிய பாரதியின் பாடல்கள் விடுதலை உணர்வைத் தூண்டி, மக்களை விடுதலைப்போரில் ஈடுபடத் தூண்டின. அவர் வழியில் வந்த பாரதிதாசனின் இனஉணர்வுப் பாடல்களும், சமுதாய முன்னேற்றப் பாடல்களும் தமிழகத்தில் மாபெரும் இளைஞர் கூட்டத்தை உருவாக்கிச் சமுதாயப் புரட்சிக்கு வித்திட்டன. அவ்வழியில் வந்த தமிழன்பன் போன்ற கவிஞர்கள் அவருடைய கொள்கைகளைப்

பரப்பினர். எழுபதுகளில் நா. காமராசன், அப்துல் ரகுமான், சிற்பி, அக்கினிப் புத்திரன், மேத்தா, இன்குலாப், வைரமுத்து முதலியோர் சமுதாய விழிப்புணர்வுக்குக் காரணமாக அமைந்து தமிழக மக்களின் சிந்தனைத் தடத்தை மாற்றியமைத்தனர். .... இவ்வாறு சமுதாயத்தின் சிந்தனையைத் தேக்கி மறுபுறம் திருப்பிவிடும் ஆற்றலை உடைய எழுத்துக்களை நாம் எல்லாக் காலத்திலும் காணலாம். அவை அக்காலத்தின் தேவையை நிறைக்கின்றன [95]

என்றவாறு மதிப்பிடப்படுகின்றது. இங்குக் குறிப்பிடுவதுபோன்று, இவ்வாய்வுக்குரிய கவிஞர்களும் தமது சமகாலத்தின் தேவையைக் கவிதைகள்வழி யாசித்துள்ளனர். இப்பகுதியில் எடுத்துக்காட்டப்பட்டுள்ள சில தன்னிலை விளக்கங்களும் அதனை முன்னிலைப்படுத்துவதாக உள்ளன.

மானுடத்தின் விடுதலையைப் பாடாத கவிதைகள், இலக்கற்ற கவிதைகள் நிலைநிற்கும் தன்மையற்றுப் போகின்றன. எனவே, பொதுவெளிக்கு வருகின்ற கவிதைகள் பொதுத்தன்மைத்தான கலையின் வகைப்பாடாக விளங்கிடல் வேண்டும். மக்களின் வாழ்க்கையிலிருந்து தோன்றிய கவிதை மக்களின் வாழ்க்கைக்குப் பயன்படுவதே சிறந்ததாகும். இது மொழி, இனம், நாடு எனும் எவ்வித எல்லைகளுமற்று, ஒட்டுமொத்த மனித சமூகத்திற்கான பணியையும் செய்கின்றது. இவ்வாய்வுக் கவிஞர்களுடைய கவிதைகளிலே இந்நிலைப்பாட்டைக் காணமுடிகின்றது.

தமிழ்க் கவிதையும் உலக நிகழ்வுகளும்

இருபதாம் நூற்றாண்டுக் கவிஞர்கள் சமூகத்தைப் பிரதிபலிப்பதில் எந்த ஓர் எல்லைக்குள்ளும் உள்ளடங்கி நிற்கவில்லை. அவர்கள் ஒட்டுமொத்த மனித சமூகத்திற்காகவும் குரலெழுப்பியுள்ளனர். தமிழ்க் கவிஞர்களாக இருந்துகொண்டு தமிழ்ச் சமூகத்தை மட்டும் இயற்றக்கூடியவர்களாக இல்லாமல், நாடு கடந்து உலக நிகழ்வுகளையும், மொழி கடந்து இந்திய நிகழ்வுகளையும் தங்களது படைப்பில் பதிவுசெய்துள்ளனர். அப்பதிவுகள் குறித்து இங்கு அறிமுக நோக்கில் ஆராயப்படுகின்றது.

அச்சு ஊடகம், காட்சி ஊடகம் என்று பல முன்னேற்றங்களைக் கண்ட இருபதாம் நூற்றாண்டில், எல்லை கடந்த சமூக நடப்புகளையும் எளிதாக அறிந்துகொள்ள முடிந்தது. கண்டுபிடிப்புகள் அதனை எளிதாகவும் விரைந்தும் சாத்தியப்படுத்தின. எனவே, உலகின் ஒரு பகுதியில் நிகழும் நிகழ்வின் தாக்கம் தமிழ்க் கவிதைகளிலும்

வெளிப்படலானது. அக்கவிதைகள் உணர்ச்சி குறைந்தோ உண்மைக்கு மாறாகவோ காணப்படவில்லை. இது தொடர்பாகச் சிலம்பொலி சு. செல்லப்பனின்,

தமிழிலக்கியத்தைப் பொறுத்தவரை காலந்தோறும் நின்று நிலவக்கூடிய பொது உண்மைகளே பெரிதும் இடம்பெற்றுள்ளன எனலாம். கருத்துத் தாக்கங்கள் ஒரு வரையறைக்குட்பட்ட எல்லையில் மட்டுமே நிகழ்வதில்லை. எங்கோ ஒரு பகுதியில் ஏற்பட்ட போராட்டங்களும் மாற்றங்களும் வேறு ஒரு பகுதியிலும் தாக்கத்தை உண்டுபண்ணுகின்றன. அதனால் உலகின் ஒரு மூலையில் ஏற்பட்ட மாற்றம் பல இடங்களிலும் பரவுவதற்கு இலக்கியம் கருவியாய் அமைகிறது எனலாம்.

இம் மென்றால் சிறைவாசம்
ஏனென்றால் வனவாசம்

என்று உருசியாவில் கொடுங்கோலாட்சி நடத்திய ஜார் மன்னனின் வீழ்ச்சி இந்திய நாட்டுப் பாரதியாரின் பாடலில் தாக்கம் ஏற்படுவதைக் காண்கிறோம். இலக்கியவாதிகள் இவற்றை வெறும் செய்திகளாக மட்டும் சொல்வதில்லை. தம்முடைய படைப்பு ஒரு பயனை விளைவிக்கும் நோக்கம் கருதியே பாடுகிறார்கள். ஜார் மன்னனின் கொடுங்கோலாட்சி வீழ்ச்சியுற்றதைப் போல இந்திய நாட்டை அடிமைப்படுத்தியுள்ள ஆங்கிலேய ஆட்சி தகர்க்கப்பட வேண்டும் என்ற நோக்கமே இத்தாக்கத்திற்கு காரணம் [96]

என்னும் கருத்தின்மூலம், தமிழிலக்கிய மரபு வரலாற்று நிகழ்வுகளைப் பதிவுகளாகக் கொண்டிருப்பதையும் உலக நிகழ்வுகளின் பின்புலத்தைப் பாடும் கவிதையில் தமது சமூகத் தேவையையும் உட்குறிப்பாகக் கொண்டிருப்பதையும் அறிந்துகொள்ள முடிகின்றது. இங்குப் பாரதியால் பாடப்பட்டுள்ள நிகழ்வு ‘இரசியப் புரட்சி’ என்று உலகம் இன்றுவரை கொண்டாடுகின்ற முக்கிய விடுதலையாகும்.

இரசியப் புரட்சி (8.3.1917 - 7.11.1917)

இரசியாவில் தொடர்ச்சியான வேலைநிறுத்தங்கள் 19ஆம் நூற்றாண்டில் நடைபெற்று வந்தன. முதலாளித்துவத்தை எதிர்க்கும் தொழிலாளர்களின் இத்தகைய புரட்சிச் செயல்பாடுகள் இருபதாம் நூற்றாண்டில், அந்நாட்டை ஆண்ட ஜார் மன்னரின் கொடுங்கோலாட்சியை அகற்றிடப் போராடியது. பொதுவுடைமைக் கொள்கையின்கீழ் உழைக்கும் தொழிலாளர்களின் ஒற்றுமைமிக்க இப்புரட்சி 1917ஆம் ஆண்டு மார்ச்சு 8இல் தொடங்கியது. அதற்கு முன்பு பிப்பிரவரி மாதத்தில் முதலாளித்துவப் புரட்சியை எதிர்த்தும்

தீவிரமாக நடைபெற்றது. இதன் விளைவு 7.11.1917இல் ஜார் மன்னரின் ஆட்சி வீழ்த்தப்பட்டு, பொதுவுடைமையாளரான லெனின் தலைமையில் புதிய ஆட்சியமைய வித்திடப்பட்டது. இதன்வழிச் 'சோவியத் ஒன்றியம்' அமைந்தது. உலகத்திற்கே இன்றளவும் புரட்சிக்கு முன்னுதாரணமாக விளங்கும் இந்நிகழ்வினைத் தமிழ்க் கவிதைகள் நிறைய பதிவுகளைக் கொண்டுள்ளன. தேசிக விநாயகம் பிள்ளை,

யாதுமென் ஊரே எவருமென் கேளிரே
பூதலம் யார்க்கும் பொதுவேயென்று - ஓதியநற்
போதனையை முற்றும் புதியருஷ் யாமக்கள்
சாதனையில் கொண்டார் தமக்கு (மலரும் மாலையும், ப.236)

எனப் பொதுவுடைமைச் சிந்தனையின்கீழ் அந்நாடு புரட்சி செய்து 'புதிய ருஷ்யா'வாக உருவெடுத்ததைப் பதிவுசெய்துள்ளார். பாரதியும் 'புதிய ருஷியா' எனும் தலைப்பிலேயே,

ஆகாவென் றெழுந்ததுபார் யுகப்புரட்சி;
கொடுங்காலன் அலறி வீழ்ந்தான்

....

இடிபட்ட சுவர்போலே கலிவிழுந்தான்

கிருதயுகம் எழுக மாதோ!

(கால வரிசையில் பாரதி பாடல்கள், பக்.753,754)

என்று 'யுகப்புரட்சி'யாகப் பெருமைப்படுத்தி இயற்றியுள்ளார். இவர்கள் உள்ளிட்டு ஆய்வுக் கவிஞர்கள் பலரிலும் இதுகுறித்தான பதிவுகள் உள்ளன. கந்தர்வன், புரட்சியின் ஒரு பகுதியாகிய, அக்டோபர் மாதத்தில் மூண்ட வீரியம்கொண்ட போராட்டத்தைப் பற்றி,

அப்போது தான்
அக்டோபர் மாதம் ஒருநாள்
....
அவன் படைத்த அனைத்தையும்
அவனே ஆக்ரமித்தான்
அவன் பார்த்த அத்தனைக்கும்
அவனே ஆணையிட்டான்
வஞ்சித்த வர்க்கத்தை
வாகை சூடி நின்றான்
துன்பத்தை முதன்முதலாய்த்
தோற்கடித்து நின்றான்.

....

சோவியத் பூமி

சொர்க்க பூமியானது *(கந்தர்வன் கவிதைகள், ப.101)*

என்று உழைக்கும் தொழிலாளர்களின் வெற்றியை இவ்வாறு கொண்டாடுகின்றார். இப்படியாக, உலக அளவில் முக்கிய நிகழ்வாகப் பார்க்கப்படும் இந்நிகழ்வு குறித்த பதிவுகளைத் தமிழ்க் கவிதைகள் கொண்டிருக்கின்றன.

இரண்டாம் உலகப்போர் (1.9.1939 - 2.9.1945)

முதல் உலகப்போரின் (1914 - 1918) விளைவுகள் உள்ளிட்ட பல காரணங்களால் உலக நாடுகளிடையே ஏற்பட்ட பெரும்போர்தான் இரண்டாம் உலகப்போர் ஆகும். நேச நாடுகள், அச்சு நாடுகள் என இரு பிரிவுகளுக்குள் உலக நாடுகள் உள்ளடங்கி ஆறாண்டுகள் போரிட்டன. 1939 செப்டம்பர் 1இல் செர்மெனியின் போலந்து படையெடுப்பு நிகழ்த்தியதில் இருந்து இப்போர் தொடங்கியது எனப்படுகின்றது. கோடிக்கணக்கிலான உயிர்கள் பலியாகிய பின்பும் தொடர்ந்துகொண்டிருந்த இப்போர், இறுதியாகச் சப்பானின் தீவுகளைக் கைப்பற்ற அமெரிக்கா முயற்சித்த செயல்பாட்டில், 1945 ஆகஸ்டில் ஹிரோசிமா, நாகசாகி எனும் இரு முக்கிய நகரங்களைக் குண்டு வீசி அழித்துச் சப்பானைச் சரணடையச் செய்த நிகழ்வோடு அப்போது உண்டாக்கியது. அமெரிக்கா, இரசியா உலகில் புதிய வல்லரசு நாடுகளாக உருப்பெற்றன. ஐரோப்பிய காலனி நாடுகள் பின்னடைவைக் கண்டன. அதாவது நேச நாடுகள் வெற்றி பெற்றன, அச்சு நாடுகள் தோல்வி கண்டன.

ஏறத்தாழ மூன்று இலட்சம் பேரைக் கொன்ற இந்தக் குண்டுவீச்சினைப் பற்றிப் பாரதிதாசன், 'ஜப்பானில் விழுந்த குண்டு தப்பாது உலகழிக்கும்' எனும் தலைப்பில்,

இரோஷிமா நாக சாகி
எனும்இரு ஊரில் வைய
விரோதிகள் வீசி னாராம்
வெடிகுண்டை; எரிம லைத்தீ
சரேலெனக் கவிழ்ந்த தைப்போல்
சாவில்பல் லாயி ரம்பேர்
ஒரேவிஷப் புகைநெ ருப்பால்
உருவிலா தழிந்தா ராமே *(பாவேந்தம் - 17, ப.311)*

என்று பதிவுசெய்துள்ளார். மேலும் சில பதிவுகளும் அவரது

கவிதைகளில் உள்ளன. தமிழில் வெ.நா. திருமூர்த்தி, ஜீவா, தமிழன்பன், தணிகைச்செல்வன் உள்ளிட்டோர் கவிதைகளில் இப்போர் தொடர்பான பதிவுகள் உள்ளன.

மனிதனின் முதல் நிலவுப் பயணம் (சூலை 1969)

பூமியிலிருந்து ஏறத்தாழ 4 இலட்சம் கி.மீ. தொலைவில் உள்ள சந்திரன் (நிலவு) கோளுக்கு மனிதனை அனுப்பிப் பார்க்க அமெரிக்கா முடிவெடுத்தது. அம்முடிவினை 1969 சூலை மாதம் நிறைவேற்றியது. உலகில் இது குறித்து முதன்முதலில் ஆராய்ச்சியில் இரசியா ஈடுபட்டது. 1930முதல் மேற்கொண்ட ஆய்வில் இடையில் சில பிரச்சினைகள் ஏற்படவே, ஆய்வை நிறுத்தி வைத்தது. இதனால் அவ்வாராய்ச்சியில் வெற்றியடையக் கருதிய அமெரிக்கா, 16.7.1969இல் "அப்போலா - 11" எனும் விண்கலத்தில் நீல் ஆம்ஸ்ட்ராங் உள்ளிட்ட 3 பேரை நிலவுக்கு அனுப்பியது. சூலை 20இல் நிலவில் இறங்கிய விண்கலத்தில் இருந்த நீல் ஆம்ஸ்ட்ராங் சில மணி நேரம் கழித்துச் சூலை 21இல் நிலவில் இறங்கினார் என்று கருதப்படுகின்றது. இச்செயலால், உலகில் முதன்முதலில் நிலவில் கால் வைத்தவராக அவர் அறியப்படுகின்றார். இந்நிகழ்வு உலகத்தையே வியப்பில் ஆழ்த்தியது. இதனை வியந்து பெருஞ்சித்திரனாரும்,

மக்கள் வாழும் உலகம்போல்
மாற்று உலகம் தேடினர்!
தக்க வாறு நிலவினைத்
தாவிக் கண்டு மீண்டனர்!
.....
குதித்து நடந்து சென்றனர்;
குனிந்து நிமிர்ந்து பார்த்தனர்;
புதிய தரையில் நடந்தனர்!
புகைப் படங்கள் பிடித்தனர்! (கனிச்சாறு - 5, பக்.101,102)

என்று கவிதையாக்கியுள்ளார். இந்நிகழ்வு குறித்து வெ.நா. திருமூர்த்தி, சிற்பி ஆகியோர் கவிதைகளிலும் பதிவு உள்ளது. தமிழ்ஒளி, முதலில் நிலவில் இறங்கும் ஆய்வை மேற்கொண்ட இரசியா, 1959இல் ஒரு விண்கலத்தை நிலவுக்கு அனுப்பிய நிகழ்வைப் பற்றி எழுதியுள்ளார்.

மேற்காணும் நிகழ்வுகள் உள்ளிட்ட பல உலக நிகழ்வுகள், உலக நடப்புகள் தமிழ்க் கவிதையில் பதிவாகியுள்ளன. அவற்றில், வங்கதேச விடுதலை, திபெத் விடுதலை, இலங்கை விடுதலை, பெல்ஜியம்-செர்மெனி போர், முதல் உலகப் போர், வால்கா - டான்

நதியிணைப்பு, கொரியா - அமெரிக்கா போர், இரசியா - சீனா போர், அமெரிக்கா - லிபியா போர், வளைகுடாப் போர், செர்னோபில் அணு உலை வெடிப்பு, பாக்தாத் - பாஸ்ரா நகரங்கள் அழிப்பு, வங்கதேசப் புயல், சீனப் பெருமழை, சப்பான் நிலநடுக்கம், ஈரான் நிலநடுக்கம், மணிலா, பிலிப்பைன்சு சூறாவளி, சுற்றுச்சூழல் ஆண்டு உள்ளிட்ட ஐ.நா. அவையின் ஆண்டுகள் கொண்டாடும் மரபு, பிரெஞ்சுப் புரட்சி, சீனா சனநாயக உரிமைகோரிய போராட்டம், 48 கோடி ஆண்டுகளில் வெளிப்பட்ட விண்மீன் முதலிய நிகழ்வுகள் அடங்குகின்றன. இந்நிகழ்வுகளில் ஒன்றிரண்டோடு தமிழ்ச்சமூகமும் தொடர்பு கொண்டிருக்கின்றது.

இந்த நிகழ்வுகளின் பட்டியலானது ஒரு வரலாற்று உண்மையைத் தெரியப்படுத்துகின்றது. தமிழ்க் கவிதைகள் ஒட்டுமொத்த மனித சமூகத்தின் நடப்புகளையும் கவனித்து, மனிதநேயத்தை வலியுறுத்தியிருக்கின்றன. அரசியல், அறிவியல், இயற்கை உள்ளிட்ட வகைகள் சார்ந்த நிகழ்வுகள் பலவற்றை இக்கவிதைகள் கொண்டிருக்கின்றன.

தமிழ்க் கவிதையும் இந்திய நிகழ்வுகளும்

இந்திய நாட்டின் மாநிலங்களுள் ஒன்றாக விளங்குவது தமிழ்நாடு. இம்மாநிலத்தில் பேசப்படும் மொழிதான் தமிழ். ஆனால், தொன்மையான நாகரிகத்தையுடைய தமிழ் மொழியைப் பேசும் மக்கள் மாநிலம் கடந்தும் வாழுகின்றனர். காலம், வாழ்க்கைச் சூழல், பொருளாதாரம் உள்ளிட்ட பல காரணங்களால் உலகின் பல நாடுகளிலும் வாழ்ந்து வருகின்றனர். இம்மக்கள் அனைவரும் மொழி எனும் பிணைப்பால் தமிழ்ச் சமூகமாகக் கொள்ளப்படும் இந்த உறவுநிலையைக் கடந்து, பிற மொழி மக்களுக்காகவும் தமிழ்க் கவிதைகள் இயற்றப்பட்டுள்ளன.

மொழிப் பாகுபாடு இருந்தாலும் மனிதப் பாகுபாடற்றுப் பரந்த பார்வையைத் தமிழ்க் கவிதைகள் கொண்டிருப்பது பெருமைக்குரிய ஒன்றாகும். அவ்வாறு பதிவுபெற்ற நிகழ்வுகள் இந்திய நிகழ்வுகள் எனக் கொள்ளப்படுகின்றது. சில இந்திய நிகழ்வுகளில் தமிழ் மக்களும் தொடர்புபட்டிருக்கின்றனர். ஒட்டுமொத்த நாட்டின் குரலாக ஒலிக்கும் கவிதைகளில் பதிவாகியுள்ள நிகழ்வுகள் அத்தகு நிலையினை உடையவை ஆகும். இவ்வாறெல்லாம் தமிழ்க் கவிதை காட்டுகின்ற இந்திய நிகழ்வுகளை அறிமுகமாக இப்பகுதி ஆராய்கின்றது.

பீகார், குவெட்டா நிலநடுக்கங்கள் (15.1.1934, 31.5.1935)

நிலநடுக்கம் மிகக்கொடிய இயற்கைப் பேரழிவு ஆகும். எதிர்பாராத நேரத்தில் மக்களின் இயல்பு வாழ்க்கையைப் புரட்டிப்போடும் வலிமை பெற்றதாக இருக்கின்றது. இயற்கையின் இத்தகைய கொடுஞ்செயல்களை எதிர்கொள்ள முடியாமல் மனிதர்கள் பலியாகின்றனர். இருபதாம் நூற்றாண்டில் இவ்வாறு பல நிலநடுக்கப் பாதிப்புகள் ஏற்பட்டிருக்கின்றன. அவற்றில் தமிழ்க் கவிதைகளில் பதிவுசெய்யப்பட்ட சிலவற்றில் பீகார் மாநிலத்திலும், பலுசிஸ்தானுக்கு அருகிலுள்ள குவெட்டா நகரத்திலும் ஏற்பட்ட நிலநடுக்கங்கள் முக்கியமானவை. பீகாரில் நிலநடுக்கம் பற்றி அறிமுகமளிக்கும் இரா. இளவரசு,

> *1934-இல் சனவரி மாதம் 15ஆம் நாள் பீகாரில் மிகக் கடுமையான நிலநடுக்கம் ஏற்பட்டது. வடக்குப் பீகார் மிக மோசமான பாதிப்புக்குள்ளாகியது. ஆயிரக்கணக்கான மக்கள் கொல்லப்பட்டனர். மாபெரும் இழப்புக்குள்ளாகிய பீகார் மக்களைப் பாதுகாக்க நாடு முழுவதும் நிதிதிரட்டப்பட்டது* [97]

என்ற விவரங்களைத் தருகின்றார் இரா. இளவரசு. மேலும், இது நேபாளத்தில் ஏற்பட்ட நிலநடுக்கத்தின் தாக்கத்தால் ஏற்பட்ட நிலநடுக்கம் ஆகும். எனினும் அதுவே பெரும்பாதிப்பைத் தந்தது. இதில் ஏறத்தாழ 7 ஆயிரம் பேர் பலியாயினர். இந்தக் கொடுமையினைப் பாரதிதாசன்,

கிடுகிடு வென்றே அவள்தோள் அதிரக் கண்டேன்
கேளீர் கேளீர் பீகார் வீழக் கண்டேன்
குடமும் புனலும் நிலையிற் சாய்தல் போலே
குடிலும் ஏழைக் குலமும் சாயுங் காலே
படையால் மாளும் பகைபோல் மாளக் கண்டேன்
பணமும் பிணமும் மண்ணில் புதையக் கண்டேன்
குடமும் வீடும் சமமே யாதல் கண்டேன்
சதையும் மண்ணும் இரத்தக் குமிழும் கண்டேன்
(பாவேந்தம் - 17, பக்.393,394)

என்னும் அடிகள் இடம்பெற்ற, 'இயற்கைத் தேவியின் கோபம்' எனும் கவிதையில் காட்சிப்படுத்துகின்றார்.

இந்த நிகழ்வு நடந்த சில மாதங்களிலேயே அக்கால இந்தியப் பகுதியாக இருந்த குவெட்டாவில் நிலநடுக்கம் ஏற்பட்டது. அது,

1935ஆம் ஆண்டு மே மாதம் 31ஆம் நாள் வைகறை 4 மணி அளவில் நெஞ்சத்தை நடுங்கச் செய்யும் நிலநடுக்கம் ஏற்பட்டது. இன்றைய பாகித்தானைச் சேர்ந்த, அன்றைய இந்தியாவின் ஒரு பகுதியாயிருந்த குவெட்டா நகரில் அந்தக் கொடுமை நடந்தது [98]

என்னும் விவரங்களை உடையது. 7.6.1935ஆம் நாளிட்ட ‘ஊழியன்’ இதழில் இது தொடர்பாக வெளிவந்துள்ள கட்டுரையில் இந்நிலநடுக்கம் குறித்து,

குவெட்டா பிரதேசம் பிணக்காடாகக் கழுகும் காகமும் மொய்க்கும் நிலைமையிலிருக்கின்றது! வானைத் துளைத்து எழில் பெற்றிருந்த அந்நகரம் நோயும், வெறுமையும் வாட்ட, தூள்தூளாகத் தரைமட்டமாய்க் காணப்படுகிறது. உயர்ந்த அரசாங்க நிலையங்கள், பரந்த விமான நிலையங்கள், விரிந்த ரோடுகள், விரைந்த ரயில் தொடர்கள் எல்லாம் அல்லோலகல்லோலப்பட்டுச் சுடுகாடாய் இருக்கின்றன. எங்கும் துர்நாற்றம் - பிணக்குவை - ஈனத்தொனி!... [99]

என்று குறிப்பிடப்பட்டிருப்பதை இரா. இளவரசு காட்டுகின்றார். மக்கள் உறங்கிக் கொண்டிருந்த நேரத்தில் ஏற்பட்ட இயற்கைச் சீற்றத்தால் 56 ஆயிரம் பேர் உயிரிழந்துள்ளனர். இந்நிகழ்வும் பாரதிதாசன் கவிதையில் பதிவாகியுள்ளது.

நல்ல குவட்டாவில் - உன்
நல்ல உறவினர்கள்
இல்லம் தெருக்களுடன் - அவர்
இல்லை எனக்கேட்டோம்.
சொல்லத் துடிக்குதடா - உடல்
தூய வடநாட்டார்
அல்லற் பெருஞ்சாவின் - வயிற்றில்
அகப்பட் டறைபட்டார் ***(பாவேந்தம் - 17, ப.206)***

என்னும் அடிகளடங்கிய நெடுங்கவிதையில் குவெட்டா மக்களின் நிலைகள் விளக்கப்படுகின்றன. இவ்விரண்டு நிகழ்வுகளையும் தம்முடைய ஒரே கவிதையில் தேசிக விநாயகம் பிள்ளை,

ஆகாய மளவுயர்ந்து வளர்ந்து நின்ற
அரண்மனையும் அரைநொடியில் அழியு மென்று
பீகாரால் கொற்றாவால் அறியார் இந்தப்
பேருலகிற் பின்எதனால் அறிவார்? ஐயா!

(மலரும் மாலையும், ப.114)

என்னும் அடிகளில் இயற்றியுள்ளார். குவெட்டா பகுதியைக் குறிப்பதற்கு இங்குக் ‘கொற்றா’ எனும் சொல்லினைப்

பயன்படுத்தியுள்ளார். வாழ்க்கையின் நிலையாமையைக் குறிப்பிட்டு இந்நிலநடுக்கங்களைக் பதிவுசெய்கின்றார். இவர்கள் இருவர் தவிர, ஆய்வுக் கவிஞர்களில் வேறு யாருடைய கவிதைகளிலும் இது குறித்த பதிவு காணப்படவில்லை. பழமலய் கவிதையில் மத்தியப் பிரதேசத்தில் ஏற்பட்ட நிலநடுக்கம் பற்றிய பதிவு இருக்கின்றது.

இந்தியா – சீனா போர் (20 அக்டோபர் – 21 நவம்பர் 1962)

இந்தியாவின்மீது எல்லை தொடர்பான பிரச்சினையின் காரணமாகச் சீனா படையெடுப்பை நிகழ்த்தியது. *1959* நவம்பரில் லடாக் பகுதியில் நடந்த மோதலையடுத்துப் பகைமை அதிகரித்தது. அதற்கு முன்பு மோதல்கள் இருந்துவந்தாலும் இதுவே பிற்காலப் போருக்கு முக்கியப் பங்காற்றியது. *1962*இல் இரு நாடுகளுக்கும் இடையிலுள்ள எல்லைப் பகுதியில் நெடுஞ்சாலை அமைக்கச் சீனா முயன்றதால் ஏற்பட்ட மோதல் போராக மூண்டது. அவ்வாண்டு அக்டோபர் *20*இல் தொடங்கி நடந்த ஒரு மாதப் போரில் *1383* இராணுவ வீரர்கள் பலியாயினர், ஆயிரக்கணக்கிலான வீரர்கள் காணாமல் போயினர். சீனாவைக் காட்டிலும் இந்தியா இராணுவப் பலத்தில் குறைந்திருந்தாலும், திடீரெனத் தாக்குதல் தொடுத்த சீனாவிடம் போராடியும் தோல்வியைத் தழுவியது இந்தியா. இப்போரினால், காசுமீரின் அக்சய்சின் எனும் பகுதி சீனாவின் வசமானது.

இந்தப் போர் நிகழ்வினைப் பல கவிஞர்களும் கவிதையில் குறிப்பிட்டுள்ளனர். அவர்களில் மீரா, சாதி, மதப் பகைமையினால் வேறுபட்டுக் கிடக்கின்ற மக்கள் சீனாவின் படையெடுப்பின்போது ஒன்றுபடுவதாகப் பகடியுடன்,

நங்கூரம் இல்லாத கப்பல் போல
நாம்இருந்தோம்; ஒற்றுமையில் லாதி ருந்தோம்!
இங்கொன்றாய் அங்கொன்றாய் மினுக்கும் வானின்
இராத்தீப மாயிருந்தோம்; ஆனால் இன்றோ
சங்கிலிபோல் பிணைப்புண்டோம்; ஒன்று பட்டோம்!
சவுக்குமரத் தோப்பைப் போல் நெருக்க மானோம்!
இங்கிதற்குக் காரணமாய் இருந்த சீனர்
எல்லாரும் பல்லாண்டு வாழ்க! வாழ்க!

(மீரா கவிதைகள், ப.126)

என்னும் அடிகளில் பதிவுசெய்திருக்கின்றார். இக்கவிதையில் மட்டுமல்லாது, பாரதிதாசன், வெ.நா. திருமூர்த்தி, கே.சி.எஸ்.

அருணாசலம், தமிழன்பன், சிற்பி, அப்துல் ரகுமான், பரிணாமன் ஆகியோர் கவிதைகளிலும் இந்நிகழ்வினைக் குறிக்கும் பதிவுகள் காணக் கிடைக்கின்றன.

நவகாளி கலகமும் யாத்திரையும் (ஆகஸ்ட் – நவம்பர் 1946)

வங்காளத்தின் முக்கியமான பகுதி நவகாளி. 1946இல் இசுலாமியர்களின் தனிநாடு (பாகிசுதான்) கோரிக்கையை அடுத்து ஒரு மதக் கலவரம் ஏற்பட்டது. ஆகஸ்ட் மாதத்தில் தங்களது 'நேரடி நடவடிக்கை நாள்' போராட்ட எண்ணம் சரிவர நடைபெறாமல், இசுலாமியர்கள் தாக்கப்பட்டனர். இதன் நீட்சியில் அவர்கள் அதிகம் வசித்த வங்காளத்தில் இந்துக்கள்மீது இசுலாமிய தேசியப் படை-யினரால் வன்முறை நடந்தேறியது. பிறகு பெருங்கலவரமாக மாறியது. இதில் அதிகப்படியாகப் பாதிக்கப்பட்ட மாவட்டம்தான் நவகாளி. ஏறத்தாழ 1 இலட்சம் பேர் நவகாளியில் மட்டும் பலியாயினர்.

இத்தகைய கலவரச் சூழலைக் கட்டுக்குள் கொண்டுவர, அமைதிக்காகக் காந்தி கலவரப் பகுதிகளுக்குள் 1946 நவம்பர் 7இல் 'நவகாளி யாத்திரை'யை மேற்கொண்டார். இது முழுமையாக இல்லாவிட்டாலும் பாதியளவாவது பயன்தந்தது. அன்றைய காலச் சூழலில் வங்கத்தில் ஏற்பட்ட இக்கலவரமும், அதனை அமைதிப்படுத்த காந்தி மேற்கொண்ட நடைபயணமும் நாடெங்கும் கவனத்திற்கு உள்ளானது. தமிழ்க் கவிதைகளிலும் தொடர்புடைய இந்நிகழ்வுகள் இரண்டும் கவனப்படுத்தப்பட்டன. காந்திய நெறியைப் போற்றிய வெ. இராமலிங்கம் பிள்ளை,

நமனும் நடுங்கிவிட்ட நவகாளி பிணக்காட்டில்
நடையாய் நடந்துகாந்தி நலிந்திட்ட குணம் காட்டும்
சமனும் உயர்வுமில்லாச் சன்மார்க்கம் வகுத்ததன்
சாதனைக் கேபல வேதனை சகித்ததை..

(நாமக்கல் கவிஞர் பாடல்கள், ப.364)

என்றும், நவகாளிச் சூழலை விளக்கமாகக் கவிதையாக்கியுள்ள சிற்பி,

நரக வாசல்கள்
திறந்து கொண்டன
பாஞ்சாலத்திலும்
வங்காளத்திலும்
...
நாயகன் அமைதி

யாத்திரை பூண்டார்
வங்க மாநிலத்து
நவகாளியில்...
எரிந்து கருகிய வீடுகள்
இறைந்து கிடக்கும் பிணங்கள்
ஓநாய்கள் சுற்றும் ஊர்கள்
பேய்கள் திரிந்த தெருக்கள்
மருந்துக்குக் கூட
மனிதம் இல்லை *(சிற்பி கவிதைகள், தொகுதி - 2, ப.1515)*

என்றும் வெளிப்படுத்துகின்றனர். மதப் பாகுபாட்டால் விளைந்த இக்கலவரமானது இந்தியா - பாகிசுதான் பிரிவினைக்கும் ஒரு காரணமாக அமைந்தது. இத்தகைய வரலாறு பற்றிய பதிவுகள் வெ. நா. திருமூர்த்தி, கே.சி.எஸ். அருணாசலம், தமிழன்பன், இரா. மீனாட்சி ஆகியோர் கவிதைகளிலும் இடம்பெற்றுள்ளன.

பகத்சிங் தூக்கிலிடப்பட்டது (23.3.1931)

நாட்டு விடுதலைப் போராட்டச் சிந்தனை கொண்ட, காந்தியின் நடவடிக்கைகளில் நம்பிக்கையற்ற இளைஞர்கள் ஒன்றிணைந்து உருவாக்கிய இளைஞர் இயக்கம் 'நவ ஜவான் பாரத் சபா' என்பதாகும். வட மாநில இளைஞர்கள் பலர் பங்கு வகித்த, 1926இல் உருவாக்கப்பட்ட இவ்வமைப்பின் பொதுச்செயலாளராகப் பகத்சிங் இருந்தார். சட்டமன்றத்தை விரிவுபடுத்த ஆங்கிலேய ஆட்சியில் அமைக்கப்பட்ட சைமன் குழு வருகைக்கு எதிர்ப்பு தெரிவிக்கப்பட்டது. இவ்வெதிர்ப்புப் போராட்டத்தில் லாலா லஜபதிராய் தாக்கப்பட்டதில் அவர் மரணமடைய நேரிட்டது. இதற்குக் காரணமான சாண்டர்ஸ் என்பவரைக் கொலைசெய்யும் திட்டத்தில் பகத்சிங், ராஜகுரு உள்ளிட்டோர் செயல்பட்டனர். 17.12.1928இல் சாண்டர்ஸ் சுட்டுக் கொலைசெய்யப்பட்டார்.

ஆங்கிலேய அடக்குமுறைக்கு எதிரான அன்றைய தொழிலாளர் வேலைநிறுத்தத்தினைக் கண்டுகொள்ளாத ஆங்கிலேயர்களை எதிர்த்துப் பாராளுமன்றத்தில் 8.4.1929இல் குண்டுவீசப்பட்டது. பகத்சிங் மற்றும் பி.கே. தத் ஆகியோர் இச்செயலில் ஈடுபட்டதால் கைதுசெய்யப்பட்டு லாகூர் சிறையில் அடைக்கப்பட்டனர். இது லாகூர் சதி வழக்காக ஆனது. இதனால் 7.10.1930இல் பகத்சிங், ராஜகுரு, சுகதேவ் ஆகியோருக்கு மரண தண்டனை விதிக்கப்பட்டது. பிறருக்கு ஆயுள்தண்டனை, சிறைத்தண்டனை என விதிக்கப்பட்டன. 1931

மார்ச்சு 23இல் இந்த இளைஞர்கள் தூக்கிலிடப்பட்டனர். இந்த மரணம் நாடெங்கும் ‘வீரமரணம்’ எனப் போற்றப்படுகின்றது.

தமிழ்ச் சமூகத்திலும் புரட்சியின் முக்கிய அடையாளமாகப் பகத்சிங் கருதப்படுகின்றார். தமிழ்க் கவிதைகளிலும் அவ்வாறே பல பதிவுகளுக்கு உரிமையானவராக இருக்கின்றார். ஜீவாவின் கவிதையும் இவரைப் ‘புரட்சி வீரர்’ என்றுதான் காட்டுகின்றது. அதில்,

எந்தன்நல் தோழர்கள்தூக்கு ஏறிய கதையின்போக்கு
ஏந்திழையே எந்தன் நெஞ்சை இரும்பாக்கி ஊக்குதடி!
சிந்தையற்ற நீசர்கூட்டம் இந்தியத் துரைத்தனமே
(ஜீவாவின் பாடல்கள், ப.26)

என்னும் அடிகளுடன் பகத்சிங்கின் தீரத்தைப் பெருமைப்படுத்துகின்றது. மேலும், லாலா லஜபதிராய் மரணத்தையும் ஜீவா கவிதையில் பதிவுசெய்துள்ளார். காந்தியின் அமைதி நடவடிக்கைகளில் இருந்து மீறிய பகத்சிங்கின் மரணமானது,

வீரன் பகத்சிங்
தூக்கிலிடப்பட்டபோது
வீறல் விழுந்தது
காந்தியின் கண்ணாடியில்... (வார்த்தைகள் கேட்ட வரம், ப.224)

என்றவாறு அதிர்வை ஏற்படுத்தியது என்கின்றார் தமிழன்பன். பகத்சிங் குறித்து இவர்களோடு, வெ.நா. திருமூர்த்தி, சிற்பி, மீரா, இரா. மீனாட்சி, இன்குலாப், அறிவுமதி ஆகியோரும் தமது கவிதைகளில் பதிவுசெய்துள்ளனர். பகத்சிங் மறைந்த மரணப்பொழுது அவர் ஆற்றிய செயல்பாட்டின் வாயிலாக வரலாற்றில் நினைவுகூரப்படுகின்றது.

போபால் பேரழிவு (2,3 டிசம்பர் 1984)

மத்தியப்பிரதேசத்தின் தலைநகரமான போபால் நகரத்தில் நிறுவப்பட்டிருந்த, அமெரிக்காவைச் சேர்ந்த ‘யூனியன் கார்பைடு’ நிறுவனமானது 1979 முதல் பூச்சிக்கொல்லி தயாரிக்கும் கூடத்தை இயக்கியது. தயாரிப்புப் பணியின்போது பயன்படுத்தப்படும் மூன்று கொள்கலன்களில் ‘மிக்’ (மீதைல் ஐசோ சையனைடு) எனப்படும் திரவம் நிரப்பப்படாமல் ஒன்று காலியாக இருக்கவேண்டும். 2.12.1984இல், அப்படி இல்லாமல் மூன்றும் நிரப்பப்பட்டிருந்ததால் ஏற்பட்ட சிக்கல் மிகப்பெரிய படுகொலைக்குக் காரணமானது. அன்று அத்தவறினை உணர்ந்தபோதும், அப்போது அங்கு நடந்த தவறான செயல்பாடுகளால் கலன் அதிக வெப்பத்தினை அடைந்தது. அதனால் அதிக அழுத்தத்துடன், வீரியமிக்க நச்சுவாயுவான மிக் 100 அடிகளுக்கும் மேலான

உயரம்கொண்ட புகைபோக்கியின் வழியாக வெளியே கசிந்தது. அந்த நள்ளிரவிலிருந்து மறுநாள் காலை வரை வளிமண்டலத்தில் நச்சுவாயு கலந்த இந்த நிகழ்வினால் அப்பகுதிகளில் உறங்கிக்கொண்டிருந்த சுமார் 4 ஆயிரம் பேர் அந்நிலையிலேயே மரணமடைந்தனர். மரண எண்ணிக்கை மேலும் அதிகரித்தது. மொத்தமாக, 30 ஆயிரம் பேர் பலியானதாகவும் தெரிவிக்கப்படுகின்றது.[100] சுமார் 2 ஆயிரம் கால்நடைகளும் பலியாயின.

இந்த நச்சுவாயுவின் தாக்கத்தால் பலர் நோயாளிகளாயினர். மிகப்பெரும் கொடுமையாகப் போபால் மக்களுக்கு அமைந்துவிட்ட இப்பாதிப்பு, இன்றளவும் இருந்து வருகின்றது. இருபதாம் நூற்றாண்டின் பெரும்நிகழ்வுகளுள் போபாலில் ஏற்பட்ட இப்பேரழிவும் ஒன்றாகிப்போனது. தமிழகத்தில் இதன் விவகாரத்திற்காகப் போராட்டங்கள் நடந்துள்ளன. தமிழ்க் கவிதைகளும் இந்நிகழ்வைச் சாடுகின்றன. இன்குலாப்,

எனது தாய்நாட்டுத் தென்றலில்
எந்தக் கைகள்
விஷத்தைத் தூவின?
உறக்கத்தின் இடத்தில்
மரணத்தை நிறுத்தி
இரவின் நம்பகத்தை
எவர் பறித்தார்கள்?
ரத்தக் கறை படிந்த
எல்லாக் கரங்களும்
காற்றில் எழுதின
நானில்லை
நானில்லை *(ஒவ்வொரு புல்லையும், ப.196)*

என்னும் அடிகள் பயின்றுவரும் கவிதையில், போபால் மக்கள் ஆயிரக்கணக்கில் பலியானது தெரிந்தும் எதிர்வினை ஆற்றாத சமூகத்தை வெளிப்படுத்துகின்றார். பழமலய்,

போபால் விபத்தால்
நாளைக்கு ஒருவர் செத்துவருகிறார்
பார்வை மங்கி இருண்டுவருகிறது
பார்வையும் காட்சியும் இல்லாததாக
நேர்வதை நினைத்து நினைத்துக்
கட்டிப்பிடித்து இலைகள் கோதுகிறேன்
மீட்கச் சொல்கின்றன முதலில்

மனிதர்களிடமிருந்து மனிதர்களை (பழமலய் கவிதைகள், ப.96)

என்று, மனிதர்களின் மரணத்திற்கு மனிதர்கள்தான் காரணம் என்று முதலாளித்துவத்தின் போக்கினைக் கவிதையில் சாடுகின்றார். அறிவுமதி, 1990இல் வெளிவந்த 'அணுத்திமிர் அடக்கு' எனும் நூலினை,

போபாலின் அந்தக் குளிர்ந்த இரவில்
வெந்து உதிர்ந்த
மனித மலர்களுக்கு (அறிவுமதி, ப.145)

என்று, இந்நிகழ்வில் பலியான மக்களுக்குப் படைத்தளித்துள்ளார். இருபதாம் நூற்றாண்டின் பெரும் இழப்பை ஏற்படுத்திய இந்நிகழ்வில், 25 ஆண்டுகளுக்குப் பிறகு அளிக்கப்பட்ட தீர்ப்பில் குற்றவாளிகளுக்கு இரண்டாண்டுச் சிறைத் தண்டனையும் தண்டத்தொகையும் விதிக்கப்பட்டது. அவர்களும் பணம் செலுத்திப் பிணையில் வெளிவரவும் வாய்ப்பு கொடுக்கப்பட்டது. இதனையெதிர்த்துப் போராட்டங்களும் நாட்டில் நடைபெற்றன.

மேற்காணும் இந்திய நிகழ்வுகளோடு இன்னும் பல நிகழ்வுகளைக் குறித்துத் தமிழ்க் கவிதையானது பதிவுகளைக் கொண்டிருக்கின்றது. அவற்றில் வரலாற்றின் பல முக்கிய நிகழ்வுகள் இடம்பெறுகின்றன. இந்திய விடுதலை, கோவா விடுதலை, கதர் இயக்கம், ஒத்துழையாமை இயக்கம், சட்ட மறுப்பு இயக்கம், காந்திப் படுகொலை, மதுவிலக்கு, வட்டமேசை மாநாடு (இலண்டன்), இந்தியா குடியரசு ஆனது, பூனா குண்டுவெடிப்பு, பஞ்சாப் படுகொலை, சௌரி சாரா நிகழ்வு, எவரெஸ்ட் சிகரத்தை அடைந்தது (டென்சிங்), இந்தியா - பாகிசுதான் பிரிவினை, ஆகஸ்ட் புரட்சி, பஞ்ச சீலம், பாகிசுதான் நிகழ்த்திய காசுமீர் போர், பிற்காலத்திய கார்கில் போர், தேசிய வாரங்கள் கொண்டாடப்பட்டது, தாகூர் நூற்றாண்டு கொண்டாடப்பட்டது, வங்கிகள் - ஆலைகள் நாட்டுடைமையாக்கப்பட்டது, வங்கப் பஞ்சம், தண்டி யாத்திரை, மீரட் சதி வழக்கு, லாலா லஜபதிராய் கைது, பால கங்காதர திலகர் கைது, இந்திரா காந்தி கொலை, ஆந்திர ஒடுக்கப்பட்டோர் வன்கொடுமைகள், உத்திரப்பிரதேசப் பாலியல் வன்கொடுமை, மத்தியப் பிரதேச நிலநடுக்கம், பாபர் மசூதி இடிப்பு, பொக்ரான் அணுகுண்டுச் சோதனை, ஆரியபட்டா செயற்கைகோள் ஏவியது, இந்திய ஒரு நாள் வேலைநிறுத்தம் (1981), அரியானா படுகொலை, பி.டி. உஷா - ஒலிம்பிக் வெற்றி, அயோத்தி - இராமர் கோயில் பிரச்சினை, பெல்சி படுகொலை (பீகார்) முதலிய நிகழ்வுகள் அடங்குகின்றன. இவற்றில் இந்திய விடுதலை உள்ளிட்ட தமிழ்ச் சமூகம் தொடர்புடைய நிகழ்வுகளும் இருக்கின்றன.

தொகுப்புரை

பன்னெடுங்காலமாக வரலாற்றுச் சிந்தனையோடு விளங்கி வருகின்றது தமிழ் இலக்கிய மரபு. அவ்வக்காலச் சமுதாயத்தைத் தனக்குள் உள்வாங்கிக் கொண்டு வரலாற்று ஆவணமாகவும் இருக்கின்றது. பொதுவாக, இலக்கியத்தின் சமூகம் தொடர்பான இந்த நிலைப்பாட்டை, சமூகத்தின் மாறிவரும் போக்கிற்கேற்ப மாற்றமடையும் கவிதையின் உடன்பாட்டை, எக்காலத்திலும் தொடர்ந்து தன்னை இயங்குதளத்திலேயே தகவமைத்துக் கொண்டிருக்கின்ற கவிதை வகைமையின் இயங்கியலை இவ்வியல் ஆராய்ந்திருக்கின்றது.

காலந்தோறும் அரசியல் மாற்றங்கள் உள்ளிட்ட பல்வேறு திருப்பங்களுக்கு உள்ளாகிச் சமூகம் பல மாற்றங்களைக் கண்டு வந்துள்ளது. அதன் இயக்கத்திற்கும் மாற்றங்களுக்கும் ஏற்ப அதன் கலைவடிவங்களையும் கட்டமைத்துக் கொண்டுள்ளது. அவற்றுள் கவிதையை முதன்மைப்படுத்தும் அதன் செயல்பாட்டிற்கிணங்க, கவிதையும் அதனைப் பிரதிபலித்து இயங்கி வந்திருக்கின்றது. கவிதையானது நேர்மறையாகவோ முரண்பட்டோ செயலாற்றி வந்திருந்தாலும் வரலாற்றினைப் பதிவுசெய்வதைப் பின்பற்றியுள்ளது. இவ்வாறான சூழலை, அதாவது சமூகத்திற்கும் கவிதைக்குமான பிணைப்பைக் குறித்து இயங்கியல் நோக்கோடும் ஆய்வியல் நோக்கோடும் விளக்கப்பட்டுள்ளது.

சமூகத்தின் உற்பத்திப் பொருளாகப் பார்க்கப்படும் கவிதை, சமூகத்தின் அசைவியக்கங்களை அறிவுறுத்தியிருப்பது பற்றியும், அவ்வாறு அறிவுறுத்த வேண்டிய அவசியத்தைப் பற்றியும் அறிஞர்கள், ஆய்வாளர்களின்வழிக் கருத்துகள் நிறுவப்பட்டுள்ளன. அவர்கள், கவிதை மீது கொண்டுள்ள மதிப்பீட்டையும், கவிதை எவ்விதமாகக் கடமையாற்ற வேண்டும் என்பது பற்றிய எண்ணத்தையும் எவ்வாறு வெளிப்படுத்தியுள்ளனர் என்று எடுத்துக்காட்டப்பட்டுள்ளது. மேலும் குறிப்பாக, சமூக நிகழ்வுகளைக் கவிதை தனக்குள் பதிவுகளாகக் கொண்டிருக்கும் நிலையை அவர்கள் எவ்வாறு இலக்கிய உலகத்திற்கு எடுத்துரைத்துள்ளனர் என்பது தெரிந்துகொள்ள முடிகின்றது. மக்களின் தேவைகள், சிக்கல்கள், போராட்டங்கள் ஆகியவற்றினால் விளைந்த முக்கிய நிகழ்வுகளுக்குக் கவிதை ஆற்றக்கூடிய பங்கினைப் பற்றியும் தெரிவிக்கப்பட்டுள்ளது.

மேற்கூறிய கருத்தானது, தமிழ்க் கவிதை மரபில் ஒவ்வொரு காலகட்டத்திலும் இயங்கிக்கொண்டு வந்துள்ளது. அரசியல் சூழலால்

விளைந்த பல நிகழ்வுகள் உள்ளிட்டவற்றைச் சங்க இலக்கியம் பதிவுசெய்துள்ளமையையும், கற்பனையால் புனையப்படும் காப்பியங்களும் உண்மை வரலாற்றினை உள்ளடக்கியிருப்பதையும், பிந்தைய தலைமுறைக் கவிதைகளும் அவற்றின்வழியில் வினையாற்றி-யிருப்பதையும் பற்றி எடுத்துக்கூறப்பட்டுள்ளது. இவற்றோடு இலக்கிய வகைகளில் தனிப்பண்பு வகிக்கின்ற கல்வெட்டு உள்ளிட்ட தொல்லியல் சான்றுகளிலும், முச்சந்தி இலக்கியமாகக் கருதப்படும் 'குஜிலி' நூல்களிலும் வரலாற்று நிகழ்வுகள் இடம்பெற்றிருப்பதைக் கண்டு காட்டப்பட்டுள்ளது. இவற்றின் மூலம், வாய்மொழிப் பாடல்களும் வரலாற்று நிகழ்வுகளைப் பதிவுகளாகக் கொண்டிருக்கின்ற, பரந்துபட்ட தமிழ்க் கவிதை மரபானது தொடக்கம் முதலே வரலாற்று நிகழ்வுகளைக் கொண்டுள்ளமை புலப்படுகின்றது.

இந்த ஆய்வுக்கு எடுத்துக்கொள்ளப்பட்டுள்ள கவிஞர்களின் கருத்துகளும் இவ்வியல் நோக்கத்திற்கு உடன்படுவதைக் காணமுடிகின்றது. "மொழியின் முதற்பயன்பாடு தொடர்பு கொள்வது; இரண்டாவது பயன்பாடு இலக்கியம்; அதன் மூன்றாவது பயன்பாடு பிறரைச் செயற்படத் தூண்டுகின்ற கருவியாகப் பயன்படுவது"[101] எனப்படுகின்றது. அப்படி மொழியின் மூன்றாவது பயன்பாட்டில் விளைந்த இருபதாம் நூற்றாண்டுத் தமிழ்க் கவிஞர்கள், சமூகக் கவிதைகளைப் பற்றியும், தங்களது கவிதை நோக்கங்களைப் பற்றியும் தெரிவித்துள்ள கருத்துகள் முதன்மைப்படுத்திப் பார்க்கப்பட்டுள்ளன. இவர்களது படைப்புகளும் சமூகத்திற்காகப் பிறரைச் செயல்படத் தூண்டும் பணியை மேற்கொள்கின்றன என்பதும் இங்குக் கவனிக்கத் தக்கது.

மனித சமூகத்தைப் படைக்கும் இத்தகைய கவிஞர்களிடையே தமிழ்ச் சமூகத்தில் நடந்த நிகழ்வுகள் மட்டுமல்லாது, உலக நாடுகளில், இந்தியாவில் நடந்த முக்கிய நிகழ்வுகளில் சிலவற்றைப் பற்றியும் பதிவுகள் காணப்படுகின்றன. தமிழ்ச் சமூகம் உள்ளடங்கிய 'இந்திய விடுதலை' நிகழ்வு அது அறியப்பட்ட தன்மையினால் இங்கு எடுத்துக்காட்டப்படவில்லை. அத்தன்மையை, அதனை ஆராய வேண்டிய அவசியத்தை வலியுறுத்த அறிமுக நோக்கில் கவிதைப் பதிவுகளைப் பார்க்கமுடிந்துள்ளது. இது, தமிழ்க் கவிதையின் பரந்த சிந்தனையையும், வரலாற்றுப் பண்பையும் வெளிப்படுத்துகின்றது. போர் நிகழ்வுகளையும், போராட்ட நிகழ்வுகளையும், வன்செயல் நிகழ்வுகளையும், இயற்கை நிகழ்வுகளையும் இவ்வாறான கவிதைகளிலும் பார்க்க முடிகின்றது. இவ்வாறாகத்தான் தாம் சார்ந்திருக்கும் தமிழ்ச்

சமூகத்தில் நடந்தேறிய பல நிகழ்வுகளையும் இக்கவிஞர்கள் வரலாற்றிற்கு யாத்தளித்துள்ளனர். இந்த முக்கியமான பதிவுகளைக் கொண்டு அதற்குரிய நிகழ்வுகளைப் பின்வரும் இயல்கள் ஆராய இருக்கின்றன.

தனிமனிதச் சிந்தனைகளைக் கடந்தும் கவிதைக்கலை சமூகத்தினை வெளிப்படுத்துவதாக அமைகின்றது. பாடுபொருளிலும், வடிவத்திலும், உத்தியிலும் மாற்றங்களைக் கண்டுவந்த போதிலும் சமூகத்திற்காகக் குரலெழுப்பும் அதன் இயங்கியல் பண்பு மாறாது நிலைத்திருக்கின்றது.

.....

சான்றெண் விளக்கம்

1. ந. பிச்சமுத்து, *இலக்கிய இயக்கங்கள்*, பக்.36,37.
2. https://ta.wikisource.org/wiki/பக்கம்:நீதிநெறி_விளக்கம்.pdf/52, பா.நா.: 16.12.2017.
3. அருச்சுன. தட்சிணாமூர்த்தி, *கவிஞனும் கவிதையும்*, ப.20.
4. பாலா, *புதுக்கவிதை ஒரு புதுப்பார்வை*, பக்.79,80.
5. ப. மருதநாயகம், *மேலை நோக்கில் தமிழ்க்கவிதை*, பக்.27,28.
6. பாலா, மு.கு.நூ., ப.67.
7. அன்னிதாமசு, *இக்காலக் கவிதையில் சமூகம்*, பக்.15,16.
8. அ. சீநிவாசராகவன், *ஒரு நூற்றாண்டுத் தமிழ்க் கவிதை*, ப.101.
9. இந்திரன், *கவிதையின் அரசியல்*, ப.10.
10. செ. கணேசலிங்கன், *கலையும் சமுதாயமும்*, ப.106.
11. வா.மு.சே. முத்துராமலிங்க ஆண்டவர், *தமிழ்க் கவிதைகளில் சமகால வரலாறு*, ப.185.
12. க. பூரணச்சந்திரன், *கவிதையியல்: வாசிப்பும் விமரிசனமும்*, ப.41.
13. வா.மு.சே. முத்துராமலிங்க ஆண்டவர், மு.கு.நூ., ப.185
14. தி.சு. நடராசன், *கவிதையெனும் மொழி*, ப.119.
15. எர்னஸ்ட் ஃபிஷர், *கலையின் அவசியம்*, ப.63.
16. http://www.keetru.com/index.php/2010-06-24-04-31-11/2012-sp-1026381667/19475-2012-04-21-00-15-50, பா.நா: 28.6.2018.
17. இந்திரன், மு.கு.நூ., ப.10.
18. ரா.ஸ்ரீ. தேசிகன், *கவிதைக் கலை*, ப.20.
19. மா. இராமலிங்கம், *இருபதாம் நூற்றாண்டுத் தமிழ் இலக்கியம்*, ப.157.
20. ஆ. செகந்நாதன், *புதுக்கவிதை ஒரு திறனாய்வு*, ப.25.
21. மேலது, ப.109.

22. மேலது, ப.126.
23. ஞானி, *தமிழ்க் கவிதை: ஞானி கட்டுரைகள் - III*, ப.69.
24. செ. கணேசலிங்கன், மு.கு.நூ., ப.4.
25. அருணன், *மார்க்சிய அழகியல்*, ப.32.
26. ஞானி, *மார்க்சிய அழகியல்: கடிதங்கள், கட்டுரைகள்*, ப.129.
27. வல்லிக்கண்ணன், *புதுக்கவிதையின் தோற்றமும் வளர்ச்சியும்*, ப.116.
28. ஞானி, *மார்க்சிய அழகியல்: கடிதங்கள், கட்டுரைகள்*, பக்.58,59.
29. கார்த்திகேசு சிவத்தம்பி, *தொல்காப்பியமும் கவிதையும்*, பக்.48,49.
30. ஞானி, *தமிழ்க் கவிதை: ஞானி கட்டுரைகள் - III*, பக்.785,786.
31. தமிழ்நாடன், *புதுமையின் வேர்கள்*, ப.106.
32. து. சீனிச்சாமி, *இருபதின் கவிதைகளில் சமூகநீதிக் கோட்பாடு*, பக்.10,11.
33. மேலது, பக்.12-29.
34. மேலது, ப.34.
35. கார்த்திகேசு சிவத்தம்பி, மு.கு.நூ., பக்.12,13.
36. து. சீனிச்சாமி, மு.கு.நூ., ப.104.
37. எஸ்.வி. ராஜதுரை, *சொல்லில் நனையும் காலம்*, ப.199.
38. தி.சு. நடராசன், மு.கு.நூ., ப.27.
39. து. சீனிச்சாமி, மு.கு.நூ., ப.76.
40. மேலது, ப.39.
41. க. கைலாசபதி, *இரு மகா கவிகள்*, ப.38.
42. அரிஸ்டாடில், *கவிதை இயல்*, ப.55.
43. பாலா, மு.கு.நூ., பக்.98,99.
44. ஞானி, *தமிழ்க் கவிதை: ஞானி கட்டுரைகள் - III*, ப.278.
45. கோ. தான்யா, *இருபதாம் நூற்றாண்டுத் தமிழ்க் கவிதைகளில் மார்க்சியக் கொள்கைகளின் தாக்கம்*, ப.70.
46. க. கைலாசபதி, *சமூகவியலும் இலக்கியமும்*, ப.34.
47. கார்த்திகேசு சிவத்தம்பி, *சங்க இலக்கியம் கவிதையும் கருத்தும்*, பக்.129,130.
48. தெய்வ.சுமதி, *பரணர் பாடல்களில் வரலாற்றுச் செய்திகள்*, ப.46.
49. க. கைலாசபதி, *தமிழ் வீரநிலைக் கவிதை*, பக்.28-47.
50. மேலது, ப.19.
51. ஞானி, *தமிழ்க் கவிதை: ஞானி கட்டுரைகள் - III*, ப.60.
52. வே. சேதுராமன், *காப்பியங்கள் காட்டும் தமிழர் வாழ்வியல்*, ப.34.
53. .https://books.google.co.in/books?id=L8L-பஃறுளி-யாற்றுடன்-பன்மலை___யடுக்கத்து=false.பா.நா: 5.7.2018, http://irruppu.

com/?page_id=53807, பா.நா: 5.2.2018.

54. க. கைலாசபதி, *சமூகவியலும் இலக்கியமும்*, ப.121.
55. பெ. மாதையன், *தமிழ்ச் செவ்வியல் படைப்புகள்: கவிதையியல், சமூதாயவியல் நோக்கு*, ப.195.
56. கார்த்திகேசு சிவத்தம்பி, *தமிழின் கவிதையியல்*, பக்.146,147.
57. கே.கே. பிள்ளை, *தமிழக வரலாறு மக்களும் பண்பாடும்*, ப.264.
58. சி. இளங்கோ, *இராஜராஜ சோழனின் காந்தளூர்ச் சாலைப் போர்*, ப.48.
59. கே.கே. பிள்ளை, மு.கு.நூ., ப.264.
60. பாலா, மு.கு.நூ., பக்.21,22.
61. க. கைலாசபதி, *சமூகவியலும் இலக்கியமும்*, பக்.121,122.
62. சி.இ. மறைமலை, *புதுக்கவிதை முப்பெரும் உத்திகள்*, ப.81.
63. க. கைலாசபதி, இ. முருகையன், *கவிதை நயம்*, ப.131.
64. ஆ. இரா. வேங்கடாசலபதி, *முச்சந்தி இலக்கியம்*, ப.44.
65. மேலது, ப.49.
66. க. விஜயராஜ், *குஜிலிப் பனுவல்கள்*, பக்.85,86.
67. கோ. கேசவன், *கோயில் நுழைவுப் போராட்டங்கள்*, பக்.164,165.
68. பி. யோகீசுவரன், *தமிழ்க் கவிதைகளில் சமுதாயச் சிக்கல்கள்*, ப.102.
69. ஆ. இரா. வேங்கடாசலபதி, மு.கு.நூ., பக்.43,175,173.
70. பழமலய், *நானும் என் கவிதையும்*, ப.122.
71. க. கைலாசபதி, *சமூகவியலும் இலக்கியமும்*, ப.131.
72. மா. இராமலிங்கம், மு.கு.நூ., ப.11.
73. கே.சி.எஸ். அருணாசலம், *கவிதை என் கைவாள்!*, ப.3.
74. ரகுநாதன், *ரகுநாதம் - 5*, ப.6.
75. தமிழன்பன், *நானும் என் கவிதையும்*, ப.68.
76. தணிகைச்செல்வன், மேலது, ப.84.
77. கோ. தான்யா, மு.கு.நூ.,ப.129.
78. மேலது, ப.130.
79. தணிகைச்செல்வன், *நானும் என் கவிதையும்*, ப.87.
80. தணிகைச்செல்வன், *தணிகைச்செல்வன் கவிதைகள்*, ப.413.
81. சிற்பி, *நானும் என் கவிதையும்*, பக்.45,46.
82. ஞானக்கூத்தன், *கவிதைக்காக*, ப.112.
83. மீரா, *நானும் என் கவிதையும்*, ப.78.
84. ஆ. செகந்நாதன், மு.கு.நூ., ப.131.
85. பழமலய், *நானும் என் கவிதையும்*, ப.121.
86. மேலது, ப.119.

87. பழமலய், ப.126.
88. இன்குலாப், *ஒவ்வொரு புல்லையும்...*, ப.5.
89. இன்குலாப், *நானும் என் கவிதையும்*, பக்.11,21.
90. மேலது, ப.22.
91. அன்னிதாமசு, மு.கு.நூ., ப.20.
92. வா.மு.சே. முத்துராமலிங்க ஆண்டவர், மு.கு.நூ., ப.185.
93. அறிவுமதி, *அறிவுமதி*, ப.285.
94. வைரமுத்து, *பெய்யெனப் பெய்யும் மழை*, பக்.10,14.
95. அருச்சுன. தட்சிணாமூர்த்தி, மு.கு.நூ., பக்.32,33.
96. சிலம்பொலி சு. செல்லப்பன், அணிந்துரை, *இருபதாம் நூற்றாண்டுத் தமிழ்க் கவிதைகளில் மார்க்சியக் கொள்கைகளின் தாக்கம்*, ப.IX.
97. இரா. இளவரசு, *பாவேந்தரின் உலகநோக்கு*, ப.39.
98. மேலது, ப.40.
99. மேலது, ப.41.
100. https://www.keetru.com/index.php/2009-10-07-12-25-28/10-sp-1483084462/10293- 2010-08-08-01-43-18, பா.நா.:20.5.2018.
101. க. பூரணச்சந்திரன், மு.கு.நூ., ப.22.

......

இயல் இரண்டு

அரசியல் நிகழ்வுகள்: கவிதைகள்

சமூகத்தின் மாற்றமென்பது பெரும்பான்மையாக ஆட்சிமாற்றங்கள் வாயிலாகவே நிகழ்ந்திருக்கின்றது. அது வளர்ச்சி, சிதைவு என்று எவ்வகை நிலையாயினும் அவற்றிற்குக் காலங்காலமாகத் தமிழ்ச் சமூகத்தில் நிகழ்ந்துவந்த வேறுபட்ட பல ஆட்சிகள் முக்கியக் காரணமாகின்றன. அதேபோன்று விழிப்புணர்வு கொண்டு மேற்கொள்ளப்படும் சமூகச் செயல்பாடுகளும் இன்னொரு வகைக் காரணமாகின்றன. இந்த இரு நிலைகளுமே ஒரு சமூகத்தின் அரசியலைத் தீர்மானிப்பதில் பங்காற்றுகின்றன. அரசியல் என்பது அரசாட்சி தொடர்புடையதாகவே பொதுவாகக் கருதப்படுகின்றது. இது அரசதிகாரத்திற்கு உட்பட்ட ஒரு சமூகத்தின் நிலை. இதுபோன்று சமூக அளவில் ஏற்படக்கூடிய அசைவியக்கங்களையும் இவ்வியல் அரசியல் எனும் வகைமைக்குள் உள்ளடக்கிப் பார்க்கின்றது.

மேற்காணும் இரு நிலைகளிலும், அதாவது தனிமனித வாழ்க்கையைக் கடந்த பொதுவாழ்க்கைக் கூறுகளால் விளையும் நிகழ்வுகளே இங்கு அரசியல் நிகழ்வுகளாகக் கொள்ளப்படுகின்றன. மேலும், அரசியல் என்பதற்கு மக்களால் ஏற்படுத்திக்கொள்ளப்பட்ட ஆட்சியோடு,

அறிவுத்துறையின் ஒரு பகுதியாக அமையும் மனித சிந்தனைப் பகுதியை 'அரசியல்' என்று குறிப்பதும் உண்டு. இது - அரசியல் தத்துவம், அரசியல் கொள்கை, அரசியலாகிய அறிவியல் அல்லது அரசியலாகிய கலை எனவும் குறிக்கப்படும்.

அரசியல் என்பது நாட்டுடனும், நாடு நிலை பெறவும் வளரவும் தேவையான நிலைகளுடனும் தொடர்புடையது என்று விளக்கம் கூறலாம். மக்களுடன் சேர்ந்தோ அல்லது அவர்களைத் தம் கட்டுப்பாட்டின் கீழிருக்கச் செய்தோ, சில நோக்கங்களை நிறைவேற்றத் திட்டமிட்டு, ஒருவர்க்கொருவர் போட்டி போட்டுக் கொண்டு, அதிகாரத்தையும் பதவியையும் பெறுவதற்காக மனிதர்கள் ஈடுபடும் செயலை 'அரசியல்' என்ற சொல்லால் பரவலாகக் குறிப்பதைப் பார்க்கலாம் [1]

என்னும், தமிழ்ப் புதுக்கவிதைகளில் அரசியல் கருத்துகளைப் பற்றி ஆய்வுசெய்த அருச்சுன. தட்சிணாமூர்த்தியின் கருத்துரையும் இவ்வியல் வரையறைக்கு ஒரு காரணமாக விளங்குகின்றது. எனவே, இத்தன்மையில் அமையும் நிகழ்வுகள் 'அரசியல் நிகழ்வுகள்' ஆகும். மேலும், நிகழ்வுகள் என்பதும் ஒரு குறிப்பிட்ட நாளில் அல்லது குறிப்பிட்ட காலத்தில்

நிகழ்பவையாக மட்டுமல்லாமல், ஒரு முயற்சி, ஒரு திட்டம், ஒரு கொள்கை முதலியனவும் பல காலமாகத் தொடர்ந்து மேற்கொள்ளப்பட்டிருந்தாலும் அவையும் 'நிகழ்வு' என்றே கொள்ளப்படுகின்றன.

இருபதாம் நூற்றாண்டில் அத்தகைய நிகழ்வுகள் நிறைய நடந்திருக்கின்றன. அவற்றில் பலவற்றைத் தமிழ்க் கவிதைகள் தம்முடைய கவிப்பொருளாகவும் கவிக்கூறுகளாகவும் வெளிப்படுத்தியுள்ளன. சங்ககால அரசியல் சூழலின் பல போர் நிகழ்வுகளைப் புறநானூறு உள்ளிட்ட சங்க இலக்கியம் வரலாற்றுக்குத் தந்திருப்பதைப் போன்று, இருபதாம் நூற்றாண்டு அரசியல் நிகழ்வுகளையும் அதன் சமகால, பிந்தைய இலக்கியங்கள் பதிவுசெய்திருப்பது தமிழ்ச் சமூக வரலாற்றிற்குரியதாகின்றது. அவ்வாறு பதிவாகியிருக்கும் நிகழ்வுகளில் சிலவற்றையும், அவற்றிற்குரிய கவிதைப் பதிவுகளையும் இவ்வியல் ஆராய்கின்றது.

இவ்வகை நிகழ்வுகளுள் அரசியல் அடிப்படையிலான போராட்டங்கள், வன்செயல்கள் என்பனவும் நிகழ்ந்திருக்கின்றன. அவை, அவற்றின் நோக்கம் கருதிப் பின்னுள்ள இயல்களில் பொருண்மைக்கேற்ப எடுத்தாராயப்பட்டுள்ளன.

தனித்தமிழ் இயக்கம் (1916)

ஓர் இனத்தின் அடையாளமாக ஒரு மொழி விளங்குவதன் பின்புலத்தில், பெரும் மக்கள் கூட்டமே இயங்கி, அவர்களுக்கான அடுத்தடுத்த வளர்ச்சி நிலைகள் ஏற்பட்டு, உலகில் ஒரு மனித இனம் உருவாகி, அவ்வினத்திற்கொரு மொழி அடிப்படையாக அமைவது ஆகிய படிநிலைகள் இருக்கின்றன. மொழி அழிவுக்குள்ளாகுமானால் இனமும் இல்லாமல்போகும் என்பதே மெய். இதனால்தான், தமிழ்ச் சமூகத்தில் தமிழினத்தைக் காக்கும் பொருட்டும், உலகின் மூத்த மொழியாகத் திகழும் தாய்மொழியான தமிழைக் காக்கும் பொருட்டும் தனித்தமிழ் இயக்கம் செயல்பாடு கண்டது.

பல நாட்டவர்கள் வந்து வணிகம் உள்ளிட்ட காரணங்களுக்காக உறவாடிய, குடியேறிய நிலைப்பாடுகளால் தமிழ்மொழியின் தனித்தன்மை சிதையத் தொடங்கியது. இதில் ஆரியர்களின் சமசுகிருதமும், ஆங்கிலேயர்களின் ஆங்கிலமும் அதிகப்படியாகத் தமிழுக்குள் ஊடுருவிப் பல்வேறு சொற்கள்வழிப் புழங்குகின்றன.[2] அம்மொழிச் சொற்களும், தொல்காப்பியக் கால ஆரியத் தாக்கம்

தொடங்கிப் பின்வந்த பல்வேறு ஆட்சி மாற்றங்களால் பிற மொழிச்சொற்களும் எழுத்துகளும் தமிழிற் புகுந்தன. எனினும், 19ஆம் நூற்றாண்டுவரை வடமொழியே அதிகத் தாக்கம் செலுத்தியது. பின்பு, வடமொழிப் பள்ளிகள், 'தேசிய சமஸ்கிருத இயக்கம்' என வடமொழி ஆதிக்கம் விரியவே செய்தது. இதே சூழலில்தான் தமிழின் சிறப்பை வெளிப்படுத்துகின்ற நிகழ்வுகளும் நடந்தன. 1856இல் இராபர்ட் கால்டுவெல் தமிழ் தனித்தியங்கும் வல்லமை கொண்டதென வெளிப்படுத்தியமை, சமயம் பரப்பவந்த ஐரோப்பிய அறிஞர்கள் தமிழின் பெருமைகளை வெளிப்படுத்தியமை, கிறித்துவப் பாதிரிமார்கள் தமிழில் நூல்களை அச்சிட்டமை ஆகியன காரணமாயின. இவை தமிழர்களின் விழிப்புணர்வுக்கு முக்கிய அடித்தளம் அமைத்தன. மேலும், 19ஆம் நூற்றாண்டின் பல்வேறு செயல்பாடுகளால் 20ஆம் நூற்றாண்டின் தொடக்கத்தில் இனஉணர்வு ஏற்படவேண்டிய சூழல் வந்தது.

மறைமலையடிகளின் தமிழ்ப் பற்றுக்கும் தனித்தமிழ்ச் சிந்தனை வளர்ச்சிக்கும் அவரது சமகாலத் தொடர்புகளும் சூழலும் காரணமாகக்கூடும். அவற்றில் 'மனோன்மணீயம்' நாடகத்தில் வடமொழியையும் தமிழையும் ஒப்பீடு செய்த பேரா. சுந்தரம்பிள்ளையுடனும், தமிழ்மொழி வரலாற்றினை எழுதிய பரிதிமாற்கலைஞருடனும் ஆசிரியப் பணியாற்றிய தொடர்பு, 1905இல் பாம்பன் குமரகுருபரதாசர் வெளியிட்ட 'சேந்தன் செந்தமிழ்' படைப்பு, 1908இல் விருதை சிவஞான யோகிகள் தொடங்கிய 'திருவிடர் கழகம்' மேற்கொண்ட செயல்பாடுகள், சுப்பிரமணிய சிவா 'ஞானபாநு' இதழுக்குத் தனித்தமிழ்ச் சொற்களே இடம்பெறும் கட்டுரைகளை வரவேற்றது ஆகியன அடங்கும்.[3] இவற்றுடன் மதுரைத் தமிழ்ச் சங்கம்(14.9.1901), கரந்தைத் தமிழ்ச் சங்கம் (14.5.1911) முதலியவை தமிழ் வளர்ப்பில் பங்காற்றி வந்தமை இணைத்து எண்ணத் தக்கது.

தமிழ்ப்பற்றாளரான வெ. நாராயணசாமியிடம் தமிழ்க்கல்வி கற்ற, சூளை சோமசுந்தர நாயகரால் தனித்தமிழிலேயே எழுத வழிப்படுத்தப்பட்ட மறைமலையடிகள், 1902இல் தமது ஞானசாகரத்தில் 'தமிழ் வடமொழியினின்று பிறந்ததாமா?' எனும் கட்டுரையை எழுதியது தொடங்கி முல்லைப்பாட்டு, பட்டினப்பாலை ஆகியவற்றின் ஆராய்ச்சியுரை, 1905இல் மதுரைத் தமிழ்ச்சங்க விழாச் சொற்பொழிவு என்பவை மூலம் தமிழ் பிறமொழிக் கலப்பின்றி இயங்கக்கூடியது என்பதை முன்னிறுத்தியுள்ளார்.[4] அக்காலத்தில், தமிழ் பல துறைகளிலும் புறமொதுக்கப்பட்டிருந்த நிலை இருந்தது. பின்னாளில் தனித்தமிழ்

இயக்கம் இசைத்துறையின் மொழிக்கலப்பை எதிர்த்ததால்தான் தமிழிசை இயக்கம் உருவானது. மேலும், தமிழ் மண்ணில் நாட்டு விடுதலைக்காகப் போராடியபோது தமிழல்லாத சொற்கள் முழக்கங்களாக இருந்தமை, மொழிவாரி மாநிலம் கோரிய அரசியல் சூழல் முதலியவை தமிழர்களுக்கு தாய்மொழி உணர்வை மிகுவித்தன. கலை இலக்கிய வடிவங்களிலும் இதழ்களிலும் தமிழின் தேவை வலுப்படலானது. இத்தகைய சூழல்கள் பிறமொழி ஆதிக்கத்திலிருந்து தமிழை மீட்டெடுக்க வலியுறுத்தியன.

மறைமலையடிகள் இவ்வாறான தமிழ்ப்பற்றுக்குரிய சூழலைக் கண்டும், தனித்தமிழ்க் கருத்துகளை வலிமையாக வெளிப்படுத்தியும் இருந்தாலும் 1916இல் நடந்த நிகழ்வொன்றுதான் தனித்தமிழ் இயக்கத்தின் தொடக்கத்தைத் தந்தது. அவரும் அவர்தம் மகளும், வள்ளலாரின் 'பெற்றதாய்தனை' எனத் தொடங்கும் பாடலின் இரண்டாம் அடியில் இடம்பெற்ற 'தேகம்' எனும் ஒரே ஒரு வடசொல் கலப்பு பற்றிக் கலந்துரையாடியதிலிருந்து தனித்தமிழியக்கச் சிந்தனை முதன்முதலாக வெளிப்பட்டது. அதிலிருந்து வடசொல் முதலிய பிறமொழிச் சொற்கள் கலவாத தனித்தமிழிலே செயலாற்றும் கொள்கையை முன்னெடுத்தனர். எனவே, தனித்தமிழ் இயக்கம் 1916இல் நடந்த இந்நிகழ்விலிருந்து தொடங்குவதாகப் பொதுவாகக் கருத்தில் கொள்ளப்படுகின்றது. இதன்பிறகு வேதாசலம் என்ற தமது பெயரை மறைமலையடிகள் என்று தமிழில் மாற்றிக்கொண்டார். தமது குடும்பத்தினரின் பெயர்களையும் தமிழ்ப்படுத்தினார். அவரது 'ஞானசாகரம்' இதழ் 'அறிவுக்கடல்' என்றும், சமரச சன்மார்க்க நிலையம் 'பொதுநிலைக் கழகம்' என்றும் மாற்றம் கண்டது.[5] இவ்வாறு தமிழ்ச் சமூகத்தில் தனித்தமிழ் இயக்கம் உருவெடுக்கத் தொடங்கியது.

மறைமலையடிகளும் மகள் நீலாம்பிகையும் தங்களது படைப்புகள், சொற்பொழிவுகள் முதலியவற்றைத் தனித்தமிழில் அமைத்துக்கொள்ள முடிவெடுத்தனர். தாம் ஏற்கெனவே வெளியிட்ட நூல்களையும் அவர் தனித்தமிழாக்கி வெளியிட்டார். தமிழ், சமசுகிருதம், ஆங்கிலம் என மும்மொழிப்புலமை கொண்ட அவர், தமிழ்மொழிச் சீர்திருத்தம், தனித்தமிழ் மாட்சி, தனித்தமிழும் கலப்புத்தமிழும் முதலிய கட்டுரைகளைத் தொடர்ந்து எழுதினார். மொத்தமாகத் தனித்தமிழ் தொடர்பான அவரது கொள்கைகளைப் புரிந்துகொள்ளக் கு. திருமாறனின்,

அ) தமிழிற் பிறமொழிச் சொற்கள் கலப்பது இயற்கை, ஆ) தமிழ்ச் சொற்படைக்க முயன்றும் முடியாநிலையில் பிறசொற்களை

> *வழங்கலாம். முயன்றால் எப்பொருட்கும் தமிழில் பெயரமைக்கலாம், இ) அயல்மொழிச் சொற்களைத் தமிழியல்புக்கேற்ப மாற்றியே வழங்கல் வேண்டும், ஈ) அயல்மொழிச் சொற்களை - உருவு திரிந்தவற்றையும் அளவுக்குமிஞ்சிச் சேர்த்தல் கூடாது, உ) இருக்கும் தமிழ்ச்சொற்களை விடுத்துப் பிற மொழிச் சொல்லைப் பயன்படுத்தல் கூடவே கூடாது, ஊ) வேண்டாத பிறமொழிச் சொற்களைக் கலப்பது தமிழின் எழிலுக்குக் கேடு; மொழிக்குச் சிதைவு. அச்செயல் பெருங்குற்றம், எ) ஆரியம், ஆங்கிலம் முதலான பிறமொழிச் சொற்களைக் கலவாமல் தனித்தமிழிற் பேசவும் எழுதவும் கடைப்பிடியாய்ப் பழகிவரல் வேண்டும்* [6]

என்னும் பட்டியல் உதவுகின்றது. இவ்வாறாகத் தனித்தமிழ்ச் சிந்தனை தமிழ்ச் சமூகத்தில் வினையாற்றத் தொடங்கியது.

நீலாம்பிகை அம்மையாரும் தனித்தமிழில் உரைநடைநூல்களை வெளியிட்டார். அவற்றில் அக்கொள்கையைப் பரப்பும் சில கட்டுரைகள் இடம்பெற்றன. இவர் 1937இல் வெளியிட்ட ‘வடசொற்றமிழ் அகரவரிசை’யானது ஏறத்தாழ 7 ஆயிரம் வடசொற்களுக்குரிய தமிழ்ச்சொற்களை வெளியிட்டது. இது பலருக்கும் தனித்தமிழ்க் கையேடாக அமைந்தது. மறைமலையடிகளுக்கு இக்காலகட்டத்தில் இதற்கான எதிர்ப்புகளும் நிலவின. புலவர்கள், முக்கியத் தலைவர்கள் சிலரும் அவர் கருத்தை ஏற்கவில்லை. இருப்பினும் தமது கொள்கையில் வலுவாக நின்று, பல நூல்களையும் இயற்றி வெளியிட்டது அவருக்குப் பக்கபலமாயின.

நல்லூர் ஞானப்பிரகாசர், உ.வே.சா., மு. கதிரேசன் செட்டியார், வையாபுரிப்பிள்ளை முதலியோர் இயல்புக்கு இது ஏற்கத்தக்கதல்ல எனத் தனித்தமிழ்ச் சிந்தனையில் முரண்பட்டனர். அதேநேரம் திரு.வி.க., பா.வே. மாணிக்கனார், ந.மு. வேங்கடசாமி நாட்டார், சோமசுந்தர பாரதியார் ஆகியோர் தனித்தமிழுக்கு ஆதரவாகச் செயல்பட்டனர். இதில் சோமசுந்தர பாரதியார், புதுச்சொல் படைக்க இயலாதபோது பிறமொழிச் சொல்லையே தமிழுக்கேற்ப மாற்றிக்கொள்ளலாம் என்று கருத்துரைத்துள்ளார். தமிழ்ப் பேராசிரியராக இருந்து தனித்தமிழ் பரப்பிய அ. சிதம்பரநாதன் செட்டியார், மகிழ்நன், இளவழகனார், வ.சுப. மாணிக்கனார் முதலியோர் தனித்தமிழை முன்னெடுத்தனர்.[7]

தமிழ்ப் பேராசிரியரும் வரலாற்றாசிரியருமான மா. இராசமாணிக்கனார், மொழியின் தூய்மை காக்கப்படவேண்டும் என்றும் பேச்சு வழக்கிலும் தனித்தமிழ் வேண்டும் என்றும்

தனித்தமிழைத் தொடர்ந்து வலியுறுத்தினார். தனித்தமிழ் இயக்க அமைப்புகளில் பங்காற்றினார் சி. இலக்குவனார். தமிழ் அகராதிக்கலை எனும் நூலை வெளியிட்ட சுந்தரஞ்சண்முகனார் ‘தனித்தமிழ்க் கிளர்ச்சி’ எனும் படைப்பை 1948இல் இயற்றினார். மு. வரதராசனார் தம்முடைய கட்டுரை நூல்கள் மட்டுமல்லாது புதினங்களிலும் தனித்தமிழை முயற்சி செய்தார். இவர்களால் தனித்தமிழியக்கச் செயல்பாடுகள் வீரியம் பெற்றதைக் கு. திருமாறன் காட்டுகின்றார்.[8]

தனித்தமிழுக்கு முக்கியப் பங்களிப்பை நல்கியது, மறைமலையடிகளின் மருமகன் வ. திருவரங்கனார் 1920 செப்டம்பர் 21இல் தொடங்கிய ‘சைவசித்தாந்த நூற்பதிப்புக் கழகம்’ எனும் அமைப்பாகும். சைவத்தையும் தமிழையும் வளர்க்கும் பின்புலத்தில் இயங்கிய இக்கழகம், 1923இல் ‘செந்தமிழ்ச் செல்வி’ எனும் இதழைத் தொடங்கியும், 1937இல் ‘தமிழ்ப் பாதுகாப்புக் கழகம்’ தோற்றுவித்தும் பணியாற்றியது. நூற்பதிப்புக் கழகத்தின் துணையுடன் 1934இல் தொடங்கப்பட்ட சொல்லாக்கக் கழகம் மூலம் கலைச்சொல்லாக்கத்திற்கான மாநாடுகள் நடத்தப்பட்டன. இதன் பின்னணியில் இ.மு. சுப்பிரமணியம் பிள்ளை, சேலம் இராமசாமி கவுண்டர், சாமி. வேலாயுதனார், கீ. இராமலிங்கனார் ஆகியோரில் இ.மு. சுப்பிரமணியம் பிள்ளை சென்னை மாகாணத் தமிழ்ச்சங்கத்தை நிறுவியவர் ஆவார். இச்சங்கம் ‘தமிழ்த்தாய்’ எனும் இதழை வெளியிட்டது.[9] இவ்வாறாக வளர்ந்துவந்த சூழலில், 1938இல் நடந்த முதல் இந்தி எதிர்ப்புப் போரில் தலையாய பங்கு வகித்தார் மறைமலையடிகள். அவரது தொடர்முயற்சிகளும், விடாப்பிடியான கொள்கைப்பாடும் தனித்தமிழ்க் கொள்கையை ஓர் இயக்கமாக வளர்த்தெடுத்தன. இவ்வியக்கம் வடமொழியை மட்டுமல்ல பிற மொழிகளையும் தமிழைவிட்டு அகற்றிடச் செயலாற்றியது.

ஐரோப்பிய மொழிகளிலும் பிறமொழிக் கலப்புக்கு எதிர்வினையாற்றல் ஈடேறியிருக்கின்றது. மேலும் உலகின் புகழ்வாய்ந்த கார்ல் மார்க்ஸ், இலெனின் முதலியோரும் தங்கள் மொழியில் பிற மொழி ஊடாடுவதை எதிர்த்தனர். ஆனால் இந்தியாவில், தமிழகத்தில்தான் ஒரு பெரும்இயக்கமாக இது விளங்கியது. மறைமலையடிகளின் மறைவுக்குப் (1950) பின் இவ்வியக்கத்தின் தலைவராகத் தேவநேயப் பாவாணர் அமைந்தார். இவரால் தனித்தமிழியக்கம் அமைப்புகளுடன் கூடிய இயக்கமாக நடத்தப்பட்டது; செந்தமிழ்ச் செல்வி இதழில் கட்டுரைகள் எழுதுவது முதலான பல பணிகள் மேற்கொள்ளப்பட்டன. இவரது தனித்தமிழ்ச்

செயல்பாடுகளாலேயே பேராசிரியர் பணியிலிருந்து நீக்கம் செய்யப்பட்டார். வேர்ச்சொல் ஆய்வு, சொற்பிறப்பியல் அகரமுதலி உள்ளிட்ட தமிழ் வளர்க்கும் செயல்பாடுகளைச் செய்து 'மொழிஞாயிறு' என்று விளங்கினார். தனித்தமிழுக்காகப் பாடுபட்ட முக்கியமானவரான பெருஞ்சித்திரனார் பாவாணரின் மாணவர்தான். தனித்தமிழ்க் கொள்கையில் மிகுந்த முனைப்புகாட்டி அவ்வாறே வாழ்ந்தவர். 1959இல் தாம் தொடங்கிய 'தென்மொழி' இதழைக் கொண்டு தொடர்ந்து தனித்தமிழ் இயக்கப் பணிகளை ஆற்றினார். மேலும் 'உலகத் தமிழ்க் கழகம்' எனும் அமைப்பின்வழியும் பாடுபட்டார்.[10]

வடமொழியை மறைமலையடிகள் எதிர்த்ததுபோன்று, அம்மொழியைப் புகுத்திய பார்ப்பனியத்தை ஈ.வெ.ரா. எதிர்த்தார். இவர்தம் பார்ப்பனிய எதிர்ப்புக்கு மறைமலையடிகளின் ஆராய்ச்சி உதவியது. 'பண்டைக்காலத் தமிழரும் ஆரியரும்' எனும் அவரது ஆய்வுநூலைக் கைக்கொண்டு பேசுவது ஈ.வெ.ரா.வின் வழக்கமாக இருந்திருக்கின்றது. தனித்தமிழ்க் கொள்கையாக இல்லையென்றாலும் தாம் நடத்திய இதழ்களுக்கெல்லாம் தமிழ்ச் சொற்களிலேயே பெயர் வைத்தார். இவர்வழியாகத் தமிழ்ப்பற்று மேலும் பரிணாமம் கண்டது. இவருடைய சுயமரியாதை இயக்கத்தைச் சேர்ந்தவர்கள் தனித்தமிழ்க் கொள்கையினைப் பின்பற்றலாயினர். திராவிட இயக்கத்தவர்களில் முக்கியமானவர்களான பாரதிதாசன், பொன்னம்பலனார், புலவர் குழந்தை, கா. அப்பாதுரையார் ஆகியோர் தனித்தமிழ்ப் பிடிப்போடு தொடர்ந்து இயங்கினர்.[11] ஈ.வெ.ரா.வோடு இருந்து தி.மு.க. எனத் தனிக்கட்சி தொடங்கினாலும் அக்கட்சியினரும் தமிழ்மீது பற்றுடையவர்களாகத் தனித்தமிழைப் போற்றினர். தி.மு.க. முக்கியக் கட்சியானபோதும், ஆட்சிப்பொறுப்பேற்ற பின்பும் தனித்தமிழ் வளர்ச்சி நல்ல எழுச்சி கண்டது. புழக்கத்திலிருந்தவற்றைப் புறந்தள்ளித் தமிழ்ச்சொற்களை நடைமுறைக்குக் கொண்டுவந்தது. தமிழ்வழிக் கல்விக்கு முக்கியத்துவமளித்தது. உலகத் தமிழ் மாநாடுகள் நடத்தப்பட்டன.

முதல் இந்தி எதிர்ப்புப் போராட்டம் முடுக்கிவிட்ட தமிழ்ப்பற்று இதுபோன்று எல்லாவிதமான செயல்பாடுகளிலும் தமிழை முன்னிறுத்தி வாழச் செய்தது. திராவிட இயக்கப் பின்னணியில் பலரும் தங்கள் பெயரைத் தமிழில் மாற்றிக்கொள்வது தொடர்ந்து நிகழ்ந்தேறியது. அவர்கள் இதழ்களுக்கும் காஞ்சி, முரசொலி, நம்நாடு, முல்லை எனத் தமிழிலேயே பெயர் வைத்தனர். மேலும், இக்காலகட்டங்களில்

குழந்தைகளுக்குப் பெயரிடுதல், திருமண அழைப்பிதழ் முதலிய அறிவிப்புகள் எனப் பெரும்பாலானவற்றில் தமிழ்ச் சிந்தனை வேரூன்றியிருந்தது. பொதுக்கூட்டங்களில் தமிழை முன்னிறுத்தும் பேச்சுகள் அதிகப்பட்டன. அத்துடன் இன்று மேடைகளில் பயன்படுத்தும் சொற்பொழிவு, முன்மொழிதல் உள்ளிட்ட சில சொற்களை இவ்வியக்கத்தின் விளைவாகவே கருதவேண்டும். இதுபோன்ற செயல்பாடுகளே தமிழுணர்ச்சி மாநிலம் முழுக்கத் பரவிடக் காரணமாயின. தமிழகத்தில் மட்டுமல்லாது பிற இடங்களில் வாழும் தமிழர்களிடையேயும் தமிழுணர்வு அதிகரித்திருந்தது.

தனித்தமிழ்க் கொள்கைப்பிடிப்பில் 1964இல் தொடங்கப்பட்ட தனித்தமிழ்க் கழகத்தின் 1968 அக்டோபர் மாநாட்டில் 'உலகத் தமிழ்க் கழகம்' ஏற்படுத்தப்பட்டது. பாவாணர் தலைவராய் விளங்கிய இது பல திட்டங்களை முன்னெடுத்தது. அவற்றில், தமிழகத்தில் மக்கள் பெயருடன் இடம், கட்டடம் ஆகியவற்றின் பெயரையும் தமிழில் அமைக்கப் பாடுபடுவது உள்ளிட்டவை அடங்கும். புதுவையிலும் உலகத் தமிழ்க் கழகத்தின் கிளை செயல்பட்டு மாநாடுகளையும் நடத்தியது. 1971இல் இரண்டாவது மாநாட்டின்போது ஏறத்தாழ 167 கிளைகளைக் கொண்டிருந்தது. இவ்வாறாகப் பெரும் வீச்சுடன் தமிழுக்கு வினையாற்றியது. இதற்குப் பிறகு 9.2.1972இல் தொடங்கப்பட்டது தமிழியக்கம்.

தனித்தமிழ்ப் பற்றுடைய, பாவாணர், பெருஞ்சித்திரனாரோடு பழகிய மு. தமிழ்க்குடிமகன், இரா. இளவரசு முதலியோர் திருச்சியில் ஏற்படுத்தித் தமிழை வளர்த்தனர்.[12] இவ்வியக்கம் திருச்சிப் பகுதிகளில் பெயர்ப்பலகைகளைத் தமிழாக்கிட உழைத்தது. பின்னாளில் தமிழ்க்குடிமகன் அமைச்சரானபோது கோயில்களில் தமிழ்வழிபாடு, தமிழ்வழிக் கல்வி என்று பாடுபட்டார். உலகத் தமிழ்க் கழகத்தில் ஏற்பட்ட கருத்து வேறுபாடுகளால் தனித்தமிழ் இயக்கத்தின் தொடர் செயல்பாடுகள் தடைபட்டன. பெருஞ்சித்திரனாரால் 'உலகத் தமிழின முன்னேற்றக் கழகம்' தொடங்கப்பட்டது. புதுவையில் 1978இல் 'தனித்தமிழ்க் கழகம்' தொடங்கப்பட்டது. இதன்வழிப் புதுவையில், பெயர்ப் பலகைகளைத் தமிழில் மாற்றும் பணி க. தமிழமல்லன் ஏற்பாட்டில் செய்யப்பட்டுள்ளது. இவரது ஆர்வத்தால் அங்கு 1984இல் தனித்தமிழ் மாநாடு ஒன்று நடந்தேறியது. தனித்தமிழ்க் கழகத் தொடக்கப்பள்ளியும் தொடங்கப்பட்டது. இப்படியாக வளர்ந்த தனித்தமிழ் இயக்கம் பாவாணர் மறைவுக்குப் (1981) பிறகு ஒற்றுமையுடன் வீரியம் பெறவில்லை.

மேற்படி, தமிழ்ச் சமூகத்தில் தாய்மொழிப் பற்றானது மிகுந்தும், தனித்தமிழ்க் கொள்கையைப் பின்பற்றுதல் ஓர் இயக்கமாகத் தொடர்ந்து வளர்ந்தும் வந்துள்ளன. இவ்வியக்கம் ஏற்படுத்திய உணர்வென்பது மிக முக்கியமானது. ஆரியச் சடங்குமுறைகளைக் கடந்த தமிழ்த் திருமணம், திருவள்ளுவர் பிறந்த ஆண்டைப் பின்பற்றும் முறை, தமிழ் நாட்காட்டி முறை, சித்திரை மாதம் தமிழ்ப் புத்தாண்டு கொண்டாடும் வழக்கம், தமிழர்களின் நான்மறைக் கோட்பாடு உள்ளிட்டவை இவ்வியக்கச் சிந்தனையின்வழி வெளிப்பட்டவையே ஆகும். இந்த நீட்சியில் அரசாங்கத்தின் தமிழ் வளர்ச்சிக்கான சில செயல்பாடுகளும் அமையும். இத்தகைய பல்வேறு தாக்கங்களைச் சாரதா நம்பிஆரூரன் ஆய்வு குறிப்பிடுகின்றது.[13] தமிழின் மொழிக்கலப்புக்குக் காரணம் பிற மொழியினர் ஆதிக்கம் செலுத்தி ஆட்சியாண்டது. ஒரு வகையில் பிறமொழிக் கலப்பை எதிர்ப்பதென்பது அந்த ஆதிக்கங்களையெல்லாம் எதிர்ப்பதாகவே அமைகின்றது. இவ்வகையில் தனித்தமிழ் இயக்கமானது தமிழினத்தின் விடுதலைப் போராட்டக்கூறாகப் பார்க்கப்படுகின்றது.[14]

மொழிக்காகத் தொடங்கிய இவ்வியக்கம் தமிழின முன்னேற்றத்திற்கான இயக்கமாக மாற்றம்கண்டது. இந்திய மொழிகளில் மொழித் தூய்மைக்காக இப்படி இயக்கமாகப் பாடுபட்டது தமிழுக்கு மட்டுமே நிகழ்ந்தது. எனவே, இத்தகையதொரு வரலாற்று நிகழ்வைத் தமிழ்க்கவிதைகள் வெளிப்படுத்திக் கடமையாற்றியிருக்கின்றன. தமிழ்க் கவிஞர்கள் பெரும்பாலும் இவ்வியக்கத்தின் தாக்கம் கண்டவர்கள் என்பது முதலில் கவனிக்கத் தக்கது. தனித்தமிழ்ப் பற்றாளரான பாரதிதாசன்,

"தனித்தமிழ் இயல்புக் கான
சலுகைதான் உண்டா நாட்டில்?
இனத்தாரின் மேன்மை தன்னை
எண்ணத்தான் உரிமை உண்டா?
உனக்கென்ன வாழ்வென் பாரை
உதைக்கத்தான் உணர்ச்சி உண்டா?
தனக்கொன்று பிறர்க்கொன் றென்பான்
தனைவீழ்த்த எழுதல் உண்டா?" *(பாவேந்தம் - 5, ப.151)*

எனத் தமது குறிஞ்சித்திட்டு (1959) இலக்கியத்தில் படைத்தவர் ஒவ்வொரு காலகட்டத்திலும் தனித்தமிழைப் படைப்பில் இறுகப் பற்றியுள்ளார். அவர் 1945இல் வெளியிட்ட 'தமிழியக்கம்' இதன் பின்னணியில் குறிப்பிடத் தகுந்த படைப்பாகும். தமிழ்

முதன்மைபெறவேண்டிய பல துறைகளின் பட்டியலையும் இந்நூலுக்குள் கண்ணுற முடியும். மொழியைக் காட்டும் பெயர்ப் பலகைகள் தமிழிலேயே இடம்பெற்றிருத்தல் வேண்டுமென்பதை,

உணவுதரு விடுதிதனைக் கிளப்பெனவேண் டும்போலும்!
உயர்ந்த பட்டுத்
துணிக்கடைக்குச் 'சில்குஷாப்' எனும்பலகை தொங்குவதால்
சிறப்பு போலும்!
மணக்கவரும் தென்றலிலே குளிராஇல் லை?தோப்பில்
நிழலா இல்லை?
தணிப்பரிதாம் துன்பமிது! தமிழகத்தின் தமிழ்த்தெருவில்
தமிழ்தா னில்லை

(பாவேந்தம் - 15, ப.50)

எனப் பறைசாற்றுகின்றார். இதைப் பின்பற்றித்தான் பிற்காலத்தில் தமிழியக்கம் என்றோர் அமைப்பு (9.2.1972) ஏற்பட்டுள்ளது. இதேபோன்று தனித்தமிழ் குறித்த பிற பதிவுகள் (பாவேந்தம் - 15, பக்.59,131, பாவேந்தம் - 5, ப.151) உள்ளன. மேலும் வீட்டிற்கொரு நூல் இருக்கவேண்டும் என்று சுந்தரஞ்சண்முகனாரின் 'தனித்தமிழ்க் கிளர்ச்சி' நூல் குறித்து எழுதியிருப்பதும் (பாவேந்தம் - 18, ப.492), சைவசித்தாந்த நூற்பதிப்புக் கழகம் ஏற்படுத்திய திருவரங்கனார் பற்றிய கவிதையும் (பாவேந்தம் - 18, ப.227) இத்தொடர்பில் குறிப்பிடத்தகுந்தவை. வடசொற்கள் மிகுந்துவரும் 'வண்ணம்' எனும் இலக்கியவகைப் பாடல்களைத் தனித்தமிழிலேயே படைத்தும் (சான்று: பாவேந்தம் - 15, ப.375, பாவேந்தம் - 16, ப.133) காட்டினார். இவற்றுடன், அவர்தம் குடும்ப விளக்கு படைப்பின் 'விருந்தோம்பல்' பகுதியை மறைமலையடிகளுக்குப் படைத்திருப்பதன்மூலம் தனித்தமிழ்மீதும், தனித்தமிழியக்கத்தின் தந்தையாகக் கருதப்படும் மறைமலையடிகள்மீதும் கொண்டிருந்த பற்றினை அறிய இயலும். கவிதைகளோடு மட்டுமல்லாது இத்தடத்தில் கட்டுரைப் பங்களிப்பையும் நல்கியுள்ளார். தமது 'குயில்' இதழில் 'வந்தவர் மொழியா செந்தமிழ்ச் செல்வமா?' எனும் அவரெழுதிய தொடர் குறிப்பிடத்தகுந்தது. அதுமட்டுமல்லாது பாரதிதாசனைப் பின்பற்றிய கவிஞர்கள் பலரும் தனித்தமிழையும் கடைப்பிடிக்கலாயினர். தனித்தமிழை வாழ்க்கைக் கோட்பாடாகக் கொண்ட பெருஞ்சித்திரனார்,

இத்தனைக் கலப்பினை ஒருமொழி ஏற்றால்
இத்தனைக் காலத்து உருவம் இராது.
செந்தமிழ் முனைந்தால் இன்றையும் செழிக்கும்!
இந்திமற் றில்லைவே றெந்த மொழியொடும்

தூய்மை கெடாது துலங்குதல் தமிழே!
நோய்மை புகுந்திடில் தனித்தமிழ் நொடியும்!

(கனிச்சாறு - 8, ப.34)

என்று, உலகத் தமிழ்க் கழகத்தின் முதல் மாநாட்டுக் (28.12.69) கவியரங்கத் தலைமையில் வெளிப்படுத்தியிருக்கின்றார். இக்கவிதை (கனிச்சாறு - 8, பக்.27-41) தனித்தமிழ் இயக்க வரலாற்றில் மிக முக்கியமான கவிதையாகின்றது. மேலும், உலகத் தமிழ்ச் சங்கம் தோற்றுவிக்கப்பட்டது (கனிச்சாறு- 1, ப.88), உலகத் தமிழின முன்னேற்றக் கழகம் தோற்றுவிக்கப்பட்டது (கனிச்சாறு - 4, ப.211) குறித்தெல்லாம் கவிதையாத்துள்ளார். தமிழியக்கம் வளர்க்கப்படுவதற்கான கவியரங்கத் தலைமைக் கவிதையும் (கனிச்சாறு - 8, பக்.3-9) ஒன்றுள்ளது.

பாரதிதாசன், பெருஞ்சித்திரனார் கவிதைகளில் தனித்தமிழைக் குறித்த பதிவுகள் வேறு இருக்கவும்கூடும். அவை இன்னதுதானென்று அறுதியிடுவதற்கு இயலாததால் இங்குக் காட்டப்பெறவில்லை. இவ்விருவரோடு பழகிவந்த தமிழன்பன் கவிதைப் பதிவும் (ஈரோடு தமிழன்பன் கவிதைகள் தொகுதி 4, ப.276), பழமலயின் தமிழியக்கம் தொடர்பான பதிவும் (ப.328), 1997ஆம் ஆண்டிலும் தமிழில் பெயர்ப்பலகை வைக்க வேண்டிய நிலையினை வெளிப்படுத்தும் கவிதையும் (ப.581) தனித்தமிழ் இயக்க வரலாற்றைப் போற்றுகின்றன. இன்குலாப், 'தனித்தமிழ்' எனும் தலைப்பில் பெருஞ்சித்திரனார் நினைவைப்போற்றி அவரையே தனித்தமிழாகப் பார்க்கும் கவிதையில்,

'ஆதிக்க'க் கறைகள்
ஆண்டாண்டு காலம்...
சலவை செய்வது
தனித்தமிழ் இயக்கம்...
.....
வடமொழி வல்லாண்மை
ஒரு சிறைக்கம்பி
'வருணாசிரமம்' துருப்பிடித்த கம்பி.
ஆங்கில 'ஆதிக்கம்'
உன்னை முடக்கும்
அயலவர் சுரண்டல்
உன்னை அடக்கும்.
இந்தியச் சிறைகளின்
அடையாளம் இதுதான்... (ஒவ்வொரு புல்லையும்..., பக்.303,304)

என்று பதிவுசெய்திருக்கின்றார். இவர்களைப்போன்று கவிதை இயற்றாவிடினும் தனித்தமிழ்ப்பற்றுடன் கவிஞர்கள் வாழ்ந்திருக்கின்றனர்.

ஜீவா, அப்படித்தான் தனித்தமிழ் விருப்ப மேலீட்டால் சில காலம் 'உயிரின்பன்' எனத் தமது பெயரை மாற்றிக்கொண்டிருந்தார்.

மே நாள் (1.5.1923)

மே தினம், உழைப்பாளர்கள் திருநாள், உலகத் தொழிலாளர் தினம் என்றெல்லாம் அழைக்கப்படும் மே மாதத்தின் முதல் நாளானது உலக அளவில் தொழிலாளர்களின் முக்கிய விழா நாளாகக் கொண்டாடப்பட்டு வருகின்றது. உழைக்கும் மக்களால்தான் உலகில் பல மாற்றங்கள் நிகழ்கின்றன. உலகின் இயக்கத்திற்குக் காரணமான அத்தகைய தொழிலாளர்களைப் போற்றும் வகையில் 'மே நாள்' கொண்டாட்டம் கடைப்பிடிக்கப்பட்டு வருகின்றது. இந்தியாவில் முதன் முதலாகத் தமிழகத்தில்தான் மே நாள் முன்னெடுக்கப்பட்டது.

பதினெட்டாம் நூற்றாண்டின் இறுதியிலிருந்து வளர்ந்த நாடுகளில் தொழிலாளர்கள் 12 மணி முதல் 18 மணி நேரம் வரையில் பணியாற்றக் கட்டாயப்படுத்தப் பட்டமைக்குக் கடுமையான எதிர்ப்புகள் கிளம்பின. இவற்றில் இங்கிலாந்தின் 'சாசன இயக்கம்', 1834இல் பிரான்சின் நெசவுத் தொழிலாளர்கள், 1856இல் ஆசுதிரேலியாவின் கட்டடத் தொழிலாளர்கள் எனும் தரப்புகள் நடத்திய போராட்டங்கள் முதலியவை பத்தொன்பதாம் நூற்றாண்டு முழுக்கத் தொழிலாளர்களின் நலனுக்காக, உரிமைகளுக்காக வேலைநேரத்தைக் குறைக்கப் பாடுபட்டன. வேலை, பொழுதுபோக்கு, ஓய்வு என்பவற்றின் முறையே 8 மணிநேர அளவுகளில் ஒருநாள் இருக்கவேண்டுமென்று கணக்கிட்டுக் கோரிக்கையிட்டனர். தங்கள் கோரிக்கைக்காக 1880க்குப் பிறகு வீரியம் கொண்ட தொழிலாளர் இயக்கங்கள் வேலைநிறுத்தங்களை அதிகமாக மேற்கொண்டன. அவற்றுள் 1886ஆம் ஆண்டு மே முதல் நாளுக்குள் 1500 வேலைநிறுத்தங்கள் நடைபெற்றன.[15] நீண்டநேர வேலைமுறையை எதிர்த்த உழைக்கும் மக்களின் போராகக் கருதப்படும் அளவிற்கு அப்போதைய சூழல் இருந்தது.

'அமெரிக்கத் தொழிலாளர் கூட்டமைப்பு' 1886ஆம் ஆண்டு மே 1இல் சிகாகோவில் மிகப்பெரும் வேலைநிறுத்தத்திற்கு அழைப்பு விடுத்தது. இதில் ஆயிரத்திற்கும் மேற்பட்ட நிறுவனங்களிலிருந்து 3.5 இலட்சம் தொழிலாளர்கள் நிறுவனங்களின் கதவடைப்பை எதிர்த்து மே 3இல் 'மெக்கார்மிக்' எனும் தொழிற்சாலையின் முன்பு நடத்திய கண்டனக் கூட்டத்தின்மீது துப்பாக்கிச்சூடு நடத்தப்பட்டு 4 தொழிலாளர்கள் பலியாயினர். இதனைக் கண்டித்து மறுநாள் 'ஹே மார்க்கெட்' (வைக்கோல் சந்தை) சதுக்கத்தில் கண்டனக் கூட்டம்

நடத்தப்பட்டபோது, அங்கு எறியப்பட்ட குண்டு வெடித்ததில் இராணுவ அதிகாரி பலியானார். இதனால் தொழிலாளர் கூட்டத்தின்மீது துப்பாக்கிச்சூடு நடத்தப்பட்டது. இங்கு 7 காவலர்களும் 4 தொழிலாளர்களும் பலியாயினர். தொழிலாளர் தலைவர்களும் கைதுசெய்யப்பட்ட இவ்வழக்கில் பின்பு 7 பேருக்குத் தூக்குத் தண்டனை தரப்பட்டது.[16] இந்நிகழ்வு 'ஹேமார்க்கெட் படுகொலை' எனப்படுகின்றது. இதன்பொருட்டே, தொழிலாளர் ஒற்றுமையைப் பறைசாற்றிய, தொழிலாளர்கள் வீரமரணமடைந்திட்ட இத்தகைய போராட்டம் தொடங்கிய மே 1ஆம் நாளைத் தொழிலாளர்கள் நாளாகக் கடைப்பிடிக்கும் மரபு உருவானது.

ஓராண்டுக்குப் பின்னர் அமெரிக்கத் தொழிலாளர் கூட்டமைப்பு மீண்டும் 8 மணிநேர வேலைமுறைக் கோரிக்கையை முன்னெடுத்தது. அதற்கான பெரும் இயக்கத்தை நடத்திடும் நாளாக மே முதல் நாளையே தேர்ந்தெடுத்தது. 1889இல் சாமுவேல் கோம்பர்ஸ் தலைமையில் இவ்வியக்கம் போராட்டத்தை முன்னெடுத்து வெற்றிகண்டது. இதன்பின்பு பிரான்சு நாட்டின் பாரீசில், 14.7.1889இல் 18 நாடுகளின் 400 பிரதிநிதிகள் பங்கேற்ற தொழிலாளர்களுக்கான 'பன்னாட்டுத் தொழிலாளர் பாராளுமன்றம்', 8 மணிநேர வேலை கோரிக்கையை உலகெங்கும் சட்டமாக்கிடத் தொடர்ந்து போராடவும், 1.5.1890முதல் அனைத்துலக அளவில் தொழிலாளர் இயக்கங்களை நடத்திடவும் முடிவெடுத்தது. இதிலிருந்து மே மாதத்தின் முதல் நாளை 'உலகத் தொழிலாளர் தினம்' எனக் கொண்டாடும் முடிவைக் கொண்டனர்.[17] இம்முடிவு பின்பு 1904இல் நெதர்லாந்தில் நடந்த அனைத்துலகப் பொதுவுடைமை மாநாட்டில் தீர்மானமாகவும் நிறைவேற்றப்பட்டது. இதற்கிடையில் இரசியாவில் ஜார் என்பவரின் கொடுங்கோலாட்சியில் தொழிலாளர்கள் வதைபடவே, அங்கு 1895 முதல் 1899 வரையில் ஏராளமான வேலைநிறுத்தங்கள் நடந்தேறின. இவற்றின்வழித் தொழிலாளர்கள் 8 மணிநேர வேலைமுறையைக் கேட்டுப் போராடியதே இரசியப் புரட்சிக்குக் காரணமானது. இவ்வாறாக மே நாள் கொண்டாடும் மரபு உலகெங்கும் அறிமுகமாகியது.

இந்தியாவைப் பொறுத்தவரையில், தமிழகத்தைப் பொறுத்தவரையில் சென்னையில் 1923இல் உழைப்பாளர் நாள் கொண்டாட்டம் தொடங்கியது. பொதுவுடைமையாளரான ம. சிங்காரவேலர் மே முதல் நாளில் தொழிலாளர்களின் நலன்காக்கவும், விவசாயிகளின் நலன்காக்கவும் அவர்களுக்கென்றே தனி அரசியல் முன்னெடுப்பாக 'இந்துஸ்தான் தொழிலாளர் - விவசாயிகள் கட்சி'யைத் தொடங்கினார். இவ்விழாவில்தான் பொதுவுடைமை இயக்கத்தின் அடையாளமான

செங்கொடி அறிமுகப்படுத்தப்பட்டது. இக்கட்சி, "இந்தியத் தொழிலாளர்கள், விவசாயிகள் நடத்தும் போராட்டத்தின் முன்னணிப் படையாகப் பணியாற்றுவதும், பெரும்பான்மை மக்களின் பொருளாதாரச் சுமையைத் தணிப்பதும்"[18] ஆகிய நோக்கங்களைக் கொண்டது. கட்சியின் முதல் செயல்பாடாகச் சென்னையில் 'மே நாள்' கூட்டங்கள் நடத்தப்பட்டன. இக்கூட்டங்கள் சிங்காரவேலர் தலைமையில் உயர்நீதிமன்றத்திற்கு எதிரேயுள்ள கடற்கரையிலும், கட்சியின் செயலாளர் எம்.பி.எஸ். வேலாயுதம், எஸ். கிருஷ்ணசாமி சர்மா, சுப்பிரமணிய சிவா, சங்கர்லால் உள்ளிட்டோர் பங்குபெற்ற விழாவாகத் திருவல்லிக்கேணிக் கடற்கரையிலும் நடந்தன.

சிங்காரவேலர், மே நாளை உலகத் தொழிலாளர்களின் புனித நாள் என்றும், இந்தியத் தொழிலாளர்களும் அந்நாளைக் கொண்டாட வேண்டுமென்றும், சென்னையில் தொழிலாளர் இயக்க வரலாறு பற்றியும், தொழிற்சங்கப் போராட்டங்களின் தோல்வி பற்றியும் உரையாற்றினார்.[19] இங்கு, ஒவ்வோராண்டும் மே நாளை அரசாங்க விடுமுறை நாளாக அறிவிக்கக்கேட்டுத் தீர்மானம் கொண்டுவரப்பட்டது. மேலும் உழைப்பாளர்களின் பொருளாதாரநிலை மேம்படவும், அவர்கள் தன்னாட்சி பெற்று விளங்க ஒற்றுமையைக் கடைப்பிடிக்க வேண்டுமென்றும் வலியுறுத்தப்பட்டன. இதேபோன்று நாட்டின் பிற மாகாணங்களும் மே நாளைக் கொண்டாடவேண்டித் தொழிலாளர் - விவசாயிகள் கட்சியானது தந்தி அனுப்பியது. இந்தியாவிலேயே முதன்முதலில் சென்னையில்தான் மே நாள் கடைப்பிடிக்கப்பட்டது. இதன் நினைவாகப் பின்னாளில் மெரினா கடற்கரையருகே உழைப்பாளர்கள் நினைவுச் சின்னம் ஒன்றும் அமைக்கப்பட்டுள்ளது.

மேற்கண்ட செயல்பாட்டுடன் சிங்காரவேலர் முயற்சியில் அக்கட்சியின்வழி 'இந்துஸ்தான் லேபர் கிசான் கெசட்' எனும் பெயரில் ஆங்கில வாரஇதழும், 'தொழிலாளன்' எனும் தமிழ் வாரஇதழும் நடத்தப்பட்டன. கட்சியின் கொள்கை குறித்தான திட்ட அறிக்கையின் விவரங்களை ஆங்கில இதழ் வெளியிட்டுள்ளது.[20] அவர், சிகாகோவில் பலியான தொழிலாளர்களுக்காகவும், **1921**இல் நடந்த பின்னி மில் போராட்டத்தின்போது கொலையான தொழிலாளர்களுக்காகவும் கண்டனங்களை நடத்தியுள்ளார். இவர் செய்த முன்மாதிரிக் கொண்டாட்டம், இந்திய அரசாங்கம் **1.5.1927** முதல் தொழிலாளர் வாரத்தைக் கடைப்பிடிக்கவும் வழிகோலியது. **1923**க்குப் பின் அடுத்தடுத்த ஆண்டுகளில் சிங்காரவேலர் தொடர்ந்து கடைப்பிடித்த இந்நாளின் முக்கியத்துவத்தால், **1933**ஆம் ஆண்டு முதல் ஈ.வெ.ரா.வும் மே நாள் கொண்டாட்டத்தை முன்னெடுத்தார்.

மே நாள் தமிழகத்தில் கொண்டாடப்பட்டாலும் அரசு விடுமுறை நாளாகக் கடைப்பிடிக்கப்படவேண்டும் எனும் கோரிக்கையைக் கேரளம்தான் இ.எம்.எஸ். நம்பூதிரிபாட் ஆட்சிக்காலத்தில் 1957இல் நிறைவேற்றியது. மே நாளை மாநிலமெங்கும் பொதுவிடுமுறை நாளாக 15.4.1957இல் அம்மாநில அரசு அறிவித்தது. தமிழ்நாட்டில் சி.என். அண்ணாதுரை 1967இல் விடுமுறை நாளாக அறிவித்தார்.[21] அவர் மறைவுக்குப் (3.2.1969) பின் மு. கருணாநிதி தலைமையிலான தி.மு.க. ஆட்சியில் 25.4.1970இல் ஊதியத்துடன்கூடிய விடுமுறைநாளாக மே நாள் கொண்டாட முடிவாகி, அடுத்த ஆண்டு அறிவிக்கப்பட்டது.[22] இதன்பிறகு தமிழகமெங்கும் பரவிய மே நாள் கொண்டாட்டத்தின் நீட்சியில், சென்னையில் மே நாள் நினைவுச் சின்னமாக நேப்பியர் பூங்காவானது 'மே தினப் பூங்கா' என்று 1990இல் மாற்றம் கண்டது. அங்குச் சிலை ஒன்றும் நிறுவப்பட்டுள்ளது.

தொழிலாளர்களின் உழைப்பைப் போற்றக்கூடிய இந்நாளை நாட்டில் தமிழகம் கொண்டாடுமளவுக்குத் தமிழ்க் கவிதைகளும் கொண்டாடி வருகின்றன. முதல் மே நாள் நிகழ்வைத் தணிகைச்செல்வன் பதிவுசெய்திருக்கின்றார். அவர்,

முதன் முதலாய்த் தமிழகத்தின்
கடற்கரையில்
மேதினத்தின் சிவப்பலையை
வரவேற்றிட்ட
முதல் தமிழன்! கிழக்குலகின்
விடிவை இங்கே
முழக்குதற்கு இதழ்கண்டு
அமைப்பு கண்ட
முதல் அறிஞன்! பெரியாரின் பாசறைக்கு
மூலபலம்! மூளைபலம்! முதிர்ந்த ஞானம்!

(தணிகைச்செல்வன் கவிதைகள், ப.450)

எனச் சிங்காரவேலரைப் போற்றும் கவிதையில் நினைவுகூர்கின்றார். இவற்றுடன் இன்னொரு தனிக்கவிதையும்(ப.11) மே நாள் குறித்து எழுதியுள்ளார். பிற கவிஞர்கள் பின்னாளில் நடந்த மே நாள் கொண்டாட்டத்திற்குக் கவிதைகளை இயற்றியுள்ளனர். 1934இல் இயற்றப்பட்ட ஜீவாவின்,

கோடிக்கால் பூதமடா - தொழிலாளி
கோபத்தின் ரூபமடா **(ஜீவாவின் பாடல்கள், ப.27)**

எனத் தொடங்கும் புகழ்பெற்ற பாடல், 'புரட்சி' எனும் வாரஇதழுக்கு மே நாள் கவிதையாகத்தான் இயற்றப்பட்டுள்ளது. கே.சி. எஸ். அருணாசலம்,

தோள்களெனும் மலைகளவை செஞ்சோதிக் கொடிசுமக்க
நீள்கடலின் அலைகளென நினைவலைகள் சுழுறியெழ
சூளெடுத்து வென்றவர்தம் சுவடுதனைப் பின்தொடர்ந்து
மீள நடந்தவர்தம் மேதினத்தின் அணிவகுப்பு!

(கவிதை என் கைவாள்!, ப.37)

என்றும், தொ.மு.சி. ரகுநாதன் 1953ஆம் ஆண்டில்,

தொழில்ப யின்று பொருள்ப டைக்கும் தொழிலாளி
துயர்து டைக்கும் அறிவு தந்தே அவன்வாழ்வு
எழில்ம லிந்து ஏற்ற மெய்தும் வழிசொல்லி
இனிது வந்த புனித நாளே வா வா வா!

(ரகுநாதன் கவிதைகள், ப.105)

என்றும் இயற்றியிருக்கின்றனர். மே நாள் கவிதை வரலாற்றில் தமிழ்ஒளியின்,

கோழிக்கு முன்னெழுந்து கொத்தடிமை போலுழைத்துப்
பாடுபட்ட ஏழைமுகம் பார்த்துப் பதைபதைத்துக்
கண்ணீர் துடைக்கவந்த காலமே நீ வருக!
.....
தொழிலாளர் சாதனையைத் தூக்கிக் கொடி பிடித்து
வாராய் மணிவிளக்கே வந்திடுவாய் மேதினமே!

(தமிழ்ஒளியின் சிறந்த கவிதைகள், பக்.88,89)

எனும் அடிகளை உள்ளடக்கிய, 1949இல் இயற்றப்பட்ட ‘மேதினமே வருக’ எனும் நெடுங்கவிதை மிக முக்கியமானதாகப் பார்க்கப்படுகின்றது. மேலும் தமிழ்ஒளி தொழிலாளர் உழைப்பைப் போற்றும்படி ‘மேதின ரோஜா’ எனும் குறுங்காப்பியம் ஒன்றும் (கவிஞர் தமிழ்ஒளி காவியங்கள், பக்.188-210) படைத்துள்ளார். பரிணாமன்,

பன்னெடுங் காலம்
புதிர்கொண்ட கேள்விக்குப்
பதிலைக் கொடுத்த தினம் - துன்பப்
பட்டவர் கொண்ட சினம்!
அன்னைமண் மீதிலும்
அடிமைபோல் உழன்றவர்
ஆர்ப்பரித் தெழுந்த தினம் - வையம்
அறியாத யுகமே தினம்! *(பரிணாமன் கவிதைகள், ப.173)*

என மே நாள் பெருமையை வெளிப்படுத்தியுள்ளார்.

இவர்களைப் போன்று மே நாளை வரவேற்று, அதற்கெனவே தனிக்கவிதைகளை 1983இல் பெருஞ்சித்திரனார் (கனிச்சாறு - 4, ப.178), 1964இல் தமிழன்பன் (கதவைத் தட்டிய பழைய காதலி, ப.189),

1997இல் (?) தமிழன்பன் (ஈரோடு தமிழன்பன் கவிதைகள் - தொகுதி 4, ப.265), மீரா (பக்.80,407), பழமலய் (ப.536), 1987இல் தீக்கதிர் - மேதின மலரில் கந்தர்வன் (ப.216), 1986இல் இன்குலாப் (ஒவ்வொரு புல்லையும் பெயர் சொல்லி அழைப்பேன், ப.272), வைரமுத்து (ரத்த தானம், ப.37) ஆகியோர் எழுதியுள்ளனர். இதேபோன்று மே நாளுக்குக் காரணமான சிகாகோ போராட்ட நினைவைப் பறைசாற்றும் பதிவுகளாக வெ.நா. திருமூர்த்தி (கவிஞர் வெ.நா. திருமூர்த்தி பாடல்கள், ப.107), தணிகைச்செல்வன் (பக்.34,98), மீரா (ப.80), இன்குலாப் (ஒவ்வொரு புல்லையும் பெயர் சொல்லி அழைப்பேன், ப.68), பரிணாமன் (ப.172) ஆகியோர் கவிதைகள் உள்ளன.

மருமக்கள்வழி ஒழிப்புச் சட்டம் (1927)

நாஞ்சில் நாடு என்பது தோவாளை, அகத்தீசுவரம் ஆகிய வட்டாரங்களை உள்ளடக்கிய பகுதி. அன்று திருவிதாங்கூர் அரசாட்சிக்கு உட்பட்டிருந்து, மாநிலப் பிரிவினைக்குப் பிறகு இன்று தமிழகத்தின் கன்னியாகுமரி மாவட்டத்தில் இருக்கின்றது. வேளாளர்கள் அதிகமிருந்த இப்பகுதிகளில் சொத்துரிமையில் ‘மருமக்கள்வழி’ எனும் முறை பின்பற்றப்பட்டது. அதாவது,

> *தந்தையின் சொத்து அவரது சகோதரி மகனுக்கு உரிமையுடையது என்னும் முறையைப் பின்பற்றும் வழக்கமே மருமக்கள்வழி எனப்படும். கேரளத்தில் நாயர், ஈழவர் சிலர், மலபாரில் முஸ்லிம்கள் சிலர், மலையாளக் கம்மாளர் சிலர், நெய்யாற்றங்கரைப் பகுதியில் முஸ்லிம்கள் சிலர், கிறிஸ்தவர்கள் சிலர், தென் திருவிதாங்கூரில் கிருஷ்ண வகையினர், காணிக்காரர் என்னும் மலைவாழ் மக்கள், நாஞ்சில் நாட்டு வேளாளர் ஆகியோர் மருமக்கள்வழியைப் பின்பற்றினர்* [23]

என்று அ.கா. பெருமாள் குறிப்பிடுவது இங்குச் சுட்டத்தக்கது. இந்தியாவில், துளு நாட்டில் 13ஆம் நூற்றாண்டின் இறுதியிலும், கேரளத்தில் 14ஆம் நூற்றாண்டிலும் இம்முறை அறிமுகமாகியிருக்கின்றது. வேணாட்டு அரசர்களால் பின்பற்றப்பட்டு 16ஆம் நூற்றாண்டில் நாஞ்சில் நாட்டுக்கும் வந்திருக்கலாம் எனப்படுகின்றது. அரச குடும்பத்து நிலங்கள், கோயில் நிலங்கள், மடங்களின் நிலங்களையெல்லாம் நிருவகிக்க வேண்டுமென்றால் மருமக்கள்வழியைப் பின்பற்றியாக வேண்டுமென்ற சூழலில் வேளாளர்கள் இம்முறையை ஏற்றுக் கொண்டதாகவும் அறிய முடிகின்றது.[24] அதே சமயம், பழைய மரபுப்படி தந்தையின் மகனுக்கு வாழ்தலின் தேவைக்காகக் கொடுக்கப்படும் உகந்துடைமை முறையும், கைம்பெண் மனைவிக்காக

நங்குடைமை முறையும் இருந்தன. இதனைக் கவிமணி, தந்தையிடம் அவரது சகோதரியின்மகன் சொத்து பற்றிக் கணக்குக் கேட்பதாக அமைத்துள்ள படலத்தில்,

இட்ட தானம் எழுதிக் கொடுத்திடும்;
வேண்டுமானால் விலையும் கொடுத்திடும்;
மனைவி பேர்க்கும் மக்கள் பேர்க்கும்
உகந்துடை மைப்பிர மாணம் ஒன்றுநீர்
இருக்கும் போதே எழுதியும் வைத்திடும்;

மக்களை வீட்டில் வாழ வைத்திடும்;
எங்களைத் தெருவில் இறக்கி விட்டிடும்.
ஆசை அங்கே, அன்பும் அங்கே;
பூசை இங்கே! போசனம் இங்கே!
ஆரைக் கேட்டுநீர் ஐந்துகல் யாணம்
அடுக்கடுக் காகச் செய்தீர்? ஐயா!

(நாஞ்சில் நாட்டு மருமக்கள்வழி மாண்மியம், ப.104)

என்று இயற்றியிருக்கின்றார். மேலும், பலதார மணத்தையும் காட்டுகின்றது.

இவர்களுக்குப் பிடாகை என்றொரு அமைப்பு இருந்தது. இதுபோல் 12 பிடாகைகளுக்கும் தலைவராக இருந்தவர் ‘நாட்டு’ என்றழைக்கப்பட்டார். இவர்கள் திருவிதாங்கூர் அதிகாரிகளின் கட்டுப்பாட்டில்தான் இயங்கினர். 1811இல் பத்மநாபபுரத்தில் நீதிமன்றம் அமைந்ததும் சமூகப் பிரச்சினைகளில் இவர்கள் செல்வாக்கு குறைந்தது. மேலும் திவான் உம்மணித்தம்பி நாட்டுக்கூட்ட அமைப்பைச் சிதைத்ததினால் நாட்டுக்கூட்டத்தைச் சேர்ந்தவர்கள் தங்கள் உரிமையை மீட்டெடுக்க, ஆங்கிலேயர் கர்னல் மன்றோ அனுமதியின்றி அணிவகுப்பு நடத்தினர். சினமடைந்த மன்றோ, நாட்டுக்கூட்டம் கலைக்கப்பட்டதாகவும், இனி அவர்கள் அரசியல் கூட்டம் போடக்கூடாது என்றும் அறிவித்தது சமூகத்தில் அவர்கள் செல்வாக்கினை இன்னும் பின்னுக்குத் தள்ளியது. இதுவும் மருமக்கள்வழி ஒழிப்புக்கு ஒருவகையில் வழிகோலியது என்று இவ்வரலாற்றைக் காட்டுகின்றார் அ.கா. பெருமாள்.[25]

சொத்தை நிருவகிப்பவரை (காரணவர்) மருமகன் முறையினர் (அனந்திரவர்) எதிர்ப்பதும், அடிமைமுறை ஒழிக்கப்பட்ட பிறகு விவசாயக் கூலிகளுக்கு ஆளில்லாமல் நிலத்தில் யார் வேலை செய்வதென்பதில் மோதல் உண்டாவதும், காரணவர்களின் பலதார முறையும், மருமக்கள்வழி முறையால் பிற சமூகத்தாரிடையே நிலவும்

மதிப்பின்மையும், கல்வி அறிவால் வேளாள இளைஞர்களிடையே உண்டான மாற்றமும் இம்முறை ஒழிப்பிற்குக் காரணங்களாயின. மருமக்கள்வழி முறையால் சமூகத்தில் பல பிரச்சினைகள் தொடர்ந்தவாறிருந்தன. 1850க்குப் பிறகு நிறைய வழக்குகள் நீதிமன்றத்தில் குவிந்தன. அவ்வாறு வழக்குகளில் சிக்கிக்கொண்டு வேளாளர்கள் அலைச்சல்பட்டுத் தம் உடைமைகளையெல்லாம் இழப்பதை,

வீடு விற்று விளைநிலம் விற்று,
ஆடு மாடுகள் அனைத்தும் விற்று

குடிக்கும் செம்பு குழியலும் விற்று,
பாத்திரம் பண்டம் பலவும் விற்று,
தண்டை பாத சரங்களும் விற்று,
காப்புக் காறை கடுக்கனும் விற்று,
பதக்கம் சிற்றுருப் பாம்படம் விற்று,

தாலியை விற்றுப் பீலியை விற்று,
வக்கீல் சாமி மலரடி களிலும்
குமஸ்தா மாடன் கோவில் களிலும்

(நாஞ்சில் நாட்டு மருமக்கள்வழி மான்மியம், ப.142)

எனும் அடிகள் காட்டுகின்றன. கேரளத்தில் 19ஆம் நூற்றாண்டில் ஏற்பட்ட பொதுவான சமூக விழிப்புணர்வில் சாதி விழிப்புணர்வும் அதற்குள் மருமக்கள்வழி எதிர்ப்பும் இருந்தன. அதேநேரம் சொத்து பிரியாது, கூட்டுக்குடும்ப வாழ்வு சிதையாது, நிலங்களைப் பராமரிப்பது எளிது, வருமானமும் அதிகரிக்கும், அத்தை மகளை மணம் முடிப்பதால் உறவு நீடிக்கும் என்பதால் இம்முறையைச் சிலர் ஆதரிக்கவும் செய்தனர்.[26]

சமூகத்தில் தொடர்ந்த சலசலப்பினால் 1908இல் பி. மாதவன் பிள்ளையால் மருமக்கள்வழி ஒழிப்பு குறித்த பேச்சு சட்டசபையில் முன்வைக்கப்பட்டது. அரசாங்கம் இதுபற்றி அறிக்கை அளிக்க கே. நாராயண மேனன் தலைமையில் ஒரு குழுவை நியமித்தது. கவிமணி நன்கு அறிந்த தேரூர் எம். சுப்பிரமணிய பிள்ளை மற்றும் எம். சிவதாணு பிள்ளை இக்குழுவில் உறுப்பினர்களாகப் பங்கு வகித்தனர். 1911 சூன் மாதத்திய மேனன் குழு அறிக்கை மருமக்கள்வழி முறையில் சில மாற்றங்களைச் செய்தது. நாஞ்சில் வேளாளர்களுக்கோ இதில் உடன்பாடில்லை. இவர்கள் சார்பிலும் ஓர் அறிக்கை தயாரிக்கப்பட்டு மேலிடத்துக்கு 1913இல் அனுப்பப்பட்டது. முதல் உலகப்போர் நடந்த சூழலால் கிடப்பில் போடப்பட்ட இவ்விடயத்திற்கு 1920 டிசம்பரில்

நாஞ்சில் வேளாள மக்களிடம் கருத்துக்கேட்க முடிவுசெய்து இன்னொரு குழு நியமனம் செய்யப்பட்டது.[27]

எம்.எம். இராஜராஜ வர்மா தலைமையிலான இக்குழு மக்களிடம் வாய்வழியாக மட்டுமன்றி எழுத்து வழியாகவும் கருத்துகளைப் பதிவுசெய்ய வினையாற்றியது. மொழிகேட்டல் என்று இச்செயல் விளம்பரப்பட்டது. இதன் சமகாலத்தில் வேளாளர்களும் இதற்காக மக்களிடையே பணம்திரட்டி விழிப்புணர்வுக் கூட்டங்கள் நடத்தினர். அரசு அதிகாரிகள் விசாரிக்கும்போது என்ன சொல்லவேண்டும் என்பதுவரை இக்கூட்டங்கள் கற்றுத்தந்தன.[28] அதிகாரிகள் திரட்டிய அறிக்கை **03.01.1922**இல் பத்மநாபபுரம் 'திவான் பேஷ்கர்' எம்.எம். இராஜராஜ வர்மாவிடம் ஒப்படைக்கப்பட்டு, ஏற்கப்பட்ட அதில்,

> *இதில் ஆள்வீத முறைப்படி சொத்துக்கள் பங்கு வைக்கலாம். ஒருதார மணம் கட்டாயமாகும். வழக்கை நீதிமன்றமே உறுதி செய்யும். மனைவி விருப்பம் போல் கணவனை உதறிவிட்டு வேறொருவனுடன் வாழ முடியாது. தாய் உயிரோடு இருக்கும்போது பாகம் வைக்கக் கட்டாயப்படுத்தக் கூடாது. கணவன் இறந்தால், அவள் மறுமணம் செய்யாத நிலையில் அவளே சொத்துக்களை நிர்வகிக்கலாம்* [29]

என்ற விவரங்கள் அடங்கியிருந்தன. இதன் சுருக்கம் அரசாங்கப் பதிவேட்டில் வெளியானது. இதற்கானத் தீர்மானம் **14.11.1922**இல் சட்டசபையில் கொண்டுவரப்பட்டபோதும் மறுப்பு எழுந்தது. மக்களிடையே சொத்தினைப் பாகம் வைப்பது தொடர்பான கருத்தில் மட்டும் ஏற்பில்லாமலிருந்தது. பிறகு இது வழக்குரைஞர் சுப்பைய்யர் தலைமையில் கூட்டம் கூட்டிச் சொத்தானது நேர்பாதி சாகை வீதம், மறுபாதி ஆள் வீதம் என்று முடிவுகாணப்பட்டு **20.06.1926**இல் அது சட்டமாகவும் ஆனது. இச்சட்டம் **1927**ஆம் ஆண்டில் நடைமுறைக்கு வந்தது.[30] ஆனாலும் இதனால் முழுத் தீர்வைத் தரவியலவில்லை.

இத்தகைய மருமக்கள்வழியின் எதிர்ப்பில் சமகாலத்தில் கவிமணி இயங்கியிருக்கின்றார். சட்டசபையில் இம்முறை குறித்துப் பேச்சு எழுந்த சில மாதங்களில் 'Nanchi nadu vellala' (நாஞ்சில் நாட்டு வேளாளர்) எனும் பெருங்கட்டுரையை 'Malabar Quarterly Review' (மலபார் குவார்ட்டர்லி ரிவியூ) எனும் ஆங்கில இதழில் எழுதியுள்ளார். நாஞ்சில் மக்களில் முக்கிய உறுப்பினர்களும் தேவைப்படும்போதெல்லாம் கவிமணியிடம் வந்து கருத்துரை கேட்டுள்ளனர்.[31] அதேபோல் இப்பண்பாட்டுமுறை தொடர்பாகக் கவிமணி எழுதிய **36** பாடல்கள் 'நாஞ்சில் நாட்டு வேளாளர் பாகவழக்கு' என்று அவர்தம் 'மலரும்

மாலையும்' கவிதைத் தொகுப்பில் இடம்பெற்றுள்ளன. இதற்கென்றே தனிநூலாக 11 படலங்கள் அமைந்த 'நாஞ்சில் நாட்டு மருமக்கள்வழி மான்மியம்' என்ற பெயரில் அவர்தம் கவிதைப் படைப்பு வெளிவந்திருக்கின்றது. இதனைப் 'பஞ்ச லட்சணத் திருமுக விலாச'த்திற்கு அடுத்துத் தமிழில் தோன்றிய, தமிழின் இரண்டாவது 'நையாண்டி இலக்கியம்' என்கிறார் ம.பெ. சீனிவாசன்.[32]

இந்நூல் 'மான்மியம்' என்று திருவனந்தபுரத்திலிருந்து வெளியாகிக் கொண்டிருந்த 'தமிழன்' பத்திரிகையில் 1916 மார்ச்சு முதல் 1917 பிப்பிரவரி வரை தொடராக வெளிவந்து, மருமக்கள்வழி ஒழிப்புச் சட்டம் வந்தும் 16 ஆண்டுகள் கழித்து 1942இல் காரைக்குடி புதுமைப் பதிப்பகத்தால் நூல் வடிவம் அடைந்திருக்கின்றது.[33] பழைய ஓலைச்சுவடி ஒன்று அச்சாக்கம் பெறுவதுபோல் மான்மியம் தொடராக வந்துகொண்டிருந்த சமயத்தில் மக்களிடம் ஏற்பட்ட தாக்கத்தை வையாபுரிப்பிள்ளை,

> *ஒவ்வொரு பகுதியும் வெளிவர வெளிவர, தமிழ்மக்கள் அதனை ஆவலாய் வாங்கிப் படித்து வந்தார்கள். இலக்கியச் சுவையிலே ஈடுபட்ட ஸ்ரீ கே.ஜி. சேஷையர் முதலானவர்கள் இந்நூலின் பெருமையைப் பலரும் அறியச் செய்து வந்தார்கள். நாஞ்சினாட்டு வேளாள இளைஞர்கள் இதனை வாசித்து உள்ளங் கொதித்தார்கள், அவர்களில் முதியோர்கள் இதனை வாசித்த அளவில் இதிலே பொதிந்து கிடக்கும் உண்மையையும் சீர்திருத்தத்தின் அவசியத்தையும் உணர்ந்தார்கள். அந்நாட்டு ஆண்களும் பெண்களும் நூலிலுள்ள நகைச்சுவையில் ஈடுபட்டு உளத்தாற் சிரித்து மகிழ்ந்தார்கள். தமிழிலே ஒரு நூதன இலக்கியம் தோன்றிவிட்டது* [34]

என்று அந்நூலுக்கான முன்னுரையில் சித்திரித்திருக்கின்றார். இத்தகு சிறப்புடைய இக்கவிதை நூல், நாஞ்சில்நாட்டு வரலாற்றில் இயக்கம்கண்ட இம்முக்கிய நிகழ்வின் பதிவாக இருக்கின்றது. இந்நிகழ்வு குறித்த கவிதையொன்றைச் சிவராஜ பிள்ளை என்பவரும் எழுதியிருப்பதைப் பி. யோகீசுரன் குறிப்பிடுவதன்வழி அறிய முடிகின்றது.[35]

சார்தா சட்டம் (28.9.1929)

மனிதன், தான் ஈடுபடும் செயல்களில் தன்னறிவுக்கெட்டிய நிலையில் பொருளுணர்ந்து ஈடுபடுவதே மானுடத்தின் மிகச்சிறந்த விடுதலையாகும். ஆனால் அறிவு வளர்ச்சியடையும் முன்னே பொருளற்ற செயல்பாடுகளில் தங்களை ஈடுபடுத்தும் ஆதிக்கத்தில்

அதிகம் பாதிக்கப்படுவது குழந்தைகளே. குறிப்பாகப் பெண்குழந்தைகள் எனலாம். நாட்டின் மூடப்பழக்கங்களுள் ஒன்றாக இருந்த குழந்தைத் திருமணம் அவர்களுக்கிழைக்கப்படும் முதல் கொடுமையாக இருந்தது. திருமணம் குறித்த எவ்விதப் புரிதலுமற்ற குழந்தைகளின்மீது திணிக்கப்பட்ட இக்கொடுமையைத் தடுத்திடச் சட்டமொன்று இந்தியாவில் மேற்கொள்ளப்பட்டது. 1929இல் கொண்டுவரப்பட்ட அது 'சார்தா சட்டம்' என்றழைக்கப்பட்டது.

முதன்முதலில் 1880 காலகட்டத்தில் குசராத்தைச் சேர்ந்த பி.எம். மலபாரி, ஐந்து வயதுப் பெண்குழந்தைகளுக்கு மணம் செய்விப்பதைத் தடுத்திட வேண்டும் என்று ஆங்கிலேய அரசுக்குக் கடிதம் எழுதினார். இதுவே, இவ்விவகாரத்தில் தொடக்கப்புள்ளியாக அமைந்தது. இக்கடிதம், இங்கிலாந்துப் பாராளுமன்றத்தில் இந்தியாவில் நடந்தேறும் குழந்தைத் திருமணம் பற்றிய கலந்துரையாடலுக்கு வழிவகுத்தது. இதன் விளைவாய், 1891 சனவரியில் ஆங்கிலேயர் ஆட்சியில் அவ்வாறான திருமணங்களைத் தடுத்திடும் நடவடிக்கை சட்ட முன்வரைவாகக் கொணரப்பட்டது.[36] பெரும்பாலும் குழந்தைகளுக்கு ஐந்து வயது முதலே திருமணம் செய்துவைக்கும் நிலை இருந்தது. எட்டு வயது சிறு பிள்ளைக்கு 30 வயதான ஆணை மணம் செய்விப்பது போன்ற பொருந்தா மணங்களும் நிகழ்ந்தன. மதம், சமயம் என்ற காரணங்களை முன்வைத்து இத்தகைய செயல்பாடுகள் நடந்துகொண்டிருந்தன. பார்ப்பனர் சமூகத்தில் கூடுதலாகவே இம்முறை இருந்தது. விவேகானந்தர் முதலியோர் 1890களில் தொடர்ந்து குழந்தை மண எதிர்ப்பை வெளிப்படுத்தி வந்தனர். ஆனால் திலகர் முதலியோர் இந்து மத விவகாரங்களில் தலையிட ஆங்கிலேயர்க்கு உரிமை இல்லை என்பதற்கான நிலைப்பாட்டை எடுத்திருந்தனர்.

ஆதரவும் எதிர்ப்பும் தொடர்ந்துவந்த சமயத்தில் 1913இல் மீண்டும் சட்ட முன்வரைவு முன்வைக்கப்பட்டுக் கலந்துரையாடப்பட்டது. அது திருமணத்திற்குப் பெண்ணின் குறைந்தவயது 12ஆக இருக்கவேண்டும் என்றே கருத்துரைத்தது. அதேபோன்று திருமணமானாலும் பருவமடைந்ததன் பிறகே ஆண் - பெண் உறவுக்குத் தகுந்தவர்களாகக் கருதப்படவேண்டும் என்னும் விதியையும் கொண்டிருந்தது. வடமாகாணங்களில் இதற்கு எதிர்ப்பே அதிகமிருந்தது. காரணம், சென்னை மாகாணத்தைவிட ஒரு சில பிற மாகாணங்களில் இம்முறை அதிகமாகவே பின்பற்றப்பட்டு வந்தது. பூப்படையும் முன்னே மணம் செய்விக்க வேண்டும் என்று இந்து மதம் கருதுகின்றது என இந்து மத ஆதரவாளர்கள் சட்டமன்றத்திலேயே எதிர்த்துள்ளனர். இவ்வாறான

சூழலில், சென்னை மாகாணத்திலும் பல தரப்பிலிருந்தும் ஆதரவு, எதிர்ப்பு எனும் நிலைப்பாடுகள் நிலவின. சட்ட முன்வரைவை வ.உ.சி. தமது 'மெய்யறம்' நூலில் வரவேற்று எழுதினார். ஆனால் அந்நூலுக்கு முன்னுரை அளித்த சுப்பிரமணிய சிவா எதிர்கருத்து கொண்டிருந்தார். இவ்வாறான வரலாற்றைக் கருஞ்சட்டைத் தமிழர் இதழ் காட்டுகின்றது.[37] மாறிமாறி இருந்து கொண்டிருந்த கருத்துகளால் எந்த நிலைப்பாட்டையும் எடுக்கவியலாத ஆங்கிலேய அரசு அதனை நிறுத்தி வைத்தது.

அதேநேரம் பெண் விடுதலையை அதிகம் பேசத் தொடங்கிய காலமாக இருபதாம் நூற்றாண்டின் தொடக்க காலங்கள் இருந்தன. பெண்ணடிமை நிலை, கைம்பெண் கொடுமை, தேவதாசி முறை முதலியவற்றிற்கெதிரான குரல்கள் தொடர்ந்து வெளிப்பட்டு வந்தன. தமிழ் இலக்கியங்களிலும் அது தொடர்பான படைப்புகள் இடம்பெறத் தொடங்கின. 1925க்குப் பிறகு நாட்டில் பெண் விடுதலை இயக்கங்களும் வீரியத்துடன் செயல்பட்டுக் கொண்டிருந்தன. ஈ.வெ.ரா.வின் சுயமரியாதை இயக்கம் ஒருபுறம் இதுபோன்ற செயல்பாடுகளில் தொடர்ந்து பணியாற்றி வந்தது. இவ்வியக்கத்தின் செங்கல்பட்டு மாநாடு பெண் முன்னேற்றத்தினை வலியுறுத்த வழிவகுத்தது. அக்காலத்தில் சமூக விடுதலை, படைப்புகளில் பெண்களும் பங்கு வகித்தனர். மாகாணச் சட்டமன்றத்தில் குழந்தை மணத்தைத் தடுக்கும் செயல்பாட்டைத் தொடர்ந்து முன்னெடுத்தவர் மருத்துவர் முத்துலட்சுமி ரெட்டி.[38] கைம்பெண் அதிகரிப்புக்கும் காரணமான இதனை எதிர்ப்பதில், இவருடன் சுப்புலட்சுமி உள்ளிட்ட சிலரின் தொடர் முயற்சியும் முன்நின்றது. முத்துலட்சுமி ரெட்டி, இதுகுறித்துக் காந்தியிடம் கலந்துரையாடியபோது வயது வரம்பை 14ஆக வைத்துக்கொள்ளும்படி காந்தி கருத்துரை வழங்கியிருக்கின்றார்.[39]

வயது வரம்பே இல்லாது, பிறந்த குழந்தைக்கே மணஉடன்படிக்கை செய்துவைக்கும் பழக்கம், வேதத்தைப் பின்பற்றும் சமூகத்தவர்களால் மேற்கொள்ளப்பட்டு வந்தது. ஆனாலும் அச்சமூகத்தைச் சார்ந்த, குழந்தை மணத்தால் பாதிக்கப்பட்ட சுப்புலட்சுமி உட்படப் பலராலும் குழந்தை மண எதிர்ப்புக்கு ஆதரவு கிடைக்கலானது. இத்தகைய நேர்மறையான சூழல் பிற மாகாணங்களிலும் நிலவியதால், 1929ஆம் ஆண்டு குழந்தைத் திருமணத்தை மாற்றும் சட்டமுன்வரைவு மீண்டும் கலந்துரையாடலுக்கு வந்தது. இப்போது இதனைக் கொண்டுவந்தவர் 'ராய் சாஹிப் ஹாபிலாஸ் சார்தா' என்ற ஆங்கிலேயர். இது செப்டம்பர் 28இல் சட்டமாக்கப்பட்டது.[40] இச்சட்டத்தின்படி, திருமணத்திற்குப் பெண் 15 வயதும், ஆண் 18 வயதும் நிறைவுபெற்றிருக்க வேண்டும் என்னும் விதிகளைக் கொண்டுவந்தது. இச்சட்டம் கொண்டுவந்தவர்

பெயராலே 'சார்தா சட்டம்' என்றழைக்கப்பட்டது. பின்பு பேச்சுவழக்கில் 'சாரதா சட்டம்' என்றும் மருவிவிட்டது. பல தரப்பிலிருந்து பெருகிய ஆதரவால் இச்சட்டம் *1.4.1930*இலிருந்து நடைமுறைப்படுத்தப்பட்டது.

பெண்கல்வி முன்னேற்றத்திற்குப் பின்புலத்தில் இச்சட்டம் மிகமுக்கியமான அடிப்படையாக அமைந்தது. பிறகு, அதன் கூறுகளில் சில மாற்றங்கள் ஏற்பட்டிருக்கின்றன. *1978*இல் பிறகொரு சட்டதிருத்தம் கொண்டுவரப்பட்டது. அப்போது திருமணத்திற்குப் பெண்ணின் குறைந்தபட்ச வயது *18* ஆகவும், ஆணுக்கு *21* ஆகவும் மாற்றம் செய்யப்பட்டது. ஆனால் இருபத்தோராம் நூற்றாண்டிலும் இச்சட்டத்தை மீறிய செயல்பாடுகள் ஆங்காங்கே நடக்கவே செய்கின்றன. பிறகு அவர்கள்மீது நடவடிக்கை மேற்கொள்வதும் நிகழ்கின்றது. சமூகத்திற்கு நன்மைபயக்கும் இச்சட்டமானது தமிழில் ஜீவாவின் கவிதையில் பதிவாகியிருக்கின்றது. அவர்,

பொம்மைக் கலியாணம் பொருந்தா மணமே
.....
கன்னிவிதவைச்சாலை காண்பதித்தீயவேலை
என்னத்தெரியா மூடரே
.....
பாழும்வைதீகராலே பாவையரையிக்காலே
சூழுங்கொடுமையிதுவே
.....
தக்க சாரதாச்சட்டம் தளரவைத்திட்ட திட்டம்
மிக்ககலியை வீட்டுவோம்

(ப.ஜீவானந்தம் ஆக்கங்கள் - பகுதி 1, ப.8)

என்று 'இளமை மணக்கேடு' எனும் தலைப்பிலான கவிதையில் இடம்பெறச் செய்துள்ளார். மேலும் குழந்தைத் திருமணத்தைக் கண்டித்தும், அதன்மூலமான விளைவுகளை எடுத்துக்காட்டியும் அவரது சில கவிதைகள் வெளிப்படுகின்றன.

மதுவிலக்கு (1.10.1937 முதல்)

மனிதனின் உடல் நலத்தையும் வாழ்க்கை நலத்தையும் மதுப்பழக்கம் பாதிக்கச்செய்கின்றது. தனிமனித செயல்பாட்டினால் ஒரு சமூகமே பாதிப்படையும் நிலையைக் காலங்காலமாகக் காணமுடிகின்றது. இது தொடங்கிப் பல்வேறு சமூகக் குற்றங்கள் இன்றளவிலும் ஏற்பட்டுவரக் காரணமான மதுவினை மாநிலத்-

திலிருந்தே விலக்கிவைக்க வேண்டும் என்பதற்குரிய முயற்சிகள் இருபதாம் நூற்றாண்டு முழுக்க ஊசலாட்டம் கண்டிருக்கின்றன.ஒரு சட்டமாகவும் திட்டமாகவும் இந்நூற்றாண்டின் பல்வேறு காலகட்டத்தில் மதுவிலக்கு கொண்டுவருவதும் பின்பு அதைத் தளர்த்துவதும் நிகழ்ந்தேறியிருக்கின்றன.

இருபதாம் நூற்றாண்டின் தொடக்க காலத்தில் மதுவிற்கெதிரான சிந்தனைகளும் செயல்பாடுகளும் நிகழ்ந்தன. காந்தியப் பின்புலத்தில் சமூக மாற்றங்களுக்கானவற்றில் மதுவைத் தவிர்ப்பது முக்கியமாகப் பார்க்கப்பட்டுத் தீர்வுகாணும் சமூகச்செயல்பாடாக மதுவிலக்கு தொடங்கியது. காந்தியோடு முடிவெடுத்த, தமக்குரிய 500 தென்னை மரங்களை வெட்டிய[41] பெரியாரால் 1920களின் தொடக்கத்தில் 'கள்ளுக்கடை மறியல்'கள் நடத்தப்பட்டன. இதன் தாக்கத்தைத் தமிழ்க் கவிதையில் பாரதிதாசனிடம் காணமுடிகின்றது. அவர், 'தேசசேவகன்' இதழில்,

சதியனைத்தும் காசுதந்து சம்மதித்து வாங்கவோ?
சதையனைத்தும் நையவைத்து நிதமரைப்பொன் தேடுறாய்
மதுவிலக்கு மதிதுலக்கு மனிதவாழ்வில் மேன்மைகொள்
மகிதலத்தில் உனதுநாட்டை வடுவகற்ற நோன்புகொள்
(பாவேந்தம் - 1, ப.167)

என்று, 12.12.1922இல் 'மதுவிலக்குப் பாட்டு' என்றே தலைப்பிட்டுத் தனிமனித விழிப்புணர்வினை ஏற்படுத்தியுள்ளார். மேலும் நாடளவிலான கோரிக்கையாக,

"கள்ளை அகற்றுதல்" தேசக்கலை - கற்றல்
காட்டிய மற்றும் சிறுபணிகள்
கொள்ளப் படாதனவோ? இவை - கொண்டிடில்
குந்தகம் வந்துபு குந்திடுமோ? (பாவேந்தம் - 1, ப.168)

என்னும் அடிகள் அடங்கிய, மதுவை ஒழிக்க முடியாத நிலையைக் காட்டுகின்ற கவிதையை இயற்றியுள்ளார். மேலும் இவற்றிற்கு முன்னதாகவே அதே இதழில், 21.11.1922இல் 'பாரத தேவியிடம் குடியர் தம் தெளிவு கூறல்' எனும் தலைப்பில் மதுவுக்கு ஆட்பட்டவர்கள் தங்கள் குற்றங்களையும் குறைகளையும் சொல்லி விடுபட விரும்புவதை எடுத்தோதும் ஒரு நெடுங்கவிதையைப் (பக்.160-163) பொதுத்தன்மையில் படைத்துள்ளார்.

இவ்வாறு சமூகச்செயல்பாடாக இருந்தபோது, அரசியல்நெறியில், 1923இல் தொடங்கப்பட்ட சுயராஜ்ஜியக் கட்சியைப் பலப்படுத்த

நினைத்த இராஜாஜியால், ஆங்கிலேய அரசாங்கத்திற்கெதிராக மதுவிலக்குச் சிந்தனை முன்வைக்கப்பட்டது. இதனை,

அந்தச் சமயத்தில் சென்னை மாகாணத்தில் மட்டும் 11034 கள்ளுக் கடைகளும் 6352 சாராயக்கடைகளும் இருந்தன. ஆக, ஆண்டுக்கு 11 கோடி காலன் கள்ளும் பதினாறு லட்சத்து எழுபத்தைந்தாயிரம் காலன் சாராயமும் விற்பனையாகின. ஆக, லட்சக்கணக்கான மக்களை நேரடியாகவும் மறைமுகமாகவும் பாதித்துக் கொண்டிருந்தது மது.

ஏழை, எளிய மக்களின் வாழ்வாதாரத்தையும் உடல்நலத்தையும் பாதிக்கின்ற மதுவை அப்புறப்படுத்தும் வகையில் மதுவிலக்கு கோரிக்கையை சுயராஜ்ஜியக் கட்சி முன்னெடுக்கும்போது மக்கள் ஆதரவு பெருகும், கட்சியும் பலம்பெறும், முட்டுக்கட்டை அரசியல் காரணமாக மக்கள் மத்தியில் ஏற்பட்டுள்ள அதிருப்தியும் மாறும். அதன்மூலம் பிரிட்டிஷாருக்கு பலத்த அரசியல் நெருக்கடியைக் கொடுக்கலாம் என்பது ராஜாஜியின் திட்டம் [42]

என்னும் ஆர். முத்துக்குமாரின் கருத்து வெளிப்படுத்துகின்றது. இராஜாஜி இதனையொரு தேசியத் திட்டமாகச் செயல்படுத்த விரும்பினார். அதன்படியே மதுவிலக்குக்குழு ஏற்படுத்தியது முதலிய செயல்பாடுகளை மேற்கொண்டார். மேலும் இதழ்கள் வாயிலாகவும் மதுவிலக்கைப் பரப்பினார்.[43] அதேநேரம் திருச்செங்கோட்டுப் புதுப்பாளையத்தில் அவர் தொடங்கிய ஆசிரமத்தின் வழியாகவும் மதுவிலக்குக் கொள்கை அப்பகுதிகளில் மேற்கொள்ளப்பட்டது. 1929இல் இந்த ஆசிரமத்தைப் பார்க்கவந்த ஆங்கிலேய அதிகாரி காட்டெரல் மூலமாகப் பிறகு அப்பகுதிகளில் மட்டும் முதல்முறையாக மதுவிலக்கு நடைமுறைப்படுத்தப்பட்டது.[44] இதன் வெற்றியால், 1937 தேர்தலில் ஆட்சிக்குவந்த இராஜாஜியால் ஒவ்வொரு மாவட்டமாக மதுவிலக்கைக் கொண்டுவரத் திட்டமிடப்பட்டு, முதற்கண் 1.10.1937இல் சேலத்தில் நடைமுறைப் படுத்தப்பட்டது. இதனை வரவேற்றுத்தான் நாமக்கல் கவிஞர்,

ஈஸ்வர வருஷம் புரட்டா சியிலே
இங்கிலீஷ் ஒன்றுபத்து முப்பத்தேழில்
சாஸ்வதம் போலவே நமைப்பிடித் தாட்டிய
சனியன் கள்கடை சாத்திவிட்டார் ! (விட்)
கூலியைத் தொலைப்பதும் தாலியை இழப்பதும்
கூசிட ஏசிடப் பேசுவதும்
சாலையில் உருண்டொரு சவமெனக் கிடப்பதும்
சந்தி சிரிப்பதும் இனியில்லை ! (விட்)

.....

போதையைத் தந்தபின் நீதியை ஓதுதல்
புத்தி யுடைஓர் அரசாமோ ?
பேதைக ளாக்கிப்பின் பிழைபுரிந் தாயெனல்
பேச்சுக் காகிலும் ஏச்சன்றோ ? (விட்)
(நாமக்கல் கவிஞர் பாடல்கள், பக்.170,171)

என்று, மதுவினால் மனிதன் அடையும் தீய விளைவுகளையும், இராஜாஜிக்குப் பாராட்டு தெரிவித்தும் கவிதை எழுதியுள்ளார். மேலும், ‘குடிப்பதைத் தடுப்போம்’ என்று பொதுத்தன்மையிலானதொரு தனிக்கவிதையை (ப.176) இயற்றியுள்ளார்.

இராஜாஜி பதவியிலிருந்த 1939 அக்டோபர்வரை 4 மாவட்டங்களில் மதுவிலக்கு கொண்டுவரப்பட்டது. இதனால், அரசுக்கு வருவாய் இழப்பும், கள்ளிறக்கும் தொழிலாளர்கள் வேலையிழப்பும், கள்ளச்சாராய உயிரிழப்புகளும் ஏற்படவே செய்தன. இருப்பினும் மதுவிலக்கில் உறுதியாக நின்றது மாகாண அரசு. அக்டோபருக்குப் பின் மாகாணப் பொறுப்பேற்றிருந்த ஆங்கிலேய ஆளுநர் அட்வைசரி என்பவரால் மதுக்கடைகளும் கள்ளுக்கடைகளும் திறந்து விடப்பட்டன. எனவே, இராஜாஜி உள்ளிட்ட சிலர் எதிர்ப்பு தெரிவித்தனர். இந்நிலை, 1946 தேர்தலில் மீண்டும் காங்கிரசு ஆட்சி அமைக்கும்வரை தொடர்ந்தது. பிறகு, 1947 மார்ச்சு மாதத்தில் முதல்வரான ஓமந்தூர் இராமசாமி ரெட்டியாரால் படிப்படியாகச் சில மாவட்டங்களில் மதுவிலக்கு நடைமுறைப் படுத்தப்பட்டு, விடுதலைக்குப் பின் 2.10.1948இல் சென்னை மாகாணம் முழுவதும் முழு மதுவிலக்கு நடைமுறைப்படுத்தப்பட்டது. இந்தக் காலகட்டத்தின்போது கவிமணி,

கள்ள ரக்கா! குலத்தோடுநீ
கப்ப லேறத் தாமதம்ஏன்?
வள்ளல் எங்கள் காந்திமகான்
வாக்கு முற்றும் பலித்ததினி;
எள்ளத் தனையும் உன்வாழ்வுக்கு
இடமிங் கில்லை இல்லையடா!
தெள்ளத் தெளியச் சொன்னேன்நான்
தெரிந்து ஒழிந்து தொலைந்திடுவாய்
(மலரும் மாலையும், ப.145)

என்று, மதுவினால் தமிழ்க்குடும்பங்கள் அடைகின்ற துன்பங்களை முன்னிறுத்தி மதுவிலக்கிற்கெதிரான சூழலை, 28.9.1947இல் ‘கல்கி’ இதழின் ‘மதுவிலக்கு இதழ்’தனில் பதிவுசெய்துள்ளார். அத்துடன் இதேபொருண்மையில் “திருவாங்கூரில் மதுவிலக்குத் தொடங்கிய

போது" அதற்காக ஒரு வெண்பா இயற்றியுள்ளார் (மலரும் மாலையும், ப.145).

இராஜாஜிக்குப் பின்வந்த காங்கிரசைச் சேர்ந்த முதல்வர்களும் பல்வேறு தடைகள் இருந்தாலும் மதுவிலக்கினைப் பின்பற்றியே வந்தார்கள். காந்தியக் கொள்கைவழி நிற்பது, நாட்டு மக்களின் நன்மை உள்ளிட்ட காரணங்களுக்காக அவ்வாறு செயல்பட்டனர். இடையில் விடுதலை இந்தியாவில் இந்திய அரசியலமைப்புச் சட்டம் 47ஆவது பிரிவில் மதுவிலக்கு சேர்க்கப்பட்டது.[45] ஆனாலும், "மதுவிலக்குச் சட்டம் வெற்றி யடைய முடிந்ததா?" (தேசத்தியாகி வெ.நா. திருமூர்த்தி கவிதைகள், ப.85) என்று, 'வாக்குறுதி என்னவாயிற்று' என்னுந்தலைப்பிலான கவிதையினிடையே, நாட்டில் மதுவை முழுமையாக ஒழிக்க முடியாத நிலையினை வெ.நா. திருமூர்த்தி வெளிப்படுத்துகின்றார்.

காங்கிரசு ஆட்சிக்குப் பின் அதனை எதிர்க்கும், 1967இல் தி.மு.க. தலைமையிலான அரசு அமைந்ததும் மதுவிலக்கு பற்றிய அச்சம் இராஜாஜி, காமராசர் உட்பட்ட பலருக்கும் வந்தது. ஆனால், சி.என். அண்ணாதுரை முதல்வராக இருந்த தமிழக அரசு, கோடிக்கணக்கில் வருவாய் இழப்பு என்றாலும் மாநில மக்களின் நலனில் அக்கறைகொண்டு மதுவிலக்கைப் பின்பற்றவே செய்தது. பின்வந்த மு. கருணாநிதியாலும் தொடக்கத்தில் அத்தகு நிலையே இருந்தது. இச்சூழலில்,

> *'மதுவிலக்கை புதிதாக அமல்படுத்தும் மாநிலங்களுக்கு, அந்த இழப்பை ஈடுசெய்யும் வகையில் மானியத் தொகை வழங்கும் திட்டத்தை' மத்திய அரசு அறிவித்தது. இந்த அறிவிப்பிற்கு முன்பிருந்தே தமிழகத்திலும், குஜராத்திலும் மதுவிலக்கு அமலில் இருந்தது. ஆனாலும் முதல்வர் கருணாநிதி, 'ஏற்கெனவே மதுவிலக்கை அமல்படுத்தி வருவதற்காக எங்களுக்குக் கிடைத்த தண்டனையா இது? தமிழகத்திற்கும் மானியத் தொகை தாருங்கள்' என்று கேட்க, 'மதுவிலக்கைப் புதிதாக அமல்படுத்தும் மாநிலங்களுக்கு மட்டுமே மானியம் தரமுடியும்' என்பதைத் திட்டவட்டமாகக்கூறி, மறுத்துவிட்டது மத்திய அரசு*[46]

என்றவாறிருந்த மைய அரசின் போக்கினால் தமிழக அரசு, இந்தியா முழுமைக்கும் மதுவிலக்கினைக் கொண்டுவரவும், தமிழகத்தின் பொருளாதார இழப்பிற்கு நிதியுதவி அளிக்கவும் கேட்டுக்கொண்டது. மேலும் இடையில் அப்போது சில மாநிலங்களில் மதுவிலக்கு நீக்கப்பட்டிருந்தது. மதுவிலக்கு என்றால் நாட்டில் மதுவே இல்லாமலில்லை. அனுமதி பெற்ற சில கடைகளில் மட்டுமே விற்கப்படும். மேலும், வசதிபடைத்தவர்கள் அனுமதி வாங்கிப்

பயன்படுத்தினர். நோய் காரணமாக மருத்துவச் சான்றிதழுடன்கூடிய சிலருக்கு, மருந்தாக மதுவினைப் பயன்படுத்த அளிக்கப்பட்ட அனுமதி, பலரால் தவறான முறையில் பயன்படுத்தப்பட்டது.

எளிய மக்களோ மது தேடித் தவறான வழியில் சென்று மாள்வதால் மதுவிலக்கு நீக்கப்படவேண்டுமென்றும் பொதுவுடைமை இயக்கத்தினர் சிலர் கருதினர். சிறைக்கைதிகளிலும் 80 விழுக்காட்டினர் மதுவிலக்கை மீறியதால் கைதானவர்களாக இருந்தனர்.[47] ஆனாலும் மதுவிலக்கு நீடிப்பதுவே பெரும்பான்மையானோர் விருப்பமாக இருந்தது. இருப்பினும், 31.8.1971 முதல் 'மதுவிலக்கு ஒத்திவைப்பு' அரசால் நடைமுறைப்படுத்தப்பட்டது. பல ஆண்டுகாலமாக இருந்துவந்த, பல்வேறு சிக்கல்களைத் தாண்டிவந்த மதுவிலக்குச் சட்டத்திற்குப் பின்னடைவு ஏற்பட்டது. இது இரண்டாண்டுகளுக்கு நீடித்தது. பின் அவ்வரசாங்கமே 1.9.1973 முதல் கள்ளுக்கடைகளை மூடத்தொடங்கி, 1.9.1974 முதல் சாராயக் கடைகளை மூடுவது, இந்திய உற்பத்தி வெளிநாட்டு மதுவகைகள் விற்கும் கடைகளை மூடுவது என்று படிப்படியாக மதுவிலக்கை மீண்டும் கொண்டுவந்தது.[48] இந்நிலையில், 5.6.75இல் நடைபெற்ற உரத்தநாடு வட்ட மதுஒழிப்புச் செயற்பாட்டு மாநாட்டில் பெருஞ்சித்திரனார்,

மதுக்கடையை எடுத்தார்கள்; புதுக்கடைவைத் தார்கள்!
மதுவேண்டாம் என்றார்கள்; கலக்கல்குடித் தார்கள்!
எதுக்குறைவு நம்மவர்க்கு? எதையும்செய் வார்கள்?
.....
போட்டசட்டம் ஏட்டிலென்றால் புழங்குசட்டம் நாட்டில்!
பதுக்கலுக்குச் சட்டமிட்டார்! கடத்தல்செய் கின்றோம்!
பாதியினைச் சட்டத்தால்! பழக்கத்தால் மீதி!

(கனிச்சாறு - 8, ப.109)

என்று, மது ஏற்படுத்தும் தீய விளைவுகள், மது விழிப்புணர்வு நாட்டில் எவ்வாறு அமையவேண்டும், அம்மாநாடு தொடங்கியதன் காரணங்கள் உள்ளிட்டவற்றை மையமிட்டுப் 'பாட்டரங்கத் தலைமைக் கவிதை' ஒன்றினை வெளிப்படுத்தியுள்ளார்.

மதுவிலக்கு ஓரிரு ஆண்டுகள் நீடித்த நிலையில் 1977இல் ஆட்சிக்கு வந்த எம்.ஜி. இராமச்சந்திரன் தலைமையிலான தமிழக அரசும் அதனையே அழுத்தமாகப் பின்பற்றியது. அப்போதைய மைய அரசும் மதுவிலக்குக் கொள்கையில் தீவிரம் காட்டியது. எனவே, தமிழக அரசு இந்தக் காலகட்டத்தில் மதுவிலக்கை மீறினால் தண்டனைக்குள்ளாகும் அறிவிப்பினைத் தந்தது. இதில், அரசியலாளர்கள், அரசு ஊழியர்களுக்கான தண்டனைகளையும் குறிப்பிட்டிருந்தது. ஆனால்

இரண்டாண்டுகளில், கள்ளச்சாராயம் உள்ளிட்ட தவறான மதுவினால் எளிய மக்கள் பலியாவதைக் காரணங்காட்டி படிப்படியாகத் தொடங்கி, 1.5.1981இல் முழுமையாக மதுவிலக்கு தளர்த்தப்பட்டது.[49] மேலும், பல்வேறு திட்டங்களையும் திருத்தங்களையும் கையாண்டு பார்த்து, பின் தனியாரிடமிருந்த மது விற்பனையை அரசே ஏற்று நடத்திட முடிவெடுத்து 1983இல் 'தமிழ்நாடு மாநில வாணிபக் கழகம்' (டாஸ்மாக்) என்ற அமைப்பை ஏற்படுத்தியது.

இதற்கிடையில் மதுவிலக்கினால் ஏற்பட்ட பல்வேறு சிக்கல்களில் முக்கியமான, கள்ளச்சாராயம் கிடைக்காதவர்கள் போதைக்காக 'வார்னிஷ்' குடித்துவிட்டு மரணமடைந்த நிகழ்வுகளும் நடந்தேறின. அவை எழுபதுகளில் அதிகமாக நடந்தன. 22.9.1971இல் 26 பேர், 3.6.1975இல் 31 பேர், 4.7.1976இல் 60 பேர் என்றவாறு பலியாகினர்.[50] இவ்வகை நிகழ்வுகள் பெரும்பாலும் சென்னையில் நடந்துள்ளன. அத்துடன் மாநிலமெங்கும் 'விஷச்சாராய' விளைவால் பல உயிரிழப்புகளும் நடந்துள்ளன. இவ்வாறாக, 1971 முதல் இருபதாம் நூற்றாண்டின் இறுதிவரை ஆட்சி மாற்றங்களுக்கேற்ப மதுவிலக்கு பின்பற்றப்படுவதும், பின்பு தளர்த்தப்படுவதும் நடந்துவந்திருக்கிறது. மேலும், பல நிலைகளடங்கிய சிக்கல்களும், செயல்பாடுகளும், எதிர்ப்புகளும் இவ்வரலாற்றில் உள்ளடங்கியுள்ளன. இவ்வரலாறுகளையெல்லாம் பொறுத்துக்கொள்ள முடியாமல், மதுவிலக்கில் தெளிவில்லாத தமிழக அரசின் நிலையை,

'பார்வை'யைப் பறித்து
முடமாக்கிப்போடும் சாராயத்தை
அழுகிப்போன
'பழைய ஊறல்'களிலிருந்து
வெளிப்படையாகவே காய்ச்சி விற்கும்
வியாபாரிகளுக்கு
விலங்குமாட்ட முடிந்ததா உங்களால்?
.....
உங்கள் சட்டமே
போதையில் மயங்கிச்
சாக்கடையில்
விழுந்து கிடக்கிறதே!
மதுவிலக்கு என்று பேச
வெட்கமில்லையா உங்களுக்கு? (சுட்டுவிரல், ப.97)

என்று கேள்விக்குட்படுத்துகின்றார் அப்துல்ரகுமான். தமிழக அரசியலின் விடாப்பிடியான கொள்கையாக மதுவிலக்கு

இருந்தமை,மதுவிலக்கிற்கு ஆதரவான தமிழ்க் கவிதைகளின் குரல் வெளிப்பட்டமை எனும் இவற்றையெல்லாம் கடந்து இன்றுவரை மதுவிற்பனை அரசாங்கச் செயல்பாடாக இருந்து வருகின்றது.

தமிழிசை இயக்கம் (1941)

'தமிழர் தமிழ்ப் பாடல்களைப் போற்றிட ஏற்படுத்தப்பட்ட தூய கலை இயக்கம் தமிழிசை இயக்கம்' என்கின்றார் அண்ணாமலை செட்டியார். தெலுங்கு, வடமொழியைப் பாடலுக்குப் பயன்படுத்தியவர்கள் தமிழிசையையே பின்பற்றிய போதும் அதை உணராமலே இருந்தனர். அத்துடன் தமிழ்ப் பாடல்களை இசைமேடைகளில் புறந்தள்ளினர். பல மொழிபேசும் மக்கள் ஒருங்கிணைந்த சென்னை மாகாணச் சூழலில் தமிழ்மக்கள் அதிகம் வாழ்ந்தும் அவர்களுக்குப் புரியாத பிற மொழிப் பாடல்களே இசையாக இருந்தன. இதற்கெதிராகப் பல்வேறு தரப்பிலும் தமிழிசையை மீட்டுருவாக்கும் சிந்தனை எழுந்தது. இவ்வெழுச்சியின் செயல்பாடே தமிழிசை இயக்கமாக உருவெடுத்தது.

சங்க இலக்கியந்தொட்டே தமிழிசை இருந்ததை அறியமுடிகின்றது. பஞ்ச மரபு, பஞ்ச பாரதீயம், இசை நுணுக்கம் உள்ளிட்ட இசை தொடர்பான நூல்கள் தமிழில் இருந்திருக்கின்றன. இசையின் பரவலான பரிமாணத்தைச் சிலப்பதிகாரப் பதிவுகள் வெளிப்படுத்துகின்றன. கோயில்களைப் பாடல்பெற்ற தலங்களாக மாற்றிய பக்தி இலக்கியக் காலம் நூற்றுக்கும் மேற்பட்ட பண்களைத் தமிழிசைக்குத் தந்துள்ளது. இதுபோல் தமிழிசையின் நீட்சியை வரலாற்றின் எல்லாக் காலகட்டத்திலும் காணமுடிகின்றது.

பரிணாமம் கண்டதுபோல் தமிழிசையின் வளர்ச்சி பல காலகட்டங்களில் தடைபடவும் செய்துள்ளது. இசையை ஏற்காத சமணர்களின் செல்வாக்கு நிலவிய காலத்தில், 14ஆம் நூற்றாண்டு முதல் 17ஆம் நூற்றாண்டு வரை, தில்லி சுல்தான்களால் தமிழகக் கோயில்கள் பாதிக்கப்பட்டுக் கலைவளர்ச்சி குறைந்தபோது, விசயநகரப் பேரரசு காலத்தில் தெலுங்குக்கே முக்கியத்துவம் தரப்பட்டபோது எனும் நிலைகளில் தமிழிசை புறந்தள்ளப்பட்டது என்றே கூறலாம். இதிலிருந்து இசைக்குத் தெலுங்கே ஏற்பெனப் பின்பற்றப்படலானது. தமிழ்ப் பண்களை ஆராய்ந்த சாரங்க தேவர் 13ஆம் நூற்றாண்டில் 'சங்கீதரத்னாகரம்' எனும் இசை இலக்கண நூலை வடமொழியில் இயற்றியதால், வடமொழிப் பற்றாளர்களால் வடமொழி மூலமாகவே பின்பற்றப்பட்டது. இவ்விளைவால், தமிழ்ப் பண் வடமொழி

இராகமாவதும், தமிழ்இசையின் ஒலிக்குறிப்பெழுத்து வடமொழி எழுத்தாவதும் நடந்தன. அதாவது, விளரிப்பாலைப் பண்தான் தோடி இராகம் என்றானது. குரல், துத்தம், கைக்கிளை, உழை, இளி, விளரி, தாரம் என்பவையே இன்றைய ச, ரி, க, ம, ப, த, நி எனப்படும் இசைஒலிகள் ஆகும்.[51] இம்முரண் தமிழிசை இயக்கத் தோற்றச் சூழலிலும் நடக்கவே செய்தது. இதற்கான பல்வேறுபட்ட விவாதங்கள் அதன் சமகால இதழ்களில் நிகழ்ந்தேறியுள்ளன.

பதினெட்டாம் நூற்றாண்டுக்குப்பின் இசைத்துறையில் அதிக நூல்கள் எழுதிய பார்ப்பனர்கள், தங்கள் இசை மும்மூர்த்திகளாக, வடமொழியிலும் தெலுங்கிலும் இசைப்பாடல்கள் புனைந்த தியாகராசர், சாமா சாஸ்திரி, முத்துசாமி தீட்சிதர் ஆகியோரைக் கொண்டாடினர். தமிழிசை மும்மூர்த்திகளான மாரிமுத்தாப்பிள்ளை, முத்துத்தாண்டவர், அருணாசலக் கவிராயர் ஆகியோரை இசை மேடைகளில் பின்பற்றவில்லை. கருநாடக சங்கீதத்தையும், தெலுங்குக் கீர்த்தனைகளையுமே உயர்ந்ததாகக் கருதினர்; கொண்டாடினர். இதனைத் தகர்க்கவும் தமிழ்மக்களிடையே தமிழிசையே அதிகம் முழங்க வேண்டுமென்றும் தமிழிசை குறித்த விழிப்புணர்வு பரப்பப்பட்டது.

கருநாடகம் என்பது பொருள் வரையறை இல்லாத ஒரு சொல், கருநாடக இசை என்றால் பழமையான இசை என்பதுதான் பொருள், கருநாடக சங்கீதம் என்ற பெயரே 12ஆம் நூற்றாண்டுவரையில் இல்லவே இல்லை என்பார் மு. அருணாசலம். தென்னிந்திய இசையில் கவனம் செலுத்திய மராத்திய மன்னன் சோமேசுவர பூலோகமல்லனின் மராத்தியப் பகுதிக்குத் தெற்கே இருந்த பகுதி கருநாடகம். தெற்கிலிருந்து வந்த இசை என்பதனால் அவன் அவ்விசையைக் கருநாடக சங்கீதம் என்றே அழைத்தது பரவலாக்கப்பட்டுவிட்டது. இப்படிப்பட்ட மராத்தியர் ஆட்சியும் பின்வந்த ஆங்கிலக் கல்வியும் தமிழிசைக்குப் பாதிப்பை ஏற்படுத்தின. அதற்கு முன்பு தென்னிந்தியாவில் தமிழ்ச் சங்கீதம்தான் இருந்தது. அது தமிழிசை என்றில்லாமல் இசைத்தமிழ் என்றழைக்கப்பட்டது.[52] பத்தாம் நூற்றாண்டுவரையில் தமிழில் மட்டும்தான் இசை இலக்கிய வளர்ச்சி நல்ல நிலையில் நடந்திருக்கின்றது. இவற்றைத்தான்,

> *சங்ககாலம் சிலப்பதிகார காலம் தொடங்கி இடையூறு இல்லாது தேவார காலம், அருணகிரிநாதர் காலம், முத்துத்தாண்டவர் காலம் என்று இந்த வழியில் தமிழ்நாட்டில் இசை வளர்ந்திருக்கின்றது. பழைய தமிழர் யாழ் மறைந்து புது வீணை உருக்கொண்டு வழங்கலாயிற்று. இருந்ததெல்லாம் ஒரே இசைதான். முதலில் இசைத்தமிழ் - தமிழிசை*

> *என்று அதைச் சொன்னவர்கள், பின்னால் அதையே கருநாடக இசை என்று சொல்லத் தலைப்பட்டார்கள். பண் இராக வடிவமாக அமைந்தபோது தமிழிசை என்ற பெயர் கருநாடக இசை என்று புதுப்பெயர் சூட்டிக்கொண்டது. தெலுங்கிசை, கன்னட இசை என்றெல்லாம் பெயர்கள் இல்லை என்பதை நினைவில் கொள்ளவேண்டும். தமிழ் இசையைத் தெலுங்கு மொழியில் பாடினால் அதற்குப் புதுப்பெயர் வருகிறது. பெயர்தான் கருநாடக இசையே தவிர மொழி தெலுங்காக இருந்தாலும், இசை தமிழ் இசைதான்* [53]

என்னும் விளங்கங்கள் தமிழ்மண்ணில் தொடர்ந்து அறிவுறுத்தின.

இருபதாம் நூற்றாண்டில் எழுந்த தமிழிசைச் சிந்தனையின் விளைவாக, நூற்றாண்டுத் தொடக்கத்திலேயே அதிகப்படியாக அக்கறை எடுத்தவர் ஆபிரகாம் பண்டிதர். தமிழிசை ஆய்வு தொடர்பான சங்கங்கள், கருத்தரங்குகள், மாநாடுகள் நடத்தி எங்கும் தமிழ்ப் பாடல்கள் பாடப்படவேண்டும் என்னும் கருத்தைத் தெளிவாக முன்வைத்தார். பல்வேறு வரலாறுகளைத் திரட்டி 1917இல் இவர் தந்த ‘கருணாமிர்த சாகரம்’ எனும் ஆய்வுநூல் இன்றும் தமிழிசை வரலாற்றை அறியச் செய்வதாக இருக்கின்றது.

ஈ.வெ.ரா. இக்காலத்தில் விழாமேடைகளில் தமிழிசைக் கலைஞர்களையே முதன்மைப்படுத்தினார். 1930இல் ஈரோடு சுயமரியாதை மாநாட்டிலும், 1944இல் தமிழிசை குறித்த சொற்பொழிவிலும் தமிழிசையை முன்னிறுத்தியதைத் தமிழிசை குறித்த சில வரலாற்று உண்மைகளோடு எஸ்.வி. ராஜதுரை குறிப்பிடுகின்றார்.[54] மேலும் இந்நூற்றாண்டு, பாடலுக்கும் இசைக்கும் முக்கியத்துவம் தந்த காலகட்டம். அத்துடன் விடுதலைப் போராட்டக் காலம் பாடல்கள் மூலமே செய்தி சொன்ன காலம். இதே சூழலில் தனித்தமிழ்ச் சிந்தனையும் மேலோங்கியிருந்தது என்பதனையும் கருத்தில் கொள்ளவேண்டும். தனித்தமிழ் இயக்கத்தின் தாக்கமும் இதன் பின்னணியில் இயங்கியது. இது தமிழிசை இயக்கத்தின் செயல்பாட்டுக்கு ஏதுவாகவும், உரிமைகளை உரத்து முழங்கவும் வாய்ப்பாக அமைந்த நிலையைக் காட்டுகின்றது.

தனித்தமிழ், தமிழிசை ஈடுபாட்டுணர்வுடன் இருந்த அண்ணாமலை செட்டியார் 1932இல் ஓர் இசைக்கல்லூரியை நிறுவினார். அதனை 1929இல் தோன்றிய அண்ணாமலைப் பல்கலைக்கழகத்துடன் இணைத்துத் தமிழிசை வளர்த்திடக் கருதினார். 1941இல் அண்ணாமலைப் பல்கலைக்கழகத்தில் நடந்த ஆட்சிக்குழுக் கூட்டத்தில் தமிழிசையை மக்களிடையே கவனப்படுத்த, கச்சேரிகளுக்குத் தமிழில் பாடல்கள்

இயற்றுவதையும், தமிழின் பழம்பாடல்களைப் பயன்படுத்துவதையும் மேற்கொள்ளத் தீர்மானம் வைக்கப்பட்டது. இதற்காகத் தமிழிசையை மையப்படுத்தும் மாநாடு ஒன்றும் ஏற்பாடானது. பின்னர் வரலாற்றில் இம்மாநாடே தமிழிசை இயக்கமாகவும் உருவெடுத்தது. இதன் பின்னணியில் அண்ணாமலை செட்டியாரும், ஆர்.கே. சண்முகம் செட்டியாரும் முதன்மையாக இருந்தனர்.

தமிழிசைக்காக முதல் மாநாடு 1941 ஆகஸ்டில் சிதம்பரத்தில் நடைபெற்றது. இதில் இசை மேடைகளில் தமிழ்ப் பாடல்கள் பாடப்படுவது உள்ளிட்ட மூன்று தீர்மானங்கள் நிறைவேற்றப்பட்டன. அதற்கடுத்தாண்டே அக்டோபர் 25, 26ஆம் நாள்களில் தேவகோட்டையிலும் தமிழிசை மாநாடு நடத்தப்பட்டது. 'சங்கீத வித்வத் சபை'யினரால் தமிழிசை ஏற்கப்படாததால் மூன்றாவதாகச் சென்னையிலும் ஒரு மாநாடு 1943 டிசம்பரில் நடத்தப்பட்டது. இராஜாஜி, டி.கே.சி. முதலியோர் கலந்துகொண்டனர்.[55] இம்மாநாட்டின்வழித் தமிழிசையை வளர்ப்பதற்காக ஏற்படுத்தப்பட்ட ஓர் அமைப்புதான் தமிழிசைச் சங்கம். இதுவும் அண்ணாமலை செட்டியாரால் நிறுவப்பட்டது.

இங்குப் பல்வகை இசை அறிஞர்களால் தமிழிசை, தமிழிசை ஆய்வுகள், தமிழ்ப் பண்பாட்டு ஆய்வுகள் வளர்க்கப்பட்டன. கச்சேரி வடிவத்திற்கேற்பப் பாடல்களை இயற்றச்செய்த இதன் செயல்பாடு 'பண்பாட்டு மறுமலர்ச்சி'யாகப் பார்க்கப்படுகின்றது.[56 (அ)] இச்சங்கத்தின் தொடர்ச்சியாக 1944 சனவரியில் தமிழிசைக் கல்லூரி ஒன்றும் தொடங்கப்பட்டது.[56 (ஆ)] இசை குறித்த பல்வேறு வளர்ச்சிப் படிநிலைகள் இக்கல்லூரி வாயிலாகத் தொடர்ந்து முன்னெடுக்கப்பட்டன. இம்முயற்சியில் 1952இல் ராஜா அண்ணாமலை மன்றமும் அமைந்தது; 1954இல் தமிழிசை மாநாடு ஒன்றும் நடத்தப்பட்டது.

ஆபிரகாம் பண்டிதரைப் போலவே தமிழிசை ஆய்வில் பாடுபட்ட இன்னொருவர் யாழ்ப்பாணத்து விபுலானந்தர். அண்ணாமலைப் பல்கலைக்கழக முதல் தமிழ்ப்பேராசிரியராக இருந்த இவரது தொடர்ச்சியான ஆய்வுகளில் முதன்மையானது 1947இல் வெளியிடப்பட்ட 'யாழ் நூல்' என்பதாகும். 1924இல் தொடங்கிய 'மதங்க சூளாமணி ஆய்வு' எனும் இசை இலக்கண நூலாய்வு தொடங்கி யாழ் நூல் வரையிலான இவரது செயல்பாடுகள் தமிழிசை இயக்கத்துக்கு வலுசேர்த்தன.[57] இவ்விருவரின் நூல்களும் இன்றளவும் இசைக் கருவூலங்களாக விளங்குகின்றன.

இவ்வாறு பல்வேறு கூட்டங்கள், கருத்தரங்குகள், இசை மேடைகள், மாநாடுகள், நிறுவனங்கள் உள்ளிட்ட செயல்பாடுகளால் ஐந்தாறு ஆண்டுகளில் தமிழிசை இசைமேடைகளில் ஏற்கப்பட்டது. முதலில் தமிழிசையைப் புறந்தள்ளியவர்களும் பின்னர் அதன் வளர்ச்சியில் பங்குபெறலாயினர். தமிழிசைச் சங்கத்தில் பங்குபெற்று இசைஅறிஞர்கள் பலரும் இயக்கத்தை வளர்த்தெடுத்தனர். 'தமிழ்நாட்டு மக்களுக்கு இரும்புக் காதாக இருப்பதால்' என்று பாரதியார் சினம்கொண்ட சூழல் மாற்றம் கண்டது. இப்படித் தமிழிசை இயக்கம் வெற்றிகண்ட பிறகும் இதன் செயல்பாடுகள் தொடர்ந்தன. **1974**ஆம் ஆண்டு மதுரையிலும் ஒரு தமிழ்ச்சங்கம் ராசா முத்தையா செட்டியாரால் நிறுவப்பட்டது. பிறகு சாதி, மதப் பேதமற்றுத் தமிழ்ப் பண்களைப் பயிலும் தேவார இசைப்பள்ளி ஒன்றும் **1992**இல் தொடங்கப்பட்டது.[58] நிகழ்காலத்தில் நாட்டார் இசையையும் உள்ளடக்கிய தமிழிசை, இசை அரங்குகளெங்கும் நின்று நிலவுகின்றது.

தமிழிசையை வளர்த்தெடுக்கும் இவ்வியக்கம் தோன்றிய சூழலை, இயக்கத்தின் செயல்பாட்டைக் கவிதைகளில் தமிழ்க்கவிஞர்கள் பதிவுசெய்துள்ளனர். தமிழிசையைக் காக்கும்பொருட்டு அவர்தம் படைப்புகள் அக்கறையுடன் வெளிப்பட்டுள்ளன. அவற்றில் கவிமணி,

வெந்தழல் நீராகும்; வெள்ளெலும்பு பெண்ணாகும்;
வந்தமத வேழம் வணங்கிடுமே;-சந்தமெழப்
பாடுவார் உள்ளுருகிப் பாடும் தமிழிசைக்கு
நீடுலகில் உண்டோ நிகர்? (மலரும் மாலையும், ப.212)

எனும் கவிதைமூலம் தமிழிசையின் பெருமையை வெளிப்படுத்துகின்றார். இதே பக்கத்தில் 'தமிழிசைச் சங்கம்' எனும் தலைப்பிலும் வாழ்த்துக் கவிதை இயற்றியுள்ளார். மேலும் தமது 'தேவியின் கீர்த்தனங்கள்' நூலில் அண்ணாமலை செட்டியாரை வாழ்த்தும் 'அண்ணாமலை முகில்' எனும் கவிதையிலும் தமிழிசை இயக்கச் சூழலைப் பதிவுசெய்துள்ளார். வெ. இராமலிங்கம் பிள்ளை,

தன்நாட்டுத் தாய்மொழியில் எவரும் கேட்கத்
தமிழ்நாட்டில் தமிழ்ப்பாட்டு வேண்டு மென்று
நன்னாட்டத் துடன்ராஜா நம்சர் அண்ணா
மலையவர்கள் அதற்காகப் பரிசு நாட்டத்
தென்னாட்டுச் சிதம்பரத்தில் அறிஞர் கூடித்
தமிழ்மொழிக்குத் தேவையென்று தீர்மா னித்தால்
எந்நாட்டு யாராரோ எங்கோ கூடி
ஏசுவதும் பேசுவதும் என்ன விந்தை!

(நாமக்கல் கவிஞர் பாடல்கள், ப.45)

என்றெழுதியிருப்பதன்வழி, இயக்கச் செயல்பாடுகளுக்கு எதிர்வினை நிகழ்ந்திருப்பதையும் அறியமுடிகின்றது. 'தமிழ் இசை' எனும் இந்நெடுங் கவிதையோடு, 'தமிழிசையின் தத்துவம்' என்றும் ஒரு கவிதை (ப.38) படைத்துள்ளார். 'தமிழ்ப்பண்ணை' எனும் ஆய்வுநூல் தந்த, தேவகோட்டையில் நடந்த இரண்டாவது மாநாட்டில் பங்குபெற்ற இராமலிங்கம் பிள்ளை, 'தமிழிசை இயக்கம்' எனும் கட்டுரையும் எழுதியுள்ளார். இவர்களுக்கடுத்தாற்போன்று பாரதிதாசன்,

தெலுங்கிசைத்தால் மறுப்பீர்கள்! தமிழே பாடச்
செய்யுங்கள்! அதற்காகத் திரண்டெ ழுங்கள்!
இலங்குதமிழ் மொழியினிலே பாடல் இல்லை
என உரைத்தால், அறையுங்கள்! தமிழ மைப்பு
நலமுள்ள இசைக்கொவ்வா தென்பார் வாலை,
நறுக்குங்கள்! இசைக்குமொழி வேண்டாம் என்னும்
விலங்குகளை வளையுங்கள் எனமக் கள்பால்
விண்டதுண்டோ தமிழிசையின் தலைவர் என்போர்?

(பாவேந்தம் - 15, ப.161)

என, 'மணக்காதா?' எனும் தலைப்பிலான இந்தக்கவிதையில் தமிழிசையினை முன்னின்று நடத்துவோர் அதன் பொருளைச் சரிவரப் புரிந்துகொள்ளாமல் செயல்படுவதைக் கண்டிக்கின்றார். மேலும், 'தமிழியக்கம்' நூலில், 'அரசியல்சீர் வாய்ந்தார்' (ப.54), 'பாட்டியற்றுவோர்' (ப.78) தலைப்புகளிலும் தமிழிசை தொடர்பாகப் படைத்துள்ளார். 'விண்ணப்பம் கேள்' என்றும் ஒரு கவிதை (ப.109) இயற்றியிருக்கின்றார். இதுமட்டுமல்லாது, மேலும் சில பதிவுகளும் (பாவேந்தம் - 15, ப.406, பாவேந்தம் - 18, பக்.140,158,563) பாரதிதாசன் படைப்புகளில் காணப்படுகின்றன. இம்மூவரின் கவிதைப் பதிவுகளும் தமிழிசை இயக்கத்தைத் தமிழ்ச் சமூக வரலாற்றில் பங்குபெறச் செய்கின்றன.

பூதான இயக்கம் (1951 - 1957)

யாவுமாய், எங்குமாய் விரிந்துகிடக்கும் இப்புவி உயர்திணைக்கும் அஃறிணைக்கும் பொதுவானது. தன்னுடைமை கொள்ளுதலில் மனித இனத்தில் ஆதிக்கத்தினால் நிலங்களைக் கையகப்படுத்தி வைத்திருந்தனர். இவர்களிடையே மக்களில் பலர் நிலமற்ற வாழ்க்கையும் வாழ்ந்து வரவே செய்தனர். நிலவுடைமையாளர்களிடம் இருந்த அதிகப்படியான நிலங்களைக் கொடையாகக் கேட்டுப் பெற்று நிலமற்ற எளிய

மக்களுக்கு வழங்கும் தொண்டினைச் செய்தது பூ(மி)தான இயக்கம். இது, இந்திய அளவில் முதன் முதலாகச் சென்னை மாநிலத்தில்தான் தோற்றம் பெற்றது.

மகாராட்டிரத்தைச் சேர்ந்த காந்தியவாதியான வினோபா பாவே முன்னெடுத்த சீரிய இயக்கம் இது. 1951இல் சர்வோதய மாநாடு ஒன்று சென்னை மாநிலத்திற்குள்ளிருந்த ஆந்திரப் பகுதியான சிவராம்பள்ளியில் நடந்தது. அங்கு வந்திருந்த வினோபா, 'நக்சல்' இயக்கத்தினர் தெலுங்கானா பகுதியில், வன்முறையின் மூலம் நிலங்களைப் பெற்று நிலமற்ற மக்களுக்கு வழங்குவதை அறிந்து, அக்கிராமங்களுக்குள் பயணம் செய்தார். அப்பயணத்தில் போச்சம்பள்ளிப் பகுதியில் ஏப்பிரல் 18ஆம் நாள் வினோபாவின் வழிபாட்டுக் கூட்டத்தில் ஒடுக்கப்பட்ட மக்களுடைய இன்றியமையாத வாழ்க்கைத் தேவையைக் கேட்டறிந்தார். கிராமத்திலிருந்த 80 குடும்பத்தினரும் விவசாயம்புரிய 80 ஏக்கர் நிலம் வேண்டும் என்று கோரிக்கையிட்டனர். அச்சூழலில், இராமச்சந்திர ரெட்டி என்பவர் தம்முடைய 100 ஏக்கர் நிலத்தை வழங்க முன்வந்தார்.[59] மிக்க வியப்படைந்த வினோபா, இதனால் கிடைக்கும் பயன்குறித்துச் சிந்தித்ததுவே நிலங்களைக் கொடையாக அளித்திடக் கோரிக்கையிடும் பூதான இயக்கத்திற்குத் தொடக்கமாக அமைந்தது. ஒரு மாதத்திற்குள் 30 ஆயிரம் ஏக்கர் நிலங்களைப் பெற்ற இவ்வியக்கம், நிலவுடைமைச் சமூகத்தில் அனைத்து மக்களுக்கும் நிலம் உரிமையாகிச் சுய பொருளாதார வாழ்வு வாழ்ந்திட விரும்பியது.

இதற்காக அவர் நாடு முழுக்கப் பயணம், சொற்பொழிவு மேற்கொண்டார். காற்று, தண்ணீரைப் போன்று நிலமும் இயற்கையால் வழங்கப்பட்ட பொதுச்சொத்து, அதனை நிலங்களற்ற எளிய மக்களுக்குக் கொடுத்து வாழ்விக்குமாறு கேட்டுக்கொள்ளப்பட்டது. இப்படியாக 13 ஆண்டுகளில் 34 ஆயிரம் கி.மீ. தொலைவுக்கு நடந்து, அவ்வியக்கம் தமிழகம் உட்படச் சுமார் 42 இலட்சம் ஏக்கர் நிலங்களைக் கொடையாகப் பெற்றது.[60] அதில் 13 இலட்சம் ஏக்கர் பிரித்துக் கொடுக்கப்பட்டது. மற்றவை தரிசு நிலங்களாக இருந்தன. மேலும் சில, கொடையாளர்களின் வாரிசுகள் செய்த பிரச்சினையால் வழக்குகளில் சிக்கின. நிலங்களைப் பெற்றிடுவதில் எதிர்வினையும் கண்டது.

மத்தியப்பிரதேசம், உத்திரப்பிரதேசம், கருநாடக, தமிழகப் பகுதிகள் என 1957வரை தீவிரப் பயணம் மேற்கொண்டது. பிறகு ஊர்மக்களே ஒன்றிணைந்து வழங்கும் 'கிராம தானத் திட்டம்' எனவும் உருவெடுத்தது. 1952 மே மாதத்தில் உத்திரப்பிரதேசப் பயணத்தில் 'மன்க்ராத்'

கிராமத்தையே கொடையாகப் பெற்றது முதல் 1 இலட்சத்து 60 ஆயிரம் கிராமங்களைப் பூதான இயக்கத்தினரால் பெறமுடிந்தது.[61] மழைக்காலத்திலும் மாட்டு வண்டியைப் பயன்படுத்தியும் இடைவிடாது பயணம்செய்து தொண்டாற்றி, 4 மில்லியன் ஏக்கர் நிலங்களைப் பெற்றது பெருஞ்செயலாக உலக அளவில் பேசப்பட்டது. இதன்விளைவால் சில தொழில்நிறுவனங்கள் தங்கள் வளர்ச்சி விகிதத்தில் தொழிலாளர்களுக்கும் பங்கு கொடுத்தது. இது, இந்திய அரசாங்கம் மேற்கொண்ட நிலச்சீர்திருத்தச் சட்டத்தை விடவும் சாதிக்கவே செய்தது.

தமிழ்ச் சமூகத்தில் காந்தியத்தின் தொண்டர்களான ஜெகந்நாதன் - கிருஷ்ணம்மாள் இணையர் நடைப்பயணம்வழி இவ்வியக்கம் செயல்பட்டது. அவர்களால் 3 ஆண்டுக்குள்ளாகவே 1 இலட்சம் ஏக்கர் நிலங்களுக்குமேல் பெற முடிந்தது. நிலவுடைமை ஆதிக்கம் பெருகியிருந்த தமிழகப் பகுதிகளில் அவர்களின் செயல்பாடுகள் முன்னேற்றத்தையே கண்டன. 1951இல், திருமணமான ஓராண்டில் ஜெகந்நாதன் வினோபாவின் தொண்டுகளோடு தம்மை இணைத்துக் கொண்டிருந்தார். 10 மாதங்கள் அவருடன் பயணம் மேற்கொண்ட ஜெகந்நாதனை வினோபா, தமிழகத்தில் பூதான இயக்கத்தை மேற்கொள்ளுமாறு பணித்தார். இயக்கத்தின் செயல்பாடுகளையும், வினோபாவின் உரைகளையும் ஆங்கில இதழ்களுக்கு எழுதும் தமது பணியை ஜெகந்நாதன், கிருஷ்ணம்மாளை வரவழைத்து ஒப்படைத்தார்.[62] தமிழகத்திலேயே ஒடுக்கப்பட்ட சமூகத்தில் பட்டம்பெற்ற முதல் பெண்ணான இவரும் வினோபாவின் தொண்டுகளோடு இணைந்தார்.

ஜெகந்நாதன் தமிழகத்திற்கு வந்ததும் சர்வோதயா இயக்கத்தில் பங்கெடுத்தவர்களோடு கலந்துரையாடி, நாடளவில் தெரிந்த சங்கர் ராவ் தேவ் எனும் காங்கிரசு தலைவருடன் பூதான இயக்கத்தைத் தொடங்கினார். 1952இல் தொடங்கிய அம்முயற்சியை,

> *ராமேஸ்வரத்தில் இருந்து பாதயாத்திரையைத் தொடங்கினோம். காந்தியின் பிறந்த நாளில் 1952 வருடத்தில் எங்கள் தமிழக புனிதப் பயணம் ஆரம்பமானது. அது எனது சொந்த மாவட்டமும் கூட. முதன் முதலாக ஆரம்பிக்கிறோம் என்பதால் மிகப் பெரிய நன்கொடை கிடைக்க வேண்டும் என்று விரும்பினோம். ராமநாதபுரத்தில் ராஜா இருந்தார். அவரிடம் இருந்து ஆரம்பித்தால் நன்றாக இருக்கும் என்று தோன்றியது. .... ஆயிரம் ஏக்கர் தருவதாக வாக்களித்தார். வேறொரு மாவட்டத்தில் ஒருவர் 120 ஏக்கர் தருவதாக வாக்களித்தார். அது ஒரு நல்ல தொடக்கமாக அமைந்தது. .... மதுரை கோயம்புத்தூர்*

மாவட்டங்களைக் கடந்தோம். ஒரு மாத பயணத்தில் 3,500 ஏக்கர் தானமாகக் கிடைத்தது. அது ஒன்றும் பெரிய அளவு இல்லைதான். இருந்தாலும் இவ்வளவு கிடைக்கும் என்றுகூட நான் நினைத்திருக்கவில்லை. .... எங்களது பயணமென்பது வினோபாவின் பயணம் போன்ற ஒன்று அல்ல. நான், நடராஜன் மற்றும் நாலைந்து பேர் அவ்வளவுதான். எங்களை வரவேற்க பத்து, இருபது பேர்தான் இருப்பார்கள், சில நேரங்களில் அது கூட இருக்கமாட்டார்கள். உணவுக்குக்கூட சிரமமாக இருக்கும் சில நேரங்களில் [63]

என்று ஜெகந்நாதன் பதிவுசெய்துள்ளார்.

ஆண்டிற்கொருமுறை பல்வேறு மாநிலப் பூதான இயக்கத்தவர்களை அழைத்து வினோபா நடத்தும் கூட்டத்தின்படி, 1953இல் பீகார் கூட்டத்தில் இவர் கலந்துகொண்டார். ஓராண்டுக் காலமாக இயக்கத்தில் வினோபாவுடன் இருந்த கிருஷ்ணம்மாளை அங்குச் சந்தித்தார். அதிலிருந்து தமிழகத்தில், சுமார் 3 ஆண்டுகள் பிரிந்திருந்த இணையரின் பணியாக இயக்கம் தொடர்ந்தது. சிறிது காலங்களில் கருத்தரித்த நிலையிலும், மகப்பேறுக்குப் பின் ‘பூமி குமார்’ எனும் தமது கைக்குழந்தையுடனும் கிருஷ்ணம்மாளின் இயக்கப் பயணம் தொடர்ந்தது. நிலம் தர மறுக்கும் கிராமங்களில் குழந்தையுடனே உண்ணாநோன்பில் அவர் ஈடுபட்டுள்ளார்.[64] இத்தகு பயணத்தில் பல எதிர்வினைகளையும் பிரச்சினைகளையும் கண்டுள்ளனர்.

ஜெகந்நாதன் 1955இல் ஏற்பாடு செய்த கூட்டத்தில் காமராசர், ஜெயப்பிரகாஷ் நாராயணன் முதலியோர் கலந்துகொண்டனர். இவர்களிருவரும் தமிழகத்தில் இவ்வியக்கப் பயணத்தில் 15 நாள் பங்கெடுத்துள்ளனர். கிராமங்களுக்கு மகிழுந்தில் சென்று மக்கள் கூட்டங்களில் பேசியுள்ளனர். இந்நிலையில் 1956இல் வினோபா தமிழகத்திற்கு வந்தார். பல்வேறு தலைவர்கள், அரசு அதிகாரிகள் வரவேற்றனர். பொதுவுடைமை இயக்கத்தினர் மட்டும் நிலங்கள் பெரும்பாலும் தரிசு நிலங்களே வழங்கப்படுகின்றன, அவற்றைப் பயன்பாட்டிற்கு உட்படுத்த முடியாது என்று பூதான இயக்கத்தின்மேல் நம்பிக்கையற்றுக் கருத்துரைத்தனர்.[65] காந்தியின் மறைவுக்குப் பின்பு அரசியலில் இருந்து விலகியிருந்த, வார்தா ஆசிரமப் பணியை மட்டுமே மேற்கொண்டிருந்த வினோபாவால் பூதான இயக்கத்தில் முழுமையாக ஈடுபடமுடிந்தது. தாமறிந்த 14 மொழிகளில் தமிழுமறிந்த அவர் தமிழகப் பகுதிகளில் பயணம் செய்தபோது, குன்றக்குடி அடிகளாரால் குன்றக்குடி மடத்திற்கு உரித்தான சில நிலங்கள் வழங்கப்பட்டுள்ளன.

ஏப்பிரல் மாதம் காஞ்சிபுரத்தில் நடந்த அகில இந்திய சர்வோதயா சங்க மாநாட்டில் கலந்துகொண்ட வினோபா, முதலில் செங்கல்பட்டில் நடந்த கூட்டத்தில் உரையாடினார். பின் அங்கிருந்தே தமிழகம் முழுக்கவுமான இயக்கப் பயணத்தைத் தொடங்கினார். அவரது பயணம் தமிழகச் சூழலுக்கு மேலும் வலு சேர்த்தது. ஜே.சி. குமரப்பா உள்ளிட்டோர் உடன் கலந்துகொண்டனர். அந்நிலையில் ஜெகந்நாதன் கிராமதானம் பெறுவதற்கான வழிமுறைகளைச் செய்துகொண்டிருந்தார். மூன்று நாள்கள் நடந்த கூட்டத்தில் இறுதி நாளில் ராமகிருஷ்ண ரெட்டி எனும் செல்வந்தர் தமக்கு உரிமையான நிலம் முழுதையும் தந்திட உறுதியளித்தார். அவர்வழி அவருடைய பக்கத்துக் கிராமங்களிலும் நிலங்கள் பெறப்பட்டன. கிடைத்த நிலங்களைக் கொண்டு ஒடுக்கப்பட்ட மக்களை ஒன்றிணைத்துக் கூட்டுப்பண்ணை முறையினையும் மேற்கொண்டனர். வினோபா பயணம் தொடங்கிய முதல் நாளிலேயே 40 கிராமங்களெனத் தொடங்கி, ஏறக்குறைய ஓராண்டுக்கு அவர் பயணத்தைக் கன்னியாகுமரியில் முடித்தபோது, தமிழகம் முழுக்க 5 ஆயிரம் கிராமங்கள் கிராமதானம் செய்திருந்தன.[66] இவ்வாறாகத் தமிழகத்தில் பூதான இயக்கத்தின் செயல்பாடுகள் நிகழ்ந்தேறின.

கிடைக்கப்பெற்ற நிலங்கள் அனைத்தும் எளிதாகக் கிடைக்கப்பட்டதல்ல. சிலர் கொடுத்த நிலங்களை மீண்டும் தாங்களே அனுபவிக்கத் தொடங்கினர். நிலங்களை ஒப்படைப்பதில் சிலர் தவறினார்கள். இப்படிப் பல இடையூறுகளைக் கடந்திருந்து நிலங்கள் பெறப்பட்டாலும், அவை பதிவுசெய்யப்படுவதில் பல சிக்கல்கள் எழுந்தன. ஊழல் செய்யவும் அரசு அலுவலகங்கள் பயன்படுத்திக் கொண்டன. வினோபாவின் முன்னால் நிலம்தர வாக்களித்துப் பின்னாளில் தர மறுத்தவர்களால் அறப்போராட்டமும் நடத்தப்பட்டுள்ளது.[67] இத்தகைய இடையூறுகளைக் கடந்து சமூகத்தில் ஒரு மாற்றத்தை ஏற்படுத்திய இயக்கமாகவே பூதான இயக்கம் விளங்கியது. நிலமற்ற மக்களுக்கு நம்பிக்கையையும், நிலவுடைமையாளர்களுக்குச் சிறு மனமாற்றத்தையும் உண்டாக்கி, ஒரு வகையில் சாதி எண்ணத்தைக் கடப்பதற்கும் உதவியது. பின்பு, 1958இல் தமிழ்நாடு பூமிதான வாரியத்தை அரசு உருவாக்குமளவு வளர்ச்சிகண்ட, இத்தகைய நிகழ்வைத் தமிழ்க் கவிதையில் நாமக்கல் கவிஞரும் வைரமுத்துவும் எதிரெதிரான பார்வையில் பதிவுசெய்துள்ளனர். நாமக்கல் வெ. இராமலிங்கம் பிள்ளை,

ஏழை யென்றும் செல்வ னென்றும்
ஏற்றத் தாழ்வு போய்விடும்;

எங்கும் யாரும் பகைமை யின்றிப்
பங்கு கொள்வ தாய்விடும்;
.....
உடலு ழைத்தே உணவு முற்றும்
உண்டு பண்ணும் உழவர்கள்
உரிமை சொல்ல நிலமி லாமல்
உள்ளம் வெந்திங் கழுவதா?
உடல் சுகித்திங் குலகி னுக்கே
உதவி யற்ற ஒருசிலர்
ஊரி லுள்ள பூமி முற்றும்
உரிமை கொண்டு திரிவதா?

(நாமக்கல் கவிஞர் பாடல்கள், ப.164)

என்னும் அடிகளைப் 'பூமிதான யாத்திரை' எனும் தலைப்பிலான தனிக்கவிதையில் இயற்றி, இயக்கத்தின் நோக்கத்தை வெளிப்படுத்தி இயக்கத்தையும் வினோபாவையும் போற்றுகின்றார். அவரது கவிதைகளில் இதுகுறித்து மேலும் இரு பதிவுகள் (பக்.173,176) காணக்கிடைக்கின்றன. வைரமுத்து, பொதுவுடைமை இயக்கத்தினர் கொண்டிருந்த பார்வையுடன் காதல் கவிதையொன்றில்,

கனவுப் பயிர் வளரும்
காதல் நிலத்தை
வினோபாவைப் போல்...
பிச்சை விருத்தாந்தத்தால்
பெறமுடியாது
அது
மார்க்சின் தத்துவத்திற்கே
மசியும் *(திருந்தி எழுதிய தீர்ப்புகள், ப.39)*

என்று மாறுபட்டுப் பதிவுசெய்திருக்கின்றார். இவ்விருவரது படைப்பால் கவிதை வரலாற்றில் பூதான இயக்கம் இடம் பெற்றுவிட்டது.

குலக்கல்வித் திட்டம் (18.6.1953)

சென்னை மாநிலத்தின் பள்ளிக் கல்வித் துறை 1950ஆம் ஆண்டு, இந்திய அரசியலமைப்புச் சட்டத்தின்படி பள்ளி பயிலும் வயதுடைய குழந்தைகள் அனைவருக்கும் கல்வியறிவு கிடைத்திடப் பத்தாண்டுத் திட்டம் ஒன்றினைக் கொண்டுவந்தது. இதன்படி மேற்கொள்ளப்பட்ட முறைகளுள் ஒன்று, 1953இல் சென்னை மாநில முதல்வர் சி. இராசகோபாலாச்சாரி (இராஜாஜி) கொண்டுவந்த மாறுபட்ட தொடக்கக் கல்வித் திட்டம்.

இந்தத் திட்டமானது, தொடக்கப் பள்ளி மாணவர்களின் முழுநாள் கல்வி பயிலும் நேரத்தைக் குறைத்து, இரு பகுதிகளாகப் பிரித்து, ஒருநாளில் ஒருபகுதி மூன்றுமணி நேரம் கல்வி பயில்வதும், இன்னொரு பகுதி அவர்களின் தந்தையின் தொழிலுக்கு உடன்இருந்து அத்தொழிலைக் கற்பதுமாக இருந்தது. இத்திட்டம் கிராமப்புறப் பள்ளிகளில் மட்டும் சூன் 18ஆம் நாள் அறிமுகப்படுத்தியதற்குக் காரணம், பள்ளிக்கு வரும் குழந்தைகளின் எண்ணிக்கை வெகுவாகக் குறைந்திருந்தது. 1950ஆம் ஆண்டு, அரசாங்கக் கணக்கின்படி கல்வித்திட்டத்திற்கு ஓராண்டுக்கு ஒருகோடி ரூபாய் ஒதுக்கப்படவேண்டிய தேவையில் ஐந்து இலட்சம் மட்டுமே ஒதுக்க முடிந்தது. நிதிநெருக்கடி காரணமாக மாநில அரசால் எண்ணியபடி செயல்பட முடியவில்லை. மைய அரசிடமிருந்து கிடைக்கவேண்டிய நிதி வந்துசேராமலிருந்தது. இந்தியாவின் வடமாநிலங்களில் ஏற்பட்ட பஞ்சத்தினால் நாட்டின் கவனம், நிதி அதைநோக்கி இருந்தது. எனவே, இத்தகு நிதிச்சூழலை எதிர்கொள்ளத் தமிழக அரசு, கல்வித் திட்டத்தில் புதிய முறையை நடைமுறைப்படுத்தியது.[68]

நிதிப் பற்றாக்குறை, ஆசிரியர் போதாமை, பள்ளிகளுக்கான கட்டுமானத் தேவைகளில் நிறைவில்லாமை உள்ளிட்ட சிக்கல்களைச் சமாளிக்கவும், முழு நேரமும் பிள்ளைகள் பள்ளியிலேயே இருக்கவேண்டியிருந்ததால் அவர்களின் தளர்வுக்கும், பெற்றோர்களின் விருப்பமின்மைக்கும் தீர்வுகாணவும் இந்த அரைநேரப் படிப்பு அறிமுகப்படுத்தப்பட்டது. சூழலுக்கேற்பக் குழந்தைகள் காலையோ மாலையோ ஒரு பகுதி நேரம் மட்டும் பள்ளிக்கு வந்தால் போதும், மற்ற நேரத்தில் அவர்கள் பெற்றோர் தொழிலையே கற்கலாம் என்றறிவித்தது.[69] கைத்தொழில் கற்கலாம் என்றால் என்ன தொழில் கற்பது, அரசு தொழிற்கல்விக்கு ஏதேனும் ஏற்பாடு செய்யுமா எனும் எதிர்க்கட்சியினரின் கேள்விக்கு,

"அப்பா செய்யும் தொழிலுக்கு மகன் உதவியாக இருந்து அந்தத் தொழிலை கற்றுக் கொள்ளலாம்" என்று ராஜாஜி பதிலளித்தார்.

அவ்வளவுதான். ராஜாஜி கல்வித் திட்டத்துக்கு கடும் எதிர்ப்பு கிளம்பியது. "இந்தப் புதிய கல்வித் திட்டம், குலத்தொழிலை வளர்க்கத்தான் உதவும். உழவன் மகன் உழவுத்தொழில் செய்யவேண்டும், வண்டி இழுப்பவர் மகன் வண்டி இழுக்க வேண்டும், சவரத் தொழிலாளியின் மகன் சவரம் செய்யவேண்டும். இது நல்ல கல்வித் திட்டம் அல்ல, குலக்கல்வித் திட்டம்" என்று எதிர்க்கட்சியினர் கண்டனக்குரல் எழுப்பினர் [70]

என்னும் பதில்வழிப் பதிவிலிருந்து இத்திட்டம் குலக்கல்வித் திட்டமாகவே அடையாளம் பெற்றதை அல்லது பெயர் பெற்றதை அறிய முடிகின்றது.

இதற்கேற்பவே இந்தப் பாடத்திட்டத்தின் பாடநூலில், "இவன் குடியானவன் - ஏர் உழுகிறான்; இவன் வண்ணான் - துணி துவைக்கிறான்; இவன் குயவன் - மட்பாண்டம் செய்கிறான்; இவர் ஐயர் - இவர் மிகவும் நல்லவர் - பாடம் படிக்கிறார்" என்ற வாசகங்கள் அடங்கிய கருத்துப்படம் அச்சிடப்பட்டுள்ளது. (காண்க: பின்னிணைப்பு, ப.505). இதனால், புதிய கல்வித் திட்டமானது நாட்டின் சூழலைப் பயன்படுத்திக்கொண்டு, ஒரு சாரார் மட்டுமே கல்வி பயிலத் தகுந்தவர் என்பதை மறைமுகப் பதிவிடுகின்றது என்று எதிர்ப்பு கிளம்பியது. திட்டத்தினை எதிர்த்துத் தமிழகத்தின் பிற கட்சிகள் ஆர்ப்பாட்டங்களை நடத்தின. சாதி அமைப்பு முறையைத் தக்க வைக்கும் எனவும், கல்வித் துறையில் அதிகம் ஈடுபட்டிருக்கும் பார்ப்பனர்களின் ஆதிக்கமே நீடிக்கும் எனவும், வேலை அதிகப்படுத்தப்பட்டும் ஆசிரியர்க்கான ஊதியம் அதிகப்படவில்லை என்பதற்கும் எதிர்ப்பு வலுத்தது. ஆசிரியர்களும் இதனை எதிர்க்கவே செய்தனர்.

ஈ.வெ.ரா.தான் 'குலக்கல்வித் திட்டம்' என்று இதனைக் கடுமையாகச் சாடினார். அந்த நேரத்தில் இத்திட்ட அறிவிப்பிற்கு முன்பாக, சமூக வளர்ச்சிக்கும் சாதி அழிப்புக்கும் அவரவர்கள் குலத்தொழிலை விட்டுப் பிள்ளைகள் அனைவரும் கல்விபயிலப் போகவேண்டும் என்று ஈ.வெ. ரா. மக்களிடையே கருத்துரைத்து வந்தார். இதற்கு நேர்மாறான நோக்கத்தைப் பெற்றிருந்ததைப் போல் இருந்தது புதிய கல்வித் திட்டம். திராவிடர் கழக 'விடுதலை' இதழில் இத்திட்டம் நடைமுறைப்படுத்தப்படுவதற்கு முன்பிருந்தே, இது ஏற்படுத்தவிருக்கும் தீய விளைவுகளைப் பற்றித் தெளிவாக விளக்கம் தந்து மக்களிடையே விழிப்புணர்வு ஏற்படுத்தப்பட்டது.[71] மேலும் போராட்டங்கள் முன்னெடுக்கப்பட்டன.

1953 சூலை *13*இல் சி.என். அண்ணாதுரை தலைமையிலான தி.மு.க. கட்சியினர் தீர்மானம் எடுத்த 'மும்முனைப் போராட்ட'த்தின் முதல் முனை குலக்கல்வித் திட்டத்தை எதிர்ப்பதாகும். அதன்படியே அடுத்தநாள் இராஜாஜி வீட்டுமுன் சத்தியவாணிமுத்து தலைமையில் தி.மு.க.வினர் மறியல்செய்ததால் கைதுசெய்யப்பட்டனர்.[72] உழவர் உழைப்பாளர் கட்சியைச் சேர்ந்த சட்டமன்ற உறுப்பினர் கொடுக்கூர் விசுவநாதன் இத்திட்டத்தின் எதிர்விளைவுகள்பற்றிச் சட்டமன்றத்தில் பேசியதும் மாற்றத்திற்குக் காரணமாக அமைந்தது.[73] மேலும் இராஜாஜி

சார்ந்திருந்த அவரது காங்கிரசு கட்சிக்குள்ளேயே கடும் எதிர்ப்பு இருந்தது. அக்கட்சியின் மூத்த தலைவரான வரதராஜுலு நாயுடு, இக்கல்வித் திட்டத்தை இராஜாஜி கைவிடவேண்டும் அல்லது அவர் முதல்வர் பதவியைக் கைவிடவேண்டுமென்று கருத்துரைத்தார். இறுதியில் திட்டத்தின்மீது தீரா நம்பிக்கை கொண்டிருந்த இராஜாஜி 1954 மார்ச்சு மாதத்தில் பதவியிலிருந்து விலகும்படி நேரிட்டது.

முதல்முறை இராஜாஜி முதல்வராக இருந்த காலத்திலேயே(1937-1939) கல்வி வளர்ச்சியில் சீர்திருத்தம் மேற்கொள்ள வழிவகுத்தார். அவருக்குப்பின் வந்த முதல்வர்களில் குமாரசாமிராஜா ஆட்சிக் காலத்தில் இரு பகுதிநேரப் படிப்பு முறை 1949இல் சில பகுதிகளில் மட்டும் சோதனை முறையில் அறிமுகம் செய்யப்பட்டிருந்தது. ஆனால் சமூகத்தில் அது ஏற்கப்படவோ பின்பற்றப்படவோ இல்லை. மீண்டும் 1952இல் பதவிக்கு வந்த இராஜாஜி இம்மாறுபட்ட கல்வித் திட்டத்தை நடைமுறைப்படுத்த இது குலக்கல்வித் திட்டமென எதிர்ப்புக்குள்ளானது. அவரும் பதவி விலக நேரிட்டது. தி.க. 1954 சனவரியில் இத்திட்ட எதிர்ப்பு மாநாடுகளை நடத்தியது.[74] பிறகு காமராசரால் 1954 ஏப்பிரலில் இத்திட்டம் கைவிடப்பட, மே 18இல் சட்டமன்றத்தில் அறிவிக்கப்பட்டது. இத்தகைய கடும் எதிர்ப்புகளைப் பெற்ற இக்கல்வித் திட்டம் தமிழ்ப் படைப்பிலக்கியத்திலும் எதிர்ப்புகளையே பெற்றது. அவற்றைப் பாரதிதாசனின்,

குள்ள நரியாய்ப் பதுங்கி - ஆச்சாரி
கொடுக்கும் குலக்கல்வித் திட்டம்
.....
எத்தனின் ஏமாற்றுத் திட்டம் - நமை
ஈடேறா தழிக்கின்ற திட்டம்
செத்தது வாதமிழ்க் குருதி - தமிழா
சீறுக வெல்வ துறுதி! *(பாவேந்தம் - 15, ப.397)*

எனும் கவிதையும், திராவிட இயக்கப் பார்வையில் எழுதப்பட்ட இதுபோன்றதொரு தனிக்கவிதையும் (பாவேந்தம் - 17, ப.241), மற்ற கவிதைகளிடையே உள்ள பதிவுகளும் (பாவேந்தம் - 5, ப.115, பாவேந்தம் -18, ப.533) காட்டுகின்றன. இத்திட்டத்தைக் கொண்டுவந்த இராஜாஜி பதவி விலகிய போது கே.சி.எஸ். அருணாசலம்,

'புதுக்கல்வி'க் கோமாளி கால்சாய்ந்து போனான்
போயொழிந்தான் என்றுதலை முழுகிடுவோம் வாரீர்!
(கவிதை என் கைவாள்!, ப.160)

என்று கொண்டாடும் கவிதையைப் படைத்துள்ளார் (15.5.1954).

இதன்மூலமும், பெருஞ்சித்திரனார்,

பள்ளிக் குழந்தைகள் உள்ளத்திலே - குலப்
பாகுபாட் டெண்ணத்தை ஊன்றிடவே
துள்ளிக் குதித்திடும் மண்டைகளை - நூறு
தூளாகச் செய்வதற் கெண்ணங்கொண்டே

(கனிச்சாறு - 9, ப.9)

என்று, 'உள்ளங் கொதித் தெழுவீர்' எனக் கடுமையாகச் சாடுவதன் மூலமும் இத்திட்டத்திற்கான எதிர்ப்புகளைக் காணமுடிகின்றது. மாநிலத்தில் புகுத்தப்பட்ட இவ்வரசியல் நிகழ்வு குறித்து, இவர்களைக் கடந்து பழமலய் கவிதைகளில் ஓரிரு வரிப் பதிவுகள் (பக்.9,329) இருக்கின்றன.

உணவுத் திட்டங்கள் - மதிய உணவு, சத்துணவு (11.7.1956, 1.7.1982)

தனியார் பள்ளிகள் பெருகவிட்ட சூழலிலும் அரசுப் பள்ளிகளின் தேவை இல்லாமல் போகவில்லை. கிராமப்புற ஏழை மாணவர்கள் இன்றளவும் கல்வித் தேவையை நிறைவேற்றிக்கொள்ள அரசுப் பள்ளிகளே பயன்படுகின்றன. இன்றைய காலத்தின் நிலையே இப்படியிருக்கையில் சென்ற நூற்றாண்டில் மக்களின் வறுமைநிலை ஒரு பக்கம், உழைத்தால்தான் உணவு என்றிருந்த வாழ்வில் கல்வி அவர்களுக்கு முக்கியத்துவமானதாகக் கருதும்நிலை இல்லாமல் இருந்தது. உயிர் வாழ்தலின் அடிப்படையுள் முதன்மையான உணவு கிடைத்தால் பிள்ளைகள் கல்வியறிவைத் தேடிவருவார்கள் எனக் கணக்கிட்டுத் தமிழக முதல்வராக இருந்த காமராசர், எம்.ஜி. இராமச்சந்திரன் ஆகியோர் கொண்டு வந்ததுதான் பள்ளிகளில் இலவசமாக உணவு வழங்கும் திட்டங்கள்.

மதிய உணவுத் திட்டம் (11.7.1956)

தமிழகத்தின் அரசு மற்றும் அரசு உதவிபெறும் பள்ளிகளில் பயிலும் மாணவர்களுக்கு இலவசமாக நண்பகல் உணவு வழங்கிட இத்திட்டம் காமராசரால் கொண்டுவரப்பட்டு, நடைமுறைப்படுத்தப்பட்டது. ஏழ்மையிலுள்ள சிறு பிள்ளைகளின் கல்வி வளர்ச்சி நீடிக்கவேண்டி, அவர்களை இடைநிற்றல் இல்லாது தொடர்ந்து பள்ளிக்கு வரவழைக்க இத்திட்டம் மேற்கொள்ளப்பட்டது.

அன்றைய சென்னை மாகாணத்தில் பள்ளிக்குப் பசியுடன் வரும் பிள்ளைகள் படிப்பில் ஆர்வம் குறைந்து இருந்துவிடக்கூடாதென்பதால்,

நீதிக்கட்சி ஆட்சியில் 1920இல் சென்னை நகரமன்றத் தலைவர் (மேயர்) பிட்டி. தியாகராயரால் ஆயிரம்விளக்குப் பகுதியில் நகராட்சிப் பள்ளி ஒன்றிற்குத் சொந்த செலவில் மதிய உணவு வழங்கப்பட்டுள்ளது. இது அடுத்த ஆண்டு மேலும் நான்கு பள்ளிகளில் மேற்கொள்ளப்பட்டது. அவர் இதற்கு முன்பே வண்ணாரப்பேட்டைப் பிள்ளைகள் படிப்பிற்காகத் தமது செலவில் 1897 டிசம்பர் 3இல் பள்ளி ஒன்றைத் தொடங்கினார். இலவசப் படிப்பென்றாலும் மாணவர்கள் வருகை குறைவாக இருந்ததால் பள்ளியில் உணவு வழங்கிப் படிக்க வைத்துள்ளார்.[75] இதன்பிறகு 1925இல் சென்னை நகராண்மைக்கழக உறுப்பினரான ம. சிங்காரவேலராலும் இத்தகு செயல்பாடு நடந்துள்ளது.[76] இவையனைத்தும் சென்னையில் சில பகுதிகளில் மட்டும் இருந்தது. ஆனால், காமராசர் ஆட்சியின்போது தமிழகம் முழுக்கப் பகல் உணவுத் திட்டம் எனும் மதிய உணவுத் திட்டமாக நடைமுறைப்படுத்தப்பட்டது. காமராசர், தமது பயணத்தின்போது தமிழகத்தில் ஆங்காங்கே பிள்ளைகள் பள்ளிக்குப் போகாமல் கால்நடைகள் மேய்ப்பதைக் கண்டு அதற்கான காரணத்தை அறிந்திருந்தார்.

சென்னையின் பூங்கா நகரில் 1955 மார்ச்சு 27இல் ‘சென்னை மாகாண தொடக்கப் பள்ளி ஆசிரியர்கள் மாநாடு’ நடந்தது. அம்மாநாட்டை முதல்வர் காமராசர் தொடங்கிவைத்தார். கல்வித்துறை இயக்குநராக இருந்த நெ.து. சுந்தரவடிவேலுவிடம் தொடக்கப் பள்ளிகளில் இலவசமாக மதிய உணவு வழங்குதல் குறித்துக் கலந்துரையாடினார். அதற்கு அவர், 16 இலட்சம் பிள்ளைகள் தொடக்கப்பள்ளிகளில் பயில்கின்றார்கள், அவர்களில் 5 இலட்சம் பேருக்கு இலவச உணவு என்றாலும் ஒரு கோடி செலவாகும் என்று தெரிவித்தார். பிறகு, காமராசர் மேடையில் பேசியபோது மதிய உணவு வழங்கும் திட்டம் குறித்து அறிவித்தார்.[77] தொடக்கப்பள்ளிகளில் பயிலும் குழந்தைகளுக்கு மதிய உணவு வழங்கிடுதல் பற்றிய விருப்பம் தெரிவித்தார். இது அமைச்சரவைக் கூட்டத்திலும் கருத்து கேட்கப்பட்டு, முடிவானது. அதன்படி 1956 சூலை 11இல், காமராசரின் சொல்லுக்கிணங்கி, பாரதியார் பிறந்த எட்டயபுரத்தில், முதன்முதலாக மதிய உணவுத் திட்டம் நெ.து. சுந்தரவடிவேலுவால் தொடங்கிவைக்கப்பட்டது.[78] மறுநாள் வைப்பாறு பாலத்திற்கு அடிக்கல் நாட்டும் விழாவினைத் தொடர்ந்து தொடக்கப் பள்ளிகளில் காமராசரால் தொடங்கிவைக்கப்பட்டது. வைப்பாறு பால விழாவினைத் தொடங்கி வைத்துப் பேசுகையில் காமராசர்,

அன்னதானம் நமக்குப் புதிது அல்ல. இதுவரை வீட்டுக்கு வந்தவர்களுக்குப் போட்டோம். இப்போது, பள்ளிக் கூடத்தைத் தேடிப் போய்ப் போடச் சொல்கிறோம். அப்படிச் செய்தால், உயிர்காத்த புண்ணியம்; படிப்பு கொடுக்கும் புண்ணியம் இரண்டும் சேரும்.

என் மனதில், எல்லார்க்கும் கல்விக் கண்ணைத் திறப்பதை விட முக்கியமான வேலை இப்போதைக்கு இல்லை, நான் இதையே எல்லாவற்றிலும் முக்கியமானதாகக் கருதுகிறேன். எனவே மற்ற எல்லா வேலைகளையும் ஒதுக்கி வைத்துவிட்டு, ஊர் ஊராக வந்து பகல் உணவுத் திட்டத்திற்குப் பிச்சையெடுக்கச் சித்தமாக இருக்கிறேன் [79]

என்று தெரிவித்துள்ளதை நெ.து. சுந்தரவடிவேலு குறிப்பிட்டுள்ளார். இதன்மூலம் ஏறத்தாழ 29 ஆயிரம் பள்ளிகளில் 15 இலட்சம் மாணவர்கள் பயன்பெற்றுள்ளனர்.[80] மாநில அரசின் நிதி கிடைப்பதற்கு முன்பே மக்கள் இயக்கமாக ஆங்காங்கே ஊர்ப்பள்ளிகளில் பின்பற்றப்பட்டது. மேலும் ஒரு மாணவருக்கு அரசு 10 பைசா என்றும், ஊரார் 5 பைசா அளவிலும் நிதியளித்து இதனைச் செயல்படுத்த வேண்டிய சூழல் ஏற்பட்டது. ஆண்டுக்குச் சுமார் 200 நாள்களுக்கு உணவு வழங்கப்பட்டது. உணவு வழங்குவதுடன் காமராசரால், பிறகு நிதி திரட்டிக் கரும்பலகை, சீருடை ஆகியவையும் வழங்கப்பட்டன. தொடர் செயல்பாட்டில் 1.11.1957இல் இத்திட்டம் அரசின் ஒப்புதல் பெற்ற, நிதி உதவிக்குரிய திட்டமானது.[81]

முக்கியமாகக் குழந்தைகளின் ஊட்டச்சத்திற்கு இது வழிவகுத்தது. ஏழ்மைநிலை மாணவர்களுக்கு முக்கிய உணவாக அமைந்தது. பின்தங்கிய பகுதிகளிலிருந்து பள்ளிக்கு வரும் குழந்தைகளின் இடைநிற்றலைக் குறைக்க உதவியது. வறட்சியால் பாதிக்கப்பட்ட குழந்தைகளுக்கும் ஊட்டச்சத்தானது. இடைவிடாத செயல்பாட்டின் காரணமாய், 1960 - 63இல் அனைத்துத் தொடக்கப் பள்ளிகளிலும் மதிய உணவுத் திட்டம் செயல்படுத்தப்பட்டது. இவ்வாண்டுகளில் காமராசர் அரசின் நிதியிலிருந்து கல்விக்காக நிறைய செலவுசெய்தார். பள்ளிக்கூடங்களையும் அதிகரிக்கச் செய்தார். தாம் ஆட்சிக்கு வந்தபோது இராஜாஜியின் ‘குலக்கல்வித் திட்ட’த்தை நீக்கியவர் தொடர்ந்து கல்வித்துறை மீது அக்கறை செலுத்தியதால், அவர் ஆட்சிக்கு வந்த 1954இல் 21 ஆயிரமாக இருந்த தொடக்கப் பள்ளிக்கூடங்கள் 1962இல் 30 ஆயிரமாக அதிகரித்தது. மாணவர்களும் 29 இலட்சமாக இருந்து 42 இலட்சமாக அதிகரித்தனர். இதுபோல உயர்நிலைப் பள்ளிகளும் அதிகமாயின.[82] மேலும், 1960ஆம் ஆண்டு பத்தாம் வகுப்பு வரை இலவசக் கல்வி வழங்கும் திட்டத்தையும் கொண்டுவந்தார்.

பின்வந்த ஆட்சியாளர்களால் மதிய உணவுத் திட்டம் வளப்படுத்தப்பட்டது. எம்.ஜி. இராமச்சந்திரன் ஆட்சியில் சத்துணவு என்றும், மு. கருணாநிதி ஆட்சியில் வாரத்திற்கொரு முட்டை சேர்த்து வழங்கவும் செய்தார்கள். இவ்வாறு படிப்படியாகப் பல்வேறு மாற்றங்கள், புதுமைகள் கண்டன. பிற மாநிலங்களிலும் இதனை ஏற்றுப் பின்பற்றலாயினர். பிற்காலத்தில், *28.11.2001*இல் உச்ச நீதிமன்றம் அனைத்து மாநிலங்களிலும் இத்திட்டத்தை நடைமுறைப்படுத்திடும்படி இந்திய அரசுக்கு ஆணையிட்டது. உணவு வழங்கிக் கல்வி வளர்த்த இத்திட்டத்தின் பெருமை குறித்துத் தமிழகமெங்கும் பேசப்பட்டதைப் போன்றே தமிழ்க் கவிதைகளிலும் பேசப்பட்டது. பல்வேறு தரப்பிலிருந்து நிதி வழங்கப்பட்டபோது, திரைத்துறையைச் சார்ந்த சிவாஜிகணேசன் *1* இலட்சம் ரூபாயை வழங்கியுள்ளார். அதனை வாழ்த்திப் பாரதிதாசன்,

அள்ளிக் கொடுத்தனர் ஓரிலக் கத்தை அறிவுதரும்
பள்ளிக்குப் பிள்ளைகட் கெல்லாம் உணவு பரிந்தளிக்க;
உள்ள முதலமைச் சர்காம ராசர் உவந்துபெற்றார்.
வள்ளல் சிவாசி கணேசனார் வாழிய வாழியவே!

(பாவேந்தம் - 18, ப.116)

என்று பதிவுசெய்துள்ளார். மேலும் சிவாஜிகணேசன் இதேபோன்று மதுரையின் போடிநாயக்கனூரின் தொழிற்பயிற்சிப் பள்ளிக்கும் நிதி அளித்துள்ளதையும்(ப.*118*), பம்பாய்த் தமிழர்களின் பிள்ளைகள் படிக்க *5* இலட்சம் நிதி அளித்துள்ளதையும் (ப.*117*) அவர் தொடர்பான வாழ்த்துக் கவிதைகளில் பாரதிதாசன் பதிவுசெய்திருக்கின்றார். வெ.நா. திருமூர்த்தி,

கேள்வி:
கல்வியால் முன்னேற்றமாம் - நம்ம
காங்கிரசார் ஆட்சியிலே
செல்வாக் கடைந்திருக்கும் - பல
திட்டங்களைக் கொண்டிருக்கும்! (கல்)
எட்டாவது வரையும் - சம்பளம்
இல்லாமே படிச்சிடலாம்;
மட்டில்லாத் திட்டத்துடன் இன்னும்
மதிய உணவுத் திட்டம் - கொண்ட (கல்)

பதில்:
மதிய உணவுத் திட்டம்; - இது
மக்களை மயக்குந் திட்டம்;

அதிகமா சர்க்கார் தரும் - குழந்தைக்கு
ஆறு நயா பைசா திட்டம்!
(கவிஞர் வெ.நா.திருமூர்த்தி பாடல்கள், ப.186)

என மதிய உணவுத் திட்டத்தின் பெருமை பேசுகின்றார். பணம் கட்டியவர்க்கே கல்வி அளிக்கப்பட்ட நிலையினை மீட்டெடுத்து, எட்டாம் வகுப்பு வரை இலவசக் கல்வி அளித்ததையும் (1964 முதல் பதினோராம் வகுப்பு வரை என்றாக்கப்பட்டது), மதிய உணவுத் திட்டத்தில் ஒரு குழந்தைக்கு அரசு 6 பைசா நிதி ஒதுக்கியதையும் கவிஞர் வெளிப்படுத்துகின்றார்.

மதிய சத்துணவுத் திட்டம் (1.7.1982)

தமிழக அரசின்கீழ் இயங்கும் அரசுப் பள்ளி மாணவர்களுக்கான இத்திட்டமும் இலவசமாகப் பகல் உணவு வழங்கும் கல்வித்திட்டம்தான். இது 1982 சூலையில் தொடங்கப்பட்டது. முதலமைச்சரின் மதிய சத்துணவுத் திட்டம் என்ற பெயரில் நடைமுறைப்படுத்தப்பட்டது. பொருளாதார வசதியற்ற பிள்ளைகளின் உடல்நலனுக்குச் சத்தான உணவு வழங்கவும், அதன்மூலம் அவர்களின் கல்வித்தரத்தை மேம்படுத்தவும் செயலாற்றியது.

திருச்சியைச் சேர்ந்த திருவெறும்பூர் அருகே பாப்பாகுறிச்சி கிராமத்தில் 1.7.1982இல் இத்திட்டம் தொடங்கப்பட்டது. அங்குக் கட்டப்பட்டிருந்த குழந்தைகள் நல வாரியக் கட்டடத்தைத் திறந்துவைத்து இத்திட்டத்தை முதல்வர் தொடங்கினார். திட்டமானது முதற்கண் கிராமப் பகுதிகளில் தொடங்கப்பட்டு, பின்பு இரண்டு மாதங்களில் செப்டம்பர் 15 முதல் நகரப்பகுதிகளிலும் செயல்படுத்தப்பட்டது. இதில் 2 முதல் 5 வயது வரையிலான குழந்தைகளுக்குக் குழந்தைகள் நலவாழ்வு மையங்களிலும், 5 முதல் 14 வயதுப் பிள்ளைகளுக்குப் பள்ளிகளிலும் சத்துணவு வழங்கத் திட்டமிடப்பட்டது.[83] அவர்களுக்கான சத்துணவு குறித்து,

2 முதல் 5 வயது வரை உள்ள குழந்தைகளுக்கு வழங்கும் உணவு 80 கிராம் அரிசி, 10 கிராம் பருப்பு, 7 கிராம் எண்ணை மற்றும் காய்கறி அடங்கியதாக இருக்கும். 5 வயது முதல் 14 வயது வரை உள்ள குழந்தைகளுக்கு 100 கிராம் அரிசி மற்றும் பருப்பு, 50 கிராம் கூட்டுக் காய்கறி அடங்கியதாக இருக்கும் என்றும் அறிவிக்கப்பட்டது [84]

என்பதாகக் குறிப்பிடப்படுகின்றது.

இந்த இலவச மதிய சத்துணவுத் திட்டத்திற்குத் தமிழக அரசு 100 கோடி நிதி ஒதுக்கியது. பொதுமக்களிடமிருந்து நன்கொடையும்

பெறப்பட்டுள்ளது. இதன்வழி 60 இலட்சம் பிள்ளைகள் பயன்பெற முடியுமென்றும், இதனைச் செயலாக்கிட 17 ஆயிரம் சமூக நல மையங்கள் அமைக்கப்படவிருப்பதாகவும் அறிவிக்கப்பட்டது. இதன்மூலம் பள்ளிகளில் பயிலும் மாணவர்கள் அதிகமாயினர். குழந்தைகள் நல மையங்களில் கைம்பெண், கைவிடப்பட்ட பெண்கள் ஆகியோருக்கு வேலைவாய்ப்பில் முன்னுரிமை அளிக்கப்பட்டது. இதன்மூலம் 1,05,802 பெண்களுக்கு வேலை கிடைத்தது. இது கிராமங்களில் பெரிதாகப் பேசப்பட்டது. சுதந்திரத்திற்குப் பின் இவ்வளவு பெண்களுக்கு வேலை கொடுத்தது இதுவே முதன்முறையென்று பிருந்தாவன் சி. மோசஸ், எகனாமிக் அண்ட் பொலிடிகல் வீக்லி எனும் ஆங்கில இதழில் குறிப்பிட்டுள்ளார்.[85] இத்திட்டமானது கிராமப்புற மாற்றங்களுக்காகவும் பயன்படுத்தப்பட்டது. 1990ஆம் ஆண்டுவரை இதனைப் பள்ளிக்கல்வித் துறைதான் செயல்படுத்திவந்தது. பிறகு ஊரக வளர்ச்சித் துறை, சமூக நலத் துறையின்கீழ் மேற்கொள்ளப்பட்டு வந்தது. இத்திட்டத்தை ஆந்திரா உள்ளிட்ட மாநிலங்கள் பின்பற்றின. இத்திட்டம் தொடங்கப்பட்டதன் பின்புலத்தில் அரசியல் ஆலோசகரான பத்திரிகையாளர் சோலையும் இருந்துள்ளார்.

அனைவருக்கும் தொடக்கக் கல்வியாவது கிடைத்திட வேண்டுமென்பதை முக்கிய நோக்கமாகக் கருதிய இத்திட்டத்தில் ஆசிரியர்களுக்கு உழைப்பு அதிகமானது. சில ஆசிரியர்களைக் கல்வி கற்பிப்பதிலிருந்து இவ்வேலையிலேயே ஈடுபடுத்தினர். கிராமப் பள்ளிகளில் ஆசிரியரே உணவுக்குப் பொருட்கள் வாங்கி வருவது, மேற்பார்வை பார்ப்பது என அனைத்து வேலையையும் செய்யவேண்டியிருந்தது.[86] இதனால் 5 மணிநேரக் கற்பிக்கும் சூழலில் மாற்றம் ஏற்பட்டு 2 மணிநேரம் மட்டுமே அவர்களால் கற்பிக்க முடிந்தது. அதிகப்பணிச்சுமையின் பொருட்டு அவர்கள் ஞாயிறுகளில்கூட வேலைசெய்ய வேண்டியிருந்தது என்பதற்கெல்லாம் ஆசிரியர்கள் தரப்பிலிருந்து எதிர்ப்பு எழுந்தது. மேலும் கால்நடைக் கணக்கெடுப்பு, குடும்ப அட்டை வழங்குதல், தடுப்பூசி போட ஆள்பிடிப்பு எனும் பணிகளிலிருந்து விடுவிக்கச்சொல்லிக் கேட்டனர். அதனை அரசு பொருட்படுத்தாததால், அக்டோபர் முதல் வலுவடைந்துவந்த எதிர்ப்பில் 6.12.1982இல் 500 தொடக்கப் பள்ளி ஆசிரியர்கள் அரசு அலுவலகங்களைத் தாக்க முயன்றதாகக் கைதுசெய்யப்பட்டனர். பின்னர், 33,500 புதிய ஆசிரியர்களைச் சனவரி 15இல் நியமிக்க இருப்பதாக அரசு உறுதியளித்து ஆசிரியர் தரப்பை அமைதிப்படுத்தியது.[87]

தொடக்கத்தில் இத்திட்டத்தின் மூலம் 55.96 இலட்சம் பிள்ளைகள் 20,747 குழந்தை நல மையங்கள், 32,470 தொடக்கப் பள்ளிகள் வழியாகப் பயன்பெற்றனர். இதற்கான ஓராண்டுச் செலவு 120 கோடி என்றானது. காமராசர் ஆட்சியில் 1 - 8ஆம் வகுப்புவரை 20 இலட்சம் பிள்ளைகள் பயன்பெற்ற திட்டத்தில், ஆண்டுக்கு 200 நாள்கள் மட்டுமே உணவு வழங்கப்படும்நிலை இருந்தது. ஆனால், இந்தத் திட்டத்தில் ஆண்டு முழுக்கவும் உணவு வழங்கப்பட்டது. இதில் 6.5 இலட்சம் பிள்ளைகள் புதிதாகப் பயன்பெற்றார்கள். சிறிது காலத்தில் மொத்தம் 64.4 இலட்சம் பேர் பயன்பெற முடிந்தது. இது தமிழகக் குழந்தைகளில் 60 விழுக்காடு அளவீட்டைக் கொண்டிருந்தது.[88] குழந்தைத் தொழிலாளர்களும் குறைவாயினர். சத்துணவுத் திட்டத்தில் வசதிபடைத்தவர்களை உள்ளே இணைத்து நிதிபெற முடிந்தது.

தமிழக அரசு இத்திட்டத்தைப் பெரிதும் பலப்படுத்த பல வழிமுறைகளை மேற்கொண்டது. அதற்காக, உணவுத் திட்டத்திற்கு நன்கொடை அளிக்கும் தனியார் பணத்திற்கு வரியில்லை என அரசு அறிவித்தது. மேலும், அரசு ஊழியர்களின் ஒருநாள் ஊதியம், சட்டமன்ற உறுப்பினர்களின் 1 மாத ஊதியம், திரையரங்கத்தில் ஒரு காட்சியின் வசூல் என 10 கோடி என்று இதற்காக நிதி திரட்டப்பட்டது. கோயில்களிலிருந்து வசூல் செய்யப்பட்ட 75 இலட்சத்தை இந்து கோயில் பாதுகாப்புக் குழு திரும்பக் கேட்டது. வருவாய் அமைச்சர் எஸ்.டி. சோமசுந்தரம், மற்றவற்றிற்கான வரிகள் இத்திட்டத்திற்குப் பயன்படுத்தப்படும் என்றார்.[89] மேலும் இத்திட்ட நிதிக்காக, தேர்தலின்போது தந்த வாக்குறுதியை மீறி மது விற்பனையினை மேற்கொண்டது அரசு. அரசுப்பணம் பெரும்பாலும் இதற்காகச் செலவழிக்கப்பட்டதால், நிதியில்லையெனக் குடிநீர், சாலை வசதிகளைச் செய்யமுடியவில்லை. நிறைய கொள்முதலால் நெல், காய்கறி விலையும் சற்றே அதிகரித்தன. இத்தகைய சூழல்களைக் கடந்து இத்திட்டம் சமூகத்தில் பயன் விளைவித்ததால் தேர்தலில் அ.தி.மு.க.வின் பரப்புரையானது. மொத்தத்தில், அரசின் பிற குறைபாடுகளை இது நியாயப்படுத்தியது. அந்த அளவுக்குச் சத்துணவுத் திட்டம் வளர்த்தெடுக்கப்பட்டது.

தமிழ்க் கவிதையில் கந்தர்வன் இந்த இலவச மதிய சத்துணவுத் திட்டத்தினைக் குறித்துப் பதிவுசெய்திருக்கின்றார். தொடக்கப்பள்ளி ஆசிரியர்களின் தரப்பிலான பார்வையிலிருந்து இந்த நிகழ்வை அவர் கவிதையில் படைத்துள்ளார். அவரது,

ஞாயிற்றுக்கிழமை
வெளியே சென்றால்
வீண் செலவு வருமென்று
வீட்டுத் திண்ணையில்
உட்கார்ந்திருந்தார்
ஆரம்பப் பள்ளியின்
ஆசிரியர் பெருமகனார் *(கந்தர்வன் கவிதைகள், ப.95)*

எனும் தொடக்கத்தை உடைய 'சத்துணவு' எனும் தலைப்பிலான கவிதையே அப்பதிவாகும்.

பசுவதைத் தடுப்புச் சட்டம் (1958-1982)

உயிரினங்கள் கொல்லப்படுவதன் பின்புலத்தில் உணவு, வழிபாடு, வணிகம் முதலிய காரணங்கள் செயல்படுகின்றன. மாடு கொல்லப்படுவதற்கும் இவற்றில் உணவு, வணிகம் எனும் காரணங்கள் முக்கியமாகின்றன. ஆனால் சில வரையறைகளுக்கு உட்பட்டே அதன் பலி அமையவேண்டும் என்பதை அரசாங்கம் அறிவுறுத்தக் காரணம் பசுவதைத் தடுப்புச் சட்டம். இது அவ்வப்போது வெளிப்படுவதும், பின்பு மாற்றம் காண முடியாமல் தளர்ந்து போவதும் நடந்திருக்கின்றன.

இந்தியாவில், ஆரிய சமாஜ தயானந்த சரசுவதியால் 1882இல் பசு காக்கும் அமைப்பு தொடங்கப்பட்டதன்பின் வடமாநிலங்களில் இப்போக்கு அதிகரித்து, பசு பாதுகாப்பு அமைப்புகள்(கோ ரட்சண சமிதி) தோன்றின. அப்போதிலிருந்து பசு கொல்லப்படுவதற்கு எதிரான சட்டத்தை முன்வைத்து வன்முறைகள் நாட்டில் நிகழ்ந்திருக்கின்றன.[90] ஆங்கிலேயர்களின் பிரித்தாளும் சூழ்ச்சிக்கேற்பப் பசுவை முன்வைத்துத் 'தேசியவாதிகள்' சிலரால் இசுலாமியத்தை எதிர்ப்பது, இந்துத்துவக் கருத்தியலை வளர்ப்பது எனும் போக்கும் செயல்படலானது.

வரலாற்றில் தொடர்ந்து இந்து மதச்சிந்தனைக்கு ஆட்பட்டோரின் வன்முறை எண்ணத்தை ஒடுக்கப்பட்டோர்க்கெதிராகவும் இசுலாமியர்க்கெதிராகவும் தூண்டும் கொடுமைகள் நிகழ்ந்தேறுகின்றன. பசுவைப் புனிதமாகப் போற்றும், இந்து மதத்தைப் பின்பற்றும் மதவாதிகள் சிலர், பசு வதைசெய்யப்படுவதைத் தடுக்கத் தடைச்சட்டம் கொண்டுவரப்பட வேண்டுமென்று வலியுறுத்தலாயினர். விடுதலைக்குப் பிந்தைய காலகட்டத்தில் 1950இல், தோல் பதனிடும் தொழில் பாதிக்கப்படுமென்பது உள்ளிட்ட சில காரணங்களால் இச்சட்டத்தை ஏற்க மறுத்த பிரதமர் நேரு, 1954இல் தொடர் நெருக்கடிகளால் நிறைவேற்றப்படவிருந்தபோது தாம் பதவி விலக நேரிடுமென்று அச்சுறுத்திச் சட்டத்தைப் புறம்காண வைத்தார்.[91]

அரசியலமைப்புச் சட்டம் 48ஆவது பிரிவின்படி பசுவதைத் தடைச்சட்டம் வேண்டுமென்று மதவாதிகளால் தெரிவிக்கப்பட்டது. பசுக்களோடு காளையை வெட்டுவதற்கும் தடைவிதித்த உத்திரப்பிரதேசம், பீகார் உள்ளிட்ட மாநில அரசுகளால், வாழ்வாதாரம் பாதிக்கப்படுவதாக இறைச்சி வணிகர்கள் வழக்கு தொடுத்தனர். 'குரேஷி வழக்கு' எனப்படும் இதில் 1958இல் உச்சநீதிமன்றம் இச்சட்டத்தை ரத்து செய்தது. பசு இறைச்சியென்பது எளிய மக்களுக்குக் குறைந்த செலவிலான ஊட்டச்சத்துணவாகும் என்றும், பயன்பாடற்ற பசுக்களைக் கொல்லத் தடைசெய்ய இயலாது என்றும் தீர்ப்பளிக்கப்பட்டது.[92] இதனால், இவ்விவகாரத்தில் அப்போதைக்கு ஓர் இடைவெளி ஏற்பட்டது. மேலும் பால் சுரக்கும், கருவுற்றிருக்கும் பசுக்கள் வெட்ட அனுமதிக்கப்படுவதில்லை, அத்துடன் குறிப்பிட்ட காலத்திற்கு மேல் பசுக்களைப் பராமரிப்பது மனிதனின் தேவையைக் கடந்த செயலாகும் என்பதும் கவனிக்க வேண்டியதாகும். பசுவதைத் தடுப்புச் சட்டம் தமிழகத்தில் 1958இல் இயற்றப்பட்டபோது அரசு, 10 ஆண்டுகளைக் கடந்த மாடுகளையே வெட்டவேண்டும் என்றது. மேலும் பயன்பாட்டிற்கும் இனப்பெருக்கத்திற்கும் உதவாதவை மற்றும் ஊனமுற்ற கால்நடைகளையே வெட்டலாம் என்றும் விதிகள் வகுத்தது.

உச்சநீதிமன்றத் தீர்ப்பிற்குப் பிறகு, சூழலைச் சமாளிக்க மைய அரசு 1960இல் மிருகவதைத் தடுப்புச் சட்டப்படி கால்நடைகளை இறைச்சிக்காக விற்பது, வாங்குவதற்குப் புதிதாகச் சில கட்டுப்பாடுகளை விதித்தது.[93] பாரதிய சனதா முதலிய கட்சிகளின் தேர்தல் வாக்குறுதிகளாக அறிவிக்கப்படும் அளவுக்குப் பசுவதைத் தடை என்பது மக்களிடையே தூண்டப்பட்டுள்ளது. அதேபோன்று அவ்வாறு வாக்குறுதியளிக்கும் கட்சிகள் ஆட்சி அமைத்ததும் இச்சட்டத்திற்கான முன்வடிவைக் கொண்டுவரவே செய்தன. பின்பு எதிர்க்கட்சிகள், கூட்டணிக் கட்சிகள், மக்கள், சமூக அமைப்புகள் எனப் பல்வேறு தரப்பிலிருந்து எழும் எதிர்ப்பினால் ஒத்திவைக்கப்பட்டது. இது அவ்வப்போது நிகழ்ந்தது.

தில்லியில், 2.11.1966இல் நடந்த அகில இந்திய காங்கிரசு ஏற்பாடு செய்த செயற்குழுக் கூட்டத்தில் அதன் தலைவரான காமராசர், பசுவதைத் தடைச்சட்டம் என்பது நாட்டின் மதச்சார்பின்மைக்கு எதிரானது என்றும், பெரும்பாலான மக்களின் உணவாக இருக்கும்போது அதற்கெதிரான முடிவை மேற்கொள்ள முடியாது என்றும் தெரிவித்தார். எனவே, காங்கிரசு ஆட்சிசெய்த மைய அரசும் அச்சட்டத்தைப் புறந்தள்ளியது. இதனையெதிர்த்து, நவம்பர் 7இல் இச்சட்டத்தை நாடெங்கும் நடைமுறைப்படுத்தக்கோரிச் சாமியார்கள், நாடாளுமன்ற முற்றுகைப் போராட்டம் மேற்கொண்டனர். ஆர்.எஸ்.எஸ்., இந்து

மகா சபை, சைவ மடாதிபதிகளின் பின்புலத்தில் சாமியார்கள் பெருங்கூட்டம் தில்லியில் ஆங்காங்கே தாக்குதல் நடத்தியது. இச்சூழலில்தான் காமராசரைக் கொல்லத் திட்டமிட்டு, தில்லியில் அவர் தங்கியிருந்த வீட்டிற்குத் தீ வைக்கப்பட்டது. ஆனால் அவர் காப்பாற்றப்பட்டார்.[94] இறுதியில் காவல்துறையின் அடக்குமுறையில் துப்பாக்கிச்சூட்டிற்கு 8 பேர் பலியாயினர்.[95] இந்நிகழ்வினால் பூரி சங்கராச்சாரியார், வினோபா பாவே உள்ளிட்டோர் உண்ணாநோன்பு மேற்கொண்டனர். பசுவதைத் தடைச்சட்டம் விதிக்கப்பட வேண்டுமென்று வலியுறுத்தினர். இந்நிகழ்வைத்தான் தமிழன்பன்,

முன்பெல்லாம் தாடிவைத்துக் காவி கட்டும்
முனிவர்கள் யாகத்திற் கெனைவ ளர்த்தார்!
இன்றந்த மடச்சாதுக் கூட்டம் கூடி
இந்நாட்டுத் தலைவனுக்குக் கொள்ளி வைக்க
முன்வந்து விட்டதெனில் நாட்டில், பொல்லா
முழுமுண்டக் கூட்டமின்னும் வாழ லாமா?
பொன்னுக்குக் காவல்தே வைதான்! இந்தப்
புழுதிகளைப் பொன்மாடத் திருத்த லாமா?

(தமிழன்பன் கவிதைகள், ப.65)

என்று, தீயின் குரலாய் வெளிப்படுத்துகின்றார்.

தமிழகத்திலிருந்து மாடுகள் அனுப்பப்படுவதென்பது வழக்கமான ஒன்றாகும். இதனால் வினோபா பாவே காலத்தில் கேரளா, மேற்கு வங்கத்தில் தடைச்சட்டம் கொண்டுவந்திடக் கோரினார். காந்தியவாதியான இவரது பவுனார் ஆசிரமத்தில் பசுக்களை வளர்த்தும் வந்தார். ஆனால் 1947 காலகட்டத்தில் காந்தியே இச்சட்டத்தை ஏற்க மறுத்துள்ளார். எழுபதுகளில் பசுவதைத் தடையை நிறைவேற்றிய மாநிலங்களிலும் உணவுக்காகவும் வணிகத்திற்காகவும் பயன்படுத்தியவர்களுக்கு இடையூறு இல்லாதவாறு விதிவிலக்குகள் இருந்தன.

சனதா கட்சி ஆட்சியில், 1979இல் இச்சட்டம் முன்வைக்கப்பட்டபோது எழுந்த பலத்த எதிர்ப்பினால் சட்டமாக்கிட முடியவில்லை. இருப்பினும் இந்தியாவில் ஏறக்குறைய 15 மாநிலங்களுக்கும் மேலாக இச்சட்டம் அதிகாரத்தால் பின்பற்றப்பட்டதே தவிர, சட்டமாக இருக்க முடியவில்லை. மாடுகள் நோய்க்குட்படும்போது வெட்டப்படுவதையும், விவசாயிகளால் வறட்சி உள்ளிட்ட சில காரணங்களால் பராமரிக்க இயலாதபோது விற்கப்படுவதையும் தவிர்க்க முடியாமல் இருப்பதால் அவ்வரசுகளாலும் இச்சட்டத்தை

உறுதிப்படுத்த முடியவில்லை. 1979இல் தமிழக அரசு பசுக்களை வெட்டவோ, இறைச்சிக்காக ஏற்றுமதி செய்திடவோ தடை உத்தரவு போட்டது. இதனைச் சட்டமாக்குவதற்குள் ஆட்சி கலைக்கப்பட்டது. அதேநேரம் எதிர்ப்புகள் பலமாகவும் இருந்தன.[96]

நெருக்கடி மிகுதியால் 1982இல் மைய அரசு நாடுமுழுவதும் பசுவதைத் தடையை நடைமுறைப்படுத்தக்கோரியது. 1966இல் ஏற்க மறுத்த இந்திரா காந்தி அரசு 1982இல் நடைமுறைப்படுத்திட முன்வந்தது. இந்து மதத்தின் புனிதமான பசுவானது கொலை செய்யப்படுவதும், இறைச்சிக்காக ஏற்றுமதி செய்யப்படுவதும், இறைச்சி ஏற்றுமதி செய்யப்படுவதும் தடைசெய்திட வேண்டுமென்று தொடர்ந்து குரல் கொடுக்கப்பட்டது. அதேநேரம், கைவிடப்பட்ட, நோய்க்காட்பட்ட பசுக்களை அரசாங்கமும் அரசு சாரா நிறுவனங்களும் பராமரிக்கவும் அவர்கள் வலியுறுத்தினர். பசு என்று காளையையும் சேர்த்துத்தான் பேசப்பட்டது. ஆனால், இவர்கள் எருமையைக் கொல்வதற்குத் தடைசெய்யவில்லை. பழங்கால இந்திய மரபில் பசுவிறைச்சி உணவாக இருந்துள்ளது. பார்ப்பனர்கள், யாகத்தில் கொன்ற இளம் பசுக்களை உணவாகக் கொள்வது இருந்துள்ளது.[97] மகாபாரதத்தில் துரோண பருவம், சாந்தி பருவத்தில் பசு இறைச்சி விருந்து பார்ப்பனர்க்கு அளிக்கப்பட்டுள்ளது. சமணம் உள்ளிட்ட மதங்கள் பரவத் தொடங்கிய பிறகே உயிர்ப்பலி இடுதல் பாவம் என்ற கருத்துநிலையை மேற்கொள்ளத் தொடங்கிய மதவாதிகளின் நம்பிக்கை, சடங்குகளை மற்ற பிரிவினர்மீது திணிக்கும் ஆதிக்கக் கருவியாக இச்சட்டம் கருதப்படுகின்றது.[98]

மாட்டிறைச்சியை ஏற்றுமதி செய்து இந்தியா, பிரேசிலுக்கு அடுத்தபடியாக வருமானம் ஈட்டுகின்றது. ஏற்றுமதி செய்யும் பல நிறுவனங்கள் இசுலாமியர்களுக்கோ ஒடுக்கப்பட்ட சமூகத்தினர்க்கோ உரிமையானதல்ல. இந்தியாவில் ஆறேழு வடகிழக்கு மாநிலங்கள் தவிர, தமிழகம், கேரளா உள்ளிட்ட சில மாநிலங்கள் தவிர நடைமுறையில் பசுவதைத் தடை பின்பற்றப்படுகின்றது. ஆனால் சட்டமாகவோ கட்டாயமாகவோ இல்லை. தமிழ்நாடு, கேரளா, அசாம், மேற்கு வங்காளம் ஆகியவற்றில் பயனற்ற கால்நடைகளைக் கொல்வதற்கு அனுமதி உள்ளது. காசுமீர் மக்களின் முக்கிய உணவே மாட்டிறைச்சிதான். எனவே அங்கே தடைசெய்ய முடியவில்லை. இவ்வாறு பலத்த எதிர்ப்புகளால் பசுவதைத் தடைச்சட்டம் விதிக்கப்பட முடியாமல் போவதும், ‘கோமாதா’ வஞ்சிக்கப்படக் கூடாது எனும் அரசியலால் சட்டம் கொண்டுவந்தே தீரவேண்டும் எனும்

கோரிக்கையும் தொடர்ந்துகொண்டே இருக்கின்றன. இதன் நீட்சியில், இன்றளவிலும் வன்முறைகள் நிகழ்ந்தேறி வருகின்றன.

தமிழில், பத்துப்பாட்டு நூல்களுள் ஒன்றான சிறுபாணாற்றுப்படையில் நல்லியக்கோடன் புலவர்களுக்குக் காட்டுப்பசுவின் இறைச்சியைக் கொடுத்த வரலாற்றை சங்க இலக்கியப் பதிவு கொண்டிருக்கின்றது. ஆனால் இருபதாம் நூற்றாண்டு இலக்கியங்கள் பசுவதைத் தடைச்சட்டத்தை எதிர்க்கவே போராடி வந்திருக்கின்றன. 1982 காலத்திய சூழலில் தணிகைச்செல்வன்,

பன்றிமலைச் சாமியாரும்
பாலிடிக்சில் இறங்கலாம்!
பன்றிவதைத் தடுப்புக்காகப்
பாராளு மன்றத்தில் போராடலாம்!
பன்றி என்ன குறைச்சலா?
பகவானின்
ஒன்றின் கீழ் பத்து
அவதாரமல்லவா?

(தணிகைச்செல்வன் கவிதைகள், ப.335)

என்று, பசுவைக் 'கோமாதா'வென வழிபடும் மதவாதிகளின் தீவினை அரசியலைப் பகடி செய்கின்றார். மேலும் இதே பக்கத்தில் பசியால் வதையும் பசுக்களுக்கு உணவிடாதவர்கள் பசுவதையைப் பற்றிப் பேசுகிறார்கள் என்ற பொருளில் இன்னொரு கவிதையும் எழுதியிருக்கின்றார். பசுவதைக்கெதிராகக் குரல்கொடுத்த வினோபாவின், பசுவளர்க்கும் பவுனார் ஆசிரமம் நோக்கிப் பசுக்கூட்டம் நன்றி சொல்லப் போவதாகவும், ஆனால் பசி வதையால் அவை ஆசிரமத்தை அடையாமல் இறந்துவிட்டதாகவும் எழுதியிருக்கின்றார். 1979இல் தமிழகத்தில் பசுவதைத் தடைக்கான உத்தரவுகள் இயற்றப்பட்டபோது கந்தர்வன்,

பசுவதைச் சட்டத்தோடு
இன்னொரு சட்டமும்
இப்போதே செய்யுங்கள்
பூமாதேவி பெற்ற
நெல்மணிகள் எல்லாம்
இந்து தர்மப்படி
தான்ய லட்சுமிகள்
அவைகளை
உலக்கையால் குத்துவதும்
இயந்திரங்களில் அரைப்பதுவும்

மதவிரோதச் செயலென்று
சட்டம் செய்யுங்கள்
.....
வாயு பகவானைச்
சளி வரும் மூக்கில்
இழுத்து நுகர்வதும்
சட்ட விரோதம்
என்று
செல்வாக்குள்ள
எல்லா மன்றங்களிலும்
அறிவியுங்கள் *(கந்தர்வன் கவிதைகள், ப.53)*

என்று மதவாதப் போக்கினைக் கேலிக்குட்படுத்துகின்றார். இதேபோன்று இதுகுறித்தொரு பதிவைத் தமிழன்பன் கவிதையினிடையே (திரும்பி வந்த தேர்வலம், ப.127) காணமுடிகின்றது. இவற்றோடு 1923இல் இயற்றப்பட்ட பாரதிதாசனின் 'பசுத் தெய்வம்' கவிதையும் (பாவேந்தம் - 1, ப.174) இந்நிகழ்வினுக்கானதாகக் கருதமுடிகின்றது. இது மேலும் ஆராயப்படவேண்டியது.

'தமிழ்நாடு' பெயர் மாற்றம் (1.12.1968)

வரலாற்றில் ஒரு மாற்றம் என்பது பல்லாயிரக்கணக்கான போராளிகளின் பல்வகைப்பட்ட உழைப்பையும் ஈகையையும் உள்ளடக்கியதாக இருக்கின்றது. இவ்வகையான மாற்றுச் சிந்தனையை நோக்கிச் செயலாற்றுகின்ற ஒவ்வொரு மனிதனும் போராளியாகவே கருதப்படவேண்டும். ஓர் இனத்தின் அடையாளம் அதன் மொழி. பகைநாட்டவர்கள் பிறர்மண்ணைப் போரின் மூலம் வெற்றிபெற முடியாது போனால் அவர்களின் அடுத்த படிநிலைச் செயல்களில் மொழியைச் சிதைப்பதென்பது முக்கியமான ஒன்றாகும். இச்சூழ்ச்சி தமிழகத்தில் வன்மையாக ஊடுருவும் முயற்சிகளும், அவற்றை முறியடிக்கும் எதிர்வினைப் பாய்ச்சல்களும் தீரத்துடன் நிகழ்ந்தேறியிருக்கின்றன. அந்நிரலில் 'தமிழ்நாடு' பெயர் மாற்றம் பல ஆண்டுப் போராட்டத்தைக் கொண்ட வரலாற்று நிகழ்வாகும்.

பொன்விழாக் கண்ட இவ்வரலாற்று நிகழ்வு, ஐம்பதாண்டுக்கு முன்பு ஆங்கிலத்தில் 'மெட்ராஸ் ஸ்டேட்' என்றும், தமிழில் 'சென்னை மாநிலம்' என்றும் அழைக்கப்பெற்ற மாநிலத்தின் பெயரை இரண்டிலும் 'தமிழ்நாடு' என்று பெயர் மாற்றம் கோரியது. ஒரே மாகாணத்திற்குள் பல மொழி மக்களை வாழச்செய்த குழப்ப நிலையால், பல இடங்களிலும் மொழி அடிப்படையில் மாநிலங்கள்

பிரிக்கப்படவேண்டுமெனும் கருத்து நாட்டில் வலுத்தது. விடுதலை அடைந்ததும் மொழிவாரி மாநிலங்கள் அமைக்கப்படும் என்று அப்போதைய தலைவர்கள் உறுதியளித்தனர். 1945இல் பிரிட்டனிலிருந்து வந்த 'அட்லி குழு'விடம் பெரியார் தனித்தமிழ்நாடு கோரிக்கையை முன்வைத்தார். மேலும், மொழிவாரி மாநிலங்கள் பிரிக்கப்படும் முன்பே காங்கிரசு கட்சியின் கிளைகள் மொழிவழி மாநில அடிப்படையில் அமைக்கப்பட்டிருந்தன.[99]

தெலுங்கு மக்கள் 1910ஆம் ஆண்டு முதலே தனி மாநிலக் கோரிக்கையை எழுப்பியுள்ளனர். நீண்டகாலக் கோரிக்கையை நிறைவேற்றக்கோரிப் பொட்டி ஸ்ரீராமுலு உண்ணாநோன்பிருந்து 15.12.1952இல் மரணமடைந்தார். இந்நிகழ்வு அம்மக்களிடம் கொந்தளிப்பை ஏற்படுத்திப் போராட வைத்தது. இதன்வழிச் சென்னை மாநிலத்திலிருந்து ஆந்திரா பிரிக்கப்பட்டு 1.10.1953இல் தனிமாநிலமானது. இதன் தாக்கத்தால் பிற மாநிலங்களிடையே, பல மொழி மக்கள் கலந்திருக்கும் பழைய மாகாண அமைப்புகளைச் சீர்திருத்த வேண்டுமென மாநில மறுசீரமைப்புக் கோரிக்கை வலுத்தது. இதற்காக 'ராஜ்யப் புணரமைப்பு ஆணையம்' 22.12.1953இல் அமைக்கப்பட்டது. மாநிலங்கள் பிரிக்கப்பட்டு நாடு பிளவுபடுவதால் கட்சி ஆட்சிசெய்வதை எண்ணி மைய அரசு ஏற்பில்லாமலே செயல்பட்டது. தமிழகத்தின் தென்எல்லை, வடஎல்லைப் போராட்டங்கள் இச்சூழலுக்கு உரியன. 1956 மார்ச்சு மாதத்தில் இந்த ஆணையப் பரிந்துரையானது சட்டமன்றத்தில் கலந்துரையாடப்பட்டது. இதில் இந்திய கம்யூனிஸ்ட் கட்சியின் தமிழ் மாநிலத் தலைவர் ப. ஜீவானந்தம்,

> *சென்னை ராஜ்யத்தைத் தமிழ் ராஜ்யமாக்கினால் என்ன? கேரளம் ஆகலாம்; ஆந்திரம் ஆகலாம்; பம்பாய் என்பது மகாராஷ்டிரமாகலாம்; குஜராத் ஆகலாம். சென்னைக்கு முக்கியத்துவம் உண்டு. ஆனால் நாட்டின் முக்கியத்துவம், நகரின் முக்கியத்துவத்திற்காக குறையக்கூடாது. சம்யுக்த கர்னாடகம் என்றால் மூன்று கோடி கன்னடியர்களுக்கும் இருதயம் சுருங்கி விரிந்து இன்பமாக இருக்கிறது. மைசூர் என்றால் முக்கியத்துவம் இல்லை. அதே மாதிரிதான் ஆந்திரம் விசால ஆந்திரமாகக் கொடுக்கப்படாமல் ஆந்திரா-தெலுங்கானா என்ற ஒன்றரை முழ நீளம் பேரைச் சொல்வதற்கான நிலையைத்தான் வைத்திருக்கிறோம். இது அந்த மொழிக்குக் கொடுக்க வேண்டிய முக்கியத்துவத்தைக் குறிக்கவில்லை. சரித்திர வளர்ச்சியில் மொழியை அடிப்படையாக எடுத்துக்கொள்வது முற்போக்குதான்*[100]

என்றெல்லாம் உரையாற்றி மொழிவாரி மாநிலக் கோரிக்கையின்போதே சென்னை மாநிலத்துக்குத் தமிழ்நாடு என்று பெயர்கோரும் தேவையை முன்வைத்துள்ளார். 1956 செப்டம்பரில் 'ராஜ்யப் புணரமைப்பு மசோதா' இந்திய அரசியல்சட்டத்தின் 7ஆவது திருத்தமாக மக்களவையில் நிறைவேறியது. இதன்வழி மொழிவாரி மாநிலங்கள் அமைக்கப்பட்டு 1956 நவம்பர் 1இல் புதிய தமிழகம் மலர்ந்தது. தமிழகத்தின் இந்நாளைத் 'தேசியப் பெருநாள்' என்று 'ஜனசக்தி' சிறப்பிதழில் ப. ஜீவானந்தம் எழுதியதை எடுத்துக்காட்டுகின்றார் ஆர். நல்லகண்ணு.[101] 1960 அக்டோபர் 12 முதல் 16 வரை கோவையில் நடந்த அக்கட்சியின் தமிழ் மாகாண 6ஆவது மாநாடு, சென்னை மாநிலத்திற்குத் தமிழ்நாடு எனப் பெயர்வைக்க வேண்டுமென்றுத் தீர்மானம் ஒன்றை முன்மொழிந்தது.

இந்திய அரசியல் சட்டத்திலேயே இது திருத்தப்பட வேண்டுமென்று பி. இராமமூர்த்தி மாநிலங்களவையில் திருத்தக் கோரிக்கையை வைத்தார். இந்திய - சீனப் பிரச்சினையின் காரணமாகக் கைதுசெய்யப்பட்டு அவர் சிறையில் அடைக்கப்படவே, அவருக்குப் பதிலாக அக்கோரிக்கை குறித்து, கம்யூனிஸ்ட் கட்சி சார்பில் மேற்கு வங்கத்தைச் சேர்ந்த பூபேஷ் குப்தா உரையாட நேரிட்டது. 1961ஆம் ஆண்டு மாநிலங்களவையில் தமிழ்நாடு பெயர் மாற்றத்தை முன்வைத்து உரையாற்றினார். 1961 - 1963 எனும் இடைப்பட்ட காலங்களில் அவரது உரைகளில்,

> *தன்னுடையதல்லாத பெயரைத் தமிழ்நாடு ஏன் தாங்கியிருக்க வேண்டும்? ஆங்கிலத்திலிருந்து பிராந்திய மொழிக்கு மாறுவதாக அறிவித்த முதல் மாநிலம் தமிழ்நாடு. நம்மில் பலர் நினைப்பதற்கு முன்னாலேயே தங்களது சட்டமன்றத்தில் தமிழில் பேச ஆரம்பித்ததற்கான பெருமை எல்லாம் தமிழ்நாட்டு மக்களையும், கட்சி பேதமில்லாமல் அனைத்துக் கட்சித் தலைவர்களையும் சாரும். அவர்கள் தங்கள் மாநிலத்திற்கு தமிழ்நாடு என்ற பெயரை ஏன் சுவீகரித்துக்கொள்ளக்கூடாது என்பதை அறிய விரும்புகிறேன். மெட்ராஸ் என்னும் பெயர், மாபெரும் வளமார்ந்த, உத்வேகமூட்டக்கூடிய தமிழக வரலாற்றுப் பெருமைகளைத் தொடர்ந்து நாசமாக்குவதைவிட, இந்தப் பெயர் தமிழ்நாட்டின் கலாசாரம், பாரம்பரியம் மற்றும் இலக்கியத்திற்கு எவ்வகையிலும் அன்னியமானதல்ல எனக் கூற விழைகிறேன். .... தமிழ்நாடு என்று பெயர் வைக்கப்படவேண்டுமென்று விரும்புகிறேன். ஏனென்றால், அது உடனே இந்தியாவின் மிகப் பெருமை, மிக வளமை வாய்ந்த மொழிகளில் ஒன்றான தமிழை நமக்கு நினைவுறுத்தும். அதனால்தான் பெயர் மாற்றம் வேண்டும் என்கிறேன்*[102]

எனும் கருத்தை இறுதியாக, வலுவாகத் தெளிவுபடுத்திப் பேசியுள்ளார். இக்கால கட்டங்களில் அந்த அவையில் பங்குபெற்றிருந்த தி.மு.க.வைச் சேர்ந்த சி.என். அண்ணாதுரை, தமிழ் இலக்கியச் சான்றுகளையும், தமிழ்நாட்டுச் சூழல்களையும் எடுத்துக்காட்டிப் பூபேஷ் குப்தாவை வலுவாக ஆதரித்துப் பேசினார். இவ்வாறு பெயர் வைக்கப்படுவதால் "உணர்வுபூர்வமாகத் திருப்தி அடைவதாகவும், நாடி நரம்புகளில் மாற்றம் ஏற்படுவதாகவும்" வெளிப்படுத்தியுள்ளார்.

சி.என். அண்ணாதுரையின் கூற்றுப்படியே வரலாற்றில் 'தமிழ்நாடு' எனும் சொல்லுக்கான சான்றுகள் இருந்திருக்கின்றன. தமிழின் முதல் நூலான தொல்காப்பியத்தின் பாயிரம் 'தமிழ்கூறு நல்லுலகம்' என்கின்றது. தமிழ்நிலம் குறித்த செய்திகளை, 'தண்டமிழ் வேலி தமிழ்நாட்டு அகமெல்லாம்' எனும் பரிபாடல் உட்பட இலக்கியச் சான்றுகளை அ. பெரியார் காட்டுகின்றார்.[103] இது 'செந்தமிழ் நாடெனும் போதினிலே' என்ற பாரதி உட்பட இருபதாம் நூற்றாண்டு வரையிலும் காணப்படுகின்றது. 'தமிழ்நாடு' என்ற பெயரில் வரதராஜுலுவும், தனித்தமிழ் இதழாகக் கருமுத்து தியாகராசச் செட்டியாரும் இதழ்கள் நடத்தியுள்ளதாகத் த. சுந்தரராசன் குறிப்பிடுகின்றார்.[104]

மொழிவாரி மாநிலங்கள் பிரிக்கப்பட்ட போது, புதிதாக உருவாக இருக்கும் தமிழ்மாநிலத்திற்குத் தமிழ்நாடு எனப் பெயர் வைக்கவேண்டுமென்ற கோரிக்கையை முதன்மையாகக் கொண்டு 12 அம்சக் கோரிக்கைகளை முன்வைத்து உண்ணாநோன்பிருக்கத் தொடங்கியவர் க.பெ. சங்கரலிங்க நாடார். இவர் 1956 ஜூலை 27ஆம் நாள் ஒரு குடிசைக்குள் தமது உண்ணாநோன்பைத் தொடங்கி, விருதுநகர் தேசபந்து மைதானத்தில் தொடர்ந்தார். நாள்கள் பல ஆகியும், அவர் சார்ந்திருந்த காங்கிரசு தலைமையிலான தமிழக அரசு ஏற்கவில்லை. ம.பொ. சிவஞானம், சி.என். அண்ணாதுரை, காமராசர், ஐ. மாயாண்டி பாரதி உள்ளிட்ட பலரும் உடல்நிலை மோசமடைவதால் உண்ணாநோன்பைக் கைவிடக் கேட்டும் மறுத்துவிட்டார். கொள்கைப் பிடிப்பாக இருந்த அவர், உண்ணாநோன்பிருந்த 76ஆவது நாளில் உடல்நிலை மோசமடைந்து மருத்துவமனையில் அனுமதிக்கப்பட்டு, 79ஆவது நாளில் சிகிச்சை பலனின்றி 13.10.1956இல் மரணமடைந்தார். இந்நிகழ்வு தமிழ்ச் சமூகத்தில் அதிர்வை ஏற்படுத்தியது. சமூகச் செயல்பாட்டாளராகவும், சத்தியாகிரகப் போராளியாகச் சிறைகண்டவராகவும் வாழ்ந்த,[105] 62 வயதில் போராடிய சங்கரலிங்கனார் தமிழ்நாடு பெயர் மாற்றத்தின் முதன்மை அடையாளமாக விளங்குகின்றார்.

'தமிழ்நாடு' பெயருக்காக இவ்வாறு தனிப்பட்ட முறையிலும் பல்வேறு கட்சிகள், அமைப்புகள் சார்ந்தும் கூட்டங்கள், மாநாடுகள், போராட்டங்கள் நடைபெற்றுள்ளன. தமிழரசுக் கழகத்தின் மூலம் ம.பொ.சி. பல நிலைகளிலும், பல போராட்டங்கள் வாயிலாகவும், சட்டமன்றத்திலும் இக்கருத்தை விடாது வலியுறுத்தி வந்துள்ளார். இதனைச் சட்டமன்ற மேலவையில் முதலில் ம.பொ.சி.தான் பேசியதாகவும், இதன் தீர்மானத்தை 1955 நவம்பரில் இவரது தமிழரசுக் கழகமே முதலில் நிறைவேற்றியதாகவும் குறிப்பிடப்படுகின்றது.[106] 'திராவிடம்' எனும் அமைப்பை மறுத்துத் தமிழ்ப் பேரரசு அமைக்கக் கருதிய சி.பா. ஆதித்தனார், இப்பெயர் மாற்றத்திற்காக 15 ஆயிரம் கையெழுத்துகளைப் பெற்று முதல்வர் காமராசரிடம் வழங்கினார். தொடர்ந்து வலியுறுத்தியும் வந்துள்ளார்.[107] மேலும் அக்காலத்திய, 1960இல் சட்டமன்றத்தில் தீர்மானம் வைத்த சின்னதுரை சார்ந்திருந்த பிரஜா சோசலிஸ்ட் கட்சி உள்ளிட்ட பிற கட்சிகளைச் சேர்ந்த பலரும், சட்டமன்ற உறுப்பினர்களும் தங்கள் உழைப்பை நல்கியுள்ளனர். இப்படிப் பல கட்சிகளின் பங்களிப்பினையும் கொண்டதாக விளங்குகின்றது தமிழ்நாடு பெயர் மாற்ற வரலாறு.

காங்கிரசு கட்சியின் பெயரே 'தமிழ்நாடு காங்கிரஸ் கமிட்டி'தான். ஆனால் கோரிக்கையை ஏற்க மறுத்தது. மதராஸ் ஸ்டேட், சென்னை என்பதுதான் இந்தியாவைத் தாண்டிய வெளிஉலகத்திற்கும் தெரியும், பெயர் மாற்றினால் குளறுபடி ஏற்படும் என்பதைக் காரணம் காட்டியது. தமிழில் மட்டும் தமிழ்நாடு என்று பின்பற்றலாம் என்றது.[108] மேலும், இம்மாநிலத்தில் வாழும் பிற மொழிபேசும் மக்களிடையே மொழிவெறியைத் தூண்டுவதாக அமையும் என்றெல்லாம் சட்டமன்றத்தில் வாதாடியது. மாநிலங்களவையில் ஆந்திரப் பிரதேசத்தைச் சேர்ந்த பெண் உறுப்பினர் சி. அம்மண்ணராஜா உள்ளிட்ட சிலர் இந்நிலைக்கு ஆதரவளித்துள்ளனர்.

மொழிவாரி மாநிலப் பிரிவினைக்குப் பிறகு, தமிழிலிருந்து தோன்றிய மொழிகளையுடையவர்கள் மொழிப்பற்றோடு பெயர் சூட்டிக்கொண்ட பின்பும் தமிழ் மக்களிடையே அத்தகு விழிப்புணர்வு இல்லாமல் இருந்துள்ளது. இழந்த எல்லைகளுக்காகவும், 'தமிழ்நாடு' கோரிக்கைப் போராட்டக் காலங்களில் பிற மாநிலங்களில் பல பகுதிகளுக்குப் பெயர் மாற்றம் நிகழ்ந்தபோது இங்கு அதற்காகவும் பெரிதும் பாடுபட வேண்டியதாயிற்று. சமகாலத் தேர்தல் அறிக்கைகளிலும் தமிழ்நாடு கோரிக்கை இடம்பெற்றது. இப்பெயர் மாற்றத்தில் பெரும் முயற்சிகளுக்கு வழிவகுத்தது சங்கரலிங்கனார் மரணமும், 1965இல் நடந்த இந்தி எதிர்ப்புப் போராட்டமுமாகும்.

இத்தகைய வரலாற்றையுடைய, 1960, 1964ஆம் ஆண்டுகளில் வைக்கப்பட்டுத் தள்ளுபடியான இக்கொள்கையின் தீர்மானம், 1967இல் சி.என். அண்ணாதுரை தலைமையிலான தி.மு.க. ஆட்சியில், எதிர்ப்புகளின்றி ஒருமனதாக 1967 ஜூலை 18இல் முன்மொழியப்படப் பேரவைத் தலைவர் சி.பா. ஆதித்தனாரால் நிறைவேறியதாக அறிவிக்கப்பட்டது. 1968 நவம்பர் இறுதியில் நாடாளுமன்றத்தில் நிறைவேற்றப்பட்டது. இதற்கு முன்பு, 14.4.1967இல் தமிழ்ப் புத்தாண்டில் சென்னை புனித ஜார்ஜ் கோட்டையின் முகப்பு "தமிழக அரசு தலைமைச் செயலகம்" என்று மாற்றப்பட்டதும் இங்குச் சுட்டத்தக்கது.[109]

தமிழ்நாடு என்று பெயர்சூட்டும் விழா, பாலர் அரங்கமான கலைவாணர் அரங்கில் 1.12.1968இல் நடந்தது. அன்றைய நாளில் தமிழகமெங்கும் கொண்டாடப்பட்டுள்ளது.[110] பிறகு பொங்கல் நன்னாளான 14.1.1969முதல் அப்பெயர் நடைமுறைக்கு வந்தது. இத்தகைய நெடுங்காலப் போராட்டத்தைக் கொண்டிலங்கும் இவ்வரலாறு குறித்த பதிவுகள் தமிழ்க் கவிதையில் சிற்சில பதிவாகியிருக்கின்றன. பாரதிதாசன் கவிதைகளில்,

தமிழ்நாட்டைச் சென்னைஎன்று சாற்றி, எவர்க்கும்
அமையப் பொதுமகள்போல் ஆக்கினார் என்மகனே
(பாவேந்தம் - 15, ப.231)

தமிழ்நா டென்று பேர்வை என்றால்
வரலா றில்லை என்றான் *(பாவேந்தம் - 15, ப.418)*

சென்னை இராச்சியம் இன்னே ஒழியத்
தமிழ்நா டென்றுதான் சாற்ற வேண்டும் *(பாவேந்தம் - 15, ப.557)*

என்றெல்லாம் 'சென்னை' எனும் பெயரை மாற்றிடக்கோரும் பதிவுகள் இருக்கின்றன. இவற்றுடன் பெயர் மாற்றத்திற்கான பதிவுகள் (பாவேந்தம் - 15, பக்.200,234,297) இன்னும் இருக்கின்றன. மேலும் குறிப்பாக, 1935இலிருந்தே தமிழ்நாடு எனும் சொல் பயன்பாட்டை அதிகம் கையாண்டுள்ளார். வெ.நா. திருமூர்த்தி,

பீடுயர்நம் தலைநகரைச்
சென்னை என்றே
பேர்வைத்தான் வெள்ளையனப்
பெயரை மாற்றி
ஈடில்லாத் தமிழ்மொழியைத்
தனதாய்க் கொண்ட

இனம்விளங்கத் "தமிழ்நாடு"
எனும்பேர் சூட்ட

(தேசத்தியாகி வெ.நா. திருமூர்த்தி கவிதைகள், ப.126)

என்று, சங்கரலிங்கனார் உண்ணாநோன்பிருந்ததைக்காட்டி ஆங்கிலேயர் வருகைக்கு முன் 'மெட்ராஸ்' என்றழைக்கப்பட்டதில்லை எனும் செய்தியை நினைவுகூர்வதாக எழுதியுள்ளார். தமிழன்பன்,

காய்ச்சல் உடையவன் நாக்கினுக்கே - சுவைக்
கரும்பும் எட்டியாய் மாறுமென்பார்
காய்ச்சல் தமிழின்மேல் கொண்டவர்க்கோ - இந்தக்
கன்னற் பெயரும் கசந்ததுண்டு
தமிழ்நா டெனப்பெயர் இட்டவனார்? - அந்தச்
சங்கரன் வேணவாத் தீர்த்தவனார்?

(தமிழன்பன் கவிதைகள், பக்.179,180)

என்று 'அறிஞர் அண்ணா' குறித்துவரும் தம் கவியரங்கக் கவிதையில் அண்ணா தமிழ்நாடு எனப் பெயரிட்டவர், விருப்பம் ஈடேறாமலே இறந்துபோன சங்கரலிங்கனார் எண்ணத்தை நிறைவேற்றியவர் என்று குறிப்பிடுகின்றார். இவர்களைப் போன்று ஞானக்கூத்தனும் கவிதை எழுதியிருந்திருக்கின்றார். ஆனால் அது பதிப்பாகவில்லை (காண்க: ப.236). ஆய்வு எல்லையைக் கடந்து பார்க்கையில், பட்டுக்கோட்டை கல்யாணசுந்தரம் சங்கரலிங்கனாரைக் குறித்துக் கவிதை படைத்துள்ளார்.

கங்கை – காவிரி இணைப்புத் திட்டம் (1972)

நாடு முழுக்க ஆறுகளை ஒன்றிணைத்து, நாட்டு மக்கள் அனைவரும் தண்ணீர் வளத்தைப் பயன்படுத்தி வாழ்ந்திட வகுக்கப்படும் திட்டங்களும், அவற்றின் நோக்கமும் சரியானவைதான். ஆனால் செயல்பாட்டு வடிவத்திற்குக் கொண்டுவரும்போது ஏற்படும் நடைமுறைச் சிக்கல்கள்தாம் திட்டத்தையே பின்வாங்கச் செய்கின்றன. இப்படித் திட்டம் என்ற அளவிலேயே இன்றுவரை இருக்கும் ஒன்றுதான் கங்கை - காவிரி இணைப்புத் திட்டம்.

மைய அரசின் நீர்வளத் துறை அமைச்சராக இருந்த கே.எல். ராவ் என்பவர் மேற்கொண்ட ஆய்வினால் 1972ஆம் ஆண்டில் இத்திட்டம் முன்வைக்கப்பட்டது. அவர், ஆறுகளை இணைத்து நீர்வளம் சேகரித்து வறட்சிக் காலங்களில் மக்களுக்குப் பயன்படுத்தத் தொடர்ந்து முயன்றவர்; காவிரி விவகாரத்தில் கருநாடகத்திற்கும் தமிழகத்திற்கும் இடையே அமைதி ஏற்படுத்தப் பலமுறை முயற்சி கண்டவர். இத்திட்டத்தைச் சாத்தியப்படுத்த இரண்டு பிரிவுகள்

மேற்கொள்ளப்பட்டன. ஒன்று, இமயமலை நதிகளான கங்கை, பிரம்மபுத்திராவை இணைப்பதும், கங்கையை மகாநதியுடன் இணைப்பதுமான இமயமலை ஆறுகள் திட்டம். அடுத்தது, வடமாநில மகாநதியுடன் ஆந்திரத்தின் கோதாவரி துணைகொண்டு கிருஷ்ணா மற்றும் காவிரி ஆறுகளுடன் இணைத்திடும் தீபகற்ப ஆறுகள் திட்டம். இப்படியாகக் கங்கை - காவிரி இணைப்பைச் செயல்படுத்தினால் எக்காலத்துக்கும் இந்தியாவில் குடிநீருக்கோ விவசாயத்திற்கோ பஞ்சம் ஏற்படாது என்பது காரணம். மேலும், மேற்கு நோக்கிப் பாயும் ஆறுகளை இணைப்பதன்மூலம் அரபிக்கடலில் வீணாகக் கலக்கும் நீரை வறண்ட கிழக்குப் பகுதிகளுக்குப் பயன்படுத்த முடியும் என்றும் தெரிவிக்கப்பட்டது.[111] இந்தியாவின் தேசிய நீர்வள மேம்பாட்டு ஆணையம் இத்திட்டத்தைச் செயல்படுத்தப் பல காலமாக முயன்று வருகின்றது.

கங்கை - காவிரி இணைப்பு என்பது இந்திய நாடு முழுமைக்குமானது. இதன் செயல் திட்டம் குறித்துத் தெளிவுகொள்ளப் பின்வரும் பெ. மணியரசன் கருத்து உதவுகின்றது. அதாவது,

> *பாட்னா அருகே, கங்கையிலிருந்து கால்வாய் வெட்டி, அதனை சோனே, நர்மதா, தபி, கோதாவரி, கிருஷ்ணா, பெண்ணையாறு ஆகியவற்றுடன் இணைத்து இணைத்து இறுதியில் கல்லணையில் கொண்டு வந்து காவிரியில் சேர்த்து விடுவது என்பதுதான் டாக்டர் கே.எல். ராவ் வகுத்த திட்டம். 2,640 கி.மீ. நீளமுள்ள இவ்விணைப்புக் கால்வாயில், கங்கையிலிருந்து ஒரு நொடிக்கு 60,000 கன அடி வெள்ள நீர் விடவேண்டும். ஓர் ஆண்டுக்குக் குறைந்தது 150 நாட்களுக்காவது இவ்வாறு கங்கையின் உபரி நீரை இணைப்புக் கால்வாயில் விட வேண்டும். 1,395 அடி உயர மலைகளில் ஏற்றி இந்தத் தண்ணீரைத் தெற்கே கொண்டு வர வேண்டும்.*
>
> *நடுவண் அரசின் நீர்வளத்துறை மேற்படி கங்கை காவிரி இணைப்புத் திட்டத்தை ஆய்வு செய்து, இது நடைமுறைச் சாத்தியமில்லை என்று 1980இல் நிராகரித்துவிட்டது*[112]

என்பதன் மூலம் இத்திட்டத்தின் தேவையும் சிக்கலும் தெரிய வருகின்றன.

கங்கை - காவிரி இணைப்புக்கு 1834ஆம் ஆண்டு ஆங்கிலேய ஆட்சியின் பொறியியலாளர் ஆர்தர் காட்டன் என்பவரால் அடிகோலப்பட்டது. இவர், இந்திய நீர்வளங்களை நாட்டுடைமையாக்கும் திட்டத்தின்மூலம் கங்கை - காவிரியை இணைத்து நீர்வளத்தைச்

செழிப்பாக்கிட முடியும் என்று கணக்கிட்டார். 'கங்கை - காவிரி இணைப்பின் தந்தை'யான இவர் அன்றைக்கு வகுத்த திட்டத்தைப் பின்வந்த பல்வேறு அறிஞர்களும் பின்பற்ற விரும்பினர். காவிரியில் திருச்சி முக்கொம்பில் மேலணையைக் கட்டிய, மேட்டூர் அணையைக்கட்டத் திட்டம் ஒன்று வகுத்துத் தந்த இவர், 1847இல் கோதாவரியில் அணைகட்டியதால்தான் இன்றளவும் கிழக்கு, மேற்கு கோதாவரி மாவட்டங்கள் பயன்பெறுகின்றன. இவரின் சிலை கோதாவரியில் உள்ளது.[113]

ஒருவகையில் பாரதியின் 'வங்கத்தில் ஓடிவரும் நீரின் மிகையால், மையத்து நாடுகளில் பயிர் செய்குவோம்' என்ற அடிகளும் இத்திட்டத்தைத்தான் கோருவதாகத் தெரிகின்றது. உண்மையில் கங்கை நீரில் பாதியளவும், பிரம்மபுத்திரா நீரில் மூன்றில் இரண்டு மடங்கும் கடலில்தான் கலப்பதாகக் அறியப்படுகின்றது. அதுமட்டுமல்ல, இவை முதலியவற்றில் மழைக்காலத்தில் ஏற்படும் வெள்ளத்தால் பாதிப்புகளையே அசாம், பீகார், உத்திரப்பிரதேசம் உள்ளிட்ட மாநிலங்கள் ஒவ்வோராண்டும் அடைகின்றன. அந்நேரம் தமிழகம் உள்ளிட்ட தென்னகத்தில் வறட்சி ஏற்படுகின்றது. ஒரு பக்கம் வெள்ள நிவாரணத்தையும், இன்னொரு பக்கம் வறட்சி நிவாரணத்தையும் இந்திய அரசாங்கம் மாறிமாறி வழங்குவதற்குப் பதிலாக நதிநீர் இணைப்பினைச் செயல்படுத்தினால் இவ்விரு பிரச்சினைகளையும் தீர்க்க முடியும். கேரள ஆறுகளின் நீரில் 25 விழுக்காடுதான் விவசாயத்திற்குப் பயன்படுத்தப்படுகின்றது.[114] ஆந்திராவில் ஓடும் கோதாவரியில் 60 விழுக்காட்டுக்கு மேலாக நீர் வீணாகின்றது. இதில் பாதி அளவு நீரைத் தமிழகக் காவிரியோடு இணைத்தாலே தமிழகம் வறட்சியின்றிப் பயிர் விளைவிக்கும் எனப்படுகின்றது. இவ்வனைத்து இழப்புகளும் பருவமழைக் காலங்களில் ஏற்படும் வெள்ளத்தைக் குறிப்பது ஆகும்.

தமிழகத்தில் விவசாயப் பரப்பு அதிகம். ஆனால் அந்த அளவுக்கு நீர்வளம் நடைமுறையில் இல்லை. கங்கை - காவிரி இணைப்புமூலம் தமிழகம் மட்டுமல்ல நாட்டின் பல பகுதிகளில் பருவமழையின் ஏமாற்றக் காலங்களிலும் வறட்சி ஏற்படுவதைத் தடுத்திட முடியும். விவசாயம் பாதிக்கப்படாமலிருந்தால் பொருளாதார வளர்ச்சியை அடைந்திட முடியும். ஆறுகள் இணைப்பு ஈடேறினால் நீர்வழிப் போக்குவரத்து அமையும், மீன்வளம் அதிகப்பட்டு மீன்பிடி தொழிலும் வளமடையும் எனப்படுகின்றது. இத்தகு திட்டத்தை நிறைவேற்றிட இருபதாம் நூற்றாண்டில் விஸ்வேஸ்வரய்யா, தின்சா தஸ்தூர், சி.பி.

இராமசாமி ஐயர் முதலிய அறிஞர் பலரால் தொடர்ந்து வலியுறுத்தப்பட்டது. இதற்காக மாநாடுகள் தமிழக அரசாலும் ஒருங்கிணைக்கப்பட்டன. 1967இல் கங்கை - காவிரி - கன்னியாகுமரி இணைப்பு குறித்துத் திருப்பாச்சேத்தியில் ஒரு மாநாடு நடத்தப்பெற்றது. அதேபோன்று சென்னையிலும் 1977இல் ஒரு மாநாடு நடந்தது. இவற்றின்வழி முக்கியத் தீர்மானங்கள் அரசுக்கு முன்வைக்கப்பட்டன. 1972இல் தில்லியில் தேசிய நீரிணைப்பு குறித்த மாநாடு நடந்தது. பொறியியலாளர் சே.பா. நமச்சிவாயம் கங்கை - காவிரியின் சாத்தியப்பாட்டை எடுத்து விளக்கியதுடன், அண்டை மாநிலங்களின் நீரையாவது தமிழகம் பயன்படுத்திக்கொள்ள வழிசெய்ய விளக்கினார்.[115] பார்னியா தலைமையிலான ஐ.நா. அவையின் குழுவொன்று 1971இல் ஆய்வுசெய்து, கங்கை - காவிரி இணைப்பை நிறைவேற்ற வலியுறுத்தி அறிக்கையொன்றை 1974இல் இந்திய அரசிடம் அளித்தது.

ஆனால் அதேநேரத்தில், மிகப்பெரிய பொருளாதாரச் செலவு, சுற்றுச்சூழல் பாதிப்பு, மக்களுக்கேற்படும் பாதிப்பு, இமயமலை ஆறுகளைப் பயன்படுத்தும் அண்டை நாடுகள் பிரச்சினை செய்வது, மாநிலங்களின் ஒத்துழைப்பின்மை முதலிய பல்வேறு தடைகளை இத்திட்டம் கொண்டிருக்கின்றது. நடைமுறையில் செயல்படுத்துவது எளிதல்லவென்று மைய அரசு இத்திட்டத்தையே 1980இல் கைவிட்டது.[116] இந்தியாவின் வட பகுதிகள் பெரும்பாலும் நீர்வளம் கொண்டவை. ஆனால் தென்பகுதிகள் அப்படியில்லை. பருவமழையை நம்பியே இருக்கின்றன. கங்கை - காவிரி இணைப்புக்கு வட மாநிலங்கள் உடன்பட்டு வராது என்பதே அப்போதைய நிலையாக இருந்தது. பின்பு, இத்திட்டம் மாநில அளவில் அந்தந்த மாநிலத்திற்குரிய ஆறுகளை இணைத்துக்கொள்ளும் முயற்சிக்கும் வழிவகுத்தது.

தமிழகத்தைச் சேர்ந்த நீரியல் அறிஞர் வா.செ. குழந்தைசாமி, பொள்ளாச்சி நா. மகாலிங்கம் முதலியோர் கங்கை - காவிரி இணைப்பு முயற்சியில் தொடர்ந்து அக்கறைகாட்டி வந்துள்ளனர். அறிவியலாளர் அப்துல்கலாம் தமிழகத்தின் ஆறுகளான காவிரி, தாமிரபரணி, வைகை, பாலாறு முதலியவற்றையாவது இணைக்கும் திட்டத்தை நிறைவேற்றக் கருத்துரைத்தார். இராஜஸ்தான் மாநிலப் பகுதியின் நீராதாரத்திற்கு 1958 முதல் 1987 முடிய 650 கி.மீ. நீளத்திற்குக் கால்வாய் அமைத்த இந்திய அரசாங்கம் இத்திட்டத்தில் தொடர்ந்து செயலாற்றப் பின்வாங்கியது.

தமிழக அரசும், பல கட்சிகள், சமூக இயக்கங்களைச் சேர்ந்தவர்களும் கங்கை-காவிரி இணைப்புக்குத் தமிழகத்தில் ஆதரவு தெரிவித்தனர். 1970களில் தின்சா தஸ்தூர், 7 ஆயிரம் கோடி செலவாகும் என்று கணக்கிட்டு, சுமார் 1200 மைல் நீளத்திற்கு வைகை, தாமிரபரணி வரை கொண்டுவரும் திட்டத்தை வெளிப்படுத்தினார். இதனால், கடலில் கலக்கும் கங்கையின் நீரைக் காவிரியின் முழுமட்டத்திற்கு இரண்டுமுறை பயன்படுத்தலாம்; நீர்வழிப் போக்குவரத்து, மின்சாரம் தயாரிப்பு எனச் செழிப்படைய முடியும். ஆனால் மைய அரசோ நிதி வலுவின்மை, விந்திய சாத்பூரா மலைகள் தடையாக உள்ளதால் 1650 அடி உயரத்திற்கு நீரை மேலேற்றத் தேவையான மின்சக்தி இல்லாமை எனும் பதில்களை வெளிப்படுத்தியது.[117]

இன்றைய சூழலில் வங்காள தேசம், நேபாளம், பூடான் ஆகிய அண்டை நாடுகள் கங்கை நதிநீர்ப் பங்கீட்டை எதிர்க்கவே செய்யும். கல்கத்தா துறைமுகத்தின் முக்கிய ஆதாரமான கங்கையை மேற்குவங்கமும், கங்கையையே தங்கள் வறட்சிகளுக்கு நம்பிப் புதிய கால்வாய்கள் வெட்டப்படக் காத்திருக்கும் பீகார், உத்திரப்பிரதேசம் முதலிய மாநிலங்களும் உறுதியாக எதிர்க்கும் நிலைப்பாட்டையே கொண்டுள்ளன. சட்லெஜ் - யமுனை இணைப்புத் திட்டத்தையே ஏற்காத பஞ்சாப் இதனையும் ஏற்காது. இதனுடன் கங்கை நீர்வளத்திற்குக் காரணமான இமயமலைப் பனிப்பாறைகள் 14 கி.மீ. வரை இப்போது இல்லாமல் போய்விட்ட நிலையை அடைந்திருக்கின்றது.[118] இத்திட்டத்திற்கு இசைவு தெரிவிக்கும் தென்மாநில அரசுகள் தென்னக ஆறுகள் இணைப்பிற்குப் பிடிகொடுப்பதில்லை.

முல்லை - பெரியாறு விவகாரத்தில் கேரளாவுடனும், காவிரி விவகாரத்தில் கருநாடகத்துடனும் பிரச்சினையாகையில் கங்கை - காவிரி இணைப்பு மற்றும் தென்னக நதிகள் இணைப்பு குறித்துப் பேசப்பட்டுத் திசைதிருப்பம் செய்யப்படுகின்றது. இத்திட்டத்திற்கான பல்வேறு தடைகளையும் தாண்டிப் பத்தாண்டுகளுக்குள் செயல்படுத்திட வேண்டுமென உச்சநீதிமன்றம் 31.10.2002இல் மைய அரசுக்கு ஆணையிட்டது.[119] ஆனால் மாநில ஒருங்கிணைப்புகளின்றிக் கிடப்பில் இருக்கின்றது. முதலாம் நூற்றாண்டிலேயே கரிகாற்சோழன் காவிரியில் கல்லணை கட்டிய பெருமைபடைத்த தமிழகம், மாநிலத்திற்கு உரிய ஆறுகளை இணைக்கும் திட்டத்தையாவது செய்யவேண்டும் என்பதே பெரும்பான்மையான கருத்தாக இருக்கின்றது.

இந்திய அரசியலில் பெரும் எதிர்பார்ப்பை ஏற்படுத்திய இத்திட்டம் குறித்துத் தமிழ்க் கவிதைகளும் எதிர்பார்ப்பை வெளிப்படுத்தியுள்ளன. முதல் பதிவாக மேற்சுட்டிய பாரதியின் அடிகள் அமைகின்றன. பாரதிக்குப் பின் தணிகைச்செல்வன்,

விந்தியத்தின் மலைகுடைந்து
தக்கணத்தின் மார்பிளந்தால்
இந்தியத்தின் தென் முனைக்கும்
இமயத்தில் பால் சுரக்கும்!
-கங்கை நதி
தெருக்கோடி வரைபாயத்
தெற்கழைத்து வாருங்கள்;
உருக்கில் இலை துளிர்க்கும்!
உலக்கையிலும் பூப்பூக்கும்!

(தணிகைச்செல்வன் கவிதைகள், ப.417)

என்றும், பரிணாமன் இத்திட்டத்தில் காவிரிக்காகக் கருணை கொண்டு,

வானம்தான் பொய்த்தாலும்
வருவாய்நீ குதித்தோடி
ஞானம்தான் பொய்த்ததுவோ
நதிநீர் உடன்பாட்டில்?
.....
உன்னோடு கங்கையையும்
ஒன்றாக இணைத்துவிடின்
இன்னும்பல பிரச்சினைகள்
எழுமென்றோ 'கை'விரித்தார்? *(பரிணாமன் கவிதைகள், ப.226)*

எனவும் திட்டத்தின் தேவையுணர்த்தி இயற்றியுள்ளனர். வைரமுத்து தமது 'தண்ணீர்ப் பிச்சை' எனும் கவிதையில்,

மங்கை சுமந்த
தங்க மண்குடம்
மண்ணில் சிதறித் தெறிக்கிறது!
கங்கை காவிரி
இணைப்புத் திட்டம்
கையெழுத் தில்தான் இருக்கிறது! *(ரத்த தானம், ப.21)*

என்று, குடிநீருக்கு அல்லலுறும் பெண்களின் நிலைமைக்கும் இத்திட்டத்தை எதிர்நோக்குகின்றார். மேலும் வைரமுத்து கவிதைகளில் கங்கை - காவிரி இணைப்புக்கான இரு பதிவுகள் (கொடிமரத்தின் வேர்கள், ப.41, தமிழுக்கு நிறம் உண்டு, ப.46) உள்ளன.

மீனாட்சிபுரம் மதமாற்றம் (19.2.1981)

சாதியக் கொடுமைகளிலிருந்து தங்களது சுயத்தை, தங்கள் தலைமுறைகளை மீட்டெடுத்துக்கொள்ள மதம் மாறுவது ஒடுக்கப்பட்ட சமூகத்தினரிடையே நிகழ்கின்றது. குறிப்பிட்ட அளவிலேயே அது இருக்கும். ஆனால், ஒரு கிராமமே இந்து மதத்திலிருந்து இசுலாம் மதத்திற்கு மாறிய நிகழ்வு மீனாட்சிபுரத்தில் நடந்தது.

திருநெல்வேலி மாவட்டத்தில் செங்கோட்டைக்கு அருகிலுள்ள கிராமம் மீனாட்சிபுரம். இங்கே 300 குடும்பங்களில் 1300 பேர் வாழ்ந்துவந்தனர். இவர்களில் பெரும்பாலும் 'பள்ளர்' என்று அறியப்பட்ட ஒடுக்கப்பட்ட சமூகத்தினர் ஆவர். தங்களுக்கென்று சொந்தமாக நிலம் வைத்துக்கொண்டு விவசாயம் செய்துவந்தனர். பிறர் நிலங்களில் கூலிவேலை செய்துவந்தவர்கள் குறைவு. பொருளாதாரத்திலும் படிப்பிலும் வளர்ச்சி கண்ட நிலையில் வாழ்ந்தாலும் அம்மக்கள் சாதிப் பாகுபாட்டால் பாதிக்கப்பட்டனர். ஏறக்குறைய 30 குடும்பங்கள் என எண்ணிக்கையில் குறைந்திருந்தாலும் முன்னேறிய சாதியினர் கோயில், கிணறு உள்ளிட்ட பொதுச்சொத்துகளைப் பயன்படுத்த ஒடுக்கப்பட்ட மக்களை அனுமதிக்காமல் புறந்தள்ளினர். பொதுவாக, இம்மாவட்டத்தில் அடிக்கடிச் சாதி தொடர்புடைய வன்முறை நிகழ்வுகள் நடப்பதற்கான சாதிய ஒடுக்குமுறைகளிருந்தன.

எனவே, அவற்றை ஏற்க வேண்டிய கட்டாயத்திலிருந்து விடுபடவே கிராம மக்கள் 210 குடும்பங்களைச் சேர்ந்த 1000 பேருக்கும் மேலாகத் தன்னிச்சையாக முடிவெடுத்து, 1981 பிப்பிரவரி 19ஆம் நாளில் இந்து மதத்திலிருந்து இசுலாம் மதத்திற்கு மாறினர். சில காரணங்களுக்காக ஏற்கெனவே மதம் மாறிய ஒரு சிலரால் பிறரைக் காவல்துறையினரும் ஆதிக்கச் சாதியினரும் தொடர்ந்து தொல்லைக்குட்படுத்தியுள்ளனர். இதுபோன்ற மதமாற்றத்திற்கான காரணங்களை,

> *இன்னும் 50 வருஷம் கழிச்சும் நமக்கு தாழ்த்தப்பட்டவங்கற முத்திரை மறையாது என்று உணர்ந்த பிறகுதான் மதம் மாற முடிவு செய்தோம். … சலுகை கிடைக்காட்டிலும் பரவாயில்லை, தாழ்த்தப்பட்டவன் என்கின்ற முத்திரையில்லாம இருந்தால் போதும் என்று மாறினோம். … நம்மை மனுசனா மதிக்காத ஜாதியில ஏன் இருக்கணும்? நம்மை மதிக்கிற மதத்துக்கு போயிடலாமேன்னு நினைக்கிறாங்க? … தாழ்த்தப்பட்டவன் இந்துவா இருக்கிறதில அர்த்தமேயில்லை. …இந்துமதத்தைவிட்டா கிறிஸ்தவ மதம் இருக்கிறது. … அங்க தாழ்த்தப்பட்டவன் தாழ்த்தப்பட்ட கிறித்துவனாக இருக்கின்றானே.. …அங்க ஜாதி அப்படியே இருக்கிறது. ஆனால்,*

இஸ்லாம் மதத்தில் அப்படி இல்லை, யார் ஒருவன் அல்லாவைத் தொழுகிறானோ அவன் எல்லாமே முஸ்லிம்தான். அங்க தீண்டாதவன் என்ற வித்தியாசம் கிடையாது. ... பஞ்சாயத்தில் தேவர் பிரசிடெண்டாக இருந்ததினால் குடிக்கக்கூட தண்ணீர் விடுவதில்லை. அதனால் அவதிப்பட்டோம் [120]

என்றவாறெல்லாம் அம்மக்களுடன் கி. வீரமணி கண்ட நேர்காணலின் பதிவிலிருந்து அறியமுடிகின்றது. இச்சாதிய சிக்கல்களுடன், மேக்கரை எனுமிடத்தில் நடந்த இருவர் கொலை தொடர்பான காவல்துறையின் விசாரணை ஒடுக்குமுறைகளும் முக்கியக் காரணம்.[121] அத்துடன், அனந்தராமசேஷன் எனும் இந்துத்துவச் சிந்தனையாளரால் தூண்டப்பட்ட பிரச்சினைகளும் காரணமாயின.

மதம் மாறுகின்ற இதுபோன்ற நிகழ்வுகள் தமிழகத்திலும், குறிப்பாக இதே மாவட்டத்திலும் இதற்கு முன்பே நிகழ்ந்துள்ளன. அதனை,

‘திருநெல்வேலி மாவட்டத்தில் சீதைக்குறிச்சி கிராமத்தில் ஜாதியத்திற்கு எதிராக கணிசமான பள்ளர்கள் கத்தோலிக்கத்தைத் தழுவினார்கள். இது அவர்களுக்கு சுயமரியாதையை ஈட்டுத் தரவில்லை என்பதால், எஞ்சிய பள்ளர்களின் பெரும்பாலானோர் ஊத்துமலை ஜமீனின் தேவர்களின் ஜாதி ஒடுக்குமுறையை எதிர்த்து 1944ல் இஸ்லாமுக்கு மாறினார்கள். ஆரிய சமாஜின் ஆதரவோடு தேவர்கள், சீதைக்குறிச்சி பள்ளர்கள்மேல் வன்முறையைக் கட்டவிழ்த்து விட்டார்கள். ஆனாலும் வன்முறையால் மனம் தளராது, சீதைக்குறிச்சி பள்ளர்கள் முஸ்லீம்களாகவே இருந்தார்கள் [122]

என்பதன் மூலம் அறிந்திடவும், அத்துடன் பிற்காலத்தில் இதுபோன்ற நிகழ்வு ஒடுக்கப்பட்ட சமூகத்தினர்க்கு ஒரு விழிப்புணர்வுக் கருவியாக அமைந்ததையும் காட்டப்படுகின்றது. மேலும், 1945இல் திருநெல்வேலியின் கிராமங்களைச் சேர்ந்த சுமார் 2 ஆயிரம் பேர் இப்படியாக இசுலாமைத் தழுவியுள்ளனர். 1980இல் மதுரையைச் சேர்ந்த கூரையூரில் 200 பேர் மதம் மாறியுள்ளனர்.[123] மீனாட்சிபுரத்தின் அருகிலிருந்த பகுதிகளிலும் 1980-81இல் இசுலாம் மதத்திற்கு மாறியுள்ளனர். அருகிலுள்ள புளியங்குடியிலும் இத்தகு மாற்றம் நிகழ்ந்தது. இதேபோன்று இடிந்தகரையில் 27.10.1967இல் 843 கத்தோலிக்கக் கிறித்துவர்கள் இந்து மதத்திற்கு மாறியதும் நடந்துள்ளது.[124]

சாதி ஆதிக்கம் மிகைப்பட்டுப் போயிருந்ததால் மீனாட்சிபுரம் ஒரு கட்டத்தில் மதமாற்ற நிலைப்பாட்டை எடுத்தது. அம்மக்கள்

திருநெல்வேலியில் இருந்த 'தென்னிந்திய இஷாதுல் இஸ்லாமிய சபை'யின் மூலம் மதம் மாறினர். ஒரு கிராமத்தின் 80 விழுக்காட்டிற்கும் மேலான மக்கள் மதம் மாறிவிட்டதை அறிந்து இந்தியாவே அதிர்ச்சிக்குள்ளாகியது.

ஆரிய சமாஜம், விசுவ இந்து பரிசத், பாரதிய சனதா கட்சி ஆகியவை இங்கு வந்து இம்மக்களை மீண்டும் இந்து மதத்திற்கே அழைத்தன. ஆர்.எஸ்.எஸ். எனும் அமைப்பே இந்நிகழ்விற்குப் பிறகுதான் இங்கே ஏற்படுத்தப்பட்டது. மைய அரசின் உள்துறை அமைச்சராக இருந்த, ஒடுக்கப்பட்ட வகுப்பைச் சேர்ந்த யோகேந்திர மக்வானா சூலை 15இல் நடந்த 'இந்து ஒற்றுமை மாநாடு' என்று இம்மக்களைச் சந்தித்தபோது, அவரும் ஆர்.எஸ்.எஸ். அமைப்பினரால் மதிக்கப்படவில்லை. அப்போதைய இந்துசமய அறநிலையத்துறை அமைச்சர் ஆர்.எம். வீரப்பன் உள்ளிட்ட தமிழக அரசைச் சேர்ந்தவர்கள் எனப் பலராலும் மதம் மாறிய மக்கள் இந்து மதத்திற்கே திரும்ப அழைக்கப்பட்டனர். 'சமபந்தி' என்று ஏற்பாடு செய்தும் பலனில்லை, அம்மக்கள் தங்கள் முடிவில் உறுதியாக இருந்தனர்.[125] பின்னர், இந்நிகழ்வினைக் குறித்து ஆராயத் தமிழக அரசு விசாரணை ஆணையம் ஒன்றை அமைத்தது. அது, மதமாற்றத்திற்கு எதிராகச் சட்டம் ஒன்று நிறைவேற்றக் கருத்துரைத்தது. அரசு முதற்கொண்டு பல தரப்பிலும், இசுலாமைப் பின்பற்றும் அரபு நாடுகளின் நிதியுதவியால் இப்படிக் கட்டாய மதமாற்றம் செய்யப்பட்டுள்ளனர் எனக் குற்றம் சாட்டினாலும், பின்பு அரசே, சாலை வசதி, தெருவிளக்கு வசதி எனச்செய்து பார்த்தாலும் மாற்றம் காண முடியவில்லை.

மதத்தை மாற்றிக்கொண்ட மக்கள் தங்கள் பெயரோடு தங்களது ஊரின் பெயரையும் மாற்றிக் கொண்டார்கள். அரசு ஆவணங்களில் ஏற்கப்படாவிடினும், அம்மக்களுக்கு மீனாட்சிபுரம் 'ரஹ்மத் நகர்' என்றானது. மதம் மாறாதவர்களுடனும் இயல்பான பழக்கத்தையும் உறவுமுறையும் கொண்டிருந்தனர். அக்கிராமத்தில் காளி கோயில் விழாவில் இசுலாமியர் பங்கேற்பதும், இசுலாமியர் விழாக்களில் இந்துக்கள் பங்கேற்பதும் என ஒற்றுமை இருந்தது.

விசுவ இந்து பரிசத், இந்து மதப் பண்பாட்டைக் காக்கும் பொருட்டுச் 'சமசுகிருத ரட்சக யோஜனா' எனும் அமைப்பை அப்பகுதிகளில் தொடங்கியது. அதேபோன்று 'ஜன ஜக்ரண அபியானா' எனும் அமைப்பையும் 1982இன் இறுதியில் மக்களிடையே இந்து மதத்தை அழிக்க நினைக்கும் திட்டங்கள் குறித்த விழிப்புணர்வு ஏற்படுத்துவதாய்த் தொடங்கியது.[126] 'இந்து முன்னணி அமைப்பு'

இராமகோபாலனும் இங்கே செயல்படத் தொடங்கினார். இவ்வமைப்புகள் மதமாற்றத்திற்குக் காரணமான தீண்டாமைக்கு எதிராகச் செயல்படாமல் அம்மக்களைத் தங்கள் மதத்திற்கே அழைக்க, பிற சாதியினர் மூலம் இடையூறுகளையே செய்தது. இந்து எழுச்சி மாநாடுகளை நடத்தியது. அதனால் ஏற்பட்ட ஒரு விளைவு 1982இல் நடந்த மண்டைக்காடு கலவரம். இப்படியாகப் பாகுபாடுகள் மிகுந்து மாவட்டத்தில் பல வன்முறை நிகழ்வுகள் நடந்தேறின.

மதம் மாறி வாழ்ந்தவர்களில் ஒரு சிலர் மட்டும், மதம் மாறாத தமது குடும்பத்தினரோடு இணைந்து வாழ விரும்பியது உள்ளிட்ட ஓரிரு காரணங்களுக்காக மீண்டும் இந்து மதத்திற்குத் திரும்பியுள்ளனர். இவ்வூரைப் போன்று, காஞ்சிபுரத்தருகே கூத்திரம்பாக்கத்திலுள்ள ஒடுக்கப்பட்ட மக்களாலும் 1995இலும்,[127] 2002இலும் மதம் மாறும் முயற்சி மேற்கொள்ளப்பட்டது. இத்தகைய நிகழ்வுகளால் மதம்மாற அரசாங்கத்திடம் அனுமதிபெறும் சட்டத்தைத் தமிழக அரசு 2002இல் கொண்டுவர முயன்று, 2004இல் திரும்பப்பெற்றது. பெரும் வரலாறாகிப்போன ஒரு கிராம மக்களின் மனமாற்றத்தை இருபதாம் நூற்றாண்டுக் கவிதைகள் படைப்புலகத்தில் முன்னிறுத்திக் காட்டுகின்றன. அவற்றுள்,

மதத்தைப் போற்றும் மடமை மக்களே!
மக்களைத் தாழ்த்தும் மதம் உயர்ந் ததுவா?
மதத்தைத் தவிர்க்கும் மக்கள் உயர்ந் தவரா?
மக்களுள் பலரைத் தாழ்ந்தவர் என்னும்
மாமதங் கொண்ட மதமும் பெரிதா?

(கனிச்சாறு - 2, ப.171)

என்று, மீனாட்சிபுரத்திற்காக இந்து மத அமைப்புகளை நிறுவி மதப்பெருமைகளைப் பேசியவர்களை எதிர்த்து, 'இந்து மதம் எனும் இழி மதம் ஒழிய' வேண்டுமென்று பெருஞ்சித்திரனார் வலியுறுத்துகின்றார்.தணிகைச்செல்வன், மதத்தைச் சேர்ந்த மக்களின் கொடுமைகளைக் களையாமல், மடங்கள் மேற்கொள்ளும் செயல்பாடுகளே மதம் வளர்ப்பதாகிவிடுமா எனும் எள்ளலுடன் கண்டித்து,

மடங்களின் பல்லக்குத்தூக்குவதே
மதங்களின் மரபாகிப் போனதால்
மீனாட்சி புரங்கள்
மரபுகளை மீறத்துவங்கிவிட்டன.
மடங்களின் கவலை -

மீனாட்சி புரமல்ல;
மதுரை மீனாட்சியே
என்று மதம் மாறுவாளோ என்பதே!

(தணிகைச்செல்வன் கவிதைகள், ப.326)

எனக் கவிதை படைத்துள்ளார். மேலும் அவரது கவிதையில் அம்மக்கள் மதத்தை வாளாகக் கையில் ஏந்தியுள்ளதாக இன்னொரு பதிவும் (ப.283) இருக்கின்றது. 'சமபந்தி' எனும் நடவடிக்கைகள் மேற்கொள்ளப்பட்டதைக் கந்தர்வன்,

உபாயம் கண்டார்கள்
இஸ்லாத்திற்குப் போகிறோம்
என்று தொப்பிகள் தைக்கப்
போகும்பொழுது
எதிரே சாமியார் கூட்டம் வந்து
சமபந்திக் கழைக்கிறது *(கந்தர்வன் கவிதைகள், ப.83)*

எனப் பதிவுசெய்திருக்கின்றார். இம்மூவர் கவிதைகளோடு வைரமுத்துவின் ஒருவரிப் பதிவும் (இன்னொரு தேசிய கீதம், ப.59) இம்மதமாற்ற நிகழ்வினை வரலாற்றில் நிறுத்துகின்றது. ஆனாலும், உத்திரப்பிரதேசத்தில் 1997 மே மாதத்தில் 20 ஆயிரம் ஒடுக்கப்பட்ட மக்கள் புத்த மதத்தைத் தழுவியது[128] முதல் நாடெங்கும் இந்நிலை தொடர்கின்றது.

போக்குவரத்துக் கழகங்கள், மாவட்டங்கள் – தலைவர்கள் பெயர் நீக்கம் (1.7.1997)

தமிழ்ச் சமூகத்தில் நிகழ்ந்தேறிய சாதிக் கலவரங்களுக்கான காரணங்களில் ஒன்றாகவும், ஒரு சொல் அல்லது ஒரு பெயர்கூடச் சாதிய வன்முறைகளை வளர்க்கும் என்பதற்குச் சான்றாகவும் போக்குவரத்துக் கழகங்கள் மற்றும் மாவட்டங்கள் ஆகியவற்றின் பெயர்கள் அமைந்துவிட்டன. திராவிடக் கட்சிகளின் ஆட்சியில் பெரிய அளவில் இருக்கும் மாவட்டங்களையும் போக்குவரத்துக் கழகங்களையும் பிரித்து அவற்றிற்குத் தலைவர்களின் பெயர்கள் சூட்டப்பட்டன. இவற்றுடன் இருபதாம் நூற்றாண்டில் கட்டடம், சாலை, மக்கள் வாழும் பகுதி எனும் பொதுப் பயன்பாட்டிற்குரியவற்றுக்கும் தலைவர்களின் பெயரைச் சூட்டுவது தமிழகத்தில் அடுத்தடுத்து ஆட்சி அடிப்படையில் வளர்ச்சி கண்டது.

சென்னை, மாகாணமாக இருந்துபோது 13 மாவட்டங்களாகப் பிரிக்கப்பட்டிருந்தது. பிறகு அவ்வப்போது மாவட்டங்கள்

இரண்டாகவோ அதற்கு மேலோ பிரிக்கப்பட்டுப் புதிய மாவட்டங்கள் உருவாக்கப்பட்டன. அதேபோன்று, பேருந்துகள் அரசுடைமையாக்கப்பட்டுத் தமிழ்நாடு அரசு போக்குவரத்துத் துறையானது 1972இல் தொடங்கப்பட்ட பின் பல்லவன், சேரன் எனப் பல பெயர்களில் பிரிக்கப்பட்டது. இப்படி உருவாக்கப்பட்ட போக்குவரத்துக் கழகங்களுக்குப் பின்வந்த ஆட்சிகளில் தலைவர்களின் பெயர்கள் சூட்டப்பட்டன. மாவட்டங்களுக்கும் இதே நிலைதான் அமைந்தது.

தி.மு.க. ஆட்சிசெய்த 1971 - 1976 காலத்தில் புதிதாகக் கண்டுபிடிக்கப்பட்ட ஒரு நெல்வகை மற்றும் சில அரசு கலைக் கல்லூரிகளுக்கு முதல்வர் கருணாநிதியின் பெயர் வைக்கப்பட்டது. பின் எம்.ஜி. இராமசந்திரன் முதல்வரான அ.தி.மு.க. ஆட்சியில் மாவட்டங்களுக்குச் சமூக மற்றும் அரசியல் உள்ளிட்ட பின்னணிகளில் தலைவர்களின் பெயர் சூட்டுவது தொடங்கப்பட்டது. இதில் முதன்முதலாக ஈரோடு மாவட்டம் பெரியார் மாவட்டமானது. அதேபோன்று நெல்லை மாவட்டத்தைப் பிரித்து, ஒரு பிரிவுக்குத் தூத்துக்குடியை முதன்மையாக வைத்து வ.உ. சிதம்பரனார் மாவட்டம் என்று உருவாக்கப்பட்டது. பிறகு 1991இல் ஜெ. ஜெயலலிதா ஆட்சியில் இச்செயல்பாடு அதிகமாக நிகழ்ந்தது. ‘திருவள்ளுவர் போக்குவரத்துக் கழகம்’ எனும் அரசு விரைவுப் போக்குவரத்துக் கழகத்தின் வெளிமாநிலங்களுக்குச் செல்லும் வண்டிகள் மட்டும் தனியான கழகத்தின்கீழ் செயல்படும் திட்டத்தைக் கொணர்ந்து, ‘ஜெ. ஜெயலலிதா போக்குவரத்துக் கழகம்’ என்று பெயரிடப்பட்டது.[129] இதற்கு அப்போது எதிர்ப்புகளும் கிளம்பின. 1996இல் தி.மு.க. ஆட்சியில் இப்பெயர் ‘இராஜீவ்காந்தி போக்குவரத்துக் கழகம்’ என மாற்றப்பட்டது.

எம்.ஜி. இராமச்சந்திரனால் 1979இல் தெருக்களுக்கு வைக்கப்பட்டிருந்த அத்தகைய பெயர்கள் மட்டும் நீக்கப்பட்டன. ஆனால் போக்குவரத்துக் கழகங்களின் பெயர்கள் நீக்கப்படவில்லை. இதற்கிடையில் அரசு மற்றும் அரசு சார் நிறுவனங்களுக்கோ அல்லது அவற்றின் கட்டடத்திற்கோ உயிரோடு வாழ்பவர்களின் பெயர் வைக்கக்கூடாது என அரசு சட்டமியற்றியதில், ‘கலைஞர் கருணாநிதி’ பெயரிலிருந்த அரசு கல்லூரிகளில் அப்பெயர் நீக்கப்பட்டது. இவ்வாறு இரு கட்சிகளின் இடையேயான முரண்களுக்குள் பெயர்மாற்ற விவகாரம் சிக்குண்டது.

இதன் நீட்சியில், ஒடுக்கப்பட்ட மக்களில் ஒரு பிரிவினரது சார்பில் 'புதிய தமிழகம் கட்சி'யானது ஒரு கோரிக்கையை முன்வைத்தது. ஆங்கிலேயர் எதிர்ப்பில் வீரபாண்டிய கட்டபொம்மனின் படைத்தளபதியாகச் செயலாற்றிய சுந்தரலிங்கத்தின் பெயரைப் போக்குவரத்துக் கழகத்துக்குச் சூட்டக் கோரியது. 1995 நவம்பரில் அரசு அதனை ஏற்றாலும்,[130] 1997 ஏப்பிரல் மாதம்தான் மதுரை மாவட்டத்திற்குரிய பாண்டியன் போக்குவரத்துக் கழகத்தைப் பிரித்து, விருதுநகர் பகுதிகளுக்கு அமையும் புதிய கழகத்திற்கு 'வீரன் சுந்தரலிங்கம் போக்குவரத்துக் கழகம்' என்று அரசால் பெயரிடப்பட்டது. இப்பெயர் வைக்கப்பட்டதை ஏற்காத முன்னேறிய சாதியினரால் வன்முறைகள் தொடங்கின. தென்மாவட்டங்களில் பதற்றச் சூழல் உருவானது. வீரன் சுந்தரலிங்கம் பெயர்கொண்ட பேருந்துகளில் பயணம்செய்ய முக்குலத்தோர் மறுத்தனர். அந்தப் போக்குவரத்துக் கழகப் பேருந்துகள் தாக்கப்பட்டன. இதற்கு முன்பிருந்த இருசாதிப் பகைமைச் சூழலில் இப்பெயர் வைப்பு மேலும் சிக்கலை உருவாக்கிவிட்டது.

சிவகாசி மற்றுமதன் சுற்றுப் பகுதிகளில் 'வீரன் சுந்தரலிங்கம் போக்குவரத்துக் கழகம்' 16.4.1997முதல் செயல்படத் தொடங்கியதிலிருந்து தேவர் சமூகத்தினர் கடுமையாக எதிர்க்கலாயினர். அவர்கள் சிவகாசி - ஈஞ்சர் சந்திப்பினருகே செய்த எதிர்ப்புப் போராட்டம் கலவரமானது. காவல்துறை துப்பாக்கிச்சூடு நடத்தியதில் உயிரிழப்புகளும், பொதுச்சொத்து இழப்புகளும் ஏற்பட்டன. ஏப்பிரல் 23இல் கண்டமனூரில் முத்துராமலிங்கத்தேவர் சிலை சிதைக்கப்பட்டதால் அப்பகுதிகளில் கலவரங்கள் ஏற்பட்டன.[131] கலவரத்தில் தேவர் சமூகத்தவரால் பாதிக்கப்பட்டோரைப் பார்க்கச் சென்ற புதிய தமிழகம் கட்சித் தலைவர் கிருஷ்ணசாமி மே 2இல் மேலகரைப்பட்டியருகே கைதுசெய்யப்பட்டார்.

கைதுக்கு எதிர்ப்பு தெரிவித்து மே 3 முதல் திருநெல்வேலி, தூத்துக்குடி, விருதுநகர் மாவட்டங்களில் சாலை மறியல், இரயில் மறியல்கள் நடந்தன. நெல்லை மாவட்டத்தைச் சேர்ந்த துறையூரில் போராட்டத்தின்போது கலவரம் மூண்டது. காவல்துறையால் அக்கட்சியின் முக்கியப் பொறுப்பாளரான பிலிப்ஸ் உட்பட்ட மூவர் பலியாயினர்.[132] பேருந்துகளில் இருந்த வீரன் சுந்தரலிங்கம் பெயரை அழிக்க முயன்றதில் கைதானவர்களை விடுவிக்கக் கோரித் தேவர் சமூகத்தினர் மனு கொடுக்கச் சென்றபோது வன்முறை ஏற்பட, அங்கு நடந்த துப்பாக்கிச்சூட்டில் 3 பேர் பலியானார்கள். விருதுநகர்

மாவட்டம் முழுக்கச் சாதிய வன்முறைகள் நிகழ்ந்தன. இவ்வாறெல்லாம் மதுரை, திருநெல்வேலி உள்ளிட்ட தென்மாவட்டங்களில் கலவரங்கள் அதிகரித்தன. இதற்கிடையில் காமராசர், ஆதித்தனார், பூலித்தேவன் ஆகியோர் பெயர்களில் போக்குவரத்துக் கழகங்கள் தொடங்க வேண்டுமென்றும் கோரிக்கைகள் எழுந்தன.

மே முதல் நாள், விருதுநகரைத் தலைமையிடமாகக் கொண்டு வீரன் சுந்தரலிங்கம் போக்குவரத்துக் கழகம் அமைக்கப்படுமென்று அரசாங்கம் அறிவித்ததிலிருந்து, மறுநாள் தொடங்கி கலவரங்கள் அதிகரித்த சூழலால் 14.5.1997இல் அனைத்துக் கட்சிக் கூட்டத்திற்கு அரசு ஏற்பாடு செய்தது.[133] மேலும், மே 15, 16இல் அரசு நடத்திய பேச்சுவார்த்தையில் கலவரத் தரப்புகள் உடன்படவில்லை. மறுநாள், அரசு பிரச்சினை அதிகமுள்ள பகுதிகளில் மட்டும் அப்பெயரைத் தவிர்த்துப் பழைய பெயரையே பின்பற்ற எண்ணியது. இதனால், ‘வீரன் சுந்தரலிங்கம் போக்குவரத்துக் கழகம்’ என்னும் பெயரை முழுமையாக நடைமுறைப்படுத்த வலியுறுத்தியும், தென்மாவட்டங்களின் சாதி வன்முறைகளைக் கட்டுப்படுத்தி அமைதிநிலைக்குக் கொண்டு வரவும் சமுதாயத் தலைவர்களையும் அரசியல் கட்சிகளையும் இணைத்து 21.5.1997இல் கிருஷ்ணசாமியால் கூட்டம் நடத்தப்பட்டது. ஜி.கே. மூப்பனார், நீதிபதி கிருஷ்ணசாமி, பா.ம.க.வின் எழில்மலை உள்ளிட்டோர் பங்கேற்றனர். பல சிறுபான்மை அமைப்புகளும் கலந்துகொண்டன.[134]

விருதுநகர் காமராசர் மாவட்டத்தில் மே 21 முதல் 25 வரை நடந்த கலவரங்களில் திருத்தங்கல், சிவகாசி, சிறீவில்லிபுத்தூர், இராசபாளையம், சென்னல்குடி, சேத்தூர், கோவில்பட்டி உள்ளிட்ட பகுதிகள் பாதிப்புக்குள்ளாயின. தேவர்பேரவைத் தரப்பில், புதிய போக்குவரத்துக் கழகத்திற்குப் பெயர் வைத்திருந்தால் பிரச்சினை ஏற்பட்டிருக்காது, பாண்டியன் கழகத்தினைப் பிரித்து அதற்கு வீரன் சுந்தரலிங்கம் எனப் பெயர் வைத்ததே மனவருத்தத்தை ஏற்படுத்தியது என்று கூறப்பட்டது.[135] புதிய தமிழகம் கட்சித் தரப்பில், மே 27இல் வீரன் சுந்தரலிங்கம் போக்குவரத்துக் கழகத்தை இயக்குவதை முழுமையாக மேற்கொள்ளவும், பரமக்குடி அல்லது தென்காசியைத் தலைநகராகக் கொண்டு இம்மானுவேல் பெயரில் புதிய மாவட்டம் அமைக்கவும் கோரிக்கை வைக்கப்பட்டது.[136] இத்தகைய சூழலில், தலைவர்களின் பெயர்களை நீக்கலாமென்று மே இறுதியில் திராவிடர் கழகம் அறிக்கை விடுத்தது.[137]

சூன் 5இல் கூடிய அனைத்துக் கட்சிக் கூட்டம் தலைவர்களின் பெயர் குறித்த கலந்துரையாடலை மேற்கொண்டது. தமிழகத்தின் 21

போக்குவரத்துக் கழகங்களை 7 மண்டலங்களாகப் பிரித்தது அரசு.[138] இருப்பினும், சூன் 18இல் மேலவளைவில் 6 பேர் படுகொலை உள்ளிட்டுக் கலவரங்கள் தொடர்ந்ததில், சூன் 25இல் வீரன் சுந்தரலிங்கம் கழகப் பணிமனை மீது 3 குண்டுகள் வீசப்பட்டன. அப்பெயரை நீக்கக்கோரி மறுநாள் தேவர்பேரவையைச் சார்ந்த 18 கிராம மக்கள் சாலை மறியல் செய்தனர்.[139] இச்சூழலில் மாவட்டங்கள், போக்குவரத்துக் கழகங்கள் இரண்டிலும் உள்ள தலைவர்களின் பெயரை நீக்கிடக் கோரி அப்போது தி.மு.க.வுடன் கூட்டணியில் இருந்த த.மா.கா. கட்சித் தலைவரான மூப்பனாரும் வலியுறுத்தினார். இதேபோன்று கிருஷ்ணசாமியும், ‘வீரன் சுந்தரலிங்கம்’ பெயர் நீடிக்கவில்லையென்றால் பிற தலைவர்களின் பெயரிலும் கழகங்கள் செயல்படுவது நீதியல்ல என்று எதிர்ப்பு தெரிவித்தார்.

சூலை முதல் நாள், சாதிக் கலவரங்களைக் கட்டுப்படுத்தும் வகையில் அரசின் 21 போக்குவரத்துக் கழகங்களின் பெயர்களிலும், 19 மாவட்டங்களின் பெயர்களிலும் உள்ள தலைவர்களின் பெயர்கள் நீக்கம் செய்யப்படுவதாக அரசு அறிவித்தது. மேலும் நீக்கப்பட்ட பெயர்களில் பல்கலைக்கழகங்களில் அறக்கட்டளை ஏற்படுத்தப்படும் என்றும் தெரிவிக்கப்பட்டது.[140] ஆனால், சில கட்சிகள் பெயர் நீக்கத்தைத் திரும்பப்பெற வலியுறுத்தின. இவ்வாறு மாற்றம் செய்யப்பட்ட பெயர்களை,

> *போக்குவரத்துக் கழகங்களை பொறுத்தமட்டில் பல்லவன், அம்பேத்கார் இரண்டும் “மாநகர போக்குவரத்துக் கழகம்-சென்னை” என்றும், ... சோழன், தீரன் சின்னமலை, மருதுபாண்டியன், வீரன் அழகு முத்துக்கோன் போக்குவரத்துக் கழகங்கள் “தமிழ்நாடு அரசு போக்குவரத்துக் கழகம்-கும்பகோணம்” என்றும், பாண்டியன், கட்டபொம்மன், நேசமணி, ராணி மங்கம்மா, மாவீரன் சுந்தரலிங்கம் போக்குவரத்துக் கழகங்கள் “தமிழ்நாடு அரசு போக்குவரத்துக் கழகம்-மதுரை” என்றும் மாற்றப்பட்டன*[141]

என்னும் உரைநடைப் பட்டியல் காட்டுகின்றது. மாவட்டங்களுக்குப் பெயர்களும் அதன் தலைநகரை மையமாகக் கொண்டு இன்று நிலவுகின்ற பெயர்கள்தான் வைக்கப்பட்டன. இவையிரண்டும் என்ன பெயர்களில் மாற்றமடைந்துள்ளன என்பதை ‘விடுதலை’ இதழ் பட்டியலிட்டுள்ளது.[142]

கலவரங்களையும் மாற்றத்தையும் ஏற்படுத்திய இச்சூழலைத் தமிழ்க் கவிதைகள் பதிவுசெய்துள்ளன. அவற்றுள் அப்துல்ரகுமான்,

வெள்ளை மனம் கொண்ட
சுந்தரலிங்கமே!
இதோ, உங்கள் பரம்பரை
ஒருவர் ரத்தத்தை
ஒருவர் குடிக்க
வெறிபிடித்து அலைகிறது.
இங்கே தமிழர்கள்
சிலைகளை உடைக்கிறார்கள்;
சிலைகள்
தமிழர்களை உடைக்கின்றன *(முத்தமிழின் முகவரி, ப.62)*

என்று, வீரன் சுந்தரலிங்கம் போக்குவரத்துக் கழகம் அமைத்தபோது எழுந்த கலவரச்சூழலை வெளிப்படுத்துகின்றார். இத்தகைய நிலைமைக்குத் தீர்வாகப் பழமலய்,

இவற்றுக்கெல்லாம் ஒரே மருந்து
புதிதாக எழுதுவதுதான்:
"முன்னேறு; முன்னேற விடு".
பேருந்துகளின் "பெயரால்" நடக்கும்
படுகொலைகளை நினைத்துப் பார்த்தால்-
பொதுவாக எழுதிவிடலாம்
"வாழு; வாழ விடு" *(பழமலய் கவிதைகள், ப.237)*

என்று, தமக்குத் தோன்றிய பெயர் மாற்றத்தைக் குறிப்பிடுகின்றார். மாவட்டங்களில் தலைவர்கள் பெயர் நீக்கப்பட்டதை இரா. மீனாட்சி,

விருதுநகர் காமராசர் மாவட்டமாயிற்று.
அதுவும் போச்சு கொஞ்ச நாளில்
பெருந்தலைவரைத் தூக்கியெறிந்தார்கள்.
வெறும் விருதுநகர் மாவட்டம் ஆச்சு"

(உதயநகரிலிருந்து..., ப.51)

என்று, காமராசர் பெயர் நீக்கப்பட்டு விருதுநகர் மாவட்டமானதைத் தமது கவிதை ஒன்றினிடையே பதிவுசெய்துள்ளார். ஆட்சிகளுக்கேற்ப மாறிமாறியமைந்த பெயர் மாற்றங்களால் பெயர்ப்பலகை முதல் அரசாங்க நடவடிக்கைகள், செயல்பாடுகள் எனப் பலவற்றிலும் மாற்றம் செய்துகொண்டிருக்க வேண்டியிருந்தது. இவ்வாறு சாதியால் மோதிக்கொண்டிருந்த இதே காலகட்டத்தில் இலங்கையில் ஈழத் தமிழர் மீது வன்முறைகள் நடந்தேறி, ஆயிரக்கணக்கானோர் ஏதிலிகளாக்கப்பட்டதை நினைவுகொள்ள வேண்டியது அவசியமாகின்றது.

கன்னியாகுமரியில் வள்ளுவர் சிலை திறப்பு (1.1.2000)

தமிழின் மிகச்சிறந்த இலக்கியமாக, 'உலகப் பொதுமறை'யாகப் பார்க்கப்படும் நூல் திருக்குறள். இந்நூலை இயற்றிய திருவள்ளுவருக்குக் கன்னியாகுமரியில் 133 அடி உயரத்தில் தமிழக அரசு சிலையமைத்துள்ளது. இரண்டாயிரமாவது ஆண்டின் முதல் நாளில் திறக்கப்பட்ட இச்சிலை இன்று தமிழகத்தின் ஓர் அடையாளமாக விளங்குகின்றது.

முதன்முதலாக மு. கருணாநிதி தலைமையிலான தமிழக அரசு 1975 டிசம்பர் 31இல், மூன்று கடல் ஒன்றுகூடும் இடமான கன்னியாகுமரியில் கடலில், விவேகானந்தர் பாறையருகே வள்ளுவருக்குச் சிலை அமைக்கும் திட்டத்தை முடிவெடுத்தது. பின்பு ஒரு மாதத்தில் ஆட்சி கலைக்கப்பட்டதால் திட்டம் தடைபட்டது. பின்னர் வந்த எம்.ஜி. இராமச்சந்திரன் தலைமையிலமைந்த அரசும் அதற்கான முயற்சியை மேற்கொண்டது. 40 அடி பீடத்தின்மீது 30 அடி உயரச் சிலையை அமைக்கத் திட்டமிட்டு 15.4.1979இல் அடிக்கல் நாட்டியது. பின்பு 1981இல் வல்லுநர்குழு அமைத்து, ஆராய்ந்து, சில மாதங்களில் 75 அடி உயரத்தில் சிலை அமைக்கப்படும் என்றும் அறிவித்தது.[143] சிலை அமைப்பதற்குரிய பணிகள் காலங்கடந்தன. 1989இல் மீண்டும் ஆட்சிக்கு வந்த மு. கருணாநிதியால் விரைவில் சிலை அமைக்கப்படும் என்று 17.3.1990இல் அறிவிக்கப்பட்டு, 1990 - 1991ஆம் ஆண்டுக்கான நிதிஒதுக்கீட்டிற்குள் இத்திட்டம் இடம்பெற்றது. இதன் தொடர்ச்சியில், 6.9.1990இல் முதலமைச்சரால் சிலை எழுப்பும் பணி தொடங்கிவைக்கப்பட்டது.[144]

சென்னையிலுள்ள வள்ளுவர் கோட்டத்தை உருவாக்கிய கணபதி ஸ்தபதியின் தலைமையில் 500 சிற்பிகளைக் கொண்டு, கன்னியாகுமரி, அம்பாசமுத்திரம், சென்னைக்கருகேயுள்ள சோழிங்கநல்லூர் ஆகிய இடங்களில் சிலை உருவாக்கப் பணிகள் நடந்தன. இடையில் 1994இல் இச்சிலையை அமைப்பதால் கன்னியாகுமரியில் உள்ள கலங்கரை விளக்கத்திற்கு இடையூறு ஏற்படுமென்று மைய அரசு தடை விதித்தது.[145] ஆனால், 1996இல் மீண்டும் முயற்சிகள் தொடங்கிச் சிலை அமைக்கும் பணி 19.10.1999இல் முடிவடைந்தது.[146]

இவ்வாறாகப் பல நிலைகளைக் கடந்து எழுப்பப்பட்ட 'வானுயர வள்ளுவர் சிலை', பல கொண்டாட்ட நிகழ்வுகளுடன் 1.1.2000இல் அன்றைய முதல்வர் மு. கருணாநிதியால் திறக்கப்பட்டது. விழாவில் பல்வேறு அரசியல் தலைவர்கள், அறிஞர்கள், கலைஞர்கள் உட்படப் பல தரப்பினர் பங்கேற்றனர். இவ்விழாவில் வள்ளுவரை இனி 'அய்யன்

திருவள்ளுவர்' என்று அழைக்கும்படி முதல்வர் கேட்டுக்கொண்டார்.[147]

வள்ளுவர் பிறந்த மண்ணாகக் கருதப்படும் கன்னியாகுமரியில், தண்ணீர் மட்டத்திலிருந்து 30 அடி உயரமுள்ள பெரும்பாறையின் மீது, 10 கோடி ரூபாய் செலவில் எழுப்பப்பட்ட இச்சிலையின் மொத்த உயரம் 133 அடி. சிலை அமைப்பில் திருக்குறள் அதிகாரங்களின் எண்ணிக்கை பின்பற்றப்பட்டுள்ளது. பீடத்தின் 38 அடியானது அறத்துப்பாலின் 38 அதிகாரங்களையும், பீடத்தின் மேலுள்ள சிலையின் 95 அடியானது பொருட்பால் மற்றும் காமத்துப்பாலின் 95 அதிகாரங்களையும் குறிக்கின்றது. செதுக்கப்பட்ட 3681 கருங்கற்களைக்கொண்டு செய்யப்பட்ட இதன் மொத்த எடை 7 ஆயிரம் டன் ஆகும். இச்சிலைக்குப் பயன்படுத்தப்பட்ட கற்களாலான வேறு சிலை உலகில் கிடையாது என்கிறது விக்கிப்பீடியா.[148] மண்டபத்தின் உள்புறச் சுவரில் 133 குறள்கள் தமிழிலும், ஆங்கில மொழிபெயர்ப்பிலும் பொறிக்கப்பட்டுள்ளன. இது நூலின் அதிகாரத்திற்கு ஒரு குறள் என்ற அடிப்படையில் அமைக்கப்பட்டுள்ளது. பிற்காலத்தில் ஒரு நூலகம் ஒன்றும் அவ்விடத்திலேயே அமைக்கப்பட்டுள்ளது.[149]

தமிழிலக்கிய வரலாற்றிலும் தமிழக வரலாற்றிலும் அடையாளமாகத் திகழும் வள்ளுவருக்குச் சிலை திறக்கப்பட்ட நிகழ்வு தமிழ்க் கவிதையில் அப்துல்ரகுமான் படைப்பில் பதிவாகியுள்ளது. அவர்,

கதிரவன்
எழுசீர் காண
மக்கள் கூடும் இடத்தில்
எழுசீர்க் குறள்
தந்தவனுக்குச் சிலை
உண்மையில் உலகிற்கு
ஒளியாயிருப்பது
வள்ளுவர்தான் என்பதை
உலகிற்கு உணர்த்துதற்கோ?

யுகம் யுகமாய்த்
தவம் செய்த குமரிக்கு
வரம் கிடைத்துவிட்டது
இன்று ***(ராப்பிச்சை, ப.152)***

என்னும் அடிகளைக் கொண்ட கவிதையில், திருவள்ளுவரின் சிலையைக் குமரியில் வைக்கக் காரணம் என்னவாயிருக்கும் என்பது குறித்துத் தமது கவித்திறமையால் பதில்களைச் சொல்லி, வள்ளுவத்தின்

பெருமையை நிலைநாட்டி இந்நிகழ்வை வெளிப்படுத்தியுள்ளார். திருக்குறளை அவர் "என்ன அதிசயம், ஒரு நூலே, தமிழுக்கு ஆடையானதே!" என்று பெருமைப்படுத்துகின்றார். இக்கவிதை, சிலை திறப்பு விழாவிற்கு முந்தைய நாளான 31.12.1999இல் நடைபெற்ற கவியரங்கத்திற்காக இயற்றப்பட்டது. இதே கவியரங்கத்தில் தமிழன்பனும் 'நல்லாள் நகும்' என்ற தலைப்பில் ஒரு கவிதையைப் (வார்த்தைகள் கேட்ட வரம், ப.188) படைத்துள்ளார். இதனை நூலின் பின்குறிப்பு (ப.271) காட்டுகின்றது. ஆனால், திருவள்ளுவரின் கருத்துகள் பதிவாகியிருக்கின்ற இக்கவிதைக்குள் சிலை திறப்பு குறித்த பதிவு இல்லை.

தொகுப்புரை

ஒரு சமூகத்தின் வழக்கமான வாழ்வியலிலிருந்து திடீர் மாற்றங்களை ஏற்படுத்துபவையாக அரசியல் அதிகாரமும், சமூகச் செயல்பாடுகளும், இயற்கைச் சீற்றங்களும், அறிவியல் கண்டுபிடிப்புகளும் விளங்குகின்றன. இவற்றில் அதிகாரமும் சமூகச் செயல்பாடுகளுமே அம்மக்களுக்கான அந்நாட்டின் அரசியலாக இருக்கின்றன. தொன்றுதொட்டுத் தமிழ்ச் சமூகத்தின் அரசியல் தளம் என்பது ஆட்சி மாற்றங்களால் நிறுவப்பட்டதாக இருக்கின்றது. இது அதிகார அரசியல். இன்னொருபுறம் சமூக அரசியல் எனும் நிலையும் செயல்பட்டிருக்கின்றது. இவை இரண்டுமே தமிழ்ச் சமூகத்தின் அரசியலைத் தீர்மானித்திருக்கின்றன. இருபதாம் நூற்றாண்டிலும் இவையே அத்தகையதொரு பின்புல உருவாக்கத்தில் பெரும்பங்கு வகிக்கின்றன. அந்நூற்றாண்டில் ஆட்சி மாற்றங்களும் அதிகம், கல்வியறிவினால் விளைந்த சமூகச் செயல்பாடுகளும் அதிகம். அதற்கேற்ப இவற்றினால் அரசியல் நிகழ்வுகளும் அதிகம் நிகழ்ந்திருக்கின்றன.

அத்தகைய நிகழ்வுகள்தான் இருபதாம் நூற்றாண்டுத் தமிழ்ச் சமூகத்தின் வரலாற்றை வரையறுப்பதில் பெரும்பங்கு வகிக்கின்றன. அவற்றை அந்நூற்றாண்டு இலக்கியங்களும் பதிவுசெய்திருக்கின்றன. கவிதைகளில் அதிகம் வெளிப்பட்டவையாகவே அரசியல் நிகழ்வுகள் இருக்கின்றன. அந்நூற்றாண்டின் அரசியல் நிகழ்வுகளிலும், அத்தகைய கவிதைகளில் பதிவுகண்டுள்ள நிகழ்வுகளிலும் சில மட்டும் இங்கு அறிமுகப்படுத்தப்பட்டுள்ளன. தமிழ்ச் சமூக வரலாற்றிற்கு உரித்தான இந்நிகழ்வுகளை வெளிப்படுத்தவே இவ்வாய்வு மேற்கொள்ளப்பட்டுள்ளது.

இங்கே கொடுக்கப்பட்டுள்ள நிகழ்வுகளுள் மருமக்கள்வழி ஒழிப்புச் சட்டம், சார்தா சட்டம், மதுவிலக்கு, குலக்கல்வித் திட்டம், உணவுத் திட்டங்கள், பசுவதைத் தடுப்புச் சட்டம், தமிழ்நாடு பெயர் மாற்றம், கங்கை - காவிரி இணைப்புத் திட்டம், போக்குவரத்துக் கழகங்கள், மாவட்டங்கள் - தலைவர்கள் பெயர் நீக்கம், கன்னியாகுமரியில் வள்ளுவர் சிலை திறப்பு ஆகிய 10 நிகழ்வுகள் தமிழக அரசாட்சி தொடர்புடைய அரசியல் நிகழ்வுகளாகும். தனித்தமிழ் இயக்கம், மே நாள், தமிழிசை இயக்கம், பூதான இயக்கம், மீனாட்சிபுரம் மதமாற்றம் ஆகிய 5 நிகழ்வுகள் சமூகச் செயல்பாடுகளாக அமைந்த அரசியல் நிகழ்வுகளாகும். முதல் 10 நிகழ்வுகளில் 3 நிகழ்வுகள் சட்டங்களாகவும், 4 நிகழ்வுகள் திட்டங்களாகவும், 2 நிகழ்வுகள் பெயர் மாற்றம், பெயர் நீக்கம் என்றும், 1 நிகழ்வு சிலை திறப்பு நிகழ்வாகவும் உள்ளன. இவற்றில் உணவுத் திட்டங்கள் நிகழ்வில் இரண்டு நிகழ்வுகள் அடங்கியுள்ளன. அவை பொருத்தம் கருதி ஒரே நிகழ்வாகக் கொள்ளப்பட்டுள்ளன. பிந்தைய 5 நிகழ்வுகளில் 3 நிகழ்வுகள் சமூகத்தின் தொடர் இயக்கங்களாக நிகழ்ந்துள்ளவை; மற்றவை இரண்டும் குறிப்பிட்ட நாளில் நிகழ்ந்தவையாக வரையறுக்கக்கூடியவை. இவற்றில் மே நாள் பின்னாளில் தமிழக அரசாலும் பின்பற்றப்பட்ட நிகழ்வாக மாற்றம் கண்டது. இவ்வாறாக, இவ்வியலில் 15 நிகழ்வுகள் ஆராயப்பட்டுள்ளன.

மேற்காணும் நிகழ்வுகளைக் கடந்து ஆய்வுக்கு எடுத்துக்கொண்ட கவிஞர்களின் கவிதைகளில் இன்னும் பல நிகழ்வுகள் பதிவாகி இருக்கின்றன. அவற்றுள் நாட்டு விடுதலையில் பங்குவகிக்கும் வ.உ.சி. கப்பல் விட்டது, திருப்பூர் குமரன் கொடிகாத்த நிகழ்வு ஆகியவை, மொழிவாரி மாநிலம், சென்னை நகரத்திற்குச் சண்டையிட்டது உள்ளிட்ட ஆந்திரப் பிரிவினை, திராவிட நாடு கோரிக்கை, தமிழ்நாடு தன்னாட்சி (மாநில சுயாட்சி) கோரிக்கை, புதுச்சேரி விடுதலை, நெருக்கடி நிலை அறிவிப்பு, குடும்பக் கட்டுப்பாடு திட்டம், ஐந்தாண்டுத் திட்டம், புதிய கல்விக் கொள்கை, இலவசக் கட்டாயக் கல்வி, இரட்டை வாக்குரிமை, பேருந்து - ஆங்கிலப் பெயர்மாற்றம், தேவதாசி ஒழிப்பு, பெண் சொத்துரிமையும் இடஒதுக்கீடும், பெரியாரின் 'வகுப்புவாரி பிரிதிநிதித்துவம்'; எழுத்துச் சீர்திருத்தம், பண்ணையாள் பாதுகாப்புச் சட்டம், நிலச்சீர்திருத்தச் (உச்சவரம்பு) சட்டம், பலி விலக்குச் சட்டம், தடா சட்டம், ஆள்தூக்கி அவசரச் சட்டம், எழுத்துரிமை தடைச் சட்டம் உள்ளிட்டவை பங்காற்றுகின்றன.

மேலும், தமிழில் வழிபாடு, அடுத்த இயலில் காட்டப்பெறும் தேவையிருந்தாலும் மும்மொழிக் கொள்கை மற்றும் தமிழில் பெயர்ப் பலகை ஆகிய இரண்டு தனி நிகழ்வுகள், கூட்டுறவு இயக்கம், உலகத் தமிழ் மாநாடுகள், மேம்பாலங்கள் திறப்பு, வள்ளுவர்கோட்டம் திறப்பு, பூம்புகார் விழா, தங்கம் கட்டுப்பாடு, அறுபதுகளில் ஏற்பட்ட அரிசிப் பஞ்சம், விலையேற்றங்களான நூல் விலை ஏற்றம், காகித விலை ஏற்றம், சுவரொட்டி - தடை, சென்னை மத்திய சிறை - புழலுக்கு மாற்ற முயற்சி, மார்க்ஸ், பாரதி, அம்பேத்கர், பெரியார் ஆகியோரின் நூற்றாண்டு விழாக்கள், திருவள்ளுவர் 2000ஆவது விழா, இராசராசன் 1000ஆவது பிறந்தநாள் விழா, சதி வழக்குகள், ஜமீன் ஒழிப்பு, இனாம் ஒழிப்பு, கல்பாக்கம், கூடங்குளம், நெய்வேலி அனல்மின் நிலையங்கள் திறப்பு, ஜெயலலிதா ஊழல் வழக்கு ஆகியனவும் இவ்வியலுக்குள் அடங்கும்.

இவற்றுடன், சுயமரியாதை இயக்கம் உள்ளிட்ட இயக்கங்களையும், 'ஜனசக்தி' உள்ளிட்ட இதழ்கள் தொடங்கப்பட்டதையும், 'மதறாஸ் ஆர்பர் தொழிற்சங்கம்', 'இரயில்வே சங்கம்', 'கிசான் சபை' எனப்படும் விவசாயிகள் சங்கம், முற்போக்குக் கலைக்கழகம் உள்ளிட்ட அமைப்புகள் தொடங்கப்பட்டதையும், பாரதி மணிமண்டபம் திறப்பு உள்ளிட்ட சில நிகழ்வுகளையும், நாடு விடுதலை மற்றும் அதனோடு தொடர்புடைய வெள்ளையனே வெளியேறு இயக்கம் உள்ளிட்ட நிகழ்வுகளையும், வங்கிகள் நாட்டுடைமை மற்றும் கார்கில் போர் உள்ளிட்ட தமிழ்ச் சமூகம் பங்கு வகிக்கும் இந்திய அளவிலான நிகழ்வுகளையும் கவிதைப் பதிவுகள் கொண்டுள்ளன.

இவையல்லாமல், வரலாற்று நிகழ்வுகளாக வரையறுப்பதில் சிக்கல்கள் உள்ள பல அமைப்புகளின் மாநாடுகள் உள்ளிட்ட சில நிகழ்வுகள், ஞானக்கூத்தன் கவிதை காட்டும் (செப்டம்பர் 2017 - காலச்சுவடு) மிதிவண்டி - இருவர் பயணிக்கத் தடைச்சட்டம் உள்ளிட்ட நிகழ்வுகளும் கவிதைகளில் பதிவாகியுள்ள. இந்த இயலுக்குரிய நிகழ்வுகளை மட்டும் தனி ஆய்வாகவே நிகழ்த்த வேண்டிய அவசியம் உள்ளது. ஆய்வின் விரிவஞ்சியும், அடுத்த மூன்று இயல்களின் நிகழ்வுகள் பெரும்பாலும் முழுமையாகக் கொடுக்கப்படுவதற்காகவும் இந்நிகழ்வுகளில் சிலவற்றை மட்டும் இவ்வியல் ஆராய்ந்துள்ளது. இத்தகைய தேர்ந்தெடுப்புக்கு யாதொரு தனிப்பட்ட நோக்கமும் இல்லை.

ஆராயப்பட்டுள்ள நிகழ்வுகளில் அதிகப்படியான கவிதைப் பதிவுகளைக் கொண்டவையாக மே நாள்(14), மதுவிலக்கு(6) ஆகிய நிகழ்வுகள் உள்ளன. அதேபோன்று, அதிகப்படியான நிகழ்வுகளைப் பதிவுகளாகக் கொண்ட கவிதைப் பங்களிப்புகளாகப் பாரதிதாசன் (6), பெருஞ்சித்திரனார் (5), வெ.நா. திருமூர்த்தி (4), ஈரோடு தமிழன்பன் (4), தணிகைச்செல்வன் (4), பழமலய் (4), கந்தர்வன் (4), தேசிக விநாயகம் பிள்ளை (3), வெ. இராமலிங்கம் பிள்ளை (3), அப்துல்ரகுமான் (3) ஆகியோர் கவிதை அடிகள் விளங்குகின்றன. மற்றவர் பதிவுகள் இரண்டு, ஒன்று எனும் அடிப்படையில் அமைகின்றன.

மேற்காணும் அனைத்து நிகழ்வுளும் இருபதாம் நூற்றாண்டுத் தமிழ்ச் சமூகத்தின் வரலாற்றுக்குரியவை ஆகும். இவ்வளவு நிகழ்வுகளைக் கடந்தும் கவிதைகளால் நூற்றாண்டை முழுமைப்படுத்த முடியாத அளவிலான நிகழ்வுகளையும் வரலாறு கொண்டிருக்கின்றது. ரூபாய் நோட்டுகள் செல்லாது எனும் அறிவிப்பு (1946), முதல் பொதுத் தேர்தல், கச்சத்தீவு தாரைவார்ப்பு, குதிரைப் பந்தயத் தடைநீக்கம், இலங்கையில் 'தமிழ் மாநிலம்' அமைந்தது, மெட்ராஸ் - சென்னை பெயர்மாற்றம், சமத்துவபுரம் திறப்பு, சேப்பாக்கம் பாதையில் பறக்கும் ரயில் திட்டம் முதலியவையும் அந்நூற்றாண்டுத் தமிழ்ச் சமூகத்தின் வரலாற்றைத் தீர்மானிக்கக்கூடியவை ஆகும்.

......

சான்றெண் விளக்கம்

1. அருச்சுன. தட்சிணாமூர்த்தி, *தமிழ்ப் புதுக்கவிதைகளில் அரசியல் கருத்துகளின் தாக்கம்,* ப.28.
2. மறை. திருநாவுக்கரசு, *மறைமலையடிகள் வரலாறு,* பக்.290-297.
3. கு. திருமாறன், *தனித்தமிழியக்கம்,* பக்.117-143.
4. மேலது, பக்.146-150.
5. சாரதா நம்பிஆருரன், *தனித்தமிழ் இயக்கத்தின் தோற்றமும் வளர்ச்சியும்,* பக்.76,77,99.
6. கு. திருமாறன், *முன்னர்க் குறிப்பிட்ட ஆய்வேடு,* பக்.155,156.
7. மேலது, பக்.158-172.
8. மேலது, பக்.173-177.

9. மேலது, பக்.181-185.
10. மேலது, பக்.205-213.
11. மேலது, பக்.191-194.
12. மேலது, பக்.212-224.
13. சாரதா நம்பிஆருரன், மு.கு.நூ, பக்.169-232.
14. கு. திருமாறன், *முன்னர்க் குறிப்பிட்ட ஆய்வேடு*, ப.387.
15. https://ta.wikipedia.org/wiki/மே _நாள், பா.நா:12.2.2017.
16. நடுநல்நாடன், 'மே' தினம், பக்.10-12.
17. https://ta.wikipedia.org/wiki/மே_நாள்,பா.நா:12.2.2017. https://www.vinavu.com/2014/05/01/the-history-of-may-day/, பா.நா:13.2.2017.
18. கே. முருகேசன், சி.எஸ். சுப்பிரமணியம், *சிங்காரவேலு தென்னிந்தியாவின் முதல் கம்யூனிஸ்ட்*, ப.273.
19. மேலது, ப.274.
20. பா. வீரமணி, முத்து. குணசேகரன், *ம.சிங்காரவேலரின் சிந்தனைக் களஞ்சியம்*, தொகுதி-1, பக்.98-119.
21. https://www.vikatan.com/juniorvikatan/2014-may-18/politics/94937.html, பா.நா:13.2.2017.
22. https://kaviazhaku.wordpress.com/2014/05/20/மே-தினம்-விடுமுறை-முதலில்/, பா.நா:13.2.2017.
23. அ.கா. பெருமாள், *நாஞ்சில் நாட்டு மருமக்கள்வழி மான்மியம்*, ப.38.
24. மேலது, பக்.38-42.
25. மேலது, பக்.30-38.
26. மேலது, ப.46.
27. மேலது, பக்.49-56.
28. மேலது, பக்.57,58.
29. மேலது, ப.60.
30. மேலது, பக்.60,61.
31. மேலது, பக்.18,53.
32. *அரிமா நோக்கு* - சூலை 2018.
33. அ.கா. பெருமாள், மு.கு.நூ., பக்.15,16.

34. வையாபுரிப்பிள்ளை, *நாஞ்சில் நாட்டு மருமக்கள்வழி மான்மியம்,* ப.81.
35. பி. யோகீசுவரன், *தமிழ்க் கவிதைகளில் சமுதாயச் சிக்கல்கள்,* ப.155.
36. http://www.keetru.com/index.php/2014-03-08-04-39-26/2014-03-14-11-17-86/15435-2011-06-29-06-31-55, பா.நா:13.1.2018.
37. http://www.keetru.com/index.php/2014-03-08-04-39-26/2014-03-14-11-17-86/15435-2011-06-29-06-31-55, பா.நா:13.1.2018.
38. *தி இந்து* - 10.8.2014.
39. *கலந்துரையாடல்* - பா. ஜீவசுந்தரி, 21.8.2018.
40. http://www.keetru.com/index.php/2014-03-08-04-39-26/2014-03-14-11-17-86/15435-2011-06-29-06-31-55, பா.நா:13.1.2018.
41. பி. யோகீசுவரன், மு.கு.நூ., ப.38.
42. ஆர். முத்துக்குமார், மதுவிலக்கு: *அரசியலும் வரலாறும்,* பக்.19,20.
43. பி. யோகீசுவரன், மு.கு.நூ., ப.34.
44. ஆர். முத்துக்குமார், மு.கு.நூ., பக்.27-30.
45. மேலது, பக்.45-54.
46. எம்.பி. உதயசூரியன், *அதிர்ந்தது பூமி,* ப.36.
47. ஆர். முத்துக்குமார், மு.கு.நூ., பக்.90,91.
48. மேலது, ப.112.
49. மேலது, பக்.124-133.
50. ஐ. சண்முகநாதன், *ஒரு தமிழன் பார்வையில் இருபதாம் நூற்றாண்டு வரலாறு,* பக்.552,561,563.
51. http://vallinam.com.my/issue2/essay3.html, பா.நா:18.1.2018.
52. மு. அருணாசலம், *தமிழ் இசை இலக்கண வரலாறு,* ப.505.
53. மேலது, ப.503.
54. எஸ்.வி. ராஜதுரை, *சொல்லில் நனையும் காலம்,* பக்.208,209.
55. http://www.tamilisaisangam.in/varnigalvugal.html, பா.நா:19.1.2018.
56. (அ) *தி இந்து* - 24.12.2017. , (ஆ) https://www.youtube.com/watch?v=DeScJ0oI1hw, பா.நா:19.1.2018.
57. மு. அருணாசலம், மு.கு.நூ., பக்.551,552.

58. https://www.youtube.com/watch?v=DeScJ0oI1hw, பா.நா:19.1.2018.

59. http://www.markshep.com/peace/GT_Vinoba.html, பா.நா:10.2.2018.

60. லாரா கோப்பா, *கத்தியின்றி ரத்தமின்றி...!*, ப.87.

61. https://desiyachindhanai.wordpress.com/2012/07/06/உலகளந்தான்/, பா.நா: 9.2.2018.

62. லாரா கோப்பா, மு.கு.நூ., பக்.97,98.

63. மேலது, பக்.106-107.

64. மேலது, பக்.107,108.

65. மேலது, பக்.109,110.

66. மேலது, பக்.110-116.

67. மேலது, பக்.124-128.

68. https://ta.wikipedia.org/wiki/மாறுபட்ட_தொடக்கக்_கல்வித்_திட்டம்,பா.நா:29.2.2018

69. மேலது.

70. *வரலாற்றுச் சுவடுகள்*, ப.409.

71. *விடுதலை* - 10-18, சூன் 1953.

72. *வரலாற்றுச் சுவடுகள்*, ப.410.

73. http://vanniyarmurasu.blogspot.com/2016/09/blog-post_8.html, பா.நா:29.2.2018.

74. கவிஞர் கருணானந்தம், *தந்தை பெரியார் வாழ்க்கை வரலாறு*, பக்.245,246.

75. http://karanthaijayakumar.blogspot.com/2017/09/blog-post.html, பா.நா:22.2.2018.

76. பா. வீரமணி, *சிங்காரவேலரின் சிந்தனையும் தொண்டும்*, ப.80.

77. *வரலாற்றுச் சுவடுகள்*, ப.420.

78. நெ.து. சுந்தரவடிவேலு, *நினைவு அலைகள்*, பக்.268,269.

79. மேலது, பக்.271,272.

80. *வரலாற்றுச் சுவடுகள்*, ப.421.

81. நெ.து. சுந்தரவடிவேலு, மு.கு.நூ., ப.294.

82. *வரலாற்றுச் சுவடுகள்*, ப.421.

83. .https://www.jstor.org/stable/4371771?Search=yes&resultItemClick=true&searchText=noon&searchText=meals&searchUri=%2Faction%2FdoBasicSearch%3FQuery%3Dnoon%2Bmeals%26amp%3Bwc%3Don%26amp%3Bgroup%3Dnone%26amp%3Bfc%3Doff%26amp%3Bacc%3Doff&ab_segments=0%2Fdefault-2%2Fcontrol&refreqid=search%3Af47c431eeb4b4c4ca760c5cff49e2acf&seq=1#page_scan_tab_contents, பா.நா: 25.2.2018.

84. வரலாற்றுச் சுவடுகள், ப.658

85. .https://www.jstor.org. (முன்னர்க் குறிப்பிட்டது).

86. மேலது.

87. மேலது.

88. மேலது.

89. மேலது.

90. http://issue.samarasam.net/pdf/2015/01-15_May_15.pdf, பா.நா: 2.3.2018.

91. http://www.valamonline.in/2017/05/blog-post_23.html, பா.நா: 3.3.2018.

92. http://www.puthiyavidial.com/பசுவதை-தடை-சட்டம்-உணவு-பழி/, பா.நா: 4.3.2018.

93. https://m.dailyhunt.in/news/india/tamil/nakkheeran-epaper-nakkh/inthuthuva+sakthikalin +unmaiyana+nokkathai+birathibalikkirathu+vaiko+kandanam-newsid-68159506, பா.நா: 4.3.2018.

94. http://www.keetru.com/index.php/2016-10-05-08-08-12/kaattaaru-nov18/36577-2019-02-02-04-49-58, பா.நா: 3.3.2018.

95. http://issue.samarasam.net/pdf/2015/01-15_May_15.pdf, பா.நா: 2.3.2018.

96. மேலது.

97. https://www.namathumalayagam.com/2017/05/blog-post_97.html, பா.நா: 3.3.2018.

98. http://issue.samarasam.net/pdf/2015/01-15_May_15.pdf, பா.நா: 2.3.2018.

99. த. சுந்தரராசன், *தமிழ்நாடு பெயர் மாற்ற வரலாறு*, பக்.20,21,29.

100. ஆர். நல்லகண்ணு, *மொழிவழி மாநிலம் "தமிழ்நாடு"*, ப.45.

101. மேலது, ப.62.

102. பூபேஷ் குப்தா, *தமிழ்நாடு பெயர் மாற்ற மசோதா*, ப.153.

103. அ. பெரியார், *தமிழ்நாடு எல்லைப் போராட்டமும் பெயர் மாற்றமும்*, ப.25.

104. த. சுந்தரராசன், மு.கு.நூ., ப.66.

105. மேலது, பக்.68-76.

106. அ. பெரியார், மு.கு.நூ., ப.76.

107. த. சுந்தரராசன், மு.கு.நூ.,ப.33.

108. அ. பெரியார், மு.கு.நூ., பக்.92.93.102.

109. த. சுந்தரராசன், மு.கு.நூ., பக்.92-94.

110. மேலது, பக்.95,96.

111. https://ta.wikipedia.org/wiki/தேசிய_நதிநீர்_இணைப்புத்_திட்டம்,பா.நா:26.3.2018.

112. பெ. மணியரசன், *காவிரி: நேற்று இன்று நாளை*, பக்.119,120.

113. https://www.facebook.com/marubadiyumpookkum/posts/-தமிழக-இலட்சியக்- குடும்பங்களுக்காக-02102002ல்-காவிரி-நீர்-வேண்டியும்-நதிகளை-தேசிய/ 450470308644908/, பா. நா:27.3.2018.

114. http://www.dinakaran.com/News_Detail.asp?Nid=120888, பா.நா:26.3.2018.

115. http://thannambikkai.org/1991/07/01/1498/, பா.நா:27.3.2018.

116. பெ. மணியரசன், மு.கு.நூ., ப.120.

117. https://www.facebook.com/marubadiyumpookkum/posts/-தமிழக-இலட்சியக்-குடும்பங்களுக்காக-02102002ல்-காவிரி-நீர்-வேண்டியும்-நதிகளை-தேசிய/ 450470308644908/, பா. நா:27.3.2018.

118. பெ. மணியரசன், மு.கு.நூ., பக்.122-127.

119. மேலது, ப.121.

120. கி. வீரமணி, *மீனாட்சிபுரத்தில் மதம் மாற்றம் ஏன்?*, பக்.2-10.

121. தொல். திருமாவளவன், *மதமும் மதமாற்றமும்*, ப.43.

122. கா.அ. மணிக்குமார், *முதுகுளத்தூர் படுகொலை*, ப.49.

123. தொல். திருமாவளவன், மு.கு.நூ., ப.38.

124. ஆ. சிவசுப்பிரமணியன், *அடித்தள மக்கள் வரலாறு*, ப.158.

125. கி. வீரமணி, மு.கு.நூ., பக்.11-18.

126. மேலது, ப.viii.

127. விடுதலை - 1.11.1995.

128. மேலது - 10.5.1997.

129. https://tamil.indianexpress.com/opinion/the-politics-of-name-in-the-rule-of-the-kazhakam/, பா.நா:12.4.2018.

130. விடுதலை - 6.11.1995.

131. எஸ். விஸ்வநாதன், *தலித் மக்கள் மீதான வன்முறை*, ப.73.

132. https://www.dinamalar.com/news_detail.asp?id=1522225, பா.நா:12.4.2018.

133. *விடுதலை* - 14.5.1997.

134. http://devendrarkural.blogspot.com/2015/05/1997.html,பா.நா:12.4.2018.

135. http://ksradhakrishnan.in/wp-content/uploads/2016/04/mdmk-arikkai.pdf, பா.நா:11.4.2018.

136. http://devendrarkural.blogspot.com/2015/05/1997.html, பா.நா:12.4.2018.

137. *விடுதலை* - 31.5.1997.

138. மேலது - 7.6.1997.

139. மேலது, 26.6.1997.

140. மேலது, 2.7.1997.

141. *வரலாற்றுச் சுவடுகள்*, ப.833.

142. *விடுதலை* - 2.7.1997.

143. https://www.youtube.com/watch?v=ONkWiLRDCxo, பா.நா:17.7.2018.

144. ஐ. சண்முகநாதன், மு.கு.நூ., ப.593.

145. *வரலாற்றுச் சுவடுகள், பக்.748,749.*

146. http://eegarai.darkbb.com/t13208-topic, *பா.நா:17.7.2018.*

147. https://www.nakkheeran.in/special-articles/special-article/kalaingar-thiruvalluvar-statue-kanyakumari, *பா.நா:17.7.2018.*

148. https://ta.wikipedia.org/wiki/திருவள்ளுவர்_சிலை, *பா.நா:17.7.2018.*

149. https://tamil.thehindu.com/opinion/reporter-page/கன்னியாகுமரி_திருவள்ளுவர்_ சிலையை_புறக்கணிப்பது_ஏன்/article5379407.ece, *பா.நா:17.7.2018.*

......

இயல் மூன்று

போராட்ட நிகழ்வுகள்: கவிதைகள்

உயிர்களின் பிறவிப் பண்பாக உருப்பெற்றது போராட்டப்பண்பு. அதனால்தான் மாற்றத்தின் படிநிலைகளில் போராட்டம் தலையாய பங்கு வகிக்கின்றது. சமூக இயங்கியலில் ஆதிக்கத்தின் பிடியிலிருந்து மீளவும், நெருக்கடிக்குள்ளாக்கியபோதும் புறந்தள்ளப்பட்டபோதும் அவரவர் உரிமைகளை மீட்டெடுக்கவும் போராட்டமே வழிசெய்திருக்கின்றது. இத்தகைய போராட்ட வரலாறு உழைக்கும் தொழிலாளர்களின் எதிர்ப்புணர்விலிருந்து வளம் பெருகியதாக இருப்பது மறுக்கவியலாத மெய். இருபதாம் நூற்றாண்டின் பல்வகைப்பட்ட போராட்டங்களில் தங்கள் வாழ்க்கையையும் உயிரையும் முழுவதுமாக உரித்தாக்கிய வீரர்கள், ஈகியர்களின் உழைப்புகளைப் பயன்படுத்திப் பரிணமித்திருக்கின்றது இருபத்தோராம் நூற்றாண்டு. எனவே, அவ்வரலாற்றை அறிவது இத்தலைமுறையினரின் கடப்பாடாகின்றது.

எத்தகைய காரணங்களுக்காக,எவ்வகையான வலிமையுடைய போராட்டங்கள் நடைபெற்றிருக்கின்றன என்பதையும், அவற்றின் விளைவுகளையும் அறிந்துகொள்ள முற்படாதவரை வரலாற்றினையும் அதனைப் பிரதிபலிக்கும் கலை இலக்கியப் பதிவுகளையும் உணர்வதில் முழுமையடைய முடியாது. மேலும்,

ஒருபிடிச் சோற்றின் பூர்விகமும்
ஒருகூட்டு முட்டையின் வரலாறும்
எத்தனை எத்தனை
போராட்டங்களும் காயங்களும்
நிறைந்தவை என்பதை
பல சமயம் உணர்வதில்லை
உண்ணும் வாய்களும்
ஓடுடைக்கும் குஞ்சுகளும்
(ஒவ்வொரு புல்லையும் பெயர் சொல்லி அழைப்பேன், ப.364)

எனும் இன்குலாப்பின் கவிதை வெளிப்படுத்தும் வருத்தத்தைத் தவிர்க்கவும் போராட்ட நிகழ்வுகள் புலப்பட வேண்டும். அதுமட்டுமல்லாது, அவ்வரலாறுகளே பல்வேறு உரிமைகளையும், வெற்றிகளையும், சாதனைகளையும் நிகழ்த்திக் காட்டியிருக்கின்றன. ஆனால் அதேநேரம் இழப்புகளையும் மகிழ்வுகளையும் ஒரே தளத்தில் கொண்டிருக்கின்றன. அவற்றைக் கவிதைகள் இருநிலையில் நின்றும் பறைசாற்றுகின்றன. போராட்டத்தை எழுதும்போது படைப்புகளும் சற்று வீரியத்துடனே வினையாற்றுகின்றன.

உணர்வுமிக்க அத்தகைய போராட்டங்களையும், அவற்றைத் தமிழ் இலக்கியத்திற்குள் காலத்திற்கும் தக்கவைத்துக் கொண்டிருக்கும் கவிதைகளையும் குறித்து இந்த இயல் ஆராய்கின்றது. சென்ற நூற்றாண்டில் அத்தகைய நிகழ்வுகள் பல நிகழ்ந்திருக்கின்றன. அவற்றில் ஏற்பட்ட ஏராளமான உயிரிழப்புகளின் பின்னணியில் பெரும்பாலும் தோற்கடிக்கப்பட்ட, வாக்குறுதி அளித்துப் பின் ஏமாற்றப்பட்ட அவர்களின் கொள்கைகளும் கோரிக்கைகளும் தமிழ்ச்சமூகத்தின் வளர்ச்சிக்குப் பாடுபட்டவை. தமிழ்க் கவிஞர்கள் படைத்திருக்கும் கவிதைகள்வழிக் கண்டெடுக்கப்பட்ட அத்தகைய போராட்ட நிகழ்வுகளை வெளிப்படுத்த காலவரிசையில் இவ்வியல் நோக்குகின்றது.

பின்னி ஆலைப் போராட்டம் (20.6.1921 - 20.10.1921)

தொழிலாளர் இயக்க வரலாற்றில், தொழிலாளர் வேலை நிறுத்தப் போராட்டங்களில் முதன்மையானதும், முதலில் பரவலான தாக்கம் கண்டதும் பின்னி ஆலைப் போராட்டமே ஆகும். அன்றைய சென்னையின் முதல் தொழிற்சாலையான தாமஸ் பாரி சாந்தோமில் நிறுவிய தோல்பதனிடும் தொழிற்சாலைக்கடுத்துத் தொடங்கப்பட்டது, ஜான் பின்னி மற்றும் தாமஸ் பின்னி எனும் சகோதரர்களால் நிறுவப்பட்ட பின்னி நிறுவனம். இந்திய வளங்களைச் சுரண்டிய கிழக்கிந்திய நிறுவனத்தின் முகவர்களாக விளங்கிய இவர்களின் நிறுவனம் தென்னிந்தியர்களின், குறிப்பாகத் தமிழர்களின் உழைப்பைச் சுரண்டியது.

பத்தொன்பதாம் நூற்றாண்டின் பிற்பகுதியில் அமெரிக்க உள்நாட்டுப் போர் முடிவுபெற்ற பிறகு இங்கிலாந்தில் இந்தியப் பருத்திப் பயன்பாடு குறைந்தது. எனவே, ஏற்றுமதியாகாமல் தேக்கமடைந்த பருத்தியினால்தான் நூற்பாலைகள் முக்கிய நகரங்களில் தொடங்கப்பட்டன. ஆனால், அவற்றிற்கு முன்னதாகச் சென்னையில் ஆலைகள் இயங்கின. சென்னை நகரத்தில், 1877இல் பெரம்பூரில் தொடங்கப்பட்டு அடுத்த ஆண்டில் செயல்படத் தொடங்கியது பக்கிங்கம் ஆலை. அதேபோன்று 1882இல் சூளையில் தொடங்கப்பட்டு 1884இல் இயங்கத் தொடங்கியது கர்நாடிக் ஆலை. இவ்விரண்டு ஆலைகளும் 1920ஆம் ஆண்டு ஒன்றிணைக்கப்பட்டுப் 'பி அண்ட் சி மில்' என்றானது.[1] இரண்டும் ஒரே நிறுவனத்தின்கீழ் இயங்கியதனால் 'பின்னி ஆலை'கள் என்றே அழைக்கப்பட்டன.

பின்னித் தொழிலாளர்களிடையே சிங்காரவேலு செட்டியார் (சிங்காரவேலர்), செல்வபதி செட்டியார், இராமாநுஜலு நாயுடு

உள்ளிட்டோரால் அமைக்கப்பட்ட தொழிற்சங்கம் தொழிலாளர் உரிமைக்காகப் பல போராட்டங்களை முன்னெடுத்தது. அதேநேரம், தொழிற்சங்கத்தை அறியாத காலத்திலும் இங்குப் பல போராட்டங்கள் நடந்திருக்கின்றன.[2] முதல் உலகப்போர் முடிவுற்ற சூழலில் ஏற்பட்ட விலைவாசி உயர்வால் தொழிலாளர் கிளர்ச்சிகள் அதிகரித்தன. 1920, 1921 இரண்டாண்டுகளில் மட்டும் சுமார் 30 வேலைநிறுத்தங்கள் சென்னை நகர்ப்பகுதிகளில் நிகழ்ந்தேறியுள்ளதாக ஆய்வாளர்கள் ஆ. சிவசுப்பிரமணியன், ஆ. இரா. வேங்கடாசலபதி ஆகியோர் காட்டுகின்றனர்.[3] குறைந்த ஊதியம், தொழிலாளர் நலத் திட்டங்கள் சரிவரப் பின்பற்றப்படாத நிலையென்றிருப்பினும் பொருளாதாரத்திற்காக 1921ஆம் ஆண்டு சுமார் 11 ஆயிரம் தொழிலாளர்கள் இவ்வாலைகளில் வேலை பார்த்தனர். இவர்களிடையே, அக்டோபர் 1920 முதல் மே 1921 வரை நிகழ்ந்தேறிய வேலைநிறுத்தங்கள்[4] அனைத்தும் 1921 சூன் மாதப் போராட்டத்திற்கு முக்கியப் பங்காற்றின.

மே 20இல் கர்நாடிக் ஆலைத் தொழிலாளர்களில் பஞ்சு தூய்மையாக்கும் பிரிவினர் 600 பேர் ஊதிய உயர்வு உள்ளிட்ட பிற உரிமைகளைக் கேட்டு வேலைநிறுத்தம் மேற்கொண்டனர். தொழிற்சங்கத் தலைவரான திரு.வி.க. இதனையறிந்து மீண்டும் வேலையில் ஈடுபடச்சொன்னார். அதற்குடன்பட்டுச் சென்ற தொழிலாளிகளிடம் மே 26ஆம் நாளன்று நிறுவனம் சில விதிகளைச் சுமத்தியது. ஆறு மாதத்திற்கான ஊக்கத்தொகை, வேலைநிறுத்த நாள்களின் கூலி ஆகியவை கிடைக்காது என்றும், விடுமுறை விதிகள் மாற்றம் செய்யப்படும் என்றும் தெரிவித்தது. இது, வேலைநிறுத்தம் செய்தவர்களுக்கும் பொருந்தும் என்றது. இவற்றை ஏற்க முடியாத தொழிலாளர்கள், பக்கிங்கம் தொழிலாளர்களையும் சேர்த்துக்கொண்டு, இரண்டு ஆலை நிறுவனமும் கலந்துபேசிச் சூன் 11க்குள் நல்ல முடிவை எடுக்க வலியுறுத்தினர்.[5] விடைகிடைக்காததால் சூன் 20இல் சுமார் பத்தாயிரம் தொழிலாளர்கள் வேலைநிறுத்தம் செய்தனர். போராட்டம் தீவிரமடைவது பின்னி ஆலைக்கு நெருக்கடியானது. அரசாங்கத்தின் துணையை நாடியது.

நாட்டு விடுதலை இயக்கங்களோடு தொடர்புடையோர் பங்கு வகித்த தொழிற்சங்கத்தை ஒடுக்கப் பின்னியுடன் ஆங்கிலேய அரசு இணைந்தது. தொழிலாளர் ஒற்றுமையைக் குலைக்க முடியாமல் இருதரப்பும் பிரித்தாளும் சூழ்ச்சியைக் கையாண்டன. இந்து - இசுலாமியப் பாகுபாட்டைவிடச் சாதியைக் கையாள முடிவெடுத்து, ஆலை வருமானத்தைத் தவிர வேறு வாழ்வாதாரமற்றிருந்த

ஒடுக்கப்பட்ட பிரிவினரை அணுகின. உலகப்போரின் பின்னேற்பட்ட தட்டுப்பாட்டில் அதிகம் பாதிப்படைந்த அச்சமூகத் தொழிலாளர்கள் ஆங்கிலேயரின் சூழ்ச்சிக்குள் சிக்கினர். அச்சமூகத் தலைவரும், சட்டமன்ற உறுப்பினருமான எம்.சி. இராஜா, சுவாமி தேசிகானந்தா ஆகியோர் தலைமையில் வேலைநிறுத்தத்தின் முந்தைய நாளான சூன் 19இல் புளியந்தோப்புப் பகுதியில் கூட்டம் நடந்தது. இதில் பக்கிங்கம் ஆலையின் அச்சமூகத் தொழிலாளர்கள் மட்டும் பங்குபெற்றனர். இரக்கப்பட்டுச் செய்யப்படும் வேலைநிறுத்தத்திற்கு ஆதரவு தருவதில்லையென முடிவுசெய்தனர்.[6] எனவே, அவர்கள் தொடர்ந்து வேலைக்குச் சென்றனர். இவர்கள் ஆதரவு தரவேண்டிய கர்நாடிக் ஆலையில்தான் கணிசமான அளவு அச்சமூகத்தைச் சேர்ந்த தொழிலாளிகள் இருந்தனர், அவர்கள் வேலைநிறுத்தத்தில் பங்காற்றினர். அத்துடன் இப்போராட்டத்துக்குக் கர்நாடிக் ஆலையின் ஒடுக்கப்பட்ட சமூகத் தொழிலாளர் ஒருவர் 1921 ஏப்பிரலில் வேலைநீக்கம் செய்யப்பட்டதால் 900 பேர் வேலைநிறுத்தம் செய்த அனுபவமும் காரணம் வகித்தது.[7] சூன் மாத வேலை நிறுத்தம் நீடிக்க, வேலைக்குச் செல்லும் ஒடுக்கப்பட்ட மக்களும் அதிகமாயினர். போராட்டத்தினால் பல தொழிலாளர்கள் வாழ்வாதாரத் தேவைகளுக்குத் துவண்டனர். இதனால், அவர்கள் தங்கள் கிராமங்களுக்கே திரும்புவதும், வேறு வேலைகளுக்குச் செல்வதுமாயினர். இச்சூழலைச் சிங்காரவேலர் ‘நவசக்தி’ இதழில் (8.7.1921) ‘சென்னையில் தொழிலாளர் கஷ்டங்கள்’ என்று எழுதியிருக்கின்றார்.[8]

போராட்டக்காரர்களுக்கும் வேலைக்குச் செல்லும் தொழிலாளர்களுக்கும் இடையே மோதல்கள் நடந்தன. இதனைப் பயன்படுத்தி நிறுவனம் புதிய குடியிருப்புகள் அமைத்துத் தருவதாகக்கூறித் ஒடுக்கப்பட்டோர் சிலரைத் தூண்டி அம்மக்களின் வாழ்விடங்களையே சிதைத்தது. சூன் இறுதியிலிருந்து சூலை 4 வரை புளியந்தோப்புச் சேரி, கசாப்புக்கடைச் சேரி, போலு நாய்க்கன்தெருச் சேரி ஆகிய இடங்களில் 418 குடிசைகள் எரிந்துள்ளன.[9] ஆளுநர் வில்லிங்ட்டன் சூலை முதல் வாரத்தில் பின்னியின் விதிகளுக்குட்பட்டுத் தொழிலாளர்கள் வேலைக்குத் திரும்ப வேண்டும் என்று வலியுறுத்தினார். அவ்விதிகளுக்கு உடன்படாது சூலை 8ஆம் நாள் தொழிற்சங்கம் கூடிற்று. அது, தொழிலாளர்களைப் பழிவாங்கல் கூடாது, ஊக்கத்தொகை மறுக்கப்படக்கூடாது, வேலைநிறுத்த காலத்திற்கு ஊதியம் தரவேண்டும், பொய்வழக்குகளைத் திரும்பப்பெற வேண்டும், தொழிற்சங்கத்தை ஏற்க வேண்டும் உள்ளிட்ட விதிகளை முன்வைத்தது.[10]

போராட்டக் காலத்தில் ஏற்பட்ட வன்முறைகளில் கருவிகள், வெடிபொருட்கள் முதலானவை பயன்படுத்தப்பட்டுள்ளன. காவல்துறையின் துப்பாக்கிச் சூடும் நடந்தது. ஆகஸ்ட் 29இல் நடந்த பெரும் மோதலின்போது துப்பாக்கிச்சூட்டில் மட்டும் ஒரு பெண் உட்பட ஆறுபேர் இறந்தனர். இவர்களின் இறுதிச்சடங்கு ஊர்வலத்திலும் கலகம் செய்ய முயலப்பட்டது. இடுகாட்டில் திரு.வி.க.வும், சிங்காரவேலரும், சக்கரைச் செட்டியாரும் தொழிலாளர்களிடையே உரையாற்றினர். இதன்பின் ஆலைகளுக்கருகே இருந்த பகுதிகளில் பதற்றம் கூடியதால் பிற மாவட்டங்களிலிருந்து காவல்துறையையும் இராணுவத்தையும் ஆங்கிலேய அரசு வரவழைத்தது. ஆளுநர் பேச்சுவார்த்தையென்றழைத்து எச்சரித்தார்.[11] பல கலகங்களுக்கும் கலவரங்களுக்கும் இடையிலும் போராட்டம் தடைபடவில்லை. தொழிலாளர்களின் அடிப்படைப் பிரச்சினைகளைத் தீர்த்து வைப்பதே முடிவு என்பதைப் பின்னி நிறுவனமும் அரசாங்கமும் உணர்ந்ததை ஆளுநரின் செய்கை காட்டியது.

இப்படியாக இரு பிரிவினரான தொழிலாளர்களுக்குள்ளே ஏற்பட்ட மோதல்கள் மற்றும் காவல்துறையின் துப்பாக்கிச்சூட்டால் 11 பேர் பலியாயினர், 138 பேர் படுகாயமடைந்தனர். பல தொழிலாளர்மீது பொய்வழக்குகளைப் பின்னி நிறுவனம் தொடுத்திருந்தது. தொழிற்சங்கத்தின் பொறுப்பாளர்களாலேயே வேலைநிறுத்தம் தூண்டப்பட்டது என 75 ஆயிரம் இழப்பீடு கேட்டது. திரு.வி.க., வாடியா, இராமாநுஜலு நாயுடு, நடேச முதலியார் உள்ளிட்ட 10 பேர் மீது இதற்காக வழக்கும் தொடுத்திருந்தது.[12] சென்னைச் சட்டமன்றத்தில் இவ்வாறான நிலைகள் குறித்து அவ்வப்போது விவாதிக்கப்பட்டது. ஓ. தணிகாசலம் செட்டியார் 12.10.1921இல் கவன ஈர்ப்புத் தீர்மானம் கொண்டுவந்தார்.

மேற்கண்டவாறு நடைபெற்றுக் கொண்டிருந்த இப்போராட்டத்திற்கு முன்னால் நடந்த வேலைநிறுத்தங்கள், அன்றாடத் தேவைகளை நிறைவேற்றாத பொருளாதாரச்சூழல், சூழ்ச்சிகளால் ஒடுக்கப்பட்ட சமூகத் தொழிலாளர்களின் முரண்பாடு, பொய் வழக்குகள், காவல்துறையின் தாக்குதல் என்பவற்றால் போராட்டம் சற்றே வலுவிழக்கவே செய்தது. மேலும், நீதிக்கட்சியின் பிட்டி. தியாகராயர் தொழிலாளரிடையே கூட்டத்தில் புதிய ஆள்கள் நிரப்பப்படுவது குறித்துப் பேசியதும் தொழிலாளர் மனமாற்றத்திற்கு வழிவகுத்தது.[13] அதேபோன்று அக்டோபர் 21இலிருந்து தொழிலாளர்கள் வேலைக்குத் திரும்பத் தொடங்கினர். சுமார் 2 ஆயிரம் பேருக்கு வேலையிழப்பும்

ஏற்பட்டது. சொந்த ஊருக்குச் சென்றவர்கள் திரும்பி வந்து ஏமாற்றமடைந்தனர். சூழ்ச்சிகளுக்காக அக்கறை காட்டிய பின்னி நிறுவனமும் பிரித்தானிய அரசும் பிந்தைய காலகட்டத்தில் ஒடுக்கப்பட்ட மக்களையும் கண்டுகொள்ள மறுத்தது.

தமிழ்ச் சமூகமெங்கும் பெரும் கவனத்திற்குள்ளான பின்னி ஆலைத் தொழிலாளர்களின் இத்தகைய போராட்டம் குறித்துக் கவிஞர்களிடையே இன்குலாப்பிடம் பதிவு காணப்படுகின்றது. அது, சிங்காரவேலர் பற்றிய கவிதையில்,

கட்சியைத் தச்சுச் செய்ததில்,
மேதினச் செங்கொடியை உயர்த்தியதில்,
விடுதலைப் போரின் தகிக்கும் வெளிகளில்,
தன்மான இயக்கத்தின் முன்னணிச் சுடரில்,
பி அண்ட் சி தொழிலாளர்கள் மீது
அரசின் தோட்டாக்கள் பாய்ந்தபோது
திறந்து காட்டிய நெஞ்சில்,
அவரது சுவடுகளில் ஒடுங்காத மானுடம்

(ஒவ்வொரு புல்லையும் பெயர் சொல்லி அழைப்பேன், ப.364)

என்று, ஆகஸ்ட் *29*இல் நடந்த மோதல் நிகழ்வினை நினைவுகூர்கின்றது. இப்பதிவின்வழியே பின்னி ஆலைப் போராட்டத்தினை வரலாற்றில் மீட்டெடுக்க முடிகின்றது. இதன் சமகாலத்திலும் பிற்காலத்திலும் ஆய்வுக்குரிய கவிஞர்கள் பிறரிடையே இப்போராட்டம் தொடர்பான பதிவு இல்லாமை வியப்பையே நல்குகின்றது. இத்தகு வரலாறுகளைக் கொண்ட இவ்வாலை பெருமழையின் காரணமாகத் துணிகள் முதல் இயந்திரங்கள் வரை பழுதடைந்தனவென *1996*ஆம் ஆண்டு நிரந்தரமாக மூடப்பட்டுவிட்டது.

சுசீந்திரம் கோயில் நுழைவுப் போராட்டம் (18.1.1926)

மத வேறுபாட்டைப் பார்க்கின்ற சமூகம், மதத்திற்குள்ளேயோ சாதி வேறுபாடு பார்க்கின்றது. இந்நிலைக்கு முக்கியச் சான்றாக ஒடுக்கப்பட்ட மக்களைக் கோயிலினுள் வந்து வழிபட அனுமதிக்காமல், கோயிலைச் சுற்றியுள்ள தெருக்களிலும் நடமாடவும் அனுமதிக்காமல் செலுத்தப்படும் ஆதிக்கத்தைக் கருதவேண்டும். இருபதாம் நூற்றாண்டின் முதற்பாதியில் அத்தகைய ஆதிக்கத்தை எதிர்த்துப் பல போராட்டங்கள் நடைபெற்றுள்ளன. அவ்வகையில் போராடிய வரலாற்றையுடையது சுசீந்திரம் கோயில் நுழைவுப் போராட்டம்.

கன்னியாகுமரிக்கு அருகே சுசீந்திரத்திலுள்ள தாணுமாலயன் கோயிலைச் சுற்றியுள்ள தெருக்களில் ஒடுக்கப்பட்ட சமூகத்தினர் சென்றுவர அனுமதிக்கப் படாமலிருந்தது. மேலும் ஊரிலுள்ள பொதுச்சொத்துக்களைப் பயன்படுத்த அவர்களுக்கு உரிமை மறுக்கப்பட்டிருந்தது. இதனையெதிர்த்துக் கிளர்ச்சிகள் இருபதாம் நூற்றாண்டில் எழத் தொடங்கின. இதன் பின்புலத்தை,

> *வைக்கம் கிளர்ச்சி நடந்து கொண்டிருக்கும் பொழுதே திருவிதாங்கூர் மன்னராட்சிப் பகுதியைச் சேர்ந்த சுசீந்திரம் எனும் இடத்தில் பொது உரிமைக்கான கிளர்ச்சி நடந்தது. குளங்கள், கிணறுகள், பள்ளிகள், சத்திரங்கள், பாதைகள் ஆகியனவற்றைப் பயன்படுத்துவதில் சாதியப் பாரபட்சங்கள் கடுமையாக இருந்தன. பல சத்திரங்கள் சாதி இந்துக்களுக்கென மட்டுமே நடத்தப்பட்டன. இந்துக்கள் அல்லாதார் கூட அனுமதிக்கப்படும் இடங்களில் இந்து ஒடுக்கப்பட்ட சாதியினர் அனுமதிக்கப் படவில்லை. இவற்றை எதிர்த்த போராட்டம் 18-1-1926இல் சுசீந்திரத்தில் தொடங்கியது. ஈழவர், சாம்பவர், பறையர் ஆகியோர் பெருமளவில் திரண்டனர்* [14]

என்று கோ. கேசவன் விளக்குகின்றார். தனி மாநிலமாகக் கேரளம் பிரிக்கப்படாத காலத்தில் திருவிதாங்கூர் சமசுதானத்தின் பகுதியாகச் சுசீந்திரம் இருந்தது. இங்கு ஈழவர் உள்ளிட்ட ஒடுக்கப்பட்ட சாதிகளோடு, கைத்தொழில் செய்யக்கூடிய சில சாதியினரும் கோயில் தெருக்களில் நடமாட முடியாத கட்டுப்பாடு இருந்துவந்தது. 1916இல் மக்கள் இயக்கத்தைச் சேர்ந்த குமாரன்ஆசான் இக்கோயிலுக்குள் நுழையும் உரிமை குறித்துப் பேசியிருக்கின்றார்.

இப்படிப்பட்ட ஆதிக்கத்தை எதிர்த்து 1925 பிப்பிரவரியில் மக்கள், போராட்டம் செய்யத்தொடங்கியபோது திருவிதாங்கூர் அரசின் வாக்குறுதிகளால் நிறுத்திக் கொள்ளப்பட்டது. ஆனால் அவை நிறைவேற்றப்படாததால் மீண்டும் சமநிலை வேண்டி 1926 சனவரி 18இல் போராட்டம் தொடங்கப்பட்டது. அன்று மாலையில் வரதராஜூலு நாயுடு தலைமையில் பல சாதிகளைச் சேர்ந்த 8 முன்னணித் தொண்டர்களோடு பலரும் கோயிலருகேயுள்ள தடைசெய்யப்பட்ட தெருக்களில் நுழையச் சென்றனர். அப்படிச் சென்றவர்களில் மாணவப் பருவத்திலிருந்த ப. ஜீவானந்தமும் ஒடுக்கப்பட்ட மக்களை ஒன்றுதிரட்டி உடன் அழைத்துச்சென்ற ஒருவர். போராட்டக்காரர்களைக் கோயில் தெருக்களையே நெருங்கவிடாமல், அத்தெருக்களுக்கான தோரணவாயிலில் பார்ப்பனர், வேளாளர், செட்டியார் ஆகிய சாதிகளைச் சேர்ந்தவர்கள்

உள்நுழையவிடாமல் தடுத்தனர்.[15] எனவே கலவரம் நிகழாமலிருக்கப் போராட்டம் பின்வாங்கப்பட்டது.

போராட்டம் முழுவெற்றியடையாமல் போனாலும் கோயில் வரலாற்றிலும் சமூக வரலாற்றிலும் முக்கியத் திருப்பத்தை ஏற்படுத்திய வலிமையான போராட்டமாக அமைந்தது. தொடர்ந்து ஒடுக்கப்பட்டு வந்த அடக்குமுறையின் காரணமாகப் போராட்டம் நடந்திருந்தாலும், அருகிலுள்ள வைக்கம் பகுதியில் 1924இல் நடந்த புகழ்பெற்ற போராட்டத்தின் வெற்றியும் இதற்கு ஊக்கத்தைத் தந்தது. பிறகு இதற்காகப் போராட்டக்குழு (சத்தியாகிரகிகள் குழு) ஒன்றினை அருகிலுள்ள நாகர்கோவிலில் சனவரி 27இல் அமைத்தனர். இக்குழுவின் நெறிப்படுத்துதலின்கீழ் போராட்டம் தொடரவே செய்தது. ஈ.வெ.ரா., 1926 சனவரி 31இல் வெளியான 'குடிஅரசு' இதழின் துணைத் தலையங்கத்தில்,

> *திருவிதாங்கூர் ராஜ்யத்திலுள்ள பொது ரஸ்தாக்களும், பொதுக் குளங்களும் ஜாதிமத வித்தியாசமில்லாமல் பொது ஜனங்கள் அனுபவிக்கலாம் என சில வருஷங்களுக்கு முன்னரே உத்தரவு போட்டிருக்கின்றனர். ஆக கவர்மெண்டார் பேரில் குற்றமில்லை. பிராமணர்கள் தவிர்த்த ஏனைய ஜாதியர்களான நாயர் முதலானவர்கள் தங்கள் சமூக மகாநாடுகளில், பொது ரஸ்தாக்களிலும், பொதுக் குளங்களிலும் ஜாதி மத வித்தியாசங் காட்டலாகாது எனத் தீர்மானம் செய்திருக்கின்றனர் - செய்து வருகின்றனர். ஆக பொது ஜனங்களின் சமத்துவத்துக்கும் - சுயமரியாதைக்கும் இடைஞ்சலா யிருப்பவர்கள் பிராமணர்களேயாகும். இதிலும் மலையாள நம்பூதிரிப் பிராமணர்களைவிட அங்கு பிழைக்கவும் அங்குள்ள கோவிற்சோற்றைச் சாப்பிடவும் சென்றுள்ள தமிழ்நாட்டுப் பிராமணர்களே அதிக இடைஞ்சல் செய்பவர்களென்று கூறத் தக்க ஆதாரமுண்டு*[16]

என்று எழுதியிருப்பதிலிருந்து கூடுதலான விவரங்களை அறிய முடிகின்றது. அரசாட்சியினர் அனுமதி வழங்கியிருப்பதும், சில சாதிகளைச் சேர்ந்தவர்கள் ஏற்றுக்கொண்டிருப்பதும் தெரிய வருகின்றது. ஆனால் அதையும்தாண்டி இன்னும் நீடித்திருக்கும் தடைக்கான, போராட்டத்திற்கான காரணத்தை ஈ.வெ.ரா.வின் கூற்று வெளிப்படுத்துகின்றது.

அடக்குமுறை, முயற்சிகளை மழுங்கடிக்கச்செய்த ஏமாற்றம் ஆகியன நீடிக்க 10 பேர்களுக்கு மேல் கைதாகியும், சிலர் மீது வழக்கு தொடுக்கப்பட்டுமிருக்க, ஒரு கட்டத்தில் 1930இல் அவை பெரும் போராட்டமாக வெடித்தன. மேலும் இதன் சமகாலங்களில் வைக்கம்

(1924), திருவண்ணாமலை *(1927)*, மயிலாடுதுறை *(1927)*, திருச்சி *(1928)*, ஈரோடு *(1929)* ஆகிய இடங்களில் கோயில் நுழைவு தொடர்பான போராட்டங்கள் நடைபெற்றுள்ளன. இவையனைத்தும் சுசீந்திரம் மக்களுக்கு நம்பிக்கையையும் ஊக்கத்தையும் ஏற்படுத்தியிருக்கக்கூடும். சுயமரியாதை இயக்கத்தினரின் பங்கு இத்தொடர்ச்சியில் அளப்பரியது. ஈ.வெ.ரா., 1.6.1930ஆம் நாளிட்ட குடிஅரசின் தலையங்கத்தில் 'வழிநடை சுதந்திரம்', 'பார்ப்பன ஆதிக்க அரசாங்கத்தின் கொடுமையை அடக்கிய பலன்' ஆகிய இரண்டினையும் இப்போராட்டம் மூலமாக அடையமுடியும் எனும் கருத்தை முன்வைத்துள்ளார். மேலும், சுயமரியாதை இயக்கப் போராட்டக் குழுவினர் நாகர்கோவிலிலோ திருநெல்வேலியிலோ இப்போராட்டத்தினை முன்னெடுக்கக் கூட்டம் நடத்தி உதவுமாறு கருத்துரைத்துள்ளார்.[17]

இப்படியாகப் பத்தாண்டுகளுக்கும் மேலாக நடைபெற்ற போராட்டத்திற்குப் பிறகே தீர்வு ஏற்பட்டது. 1936 மே 24ஆம் நாள் இந்துக்களற்ற இசுலாமியர், கிறித்துவர்களும் பயன்படுத்திவரும் சாலைகள், கிணறுகள் முதலியவற்றைத் ஒடுக்கப்பட்டவர்களும் பயன்படுத்த உரிமை பெறப்பட்டது. அப்போதைய திருவிதாங்கூர் மன்னர் கோயிலுக்குள் அனைவரும் நுழையக்கூடிய ஆணையை நவம்பர் 12இல் பிறப்பித்தார்.[18] 1937ஆம் ஆண்டு சனவரியில் அப்பகுதிக்கு வருகைதந்த காந்தியுடன் ஒடுக்கப்பட்ட சமூகத்தினர் கோயிலுக்குள் சென்றனர்.[19]

சமூகச் சமத்துவத்திற்காகப் போராடிய இப்போராட்டம் தொடர்பாகத் தொ.மு.சி. ரகுநாதன், கவிதையில் பதிவுசெய்திருக்கின்றார். போராட்டத்தின்போது ஜீவா, 'வழிவிடுவீர்! வழிவிடுவீர்!' என்று இயற்றிப் பாடிய கவிதை கிடைக்கவில்லை (ஜீவா பாடல்கள், ப.4). ஆனால் ஆத்திசூடி அமைப்பில் எழுதிய 'சுயமரியாதைச் சொன்மாலை' எனும் நூலில் "கோவில்குளங்கள் யாவர்க்கும் பொது" (ப. ஜீவானந்தம் ஆக்கங்கள் - பகுதி 1, ப.4) என்றெழுதிய, இந்நிகழ்விற்கான போராளியாகச் செயல்பட்ட ஜீவாவின் பெருமையை,

ஆண்டினிலே சிறுவனென இருந்த அந்த
ஆரம்ப நாளையிலும், சுசீந்தி ரத்தில்
தீண்டாதார் தமைக்கோவில் தெருவில் கூடத்
திரிவதற்குத் தடைவிதித்த திமிரை, ஜாதித்
தாண்டவத்தை முறித்தெறியத் தாகம் கொண்டு
தாழ்குலத்தார் தமைத்திரட்டித் தலைமை தாங்கி

மூண்டெழுந்த ஆவேசக் கனலாய்க் கோவில்
முன்றிலுக்கே சென்றுபடை முடித்தான் ஜீவா!
(ரகுநாதம் - 5, பக்.1021,1022)

என்று, 1966 சனவரியில் ஜீவாவின் சிலை திறப்பு விழாவில் ரகுநாதன் பறைசாற்றியுள்ளார். இந்தக் கோயில் நுழைவுப் போராட்டத்தைப் பற்றிய வேறு கவிதைப் பதிவுகள் இவ்வாய்வுக்குரிய கவிஞர்களிடையே இல்லை. பாரதிதாசன் மட்டும் தமது 'தாழ்த்தப்பட்டார் சமத்துவப் பாட்டு' (1930) எனும் நூலில்,

தாழ்ந்தவர் வந்திடில் தன்னுயிர் போமெனில்
சாமிக்குச் சத்திலையோ - எனில்
வீழ்ந்த குலத்தினை மேற்குல மாக்கிட
மேலும் சமர்த்திலையோ? *(பாவேந்தம் - 17, ப.138)*

என்னும் அடிகள் அடங்கிய 'ஆலய உரிமை' எனும் தலைப்பிலானதொரு படைப்பைப் பொதுத்தன்மையுடன் யாத்தளித்துள்ளார்.

கோவை ஸ்டேன்ஸ் ஆலைப் போராட்டங்கள் (1935, 1946)

தென்னிந்தியாவின் 'மான்செஸ்டர்' என்று கோவை பெயர்பெறக் காரணமான பஞ்சாலைகளின் பின்புலத்தில் அவ்வளவு போராட்டங்களும், அவற்றில் தொழிலாளர்களின் உயிரிழப்புகளும் வரலாறாகிக் கிடக்கின்றன. இவை தமிழிலக்கியத்திற்குள் ஆங்காங்கே பதிவாகியிருக்கின்றன. கவிதையிலும் அவ்வாறான வரலாற்றினைக் கண்டடைய முடிகின்றது. இருபதாம் நூற்றாண்டுத் தொழிலாளர் சமூகத்தில் மிகவும் புகழ்பெற்ற ஜீவாவின் பாடலொன்று, இப்படிப்பட்டதொரு போராட்டத்தின் களப்பாடலாக அமைந்துள்ளது. அப்பாடல் பின்வருமாறு:

காலுக்குச் செருப்பு மில்லை
கால்வயிற்றுக் கூழு மில்லை
பாழுக் குழைத்தோ மடா - என் தோழனே
பசையற்றுப் போனோ மடா ***(ஜீவா பாடல்கள், ப.64)***

மேற்கண்ட தொடக்க அடிகளைக் கொண்ட பாடலின்கீழ் அதுதொடர்பான குறிப்பில், 1935ஆம் ஆண்டு நடைபெற்ற கோவை ஸ்டேன்ஸ் ஆலைப் போராட்டத்தின்போது எழுதப்பட்டதாகக் குறிப்பிடப்பட்டுள்ளது. இப்போராட்ட நிகழ்வினைப் பற்றி அறிவதற்கியலவில்லை. போதிய தரவுகள் கிடைப்பது அரிதாக இருக்கின்றது. அதேசமயம், இப்பாடல் பிந்தைய காலகட்டங்களில் பல்வேறுபட்ட போராட்டங்களின் ஊக்கசக்தியானது.

கோவையின் முதல் பஞ்சாலையாகத் தொடங்கப்பட்டது ஸ்டேன்ஸ் ஆலை. தமிழகத்தில் தேயிலை வணிகம்செய்த இராபர்ட் ஸ்டேன்ஸ் என்ற ஆங்கிலேயர் 1888இல் இதனைத் தொடங்கினார். 'கோயம்புத்தூர் ஸ்பின்னிங் அண்ட் வீவிங் மில் கம்பெனி லிமிடெட்' என்று அது பெயர்கொண்டிருந்த போதிலும், பரவலாக ஸ்டேன்ஸ் என்ற அவரது பெயராலேயே அழைக்கப்பட்டது. இதன் தாக்கத்தில் அடுத்தடுத்து 8 ஆலைகள் கோவையில் தோன்றத் தொடங்கின.[20] இவை இரண்டாம் உலகப்போர்க் காலத்தில் உருவான துணித்தேவைகளையொட்டிப் பெரும் பொருளாதார வளர்ச்சி கண்டன.

மேற்படி 1935இல் வேலைநிறுத்த நிகழ்வொன்று நடந்திருப்பினும், வரலாற்றில் இந்த ஆலையில் 1946இல் நடந்த போராட்டமே பெரிய அளவில் பேசப்படுகின்றது. பெண் தொழிலாளிகளுக்கு மாதம் 10 ரூபாய் ஊதியத்திற்குக் கூடுதல் வேலைப்பளு, தற்காலிக வேலைநீக்கம் செய்வது உள்ளிட்ட சில காரணங்களுக்காக 1946 அக்டோபரில் அவர்கள் வேலைநிறுத்தம் செய்தனர். பொதுவாகவே, ஆங்கிலேயர்களின் ஆளுகையில் இருந்த ஆலைகளில் தொழிலாளர்களின் உரிமைகள் மதிக்கப்படாமல் மறுக்கப்படுவது வாடிக்கையானது.

இப்போதும் போராட்டம் தொடங்கிப் பல நாளாகியும் எவ்விதப் பயனும் கிடைக்கவில்லை. ஆதலால், ஆண் தொழிலாளர்களும் ஆதரவு தெரிவித்து வேலைநிறுத்தத்தில் கலந்துகொண்டனர். நிறுவனமோ வெளியாள்களைக் கொண்டு ஆலையை இயக்க நடவடிக்கை மேற்கொண்டது. அதனை எதிர்த்து நவம்பர் 11ஆம் நாள் ஆலை முன் படுத்துப் பெண் தொழிலாளர்கள் மறியல் செய்தனர். சில காரணங்களால் தகராறானது. அதனை அடக்கும் காவல்துறையினரின் தாக்குதல் தொழிலாளர்கள் மீது பாய்ந்தது. தரையில் படுத்து மறியல்செய்த பெண்களைக் காவல்துறை தடிகளாலும் துப்பாக்கிக் கட்டைகளாலும் தாக்கியது.[21] அதில் அம்மு எனும் தொழிலாளி உயிரிழந்தார். பலரும் கைதுசெய்யப்பட்டனர். மேலும்,

> *இந்தக் கொடூரக் காட்சிகளைக் கண்டு ஆவேசமடைந்து கண்டனக் குரல் எழுப்பிய ஆண் தொழிலாளிகள் மீது ஆயுதக்காவலர்கள் கண்மூடித்தனமாக துப்பாக்கிச்சூடு நடத்தி ஐந்து பேரைக் கொன்றனர்.*
>
> *ஸ்டேன்ஸ் மில் நிலவரம்குறித்து கவலையுடனிருந்த காளீஸ்வரா, சோமசுந்தரா மில் தொழிலாளிகளும், ப்ரூக்பாண்ட் கம்பெனித் தொழிலாளிகளும், துப்பாக்கிக் குண்டின் ஓசை கேட்டவுடன் தங்கள்*

கம்பெனிகளின் வாயிற் கதவுகளைத் திறந்து கொண்டும், திறக்காத இடங்களில் சுவரேறிக் குதித்தும் ஸ்டேன்ஸ் மில் வாசலை நோக்கி ஓடிவந்தனர். சிறிது நேரத்திற்குள் 7, 8 ஆயிரம் தொழிலாளிகள் குழுமிவிட்டனர். ஸ்டேன்ஸ் மில் மாடிக்குச் சென்ற ஆயுதக் காவலர்கள் அங்கிருந்து சுட்டதில் மில்லுக்கு வெளியே நின்றிருந்த பலர் படுகாயமடைந்தனர் [22]

எனும் நிகழ்வுகளையும் அறியமுடிகின்றது.

தொழிலாளர்கள் தரப்பிலிருந்தும் எதிர்வினை ஆற்றப்பட்டது. பிற ஆலைகளிலிருந்தும் ஒன்றுகூடியிருந்த 7 ஆயிரத்திற்கும் மேற்பட்ட தொழிலாளிகள் மீது துப்பாக்கிச்சூடு உட்பட்ட காவல்துறையின் கடுந்தாக்குதலில் 11 பேர் பலியானார்கள். நிறைய பேர் காயமடைந்தனர். மேலும் 300க்கும் மேற்பட்டோர் கைதாகினர். ஸ்டேன்ஸ் ஆலை மட்டுமல்லாது மற்ற இரண்டு ஆலைகளும் மூடப்பட்டன. இதற்குப் பின் ஊரடங்கு உத்தரவு பிறப்பிக்கப்பட்டு, கே. ரமணி, எம்.ஆர். வெங்கட்ராமன் முதலிய தோழர்கள் போராட்டத்தை வழிநடத்தியதால் பொதுவுடைமை இயக்கத்தினரை அடுத்த சில நாள்களில் தேடித்தேடிக் கைதுசெய்யலாயினர்.[23] இவ்வாறு 11 பேர் பலியாகும் நிலைக்குப் போராட்டமானது மாற்றப்பட்டுவிட்டது. இவ்வாறாக, 1970இல் ஆலைகள் அரசுடைமை ஆக்கப்படும்வரை போராட்டங்கள் முதலாளிகளால் கடுமையான முறைகளில் ஒடுக்கப்பட்டன.

மேற்காணும் இப்போராட்டத்தில் உயிர்நீத்தவர்களைப் பெருமைபடுத்திக் கே.சி.எஸ். அருணாசலம் கவிதையொன்று இயற்றியிருக்கின்றார். 1953 நவம்பரில் 22 முதல் ஒருவார காலத்திற்குப் பொதுவுடைமைக் கட்சியினரின் மாநாடொன்று பேரூர் பகுதியில் நடந்தது. மாநாட்டின் முடிவுகளையும் தீர்மானங்களையும் அறிவிக்கும் நவம்பர் 29 இறுதிநாள் கூட்டத்தில் வரவேற்புக் கவிதையாகக் கே.சி.எஸ். அருணாசலம் அக்கவிதையை வாசித்திருக்கின்றார் என்பதை,

கவிஞர் கே.சி.எஸ். அருணாசலம், ஸ்டேன்ஸ் மில் தியாகிகள் பற்றிய உணர்ச்சியூட்டும் கவிதையை வாசித்தார். அவருடைய உருக்கமான வரவேற்புக் கவிதை கூடியிருந்த ஆயிரக்கணக்கான மக்களை கண்கலங்கச் செய்தது [24]

என்பதன் மூலம் அறிய முடிகின்றது. ஆனால் அக்கவிதையை ஆய்வுக் காலத்தில் கண்டறிய இயலவில்லை. ஆய்வுக்கு எடுத்துக்கொண்ட அவரது இரு நூல்களிலும் அத்தகைய கவிதை இல்லை.

புதுவைத் தொழிலாளர் போராட்டம் (23 - 30 சூலை 1936)

ஆசியாவிலேயே ‘எட்டு மணி நேரம் வேலை’ என்கிற முறை முதன் முதலில் புதுச்சேரியில் நடைமுறைப்படுத்தப்பட்டதற்குப் பின்னால் புதுவைத் தொழிலாளர்களின் போராட்ட வரலாறு விரிந்து கிடக்கின்றது. தமிழ்ப் படைப்புலகம் இதனை ஆங்காங்கே பதிவிட்டுப் பெருமைப்படுத்தியுள்ளன. அவற்றில் தமிழ்ஒளியின் ‘புதுவைத் தொழிலாளிக்கு கோவைத் தொழிலாளியின் கடிதம்!’ எனும் கவிதை கீழ்க்கண்டவாறு தொடங்குகின்றது:

தோழனே, 1930 ஜூலையில்
கார் கடலும் வாயடங்க, காற்றும் விசை குறைய
ஊர் முழுதும் உன்னுடைய உத்வேகப் போராட்டம்!
அன்று,
‘சங்காரம் செய்திடுவேன்’ என்றெழுந்த சர்க்காரை
சிங்கப் படைபோல சீறி யெதிர்த்தடித்து
ரத்தப் புனல்சிந்தி நாளெல்லாம் போர்செய்தாய்
யுத்தக் கடைசியிலே உன்னுடைய வெற்றியொலி!

(தமிழ்ஒளியின் சிறந்த கவிதைகள், ப.82)

இக்கவிதையில் போராட்டம் நடைபெற்ற காலமாக ‘1930 ஜூலை’ காட்டப்பட்டிருக்கின்றது. ஆனால் இந்தக் காலகட்டத்தில் புதுவையில் இத்தகைய தொழிலாளர் போராட்டம் ஏதும் நடந்ததாக அறியமுடியவில்லை. புதுவை மற்றும் தொழிலாளர் வரலாற்றில் 1936 சூலையில்தான் இப்படியொரு போராட்டம் நடந்திருக்கின்றது. எனவே ஏதேனும் அச்சுப்பிழை ஏற்பட்டிருக்குமோ என்று கருதி, புதுவை வரலாற்றின் மிகமுக்கியப் போராட்டமான 1936ஆம் ஆண்டுப் போராட்டம் பற்றியே இங்கு எடுத்துக்காட்டப்படுகின்றது.

பிரெஞ்சுக்காரர்களின் ஆதிக்கத்தின்கீழ் இருந்த புதுச்சேரியில் அவர்களால் சவானா ஆலை, ரோடியர் ஆலை, கப்ளே ஆலை எனும் மூன்று பஞ்சாலைகள் நடத்தப்பட்டன. இங்கே 20 ஆயிரத்திற்கும் மேற்பட்ட தொழிலாளர்கள் வேலை செய்தனர். முதலாளிகள் அதிகப்படியான வேலைநேரங்களுக்குத் தொழிலாளர்களை ஆட்படுத்தியதோடு, ஊதியத்திலும் ஊழல் செய்தனர். பாதுகாப்பற்ற, விபத்துக்கு இழப்பீடற்ற பணிச்சூழலையே தொழிலாளர்கள் பெற்றிருந்தனர். பெண்கள், குழந்தைகளும் இதற்கு விதிவிலக்கல்ல. ஆலை வளாகத்திற்குள் இதர வேலைகளிலும் ஈடுபடுத்தப்பட்டனர். ஏற்கெனவே, புதுவையில் துணி உற்பத்தி இருந்திருந்தாலும் ஆப்பிரிக்கா முதலிய வெளிநாட்டுச் சந்தைகளுக்கு ஏற்றுமதி செய்யுமளவு பெரும்

இயந்திரங்களைக் கொண்டு தயாரிப்பு வேலைகளை இவ்வாலைகளே செய்தன.

இந்தக் காலகட்டத்தில் தொழிலாளர்களுக்கு வழிகாட்டியாகச் செயல்பட்டவர் வ. சுப்பையா. இவர் 1934 சூனில் தொடங்கிய 'சுதந்திரம்' எனும் இதழ் வழியும் தொழிலாளர்களின் இன்னல்களையும், முதலாளித்துவப் போக்குகளையும் வெளிப்படுத்தி அப்பணியினை மேற்கொண்டார். விடுதலை இயக்க விழிப்புணர்விலும், மறைமுகமாகத் தொழிற்சங்கக் குழுக்கள் ஏற்படுத்திய விழிப்புணர்விலும் ஆலைத் தொழிலாளர்களிடையே எழுச்சி ஏற்பட்டது. பல கோரிக்கைகளை முன்வைத்து 4.2.1935இல் இரண்டு மாதத்திற்கு மேல் நடந்த தொழிலாளர்கள் போராட்டம், சவானா ஆலை கதவடைப்பு செய்தும் வெற்றியடைந்ததில் தொழிலாளர்களிடையே போராட்ட நம்பிக்கை வலுத்தது. அதேநேரம் பின்னடைவு கண்ட ஆலை நிறுவனமோ, தறிப்பிரிவுத் தலைவர் சுப்பராயலு உட்படப் பலரை வேலைநீக்கம் செய்தது. இதனால், 25.7.1935இல் மூன்று ஆலைத் தொழிலாளர்களும் ஒன்று சேர்ந்த போராட்டம் நடைபெற்றது. இப்போராட்டமும் இரண்டு மாதத்திற்கு நடந்தது. இதற்கு வி.வி. கிரி, எஸ். குருசாமி முதலிய இந்திய அளவிலான தொழிற்சங்கத் தலைவர்கள் ஆதரவுவழிப் புதுவைத் தொழிலாளர் நிலை பன்னாட்டுத் தொழிலாளர் கூட்டமைப்பிற்குத் தெரிவிக்கப்பட்டது.[25]

பலதரப்பிலிருந்தும் கிட்டிய ஆதரவினால் மே 1936இல் பஞ்சாலைத் தொழிலாளர்களின் முதல் மாநாடு, பிரெஞ்சு ஆதிக்கத்திற்கு வெளியே பிரித்தானிய இந்தியாவின் தென்னார்க்காடு மாவட்ட எல்லைப் பகுதியான 'பெரம்பை'யில் நடத்தப்பட்டது. இம்மாநாட்டில் பல்வேறு தீர்மானங்கள் முன்மொழியப்பட்டு,[26] அவை பிரான்சு நாட்டுத் தொழிற்சங்கங்களுக்கும் தெரிவிக்கப்பட்டன. எனவே, பிரான்சு தொழிலாளர்கள் தரப்பிலும் ஆதரவு கிடைத்தது.[27]

இதன் பிறகு, தொழிலாளர் சங்கத்தின் உரிமைவேண்டி ஒருங்கே போராட ஓர் ஒற்றுமைக் குழு அமைக்கப்பட்டது. இக்குழு தொழிலாளர்களை ஒன்றிணைத்துச் சூன் 29இல் வேலைநிறுத்தம் செய்தது. அவர்கள் தொழிற்சங்கத்துக்காகவும், எட்டு மணிநேர வேலைக்காகவும் செயல்பட்டனர்.[28] முதலாளிகள் தரப்பிலும், பிரெஞ்சிந்திய ஆளுநர் தரப்பிலும் கோரிக்கைகள் நிறைவேற்றப்படும் என்று வாக்குறுதியளித்ததால் மூன்று நாள்களில் போராட்டம் நிறுத்திக்கொள்ளப்பட்டது. ஆனால் எவ்விதத் தீர்வும் கிட்டாத ஏமாற்றத்தால் 23.7.1936இலிருந்து உள்ளிருப்புப் போராட்டம்

தொடங்கப்பட்டது. இரண்டுநாளில் மூன்று ஆலைகளின் 12 ஆயிரம் தொழிலாளர்கள் பங்கெடுத்த பெரும்போராட்டமாக மாறியது. தொடர் போராட்டங்களையே கண்டுவந்த பிரெஞ்சு முதலாளிகள் இம்முறையாவது போராட்டத்தை வீழ்த்த நினைத்தனர்.[29] அவர்களின் தூண்டுதலால், தொழிலாளர் ஒற்றுமையைக் கண்டு பதற்றமடைந்த பிரெஞ்சு அரசு தொழிலாளர்கள்மீது வன்முறையைத் தொடுத்தது.

போராட்டக்காரர்கள்மீது சூலை 30ஆம் நாள் காலை பீரங்கி, துப்பாக்கி ஏந்திய இராணுவத்தின் பெரும்படையோடு காவல்துறையினர் ரோடியர் ஆலையின் பெருங்கதவைத் தகர்த்துத் தாக்குதல் நடத்தினர். அந்நேரம் வாயிற்கதவைப் பாதுகாத்த தொழிலாளர்கள்மீது ஆலை மேலாளர் மார்ஷ்லேண்டு கைத்துப்பாக்கியால் சுட்டார்.இதில் ஒரு தொழிலாளி மரணமடைந்தார். இச்செய்தி மற்ற ஆலைகளிலும் பரவிக் கொந்தளிப்பை ஏற்படுத்தியது. தொழிலாளர்களும் பதில் தாக்குதல் நடத்தலாயினர். போராட்டம் கலவரமானது. ஆயுதப்படையினர் துப்பாக்கிச்சூட்டை நடத்தினர். இதனால், சினமுற்ற போராட்டக்காரர்கள், கைக்கு அகப்பட்டவற்றைக் கருவிகளாக்கித் தீரத்துடன் காவல்படையினரைத் தாக்கினர். அவர்கள் தொழிலாளர்களின் பெருங்கூட்டத்தின் எதிர்வினையிலிருந்து மீளமுடியாமல் பின்வாங்கினர்.[30] ஆனாலும் இராணுவத்தின் அடக்குமுறைத் துப்பாக்கிச்சூட்டில் தொழிலாளிகள் தரப்பில் 12 பேர் பலியானார்கள். பலர் குண்டடி பட்டார்கள்.

புதுவை முழுதும் இவ்வன்முறைக்குப் பலத்த எதிர்ப்பு தெரிவிக்கப்பட்டது. தொழிலாளர் படுகொலைகள் நாடெங்கும் வருத்தத்தை ஏற்படுத்தியது. மேலும், 10.8.1936 அன்று தொடங்கி ஆங்காங்கே, புதுவையில் சில அமைப்புகளும், புதுவைக்கு வெளியேயும் ஏ.ஐ.டி.யூ.சி. உள்ளிட்ட பல தொழிற்சங்க அமைப்புகளும் கண்டன ஆர்ப்பாட்டங்களை நடத்தின. அதன்பின் வ. சுப்பையா ஏற்பாட்டில் இந்தியாவின் முக்கியத் தலைவரான நேரு, அக்டோபர் மாதத்தில் காமராசர், சத்தியமூர்த்தியுடன் புதுவைக்கு வந்து பிரெஞ்சு ஆதிக்கத்தின் வன்முறைகளைக் கண்டித்துப் பேசினார்.[31] அவரது வழிப்படுத்துதலில் சுப்பையா பிரான்சு சென்று, அங்கு மக்கள் முன்னணிக் கட்சியினரோடு கலந்து அரசாங்கத்திடம் முறையிட்டார். அதன் பிறகு போராட்டத்தின் கோரிக்கைகளுக்குத் தீர்வு காணப்பட்டது. பிரான்சு நாடாளுமன்றத்தில் 1937 ஏப்பிரல் 6இல் பிரெஞ்சிந்தியத் தொழிற்சங்கச் சட்டம் இயற்றப்பட்டது.இதன்வழி 8 மணிநேர வேலை என்பது நடைமுறைப் படுத்தப்பட்டது. மேலும் ஓய்வூதியம், நலத்திட்டங்கள் முதலியவையும் செயல்பாட்டுக்கு வரலாயின.

தமிழ்க் கவிதையில் தமிழ்ஒளி பதிவுசெய்துள்ள இந்நிகழ்வினைக் குறித்துப் பதிவுகள் அதிகம் இல்லை. மேலும் இக்கவிதை காட்டும் 'கோவைத் தொழிலாளி'யின் நிலை 'ஸ்டேன்ஸ் மில்' போராட்டம் (1946), 'ஆஷர் மில்' போராட்டம் (1949) எனும் இரண்டில் எதைக் குறிக்கின்றது என்பதும் மேலாய்வு செய்யப்படவேண்டியது. பாரதிதாசன், சுப்பையா பிரான்சுக்குச் சென்று உரிமைகளைப் பெற்றுவந்தபோது நடந்த நிகழ்ச்சியில் வரவேற்று வாழ்த்துக் கவிதை (பாவேந்தம் - 18, ப.592) வாசித்திருக்கின்றார். அவர்தம் கவிதைகளுள் இடம்பெற்றுள்ள புதுவையின் தொழிலாளர் போராட்டம் குறித்த ஓரிரு பதிவுகள் புதுவைச்சிவம் எழுதிய கவிதைகளாக ய. மணிகண்டன் தெளிவுற எடுத்துக் காட்டுவதால்[32] இங்கு அவை எடுத்தாளப்பெறவில்லை. மேலும் இவற்றின் ஆண்டும் சிக்கலாக உள்ளது. ஆனால் 'புதுவை சவானா மில் படுகொலைப் பாட்டு' என்னும் புதுவைச்சிவத்தின் படைப்பு இந்நிகழ்வைப் பற்றியதாகும். அதேநேரம் பாரதிதாசன் பிரான்சு நாட்டின் மொழியில் எழுதப்பட்டிருந்த அச்சட்ட விதிகளைத் தமிழில் மொழிபெயர்த்திருக்கின்றார். இத்தகு போராட்டத்தில் 12 தொழிலாளர்கள் உயிர்ஈந்த சூலை 30ஆம் நாளை, மக்கள் இன்றுவரை நினைவுகூர்ந்து வருகின்றனர்.

கோவை இலட்சுமி ஆலைப் போராட்டம் (21.9.1937 - 12.10.1937)

கோவை மாவட்டம் இன்றுவரையிலும் பஞ்சாலைகளின் நகரமாக விளங்கிவருவதற்கு அம்மண்ணின் தட்பவெப்பநிலை முக்கியமானது. அத்துடன் பருத்தி பயிரிடுதல் அதிகமாக இருந்ததும், குறைவான கூலியில் மக்களின் உழைப்பைப் பெற முடிந்ததும் காரணங்களாகும். அதற்கென்று அதிகப்படியான வேலைப்பளு திணிக்கப்படுவதைப் பொறுக்க முடியாமல் தொழிலாளர்கள் கோரிக்கைகளை எழுப்புகின்றனர். அவை பொருட்படுத்தப்படாத நிலையில் வேலைநிறுத்தம் செய்கின்றனர். இருபதாம் நூற்றாண்டின் தொழிலாளர் போராட்டங்களில் பெரும்பான்மையாக இதுவே முதன்மையான கோரிக்கையாக இருந்தது. இது கோவையில் பாப்பநாயக்கன் பாளையத்திலுள்ள இலட்சுமி ஆலைக்கும் பொருந்தியது.

கோவையின் முதல் பஞ்சாலையான, ஸ்டேன்ஸ் என்பவருடைய ஆலையின் அதிகப்படியான பஞ்சுத் தேவைக்கு, நிலக்கிழாரான குப்புசாமி நாயுடு பருத்திக் கொட்டையிலிருந்து பஞ்சினைப் பிரித்தெடுக்கும் 'ஜின்னிங் ஃபேக்டரி'யை 1910இல் தொடங்கினார்.

பிறகு இது 1932இல் நூற்பாலையாக வளமடைந்தது.[33] அதன் பொறுப்பாளராகிய அவரது மகன் தேவராஜுலுவின் அதிக இலாப எண்ணத்தால் தொழிலாளர்கள் உரிமைகளிழந்து அதிக வேலைகளுக்கு ஆளாகினர். எனவே பல மாவட்டங்களிலிருந்து வந்து பாதிப்படைந்த தொழிலாளர்கள் போராட முற்பட்டனர். அவர்களின் பின்னணியில் 1935இல் உண்டான 'பஞ்சாலைத் தொழிலாளர் சங்கம்' இருந்தது. பொதுவுடைமைக் கட்சியின் கிளையும் அப்போது தான் தமிழகத்தில் தொடங்கப்பட்டுச் செயலாற்றிக் கொண்டிருந்தது. தோழர்கள் பி. இராமமூர்த்தி, ஜீவா முதலியவர்கள் தொழிலாளர்களின் போராட்டக் குணத்தை முன்னின்று ஊக்குவித்தனர்.

ஆலைகளில் நாளொன்றுக்கு 16 மணிநேரம் வேலைசெய்ய வேண்டி இருந்ததால் உடல்நிலை மற்றும் வாழ்க்கையிலும் தொழிலாளர்கள் பெரும் சோர்வுற்றனர். விடியற்காலை 4 மணியிலிருந்து வேலைசெய்யும் நிலை, உணவு நேரம் காலையில் 15 நிமிடம், நண்பகலில் 30 நிமிடம் மட்டுமே வழங்கப்பட்ட நிலை என்றதோடு, வேலையில் சோர்வினால் தயக்கம் காட்டினால் தண்டனை வழங்கப்படுவது முதலியவற்றால் அவர்கள் அதிக உளைச்சலுற்றனர்.[34] 1930களில் இருந்தே இந்நிலை இருந்துவந்தது. மேலும் பஞ்சாலைகளில் முதலாளிகள் ஆதரவில் அடியாள்களின் செயல்பாடுகள் எல்லை மீறியதாக அமைந்தன.

ஆலை நிருவாகம், சப்பான் நாட்டிலிருந்து புதிதாக இயந்திரங்களை வரவழைத்ததால் பாதியளவு ஆட்குறைப்பு செய்தது. மேலும், இருப்பவர்களுக்கும் வேலைப்பளுவை அதிகரித்தது. நூலாக்கும் சட்டகத்தில் ஒரு பக்கம் மட்டுமே வேலைபார்க்க முடியும். அப்போதுதான் இழைகள் அறுந்துபோனாலும் அதைச் சரிசெய்ய முடியும். ஆனால் இரண்டு பக்கமும் பார்க்க வேண்டி வந்தது. இவை சரிசெய்யப்பட 1937 சூலைக்குப் பிறகு சங்கத்தின் மூலம் முதலாளியிடம் 11 கோரிக்கைகள் முன்வைக்கப்பட்டன. ஆலையின் தரப்பிலோ அவை மறுக்கப்பட்டன. அதனால் முதற்கட்டமாக 35 பேர் செப்டம்பர் 21 இரவில் வேலைநிறுத்தம் செய்யத் தொடங்கினர். அடுத்த நாளிலிருந்து பல தொழிலாளர்கள் கலந்துகொண்ட போராட்டமாக உருவெடுத்தது. சில நாள்களில் போராட்டத்தைக் குலைக்க அடியாள்களை அனுப்பியும் முடியவில்லை. இராஜலட்சுமி ஆலையிலிருந்து வேலைக்கு அழைத்துவர முயன்றபோது, அங்கும் அதிக வேலை, குறைந்த கூலி, மேற்பார்வையாளர் (மேஸ்திரி) ஆதிக்கம் முதலியவற்றையெதிர்த்து வேலைநிறுத்தத்தில் ஈடுபட்டிருந்தனர். எனவே, வழியின்றி இலட்சுமி ஆலையால் செப்டம்பர் 23இல் சில கோரிக்கைகள் ஏற்கப்பட்டு ஒப்பந்தம் ஆனது.[35]

நூலாக்கும் பிரிவுத் தொழிலாளர்கள் போராட்டத்தைக் கைவிட நேர்ந்த சூழலில், இயந்திரம் ஓடும்போதே சுத்தம் செய்யவேண்டியதை எதிர்த்து வேறு 40 தொழிலாளர்கள் வேலைநிறுத்தம் செய்யலாயினர். இவர்களோடு பஞ்சினைக் கயிறாக்கும் பிரிவில் 32 பேருக்கு 25 பேர் வேலை செய்யவேண்டி இருந்ததை மறுத்து இத்தொழிலாளர்களும் போராட்டத்தில் இணைந்தனர். போராட்டம் பெரிதளவில் வீரியமடைந்தது. பிற ஆலைத் தொழிலாளர்களின் ஆதரவும் வலுத்தது. ஜீவா, எஸ்.வி. கதே ஆகியோர் சென்னையிலிருந்து வந்து வழிநடத்தினர். போராட்டக் குழுக்களை ஏற்படுத்தினர்.[36] செப்டம்பர் 29இல் நடத்தப்பட்ட கூட்டத்திலிருந்து ஜீவா போராட்டத்தைத் தலைமை தாங்கி நடத்தினார். போராட்டக் கால நிவாரணத்திற்கு ரங்க விலாஸ், இராதாகிருஷ்ணா, ஜனார்தனா, சரோஜா உள்ளிட்ட ஆலைகளின் தொழிலாளர்களும் பொதுமக்களும் உதவலாயினர்.

இப்போராட்டம் 15 ஆயிரத்திற்கும் மேற்பட்ட தொழிலாளர்களின் ஒற்றுமைப் போராட்டமானது. அமைதியாக நடக்கவே காவல்துறையாலும் வெளிப்படையான தாக்குதலை மேற்கொள்ள முடியவில்லை. நாள்தோறும் நடைபெற்றுவந்த கூட்டத்தில் தொழிலாளர்கள் குடும்பத்துடன் பங்கேற்றனர். இதில், தொழிலாளர்களுக்கு எவ்வகைப் பாதிப்பும் கூடாது, இரண்டு பக்கமும் நூற்கும் சட்டத்தைப் பார்க்கக் கட்டாயப்படுத்தல் கூடாது, 9 மணி நேர வேலை, பெண்களுக்கு வேலைநேரம் முடியும்முன்னே 5 நிமிடம் முன்னதாக அனுப்ப வேண்டும், பேறுகாலத்தில் ஊதியத்துடன்கூடிய ஆறுவார விடுமுறை, எல்லாத் துறைகளிலும் கடிகாரம் வைக்கவேண்டும் உள்ளிட்ட கோரிக்கைகள் வெளிப்பட்டன.[37]

பாப்பநாயக்கன்பாளையத்தில் மட்டுமல்லாது சுற்றுவட்டாரத்திலும் கூட்டங்களும் ஊர்வலங்களும் நடத்தப்பெற்றன. ஊர்வலத்தினர் மீது தாக்குதல் நடத்திடவும், சாதிய வழியில் ஒற்றுமையைக் குலைக்கவும் ஆலை நிருவாகம் முயன்று பார்த்தது.[38] புளியகுளத்தில் அக்டோபர் 4ஆம் நாள் நடைபெற்ற கூட்டத்தில் பங்கேற்றுத் திரும்பிக்கொண்டிருந்தபோது தொழிலாளர் தலைவரான இராமசாமி நாயுடு தாக்கப்பட்டார். இந்நிகழ்வு தொழிலாளர்களைக் கொதிப்படையச் செய்தது.[39] அடுத்தநாள் மிகப்பெரியதாக நடக்கவிருந்த, இறுதிக்கட்ட ஆர்ப்பாட்டத்திற்குக் கூடிய மக்களால் பாப்பநாயக்கன்பாளையத் திடலின் இடம் போதாமல், பீளமேட்டுக்கு அருகிலிருந்த மைதானத்திற்குக் கூட்டம் இடம்பெயர்ந்தது. இவ்வாறாக நடைபெற்றுவந்த போராட்டத்தின் இறுதிநிலையை,

காங்கிரஸ் அரசாங்கம், வேலை நிறுத்தத்தை 20 நாட்கள் நீடிக்கவிட்டு கல்லுப் பிள்ளையார் மாதிரி இருந்தது. கோவைக் காங்கிரஸ் தலைவர்களும், ஒரு கூடைச் செங்கலும் பிடாரி மாதிரி வேலை நிறுத்தத்திற்குச் சாதகமாக ஒரு வார்த்தைகூடப் பேசியதில்லை.

லட்சுமி மில் மூடின பிறகு முதலாளிகள் வளைந்தார்கள்; சமரஸத்திற்கு முன்வந்தார்கள். தொழில் மந்திரி கிரியும் கோவைக்கு வந்தார்.

காங்கிரஸ் தலைவர் அவினாசிலிங்கனார் மாளிகையில் கிரியார் முன்னிலையில் முதலாளி சங்கத்தார்க்கும் தொழிலாளர் சங்கத்தார்க்கும் சமரசப் பேச்சு நடந்தது. கோவைத் தொழிலாளி வர்க்கத்தின் எழுச்சிமிக்க உணர்ச்சியையும் ஒற்றுமையையும் வாளாகவும் கேடயமாகவும் கொண்டு,பதினோரு கோரிக்கைகளையும் நான் அழுத்தி வற்புறுத்தினேன். முதலாளிகள் தரப்பில் ஒப்பினர். எல்லாவற்றிலும் பெரிய ஒரு கோரிக்கையாகிய சங்க அங்கீகாரத்தையும் தக்க சமயத்தில், இறுதியில் வைத்தேன். கிரியும் ஒப்பினார்; முதலாளி சங்கமும் ஒப்பிற்று. கோவைத் தொழிலாளி வர்க்கம் முதற்பெரும் ஜெயபேரிகை கொட்டிற்று [40]

என்று ஜீவா குறிப்பிடுகின்றார். இப்படி 20 நாள்களைக் கடந்த போராட்டத்தின் முழுவெற்றிக்குப்பின், கதவடைப்பு செய்யப்பட்ட ஆலை அக்டோபர் 12இல் திறக்கப்பட்டது. தொழிலாளர் போராட்ட வரலாற்றில் இலட்சுமி ஆலைப் போராட்டமே இப்படியொரு நிலையை அடைய முடிந்தது என்பது இன்றுவரையில் பெருத்த வெற்றியாக இருக்கின்றது. இதனை ஜீவாவும்,

1937-ல் கோவை பாப்பாநாயக்கன் பாளையம் "லட்சுமி" மில்லில் தமிழக வரலாற்றில் பொன் எழுத்தில் பொறிக்கத் தக்க ஒரு வேலை நிறுத்தம் நடந்தது. செங்கொடியின்கீழ் திரண்டுள்ள இன்றைய தமிழகத் தொழிலாளி வர்க்கத்திற்கு அதுதான் வெற்றிகரமான மிகப்பெரிய ஆரம்பப் போராட்டம். பின்னால் பல வேலை நிறுத்தங்களுக்கு உணர்ச்சி ஊற்றாகவும், வழிகாட்டியாகவும் ஒளிவிட்ட வேலை நிறுத்தம் அது [41]

என்று பெருமிதமாகக் குறிப்பிடுகின்றார். அதுமட்டுமன்று, மேலும் தமது படைப்பிலும் இப்போராட்டத்தின் 'நேர் அனுபவத்திலிருந்து எழுந்த பாட்டு' என்று,

ஒற்றுமையாய் ஒத்துழைத்தால்
வெற்றிபெறலாமே - நாம்
.....
பச்சைமரத் தாணிபோல பதித்து சுகம்நாடி

பார்முழுதும் செங்கொடியைப் பறத்தியே கொண்டாடி
பிச்சையிலும் கேவலமாம் கொச்சை வாழ்வைச்சாடி
பேரரசு தொழில்நாயகம் பேணும் வழிதேடி

(ஜீவா பாடல்கள், ப.80)

எனும் அடிகளையுடைய கவிதையை இயற்றியுள்ளார். மேலும் இந்நிகழ்வுக்கான 'தேச சுதந்திரம்' எனும் அவரது இன்னொரு கவிதையும் (ப.99) உண்டு. தொழிலாளர்களின் ஒற்றுமையால் வெற்றியடைந்த இப்போராட்டத்தின் பின்புலத்தில் கே. ரமணி, கண்ணாக்குட்டி, எம். பூபதி, விருதகிரி முதலிய பலரது உழைப்பும் பயன்பட்டுள்ளது. தொழிலாளர்களின் போராட்டத்திற்குத் தீர்வுகாண 1938இல் விசாரணை நீதிமன்றம் ஒன்றும் ஏற்படுத்தப்பட்டது. இச்செயல்பாட்டுக்கு இப்போராட்டத்துடன் கோவையில் நடைபெற்ற 1936 - 38 வரையிலான சுமார் நூறு போராட்டங்கள் காரணப்பட்டன. ஒரு போராளியாக இருந்ததோடு மட்டுமல்லாமல் படைப்பாளியாகவும் ஜீவா செயல்பட்டதால் அவரது படைப்புவழி இவ்வரலாற்று நிகழ்வைக் கண்டெடுக்க முடிகின்றது.

இந்தி எதிர்ப்புப் போராட்டங்கள் (1937 - 1966)

பல்வேறு மொழிபேசும் மாநிலங்கள் அடங்கிய இந்நாட்டின் ஆட்சி மொழியாக இந்தி மொழியைச் செயல்படுத்தவும், இந்திப் புழக்கமில்லாத மாநிலங்களின் கல்வித்திட்டத்தில் இந்தியைக் கட்டாயப் பாடமாக்கவும் மைய அரசு முயற்சித்தது. சென்னை மாகாணத்தில் அதாவது தமிழகத்தில் இம்முயற்சியைக் கடுமையாக எதிர்த்த போராட்டமே, வரலாற்றுப் பெருமைகொண்ட 'இந்தித் திணிப்பு எதிர்ப்புப் போராட்டம்' ஆகும். இது, இருபதாம் நூற்றாண்டில் பல்வேறு காலகட்டங்களில் நடைபெறலானது.

1937 - 1939

ஆங்கிலேயர்க்கு அடிமைப்பட்டிருந்த காலத்தில் ஆங்கிலம்தான் அரசாட்சியில் பயன்படுத்தப்பட்டது. ஆங்கிலேயர் மீதும் அவர்களது மொழி மீதும் வெறுப்படைந்த இந்திய விடுதலை இயக்கத்தினரால், நாட்டின் பல மொழி மக்களை ஒன்றுதிரட்டிடும் 'பொதுமொழி'யாக இந்தி பார்க்கப்பட்டது. அதன்படி இந்தி மற்றும் உருதுவின் கலப்பினமான இந்துஸ்தானி மொழியை முன்வைத்தனர். காந்தியும் நேருவும் அம்மொழியை முன்னெடுத்தனர்; இந்தி பேசாத மாநிலங்களிடையே பரப்பிட முனைந்தனர்.[42] அதற்காக, 1918இல்

'தட்சிண பாரத இந்திப் பிரச்சார சபா' தமிழகத்தில் தோற்றுவிக்கப்பட்டது. இதற்கிங்கே உடன்பாடில்லாமலில்லை. வடமாநிலங்களில் பேசப்பட்ட, தேவநாகரி எழுத்துரு கொண்ட இந்தியானது அதிக மக்களால் பேசப்பட்டாலும் மொழிக்குத் தொன்மை கிடையாது; தமிழ்போல் வளம் கொண்டதும் கிடையாது. மேலும் தமிழகப் பகுதியில் இதன் தலையீடு தேவையற்றது என எதிர்க்கவே செய்தனர்.[43] ஈ.வெ.ரா. இது தென்னகத்தை வடவர்களுக்கு அடிமைப்படுத்திடக்கூடுமென்று எதிர்த்தார். இருந்தாலும், பல்வேறு மாநிலங்களிலும் 1925க்குப் பிந்தைய நிகழ்வுகளில் இந்துஸ்தானியையே இந்திய தேசிய காங்கிரசினர் கையாண்டனர்.

மேற்காணும் கட்சியைச் சேர்ந்த, சென்னை மாகாண முதல்வரான இராஜாஜி, 1937 ஆகஸ்டில் இந்தியைக் கட்டாயப் பாடமாக்கும் கல்வித்திட்டத்தை வெளிப்படுத்தினார். நீதிக்கட்சி ஆட்சியின்போதே ஒருசில இடங்களில், பள்ளிகளில் இந்திப் பாடம் அறிமுகப்படுத்தப்பட்டுள்ளது. ஆனால் இப்படிக் கட்டாயமாக்கப்படுவது ஏற்கத்தக்கதல்ல என்று எதிர்ப்புக் கிளம்பியது. பல்வேறு தரப்பிலிருந்தும் இந்தித் திணிப்புக்கு மறுப்பு எழுந்தது. மறைமலையடிகள், சோமசுந்தர பாரதியார், கி.ஆ.பெ. விசுவநாதம், பட்டுக்கோட்டை அழகிரிசாமி, பாரதிதாசன் ஆகியோர் திருச்சியில் டிசம்பரில் முதல் இந்தி எதிர்ப்பு மாநாடு நடத்தினர்.[44] இத்துடன் ஆங்காங்கே மாவட்ட மாநாடுகளோடு நீதிக்கட்சி, மாணவர்கள், வழக்கறிஞர்கள், கரந்தைத் தமிழ்ச்சங்கம் முதலிய தமிழ் அமைப்புகள் சார்பில் கண்டனப் பேரணிகள், போராட்டங்கள் முன்னெடுக்கப்பட்டன. இப்படிப் போராட்டங்கள் தொடர்ந்த போதிலும் அரசால் 21.4.1938இல் இந்தியைக் கட்டாய பாடமாக்கும் ஆணை பிறப்பிக்கப்பட்டு 125 பள்ளிகளில் நிறைவேற்றப்பட்டது.[45]

அடுத்த மாதமே திருச்சியில், இந்தி எதிர்ப்பு வாரியம் ஒன்று சோமசுந்தர பாரதியார் தலைமையில் தோற்றுவிக்கப்பட்டது. த.வே. உமாமகேசுவரன் பிள்ளை, ஈ.வெ.ரா., டபிள்யூ.பி.ஏ. சௌந்தர பாண்டியன் முதலியோர் இக்குழுவில் செயல்பட்டனர். போராட்டங்களும் தொடங்கப்பட்டன. மாகாணத்தின் தமிழ்பேசும் மாவட்டங்களில் இருந்த அளவுக்குப் போராட்டம் மற்ற மொழிப்பகுதிகளிடையே இல்லை. போராட்டத்தில், மே 1938இல் ஸ்டாலின் ஜெகதீசன், சூன் 3இல் காங்கிரசு தொண்டரான பொன்னுசாமி ஆகிய இருவரும் உண்ணாநோன்பு முயற்சி மேற்கொண்டனர். முதல்வர் வீட்டின்முன் அடிக்கடி மறியல்

போராட்டம் நடத்தப்பட்டது. சூன் 10இல் சென்னையில் ஒரு கூட்டத்தில் பேசியதற்காகச் சி.என். அண்ணாதுரை பின்னாளில் தண்டனை பெற்றார். இதன் தொடர்ச்சியில் சூலை 31ஆம் நாள் 'இந்தி எதிர்ப்பு நாள்'ஆகக் கடைப்பிடிக்க முடிவானது.[46] இதற்கிடையில் ஆங்காங்கே எழுந்த கண்டனங்களுக்கு, 14.6.38இல் அரசாணையில் இராஜாஜி, இந்திய நாட்டில் இம்மாகாணம் வளர்ச்சியடைவது படித்த இளைஞர்கள் பல்வேறு இடங்களிலும் பணியாற்றினால் சாத்தியப்படும்; அதற்கு இந்திமொழி அறிவது அவசியமாகும்; இடைநிலைப்பள்ளிகளில் மட்டுமே இந்தி பயிற்றுவிக்கப்படும்; அதிலும் தாய்மொழிக்கல்விக்கு எவ்விதப் பாதிப்பும் நேராது என்றெல்லாம் அறிவித்தார்.

அரசின் அறிவிப்பு ஏற்கும்படியில்லையெனப் போராட்டம் தொடர்ந்தது. இசுலாமியர்களில் தமிழ்பேசும் பிரிவினரும் சுயமரியாதை இயக்கத்தோடு பங்கெடுத்தனர். ஈ.வெ.ரா., காலிபுல்லா ஆகியோர் வழிகாட்டலில் குமாரசாமிப் பிள்ளை, இராமாமிருதம் அம்மையார் தலைமையில் திருச்சியிலிருந்து 1.8.1938இல் பெரும்பேரணி தொடங்கியது. இத்'தமிழர் படை' 42 நாள்களில் பல்வேறு கிராமங்கள், நகரங்களுக்குச் சென்று கூட்டங்கள் நடத்தி விழிப்புணர்வு ஏற்படுத்தியது.[47] இப்பேரணிப் பயணத்தில் 'போர்ப்பாட்டு'ஆகப் பயன்படுத்தப் பட்டதுதான் பாரதிதாசனின்,

இந்திக்கு தமிழ்நாட்டில் ஆதிக்கமாம் - நீங்கள்
எல்லாரும் வாருங்கள் நாட்டினரே!
செந்தமிழ்க் குத்தீமை வந்தபின்னும் - இந்தத்
தேக மிருந்தொரு லாபமுண்டோ?
.....
எப்பக்கம் வந்து புகுந்துவிடும் - இந்தி
எத்தனை பட்டாளம் கூட்டிவரும்?
.....
பங்கம் விளைந்திடில் தாய்மொழிக்கே - உடற்
பச்சைரத் தம்பரி மாறிடுவோம் (பாவேந்தம் - 15, ப.521)

எனும் உணர்ச்சியெழுப்பும் அடிகள் கொண்ட கவிதை. இப்படையால் தமிழகத்துக் கிராமங்களெங்கும் இந்தி எதிர்ப்பு பரவலான ஆதரவைப் பெற்றது. ஈழத்து அடிகள், கா. அப்பாதுரையார், முடியரசன், இலக்குவனார் உள்ளிட்ட தமிழறிஞர் பலரும் தீவிரமாக இயங்கினர். நவம்பர் 13இல் சென்னையில் நடந்த பெண்கள் மாநாட்டில் தருமாம்பாள், மீனாம்பாள் சிவராஜ், நீலாம்பிகை அம்மையார் உள்ளிட்டோர் ஏற்படுத்திய விழிப்புணர்வில் போராட்டத்திற்குப் பெண்கள் ஆதரவும் பெருகிற்று.[48]

தமிழகமெங்கும் 3.12.1938ஆம் நாளும் இந்தி எதிர்ப்பு நாளாகப் போராட்டக்காரர்களால் அறிவிக்கப்பட்டது. கறுப்புக்கொடி ஆர்ப்பாட்டங்கள் நடந்தன. டிசம்பர் 5இல் கைதுசெய்யப்பட்ட நடராசனும், 1939இல் நடந்த பெரும் பேரணியில் கைதானவர்களில் பிப்பிரவரி 13இல் கைதான தாளமுத்துவும் சிறையில் நோய் பாதிப்பால் இறந்தனர். இந்த முதல் 'மொழிப்போர் தியாகிகள்' மரணமானது போராட்டத்தினரை வெகுண்டெழுச் செய்தது. சென்னையில் நடைபெற்ற இவர்களது இறுதிச் சடங்கே போராட்டக்காரர்களின் பேரணியாகக் காட்சியளித்தது.[49] இந்தித் திணிப்பிலிருந்து தமிழகம் மீளத் தனிநாடு கோரிக்கையை முன்னிறுத்திப் பேசிய ஈ.வெ.ரா. எனும் பெரியார் டிசம்பர் 8இல் கைதுசெய்யப்பட்டார். அவருடன் 1198 பேர் கைதாகினர். மேலும் இந்திக்கெதிராகச் செயல்படும் பத்திரிகைகளுக்கு அரசு எச்சரிக்கை விடுத்தது. இவற்றையெல்லாம் கடந்து எதிர்ப்பு தீவிரமடைந்ததாலும், காங்கிரசுள்ளும் இந்திக்கு எதிர்ப்பிருந்ததாலும் 1940 பிப்பிரவரி 21இல் அப்போதைய ஆளுநர் எர்ஸ்கின் பிரபுவால் கட்டாய இந்தி கைவிடப்பட்டது.

1948 - 1949

பிரித்தானிய ஏகாதிபத்தியத்திலிருந்து இந்தியா விடுதலை பெற்றதும் நாடளவிலான காங்கிரசு ஆட்சியானது பள்ளிகளில் இந்திமொழிப் பாடத்தைக் கட்டாயமாக்கியது. ஓமந்தூர் இராமசாமி ரெட்டியார் பதவி வகித்த சென்னை மாகாண காங்கிரசு அரசும் 20.6.1948இல் அதனை நிறைவேற்றியது. தமிழகத்தில் விருப்பப்பாடமாகவும், பிற திராவிட மொழிப் பகுதிகளில் கட்டாயப்பாடமாகவும் அறிமுகப்படுத்தியது. சில முக்கியத் தலைவர்கள் ஆதரவு தெரிவிக்க நேரிட்டாலும், தமிழகத்தில் எதிர்ப்பே வலுவாக இருந்தது. 1946இல் கல்வி தொடர்பாக நியமிக்கப்பட்ட ஆய்வுக்குழு இந்தியைக் கட்டாயமாக்கக்கூடாது என்று தெரிவித்திருந்தபோதிலும் இப்படியொரு திட்டம் நடந்தது.

அதேநேரம், 1946 டிசம்பரில் உருவாக்கப்பட்ட இந்திய அரசியலமைப்பு நிருணய மன்றமானது, அரசியலமைப்பு எழுதுவதற்கும், நாட்டின் 'தேசிய மொழி'யாகத் திகழ்வதற்கும் எந்த மொழியைத் தேர்ந்தெடுப்பது என்பது குறித்த கேள்வியை முன்வைத்தது. வடமாநிலத்தைச் சேர்ந்தவர்கள் இந்தியையே கருதினர். அதிலும் சிலர் இந்தியை மட்டும் ஏற்றுக்கொள்வதாகவும், சிலர் இந்தி பங்காற்றும் இந்துஸ்தானியை ஏற்றுக் கொள்வதாகவும் கருத்துத் தெரிவித்தனர்.

தென்னகத்தில் எதிர்ப்பே தெரிவிக்கப்பட்டது. இரண்டு, மூன்று ஆண்டுகள் நீடித்த இத்தேர்வின் வாயிலாக அம்மன்றம், 1949இல் தேசிய மொழியைக் கண்டெடுக்கும் திட்டத்தையே தவிர்த்து, அலுவலகப் பயன்பாட்டிற்கு மட்டும் இந்தியையும், இணைமொழியாக ஆங்கிலத்தையும் (15 ஆண்டுகளுக்கு மட்டும்) தெரிவுசெய்து கொண்டது.[50] இது, நாடு விடுதலையடைந்த பின்னர்க் குடியரசு அமைந்த 26.1.1950முதல் நடைமுறைப்படுத்தப்பட்டது.

நீதிக்கட்சியாக இருந்து மாற்றம்பெற்ற, இந்தி எதிர்ப்பு உணர்வைச் சமூகத்தில் தக்கவைக்க 1940களில் கடுமையாக உழைத்த திராவிடர் கழகம் முதல்வருடன் பேசி, இந்தியைக் கைவிட வேண்டுகோள் விடுத்தது. அது பலனற்றுப்போகவே 17.7.1948இல் எதிர்ப்புத் தெரிவிக்கும் வகையில் அனைத்துக் கட்சி மாநாடு ஒன்றினை நடத்தியது. தீர்மானங்கள் நிறைவேற்றப்பட்டுப் போராட்டங்கள் நடத்தப்பட்டன. அதாவது ஆகஸ்ட் 10ஆம் நாள் சென்னையில் முத்தியால் பேட்டை உயர்நிலைப் பள்ளிக்கு முன்பு போராட்டம் நடைபெற்றது. இதில் பலர் தாக்கப்பட்டுக் கைதாகினர். இதன் இன்னொரு கட்டமாக அப்போதைய ஆளுநர் இராஜாஜிக்கு ஆகஸ்ட் 23இல் கறுப்புக்கொடி காட்டும் போராட்டம் நடைபெற்றது. இதனால் பெரியார், சி.என். அண்ணாதுரை உள்ளிட்டோர் கைதாயினர். கா. அப்பாதுரையார் மற்றும் அவர் மனைவியும் கடுமையாகத் தாக்கப்பட்டனர். தமிழகத்தில் ஆங்காங்கே அரசியலாளர்களை எதிர்த்துக் கறுப்புக்கொடி காட்டப்பட்டது. இச்சூழலில் ஆந்திரப் பகுதியான ஐதராபாத்தில் இந்தி எதிர்ப்பினால் அங்கு இராணுவம் வரவழைக்கப்பட்டிருந்தது. எனவே, நிலவரத்தை உணர்ந்தபடி செப்டம்பர் 16இல் போராட்டம் ஒத்திவைக்கப்படுவதாகப் பெரியார் அறிவித்தார்.[51]

மீண்டும் அக்டோபர் மாத, தி.க. மாநாட்டில் நவம்பர் 1 முதல் போராட்டம் தொடரும் என்று தெரிவிக்கப்பட்டது. அக்டோபர் இறுதியில் நடைபெற்ற கூட்டத்தில் திரு.வி.க. மீண்டும் அறப்போர் தொடங்கவிருப்பதால் இந்தியை இப்பொழுதாவது கைவிடும்படி கோரிக்கையிட்டார். போராட்டம் பல மாவட்டங்களில் தீவிரமடைந்தது. அரசு காவல்துறையைத் தயார் நிலையில் வைத்திருந்தது; கூட்டங்களுக்குத் தடைவிதித்திருந்தது. போராட்டத்தில் மணியம்மையார், என்.வி. நடராசன் எனப் பலர் கைதாகினர். இந்நிலையானது, நவம்பர் 4இல் இந்திய அரசியல் நிருணய சபையில் கலந்துரையாடப்பட்டதால் சூழ்நிலை மாற்றம் கண்டது.[52] 14.9.1949இல்

இந்தி ஆட்சிமொழியாகவும், ஆங்கிலம் இணைமொழியாகவும் முடிவாகி அரசியல் சட்டம் 17ஆவது பிரிவில் இணைக்கப்பட்டது. ஆனாலும் தமிழகத்தில் போராட்டம் டிசம்பர் வரை தொடர்ந்தது. அரசு போராட்டக்காரர்களுடன் பேச்சுவார்த்தை செய்து உடன்பாடு ஏற்பட்டது. இதன்வழி 1950 - 51ஆம் கல்வியாண்டு முதல் இந்தி விருப்பப்பாடமாக மட்டுமே இருக்கும் என மாற்றம் காணப்பட்டது.

1952 - 1959

மைய அரசாங்கம் 1952இல் இரயில் நிலையப் பெயர்ப்பலகைகளில் இந்திக்கே முன்னுரிமை அளித்தது. மேலும், கல்வித்துறையில் இந்தி மொழிப் பயிற்சிக்கு வழிகோலியது. தமிழகத்தில் மீண்டும் எதிர்ப்பு கிளம்பியது. ஆகஸ்ட் 1இல் இரயில் நிலையப் பெயர்ப்பலகை இந்தி எழுத்துகளைத் தார்பூசி அழிக்கும் போராட்டம் நடைபெறுமெனப் பெரியார் அறிவித்தார். திராவிட முன்னேற்றக் கழகமும் இதில் பங்குபெற முடிவெடுத்தது. அவ்வாறே திருச்சி இரயில் நிலையத்தில் தி.க.வும், ஈரோடு, மதுரை முதலிய சில இடங்களில் தி.மு.க.வும் போராட்டம் நடத்தின. பெரியார் ஒவ்வோராண்டும் ஆகஸ்ட் மாதம் இப்படியே போராட்டம் நடத்திட வேண்டும் என்றார். மைய அரசு அலுவலகப் பெயர்ப் பலகைகளிலுள்ள இந்தி எழுத்து அழிப்பு இயக்கமும் நடந்தது. இதில் காஞ்சி மணிமொழியார் உள்ளிட்டோர் பங்காற்றினர்.[53] தி.மு.க., தென்னகத்தின்மீது வடவர் ஆதிக்கம் செலுத்த முற்படுவதை எதிர்க்கும்விதமாக, திருச்சியில் ‘டால்மியாபுரம்’ இரயில் நிலையத்தின் பெயரைக் ‘கல்லக்குடி’ என்று மாற்றப் பெரும்போராட்டமே 1953 சூலையில் நடத்தியது (விரிவுக்கு நூலில் ப.238ஐக் காண்க).

இடையில் 27.5.1952இல் நீதிமன்றத்தின் சில விவகாரங்களிலும், பின்னர் 1955இல் மைய அரசுப்பணித் துறைகளிலும் இந்தியை நுழைத்தது மைய அரசு. போராட்டங்கள் கட்டுப்படாத இச்சூழலில்தான் நேரு, ‘முதல் அலுவலக மொழி ஆணையம்’ என்பதனைப் பி.ஜி. கேர் தலைமையில் 7.6.1955இல் ஏற்படுத்தினார். இவ்வாணையம் 1956 சூலையில் வெளியிட்ட அறிக்கையில், ஆங்கிலத்தைப் புறமொதுக்கி அனைத்திலும் இந்தியையே கொண்டுவரப் பல உத்திகளைக் குறிப்பிட்டிருந்தது. இதற்குத் தமிழகத்துப் பி. சுப்பராயன் உள்ளிட்ட இந்தி பேசாத மாநிலங்களவை உறுப்பினர்கள் ஏற்பில்லா நிலையை வெளிப்படுத்தினர். இதனால், கேர் குழுவின் அறிக்கையை ஆய்வுசெய்திட ஒரு நாடாளுமன்றக் குழு 1957 செப்டம்பரில் அமைக்கப்பட்டது. கோவிந்த் வல்லப் பந்த் தலைமையில் அமைந்த இந்த ‘பந்த் குழு’, 1959

பிப்பிரவரியில் இந்தி முதன்மையானதாகவும், ஆங்கிலம் துணைநிலையினதாகவும் செயல்படவே கருத்துரைத்தது.[54]

இதற்கிடையில் ஆங்கிலத்தையும் விடுத்து இந்தியை முன்னிறுத்துவதை ஏற்காது இராஜாஜியே, தென்னக மற்றும் வங்காள மொழியினர் அடங்கிய அனைத்திந்திய மாநாட்டை 8.3.1958இல் நடத்தினார். இதில், இந்தி பேசாதவர்களுக்கு அது அந்நிய மொழியாகவே இருக்கும் நிலையில் அனைத்து மொழியினர்க்குமானதாக இந்தியைக் கொண்டுவருவது ஏற்கத் தக்கதல்ல என்று தெரிவிக்கப்பட்டது. இவ்வாறாகப் பெருகிய பல்வேறு எதிர்ப்புகளால் பிரதமர் நேரு 1959 செப்டம்பரில், நாட்டு மக்கள் விரும்பும் வரை ஆங்கிலமே இணைமொழியாகச் செயல்படும் என்று உறுதியளித்தார். இதனால் போராட்டத்தின் தீவிரம் குறைந்தது.

அதேபோன்று இக்காலகட்டத்தில், அகில இந்திய வானொலியின் பெயரை 'ஆகாஷ்வாணி' எனும் இந்தி சொல்லால் மாற்றியழைத்ததை, மீண்டும் வானொலி என்றே வழங்கவேண்டும் எனக் கோரிய போராட்டம் (1958 - 1959) ஒன்றும் நடந்தேறியது. 1956இலிருந்தே ஆகாஷ்வாணி என்றழைக்கப்பட்டு வந்ததற்கு 1958 முதல் கடுமையான எதிர்ப்புகள் கிளம்பின. இதற்காகத் தமிழகத்தில் திருச்சி, சென்னை முதலிய இடங்களில் போராட்டங்கள் நடந்தன. இளவழகன், அரங்கரத்தினம் உள்ளிட்டோர் உண்ணாநோன்பு மேற்கொண்டனர். திருச்சியில் 23.5.1959இல் போராட்டத்தின் தலைமையாளரான கி.ஆ.பெ. விசுவநாதம் கைதுசெய்யப்பட்டார். அந்நேரம் பெரியாரும் போராட்டத்திற்கு ஆதரவு நல்குவதாகத் தெரிவித்தார்.[55] தி.மு.க.வின் ஈ.வெ.கி. சம்பத் இதற்காகப் பாராளுமன்ற எதிர்வினை முதலாக அதிகம் பங்காற்றியுள்ளார்.[56] இவ்விவகாரம், அகில இந்திய 'வானொலி' என்றே அழைக்கப்படும் என்று 9.5.1967இல் தி.மு.க. அரசு அறிவித்த போது முடிவுகண்டது. இப்போராட்ட வரலாற்றைப் பாரதிதாசன்,

வானொலியாம் தமிழ்நீக்கி ஆகாஷ் வாணி
வடசொல்லை அங்குவைத்தார்! தமிழர் நாட்டில்
தேனொலியாம் தமிழ்இருக்க வடக்கு நஞ்சைச்
செந்தமிழர் காதினிலே ஊற்றி னீரே
ஏனையா எனக் கேட்டார் விசுவ நாதர்!
.....
இளவழகன் தமிழ்நாட்டான்; ஆகாஷ் வாணி
எனும்இழிவு தொலையுமட்டும் உண்ணேன் என்றான்;

(பாவேந்தம் - 15, ப.135)

என்றெல்லாம், 'வானொலியை ஆக்கு! ஆகாஷ்வாணியை நீக்கு!' என்று தில்லிக்கு எச்சரிக்கை! எனும் தலைப்பில் பதிவுசெய்துள்ளார். இத்தகு சூழலில், இராஜேந்திர பிரசாத் 1960 ஏப்பிரலில், 1965இலிருந்து இந்தி மட்டுமே ஆட்சிமொழியாக இருக்கும் என்ற ஆணையை வெளியிட்டார். இதனால் தி.மு.க. 1.8.1960இல் சென்னை கோடம்பாக்கத்தில் இந்தி எதிர்ப்பு மாநாட்டை நடத்தியது.[57]

1963 - 1966

ஆங்கிலத்தின் இணைமொழிக் காலம் 15 ஆண்டுகள் முடியும் 1965ஆம் ஆண்டிலிருந்து இந்தி மட்டுமே அரசு மொழியாக விளங்கிட மைய அரசாங்கம் செயல்படத் தொடங்கியது. இதனால், கண்டனங்களை எழுப்பிய இந்தி பேசாத மாநிலங்களில் தமிழகம் மிகப்பெரிய போராட்டத்தைக் கண்டது. தமிழகச் சூழலில் பல தரப்பினரில் திராவிட முன்னேற்றக் கழகத்தின் எதிர்ப்பு வலுவாக இருந்தது.

இந்தியை அரசாங்கச் செயல்பாடுகளில் அதிகமாகப் பயன்படுத்திடும் முயற்சியே அறுபதுகளில் நடந்தது. 1960இல் மைய அரசு அலுவலகங்களில் இந்தி தட்டச்சு, சுருக்கெழுத்துப் பயிற்சி கட்டாயமாக்கப்பட்டது. மேலும் இராஜேந்திர பிரசாத் இந்தியைப் பரப்புவதற்கான மொழிபெயர்ப்புப் பணிகளையும் மேற்கொள்ளச் செய்தார். அத்துடன் அலுவல்மொழிச் சட்டத்திலிருக்கும் இந்திக்கு எதிரான விதிகளை நீக்கினார். இச்சூழலில் பிரதமர் நேரு கொண்டுவந்த ஆட்சிமொழிச் சட்ட முன்வரைவில் 1965க்குப் பிறகும் ஆங்கிலம் நீடிக்க நடவடிக்கை மேற்கொண்டார். அதிலிருந்த சில சொல் குறைபாடுகளால் அண்ணாதுரை, நாஞ்சில் மனோகரன் எனும் தி.மு.க. உறுப்பினர்கள் சில திருத்தங்களைக் கோரியும் ஏற்கப்படாமல் 27.4.1963இல் அச்சட்டம் நிறைவேற்றப்பட்டது. இதனால், தமிழகத்தில் இந்திக்கெதிராகப் போராட்டங்களை முன்னெடுத்தனர்.

தஞ்சையில் 25.8.63இல் இந்தி எதிர்ப்பு மாநாடு நடந்தது. தொடர்ச்சியான இந்தி எதிர்ப்புச் சூழலால் மாணவர்கள் இந்திக்கெதிராகத் திரளத் தொடங்கியிருந்தனர். அக்டோபர் 6ஆம் நாள் திருச்சியில் மாணவர்களின் பெரிய அளவிலான இந்தி எதிர்ப்பு மாநாடு நடந்தது.[58] தி.மு.க. அக்டோபர் 13இல் சென்னையில் நடந்த இந்தி எதிர்ப்பு மாநாட்டில், 17.11.1963 முதல் 26.1.1965 வரை போராட்டங்கள் தொடர்ந்து நடத்தப்படும் என்று அறிவித்தது. நவம்பர் மாதத்தில் அரசியலமைப்பின் ஒரு பகுதியை எரித்ததற்காகத்

தி.மு.க.வினர் 500 பேர் கைதாகினர்.[59]

தொடர்ச்சியில், 25.1.1964இல் திருச்சியில் இரயில் நிலையத்தின் எதிரே கீழப்பழுவூர் சின்னசாமி எனும் இளைஞர் தீக்குளித்தார். இந்தி எதிர்ப்பின் முதல் தீக்குளிப்பு,[60] 1965 போராட்டத்தின் முதல் பலியாகிய இம்மரணம் பள்ளி, கல்லூரி மாணவர்களையும் போராட்டத்திற்குள் உந்தியது.[61] இதன்பின் போராட்டம் மாணவர்களால் தீவிரமடைந்தது. இச்சூழலில், நேருவின் மறைவிற்குப் (27.5.1964) பிறகு பிரதமரான லால் பகதூர் சாஸ்திரி, நேரு காலத்திய விதிகள் பின்பற்றப்படுமெனக் கூறிய போதிலும் மக்களிடையே நம்பிக்கை ஏற்படவில்லை. அதுமட்டுமல்ல, 1964 மார்ச்சு மாதத்தில் எம். பக்தவத்சலம் தலைமையிலான தமிழக அரசு, தமிழ், ஆங்கிலம், இந்தி ஆகிய மூன்று மொழிகளையும் கற்கவேண்டிய மும்மொழித் திட்டத்தை அறிமுகப்படுத்தியது. எதற்காக இந்தக் கட்டாயம் என மாணவச் சமூகத்திலும் இது கொதிப்புணர்வை ஏற்படுத்திற்று.

ஆங்கிலத்தின் இணைமொழிக் காலம் முடிவுக்கு வரும் 26.1.1965 முதல் இந்தியே முழுமையாக ஆதிக்கம் செலுத்திடத் தயாராகும் சூழல் நெருங்கியது. இச்சூழலைத்தான் வெ.நா. திருமூர்த்தியின் கவிதை,

கற்பவர் விரும்பிக் கற்கக்
கருதிடல் விடுத்தும், முன்னம்
விற்பனன் நேரு வாக்கை
மீறியும், மக்கள் மன்றில்
முற்படச் சட்டம் தன்னை
முறையின்றி திருத்தி, எங்கள்
பொற்புடைத் தமிழைச் சாய்க்கும்
போக்கிலே இந்தி ஏற்க
வற்புறுத் திடுவீர் ஆகில்,
மறுத்தெதிர்க் கிளர்ச்சி செய்வோம்!

(தேசத்தியாகி வெ.நா. திருமூர்த்தி கவிதைகள், ப.89)

என்னும் எச்சரிக்கையாகப் பதிவுசெய்துள்ளது. இந்தியின் ஆதிக்கத்தைக் களைய மாநிலமெங்கும் போராட்டங்கள் தீவிரமடைந்தன. இந்தியெதிர்ப்பு மாணவர் குழுக்களை ஒருங்கிணைத்துத் 'தமிழக மாணவர் இந்தி எதிர்ப்புச் சங்கம்' அமைக்கப்பட்டது. பல்வேறு கல்லூரிகளின் மாணவர் சங்கத் தலைவர்கள் இதில் இடம்பெற்றனர். இவர்களில் நா. காமராசன், கா. காளிமுத்து, ம. நடராசன், பெ. சீனிவாசன், பா. செயப்பிரகாசம் உள்ளிட்டோர் பங்காற்றினர். இச்சங்கம் பல மாணவர் மாநாடுகளை நடத்தியது. அவற்றுக்குப்

பல்வேறு தரப்பு ஆதரவும் பெருகியது. மாநாடுகள் நடத்த ஜி.டி. நாயுடு, கருமுத்து தியாகராச செட்டியார் முதலியோர் உதவிகள் செய்தனர்.[62]

அரசியல் கட்சிகள் வழியாக வெளிப்பட்ட எதிர்ப்பில் பங்கேற்காத தலைவர்களே இல்லையென்ற அளவுக்குப் பெரும்பாலான தலைவர்களும் இந்திக்கு எதிர்நிலையிலேயே நின்றனர். சனவரி 16இல் தி.மு.க., குடியரசு நாளான சனவரி 26ஆம் நாளைத் 'துக்க நாள்' என்பதாகக் கடைப்பிடித்திட முடிவெடுத்தது. சனவரி 17இல் திருச்சியில், இராஜாஜி, பி.டி. இராஜன், சி.பா. ஆதித்தனார், முகமது இஸ்மாயில் எனப் பல தலைவர்கள் கலந்துகொண்ட சென்னை மாநில இந்தி எதிர்ப்பு மாநாடு நடத்தப்பட்டது. முதல்வர் பக்தவத்சலம் தலைமையிலான தமிழக அரசு, குடியரசு நாளைப் போற்றாது மதிப்பற்ற நிகழ்வினை மாணவர்கள் மேற்கொண்டால் அரசு கடுமையான நடவடிக்கை எடுக்குமென்று அறிவுறுத்தியது. தி.மு.க.வோ, தொண்டர்களிடையே அவரவர் வீடுகளில் கறுப்புக் கொடிகளை ஏற்றிக் கடைப்பிடிக்கும்படி கேட்டுக்கொண்டது. அரசின் எச்சரிக்கையாலும், சின்னசாமியின் ஓராண்டு நினைவேந்தலாக இருக்குமென்றும் மாணவர்கள் இயக்கம் துக்க நாள் கடைப்பிடிப்பைச் சனவரி 25இல் மேற்கொண்டனர். தமிழக மக்களும் ஒன்றுகூடிப் போராட்டத்திற்கு ஒத்துழைத்தனர். சனவரி 25 காலை, மதுரையில் திலகர் திடலில் மாணவர்களின் மிகப்பெரிய போராட்ட ஊர்வலம் நடைபெற்றது.

ஊர்வலத்தின் முடிவில் இந்திக்குச் சார்பான இந்திய அரசியலமைப்பின் 17ஆவது பகுதியை எரித்திடத் திட்டமிடப்பட்டிருந்தது.[63] இந்தி வேண்டாம், ஆங்கிலமே மைய அரசின் செயல்பாடுகளில் முக்கியத்துவப்படுத்தப்பட வேண்டும் என்பதற்கான முழக்கங்கள் எழுப்பப்பட்டன. ஊர்வலம் வடக்கு மாசி வீதியில் இருந்த மாவட்ட காங்கிரசு அலுவலகத்தினருகே வந்தபோது காங்கிரசு கட்சியினர்க்கும் போராட்டத்தினர்க்குமிடையே மோதல் உருவாகிக் கலவரமாகியது. இதில் 7 மாணவர்கள் கடும் பாதிப்படைந்தனர். இதனால் மாணவர்கள், அவ்வலுவலகம் முன்பிருந்த குடியரசு நாள் ஒப்பனைப் பந்தலுக்குத் தீ வைத்தனர். மதுரையின் பல இடங்களிலும் கலவரங்கள் நிகழலாயின. காங்கிரசின் கட்சிக் கொடிகள் எரிக்கப்பட்டன.[64] இங்கிருந்து தொடங்கிய எதிர்ப்பு மாநிலமெங்கும் வலுத்தது. காவல்துறையால் கட்டுப்படுத்தவியலாத அளவுக்குப் போராட்டம் பரவியது. அன்று மாலை வானொலி வழியாகவும், மறுநாள் செய்தித்தாள் வழியாகவும் இச்செய்தி மாநிலமெங்கும் பரவியது.

இதனால், கொதிப்புற்ற மாணவர்கள் சிதம்பரத்தில் அண்ணாமலைப் பல்கலைக்கழகத்தில் பேரணி தொடங்கியபோது, குடியரசு நாள் காரணம் காட்டித் தடுக்கப்பட்டனர். எனவே சனவரி 27இல் தொடர்ந்த அந்த ஊர்வலத்தில் காவல்துறையின் துப்பாக்கிக்கு இராசேந்திரன் (காவலர் ஒருவரின் மகன்) பலியானார். இம்மரணம் பெரிய அளவில் கொந்தளிப்பை ஏற்படுத்தியது. இம்மாணவர் பெயரைத் தமிழ்க் கவிதைகள் பல இடங்களில் பதிவுசெய்திருக்கின்றன. அறிவுமதி,

அண்ணாமலைப் பல்கலைக்
கழகத்தில்
அன்று நீ
படிக்க வந்த
மாணவன்
இன்று நீ எங்களால்
படிக்கப் படுகிற
வரலாறு *(அறிவுமதி, ப.294)*

என்று தனிக்கவிதையே பல்லாண்டுகள் கடந்தும் 25.1.1990இல் இயற்றியுள்ளார்.

காவல்துறையின் அடக்குமுறைகள் பயன்படுத்தப்பட்டன. சனவரி 26க்கு முன்பே முன்னெச்சரிக்கையாகத் தி.மு.க.வின் முக்கியமானவர்கள் கைது செய்யப்பட்டாலும், கட்சித் தொண்டர்கள் போராட்டத்தைத் தொடர்ந்ததால் அவர்களுக்கும் காங்கிரசினர்க்கும் கடும்மோதல் நடந்தேறியது. பிப்பிரவரி 10 முதல் 12 வரையில் திருப்பூர், பொள்ளாச்சி,[65] குமாரபாளையம் ஆகிய இடங்களில் இராணுவத்தினரின் துப்பாக்கிச் சூட்டிற்கு நூற்றுக்கும் மேற்பட்டோர் இறந்ததாக அறியப்படுகின்றது. கூடலூரில் 28 பேர் பலியாயினர்.[66] சூழலின் விளைவுகளை எண்ணித் தி.மு.க. போராட்டத்தைத் தற்காலிகமாக நிறுத்திடக் கோரியது. சில மாணவத் தலைவர்கள் தி.மு.க.வைச் சேர்ந்தவர்களாக இருந்தும் இக்கோரிக்கையை மாணவர் அமைப்பு ஏற்கவில்லை. அந்த அளவுக்கு இப்போராட்டம் மாணவர் போராட்டமாக விளங்கியது. இன்றுவரை அவர்களது நினைவாகவும், போராட்டத்தில் உயிர்நீத்தவர்களைப் போற்றும் வகையிலும் சனவரி 25ஆம் நாள் 'மொழிப்போர்த் தியாகிகள் நாள்' எனக் கடைப்பிடிக்கப்படுகின்றது.

காவல்துறையின் தாக்குதல்களால் வன்முறைகளான போராட்டங்களில் இரு காவலர்கள் எரிக்கப்பட்டார்கள். ஆங்காங்கே

பொதுச்சொத்துகள் சீர்குலைக்கப்பட்டன. இரயில் நிலையங்களில் இந்திப் பெயர்ப்பலகைகள் சிதைக்கப்பட்டன. அரசு அலுவலகங்கள் இயங்கவில்லை. நகரங்களில் பெரும்பாலும் கடையடைப்புகள் நடந்தன. இந்தியை ஆதரித்த இராஜாஜி 25 ஆண்டுகளுக்குப் பிறகு எதிர்க்கும் நிலையடைந்த மாற்றத்தைப் போன்று, 1938இல் நடந்த போராட்டத்திற்கு ஆதரவளித்த பெரியார் இப்போராட்டத்திற்குத் தொடக்கம் முதலே ஆதரவு நல்கவில்லை. இவ்வாறாகப் பெருகிய போராட்டச் செயல்பாடுகளை ஒடுக்கவும் தடுக்கவும் அரசாங்கம் இராணுவத்தை அழைத்தது. போராட்டத்தில் இந்தித் திணிப்பை எதிர்த்து 5 பேர் தீக்குளித்தும், 3 பேர் நஞ்சருந்தியும் தற்கொலையில் உயிர்நீத்தனர். இதன்பிறகு பல்கலைக்கழகங்கள், கல்லூரிகள் என்று காலவரையறையின்றிக் கல்வி நிறுவனங்கள் மூடப்பட்டன. இதனால், தங்கள் கிராமங்களுக்குச் சென்ற மாணவர்களால் பள்ளி மாணவர்கள் உள்ளிட்டுப் பலர் பங்கெடுத்த போராட்டமாக வீரியமடைந்தது.[67] இன்னொரு பக்கம் தமிழக அரசியலுக்குள்ளே, குறிப்பாகக் காங்கிரசு கட்சிக்குள்ளே கருத்து மோதல்கள் நடந்தன. தி.மு.க.வினர் 3 ஆயிரம் பேர் தடுப்புக் காவலில் வைக்கப்பட்டனர்.

பிரச்சினைகள் பிப்பிரவரி முதல் வாரமும் நீடித்தன. பிப்பிரவரி 6இல் மாணவர் அமைப்பினர் முதல்வருடன் பேச்சுவார்த்தை நடத்தி உடன்பாடு கிட்டாதது, பிப்பிரவரி 9 முதல் 12 வரை மறியல்கள் திட்டமிட்டது.[68] பிப்பிரவரி 11இல் மைய அமைச்சராக இருந்த சி. சுப்பிரமணியம் ஓ.வி. அளகேசனுடன் பதவி விலகியது[69] என்பவை நடந்தேறின. மைய அரசுக்கு நெருக்கடி அதிகரித்ததால் பிரதமர் லால் பகதூர் சாஸ்திரி, இந்தி பேசாத மாநிலங்கள் மையஅரசுடன் ஆங்கிலத்தில் தொடர்பு வைத்துக் கொள்வது, ஒவ்வொரு மாநிலமும் அதன் மொழியில் அரசுச் செயல்பாடுகளை மேற்கொள்வது, இந்தியக் குடிமைப்பணித் தேர்வுகளில் ஆங்கிலமும் பின்பற்றப்படுவது முதலிய சில உறுதிகளை வழங்கினார். அடுத்தநாள் முதல் போராட்டம் ஒத்திவைக்கப்பட்டது. ஆனால் வடமாநிலங்களில் இந்திக்கு ஆதரவாக ஆங்கிலத்திற்கெதிராக முழக்கங்கள் எழுப்பப்பட்டன.[70]

தமிழகத்தில் பிறகும் போராட்டத்தின் ஒரு சில நிகழ்வுகள் நடந்தன. மார்ச்சு 7இல் மாணவர்கள் மீதான அனைத்து வழக்குகளையும் அரசு நீக்கியது. மார்ச்சு 14முதல் மாணவர் அமைப்பும் போராட்டத்தை நிறுத்திக்கொண்டது.[71] பொதுவாக 50 நாள்கள் நடந்ததென்று அறியப்பட்டாலும் அதற்குமேலான எண்ணிக்கையே கொண்டிருக்கும் இப்போராட்டம் முடிவுக்கு வந்தது. இது தமிழக அரசியலிலும்

மாற்றத்தைத் தந்தது. அரசுத் தகவல் 70 பேர் மட்டுமே இறந்ததாகத் தெரிவித்தாலும் இயல்பில் துப்பாக்கிச்சூட்டில் மட்டுமே முந்நூறு பேருக்கு மேல் இறந்திருப்பதாக அறியப்படுவதால்[72] நூற்றுக்கணக்கான உயிர்கள் பலியாகிய[73] இப்போராட்டம் வரலாற்றில் ஆகப்பெரிய 'மொழிப் போர்' ஆக அடையாளம் காணப்பட்டுள்ளது. போராட்டத்தில் இறந்தவர்களுக்காகச் சென்னையில் நினைவுமண்டபம் கட்டப்பட்டுள்ளது.

தமிழகத்தின் அரசியல் தலைவர்கள் பலரும் அன்றைக்கு இளைஞர்களாகப் பங்கெடுத்த, இப்போராட்டத்தைப் பொறுத்தவரையில் ஒன்றைப் பற்றிய புரிதல் தேவை. இந்திபேசாத மாநிலங்கள் இந்திய அளவிலான பல்வேறு தொடர்புகளுக்கு ஆங்கிலத்தைப் பயன்படுத்துவதை நீக்கி இந்தியை முதன்மையாக்குவதை எதிர்த்த போராட்டம்தான் இது. ஒருவிதத்தில் இது ஆங்கிலத்திற்காக நடத்தப்பட்ட போராட்டம் போன்றுகூடத் தெரியலாம். இதன் பின்னணியில்தான் மாநில மொழி, தாய்மொழியாகிய தமிழ் புறமொதுக்கப்பட்டு அழியக்கூடிய செயல்பாடு இருப்பதை உணரவேண்டியிருந்தது. எனவே, இது மொழிகாக்கும் போராட்டமாகக் கருதப்பட்டது. இப்படிப்பட்ட போராட்டத்தைத்தான் இன்குலாப்,

1965
வெங்கொடுமை அரசுக்கு வெறிபிடித்த காலம்
வீதிகளில் தமிழ்இளைஞர் பிணங்குவித்த காலம்
செங்குருதி தமிழ்மணந்து தீப்பிடித்த காலம்
திசைஎட்டும் தமிழ்முழக்கம் கேட்டிருந்த காலம்

எரிகின்ற எந்தஒரு தீக்கொழுந்தைப் பார்த்தாலும்
எரிந்துபோன தியாகிகளின் முகங்கள் தோன்றும்
தெருசிவக்க இளைஞர்களின் குருதி சொட்டும்
சுவடுகளை யார் மறப்பார்?
நீ மறந்த போதும் *(ஒவ்வொரு புல்லையும்... ப.400)*

என்றெல்லாம் படிமமாக்கிக் காட்டுகின்றார். இந்தி எதிர்ப்பில் தாமே போராளியாகவும் பங்காற்றிய மாணவக் காலத்திலேயே இன்குலாப், சின்னசாமியின் மறைவைப் பெருமைப்படுத்தும் கலைநிகழ்ச்சியொன்றில் படைப்பிலக்கியப் பங்காற்றி இருக்கின்றார்.[74] தமிழில் நிறைய கவிஞர்களின் படைப்பில் இந்தித் திணிப்பின் எதிர்ப்புப் பதிவுகள் இடம்பெற்றுள்ளன. போராட்டக் காலகட்டங்களிலேயே துண்டறிக்கைகளிலும் இதழ்களிலும் கவிதைகள் ஏராளமாக வெளிப்பட்டன. 'கோவை கல்லூரி மாணவர்கள்' போராட்டத்திற்கு

முன்பே, 'மானம் கெடும் தமிழர்க்கு...' என்ற தலைப்பில் இந்தி எதிர்ப்புக் கவிதைகளை வெளியிட்டுள்ளனர்.

பாரதிதாசன் கவிதைகளில், பாவேந்தம் நூலின் ஏழாவது தொகுதியில் நல்லமுத்துக் கதை படைப்பினிடையிலும் (ப.203), பதினைந்தாவது தொகுதியில் 1950க்குப் பிந்தைய காலத்திய இந்தி எதிர்ப்புப் பதிவுகளாகவும் (பக்.122,129,227,237,262,308,321,326,349,350,351, 400), மேலும் அவர்தம் 'இந்தி எதிர்ப்புப் பாட்டு' எனும் தனி இலக்கியமும் (பக்.513-559), பதினேழாவது தொகுதியில் இரண்டு கவிதைகளும் (பக்.246,248), பதினெட்டாவது தொகுதியில் 'தமிழுக்கு உயிர்தந்த நடராசன்' கவிதையும் (ப.174), பொதுத்தன்மையில் இரு பதிவுகளும் (பக்.227,377) காணப்படுகின்றன.

வெ.நா. திருமூர்த்தி - 1965 போராட்டப் பதிவினையும் (தேசத்தியாகி வெ.நா. திருமூர்த்தி கவிதைகள், ப.101), தமிழ்ஒளி - சில பதிவுகளையும் (தமிழ்ஒளியின் சிறந்த கவிதைகள், பக்.62-70) அளித்திருக்கின்றனர்.

பெருஞ்சித்திரனார், அதாவது 'கனிச்சாறு' முதல் தொகுதியில் 1965 போராட்டக் கவிதைகளாகச் சிறைவாசத்திலும் (ப.38), தனித்தும் (பக்.50, 91-106), 1965 நிகழ்விற்குப் பிந்தைய இந்தித் திணிப்புச் செயல்பாடுகளையும் (பக்.108-114), இரண்டாவது தொகுதியில் 1955 முதல் 1965 வரையிலான சூழல்களையும் (பக்.11,14,26,33,34,38,41,46), பாரதிதாசனைப் போற்றும் கவிதைகளினிடையே போராட்ட நினைவுகளையும் (பக்.79,244), மூன்றாவது தொகுதியில் 1965 போராட்டக் கவிதைகளையும் (பக்.11,13), நான்காவது தொகுதியில் 1957 மற்றும் 'நொச்சிப் போர்' எனும் 1964 காலத்திய கவிதைகளையும் (பக்.9,15), ஆறாவது தொகுதியில் 1956இல் அகவாழ்க்கையிலும் இந்தி எதிர்ப்பே மேலோங்குவதைக் காட்டும் கவிதைகளையும் (பக்.48,49), ஏழாவது தொகுதியில் தீக்குளிப்பில் மாண்ட சின்னசாமியைப் போற்றும் கவிதையையும் (ப.102) படைத்துள்ளார்.

தமிழன்பன் - 1938 நிகழ்வு மற்றும் 1965 நிகழ்வினில் மாய்ந்தவர்களையும் (தமிழன்பன் கவிதைகள், ப.56 மற்றும் பக்.58,66), தமிழறிஞர் இலக்குவனார் பங்களிப்பைக் குறித்தும் (இவர்களோடும் இவற்றோடும், ப.65), 1965 போராட்டக் கவிதையாகவும் (கதவைத் தட்டிய பழைய காதலி, ப.128), பொதுநிலைப் பதிவுகளாக இரண்டு இடங்களிலும் (ஊர் சுற்றிவந்த ஓசை, பக்.30,91) பதிவுசெய்துள்ளார்.

தணிகைச்செல்வன் - இராசேந்திரனை நினைவுகூரும் பதிவினையும் (ப.76), அப்துல் ரகுமான் - பொதுநிலைப் பதிவுகளாக இரண்டு

இடங்களிலும் (விதைபோல் விழுந்தவன், ப.25 - முத்தமிழின் முகவரி, ப.82), காசிஆனந்தன் - 1965 போராட்டப் பதிவாகவும் (காசிஆனந்தன் கவிதைகள் - முதல் தொகுப்பு, ப.53), பொதுநிலையில் இந்தி எதிர்ப்புப் போராட்டங்களுக்காக நான்கு கவிதைகளையும் (பக்.28,39,88,91), மீரா - போராட்டத்தின் சமகாலத்தில் அண்ணாதுரையைப் புகழும் கவிதையிலும் (ப.72), பழமலய் - இராசேந்திரன் மரணத்தின்போது நடந்த கல்லறைக்கூட்டத்தில் வாசித்த கவிதையுடன் (ப.257) இன்னொரு கவிதையிலும் இராசேந்திரன் பற்றியும் (ப.210), இன்குலாப் - 1965 போராட்டத்தை நினைவுகூரும் முறையிலும் (ஒவ்வொரு புல்லையும் பெயர் சொல்லி அழைப்பேன், ப.620) கவிதைகளைப் படைத்துள்ளனர்.

இப்போராட்டக் காலத்தினிடையே மும்மொழித் திட்டம் புகுத்தப்பட்டதன் பதிவுகளாகவும் பாரதிதாசன் (பாவேந்தம் - 18, ப.389), வெ.நா. திருமூர்த்தி (ப.102), பெருஞ்சித்திரனார் (கனிச்சாறு - 1, ப.107), தமிழன்பன் (தமிழன்பன் கவிதைகள், ப.177), தணிகைச்செல்வன் (பக்.154,229) ஆகியோர் கவிதைகள் காணப்படுகின்றன.

‘ஆகாஷ்வாணி - வானொலி’ போராட்டத்திற்கு ‘அரங்கரத்தினம் சாவுக்கு வரவேற்பு’, ‘அரங்கரத்தினம் உண்ணாநோன்பு வெல்க’ எனும் தலைப்பில் இரு கவிதைகளையும் (பாவேந்தம் - 15, பக்.123,125) பாரதிதாசன் படைத்துள்ளார். மேலும் அவரது வேறிரண்டு கவிதைகளினிடையேயும் இதுகுறித்தான பதிவுகளைக் (பாவேந்தம் - 15, பக்.363,557) கண்ணுற முடிகின்றது. ‘குயில்’ இதழில் போராட்டத்தின் சமகாலத்தில் தலையங்கங்களையும் துணைத் தலையங்கங்களையும் எழுதியுள்ளார். இப்போராட்டக் காலத்தில் எழுதப்பட்டுள்ள பெருஞ்சித்திரனாரின் சில கவிதைகள் (கனிச்சாறு - 2) இந்நிகழ்வைக் குறிப்பனபோன்று இருந்தாலும் குறியீட்டுத் தன்மையுடன் இருப்பதால் உறுதிப்படுத்த இயலவில்லை.

இரயில்வே தொழிலாளர் போராட்டங்கள் (23.7.1946 - 23.9.1946, 8.5.1974 - 28.5.1974)

சங்கங்கள், போராட்டங்கள் என்று தொழிலாளர் ஒற்றுமை, கிளர்ச்சி ஓங்கியிருந்த இருபதாம் நூற்றாண்டின் வரலாற்றில் அனைத்துத் துறைகளையும் போன்றே, ஏராளமான தொழிலாளர்களால் இயங்கிய தொடர்வண்டிப் போக்குவரத்துத் துறையிலும் போராட்டங்கள் நிகழ்ந்திருக்கின்றன. இவற்றில் இன்றுவரை பேசப்படுகின்ற

போராட்டங்களில் கவிதைப் பதிவுகள் காட்டும் **1946** மற்றும் **1974**இல் நடந்த போராட்டங்கள் முக்கியமானவை.

இத்தொழிலாளரிடையே **1924**இல் தொடங்கப்பட்ட அகில இந்திய இரயில்வே தொழிலாளர் சம்மேளனத்தின் போக்கினால் தொழிற்சங்க இயக்கத்தில் இருவிதமான போக்குகள் இருந்தன. பொதுவுடைமைவாதிகள் தலைமை தாங்கிய சங்கங்கள் தொழிலாளர் கோரிக்கைகளையும் விடுதலைப் போராட்டத்தையும் இணைப்பது, வேலைநிறுத்தம் முதலியவற்றைப் பயன்படுத்துவது உள்ளிட்ட நோக்கமுடையன. சம்மேளனத்தின்கீழ் இயங்கிய சங்கங்கள் உடன்பாடு, பேச்சுவார்த்தை மூலம் தீர்வுகாணும் எண்ணமுடையவை. இத்தகைய போக்கினால், பின்னாளில் ஏற்பட்ட பல போராட்டங்களில் இரயில்வே தொழிலாளர்கள் ஈடுபடக்கூடாதென்று, அவர்களை அரசியலில் இருந்து பிரித்துவைத்தது சம்மேளனம்.[75] ஆனால் **1918**இல் நாகப்பட்டினத்தில் உருவான தென்னிந்திய இரயில்வே தொழிலாளர் மத்திய சங்கமானது முதல்நிலைப் போக்கினையுடையது. **1928**இல் ஒரு போராட்டத்தில் சிதைக்கப்பட்ட இச்சங்கமானது **1937**இல் பொன்மலையில் ப. ஜீவானந்தம், பி. இராமமூர்த்தி முதலியோரால் ‘தென்னிந்திய இரயில்வே தொழிலாளர் சங்கம்’ என்பதாக உருவாக்கப்பட்டது. பல்வேறு கோரிக்கைகளுக்கான போராட்டங்கள் நடத்திய இச்சங்கம், விடுதலைப் போராட்ட வரலாற்றில் முக்கியமான **1946**இல் நடந்தேறிய கப்பல்படையினரின் கிளர்ச்சிக்கு ஆதரவு தெரிவித்துப் போராட்டம் நடத்தியது.[76] இவ்வாறு இவ்வாண்டில் பல தரப்பில் நடந்த பல போராட்டங்களைப் போன்று அஞ்சல்துறை ஊழியர்களின் போராட்டமும் முன்னெடுக்கப்பட்டது.

அஞ்சல்துறை ஊழியர்கள் ஊதிய உயர்வு கேட்டு **1946** சூலையில் பெரும் வேலைநிறுத்தம் செய்ய முடிவெடுத்தனர். இதில் இரயில்வே ஊழியர்களும் இணைந்திட இருந்தனர். அதனால் மைய அரசு, முதல் ஊதியக்குழு அமைத்ததால் சம்மேளனம் வேலைநிறுத்தத்திலிருந்து விலகியது. ஆனால் அஞ்சல்துறை ஊழியர்கள் ஊதியக்குழுவைத் தவிர்த்து நேரடிப் பேச்சுவார்த்தை மூலம் ஊதிய உயர்வுக்கு வழிகாண வேலைநிறுத்தம் செய்யலாயினர். இலட்சக்கணக்கான தொழிலாளர்கள் பங்கேற்கும் இப்போராட்டத்திற்காக, இரயில்வே தொழிலாளர்களின் வேலைநிறுத்த வாக்கெடுப்பு சூன் மாதத்தில் நடைபெற்றது.

அங்கீகரிக்கப்பட்ட சங்கத்தின் முக்கிய உரிமையான இதனைத் தகர்க்க ஆங்கிலேய நிருவாகம் கடும் முயற்சியெடுத்தது. ஏனெனில் முன்னெப்போதும் இத்தகைய இந்திய அளவிலான ஒருங்கிணைப்பு

இருந்ததில்லை. இரயில்வே சம்மேளனம் வேலைநிறுத்தத்தில் விலகிய போதும் அதற்கான வாக்கெடுப்பில் பங்காற்றியதற்காகப் பொன்மலை, விழுப்புரம், செங்கல்பட்டு, விருத்தாச்சலம், தஞ்சாவூர் ஆகிய இடங்களில் 9 முக்கியப் பொறுப்பாளர்களை இடைநீக்கம் செய்தது இரயில்வே துறை.[77]

விசாரணையேதுமின்றிப் பணியிடை நீக்கம் செய்தது தொழிலாளர்களிடையே சினத்தை ஏற்படுத்தியது. எந்த அதிகாரத்தை எதிர்த்துப் போராடினார்களோ, அந்த ஆங்கிலேய அரசாங்கத்தால் இரயில்வே நடத்தப்பட்டதால் அதைக் கடுமையாக எதிர்த்தனர். மேலும் காரணமின்றித் திருச்சியிலுள்ள பொன்மலைப் பணிமனையில் 7 பேரைச் சூலை 22ஆம் நாள் இடைநீக்கம் செய்தது. எனவே மறுநாள் 23.7.1946 முதல் தொழிலாளர்கள் உள்ளிருப்பு வேலைநிறுத்தம் செய்தனர். இது தொடர்பாக நீதிகேட்டு நிருவாகத்திடம் பேசிப்பார்த்துவிட்டுக் காலவரையறையற்ற வேலைநிறுத்தப் போராட்டத்தைத் தொடங்கினர். பொன்மலையிலும் போராட்டம் தீவிரமாக முன்னெடுக்கப்பட்டது. ஆங்கிலேய இரயில்வே மேலிடமோ சங்கத்தை ஒடுக்குவதிலே முனைப்புக் காட்டியது.

தொழிலாளர்களின் ஊதியத்தைக் குறைப்பது, சங்கத்திலிருக்கும் ஊழியர்களை வேறு பணியிடங்களுக்கு மாற்றுவது, தற்காலிகமாகச் சிலரைப் பணியிடை நீக்கம் செய்வது என்றெல்லாம் முயன்றது. ஏனெனில், சென்ற ஆண்டு நடந்த மாநாடு ஒன்று இத்தொழிலாளர்களின் பலத்தைக் காட்டியதும், இரயில்வே தொழிலாளர் சட்டமன்றத் தொகுதியில் தொழிற்சங்கத்தைச் சேர்ந்த கே. அனந்தநம்பியார் வெற்றிபெற்றதும் தொழிற்சங்கத்தின் மீதான அச்சத்தை அதிகப்படுத்தியிருந்தது. இப்படியாக ஆங்கிலேயர்களின் எதிர்வினைகளுக்கிடையே ஒரு மாதமாகத் தொடர்ந்த போராட்டத்தின் கோரிக்கைக்கு நடவடிக்கை எடுக்கப்படாததால் ஆகஸ்ட் 24இலிருந்து தென்னிந்திய இரயில்வே முழுவதற்குமான போராட்டமாக மாற்றமடைந்தது. இதனால் 70 விழுக்காடு இரயில் நிலையங்கள் மூடப்பட்டன.[78] தொழிலாளர்கள் சார்பில்,

> *வேலைக்கு எடு, போதுமான பஞ்சப்படி, மலிவு தானிய சலுகைகளை தொடருதல், ஊதிய அமைப்பை மாற்றுதல், ஆட்குறைப்பை நிறுத்துதல், அனைவருக்கும் 8 மணிநேர வேலை, காசுவல் நிரந்தரம், வேலைப்பளுவை குறைத்தல், வார ஓய்வு, முறையான விசாரணை முதலிய கோரிக்கைகளை முன்வைத்தனர்* [79]

என்று ஆர். இளங்கோவன் குறிப்பிட்டிருப்பதன்வழிக் கோரிக்கைகளை அறிய முடிகின்றது. இச்சூழலில் செப்டம்பர் 2ஆம் நாள் நாட்டின் ஆட்சிப் பொறுப்பில் நேரு தலைமையில் காங்கிரசு கட்சியை அமர்த்தியது ஆங்கிலேயே அரசு. போராட்டமானது காங்கிரசு ஆட்சி அமைப்பதை எதிர்க்கும் நோக்கத்தை உடையதல்ல, இது ஆங்கிலேய அதிகாரத்திற்கு எதிரானது என்று சங்கத்தின் சார்பில் தெரிவிக்கப்பட்டது. ஆனாலும் காங்கிரசு அரசு, அரசியல் நோக்கத்தோடு தங்களுக்கெதிராகப் போராட்டம் நடத்தப்படுவதாகக் கருதிப் போராட்டத்தை ஒடுக்க மலபார் காவல்துறையை ஏவியது. காவல்துறை சங்கத்திற்குள் புகுந்து கிளைச்செயலாளரைக் கம்பத்தில் கட்டிவைத்து அடித்தது முதல் பல வன்முறைகளை நடத்தியது. இதில் உச்சமாக, சங்கத்திடலில் செப்டம்பர் 5 அன்று காலை நடைபெற்ற கூட்டத்தில் குடும்பத்தினரோடு கலந்துகொண்ட தொழிலாளர்கள் மீது கடுமையான அடக்குமுறை கையாளப்பட்டது. முன்னறிவிப்பின்றி நடத்திய துப்பாக்கிச்சூட்டினால் ராஜு, இராமச்சந்திரன், தங்கவேலு, கிருஷ்ணமூர்த்தி, தியாகராஜன் எனும் இளம் தொழிலாளர்கள் 5 பேர் பலியாகினர், 150 பேருக்கு மேல் படுகாயம் அடைந்துள்ளனர்.[80] ஏராளமானோர் கைதாகினர், இவர்களில் 273 பேர் மீது சதிவழக்கு போடப்பட்டது. சங்கத்தின் பொருட்களும் களவாடப்பட்டன.[81]

இவ்வாறு நிகழ்ந்தேறியவற்றை அறிந்த அகில இந்திய இரயில்வே ஊழியர் சம்மேளனத் தலைவர் குருசாமி, இத்தகைய தாக்குதல்களை நிறுத்தும்படியும், தொழிலாளர் கோரிக்கையை ஏற்கும்படியும் ஆங்கிலேய மேலிடத்திடம் முறையிட்டார். போராட்டத்தின் வீச்சை உணர்ந்த ஆங்கிலேய இரயில்வே அதிகாரிகள் கோரிக்கைகளில் 8 மணிநேர வேலையென்பது உள்ளிட்ட சிலவற்றை ஏற்றுக்கொண்டனர். இப்படியாகச் செப்டம்பர் 23 வரை நடைபெற்ற போராட்டம் முடிவுக்கு வந்தது. இப்போராட்ட நிகழ்வில் படுகொலையான இளைஞர்களை ஜீவா,

சின்னியம் பாளையத் தோழர்களை
சிங்கார வேலன்போல் தீரர்களை
பொன்மலை சிங்கையின் தியாகிகளை
பொன்றாப் புகழ்க் கோவைத் தோழர்களை
நன்மதுரை தந்த மானுடரை ***(ஜீவா பாடல்கள், ப.135)***

என்று, மதுரையின் போராட்ட வரலாற்றில் பதிவுசெய்திருக்கின்றார். இப்பதிவினால் தமிழ்ச்சமூக வரலாற்றில் பொன்மலை போராட்டத்தினை நினைவுகொள்ள முடிகின்றது.

மேலும், இங்குக் காட்டப்பட்டுள்ள சின்னியம்பாளையம் வீரர்கள் என்பது இன்னொரு வரலாற்று நிகழ்வைக் குறிப்பதாகும். கோவை 'ரங்கவிலாஸ்' ஆலையின் காவலாளியாகவும், முதலாளியின் கையாளாகவும் இருந்த பொன்னான், பெண் தொழிலாளர் சிலரைப் பாலியல் வன்கொடுமைக்குள்ளாக்கினார். இதனால் சின்னியம்பாளையத்தைச் சேர்ந்த ஆலைத் தொழிலாளர்கள் நால்வர் 1944ஆம் ஆண்டு பொன்னானைத் தாக்கிட, அவர் உயிரிழக்க நேரிட்டது. இதனால் அந்நால்வருக்குத் தூக்குத்தண்டனை விதிக்கப்பட்டது. இவர்கள் ஊதிய உயர்வு, பணிநேரம் குறைப்பு உள்ளிட்ட காரணங்களுக்காகப் போராடியவர்கள். தொழிலாளர்களுக்குப் பெருந்தொல்லை கொடுத்துத் தவறிழைத்த பொன்னான் செய்த தவறுக்கு, இந்த நால்வர் தண்டனையில் உயிரிழக்க நேரிட்டபோது, தொழிலாளர் சமூகம் முதற்கொண்டு பல்வேறு தரப்பிலும் எதிர்ப்பு தெரிவிக்கப்பட்டது.[82]

இரயில்வே தொழிலாளர்களின் இன்னொரு போராட்டம் 1974இல் நடந்த அகில இந்திய அளவிலான போராட்டமாகும். ஒட்டுமொத்தமாக அவர்களின் ஊதிய உயர்வுக்கான போராட்டமாக இது அமைந்தது. 1905இல் உருவாக்கப்பட்ட இந்திய இரயில்வே சட்டத்தின்படி இயங்கியது இரயில்வே ஆணையம். இந்திய இரயில்வே துறையின் நிருவாகப் பொறுப்பும் மேலாண்மையும் இதன்கீழ் இருந்தது. இரயில்வே தொழிலாளர்கள் பொதுத்துறை ஊழியர்களைவிடக் குறைவான ஊதியத்தையே பெற்றனர். எனவே அவர்களுக்கு நிகரான ஊதியத்தை இத்தொழிலாளர்களும் கோரினர்.

இவர்களுடைய 'தொழிற்சங்கங்களின் ஐக்கியக் கவுன்சில்' எனும் அமைப்பின் செயல்பாடுகளில் ஒன்றாக, 1.8.1973இல் 'ஓடும் தொழிலாளி'களின் (All India Loco Running Staffs) பெரும்போராட்டம் தொடங்கியது. நாடெங்கும் இரயில் போக்குவரத்து தடைபட்டது. போராட்டத்தின் 'பத்து மணிநேரம் வேலை' எனும் கோரிக்கை அரசால் ஏற்கப்பட்டுக் குழுவொன்று அமைக்கப்படுமென முடிவானது. போராட்டமும் நிறுத்திக்கொள்ளப்பட்டது. இப்படித் தனித்தனிப் பிரிவுகளுடைய போராட்டங்கள் 1969 முதல் 1973 வரை நிறைய நடைபெறலாயின. இதனால், தனிப்பிரிவுகளோடு அரசு ஒப்பந்தம் செய்யாமல் அங்கீகரிக்கப்பட்ட சம்மேளனத்தோடுதான் செய்யவேண்டுமென்று கருதி ஒப்பந்தத்தைத் தகர்க்க முயன்றது அகில இந்திய இரயில்வே சம்மேளனம். இச்சூழலில் அக்டோபர் மாதத்தில் சம்மேளனத்தில் தலைவராக ஜார்ஜ் பெர்னாண்டஸ் தேர்வானார்.

இம்மாற்றத்திற்குப் பிறகு இவ்வமைப்பு 1974 பிப்பிரவரி 27இல் தில்லி சிறப்பு மாநாட்டில், தனித்தனியாகப் பிரிந்திருந்த 110 சங்கங்களை ஒன்றிணைத்து ஒட்டுமொத்த இரயில்வே ஊழியர்களின் போராட்டத்திற்கான தேசிய ஒருங்கிணைப்புக் குழுவினை (என்.சி.சி.ஆர்.எஸ்.) உண்டாக்கியது.[83] 1960இல் நடந்த 5 நாள் வேலைநிறுத்தத்தின்பின் தொழிலாளர்கள் ஒற்றுமையைக் குலைக்க இரயில்வே ஆணையம், அவர்கள் வேலைப்பிரிவுக்கேற்பப் பல சங்கங்களாகப் பிரித்திருந்த சூழ்ச்சி இச்சமயம் முடிவுற்றது. சம்மேளனம் அனைத்துப் பிரிவினருக்கும் பொதுவான செயல்பாடுகளை முன்னெடுத்தது.

மாநாட்டில் ஆறு கோரிக்கைகளை முன்வைத்து அவற்றிற்கு ஏப்பிரல் 10க்குள் பேச்சுவார்த்தை நடத்தித் தீர்வுகாண விழைந்தது. ஆனால் அரசாங்கம் பொருட்படுத்தாததால் மாநாடு ஏற்படுத்திய அமைப்பு ஏப்பிரல் 15இல் தில்லியில் ஒரு கூட்டத்தை நடத்தியது. அதன்வழி ஏப்பிரல் 23இல், மே 8ஆம் நாள் போராட்டம் நடத்தப்போவதாக அறிவிப்பு வெளியிட்டது. போராட்டத்தைத் தடுக்க மே முதல் நாளன்றே ('மே நாள்') இரவில் முக்கியமான தொழிற்சங்கத் தலைவர்கள் கைதுசெய்யப்பட்டார்கள். இச்செயலால் வெகுண்டெழுந்த தொழிலாளர்கள் அடுத்த நாள் போராட்டத்தில் இறங்கினர். இப்படி மே 2ஆம் நாள் கால்கோளிடப்பட்டாலும் மே 8இல்தான் மிகப்பெரிய அளவிலான போராட்டம் தொடங்கப்பட்டது.[84] வங்கி உள்ளிட்ட பொதுத்துறை ஊழியர்களுக்கு நிகரான ஊதியம் வழங்க வேண்டும், ஊக்கத்தொகை அளிக்க வேண்டும், பணிநேரத்தை ஒழுங்குபடுத்த வேண்டும், அவரவர்களுக்கான சரியான பணி வரையறை வேண்டும், முந்தைய போராட்டங்களில் பாதிக்கப்பட்ட, வேலையிழந்த தொழிலாளர்க்கான நலனையும் கணக்கில்கொள்ள வேண்டும் ஆகிய கோரிக்கைகளை முன்வைத்து இப்போராட்டம் நடத்தப்பட்டது.[85] இலட்சக்கணக்கான தொழிலாளர்களின் போராட்டத்தை முறியடிக்க,

> *அரசாங்கம் அத்தியாவசியப் பணி பராமரிப்புச் சட்டத்தை மீண்டும் பிறப்பித்தது. 'மிசா' என்றழைக்கப்பட்ட உள்நாட்டு பாதுகாப்புச் சட்டத்தைப் பயன்படுத்தி 50 ஆயிரம் பேரைக் கைது செய்தது. இவர்களில் பலருக்கு ஓராண்டு கடுங்காவல் தண்டனை வழங்கப்பட்டது. சில இடங்களில் வேலைநிறுத்தக்காரர்களது குடும்ப ரேஷன் கார்டுகள் ரத்துசெய்யப்பட்டன. இந்த ஊழியர் மற்றும் குடும்பத்தினருக்கு ரயில்வே மருத்துவமனைகளில் மருத்துவ உதவி மறுக்கப்பட்டது.*
>
> *நாடு முழுவதிலும் 3 ஆயிரம் பேர் விசாரணையின்றி வேலைநீக்கம் செய்யப்பட்டனர். ரெயில்வே காலனிகளில் தடைஉத்தரவு*

பிறப்பிக்கப்பட்டது. சில இடங்களில் ஊரடங்கு உத்தரவு பிறப்பிக்கப்பட்டது. தற்காலிக மற்றும் அன்றாட கூலித் தொழிலாளிகள் 15 ஆயிரம் பேர் வேலை நீக்கம் செய்யப்பட்டனர்.

வேலைக்குச் செல்ல மறுத்த தொழிலாளிகள் சித்ரவதை செய்யப்பட்டனர். காலனி பெண்கள்மீது கொடூரமான தடியடிப் பிரயோகம் செய்யப்பட்டது. பல பெண்களுக்கு கருச்சிதைவே ஏற்பட்டுவிட்டது. பலர் காலனி வீடுகளிலிருந்து பலவந்தமாக வெளியேற்றப்பட்டனர். .... தேடப்பட்ட ஊழியர்கள் வீடுகளில் இல்லையென்றால் சொத்துக்களைப் பறிமுதல் செய்வது என்ற பெயரில் தட்டுமுட்டுச் சாமான்கள் கொள்ளையடிக்கப்பட்டன. தேடப்பட்டவர்களுக்குப் பதிலாக அவர்களுடைய பிள்ளைகள் கைதுசெய்யப்பட்டனர் [86]

என்றவாறு அரசாங்கம் மேற்கொண்ட கடுமையினை எஸ்.கே. நம்பியார் வெளிப்படுத்தியுள்ளார்.

பொன்மலையில் மே 3, 4ஆம் நாளிலும், திருச்சி, போத்தனூர் உள்ளிட்டுச் சில இடங்களில் மே 4ஆம் நாளிலும் போராட்டம் தொடங்கியது. மதுரை பாலம் இரயில் நிலையத்தில் ஆர்ப்பாட்டம் நடந்தது. தண்டவாளத்தில் இரயில் முன்பு மறியல் செய்தபோது இராமசாமி என்பவர் அங்கே கொலையானார். போத்தனூரில் குட்டப்பன், குண்டக்கல்லில் கோபிநாதன் காவல்துறையினரால் நீரில் மூழ்கடிக்கப்பட்டுப் பலியானார்கள். தென்னிந்திய இரயில்வேயில் ஆயிரம் பேர் கைதாகினர். பலர் மீது வழக்குகள் போடப்பட்டன. ஆயிரக்கணக்கானோர் வேலைநீக்கம் செய்யப்பட்டார்கள். அரசு, தொடர்பில்லாதவர்களை அழைத்துவந்து இரயில்களை இயக்கச் செய்தது. சென்னையில் முக்கியப் பொறுப்பாளர்கள் பணியிட மாற்றம் செய்யப்பட்டார்கள்.[87] மேலும் மாம்பலம் இரயில் நிலையத்தில் அலுவலகத்தையே பூட்டி, இரயில் பயணத்தைத் தடுத்துள்ளனர்.[88] இவற்றால் மே 10இல் மைய அரசு ஊழியர்கள் ஆதரவு தெரிவித்து, இவர்களுக்காக ஒருநாள் வேலைநிறுத்தத்தில் ஈடுபட்டனர். தமிழகத்தில் பிற செயல்பாடுகளும் நடந்தன.[89]

மேலும் தொழிலாளர்களுடைய ஊதியங்கள் கொடுக்கப்படாது நிறுத்தி வைக்கப்பட்டன. அவர்களுடைய குடும்பத்தினர் தாக்கப்பட்டு, பெண்கள் பாலியல் வன்முறைகளுக்கும் ஆளாக்கப்பட்டனர். காவல்துறையினராலும், கட்சி இளைஞர்களாலும் இச்செய்கைகள் நாட்டில் நடந்தேறின.[90] போராட்டத்தை, நெருக்கடிநிலையைப் பிறப்பித்திருந்த இந்திரா காந்தி அரசுக்கெதிரானதாக அவர்கள்

கருதினர். இச்சூழலில் தொழிற்சங்கத்தின் எம். கல்யாணசுந்தரம், கே.டி. ராஜு உள்ளிட்டு ஓரிருவர் வேலைநிறுத்தம் பின்வாங்கப்படும் நிலையில் இருப்பதாக மே 15க்குப் பின் பேசத் தொடங்கினர்.[91] இது தொழிலாளரிடையே குழப்பத்தை ஏற்படுத்தியது. இத்தகைய போக்கினால் சிறையிலிருந்த ஜார்ஜ் பெர்னாண்டஸ் போராட்டத்தை நிறுத்திக் கொள்வதாகத் தெரிவித்தார். இவ்வாறாக மே 8 முதல் மே 28 வரை நடைபெற்ற இப்போராட்டத்தில் 15 இலட்சம் பேர் பங்கெடுத்தனர்.

பத்து இலட்சம் பேர் வேலைநீக்கம் செய்யப்பட்டு மீண்டும் சேர்த்துக் கொள்ளப்பட்டாலும், அவர்களின் முந்தைய பணிக்காலம் மறுக்கப்பட்டது. ஆயிரக்கணக்கானோர்மீது வழக்கு தொடுக்கப்பட்டது. பணிஇடங்களை மாற்றிப் பழிவாங்கப்பட்டார்கள். இவை யாவுமே தடுக்கப்படாததால் 12 ஆயிரம் பேருக்கும் மேல் பங்கேற்ற பெரும் பேரணி 22.4.1975இல் தில்லியை நோக்கி நடைபெற்றது. அது, 'மீண்டும் இரயில்வேயின் சக்கரங்கள் நிறுத்தப்படும்' என்று பறைசாற்றியது.[92] இந்திய அளவிலும், தமிழ்ச் சமூகத்திலும் பெரிதளவில் பேசப்படும் இத்தகு போராட்டத்தைக் குறிக்கும் கவிதைப் பதிவுகளாகத் தணிகைச்செல்வன் மற்றும் பழமலய் கவிதை அடிகள் காணக்கிடைக்கின்றன. தணிகைச்செல்வன்,

ஆயுதங்கள் காட்டி அடக்குகிற 'ராணி'யிடம்
காகிதங்கள் நீட்டிக் கைசோர்ந்து போனபின்பு
கைமடக்கிக் கொண்டான் தொழிலாளி அதனாலே
கால்மடக்கிக் கொண்டன ரயில்வண்டித் தொடரெல்லாம்

(தணிகைச்செல்வன் கவிதைகள், ப.48)

என்றெழுதி, தொழிலாளர் நிலையையும் அரசாங்கப் போக்கினையும் வெளிப்படுத்தி, முதலாளித்துவத்திற்குத் துணைபோகும் அரசின் செயல்பாடுகளைக் கடிந்துரைக்கின்றார். பழமலய், 'புரட்சியாளர் சீராளன்' பெருமைகளைப் பேசும் கவிதையினிடையே,

1974-இல்
இருப்புப்பாதைத் தொழிலாளர்களின்
தேசம் தழுவிய வேலை நிறுத்தம்.
புரட்சியாளர்களின் வழிகாட்டுதலில்,
சீராளன் அதற்குப் பரிமாணம் கூட்டினான்.
அதே சோலார்பேட்டை சந்திப்பில்,
ஒப்பந்தக் கூலிகளை அணியாய்த் திரட்டினான்

(பழமலய் கவிதைகள், பக்.620,621)

எனக் குறிப்பிட்டு, இப்போராட்டத்திற்காகச் சீராளன் பங்காற்றியதை வரலாற்றில் தக்கவைக்கின்றார். தோழர் எம். கல்யாணசுந்தரத்தின் பவளவிழா வாழ்த்தாக எழுதப்பட்ட கே.சி.எஸ். அருணாசலம் கவிதையில் (பாட்டு வராத குயில், ப.115), சங்கம் அமைக்கப்பட்ட வரலாறும், சங்கம் விழிப்புணர்வுடன் விளங்கியதும் பதிவுசெய்யப்பட்டுள்ளன.

எல்லைப் போராட்டங்கள் (1947 - 1960)

தொல்காப்பியம் முதலாய்ப் பிந்தைய தமிழ் நூல்கள் காட்டும் தமிழ்கூறும் நல்லுலகத்தின் எல்லை இன்று மாற்றம் கண்டுள்ளது. நாகரிக, மக்கள்தொகை வளர்ச்சிக்கேற்பச் சமூகத்தின் பல்வேறு கூறுகள் மாற்றங்களுக்கு உள்ளாகியிருப்பதைப்போன்று நிலப்பகுதியும் பகுதிகள் பிரிப்பது, எல்லைகள் வகுப்பது என மாற்றங்கண்டது. எல்லை மீறுதல் மட்டுமன்றி எல்லை வகுத்தலும் சிக்கல்களை ஏற்படுத்தும் என்பதை இருபதாம் நூற்றாண்டு அதிகப்படியாகவே கண்டிருக்கின்றது. இன்றைய தமிழகத்தின் வட, தென் எல்லைகளான திருத்தணியும் கன்னியாகுமரியும் பல போராட்டங்களின் வாயிலாக இந்நிலையை அடைந்திருக்கின்றன.

> *இவற்றை நாம் எல்லையாகப் பெறுவதற்குப் பலர் தங்கள் உயிரைத் தியாகம் செய்துள்ளார்கள். பலர் தங்கள் வாழ்க்கையையே போராட்டமாக ஆக்கி இருக்கிறார்கள். அந்தப் போராட்டத் தியாகிகள் இல்லை என்றால் திருத்தணியும் தென்குமரியும் தமிழர்க்குச் சொந்தமில்லாமல் போயிருக்கும். இன்று தென் குமரியில் வாழ்கிறவர்களும் திருத்தணியில் வாழ்கிறவர்களும் இந்த மண்ணுக்காக எத்தனை பேர் போராடியிருக்கிறார்கள் என்ற உண்மையை அறிந்தால் மட்டுமே மண் என்பது வெறும் மண் அல்ல - அது மானம் என்று உணர்வார்கள். அந்த உணர்வைத் தற்காலத்தில் வாழ்கிறவர்களும் வருங்காலத்தில் வாழப் போகிறவர்களும் அறிந்துகொள்ள வேண்டும்* [93]

என்று முகிலை இராசபாண்டியனின் வலுவான கருத்து எழும் அளவிற்கு வரலாற்றையுடையது எல்லைப் போராட்டம்.

ஆங்கிலேய ஆட்சியில் மாண்டேகு செம்சுபோர்டு அறிக்கை (1918), சைமன் குழு அறிக்கை (1930) எனுமிரண்டும் மாகாணங்களாக விரிந்துள்ள இந்தியப் பகுதிகளை மொழிவாரி மாநிலங்களாகப் பிரிக்க வலியுறுத்தின. இதன் நீட்சியில் மொழிவழி மாநிலங்கள் அமையத் தலைப்பட்டதன் வாயிலாக எல்லைப் பிரச்சினைகளும் எழத் தொடங்கின. 1953 அக்டோபர் 1இல் ஆந்திரம் பிரிந்தும், அதேபோன்று கேரள, கன்னடப் பகுதிகள் பிரிக்கப்பட்டு 1956 நவம்பர் 1இல் தமிழகம்

தனித்தியங்கும் ஆற்றல் பெற்றும் எல்லைப் பிரிப்புக் குழப்பங்கள் இருக்கவே செய்தன.

தென் எல்லைப் போராட்டம்

திருவிதாங்கூர் சமசுதானம் உட்பட மலையாள மொழிபேசும் பகுதிகளை ஒன்றிணைத்து ஐக்கியக் கேரளம் உருவாக்கும் கருத்து 1925க்குப் பிறகு வலுத்தது. இதில் தமிழர்கள் அதிகப்படியாக வாழும் தென்திருவிதாங்கூர் பகுதியைச் சேர்ப்பதை அப்பகுதியில் வாழும் தமிழர்கள் எதிர்க்கலாயினர். காரணம், மலையாளம் மற்றும் சமசுகிருதம் மட்டுமே ஏற்கப்பட்டுத் தமிழைப் புறந்தள்ளும் போக்கு திருவிதாங்கூர் சமசுதானத்தில் இருந்தது. இதனை விரும்பாத தமிழர்கள் மலையாளிகள் எதிர்ப்பு இயக்கம் (1810) தோற்றுவிப்பது, அரசியல் உள்ளிட்டவற்றிலும் தனித்தியங்குவது என வாழ்ந்துள்ளனர்.

இந்நிலையே ஐக்கியக் கேரளத்துடன் கன்னியாகுமரி, செங்கோட்டை பகுதிகள் ஒன்றிணைய மறுக்கும் சூழலைத் தந்தது. தமிழர்கள் தமிழகத்துடன் இருக்கவே விரும்பினர். கன்னியாகுமரிக்குள் அடங்கும் கல்குளம், விளவங்கோடு, தோவாளை, அகத்தீசுவரம் மற்றும் செங்கோட்டை, பீர்மேடு, தேவிகுளம் ஆகிய வட்டாரப் பகுதிகளை இணைக்கக்கூடாது எனும் நிலையைத் தெரிவித்தும் திருவிதாங்கூர் சமசுதானத்துக் காங்கிரசார், அவர்கள் திட்டத்திலேயே முனைப்பாக இருந்தனர். இதனை எதிர்த்து ‘அகில திருவிதாங்கூர் தமிழர் காங்கிரசு’ எனும் அரசியல் கட்சி 1945இல் தோற்றுவிக்கப்பட்டது. இக்கட்சி, தமிழகத் தலைவர்களின் ஆதரவைக் கேட்டும் எதிர்பார்த்த அளவில் ஈடேறவில்லை.[94]

தமிழ்மொழி பேசும் தமிழர்கள் அதிகப்படியாக வாழும் பகுதிகளெல்லாம் தமிழ்நாடாகக் கொள்ளப்பட வேண்டும் எனும் கருத்துநிலை கொண்டிலங்கும் ம.பொ. சிவஞானம் தமது ‘தமிழ் முரசு’ இதழில் திருவிதாங்கூர் சமசுதானத்தில் தமிழர்கள் அதிகமாக வாழும் பகுதிகளைக் காட்டும் படத்தினை வெளியிட்டிருந்தார். அதையறிந்த நாகர்கோவில் பகுதியினர் ம.பொ.சி.யை அழைத்து மக்களிடையே சொற்பொழிவாற்ற வைத்தனர்.[95] இதன் பிறகு, திருவிதாங்கூர்த் தமிழர்களின் போராட்டத்திற்கு ம.பொ.சி.யின் முழு ஆதரவும் கிட்டியது.

சமசுதானத்தில் திவான் ஆட்சிமுறை நீங்கிப் பொறுப்பாட்சி முறைக்குத் தேர்தல் நடத்தப்பெற்றது. அதில் எதிர்க்கட்சியாக

அமைந்தது, சில மாதங்களில் திருவிதாங்கூர்த் தமிழ்நாடு காங்கிரசு எனப் பெயர்மாற்றிக் கொண்ட அகில திருவிதாங்கூர் தமிழர் காங்கிரசு கட்சி. இக்கட்சித் தமிழர் பிரச்சினையை இந்திய அரசாங்கத்திடம் கொண்டு சென்றது. இராஜேந்திர பிரசாத்தால் மொழிவாரி மாநிலப் பிரிப்புக்கு நியமிக்கப்பட்டிருந்த தார் குழு தென்னிந்தியப் பகுதிகளை ஆய்வு செய்தது. இக்குழு 1948 டிசம்பரில் வெளியிட்ட அறிக்கைக்கேற்பத் திருவிதாங்கூரும் கொச்சியும் ஒன்றாக இருந்திருந்தால் சென்னை மாகாணத்திலுள்ள மலபாரினையும் அதனுடன் இணைத்துக் கேரள மாநிலத்தினை உருவாக்க முடியும் என்பதற்காகக் கொச்சி - திருவிதாங்கூர் முதலில் இணைக்கப்படும் தீர்மானம் திருவிதாங்கூர்ச் சட்டப்பேரவையில் வைக்கப்பட்டது. விளவங்கோடு தொகுதியில் வெற்றிபெற்ற நேசமணி, ஐக்கியக் கேரளத்தில் தமிழ்ப் பகுதிகள் இணைவதைத் தவிர்க்க வேண்டினார். சென்னை மாநிலத்திலிருக்கும் மலபாரினைப் பிரிப்பது சாத்தியமெனில் திருவிதாங்கூர்த் தமிழ்ப்பகுதிகளும் பிரிவது சாத்தியம்தானே என்று கருத்துரைத்தார் பட்டாபி சீத்தாராமய்யா.[96] இவ்விரு கருத்துகளும் பொருட்படுத்தப்படவில்லை.

திருவிதாங்கூர்த் தமிழ்நாடு காங்கிரசு கட்சி போராட்டம் மூலம் எதிர்ப்பைத் தெரிவிப்பதற்காக 1949 ஏப்பிரலில் பொதுக்கூட்டம் நடத்தியது. அதில் அரசு தொடர்பான ஆவணங்கள் எரிக்கப்பட்டன. அதில் நத்தானியல், பி.எஸ். மணி முதலிய சில தலைவர்கள் கைதுசெய்யப்பட்டனர்.[97] போராட்டம் நேசமணி தலைமையில் தொடர்ந்தது. இச்சூழலில் தமிழ்நாடு காங்கிரசு கமிட்டியின் காமராசரின் ஆதரவும் கிடைத்தது. பிறகு தென் எல்லை மாநாடு ஒன்று கன்னியாகுமரியில் 6.1.1950இல் நடத்தப்பட்டது. இக்'குமரி எல்லை மகாநாட்டினை'த் தொடங்கி வைத்துக் கவிமணி,

தென்னெல்லை காத்தாளும் தேவி! குமரீ! நின்
பொன்னடியைக் கும்பிட்டுப் போற்றுகின்றேன் - மன்னுபுகழ்ச்
செந்தமிழ் நாடுஒன்றாகித் தேவர்நாடொத்து, உலகில்
சந்ததம் வாழவரம் தா. *(மலரும் மாலையும், ப.15)*

என்னும் வெண்பாவைச் சொற்பொழிவின் தொடக்கத்தில் 'தேவி பிரார்த்தனைப் பாடலாக'ப் பாடித் தொடக்கவுரை ஆற்றினார். தமிழறிஞர் கி.ஆ.பெ. விசுவநாதமும் உரையாற்றினார்.

மைய அரசால் மாநிலங்கள் சீரமைப்பிற்கு 1953 டிசம்பர் 22இல் ஃபசல் குழு நியமிக்கப்பட்டது. இக்குழு திருவிதாங்கூருக்கு வருகை தந்தபோது அதனிடம் திருவிதாங்கூர்த் தமிழ்நாடு காங்கிரசார்

விண்ணப்பம் வைத்தனர். இதனால் தேவிகுளம், பீர்மேடு பகுதித் தமிழர்களை அரசு வஞ்சிக்கத் தொடங்கியது. பொய் வழக்குகள் போடவும், காவல்துறையினரைக் கொண்டு தாக்கவும் செய்தது. தோட்டத் தொழிலாளர்களிடையே 'மலையாளி - தமிழர்' எனப் பூசலை உண்டாக்கியது. இதனால் அப்பகுதியைவிட்டுத் தமிழர்கள் வெளியேறினர். இவற்றை எதிர்த்து ஊர்வலங்களும் கண்டனக் கூட்டங்களும் நடத்தப்பட்டன. இதனை நாட்டிலுள்ள அனைவருக்கும் தெரிவிக்கும் முயற்சியில் தாணுலிங்க நாடார், அப்துல் ரசாக் உள்ளிட்டோர் 1954 சூன் 30ஆம் நாளைத் தேவிகுளம் நாளாகக் கொண்டாட அறிவுறுத்தினர். இதற்குச் சூன் 29 அன்றே தடை உத்தரவானது.[98] இதனை மீறி நேசமணி மூணாறில் உரையாற்றத் தொடங்குகையில் கைதுசெய்யப்பட்டார். இந்நிகழ்வு மக்கள் அனைவரையும் சிறைநிரப்பச் செய்யும் அளவிற்குப் போராடத் தூண்டியது. மேலும் தமிழ்ப் பகுதிகள் அனைத்தும் விடுதலை பெற்றதாக அறிவிக்கும் போராட்டத்தைக் கையிலெடுத்தனர். அவ்விடுதலை நாளாக ஆகஸ்ட் 11ஆம் நாளைத் தேர்வு செய்தனர். இதற்காகச் சில போராட்டங்களையும் ஊர்வலங்களையும் நடத்தினர்.[99] இத்தமிழ் மக்களுக்கு ஆதரவு தராமல் இருக்கும் நிலையைப் பின்னாளில் பாரதிதாசன்,

செட்டுத் தமிழர் நெல்லைச் சேர்த்தான்
மலையா ளத்தின் எல்லை
கொட்டம் அடிக்கும் ஆட்சித் தொல்லை
குறைக்க உன்னால் ஆவ தில்லை ***(பாவேந்தம் - 15, ப.419)***

எனக் காங்கிரசு இயக்கத்தைக் கடிந்துபேசுகின்றார். இதனால்தான் தமிழ்ஒளி 1953இல்,

தன்குமரி எல்லைதனைச் சார்ந்த தமிழகத்தில்
எல்லாம் தமிழர்க்கே! என்றெழுந்த போர்முரசம்
எல்லோரும் கேட்டே எழுகின்ற நேரமிது!
(தமிழ்ஒளியின் சிறந்த கவிதைகள், ப.95)

என்று தமிழ் மக்களை அழைக்கின்றார். பழமலய்,

"ஆற்றுநீரும் மண்ணும் மொழி பேசாது."
ஆனாலும்,
காவிரி நீர்ப்பங்கீடு, திருத்தணி, தேவிகுளம்-
உரிமைப் போருக்கு நெருக்கடி கொடுக்கும்
உலகம் இது. ***(பழமலய் கவிதைகள், ப.187)***

என்று காவிரிப் பிரச்சினை, வடக்கெல்லைப் போராட்டத்தோடு தேவிகுளத்தையும் சேர்த்து எழுதுகின்றார்.

தொடுவெட்டிப் பகுதியில் நடந்த பெரிய ஊர்வலத்தின்மீது காவல்துறை துப்பாக்கிச் சூடு நடத்தியது. நான்கு பேர் உயிரிழந்தனர். பலர் படுகாயம் அடைந்தனர். பள்ளி மாணவர்களும் மக்களோடு சேர்ந்து தீவிர எதிர்ப்புத் தெரிவித்தனர். அப்போதைய துப்பாக்கிச் சூட்டில் மேலும் 5 பேர் பலியாயினர். காவல்துறை தாக்குதல் நடத்தியதோடு, மக்கள் பொருட்களைக் கொள்ளையடிக்கவும் செய்தது. ஆகஸ்ட் 13இல் தொடுவெட்டி, கருங்கல், பைங்குளம், புதுக்கடை ஆகிய இடங்களில் 1000 பேருக்கு மேல் கைதாகினர். துப்பாக்கிச் சூட்டை 11 பேரும் படுகாயத்தை 300 பேருக்கு மேலும் அடைந்தனர்.[100] தமிழ்த் தலைவர்கள் இந்தியப் பிரதமர் நேருவைச் சந்தித்தனர். காமராசர், குழுவொன்றினைத் திருவிதாங்கூருக்கு அனுப்பிவைத்தார். இச்சூழலில் 1955 டிசம்பரில் ஃபசல் அலி குழு அறிக்கையானது நாடாளுமன்றத்தில் கலந்துரையாடலுக்கு வந்தது. இதன்வழி, சித்தூர் மலபாருடனும், நெய்யாற்றங்கரை கேரளத்துடனும் இணைக்கப்பட்டன. தோவாளை, அகத்தீசுவரம், விளவங்கோடு, கல்குளம் ஆகிய பகுதிகள் பிரிக்கப்பட்டுத் திருநெல்வேலியோடு இணைக்கப்படவிருந்த சூழலை மாற்றிக் கன்னியாகுமரி மாவட்டமாக்கி[101] அது சென்னை மாநிலத்துடன் இணைக்கப்பட்டது. இதனால் பத்மநாபபுரம் கன்னியாகுமரியுடன் இணைந்தது. செங்கோட்டை திருநெல்வேலி மாவட்டத்தோடு இணைக்கப்பட்டது.[102] இச்சூழலைப் பாரதிதாசன்,

செந்தமிழ்த்தாய் பெறஇருக்கும் வெற்றிக் கெல்லாம்
செங்கோட்டை வெற்றிதான் முதல்வி ளைச்சல்!
தளையகன்ற 'செங்கோட்டை' இளையான் மீண்டும்
தமிழ்நாட்டின் கைப்புறத்தில் இணைந்த தான
களியூட்டும் விழாப்பாடி ஆடு கின்றோம்!

(பாவேந்தம் - 15, ப.411)

என்று, செங்கோட்டை தமிழகத்தோடு இணைந்தபோது நிகழ்ந்த விழாவினைக் 'குயில்' இதழ்வழி வாழ்த்திப் பதிவுசெய்துள்ளார். இதனோடன்றிக் கவிதைகளில் ஆங்காங்கு மாநிலப் பிரிவினை குறித்தும், எல்லைப் போராட்டங்கள் குறித்தும் தம் அடிகளைப் பதிவுசெய்துள்ளார். சில பகுதிகளை வெற்றிகண்டாலும் தேவிகுளம், பீர்மேடு பகுதிகள் கைவிட்டுப் போயிற்று. இவ்வாறு, தமிழ்ப் பகுதிகள் தமிழ்நாட்டுடன் 1.11.1956இல் இணைந்தன. தேவிகுளம் நாள் கொண்டாடத் திட்டமிட்ட காலத்திலிருந்து தமிழர் பகுதிகள் தமிழகத்துடன் இணைந்தது வரையிலான காலகட்டம் தென்எல்லைப் போராட்டத்தின் தீவிரமான காலகட்டம் ஆகும்.

வட எல்லைப் போராட்டம்

மொழிவாரி மாநிலப் பிரிவினைச் சூழலில் பிற மொழி பேசும் பகுதியினர் சென்னை மாகாணத்திலிருந்து தங்கள் பகுதிகளைப் பிரிக்க நேரிட்டபோது, தமிழ் மக்கள் அதிகம் வாழும் பகுதிகளையும் கேட்கலாயினர். இதனால் ஏற்பட்ட சலசலப்பு தங்கள் பகுதிகளைத் தற்காத்துக்கொள்ளத் தமிழர்களை அறிவுறுத்தியது. ஆந்திர மாநிலம் கொண்டுபோகவிருந்த தமிழ்ப் பகுதிகளுக்காகக் குரல் கொடுக்கத் தொடங்கியதில் வட எல்லை குறித்த விழிப்புணர்வும் வெளிப்படத் தொடங்கியது.

ஆந்திர மாநிலம் பிரிக்கப்படும் முன்னரே திருப்பதியைத் தெலுங்கு மக்கள் ஆக்கிரமித்துக் கொள்ளும் நிலைமை உருவானது. திருப்பதியை உள்ளடக்கிய சென்னை மாகாண வடஆர்க்காடு மாவட்டமானது ஆட்சி, ஆளுமை வசதிக்காக இரண்டாகப் பிரிக்கப்பட்டது. இதில் தோன்றிய தென்ஆர்க்காடு மாவட்டத்தில் இருந்து சித்தூர், திருத்தணி, காளத்தி, திருப்பதி உள்ளிட்ட தமிழ் வட்டாரப் பகுதிகள் பிரிக்கப்பட்டுச் ‘சித்தூர்’ எனத் தனி மாவட்டம் உருவாக்கப்பட்டது. சில காலம் வேலூரே தலைநகரமாக இருந்து பின்னர்ச் சித்தூர் தலைநகரமாக மாற்றம்பெற்றதிலிருந்து தெலுங்கு மக்கள் அங்கு அதிகமாகக் குடியேறத் தொடங்கிவிட்டனர். திருப்பதியிலும் திருமால் வழிபாட்டுக்காகத் தெலுங்கர்களின் வருகை அதிகமானதன்பின் திருப்பதியின் ஆட்சிப் பொறுப்பு ஆந்திராவின் கைவசமானது.[103] இந்நிலை தமிழர்களுக்கும் ஆந்திரர்களுக்குமிடையே வேறுபாட்டை மிகுவித்தது. இத்தகைய போக்கினை உணர்ந்தவராக ம.பொ.சி. தமது ‘தமிழ்முரசு’ இதழில் 1946ஆம் ஆண்டே எல்லைகள் பறிபோவதும் அவை மீட்கப்பட வேண்டியதும் குறித்து எழுதலானார்.[104] மேலும் அவரது ‘தமிழரசு கழகம்’ (21.11.1946) இவ்விடயத்தில் தொடர்ந்து பங்காற்றத் தயாரானது.

பழமைவாய்ந்த திருப்பதியைத் தமிழகம் தவறவிடக்கூடாது என்று 1947 ஆகஸ்ட் மாதத்தில் ஒரு தொண்டர் குழுவுடன் திருப்பதிக்குச் சென்றார். திருவாலங்காடு உள்ளிட்ட சில இடங்களில் கூட்டம் நடத்தினார். திருத்தணிக்கு அருகில் நகரி பகுதியில் ஊர்வலமும் பொதுக்கூட்டமும் நடத்தப்பட்டது. ஊர்வலத்தில் ‘வேங்கடத்தை விடமாட்டோம்’ என்பது உள்ளிட்ட சில வாசகங்கள் முழங்கப்பட்டன. இதேபோல் சித்தூர், புத்தூரிலும் பொதுக்கூட்டங்கள் நடந்தன. தொடர்ந்து திருப்பதியினை நெருங்கியபோது அங்கு ம.பொ.சியைத் தெலுங்கர்கள் எதிர்த்தனர். ஆனாலும் கீழ்த்திருப்பதியில் கூட்டம்

நடைபெற்றது. இச்சூழலில் தமிழரசு கழகத்தின் மாநில மாநாடு சென்னையில் **9.11.1947**இல் நடத்தப்பட்டது.[105] பல அறிஞர்களும் தலைவர்களும் கலந்துகொண்ட இம்மாநாட்டின்வழி,

> *இருமொழி மாவட்டமாக்கப்பட்டுவிட்ட சித்தூர் மாவட்டத்தில் திருப்பதிக்குத் தெற்கேயுள்ள பிரதேசத்தையும், கேரள மன்னராட்சிக்குட்பட்ட திருவிதாங்கூர் சமஸ்தானத்திலே நெய்யாற்றங்கரை தொடங்கி, குமரிமுனை வரையுள்ள தெற்குப் பிரதேசத்தையும் தமிழகத்தோடு இணைத்துக் குமரிமுதல் வேங்கடம் வரையுள்ள புதிய தமிழகத்தைப் படைப்பதற்கான முயற்சிகளை மேற்கொள்ளுமாறு சென்னை மாகாண அரசையும் தமிழ்நாடு காங்கிரஸ் உள்ளிட்ட எல்லாக் கட்சிகளையும் இம்மாநாடு கேட்டுக் கொள்கிறது.*
>
> *பிரெஞ்சுப் பேரரசின் பிடியிலுள்ள புதுவை ராஜ்யத்தையும், மன்னர் சமஸ்தானமாகவுள்ள புதுக்கோட்டையையும் தமிழகத்தோடு இணைக்கவும் சென்னை மாகாண அரசு முயல வேண்டுமென்று இம்மாநாடு கேட்டுக் கொள்ளுகிறது* [106]

என மாநாட்டின் **17** தீர்மானங்களுள் இவற்றையும் ம.பொ.சி. கோரினார். இதேபோன்று **5.11.1949** அன்று தமிழக எல்லை மாநாடு என்றே ஒரு பெரும் மாநாட்டைச் சென்னையிலே நடத்தலானார். கலைவாணர், உடுமலை நாராயணகவி, தி.க. சண்முகம் உள்ளிட்டோர் எல்லைப் போராட்டப் பொருள் குறித்த பாடல்களைப் பாடினர். திரு.வி.க., முத்தையா செட்டியார், ஆர்.கே. சண்முகம் செட்டியார் என்றெல்லாம் மாநாட்டில் பலர் பங்கு வகித்தனர்.[107] இம்மாநாடு மக்களிடையே பெரிய திருப்பத்தை ஏற்படுத்தியது. மேலும் **1949**இலேயே ம.பொ.சி. தலைமையில் திருத்தணியைச் சேர்ந்த மங்கலங்கிழார், கே. விநாயகம் உள்ளிட்ட **28** உறுப்பினர் கொண்ட வடக்கெல்லைப் பாதுகாப்புக் குழு ஒன்றும் அமைக்கப்பட்டது.[108]

மேற்காணும் சிக்கல் குறித்து ஆங்காங்கே பொதுக்கூட்டங்களும் மாநாடுகளும் நடைபெற்றுக் கொண்டிருந்தபோது, மைய அரசு ஆந்திரப் பிரிவினைக் குழுவினை அமைத்தது. தனி மாநிலக் கோரிக்கைக்காகப் பொட்டி ஸ்ரீராமுலு உண்ணாநோன்பிருந்து உயிரிழக்க ஆந்திரத்தில் வன்முறை உண்டானது. அங்கிருந்த தமிழர்கள் தாக்கப்பட்டனர்.[109] இதனால் நேரு தலைமையிலான மைய அரசு **1952**இல், தலைநகரம் பற்றி முடிவின்றி சித்தூர் மாவட்டத்தை மட்டும் சேர்த்து **1953** அக்டோபரில் ஆந்திரம் பிரிக்கப்படும் என ஆணை பிறப்பித்தது. தமிழரசு கழகம் மேலும் சில மாநாடுகளை நடத்தியது.

நகரியில் 1953 பிப்பிரவரியில் நடந்த மாநாட்டில் தெ.பொ. மீனாட்சிசுந்தரம், கா.மு. ஷெரீப் முதலியோர் முக்கியப் பங்காற்றினர். இதனால்தான் ஒரு போராளியாகச் செயல்பட்ட கா.மு. ஷெரீப்பால் வட, தென் எல்லைப் போராட்டங்கள் பற்றிப் பல கவிதைகள் எழுதப்பட்டிருக்கின்றன. இவரைப் போன்று ஞானக்கூத்தனும் வடஎல்லைப் போராட்டத்தில் கலந்துகொண்டவர். ஆனால் அது தொடர்பாக அவருடைய கவிதை எதனையும் அறியமுடியவில்லை. அவரது எந்நூலிலும் வெளியாகவில்லை என்றே தெரிகின்றது. இதனை 1981இல் ஞானக்கூத்தனின் உரையாடல் பதிவும் காட்டுகின்றது:

1960-ம் ஆண்டு என் கைவசமிருந்த கவிதைகள் எதையும் எந்த ஏட்டிலும் வெளியிட முடியவில்லை. தமிழ்நாட்டின் எல்லைப் பிரச்சனை, தமிழ்நாடு பெயர் வைப்புப் போராட்டம் ஆகியவற்றில் கலந்துகொண்டதோடு மூன்று கவிதைகளும் வெளியாகின. எந்த ஏடும் ஏற்றுக்கொள்ளத் தயாராக இல்லை. .....என் கவிதைகள் என்னிடம் தங்கின. 1968-ம் ஆண்டு கிழித்தெறிந்தவை போக சிலவற்றை முதல் தடவையாக சி. மணியின் 'நடை'யில் வெளியிட முடிந்தது.[110]

சித்தூர் மாநாட்டில், சித்தூர் பிரச்சினைக்குரிய மாவட்டம் என்று அறிவிப்பது உள்ளிட்ட தீர்மானங்களை இந்திய அரசாங்கத்திற்கு அனுப்பி வைப்பது முடிவானது. மேலுமங்குக் கடையடைப்பும், கண்டன ஊர்வலமும், திருத்தணியில் மறியலும் நடத்தப்பட்டன. இந்த மறியல் போராட்டம் சுமார் 15 நாள்கள் தொடர்ந்து நடைபெற்றது. இதன் தொடர்ச்சியாகத் தமிழகம் முழுதும் 3.5.1953இல் 'சித்தூர் தினம்' கொண்டாடவும் தமிழரசு கழகம் வழிசெய்தது. மீண்டும் மே 12ஆம் நாள் போராட்டம் தொடங்கித் தொடர்ந்ததில் மே 18இல் ம.பொ.சி. கைதுசெய்யப்பட்டு விடுதலையானார்.[111] இதுபற்றியெல்லாம் விளக்கமாக ம.பொ.சி. 'எனது போராட்டம்' எனும் தம் நூலில் எழுதியுள்ளார். இத்தகு போராட்டத்திற்குத்தான் வெ.நா. திருமூர்த்தி,

படைக்கின்ற செயல் கொண்ட உழைக்கும் வர்க்கம்
பரிவுடனே மார்க்சீய ஒளியில் நின்றே,
அடிக்கடி நேர் வட எல்லை ஆக்ர மிப்பை,
....
தொடுத்திடவே விரிவான அறப்போ ராட்டம்
தோழர்களே, புறப்படுக வேலூர் நோக்கி!

(தேசத்தியாகி வெ.நா. திருமூர்த்தி கவிதைகள், ப.179)

என்று அழைக்கின்றார். சித்தூர் போராட்டமானது அன்றைய முதல்வர் இராஜாஜியின் சொல்லுக்கிணங்கித் தற்காலிகமாக நிறுத்தப்பட்டது.

போராட்டம் அங்கிருந்து சென்னைக்கு மாற்றப்பட்டது. இச்சூழலை நாமக்கல் கவிஞர் உட்பட பல்வேறு தரப்பினரும் வரவேற்றனர்.[112] அரசாங்கம் போராட்டமின்றிப் பேச்சுவார்த்தை மூலமே தமிழ்ப் பகுதிகளைப் பெறமுடியுமென நினைத்தது. மேலும் ஆந்திரப் பிரிவினைச் சட்ட முன்வடிவு சட்டமன்றத்தில் விவாதத்திற்கு வரும்போது எல்லைக்குழு அமைக்க ஏற்பாடு செய்வதாகவும் இராஜாஜி உறுதியளித்தார்.[113]

சித்தூர் மாவட்டத்தில் தகராறுக்குரிய பகுதிகள் உண்டென்றும், அதனை ஆய்வுசெய்ய எல்லைக் குழு அமைக்கப்படுமென்றும் உறுதியளித்து நேரு தலைமையிலான மைய அரசு, ஆந்திராவைத் தனி மாநிலமாக 1.10.1953 அன்று அமைத்தது. ஆந்திரர்கள் மகிழ்ந்தனர் ஆனால் தமிழர்கள் சித்தூர், திருப்பதி, திருக்காளத்தி, பல்லவனேரி, கங்குந்தி குப்பம், திருத்தணி ஆகிய பகுதிகள் தமிழகத்துடன் இணைவதை எதிர்நோக்கிக் காத்திருந்தனர். ஆண்டுகள் கழிந்தும் எல்லைக் குழு அமைக்கப்படாமலிருந்தது. எனவே, வடக்கெல்லைப் பாதுகாப்புக் குழு சித்தூர் போராட்டம் நிறுத்தப்பட்ட நாளான சூலை 4ஆம் நாளை 'எல்லைக் கமிசன் தினம்' என்று கொண்டாடியது. காலதாமதம் பிரச்சினையை வலுவிழக்கச் செய்துவிடுமென்று கே. விநாயகமும், 1955 சூலைக்குள் நியமிக்காவிட்டால் போராட்டம் தொடருமென்று ம.பொ.சியும் எல்லைக்குழு வேண்டி நேருவுக்குக் கடிதம் அனுப்பினர்.[114]

ம.பொ.சி.யைப் போன்று ப. ஜீவானந்தமும் இது தொடர்பான விழிப்புணர்வு கொண்டிருந்தார். சட்டமன்றத்தில் ஆந்திர மாநிலப் பிரிப்பின் சட்ட முன்வடிவு குறித்த கலந்துரையாடலின்போதே அவர், எல்லைகளில் ஏற்படும் சிக்கல்களைத் தீர்க்கக் குழு அமைக்கப்படவேண்டுமென வலியுறுத்தியதை அ. பெரியார் காட்டுகின்றார்.[115] ம.பொ.சியுடன் பேச்சுவார்த்தை நடத்திவிட்டு 1955 டிசம்பருக்குள் எல்லைச் சிக்கல் தீர்க்கப்படும் என்று அப்போதைய நிதி அமைச்சர் சி. சுப்பிரமணியம் உறுதியளித்தார்.[116] அதுவும் நடைபெறாததால் வடக்கெல்லைப் பாதுகாப்புக் குழு 1956 செப்டம்பரில் சட்டப்பேரவை முன் மறியல் நடத்தியது. இதில் நூற்றுக்கணக்கானோர் கைதாகினர். இதன் தீவிரம் அடுத்த மாதமே 15.10.1956இல் தமிழகம் முழுவதும் எல்லைப்போராட்டம் பெரிய அளவில் நடத்தப்பட்டது.[117] இதன் விளைவாக, எல்லைச் சிக்கலைத் தீர்க்க மைய அரசின் சட்ட அமைச்சர் படாஸ்கர் டிசம்பரில் நியமிக்கப்பட்டார்.

படாஸ்கரின் முடிவினைத் தமிழக, ஆந்திர அரசுகளின் ஒத்துழைப்புடன் 1957 செப்டம்பரில் மைய அரசு ஏற்றுக்கொண்டது. ஆனாலும் நாடாளுமன்றத்தில் 1959 நவம்பரில்தான் இச்சட்டம் ஏற்றுக் கொள்ளப்பட்டது. இறுதியாக, 1.4.1960இல் திருத்தணியின் 290 கிராமங்கள், சித்தூரின் 29 கிராமங்கள், புத்தூரின் 1 கிராமம் ஆகியன ஆந்திராவிலிருந்து பிரிக்கப்பட்டுத் தமிழகத்துடன் இணைக்கப்பட்டன.[118] இதற்கு வெற்றி விழா கொண்டாடப்பட்டாலும் 'வேங்கடத்தை விடமாட்டோம்' என்னும் முழக்கமும் எழுப்பப்பட்டது. இதைத்தான், இவற்றுக்கெல்லாம் முழுமுதற் காரணமான 'தமிழரசுக் கழகத்துக்கு வாழ்த்து' என்ற தலைப்பில் நாமக்கல் கவிஞர்,

ஓலமிடும் கடலலைசேர் குமரி யோடும்
ஒட்டவைத்துத் தமிழ்நாஞ்சில் நாட்டை மீட்டோம்.
வேலவனின் திருத்தணியை மீட்டோம் இன்னும்
வேங்கடவன் திருப்பதியும் மீட்போம் என்று
காலமெல்லாம் முழங்கிவரும் தமிழ ரசுக்
கழகத்தின் விருப்பம்கை கூடு மானால்
ஞாலமெல்லாம் வியக்குமொரு வெற்றி காண்போம்;
நம்முடைய ஞாயபலம் சிறக்க வாழ்வோம்
(நாமக்கல் கவிஞர் பாடல்கள், ப.473)

என வாழ்த்துக் கவியில் படைத்துள்ளார். எல்லைப்போராட்டம் தொடர்பாகக் கவிமணியும் நாமக்கல்லாரும் கட்டுரைகளும் எழுதியுள்ளனர். இது தொடர்பாக ஆய்வுக் கவிஞர்கள் பிறரது கவிதைகளில் பதிவுகள் காணமுடியவில்லை.

கல்லக்குடிப் போராட்டம் (15.7.1953)

மொழிப் போராட்டங்கள் தமிழர்களிடையே விழிப்புணர்வு ஏற்படுத்திவந்த காலங்களில் இரயில் நிலையப் பெயர்ப்பலகைகளில் இந்தி எழுத்துகளை எதிர்ப்பது முக்கியமான ஒரு செயல்பாடாகும். இதன் நீட்சியில் உருவானதுதான், திராவிட முன்னேற்றக் கழகத்தின் மும்முனைப் போராட்டங்களிலே பெரிதும் பேசப்பட்ட கல்லக்குடிப் போராட்டம். ஆனால் இப்போராட்டத்தின் நோக்கத்திற்கேற்ப இது தனி நிகழ்வாகக் கையாளப்பட வேண்டிய அவசியமிருக்கின்றது.

திருச்சிராப்பள்ளி மாவட்டம் லால்குடிக்கு அருகிலுள்ள கல்லக்குடி மற்றுமதன் சுற்றுவட்டாரப் பகுதிகளில் சுண்ணாம்புக் கற்கள் நிறைந்திருந்ததால் 'சிமெண்ட்' தயாரிப்பதற்கு ஏதுவாக இருக்குமென்று ஆலை ஒன்றினை 1939இல் டால்மியா நிறுவனம் தொடங்கியது. வடமாநிலத்தைச் சேர்ந்த அந்நிறுவன உரிமையாளர், நிறுவனப்

பரவலாக்கத்துக்காக 'கல்லக்குடி' என்றிருந்த அப்பகுதியின் பெயரைத் தமது செல்வாக்கினால் 'டால்மியாபுரம்' என மாற்றம்காண வைத்தார். இந்தி மொழி ஆதிக்கம் தமிழகத்தில் நுழையத் தொடங்கியதிலிருந்து ஏற்பட்ட விழிப்புணர்வின் பின்புலத்தில் இதனையெதிர்த்துத் தி.மு.க. கோரிக்கையிட்டது.

சென்னையில் 13.7.1953இல் தி.மு.க.வின் செயற்குழுக் கூட்டத்தில் 'மும்முனைப் போராட்டம்' நடத்த முடிவெடுக்கப்பட்டது. அதாவது, மாநில அரசின் அரைநேரப் படிப்பு எனும் குலக்கல்வித் திட்டத்தை எதிர்க்கும் விதமாக சூலை 14இல் போராட்டம் நடத்தவேண்டும் என்பது ஒன்று. இரண்டாவது, 'டால்மியா சிமெண்ட்' ஆலை அமைந்திருப்பதன் காரணமாக அவ்வூரின் ரயில் நிலையத்தின் 'டால்மியாபுரம்' எனும் பெயரை மாற்றி மீண்டும் அதன் பழைய பெயரான 'கல்லக்குடி' என்றே சூட்டவேண்டும் என்பதை வலியுறுத்தும் போராட்டத்தை மு. கருணாநிதி தலைமையில் சூலை 15ஆம் நாள் நடத்தவேண்டும். மூன்றாவது, எல்லைப் போராட்டத்தை ம.பொ.சி. முன்னெடுத்துப் போராடியதைப் பிரதமர் நேரு 'நான்சென்ஸ்' என்று சொன்னதை,[119] தமிழர்களுக்கு நேர்ந்த இழிவாகக் கருதி இரயில்மறியல்களை நடத்தவேண்டும். இவை மூன்றினையும் நடத்தத் தீர்மானமானது.

மேற்காணும் நாளில் தீர்மானமானாலும் இதற்கு முன்பே இரண்டாம் போராட்டம் கருத்துருவாக்கம் பெற்றது. சூன் 15ஆம் நாள் இக்கழகத்தின் நாளேடான 'நம்நாடு' தொடங்கப்பட்டபோதே டால்மியாபுரம் பெயர் அகற்றும் விழிப்புணர்வினைத் திருச்சிப் பகுதிகளில் ஏற்படுத்தி வந்தனர். முதலில் இம்முயற்சி மணல்மேடு எனும் ஊரில் தொடங்கியது. குளித்தலையில் சூன் 18இல் நடந்த இப்போராட்டச் செயற்குழுவில் போராட்ட நாள் பற்றி முடிவெடுக்கப்பட்டது. பிறகு சூலை 14 இரவு லால்குடியில் இறுதிக் கூட்டம் டால்மியா தொழிற்சங்கத் தலைவரான பழனியாண்டி தலைமையிலேயே நடைபெற்றது.[120]

டால்மியாபுரம் இரயில் நிலையத்தில் போராட்டத்தினர் மூன்று அணியாகப் பிரிந்து செயல்படத் திட்டம் வகுத்தனர். முதல் அணி மு. கருணாநிதி தலைமையிலும், இரண்டாம் அணி இராம. சுப்பையா தலைமையிலும், மூன்றாம் அணி கண்ணதாசன் தலைமையிலும் தயாராயின. சென்னைச் செயற்குழுவின் தீர்மானப்படி சூலை 15 அன்று காலையில், முதலணி போராட்ட ஊர்வலத்தை இரயில் நிலையத்தினை நோக்கி நடத்தியது. அங்குச் சென்றதும் இரயில் நிலையப்

பெயர்ப்பலகை மீது கல்லக்குடி என்று தமிழில் எழுதப்பட்ட சுவரொட்டியை ஒட்டினார் கருணாநிதி. அதைக்கண்டும் அங்கிருந்த காவலர்கள் நடவடிக்கை எடுக்காமல் அலட்சியம் காட்டுவதாகத் தெரிந்தது. எனவே கருணாநிதி, சத்தி, கஸ்தூரி, குமாரவேல், குழந்தைவேலு ஆகிய ஐவரும் இருப்புப் பாதையில் (தண்டவாளம்) படுத்து மறியல் செய்தனர்.[121]

அங்குவந்த மாவட்ட ஆட்சியர் உள்ளிட்ட அரசு அதிகாரிகள், கோரிக்கைகளை மைய அரசிடமோ இரயில்வே துறையிடமோ முறையிடுங்கள், கடிதம் எழுதுங்கள் என்றும், பொதுமக்களுக்கு இடையூறாக இருக்கும் இப்போராட்டத்தைத் தவிருங்கள் என்றும் உடன்பாடு செய்ய முயன்றனர். கல்லக்குடி என்ற பெயரே வைக்கப்படுமென்று அரசு அறிவிக்கும்வரை போராட்டம் தொடருமென உறுதியாகத் தண்டவாளத்தில் தலைவைத்திருந்தனர்.[122] போராட்டத்தைக் கலைக்க அதிகாரிகள் காலை 9.50க்கு வருகை தந்த இரயிலை இயக்கச்செய்தனர். அசையாமல் படுத்திருந்த போராட்டக்காரர்களை நெருங்கிவந்த வண்டி சில அடி தூரத்தில் நின்றது. இத்தகைய மிரட்டலுக்கும் பயப்படாத அவர்கள் கைதுசெய்யப்பட்டார்கள்.[123] உடன் போராட்டத்தினர் 25 பேர் கைதாகினர்.

பின்னர் 11.30 மணியளவில் இரண்டாவது அணியினர் போராட்டக் களத்தில் நுழைந்தனர். அவர்களும் கைதுசெய்யப்பட்டனர். சுற்றியிருந்த நூற்றுக்கணக்கான பொதுமக்கள் எழுச்சியுற்றனர். நண்பகல் 1 மணிக்குமேல் 40 பேர் கொண்ட மூன்றாவது அணி போராட்டத்தைத் தொடர்ந்தது. அவர்களும் இருப்புப் பாதைக்கு வந்ததும் போராட்டத்தைக் கலைக்கக் காவல்துறையினர் தடியடித் தாக்குதல் தொடுத்ததால் பொதுமக்கள் போராட்டமாக உருவெடுத்தது. எனவே துப்பாக்கிச்சூடு நிகழ்த்தப்பட்டது. இதில் கேசவன், நடராசன் எனும் இரு பயணிகள் பலியாகினர். கண்ணதாசன் உட்படப் பலர் காயமடைந்தனர்.[124]

அரியலூர் நீதிமன்றம் சூலை 17ஆம் நாள் கைதானவர்களுக்குச் சிறைத்தண்டனை வழங்கியது.[125] ஆனாலும், பிந்தைய 3 மாதங்களுக்குத் தி.மு.க.வினரால் போராட்டக் கோரிக்கை வலியுறுத்தப்பட்டது.[126] அரசின் அடக்குமுறை மற்றும் போராட்டங்களில் 10 பேர் வரை பலியிட்ட துப்பாக்கிச்சூட்டைக் கண்டித்துப் பெரியார், 24.7.1953இல் தமிழகத்தில் போராட்டம் நடத்தினார். இது தி.மு.க.வுக்கும் வலுசேர்த்தது.

இந்தப் போராட்டம் ஈட்டித் தந்த பெரும்புகழ் பின்னாளில் தி.மு.க.வுக்கு மட்டுமல்லாது மு. கருணாநிதியின் அரசியல் வாழ்வுக்கும் வலுவான அடித்தளமிட வழிவகுத்தது. அடுத்த நான்காண்டுகளில் நடந்த தேர்தலில் திருச்சி மாவட்டக் குளித்தலைத் தொகுதியின் சட்டமன்ற உறுப்பினராகத் தேர்ந்தெடுக்கப்பட்டார். இவ்வளவு போராட்டத்திற்குப் பின்னும் மாற்றப்படாத ‘டால்மியாபுரம்’, 1967இல் தி.மு.க. ஆட்சிக்கு வந்தபின்பு 1969 டிசம்பரில் ‘கல்லக்குடி பழங்காநத்தம்’ இரயில் நிலையம் என்று, தொழிற்சாலை இருந்த பழங்காநத்தம் பகுதியின் பெயரையும் சேர்த்து முடிவானது. தமிழ்ச் சமூக வரலாற்றில், அரசியலில் பெரிதும் பேசப்படுகின்ற இப்போராட்டம் குறித்தான கவிதைப் பதிவு தமிழன்பன் கவிதையில் காணக்கிடைக்கின்றது. ‘கலைஞர் - தாய்மொழிக் காவலர்’ எனும் தலைப்பிலான கவியரங்கக் கவிதையில் தமிழன்பன்,

குடிப்போராட் டங்கள்நாம் பார்த்துள்ளோம்! கொள்கையுள்ள
நீயோ கல்லக்
குடிப்போராட் டஞ்செய்தாய்! தமிழுக்குக் குமணன்போல்
தலைகொ டுக்கத்
துடிப்போடு முன்வந்தாய்! தமிழ்க்காவல் துலங்குகின்ற
நெஞ்சால் அன்னை
முடிப்போராட் டமென்றதனை வெற்றியுற முடிப்பதற்கு
முடிகொ டுத்தாய்!

(தமிழன்பன் கவிதைகள், ப.150)

எனக் கருணாநிதியின் வரலாற்றில் கல்லக்குடிப் போராட்டத்தின் முக்கியத்துவத்தை வலியுறுத்தி, சமூக வரலாற்றில் இந்நிகழ்வை இடம்பெறச் செய்கின்றார். வரலாற்றில் போராட்டம் பேசப்படுமளவுக்கேற்ப ஆய்வுக் கவிஞர்களிடையே கவிதைப் பதிவுகளைக் காணமுடியவில்லை. திராவிட இயக்கக் கவிஞர்கள் பலர் எழுதியுள்ளனர். அதேநேரம், இப்போராட்டத்தில் ஏறக்குறைய ஓராண்டுக்குத் தண்டனை கண்ட கண்ணதாசன், ‘கல்லக்குடி மகாகாவியம்’ என்றொரு படைப்பைச் செய்திருக்கின்றார். தமது தன்வரலாறான ‘வனவாசம்’ நூலிலும் போராட்ட அனுபவங்களைப் பதிவுசெய்துள்ளார். கருணாநிதியும் ‘மும்முனைப்போராட்டம் - கல்லக்குடி களம்’ என்று தனிநூலாக எழுதிச் சக போராளியான இராம. சுப்பையாவுக்குக் ‘காணிக்கை’ ஆக்கியுள்ளார்.

டிராம்வே தொழிலாளர் போராட்டம் (24.4.1953)

சென்னையின் அன்றைய நவீனத்தின் அடையாளமாகவும், இன்று பழமையின் பெருமையாகவும் கருதப்படுகின்ற ஒன்று 'டிராம்' வண்டி. இவ்வண்டிகளை இயக்கிய நிறுவனம் சில காலமாகப் பொருளாதார இழப்பீட்டில் இயங்குவதாகத் தெரிவித்து, அதன் சேவையை நிறுத்திக்கொண்டது. இதனால் இந்நிறுவனத்தில் பணிபுரிந்த தொழிலாளர்களுடைய வாழ்வாதாரம் கேள்வியாகவே, டிராம்வே மூடப்பட்டதையெதிர்த்துப் போராட்டம் செய்ய முயலப்பட்டது.

இந்தியாவில் முதன்முதலில் சென்னையில்தான் டிராம் இயக்கப்பட்டது. 'தி மெட்ராஸ் எலெக்டிரிக் டிராம்வேஸ் லிமிடெட்' எனும் பெயரில் ஹட்சின்ஸன் நிறுவனம் 1894இல் சோதனை முயற்சியாக நகரத்திற்குள் டிராம்களை ஓட்டியது.[127] அதன்வழி, மின்சாரத்தினால் இயங்கும் டிராம்களின் சேவை சென்னையில் முதன்முதலாக 7.5.1895இல் தொடங்கப்பட்டது.[128] பின்னர் இங்கிலாந்து நிறுவனமொன்றிற்குக் கைமாற்றப்பட்ட பிறகு 1904இல் விரிவுபடுத்தப்பட்டு, நூற்றுக்கும் மேலான டிராம்கள் நகரத்தின் பல்வேறு பகுதிகளை இணைத்து இயங்கின.[129] முதலில் துறைமுகத்திலிருந்து பொருட்களை, மக்களை ஏற்றிக் கொண்டு வருவதற்கான பணிகளில் ஈடுபடுத்தப்பட்ட டிராம், நாளடைவில் நகரத்தின் முக்கியப் போக்குவரத்தானது. இருப்பினும், டிராம் நிறுவனமானது பணிபுரியும் தொழிலாளர்களுக்கு ஊதியம் தருவதில் பொருளாதாரப் பிரச்சினை இருப்பதாகத் தெரிவித்தது. இதனால் இருதரப்பிற்கும் பிணக்கு உண்டானது.

தொழிலாளர்களின் முறையான கோரிக்கைகள் ஏற்கப்படவில்லை. இந்நிலையில் ஒவ்வொரு மாதமும் 50 ஆயிரம் ரூபாய் இழப்பில் செயல்படுவதாக அறிவித்து, 1953 ஏப்பிரல் 11ஆம் நாள் இரவில் இறுதியாக இயக்கப்பட்ட வண்டியோடு, தமது டிராம் போக்குவரத்தினை அந்நிறுவனம் நிறுத்திக்கொண்டது. மறுநாள் நிறுவனமும் மூடப்பட்டதால் 1650 தொழிலாளர்கள் வேலை இழந்தனர்.[130] பொதுமக்களுக்குப் போக்குவரத்துப் பிரச்சினை ஆயிற்று. திடீரென்று நிறுத்தப்பட்டதால் அடுத்த இரு நாள்கள் புனித வெள்ளி, தமிழ்ப் புத்தாண்டு ஆகிய முக்கிய விழா நாள்களாக இருந்தமையால், பயணத்திற்காக மக்கள் அல்லலுற்றனர். சூழலைச் சமாளிக்க அரசாங்கம் பேருந்துகளோடு, சரக்கு வண்டிகளையும் பயன்படுத்தியுள்ளது.[131] டிராமில் ஒரு மணி நேரத்திற்கு 7 கி.மீ. தூரம் வரை மட்டுமே பயணிக்க

முடிந்தாலும், பேருந்து, மின்சார இரயில் போக்குவரத்துகள் இருந்தாலும் டிராம் சேவை முடக்கப்பட்டது பெரும்பாதிப்பையே தந்தது.

நிறுவனமோ, 1948இலிருந்தே மாதம் 40 ஆயிரம் ரூபாய் நட்டத்திலேயே நிறுவனம் செயல்படுவதாகவும், இது தொடர்பாக முன்னரே தெரிவித்திருப்பதையும் காட்டியது. இழப்பு காரணமாகப் பயணக்கட்டணம் அதிகரித்தால் பயணிகள் வரத்து குறைந்து நட்டமேதான் மீண்டும் ஏற்படுமென்பதால் டிராம் போக்குவரத்தை முற்றிலும் நிறுத்திவிட்டதாகத் தெரிவித்தது. தொழிலாளர்கள் தரப்பில், இம்முடிவு சூழ்ச்சி எண்ணத்துடன் முன்பே திட்டமிடப்பட்டுச் செயல்படுத்தப்பட்டதாகவும், ஆட்குறைப்பு நடவடிக்கைகள், பராமரிப்புத் திறமையின்மை, உயர் பணிகளில் இருப்பவர்களுக்குத் தரப்படும் அதிகப்படியான ஊதியம், பழுதுபார்க்கும் பிரிவில் ஏற்படும் மிகையான செலவு இவற்றோடு தொழிற்சங்கமும், தொழிலாளர் நீதிமன்றமும், அரசாங்கமும் கருத்துரைத்த வழிமுறைகளை நிருவாகம் பொருட்படுத்தவில்லை என்றெல்லாம் சொல்லப்பட்டது.[132] தொழிலாளர் சார்பில் ஆர். வெங்கட்ராமன், மோகன் குமாரமங்கலம், தொழில்துறை அமைச்சரான கிருஷ்ணாராவ் உள்ளிட்டோர் முதலமைச்சர் இராஜாஜியிடம் அரசே ஏற்று நடத்தவேண்டுமென முறையிட்டனர்.[133]

இராஜாஜி, மாநில அரசால் நடத்தமுடியாத நிலையிருப்பதால் மக்களுக்காக, டிராம்வே தொழிலாளர்களுக்காக இந்தப் போக்குவரத்தையும் 'இரயில்வே' ஏற்றுநடத்திடக் கோரினார். ஆனால் மைய அரசு பொறுப்பேற்கவில்லை. பல தரப்பிலிருந்தும் மாநில அரசாங்கமே நடத்த விரும்பப்பட்டுள்ளது. இதனையே அக்கால ஊடகங்களும் வலியுறுத்தியுள்ளன. 'டிராம்வே வேலை நிறுத்தம்' என்ற தலைப்பில் 19.4.1953 நாளிட்ட 'திராவிட நாடு' இதழில் சி.என். அண்ணாதுரை,

> *'நஷ்டம் வருகிறது - ஆகவே மூடுகிறோம்' என்பதாகத் தெரிவித்துவிட்டு சென்னை டிராம்வே முதலாளிகள், 1600க்கு மேற்பட்ட தொழிலாளர்களை அனாதைகளாக்கி விட்டனர். ... ஆங்காங்கும் அரசியல் விழிப்புணர்வு ஏற்பட்டுவரும் இந்த நேரத்தில், முதலாளிகள் வசமிருக்கும் டிராம்வே நிர்வாகத்தை, சர்க்காரே ஏற்று நடத்த வேண்டும். 'சர்க்கார் நடத்தினால் நஷ்டம் வரும்' என்று காரணங் கூறப்படுவது சரியானதல்ல. ஒழுங்காகவும், தொழிலாளர்களின் உள்ளத்தைத் துன்புறுத்தாமலும் நிர்வாகம் நடைபெற்றால், எப்படி நஷ்டம் வரமுடியும்? - ஆகவே, தேவையானால் அவசரச் சட்டம்*

> *ஒன்று பிறப்பித்து, டிராம்வே நிர்வாகத்தை மேற்கொள்ளுமாறு வலியுறுத்துகிறோம். பஸ் 'இலாகாவால் சமாளித்துவிட முடியும்' என்று சர்க்கார் பெருமை பேசிக்கொள்வது, சில நாட்களுக்கே முடியும்*[134]

என்று கருத்துரைத்துள்ளார். இச்சூழலில் தொழிற்சங்கத் தரப்பில் வேலைநிறுத்தம் செய்ய முடிவெடுத்தனர். ஆனால் இதற்கு முற்காலங்களில் நடைபெற்றதைப் போன்று இப்போராட்டம் வீச்சாக நடைபெறவில்லை.

மேற்காணும் பின்புலத்தில் வேலைநிறுத்தத்திற்கு முயன்றபோது, ஏப்பிரல் 24 காலையில் பூந்தமல்லி நெடுஞ்சாலையில் ஒய்.எம்.சி.ஏ. எதிரில் 66 டிராம்வே தொழிலாளர்கள் கைதுசெய்யப்பட்டனர். இவர்களில் டிராம்வே தொழிலாளர் சங்கத் துணைத் தலைவர் சி.கே. சம்பந்தம், ஊழியர் சங்கத்தின் முக்கியப் பொறுப்பாளரான எஸ். கோபாலன் ஆகியோரும் கைதாகியிருப்பதிலிருந்து[135] இது வேலைநிறுத்தப் போராட்டச் சூழலைக் காட்டுவதை உணர முடிகின்றது. மேலும், 'அவர்கள் மீது கலகம் செய்ததாகவும் சட்ட விரோதமாகக் கூட்டம் கூடியதாகவும் கொலை செய்ய முயன்றதாகவும்' வழக்குகள் பதிவுசெய்யப்பட்டுள்ளதாக 'விடுதலை' இதழ் தெரிவிப்பதன்[136] மூலமும் வேலைநிறுத்தம் நடைபெற்றிருக்கலாம் என ஊகிக்கலாம். இருப்பினும் அது தொடக்க முயற்சியா அல்லது வேலைநிறுத்தப் போராட்டமாகவே நடந்ததா என்பதை அறிய முடியவில்லை. ஆனாலும்,

> *அவர்கள் குமாஸ்தாக்களும் வேலைக்குச் செல்லாமலிருக்க கோரி அமைதியான முறையில் மறியல் செய்ய நிச்சயித்திருந்தனர். இதனால் குழப்பமும் உயிர் சேதம், பொருள்சேதங்களும் ஏற்பட ஏதுவாகக் கூடுமென அறிவித்த சென்னை நகர போலீசு கமிஷனர் நகரின் சில பகுதிகளிலும் ரோடுகளிலும் ஒருமாத காலத்துக்கு கூட்டம் போடவோ, ஊர்வலம் செல்லவோ, 5 பேர்களுக்கு மேல் சேர்ந்து போகவோ, தடிகள் முதலான அபாயகரமான ஆயுதங்களை ஏந்திச் செல்லவோ கூடாதென 144 பிரிவின்கீழ் தடையுத்தரவு பிறப்பித்துள்ளார்*[137]

என்பதிலிருந்து, ஒரு பெரும்போராட்டம் திட்டமிடப்பட்டு அது காவல்துறை தடுப்பு நடவடிக்கையால் அச்சமயம் நடைபெறாமல் போயிருக்கின்றதை அறியமுடிகின்றது. மேலும், 'விடுதலை'யின் ஏப்பிரல் 28ஆம் நாள் செய்தி தடையுத்தரவானது சூன் 30 வரை நீட்டிக்கப்பட்டதைத் தெரிவிக்கின்றது. இதே காலகட்டத்தில் பாகிசுதான் கராச்சியில் டிராம்வே நிறுவனத்தில் ஆட்குறைப்பு செய்யப்பட்டதை எதிர்த்து ஏப்பிரல் 28இல் வேலைநிறுத்தத்தில்

ஈடுபட்ட 800 தொழிலாளர்கள்மீது தடியடி நடத்தப்பட்டு, 170 பேர் கைதுசெய்யப்பட்டுள்ளனர்.[138] இது, பொதுவாகவே டிராம் நிறுவனங்களின் போக்கினை வெளிப்படுத்துகின்றது. இவ்வாறான செய்திகளிலிருந்து, வேலைநிறுத்தம் செய்யத்தொடங்கி அது பெரிய அளவில் உருவெடுக்கும் முன்பே தடுத்து நிறுத்தப்பட்டுள்ளதாகத் தெரிகின்றது. மேலும், டிராம்வே கதவடைப்பு நிகழ்ந்த ஏப்பிரல் மாதத்திலும், அடுத்து மே மாதத்திலும் வேறேதும் போராட்டம் நடைபெறவில்லையென்றே தெரிகின்றது.

தமிழில் டிராம்வே தொழிலாளர்களின் போராட்டம் (இச்சூழலைப்) பற்றி, 1953இல் தமிழ்ஒளி எழுதிய 'போர்க் கொடி' கவிதை பதிவுசெய்திருக்கின்றது. இக்கவிதை, மேற்கண்ட பின்புலத்தில் எழுதப்பட்டிருப்பதாகத் தெரிகின்றது. இதில்,

நத்திப் பிழைக்கஇங்கு நாய்போன்று வந்துநமைக்
கொத்திப் பிழைக்கின்ற கும்பலிலே ஓர்கழுகு
ஓடுகின்ற 'ட்ராமை' ஒருநொடியில் கைப்பற்றி,
நாடுவருந்த நமைஎதிர்க்க வந்தது காண்!
.....
ஆடாமல் சற்றும் அசையாமல் நீயிருக்க,
மாடாக எம்குடும்பம் மண்ணாக யாமுழைக்க
மேடாக உன்வாழ்க்கை மேலாக ஓங்கியபின்
ஓடாக எம்மை உருட்டிவிடக் கூவுகின்ற
வெள்ளைக் கழுகே! விழிப்படைந்தோம்! நீயிட்ட
கொள்ளைப் பொருள்பறிக்கக் கொட்டுகின்றோம் போர்முரசு!
.....
'கள்ளன் பற'ங்கி தனைக் காவல் கடுஞ்சிறையில்
தள்ளுங்கள்' என்றெழுந்து தாவுகின்ற போராட்டம்!
(தமிழ்ஒளியின் சிறந்த கவிதைகள், பக்.95-97)

என்று, டிராம் தொழிலாளர்களின் மனநிலை வெளிப்படுத்தப்பட்டுள்ளது. கவிதையின் அடிக்குறிப்பு காட்டும் போராட்டம் மேற்காணும் சூழலாக இருக்குமென இவ்வாய்வு கருதுகின்றது. இக்கவிதை சமூக வரலாற்றில் இந்நிகழ்வினை மீள்நினைவு கொள்ளச் செய்கின்றது.

மேற்காணும் சூழலுக்குப் பிறகு தொழிலாளர்கள் பலர் மாநில அரசின் பேருந்துப் போக்குவரத்தில் பயன்படுத்திக் கொள்ளப்பட்டார்கள், சிலர் வேலையிழந்த நிலையிலேயே இருந்தனர். சென்னையில் டிராம் மூடப்பட்ட பிறகும் கல்கத்தா, தில்லி, பம்பாய் முதலிய இடங்களில் டிராம்கள் இயங்கிக் கொண்டுதான் இருந்தன. பழைய போக்குவரத்து

வாகனங்களிலிருந்து ஒரு புதிய மாற்றமாகச் சமூகத்தின் வளர்ச்சிக்குக் கிடைத்த டிராம் அதன்பின்பு சென்னையில் இயக்கப்படவே இல்லை. அந்நிறுவனம் இயங்கிய இடத்தில் இன்று பெரியார் திடலும் தினத்தந்தி கட்டடமும் இருக்கின்றன.

நாட்டுப்படம் எரிப்புப் போராட்டம் (5.6.1960)

'தனித்தமிழ்நாடு' கோரிக்கையை வலியுறுத்தி, இந்திய ஆட்சியிலிருந்து தமிழகம் தனித்தியங்க வேண்டுமென்று அறிவுறுத்தினார் பெரியார். அதற்கு அவர் முதன்மைக் கருவியாக எடுத்துக்கொண்டது, தமிழகத்தின் வரைபடம் நீங்கலான 'இந்திய யூனியன் படம் எரிப்புப் போராட்டம்' ஆகும். 1937, 1938இலேயே தமிழ்நாடு தனி மாகாணமாகப் பிரிக்கப்படவேண்டும், தமிழ் அரசாங்க மொழி ஆக்கப்படவேண்டும் என்று கருத்துரைத்த அவர், தமிழர்கள் மீது இந்தியைத் திணிப்பதை ஏற்க முடியாதென 1956இல் இந்திய தேசியக் கொடி எரிப்புப் போராட்டம் நடத்திடவும் வழிகாட்டியவராக இருந்தார்.

சி.பா. ஆதித்தனாரால் 6.7.1958இல் மன்னார்குடியில் நடத்தப்பட்ட 'சுதந்திரத் தமிழ்நாடு' மாநாட்டில் சாதி ஒழிப்பிற்குத் தமிழ்நாடு பிரிவினை முக்கியம் என்றும், தமிழகத்தின் விடுதலைக்காகத் தமிழ்நாடு நீங்கலான இந்திய வரைபடத்தை எரிப்பது என்றும் பெரியார் அறிவித்தார். பிறகு செப்டம்பர் மாதத்தில் இப்போராட்டத்திற்குத் தமக்கு 50 ஆயிரம் பேர் தேவையென அழைப்பு விடுத்தார்.[139] திராவிடர் கழகத் தொண்டர்கள் இதற்காகத் தயாராயினர்.

போராட்டக் கோரிக்கை குறித்து, நவம்பர் 23இல் திண்டுக்கல் பொதுக்கூட்டத்தில் பெரியார், 'அன்று நாம் கேட்டது சென்னை ராஜதானியை. இன்று நாம் கேட்பது சென்னை ராஜ்யத்தை. வேறுபாடு இல்லை' என்று தமது நிலைப்பாட்டைத் தெளிவாக்கினார்.[140] அதாவது, அன்றைய ஒன்றிணைந்த சென்னை மாகாணப்பகுதியானது, மொழிவாரி மாநிலப் பிரிவினைக்குப் பின் தமிழகம் மட்டுமே என்று எல்லை சுருங்கிவிட்டாலும் தமது கோரிக்கையில் மாற்றமில்லை என்றார். மேலும், தனித்தமிழ்நாடு கோரி இந்திய நாட்டுப் படத்தை எரிக்கும் போராட்டத்திற்கான அறிக்கையைப் பெரியார், 1958 டிசம்பர் 20இல் 'விடுதலை'யில் வெளியிட்டார். தமிழகத்தில் மட்டுமல்லாது உத்திரப்பிரதேச மாநிலத்திலும், அங்கும் சாதியொழிய மைய அரசின் பிடியிலிருந்து விடுபட, அம்மாநிலத்தைத் தவிர்த்த இந்தியப் படத்தை எரித்துப் போராடுமாறு வலியுறுத்தினார்.[141]

இத்தகைய சூழலில், 1956 சூலை 31இல் வெளிப்பட்ட இந்தி மொழியை முன்வைத்த பி.ஜி. கேர் தலைமையிலான ஆணையத்தின் அறிக்கையை ஆராய்ந்த முடிவு, 1959 பிப்பிரவரியில் தெரிவிக்கப்பட்டது. அதன்படி, அனைத்து மாநிலங்களிலும் நீதிமன்றம், சட்டமன்றம் ஆகியவற்றில் இந்தியே பயன்படுத்தப்படவேண்டும் எனும் நிலைப்பாட்டை எதிர்த்து இப்போராட்டம் தீவிரப்படலானது. பெரியார், 'இந்தியெனும் விஷ விருட்சத்தின் ஆணிவேரைக் கெல்லி எறிய ஒரே வழிதான் உண்டு. அது நாட்டுப் பிரிவினை. இதற்காகவாவது இந்தியத் தேசப் படத்திற்குத் தீ வையுங்கள்!' என்றார்.[142] ஆங்காங்கே பொதுக்கூட்டங்களிலும், சுற்றுப்பயணக் கூட்டங்களிலும் இது குறித்தான கருத்துகள் அவரால் முன்வைக்கப்பட்டன.

இந்தியக் கூட்டாட்சியில் பார்ப்பனிய ஆதிக்கமே மேலோங்கியிருப்பதால் சாதி, மதப் பாகுபாடுகள் என்றும் நீங்காது என்று தெரிவித்துப் போராட்டத்தில் சிறை செல்லத் தயாராகவே வருமாறு தொண்டர்களுக்கு அழைப்பு விடுக்கப்பட்டது. இப்போராட்டத்தில் 'நாம் தமிழர்' இயக்கத்தினரும் பங்கெடுக்கத் தயாராயினர். போராட்டக்காரர்களை ஊக்கப்படுத்த மே 31 முதல் சூன் 4 வரை இரயில்வழிப் பயணமாகப் பெரியார் பரப்புரை செய்யப் போவதாகவும் அறிவிக்கப்பட்டது.[143] மேலும் புலவர்களும், இளைஞர்களும், பொதுமக்களும் என அனைத்துத் தரப்பினரும் இந்தியப் படத்தை ஒரு கையிலும், தீப்பந்தத்தை மறு கையிலும் ஏந்தி ஊர்வலம் வரவேண்டுமென்றும், முடியாதவர்கள் வீட்டு வாயிலிலேயே கொளுத்திவிட்டுப் பெயர் கொடுங்கள் என்றும் அறிவுறுத்தப்பட்டது. இதன் இறுதிநிலையாகச் சூன் 4ஆம் நாள் மாலை சென்னையில் கடற்கரையில் மாபெரும் பொதுக்கூட்டம் நடந்தது. இரண்டு இலட்சம் இந்திய வரைபடங்கள் எரிப்பதற்காகக் கூட்டத்தில் வழங்கப்பட்டன.[144]

அதேநேரம், சூன் மாதம் முதல்நாளே காங்கிரசு அரசாங்கம் சூன் 4 முதல் 11ஆம் நாள் வரை தடையுத்தரவு பிறப்பித்தது. ஆனாலும், சூன் 3இல் 'இது பட எரிப்பு அல்ல, படையெடுப்பு' என்று 'விடுதலை'யில் அழைப்பு விடுக்கப்பட்டது. இப்படித் தயாராகிவந்த நிலையில், 1960 சூன் 5இல் காலையிலேயே 81 வயதான பெரியாரோடு ஆதித்தனார், கி. வீரமணி, கோ. இமயவரம்பன் உள்ளிட்ட பலர் கைதுசெய்யப்பட்டனர். போராட்டம் முழுமையாக நடைபெற முடியாவிட்டாலும் தமிழகத்தில் ஆங்காங்கே இந்திய வரைபடம் எரிக்கப்பட்டது. பல மாவட்டங்களில் இருந்தும் காவல்துறை 4 ஆயிரம் பேரைக் கைதுசெய்தது. கைதானவர்கள்மீது வழக்கு

பதியப்பட்டு, சூன் 24இல் ஒரு மாதம் சிறைத்தண்டனையும் வழங்கப்பட்டது.[145] ஆனால் திருச்சியில் போராட்டத்தில் ஈடுபட்டுக் கைதான இரு இளைஞர்களுக்கு இரண்டாண்டுச் சிறைத்தண்டனை விதிக்கப்பட்டது.

ஒரு மொழிபேசும் இனத்திற்காக நடத்தப்பட்ட போராட்டமானாலும் தனிப்பட்டதொரு கழகத்தால் முன்னெடுக்கப்பட்டமை வரலாற்றில் இன்றுவரை பேசப்படுகின்றது. போராட்டத்தின் சமகாலப் பதிவுகளாகத் தமிழ்க்கவிதையில் பாரதிதாசனும் பெருஞ்சித்திரனாரும் எழுதியிருக்கின்றனர். ஆதித்தனார் நடத்திய மாநாட்டின் நிலைப்பாட்டை 'மன்னை மாநாட்டுத் தீர்மானங்களின் கருத்து!' என்றே தலைப்புப் பெற்றுள்ள கவிதையில்,

உரிமை நாட்டை உடனே அடையவும்,
உமது குறிக்கோள் நாடெலாம் அறியவும்
தமிழினம் தமிழ்நாடு தமிழர்நாம் என்ற
உணர்ச்சியை வளர்க்கவும் உடனடி யாக
நற்றமிழ் நாடில்லா நாவலந் தீவின்
படத்தை எரிப்ப தென்று பாரில்இம்
முழுமா நாடு முடிவுசெய்வ தோடு
எல்லாத் தமிழரும் இதிற்பங்கு கொள்க
எனவும் வேண்டு கின்றதிம் மாநாடு!

படஎ ரிப்புநாள் எந்நாள் என்பதைப்
பெரியார் குறிக்க என்று
அரியஇம் மாநா டறிவிக் கின்றதே! *(பாவேந்தம் - 15, ப.130)*

என்றெழுதி, பாரதிதாசன் தெளிவாக இப்போராட்டத்தின் கொள்கையை வெளிப்படுத்தியுள்ளார். தாமும் அக்கொள்கையை ஏற்றவராக, போராட்டத்திற்கு ஊக்க சக்தியாக, 7.6.1960 நாளிட்ட 'குயில்' இதழிலும் 'தமிழாட்சியை விரி பிறர் ஆட்சியை எரி' என்ற தலைப்பிலும் கவிதை (பாவேந்தம் - 15, ப.405) இயற்றியுள்ளார். இன்னொரு கவிதையிடையேயும் பதிவு (பாவேந்தம் - 18, ப.50) காணப்படுகின்றது. அத்துடனன்றிக் 'குயில்' இதழிலேயே சூன் மாதம் 7, 14 உள்ளிட்ட நாள்களில் வெளிவந்த இதழ்களில் இப்போராட்டம் குறித்துத் தலையங்கங்களை எழுதியிருக்கின்றார்.[146] அவற்றின்வழிப் புதுவையிலும் நாம் தமிழர் இயக்கத்தினரும் திராவிடர் கழகத்தினரும் போராட்டம் செய்திருப்பதை அறியமுடிகின்றது.

பெருஞ்சித்திரனார், 'நாட்டுப்பட எதிர்ப்புப் போராட்டம்!' என்றே தலைப்பிட்டுக் கவிதை எழுதியுள்ளார். அதில் அவர்,

நாட்டுப் படத்தைக் கொளுத்துதற் கே,ஒரு
நாளைக் குறித்தார் பெரியார்- ...
.....
அவரவர் நாட்டை அவரவர் மொழியில்
அவரவர் ஆளுதல் வேண்டும்! - இதை
எவரவர் தடுப்பவர்? மக்களின் எழுச்சி
எதையும் நொடியில் தாண்டும்!
இவரிவர் தமிழக மீட்சிக் கெழுந்தார்;
இவரிவர் உயிரைக் கொடுத்தார் - என
அவரவர் வரலா றெழுதுதற் கெழுக!
அழிவார் நம்மைத் தடுத்தார்! *(கனிச்சாறு - 7, ப.85)*

என்றெழுதிப் பொதுமக்களுக்குப் போராட்ட அழைப்பு விடுத்துள்ளார். போராட்டத்தின் பரப்புரைக் கவிதைகளைப்போன்று வெளிப்பட்டுள்ள இவ்விருவரின் படைப்புகளும் இப்போராட்ட வரலாற்றைச் சமூகத்திற்குப் பறைசாற்றிக் கொண்டேயிருக்கின்றன.

கருவறை நுழைவுப் போராட்டம் (26.1.1970)

ஆதிக்கங்கள் நிலவும் சூழல்களுக்கு எதிராகப் போராடியது பெரியார் தலைமையிலான திராவிடர் கழகம். தமது முதன்மைக் கொள்கையான 'கடவுள் மறுப்பு'க்கு எதிரானதாகத் தோன்றினாலும், அங்கேயும் ஆதிக்கம் கோலோச்சி வருவதை எதிர்த்து நடத்திய போராட்டம்தான் இழிவு நீக்கக் கிளர்ச்சியாகக் கருதப்பட்ட 'கர்ப்பக்கிருக நுழைவுக் கிளர்ச்சி'. அத்துடன் பெரியார் வரலாற்றில் இறுதியாக அறிவித்து நடக்கவிருந்த போராட்டமும் இதுதான்.

திருச்சியில் 1958இல் நடந்த சாதிஒழிப்பு மாநாட்டில் முக்கிய தீர்மானமாகக் கருதப்பட்டது அனைத்துச் சாதியினர்க்கும் அர்ச்சகர் ஆகும் உரிமை வேண்டும் என்பதாகும். இது தீவிரநிலையடைந்து, 1969 அக்டோபர் முதற்கொண்டு போராட்டமாக முன்னெடுப்பதற்கான சிந்தனை, அறிக்கை முதலியவை பெரியாரால் வெளிப்படுத்தப்பட்டுக் கொண்டிருந்தன. அம்மாதம் 18ஆம் நாளிலிருந்து இப்படியொரு போராட்டத்தில் பங்கெடுக்க, கழகத் தொண்டர்கள் பங்கேற்பாளர் பட்டியலில் பதிவாகிக்கொண்டே இருந்தனர். இப்போராட்டம் மன்னார்குடி இராசகோபாலசாமி கோயிலிலிருந்து தொடங்கப்படுமென்று அக்டோபர் 20இல் முடிவாகிப் போராட்டக் குழுவும் அமைக்கப்பட்டது.[147] நவம்பர் 16இல் நடந்த திருச்சிக் கூட்டத்தில், போராட்டம் நடத்த குடியரசு நாளான சனவரி 26ஆம் நாள் தேர்வாகி அதற்காக 8 தீர்மானங்களும் அறிக்கையும் வெளியாயின.

அதன்படி தமிழகமெங்கும் 26.1.1970இல் ஒரு சாரார் மட்டுமே உரிமை கொண்டாடும் கோயில் கருவறைக்குள் நுழையும் போராட்டம் நடைபெறுவது முடிவானது.[148]

அடுத்தடுத்த வாரங்களில் ஆங்காங்கே இதற்கான ஆதரவும் எதிர்ப்பும் அதிகமாகிக் கொண்டிருந்தன. இவ்வாறு உச்சகட்டத்தைப் போராட்டம் நெருங்கிக் கொண்டிருந்தபோது, அப்போதைய தமிழக முதல்வரான மு. கருணாநிதி,

> *இந்த நன்னிலை ஏற்பட ஆலயங்களில் ஆண்டவன் திருமுன்னே சாதியின் பெயரால் மற்றவர்களுக்கு இழைக்கப்படும் இழிவான அநீதி அகன்றிட, விதிமுறைகள் செய்திட அரசு முன் வருகிறது என்ற உறுதிமொழியினை ஏற்று, பெரியார் அவர்கள், தான் திட்டமிட்டிருக்கிற கிளர்ச்சியினை நிறுத்தி வைக்குமாறு அன்புடன் கேட்டுக் கொள்கிறேன். இந்த என் வேண்டுகோளை பெரியார் அவர்கள் ஏற்பார்கள் என்ற நம்பிக்கையுடன் இந்த அறிக்கையை வெளியிடுகிறேன்* [149]

என்று தெரிவித்தார். மேலும், அர்ச்சகர் பதவிகளைப் பிறப்பினால் கணக்கிடாமல் தகுதியினால் கணக்கிடவேண்டும் என்றும், அதற்குரிய பயிற்சிகள் கற்று அதில் தேர்வு பெற்றிருக்கும் எந்தச் சாதியினரும் அவ்விடத்தை அடையலாம் என்றும், பரம்பரை அர்ச்சகர் வீட்டுப் பிள்ளைகள் அர்ச்சகராக விரும்பினால் அவர்களுக்கு முன்னுரிமை அளிக்கப்படுவது பற்றியும் கருத்துரைத்தார். அவர் கேட்டுக் கொண்டதற்கிணங்க பெரியார், கிளர்ச்சியின் தத்துவத்தை நல்லவண்ணம் முதலமைச்சர் புரிந்து கொண்டுள்ளதாகக் கருதிப் போராட்டத்தை ஒத்தி வைத்தார். அரசும் 30.11.70இல் 'அர்ச்சகர் தொழிலுக்கு பார்ப்பனரல்லாத பிற வகுப்பினரும் பயிற்சி பெற்று நியமனம் பெறலாம்' என்பதான சட்டமுன்வரைவினைச் சட்டமன்றத்தில் தாக்கல்செய்து, எதிர்ப்புகளின்றி டிசம்பர் 2இல் நிறைவேற்றியது.[150] அத்துடன் இவ்வாண்டில் 'இந்து சமய அறநிலையத் துறை' என்பதனை ஏற்படுத்தித் தமிழகத்திலுள்ள பல கோயில்கள் அரசின் கட்டுப்பாட்டிற்குள் கொண்டுவரப்பட்டன.

அரசின் சட்டத்தை எதிர்த்துத் திருப்பெரும்புதூர், தஞ்சை, திருச்சி ஆகிய இடங்களிலிருந்து சேஷம்மாள் உள்ளிட்ட 12 பேரால் வழக்கு தொடுக்கப்பெற்றது. இந்த 'சேஷம்மாள் வழக்கு' தொடுத்தவர்கள் தரப்பில் 1972இல் உச்சநீதிமன்றத்தில் ஆகம விதிமுறைகளைக் காரணம்காட்டிக் கடவுள்சிலை தீட்டுப்படும் எனும்படியான கோரிக்கைகள் முன்வைக்கப்பட்டன. வாரிசுவழி அர்ச்சகர்கள் நியமிக்கப்படுவதும் வழக்கம்தான் எனவும் சொல்லப்பட்டது. தமிழக

அரசுத் தரப்பில், வாரிசுவழி அர்ச்சகர்கள் முறை தவிர்க்கப்படுகின்றது ஆனால் அர்ச்சகரின் மகன் அர்ச்சகராகிடத் தடையேதும் விதிக்கப்படவில்லை என்று எடுத்துரைக்கப்பட்டது.[151] இதில் உச்சநீதிமன்றம் தீர்ப்பு அளித்ததும், அதனைப் பெரியார் 'ஆபரேசன் வெற்றி - நோயாளி செத்தார்' என்று 'விடுதலை'யில் தலையங்கம் எழுதியதும்[152] இவ்வரலாற்றின் தொடர்ச்சியாகும்.

பிறகு, தீர்ப்புக்குரிய செயல்பாட்டு நடவடிக்கைகள் காலங்கடக்கவே இரண்டாண்டுகளில், போராட்டத்தை முன்னெடுத்த பெரியார் மறைவுக்குப் பிறகும் மீண்டும் இப்போராட்டத்தைத் தி.க. தொடர்ந்து வலியுறுத்த வேண்டியதாயிற்று. 2018ஆம் ஆண்டு வரையும் பல கூட்டங்களும், கறுப்புக்கொடி ஆர்ப்பாட்டங்களும், மாநாடுகளும் நடத்தின. இடையில் அமைந்த அரசுகளினால் பல முறை நம்பிக்கை வாக்குறுதிகள் தரப்படுவதும், பிறகு காலங்கடப்பதுமாக இருந்தது. 1979 செப்டம்பரில் நியமிக்கப்பட்ட நீதிபதி எஸ். மகராஜன் குழு, 1984 சூனில் நியமிக்கப்பட்ட நீதிபதி என். கிருஷ்ணசாமி குழு, பழனி கோயிலில் பயிற்சிப் பள்ளி அமைக்கப்படுமென்ற அரசாங்க அறிவிப்பு, 'அனைத்துச் சாதியினரும் அர்ச்சகராகலாம்' என்ற 2006ஆம் ஆண்டு அரசாணை, அதனைச் செயல்படுத்திட நீதிபதி ஏ.கே. ராஜன் குழு, இக்குழுவின் வழிகாட்டுதலில் ஏற்படுத்தப்பட்ட பயிற்சிப் பள்ளிகள், உச்சநீதிமன்றத் தீர்ப்பு[153] எனப் பல செயல்பாடுகளைக் கடந்த, 48 ஆண்டுகளுக்கும் மேலான கருவறை நுழைவுப் போராட்டத்திற்கு 2018 பிப்பிரவரியில்தான் முடிவு கிடைத்தது. முதன்முதலாகப் பார்ப்பனர் அல்லாத ஒருவர் மதுரையில் தல்லாகுளம் பகுதியிலுள்ள ஐயப்பன் கோயில் ஒன்றில் பிப்பிரவரி 26இலிருந்து அர்ச்சகராகப் பணியாற்றத் தொடங்கியுள்ளார்.[154]

தி.க. தொடர்ந்து மேற்கொண்டிருந்த இடைவிடாத போராட்டத்தினுடைய வெற்றியாக இது நாடெங்கும் பார்க்கப்பட்டது. இத்தகைய மிக நெடுங்காலமாக நீடித்த போராட்டத்தின் தொடக்க காலகட்டத்திலேயே இது குறித்துத் தமிழ்க் கவிதை பதிவுசெய்திருக்கின்றது. அப்பதிவான பெருஞ்சித்திரனார் கவிதையில்,

கோவிலினைச் சமைத்தவர்நாம்! படிம மொன்றை
நட்டவர்நாம்; பொன்மணிகள் கோடிக் கோடி
மேவலுற இழைத்தவர்நாம்; ஆண்டு தோறும்
விழாப்பலவும் எடுத்தவர்நாம்; மெய்த்தொண் டென்றே
காவலராய் அமர்ந்தவர்நாம்; சேர்ப்ப வர்நாம்;
காப்பவர்நாம்; கடைகெட்ட பார்ப்பான் மட்டும்

தேவனென உட்புகுந்து தின்பதுவோ?
தெறிப்பதுவோ? தமிழ்க்குலமே, தெளிவாய் இன்றே!
(கனிச்சாறு - 2, ப.104)

என்று பயிலும் அடிகள் இப்போராட்டக் கோரிக்கையைப் பறைசாற்றுவதாக அமைந்திருக்கின்றன. மேலும் இக்கவிதைக்கு முன்னுள்ள இரண்டு மூன்று கவிதைகளும் இந்நிகழ்விற்கான சூழலைக் குறிப்பதுபோன்றே இயற்றப்பட்டுள்ளன. இவற்றைத் தந்து தமிழ்ச் சமூகத்தின் மிக நெடிய, முக்கியப் போராட்டத்தைப் பெருஞ் சித்திரனார் வரலாற்றிற்கு வழங்கியுள்ளார்.

'டாக்டர்' பட்டம் – எதிர்ப்புப் போராட்டம் (23.7.1971)

தம்பரத்திலுள்ள அண்ணாமலைப் பல்கலைக்கழகம் அன்றைய தமிழக முதலமைச்சருக்குக் 'கௌரவ டாக்டர்' பட்டம் வழங்கிட முடிவெடுத்தது. அம்முடிவுக்கு அப்பல்கலைக்கழக மாணவர்கள் தரப்பில் விருப்பமின்மை தெரிவிக்கப்பட்டபோதும் பல்கலைக்கழகம் பட்டம் வழங்கும் விழாவினை 1971 சூலை 23 அன்று ஏற்பாடு செய்திருந்தது. அதனைக் கண்டித்தும், கல்லூரிப் படிப்பினைப் பயிலாத ஒருவர்க்கு 'டாக்டர்' பட்டம் கொடுக்கப்படுவதை எதிர்த்தும் முழக்கங்கள் எழுப்பி மாணவர்கள் 'கறுப்புக்கொடி காட்டும் போராட்டம்' நடத்தினர். துண்டறிக்கைகளைக் கையாண்டனர். வளாகத்தில் கேலிச்சித்திரங்களையும் தீட்டி வைத்தனர்.[155]

முக்கியமாக, மாணவர் காங்கிரசு அமைப்பைச் சேர்ந்தவர்களிடமிருந்தே முதற்கண் எதிர்ப்பு எழுந்தது. பிறகு எல்லா மாணவர்களும் ஒருங்கிணைந்தார்கள். போராட்டம் வலுவடைந்த நிலையில் காவல்துறையால் ஒடுக்கப்பட்டது. மாணவர்களின் இவ்வெதிர்ப்புகளைக் கடந்து காவல்துறைப் பாதுகாப்புடன் அன்று காலையில் விழா நடந்து, பட்டமும் வழங்கப்பட்டது. விழாவில் கலந்துகொண்ட பெற்றோர்களுக்கு ஏற்பாடு செய்யப்பட்டிருந்த உணவினைக் காவல்துறையினர் உண்டதால் மாணவர்களுக்கும் அவர்களுக்குமிடையில் மோதல் உண்டானது.[156] அரசின் சினத்திற்கும், காவலர்களின் பகைக்கும் ஆளான மாணவர்கள்மீது, அன்று மாலை மாணவர் விடுதிக்குள் புகுந்த காவல்துறை கடுந்தாக்குதல் நடத்தியது. மாணவர்கள் பலரும் படுகாயமடைந்தனர்.

மறுநாள் பல்கலைக்கழக வளாகத்திலுள்ள குளத்தில் பெ. உதயகுமார் எனும் இரண்டாமாண்டு கணிதம் பயின்ற மாணவரின் உடல் மிதந்து கொண்டிருந்தது. காவலர்கள் தடியடியிலிருந்து தப்பி ஓடும்போது

குளத்தில் வீழ்ந்து இறந்தார் என்றும், காவலர்களே குளத்தில் மூழ்கடித்தனர் என்றும் இருவிதமான கருத்துகள் வெளிப்பட்டன. காவல்துறைதான் உதயகுமாரைத் தாக்கி இப்படிச் செய்தார்கள் என்று மாணவர்கள் தரப்பில் போராட்டம் செய்யத் தொடங்கினர்.[157] குளத்தில் இருக்கவே முகம் உப்பிப்போயிருந்த நிலையினால் காவல்துறையாலும், அரசு தரப்பிலும் இறந்தது உதயகுமாரே இல்லை என்று மறுக்கப்பட்டது. ஆசிரியரான, உதயகுமாரின் தந்தையால் தம்மகனின் உடல் அல்ல என்று தெரிவிக்கப்பட்டது.[158] இதற்குப்பின் மாணவர்கள் போராட்டம் இன்னும் வலுவடைந்து, நீதிகேட்டது. பிறகு மாணவர் அமைப்பான எஸ்.எப்.ஐ., இவ்வமைப்பின் அப்போதைய தலைவர் கே. சந்துரு[159] உள்ளிட்டோரின் தொடர்முயற்சியோடு இதற்காகப் போராடியது.[160] அதனால் மாநில அளவில் இப்பிரச்சினை கவனம் பெற்றது. சூழலின் இறுதியில் விசாரணைக் குழுவும் அமைக்கப்பட்டது.

நீதிபதி என்.எஸ். இராமசாமி தலைமையிலான விசாரணைக்குழுவானது இரண்டாண்டுகளில், மரணமடைந்தது உதயகுமார்தான் ஆனால் அவர் காவல்துறைத் தாக்குதலில் உயிரிழக்கவில்லை என்றும்,[161] முன்னெச்சரிக்கை நடவடிக்கையாகத்தான் தடியடித் தாக்குதல் நிகழ்ந்தது என்றும்[162] அறிக்கை அளித்தது. அதேசமயம், உதயகுமாரின் தந்தை உண்மைக்கு மாறாகப் பேசியுள்ளார் என்பதை நிகழ்வு நடந்த சில ஆண்டுகளுக்குப் பின் உதயகுமாரின் சகோதரர்(தம்பி) மகேந்திரன் என்பவரால் அப்போதைய முதலமைச்சர் எம்.ஜி.இராமச்சந்திரனுக்கு எழுதப்பட்ட கடிதம் வெளிப்படுத்தியதையும் அறிய முடிகின்றது.[163] அண்ணாமலைப் பல்கலைக்கழகத்தில் உதயகுமார் மட்டுமல்ல பின்னாளில் நடந்த நாவரசு, இளந்திரையன், சேத்னா உள்ளிட்ட மாணவ மரணங்கள் வரலாற்றில் பரவலாக அறியப்படுகின்றன.

தமிழகத்தில் இந்தி எதிர்ப்புப் போராட்டம் முதலாக மாணவர் போராட்டங்களை அரசாங்கம் பொருட்படுத்தாமல் போனதற்கு இந்நிகழ்வும் சான்றாகின்றது. தமிழ்க் கவிதை வரலாற்றில் இப்போராட்ட நிகழ்வு பதிவாகி இருக்கின்றது. பெருஞ்சித்திரனார்,

'எவருக்' காகிலும் ஈந்து மகிழ்க!
'அவரும்' வாங்கி அடுக்கிக் கொள்க!
இதிலெலாம் நமக்குக் கவலையும் இல்லை!
புதிரிதை விளக்கப் பொழுதும் இல்லை!
.....

காக்கை குருவியைக் கற்களா லடித்து
விரட்டுதல் போல மாணவர் தம்மை
விரட்டி யுள்ளனர் காவலர் வேங்கைகள்!
முரட்டுத் தனமாய்க் கைகால் முறித்துளர்!
இருட்டு வேளையில் வண்டியில் ஏற்றிப்
பற்பல ஊரிலும் பாதி வழியிலும்
வற்புறுத்தி யவரை இறக்கி வந்துளர்.
பறங்கிப் பேட்டைக் கடலினுள் அமுக்கிக்
கிறங்கச் செய்துளர் மாணவ மணிகளை!

(கனிச்சாறு - 7, ப.114)

என்று ''மாணவர் விடுதியுள் காவலர் புகுவதும், வீணாய் அவரை அடித்து வீழ்ப்பதும்'' பற்றி 'அண்ணாமலைநகர் அதிர்ச்சி!' எனும் தலைப்பில் தனிக்கவிதையாய் இயற்றியுள்ளார். இதுதொடர்பாகத் தணிகைச்செல்வன் கவிதையிலும் ஒருவரிக் குறிப்பு (ப.76) உள்ளது. இன்குலாப் 2011இலும்,

உனக்களித்த கௌரவத்தை
எதிர்த்து
ஆர்ப்பரித்த மாணவனை
அடித்துக் கொன்று
ஏரியில் வீசி எறிந்ததும்
அம்மகனைத்
தன்பிள்ளையில்லை
என்று
தகப்பனையே சொல்லவைத்ததும் ஆள...

(ஒவ்வொரு புல்லையும் பெயர் சொல்லி அழைப்பேன், ப.512)

என்று எதிர்ப்பினைப் பதிவுசெய்து நினைவுகூர்கின்றார். அதேநேரம் 1970களில் நடந்த சிம்சன் போராட்டக் கவிதையிலும் (ஒவ்வொரு புல்லையும்..., ப.76) ஓரடியில் குறிப்பிட்டுள்ளார். புனைகதைத் தளத்தில் நா. பார்த்தசாரதியின் 'சத்திய வெள்ளம்' புதினமானது இந்நிகழ்வின் சில கூறுகளை இடம்பெறச்செய்து எழுதப்பட்டுள்ளதை அறிய முடிகின்றது.

பொதுவாகவே இந்தப் போராட்டத்தின் வரலாற்றைத் தெரிவிக்கும் பதிவுகளில் தகவல்கள் மாறுபடுகின்றன. இவற்றினைத் துல்லியமாக அறிதல் அரிதாகவே உள்ளது. அதேநேரம், வரலாற்றில் போராட்டத்தைத் தாண்டி உதயகுமாரின் மரணமே நின்றுவிட்டது.

சிம்சன் போராட்டம் (30.10.1971 - 13.3.1972)

தொழிலாளர்கள் போராட்டத்தில் பெரிய வரலாறு கொண்ட, பல நிகழ்வுகள் ஒன்றிணைந்த நீண்ட போராட்டம் சிம்சன் போராட்டம். இப்போராட்டக் காரணங்களில் தொழிற்சங்கத் தேர்தல் நடத்திடும் கோரிக்கையானது, மற்ற தொழிலாளர் போராட்டங்களிலிருந்து இதனை வேறுபடுத்திக் காட்டுகின்றது. எழுபதுகளின் தொடக்கத்தில் தமிழகத்தின் கவனத்தையே சென்னையை நோக்கி ஈர்த்தவை, சிம்சன் தொழிலாளர்களின் தொடர் போராட்டங்கள்.

சென்னையின் முக்கியத் தொழில் நிறுவனமான சிம்சன் குழுமம், பல தொழிற்சாலைகளைக் கொண்ட 22 நிறுவனங்களின் பல்லாயிரக்கணக்கான தொழிலாளர்களைக் கொண்டிருந்தது. தமிழகத்தில் செல்வாக்குடன் ஆட்சி அமைத்திருந்த தி.மு.க., தொழிற்சங்க இயங்கங்களிலும் தலையிட்டிருந்தது. சிம்சனில் சுமார் 10 ஆயிரம் தி.மு.க. ஆதரவுத் தொழிலாளர்களும், தொழிற்சங்கத் தலைவர் கே. குருமூர்த்தி சார்ந்திருந்த காங்கிரசு ஆதரவுத் தொழிலாளர்கள் 3 ஆயிரம் பேரும் இருந்தனர். தமது தலைமையைப் பாதுகாக்கக் குருமூர்த்தியாலும், அவருக்கெதிராகச் செயல்பட்ட தி.மு.க. ஆதரவினராலும் அடிக்கடி வன்முறைகள் நடந்துள்ளன. தொழிற்சங்கம் உள்ளிட்ட குழுமப் பொறுப்புகளிலிருந்து குருமூர்த்தி 1971 ஏப்பிரலில் விலக நேரிட்டபோது, தேர்தல் இல்லாமல் தொழிற்சங்கத்திற்குத் தி.மு.க.வைச் சேர்ந்த காட்டூர் கோபால் தலைவரானார்.[164]

தலைமையேற்றதும் சிம்சன் நிறுவனத்துடன் காட்டூர் கோபால் செய்துகொண்ட முதல் ஒப்பந்தத்தில் குறைபாடுகள் இருந்தன. சீரான ஊதியம், பஞ்சப்படி முதலியவற்றில் வேறுபாடுகள் வந்தன. தொழிலாளர் பிரிவினைக்கு வழிகோலும் இதற்குக் கடும் எதிர்ப்பெழுந்தது. மேலும் சிம்சனோ ஆட்குறைப்பு, சங்கத்திற்குக் கட்டாய நிதி பிடிப்பு, கூடுதல் வேலைநேரம் முதலியவற்றை நடைமுறைப்படுத்த முயன்றது. ஊதிய உயர்வளித்துத் தமது திட்டங்களை உள்நுழைக்க எண்ணிய நிறுவனம் தொழிலாளர்கள் மீது தாக்குதல்கள் நடத்தியது. குழுமமோ காவல்துறையோ இவற்றைக் கண்டுகொள்ளவில்லை. அரசாங்கத்திற்கு அஞ்சிப் பிற கட்சிகள் முதல் ஊடகங்கள் வரை தொழிலாளர் சார்பில் செயலாற்றத் தயக்கம் காட்டின.[165]

சென்னையில் மட்டும் சிம்சன் குழுமத்தில் 15 ஆயிரத்திற்கும் மேல் தொழிலாளர்கள் இருந்தனர். நலனற்ற ஒப்பந்தத்தால் தொழிற்சங்கத் தலைமை மீதும், நிறுவனத்தின் மீதும் அவர்கள் மனஉளைச்சலுக்கு ஆளாகினர். மேலும் குழுமத்தைச் சேர்ந்த எஸ்.ஆர்.வி.எஸ். எனும் சரக்கு வாகன நிறுவனத்தில் ஆட்குறைப்பு நடந்தது. இத்தகைய போக்குகளினால் பல தரப்பினரின் ஆதரவு தேடிக் கிடைக்காமல் இறுதியில், சிம்சன், பின்னி தவிர்த்துப் பெரும்பாலான நிறுவனங்களின் தொழிற்சங்கப் பொறுப்பில் இருந்த இரா. குசேலனின் துணையினைத் தொழிலாளிகள் நாடினர்.[166]

தொழிற்சங்கத்துக்கு எதிரான நிலைகளை முறியடிக்க அனைத்துச் சங்கம், கட்சி, ஊடகங்களின் ஆதரவினையும் திரட்டும் பணியில் குசேலன் ஈடுபடலானார். அக்கறையற்ற தொழிற்சங்கத் தலைமையால் தி.மு.க. ஆதரவுத் தொழிலாளர்களும் இணைந்தனர். பொதுவுடைமைக் கட்சிகளும் ஆதரவு தெரிவித்தன. ஒப்பந்தப்படி ஒற்றை ஊதியத்திற்குச் சனிக்கிழமை வேலையென்பதால் 30.10.1971இல் வேலைசெய்ய வேண்டுமென்று குழுமம் அறிவித்தது. இதையெதிர்த்து மவுண்ட் சாலை சிம்சனுக்கெதிரே அன்று போராட்டம் செய்தனர். இதில் கதிர்வேலு, தியாகராஜன் எனுமிருவர் கத்தியால் தாக்கப்பட்டனர். காவல்துறை நடவடிக்கை மேற்கொள்ளாததால் இவ்வன்முறையைக் கண்டித்துச் சிம்சன் குழுமத் தொழிலாளர்கள் பெரும்பேரணியைச் செம்பியம் பகுதிவரை நடத்தினர். செம்பியம் நிறுவனத்தருகே அடியாள்கள் சுமார் 500 பேர் கருவிகளுடன் நின்றிருந்ததால், தொழிலாளர் பாதிப்பு கருதிப் பேரணி பின்வாங்கப்பட்டது.[167] "சைக்கிள் செயின் என்ற ஓர் ஆயுதமே கண்டுபிடிக்கப்பட்டு வன்முறைக்கு முதன்முதலாகப் பயன்படுத்தப்பட்டது சிம்சன் குரூப் தொழிற்சாலையில்தான்" என்று இவ்வரலாற்றை இரா. குசேலன் காட்டுகின்றார்.[168] வன்முறையினரின் இத்தகு செயல்பாடு கண்ட கொதிப்புணர்வில் பெரும்போராட்டத்திற்கு வழிகோலப்பட்டது. இதனை ஒருங்கிணைக்க என்.எம். மணிவர்மா, இரா. குசேலன், வி.பி. சிந்தன், ஏ. சீனிவாசன் உள்ளிட்டோர் அடங்கிய எழுவர் குழு அமைக்கப்பட்டது.

இத்தகைய சூழலில் 'இந்தியா பிஸ்டன்' நிறுவனத்தின் ஆட்குறைப்பில் பாதிக்கப்பட்ட இராமசாமி எனும் தொழிலாளியின் ஊதியத்தைக் காவல்நிலையத்தில் பெற்றுக்கொள்ள வேண்டுமென்ற பிரச்சினையின் மூலம் தொழிலாளர் கிளர்ச்சியை ஏற்படுத்தத் திட்டமிடப்பட்டது. செம்பியம் பகுதியிலிருந்து பிற ஆலைத் தொழிலாளர்களும் இணைந்த 7 ஆயிரம் பேர் கொண்ட பெரும் ஊர்வலம் இரா. குசேலன்

தலைமையில் நடந்தது. மவுண்ட் சாலை சிம்சன் தொழிலாளர்களும் இணைந்தனர். அங்கே நடந்த பொதுக்கூட்டத்தில் ஒப்பந்தம் ரத்து செய்யும் வரை, காட்டூர் கோபால் விலகிச் சங்கத்திற்குத் தேர்தல் நடத்திப் புதிய தலைமை தேர்ந்தெடுக்கப்படும் வரையும் தொடர்ந்து போராட முடிவானது.

காங்கிரசைச் சேர்ந்த காமராசர், பக்தவத்சலம், ப. சிதம்பரம் உள்ளிட்டோர் ஆதரவு நல்கினர்.[169] பிற கட்சிகளும் ஊடகங்களும் ஒத்துழைப்பு நல்குவதற்கு முன்வந்தன. அரசாங்கத் தரப்பில் ஊழியர் சங்கத்திற்கு நேரடித் தேர்தல் வைக்கவும், தொழிலாளர் சங்கத்திற்குக் குழுத் தலைவர்கள் தேர்ந்தெடுத்து அவர்கள்வழித் தலைமையைத் தேர்ந்தெடுக்கவும் கருத்துத் தெரிவிக்கப்பட்டது. தொழிலாளர்கள் தரப்பில் ஏற்பில்லாததால் போராட்டம் தொடர்ந்தது. ‘இரும்புக்கரம் கொண்டு அடக்கப்படும்’ என்று அரசு அறிவித்தது. தொழிலாளர் கோரிக்கைக்காகத் தமிழகம் முழுவதும் அனைத்துத் தொழிற்சங்கத்தினரும் ஒன்றிணைந்த பெரும்போராட்டமாக **11.1.1972**இல் நடத்துவதெனத் தீர்மானிக்கப்பட்டது. நிறுவனமல்லாத தொழிற்சங்கங்களும், வங்கி, காப்பீடு நிறுவனங்களின் சங்கங்களும் கலந்துகொள்ள முன்வந்தன.

இப்படிப்பட்ட போராட்டங்களால் பதற்றமடைந்த அரசு பேச்சுவார்த்தை நடத்தித் தொழிற்சங்கத் தேர்தல் நடத்திட ஒத்துக்கொண்டு, அறுவர் குழுவினை அமைத்தது. இதில் இரா. குசேலன் மற்றும் அவரது இயக்கத்தினர் கலந்து கொள்ளக்கூடாது என்ற முடிவைச் சிம்சன் தொழிலாளர்கள் ஏற்கவில்லை. தேர்தல் நடத்த ஒத்துக்கொண்ட அரசாங்கத்தின் நிலையினை உணர்த்திப் போராட்டம் நிறுத்திக்கொள்ளப்படுவதாகத் தோழர் பி. இராமமூர்த்தி அறிவித்தபோது, தகவல் கிடைத்த சில இடங்களில் மட்டும் நிறுத்திக் கொள்ளப்பட்டது. மற்ற இடங்களில் போராட்டம் நடைபெறவே செய்தது. ஏராளமானோர் கைதாகினர். அரசாங்கம் ஒப்பந்தம் செய்துகொண்ட பின்னும் நிலைமை அமைதி அடையவில்லை. இச்சூழலில் சனவரி **20**இல் செம்பியத்தில் சிலர்மீது தாக்குதல்கள் நடைபெற்றதால் வேலைநிறுத்தமும், காட்டூர் கோபால் பதவி விலகலும் நிகழ்ந்தன.[170] பிந்தைய தாக்குதல்களால் நாளுக்கு நாள் போராட்டங்கள், ஊர்வலங்கள், கூட்டங்கள் நிகழ்ந்தன. பிறகு அனைத்துக் கட்சிகள் மற்றும் தொழிற்சங்கங்களின் சார்பில் ஆயிரக்கணக்கானோர் பங்கேற்ற பெரும்பேரணியுடன் சென்று ஆளுநர் கே.கே. ஷாவிடம் முறையீடு செய்யப்பட்டது. தொழிற்சங்க அனுபவம் பெற்றிருந்த அவர் இப்பிரச்சினைக்கு வழி செய்வதாக உறுதியளித்தார்.[171]

சனவரி இறுதி வாரம் ஆவடி இராணுவத் தளவாடத் தொழிற்சாலைப் போராட்டத்திற்காகத் தடையுத்தரவு போடப்பட்டிருந்தது. அப்போராட்டத்தில் தாக்கப்பட்ட ஏ. சீனிவாசனைப் பார்க்கச் சென்ற இரா. குசேலன், வி.பி. சிந்தன், கே.எம். சுந்தரம் ஆகியோர் மீது காவல்துறை பலமாகத் தாக்கியது. இந்நிகழ்வு தொழிலாளர்களைச் சினமடையச் செய்தது. உயிரிழக்காமல் உடல்நிலை தேறிவந்த இரா. குசேலனும் தோழர் உமாநாத்தும் தொழிலாளர்களுடன் சேர்ந்து மார்ச்சு முதல் வாரத்தில் வேலைநிறுத்தப் போராட்டத்தைத் தொடர்வதென முடிவெடுத்தனர்.[172] அச்சமயம் தமிழகம் வந்த மத்திய தொழிலாளர் நலத்துறை அமைச்சர் ஆர்.கே. கடில்கரைச் சந்தித்து முறையிட 9.3.1972இல் சிம்சன் தொழிலாளர்களின் ஊர்வலத்தோடு சென்றனர். கடில்கர் தமிழக அரசிடம் இப்பிரச்சினைக்குத் தீர்வுகாண வலியுறுத்துவதாகத் தெரிவித்தார். பிறகு 13.3.72இல் தொழிலாளர்கள் குடும்பத்துடன் 25 ஆயிரம் பேர் ஊர்வலமாகச் சென்று முதல்வரிடம் மனு கொடுத்தனர். தொடர் போராட்டங்கள், தமிழகம் முழுக்க ஆதரவு நிலை, நான்கு மாத கால உற்பத்தி பாதிப்பு, ஆளுநர், மைய அமைச்சர் உள்ளிட்டோரின் அறிவுறுத்தல்கள் ஆகியவற்றைக் கருத்தில்கொண்டு சிம்சன் தொழிலாளர் பிரச்சினைக்குத் தீர்வுகாண முதல்வரும் பேச்சுவார்த்தை நடத்தினார். சிம்சன் நிறுவனத்தின் அதிபர்கள், தொழிற்சங்கத் தலைவர்கள், அரசு அதிகாரிகள் உள்ளிட்டோரோடு பேச்சுவார்த்தை நடத்தி ஒப்பந்தம் மேற்கொள்ளப்பட்டது.[173]

ஒப்பந்தத்தில் மார்ச்சு 20இல் நிறுவனங்கள் திறக்கப்படவும், பிப்பிரவரி மாத ஊதியம் மார்ச்சு 24இல் தரப்படவும், ஆட்குறைப்பில் பாதிக்கப்பட்ட எஸ்.ஆர்.வி.எஸ். தொழிலாளர்களை மீண்டும் வேலைக்குச் சேர்க்கவும், சங்கத் தேர்தல் 4 வாரத்திற்குள் நடத்திடவும் முடிவுகள் காணப்பட்டன.[174] இவ்வளவில் சிம்சன் தொழிலாளர்களின் போராட்டங்கள் நிறுத்திக் கொள்ளப்பட்டன. பின்னாளில் அரசாங்கமே தலைமையேற்று நடத்திய ஒரு தொழிற்சங்கத் தேர்தலாக ஏப்பிரல் 28இல் நேரடித் தேர்தல் நடத்தப்பட்டது. 1972 ‘மே நாள்’ கொண்டாட்டம் மிகப்பெரிய அளவில் தொழிற்சங்க இயக்கத்தின் பலமாக நடந்தது. ஆனாலும் தொழிலாளர் ஆதரவு நிலைவகித்த பிரதாப் சந்திரனின் கொலை முதல் 1973இல் வி.பி. சிந்தன் மீதும், இரா. குசேலன் மீதும் நடத்தப்பட்ட கொலைமுயற்சிகள் வரை நிகழ்ந்தன.[175] இவ்வாறாகத் தொழிலாளர் கோரிக்கைகள் வெற்றிபெற்றும் நிறைவுகொள்ள முடியாத நிலைக்குச் சிம்சன் போராட்டம் தள்ளப்பட்டது.

தமிழகத்தின் மிக முக்கியப் போராட்டமாகிவிட்ட சிம்சன் தொழிலாளர்களின் இப்போராட்டத்திற்கு இன்குலாப் கவிதை இயற்றித் தாமும் உடன் போராடி இருக்கின்றார் (ஒவ்வொரு புல்லையும் பெயர் சொல்லி அழைப்பேன், ப.464). எனவே, 'நீங்கள் என்னைக் கம்யூனிஸ்ட் ஆக்கினீர்கள்' என்ற தலைப்பில்,

நாங்கள்
வேலைநிறுத்த எரிமலைகளாய் வெடித்தோம்
சைக்கிள் செயினை சாட்டைகளாக்கி
காலிகள் அடித்தார்கள்
காவல்துறையோ
தடியடிப் பிரயோக தர்மம் செய்தது.
.....
இரும்புக் கரங்கொண்ட ஹிட்லரின் புதல்வர்கள்
நாசிச நிர்வாண நாடகத்தை
ஆவடியில் போய் அரங்கேற்றினார்கள்!
சிந்தன் குசேலர் சுந்தரம் சிந்திய
இரத்தம் கானல் நீராகி
மறையுமா? இல்லை ஒரு பிரளயத்தைப் பிரசவிக்கும்!

(ஒவ்வொரு புல்லையும்..., பக்.77-79)

என்றெல்லாம் அவரால், வரலாற்றின் இழைகளைப் பிசகாது எழுத முடிந்திருக்கின்றது.

மனுநூல் எரிப்புப் போராட்டம் (17.5.1981)

கடவுள், மதம் என்பதன் அடிப்படையில் பல்வேறு மூடநம்பிக்கைக் கருத்துகளை உட்புகுத்தி, நான்கு வருணப் பாகுபாட்டைத் திணித்து மக்களில் ஒரு பிரிவினரைச் 'சூத்திரர்'களாக்கிய, பெண்களை அடிமைப்படுத்தும் நோக்கிலான மனுநூலை ஒழிக்க வேண்டும் என்று திராவிடர் கழகத்தினரால் முன்னெடுக்கப் பட்டதே மனுநூல் எரிப்புப் போராட்டமாகும்.

மனுநூலுக்கு எதிரான சிந்தனைகள் இருபதாம் நூற்றாண்டின் தொடக்கத்திலே வலுத்தன. அதனை எரிக்கும் செயல்பாடுகள் 1927இல் அம்பேத்கர் தலைமையில் மகாராட்டிரத்திலும், தமிழகத்தில் குடியாத்தத்திலும் நடந்துள்ளன. இவ்வாண்டில் எம்.சி. ராஜாவும் இக்கருத்தை வெளிப்படுத்தியுள்ளார். ஈ.வெ.ரா. தொடர்ந்து மனுநூலுக்கு எதிர்க்குரல் எழுப்பி வந்துள்ளார்.[176] இதன் நீட்சியில் தி.க.வின் அன்றைய பொதுச்செயலாளர் கி. வீரமணி தலைமையில் இப்போராட்டம் நடத்தப்பட்டது.

தி.க.வினரின் பார்ப்பன எதிர்ப்புச் செயல்பாடுகளின் தொடர்ச்சியாக 1981இல் மார்ச்சு மாதத்தில் 'பிற்படுத்தப்பட்டோர் - தாழ்த்தப்பட்டோர் உரிமை காப்புக் கூட்டங்கள்' மாநிலம் முழுக்க நடத்தப்பட்டன. 'அக்கிரகாரம்' இருக்கும் இடங்களில் ஊர்வலம் வரக்கூடாதென்று திருச்செந்தூர் 'பிராமண இளைஞர் சங்கம்' தி.க. பொதுச்செயலாளருக்கு மிரட்டல் கடிதம் விடுத்தது. பெரியார் திடல் முன் மறியல் நடத்துவோம் என்றும் அறிவித்தது. மாநாட்டின் தொடர் நிகழ்வுகளில், மார்ச்சு 30ஆம் நாள் குடந்தையில் நடைபெற்ற பேரணியில் பார்ப்பனியத்தின் தொடக்கமான மனுநூலை எரித்திட 'மே 17'ஆம் நாள் முடிவானது.[177] எரிப்புக் காரணங்களை விளக்கவுரைகளாகத் தமிழகமெங்கும் கி. வீரமணி பரப்புரையாற்றினார். மாநிலப் பரப்புரைச் செயலாளர் செல்வேந்திரன் முதலிய கழகத்தினர் சிலரும் ஆங்காங்கே இதுகுறித்துக் கூட்டங்களில் பேசினர். அங்கெல்லாம் மனுநூலின் நகல்கள் போராட்ட நாளன்று எரிப்பதற்காக வழங்கப்பட்டன. இந்நூலின் வரலாற்றையும் உட்கூறுகளையும் கழகத்தின் நாளேடான 'விடுதலை' வெளியிட்டு வந்தது.[178] இதழின் தலைப்புப் பக்கத்தில் போராட்டத்திற்கு இன்னும் இருக்கின்ற நாள்களையும், மனுநூல் எரிக்கப்படும் இடங்களையும் இதழ்கள் அறிவித்து வந்தன.[179]

கழகத்தால் மே 9, 10 ஆகிய இரண்டு நாள்களில் கரூரில் முப்பெரும் மாநாடு நடத்தப்பட்டது. மே 9 காலையில் பெண்கள் விடுதலை மாநாடு, மாலையில் இடஒதுக்கீடு (வகுப்புரிமை) ஆதரிப்பு மாநாடு, மே 10ஆம் நாள் 'மனுதர்ம எரிப்புப் போராட்ட விளக்க மாநாடு' ஆகிய மூன்றும் நடந்தேறின. இவற்றில் மனுதரும எரிப்பு மாநாட்டிற்குப் 'பாவலரேறு பெருஞ்சித்திரனார்' தலைவராக இருந்தார், மராத்திய மாநிலப் பேராசிரியர் அருண்காம்ளே சொற்பொழிவாற்றினார். பெண்கள் மாநாட்டிலும் மனுநூலை எரித்திடச் சூளுரை ஏற்கப்பட்டது.[180]

மனுநூலை எரிக்கவேண்டுவதற்குரிய காரணங்களாக, 'புத்' எனும் நரகத்திற்குப் பெற்றோர்களை அனுப்பவே புத்திரி பிறக்கின்றாள்; பிறக்கும் குழந்தைகளுக்கு ஆரியப் பெயர்களை வைக்க வேண்டும்; திருமணம், திதி முதலிய சூழலில் சூத்திரனைத் தீண்டாமல் பூணூல் அணிவித்து அரிசி, பருப்பு எனப் பல்வேறு தானங்களோடு கோதானம், முடிந்தால் கன்னிகாதானம் பெற்றுக்கொண்ட பிறகு பூணூலைக் கழற்றிவிடவேண்டும்; 'பிராமண சம்மந்தம் - பெருமாள் சம்மந்தம்' என்று பிற பெண்களைப் பாலியலுறவுக்குத் தூண்டுவது; சூத்திரர்க்குப் படிப்பு கூடாது என்றெல்லாம் சட்டங்களை மனுதருமம்

வகுத்திருப்பதுதான் என்று காட்டப்பட்டன.[181] போராட்டப் பரப்புரையைத் தடைசெய்ய பார்ப்பனர் சங்கத்தைச் சேர்ந்தவர்களால் எதிர் முயற்சிகளும் மேற்கொள்ளப்பட்டன. பின்பு அன்றைய காலகட்டத்தில் வகுக்கப்பட்ட மனுநீதியானது சட்டமே தவிர வேதமல்ல என்றும், எனவே, இப்போராட்டத்தை எதிர்க்கமாட்டோம் என்றும் 'தமிழ்நாடு பிராமணர் சங்கம்' அறிவிப்பை வெளியிட்டது.[182]

மாநிலமெங்கும் போராட்டம் 9 மணி முதல் 2 மணி வரை நடைபெறுமென்று மே 10ஆம் நாள் முடிவானது. ஆங்காங்கு மிதிவண்டிப் பேரணிகளால் விழிப்புணர்வு ஏற்படுத்தப்பட்டது. சென்னையிலும் ஓட்டேரி, புரசைவாக்கம் எனப் பெரும்பாலான பகுதிகளில் விளக்கக்கூட்டங்கள் நடந்தன.[183] 'விடுதலை' இதழ்கள், "அதட்ட ஆரியமாம்! அடங்கிட நமதினமாம்! கூறுவது மனுநீதி! மானமிழந்து வாழோம் என கொளுத்திடுவோம் மே 17ந்தேதி!" என்பது உள்ளிட்ட முழக்கங்களோடு, பங்கேற்பாளர்கள் நூற்றுக்கணக்கானோர் அடங்கிய பெயர்ப்பட்டியல்களோடு அச்சாகி வந்தன.[184] மே 11இல் கோவை கூட்டத்தில் பொதுச்செயலாளரின் எடைக்கு எடையாக மனுவைக் கொளுத்துவதற்கான எரிபொருள், தீப்பெட்டிகள் வழங்கப்பட்டன.[185] பரப்புரைத் திட்டமாகக் கழகத்தின் தோழர்களைச் சந்திக்க மே 11 முதல் 16 வரை பொதுச்செயலாளரின், தொடர்ச்சியான இரயில்பயணத் திட்டங்கள் நடந்தன.

தமிழகம் மட்டுமன்றிப் புதுவையிலும் தி.க.வினரால் போராட்டம் பரவியது. புதுவை ரோடியர் ஆலையில் தொழிலாளர்களிடையே விழிப்புணர்வு ஏற்படுத்தப்பட்டது.[186] போராட்டத்திற்கு முந்தைய நாள், சென்னை ஆச்சாரப்பன் தெருவில் கி. வீரமணி சொற்பொழிவாற்றும் நிகழ்வில், போராட்டத்தை ஒடுக்கும் விதமாக அரசாங்கத்தால் அவர் கைதுசெய்யப்பட்டார்.[187] ஆனாலும் மறுநாள் திட்டமிட்டபடியே போராட்டம் நடந்தது.

தமிழகமெங்கும் 10 ஆயிரத்திற்கும் மேற்பட்ட தி.க.வினரால் மனுதரும நகல்கள் எரிக்கப்பட்டன. இவர்களோடு பெண்களும், பிற கட்சிகளைச் சேர்ந்தவர்களும் போராட்டத்தில் பங்கெடுத்தனர். கீழத்தஞ்சையில் மட்டும் 5 ஆயிரம்பேர் எரித்தது முதல் மன்னார்குடியில் 1200, உடுமலையில் 500 பேர் ஊர்வலம் நடத்தி எரித்ததுவரை போராட்டம் நிகழ்ந்தேறியது.[188] சென்னையில் பெரியார் சிலை உள்ள அண்ணாசாலையிலும், தியாகராய நகரிலும் போராட்டம் நடைபெற்றது. அனைத்து இடங்களிலும் போராட்டக்காரர்கள் கைதுசெய்யப் பட்டார்கள்.[189] மாநிலம் கடந்து மகாராட்டிரம்,

குஜராத்திலும் மனுநூல் எரிப்புக்கு ஆதரவு தெரிவிக்கப்பட்டுப் போராட்டம் நடந்துள்ளது.[190]

இவ்வாறாகப் பெருவீச்சுடன் நடந்தேறிய இப்போராட்டம் குறித்த பதிவு, தமிழில் இந்நிகழ்வின் களப்போராளியான பெருஞ்சித்திரனார் கவிதையில் இருக்கின்றது. அவருடைய,

பற்றி எரியட்டும் தீ - கொடும்
பார்ப்பனர் நஞ்சைப் பரப்பிய நூல்களில்
பற்றி எரியட்டும் தீ!
.....
ஆட்சியைச் சாய்த்தன வாம்;தமி ழர்களின்
ஆளுமை போக்கினவாம் - மொழி
மாட்சியை நீக்கி வடமொழி ஊக்கி,நம்
மானத்தை வாங்கினவாம்! - அதனால், (பற்றி)
நாடு சிதைத்தன வாம்;நமை யேபெரும்
நாயகம் செய்தனவாம் - தமிழ்ப்
பீடு குலைத்திழி சூத்திரர் என்றொரு
பெயரைத் தந்தனவாம்! - அதனால், (பற்றி)

பெண்களைத் தாழ்த்தின வாம்;அருந் தாய்த்தமிழ்ப்
பேற்றை யிழித்தன வாம்! - இரு
கண்களை யும்குரு டாக்கி அறியாமைக்
கங்குலில் வீழ்த்தின வாம்! - அதனால், (பற்றி)
வேதம் மனுஇதி காசபுராணங்கள்
மேவும் பலநூல் கள்ளன
வேதியர் ஓதின யாவுமே தீமைகள்!
வெம்மைக் கொடுந் தேள்கள்! - அதனால், (பற்றி)

(கனிச்சாறு - 2, பக்.176,177)

எனும் இக்கவிதை, போராட்டக் காலகட்டத்தில் வெளிவந்த பெரியாரது 103ஆவது பிறந்தநாள் மலரில் வெளிவந்துள்ளது. மேலும் மூன்று கவிதைகள் (பக்.171-175) இந்நிகழ்வைக் குறிப்பனவாய் அமைந்துள்ளன. இவற்றில் 'எரிந்து சாம்பலாகட்டும்!' எனும் கவிதை, போராட்டச் சூழலில் விடுதலையில் (7.5.81) 'மனுநூல் எரிந்து சாம்பலாகட்டும்!' எனும் தலைப்பில் வெளிவந்துள்ளது. அப்போது வெளிவந்தபோது கூடுதலாக இரண்டு அடிகள் (ஒரு கண்ணி) இடம்பெற்றுள்ளன. மேலும் அக்கவிதைக்கும் கனிச்சாறு இரண்டாம் தொகுதியில் அச்சாகியுள்ள இக்கவிதைக்கும் சிற்சில திருத்த மாறுபாடுகளும் காணப்படுகின்றன.

போராட்டத்தில் ஈரோட்டில் கைதாகிப்[191] பெருஞ்சித்திரனார் கோவை சிறையில் இருந்தபோது மனைவியை எண்ணி எழுதிய கவிதை ஒன்றும் (கனிச்சாறு - 7, ப.148) உள்ளது. இவற்றைத் தாண்டி இக்காலகட்டத்தில் இயற்றப்பட்ட கவிதைகளில் இப்போராட்டக் கருத்தைக் குறிப்பிடுவது போன்று சில உள்ளன. அவற்றை உறுதியிட இயலவில்லை. பெருஞ்சித்திரனார் இப்போராட்டத்திற்கும் கி. வீரமணிக்கும் மக்களை ஒத்துழைப்பு தரச்சொல்லித் தமது 'தென்மொழி' இதழிலும் (ஏப்பிரல் - மே) தலையங்கம்வழி வேண்டுகோள் வைத்துள்ளார்.[192] பெருஞ்சித்திரனாரின் கவிதையோடு விடுதலையில் அரிமதி தென்னகன், இரட்டைப் பாவலர்கள் என்ற பெயரில் பாவலர் குமர நடவரச ஈவப்பன்-பாவலர் தமிழ்க்குமரன், கலி. பூங்குன்றன், மணி, சங்கை வேலவன், புலமைப்பித்தன் ஆகியோர் கவிதைகளும் இப்போராட்டத்திற்கு வலுசேர்த்துள்ளன.[193]

அனைத்திந்தியத் தொழிலாளர் போராட்டம் (19.1.1982)

இந்தியா முழுமையும் தொழிற்சங்க அமைப்புகள் ஒன்றிணைந்து மைய அரசின் செயல்பாடுகளுக்கு எதிர்ப்புத் தெரிவித்த போராட்டம் 'அகில இந்தியத் தொழிலாளர் ஒருநாள் கண்டன வேலைநிறுத்தம்' ஆகும். பல்வேறு மாநிலங்களிலும் மேற்கொள்ளப்பட்ட வீரியமிக்க போராட்டமாக, தொழிலாளர் ஒற்றுமையின் மிகப்பெரிய வெளிப்பாடாகத் தொழிற்சங்க இயக்க வரலாறு இதனைப் பார்க்கின்றது.

தொழிலாளர் போராட்டங்களுக்குப் பெரும்பாலும் ஊதியம் தொடர்பான பிரச்சினைகளே காரணப்படுகின்றன. ஆனால் அவற்றிலிருந்தும், முக்கியமாக அவற்றைக் கடந்தும் வேறுபட்ட போராட்டமாக அமையும் இதன் பின்புலத்தை,

> *இந்திய நாடாளுமன்றத்திற்கும் நாட்டு மக்களுக்கும் தெரியாமல் அன்றைய இந்திய நிதி அமைச்சர்(முன்னாள் குடியரசுத் தலைவர்) திரு.ஆர். வெங்கட்ராமன் அவர்கள் சர்வதேச நிதிநிறுவனத்துடன் (ஐ.எம்.எப்) செய்து கொண்டிருக்கும் உடன்பாடு, இந்திய நாட்டின் பொருளாதாரத்தை அதன் சுயசார்பை இந்திய மக்களை எந்த அளவு பாதிக்கும் என்பதை எடுத்துக்காட்டி மத்திய அரசின் பொருளாதார கொள்கையால் நாடுபடும் வேதனைகளை மாற்றக்கோரி நாட்டின் ஆறு மத்திய தொழிற்சங்க அமைப்புகள் ஒருநாள் பொதுவேலைநிறுத்தம் செய்ய முடிவு செய்தார்கள்.[194]*

என்று கோ. வீரய்யன் எடுத்துரைப்பதிலிருந்து உணர்ந்துகொள்ள முடிகின்றது.

எண்பதுகளின் தொடக்கத்தில் இந்திய அரசாங்கம் நிதிநிலையில் பெரும்பாதிப்பைக் கண்டிருந்தது. எனவே, உலக வங்கி, பன்னாட்டு நிதிநிறுவனம் ஆகியவற்றிடமிருந்து கடன் பெறுவதற்காக முதலாளித்துவத்தின் விதிகளுக்கு ஆட்பட்டது. ஏற்றுமதியைக் காட்டிலும் இறக்குமதி மிகுந்ததால் நாட்டின் பொருளாதாரம் மிகவும் பாதிக்கப்பட்டது. பல வணிகங்கள் நெருக்கடியைச் சந்தித்தன. அரசின் பொருளாதாரக் கொள்கையானது, கடன்சுமைகளைச் சமாளிக்கும் வகையில் விலையேற்றம் உள்ளிட்டவற்றைப் புகுத்தியது. வரிகள், போக்குவரத்துக் கட்டணங்கள், கச்சாப் பொருட்கள், அன்றாடப் பொருட்கள் என அனைத்தும் விலை உயர்த்தப்பட்டன. நாட்டில் ஒருமைப்பாடு குலையும் சூழல் உருவாகிற்று. தொழிலாளர்கள் வாழ்க்கை கடும்பாதிப்புக்குள்ளானது.

நாட்டு மக்களையே பெரும் துன்பத்திற்கு ஆளாக்கிய அரசின் செயல்பாடுகளைக் கண்டிக்கும் வகையில் 8 மத்திய தொழிற்சங்கங்கள், நாட்டின் இரயில்வே, வங்கி, காப்பீடு முதலிய பல நிறுவனத் தொழிலாளர் கூட்டணிகளை இணைத்துக்கொண்டு, 23.11.1981 அன்று தில்லியில் ஒற்றுமைமிக்க மாபெரும் பேரணி ஒன்றினை நடத்தின. அப்போது, மக்கள்மீது மைய அரசு புகுத்தியுள்ள விதிகளுக்கெதிராக நாடெங்கும் ஒருநாள் கண்டன வேலைநிறுத்தம் செய்ய 1982 சனவரி 19ஆம் நாள் தேர்ந்தெடுக்கப்பட்டது. இதிலிருந்து தொழிற்சங்கங்களுக்கு அரசாங்கம் பல நெருக்கடிகளைக் கொடுக்கலானது. கதவடைப்பு, வேலைநீக்கம், பஞ்சப்படி குறைப்பது உள்ளிட்ட தொழிலாளர் உரிமைகளைப் பாதிக்கும் நடவடிக்கைகளில் ஈடுபட்டது. பல தொழிற்சங்கங்களை இயங்கவிடாமல் முடக்கியது. போராட்டத்தைத் தடுத்திட முன்கூட்டியே பல்லாயிரக்கணக்கில் தொழிலாளர்களையும் தலைவர்களையும் கைதுசெய்தது.[195] பலர்மீது ஆள்தூக்கிச் சட்டத்தைப் பயன்படுத்தியது. இப்படிப்பட்ட தடுப்புகளையும் கடந்து போராட்டம் நடைபெற்றது.

ஏறக்குறைய ஒன்றரை கோடிப் பேர் பங்காற்றிய இப்போராட்டத்தில் தொழிலாளர் சமூகத்தின் அடிப்படைக் கோரிக்கைகளுடன் நெருக்கடிநிலைக் காலகட்டத்திலிருந்து மனித உரிமைகளுக்கெதிராகவே பயன்படுத்தப்படும் 'மிசா' எனும் உள்நாட்டுப் பாதுகாப்புப் பராமரிப்புச் சட்டத்தை, வேலைநிறுத்தத் தடைச் சட்டத்தை நீக்கவும், கள்ளச்சந்தைகளை அகற்றவும் முழக்கமிடப்பட்டது. நாடு முழுக்கச் சிவப்பு வண்ணமாகத் தெரிந்திடும்படி தொழிற்சங்கக் கொடிகளின் அணிவகுப்பு இருந்தது. எதிர்க்கட்சிகள் பலவும் துணைநின்று கடையடைப்பு செய்தன. பெண்தொழிலாளர்களின் குறிப்பிடத்தக்கப்

பங்களிப்பிருந்த இப்போராட்டத்தினை ஒடுக்கக் காவல்துறை ஆங்காங்கே தாக்குதல், துப்பாக்கிச்சூடு முதலியவற்றை நடத்தியது. நாடெங்கும் தொழிலாளர்கள் கைதுசெய்யப்பட்டார்கள்.

தமிழகத்தில் குறிப்பிடத்தக்க வீச்சோடு முக்கியத் தொழிற்சங்க அமைப்புகள் சேர்ந்து ஆங்காங்கே போராட்டம் நடத்தின. அன்றைய தமிழக அரசும் எதிர்க்கட்சியும், அவற்றைச் சார்ந்த தொழிற்சங்கங்களும் ஆதரவு தெரிவிக்கவில்லை. எனவே, தமிழகத்தைப் பொறுத்தமட்டில் சி.ஐ.டி.யு., ஏ.ஐ.டி.யு.சி. ஆகிய இரண்டு தொழிற்சங்கங்கள் மட்டுமே முன்னின்று போராட்டத்தை நடத்தின. அவ்வமைப்பினர் பொதுவுடைமைக் கட்சிகளின் துணையோடு பல மாவட்டங்களில் நடத்தினர்.

தமிழ்நாடு விவசாயத் தொழிலாளர் சங்கமும் இப்போராட்டத்தில் பங்குகொண்டது. போராட்ட நாளான 19.1.1982 அன்று, குறிப்பாகத் தஞ்சையில் சாலைமறியலிலும் ஈடுபட்டனர். அம்மாவட்டப் பகுதிகளில் போக்குவரத்து தடைபட்டது. அரசாங்கத்தை மீறி நடத்தப்பட்ட போராட்டத்தின் வீரியத்தை ஒடுக்க அதிகாரிகள் செயல்பட்டனர். அதன்படி, திருக்கடையூர் மற்றும் ஆக்கூருக்கு இடையிலுள்ள அம்மன் ஆற்றுப்பாலத்திற்குக் காவல்துறை விரைந்தது. இங்கு அரசுப் பேருந்தின் சக்கரத்தில் காற்று வெளியேற்றப்பட்டுப் போக்குவரத்து தடுக்கப்பட்டிருந்தது. எனவே, காவல்துறை போராட்டக்காரர்களைத் தேடி அருகிலுள்ள திருமெய்ஞானம் கிராமத்திற்குக் காலை 11 மணியளவில் சென்றது. வழியில், பிச்சகட்டளை கிராம மக்களைத் தாக்கி, இருப்பிடங்களைச் சிதைத்தது. திருமெய்ஞானத்தில் தாக்குதல் தொடங்கித் துப்பாக்கிச்சூடு நடத்தியது. அதில் அஞ்சான், நாகூரான் எனும் இருவர் பலியாகினர். இதேபோன்று மன்னார்குடி, திருத்துறைப்பூண்டிப் போக்குவரத்தைத் தடுத்து மறியல் செய்யப்பட்டதால் இரட்டைப்புளி கிராமத்தருகே துப்பாக்கிச்சூடு நடத்தப்பட்டது. இதில் ஞானசேகரன் மருத்துவப்பலனின்றி உயிரிழந்தார்.[196] மேலும் இரு இடங்களிலும் போராட்டக்காரர்கள் பலர் குண்டடிபட்டனர்; கைதுசெய்யப்பட்டனர்.

சென்னையில் வியாசர்பாடி, திருச்சியில் சிம்கோ மீட்டர் முதலான பகுதிகளில் பலத்த தடியடி மேற்கொள்ளப்பட்டது. தமிழகத்தில் வேலைநிறுத்தத்தில் கலந்து கொண்ட அரசு ஊழியர்களுக்கு ஒரு வார ஊதியத்தினை அரசு வழங்கவில்லை. தொழிலாளர் போராட்ட வரலாறு கொண்ட புதுச்சேரியிலும் போராட்டம் நடைபெற்றது.[197] நாடெங்கும் துப்பாக்கிச்சூட்டிற்கு மட்டுமே சுமார் 10 பேர் பலியாகினர்.

தொழிலாளர்களின் ஒற்றுமையைப் பறைசாற்றிய இப்போராட்டநாளைப் பின்னாளில் தொழிலாளர் - விவசாயி ஒற்றுமை நாளாகத் தொழிற்சங்கத்தினர் கடைப்பிடிக்கலாயினர். போராட்டத்தில் தஞ்சை மாவட்டத்தில் உயிரிழந்த மூன்று விவசாயத் தொழிலாளர்களைப் போற்றும் வகையில் நினைவுத்தூண் நிறுவித் 'தியாகிகள் தினம்' என்று கடைப்பிடிக்கப்படுகின்றது. இத்தகைய வரலாறு கொண்ட இப்போராட்டமானது தமிழில் தணிகைச்செல்வன் கவிதையில் பதிவுசெய்யப்பட்டுள்ளது. போராட்டத்தின் தீவிரத்தை,

புத்தாண்டு ஜனவரிப் பத்தொன்பதால் இங்கோர்
பிரளயம் கர்ப்ப மாகும்!
புழுவாகி இழிவாகிக் கிடந்திட்ட இனமெல்லாம்
போராடும் சர்ப்ப மாகும்!
செத்தாலும் அதிகாரக் கொடுங்கோலை எதிர்கொண்டு
சாவதே இனிய தாகும்
சிந்திடும் குருதியின் ஒவ்வொரு துளியிலும்
தீப்பற்றி எரிய வேணும்

(தணிகைச்செல்வன் கவிதைகள், ப.307)

என்று தணிகைச்செல்வன் வெளிப்படுத்திக் காட்டுகின்றார். இன்னொரு கவிதையின் இடையேயும் (ப.369) போராட்டத்தில் உயிரிழந்தோரின் பெயர்களைக் குறிப்பிட்டு இப்போராட்டத்தைப் பதிவுசெய்துள்ளார்.

ஆசிரியர் போராட்டங்கள்
(சூலை - டிசம்பர் 1985, 22.6.1988 - 22.7.1988)

ஊதியம் பெறுகின்ற துறைகளனைத்திலும் போராட்டங்கள் முகிழ்க்கவே செய்கின்றன. ஊதியம் குறைவாக வழங்கப்படுவதைக் காட்டிலும், சம வேலைக்குச் சம ஊதியம் வழங்கப்படாதபோதுதான் இன்னும் கிளர்ந்தெழும் நிலை உண்டாகின்றது. அப்படித்தான் தமிழகத்தில் 1980களில் ஆசிரியர்கள் கிளர்ந்து எழுந்தனர். அரசு ஊழியர் மற்றும் ஆசிரியர்களின் ஊதிய விவரங்களை ஆராய 1982 சூனில் அமைக்கப்பட்ட மைய அரசின் எட்டாவது ஊதியக்குழுவினால், இந்தியாவில் மிகக்குறைந்த ஊதியத்தைத் தமிழக ஆசிரியர்கள் பெறுவது தெரியவந்தது. எனவே, மற்ற மாநில அரசுக்கிணையாக ஊதியம் அளிக்க, அன்றிருந்த நிலையில் 25 விழுக்காடு ஊதிய உயர்வு அளிக்கப்படவேண்டும் என்பது ஏற்றுக்கொள்ளப்பட்டது. ஆனால், அடுத்த சில மாதங்களில் தமிழக அரசு, தனது நான்காவது ஊதியக்குழுவில் 7 விழுக்காடு ஊதிய உயர்வை மட்டுமே அறிவித்தது.

குறைவான ஊதியம் கிடைத்துவந்ததால் 1985 வரை இருந்துவந்த பொருளாதார இழப்புகள் குறித்து 1985 மே 5இல் 'தமிழ்நாடு ஆரம்பப்பள்ளி ஆசிரியர் கூட்டணி'யின் முதல் மாநாட்டில் பேசப்பட்டது. அரசின் 7 விழுக்காடு ஊதிய உயர்வால், ஆசிரியர் கூட்டணி 11.7.85இல் சென்னையில் மேற்கொண்ட உண்ணாநோன்புப் போராட்டத்தை அரசாங்கம் பொருட்படுத்தவில்லை. இதனை எதிர்த்து, தொடக்கப்பள்ளி ஆசிரியர்களின் நான்கு அமைப்புகள் 28.7.1985இல் 'ஜேக்டோ' எனும் அமைப்பாக ஒன்றிணைந்து[198] நடத்திய போராட்டத்தில், 4 நாள்களுக்குள் பத்தாயிரத்திற்கும் மேற்பட்டோர் கைதுசெய்யப்பட்டு மாலையில் விடுதலையாயினர். இவ்வமைப்பு இந்நிலையிலிருந்து, ஆசிரியர்களோடு அரசு ஊழியர்களும் சேர்ந்த, 25.8.1985இல் கோவையில் 'ஜேக்டீ' (Joint Action Council of the Tamilnadu Teachers and Employees Association- JACTTEA) எனும் பலம்பெற்ற அமைப்பாக உருவானது. 37 அமைப்புகள் ஒன்றிணைந்த ஜேக்டீ தலைமையின்கீழ், போராட்டத்தின் பொறுப்பு வந்தது. இவ்வமைப்பு, ஆசிரியர் நாளான செப்டம்பர் 5ஆம் நாளைத் 'துக்க நாளாக'க் கடைப்பிடிக்க முடிவெடுத்தது.[199]

ஜேக்டீ உருவான பிறகு ஆசிரியர் போராட்டம் தீவிரமடைந்தது. அது, தனது 10 அம்சக் கோரிக்கைகளில் அனைத்திந்திய ஆசிரியர்களுக்குச் சமமான ஊதியம், மருத்துவப்படி, பஞ்சப்படி, ஊக்கத்தொகை, வீட்டுக்கடன், 10 ஆயிரம் ஊழியர்களைப் பணிஉறுதி செய்வது உள்ளிட்ட 60 தேவைகளை முன்வைத்தும், மாநில அரசின் நான்காவது ஊதியக்குழுவின் பரிந்துரைகளை மறுபரிசீலனை செய்யவும் போராட்டம் செய்தது. அரசு, இதில் உடனடி இடைக்கால நிவாரணமாக 10 விழுக்காடு கல்லூரி ஆசிரியர்களுக்கு அக்டோபர் 1984இலிருந்து கிடைக்கும் என்றறிவித்து, மற்ற ஆசிரியர்களும் பெற்றிட ஒருநபர் குழுவினை அமைப்பதாகக் கூறியது.[200] ஆசிரியர்களின் ஒற்றுமையைக் குலைப்பதான இதனை ஜேக்டீ ஏற்றாலும், பள்ளி ஆசிரியர்க்கு எந்த நிவாரணமும் உடனடியாகக் கிடைக்காது என்று ஆசிரியர்கள் ஏற்க மறுத்தனர். ஏனெனில் சூலை, ஆகஸ்ட் மாதங்களில் போராட்டம் நடத்தியதே பள்ளி ஆசிரியர்கள்தான்; செப்டம்பரில்தான் கல்லூரி ஆசிரியர்கள் இணைந்தனர்.

சமஉரிமையை அளிக்காத ஊதியக்குழு அறிக்கையைத் திருத்தி அமைக்கக் கோரிச் செப்டம்பர் 12இல் 2.5 இலட்சம் ஆசிரியர்கள் ஒருநாள் அடையாள வேலைநிறுத்தம் செய்தனர். அரசாங்கம் இந்நாளுக்கான ஊதியத்தைத் தரமறுத்ததால், நவம்பர் மாதத்தில்

போராட்டம் தீவிரமடைந்தது. தமிழகம் முழுதும் *3.11.1985*இல் நடைபெற்ற 'அரசாணை எதிர்ப்புப் போராட்ட'த்தில்[201] *15* ஆயிரத்திற்கும் மேலான ஆசிரியர்களைக் கைதுசெய்த அரசு[202] புது ஆசிரியர்களை வைத்துப் பள்ளிகளை இயக்க முடிவெடுத்தது. இதனை எதிர்த்து மேற்கொண்ட பெரும்போராட்டத்தில் *10* ஆயிரம் பெண்கள் உட்பட *50* ஆயிரம் ஆசிரியர்கள் கைதாகினர். தீபாவளி பண்டிகையினையும் பொருட்படுத்தாமல் *65* ஆயிரம் பேர் சிறையிலே இருக்கவேண்டியிருந்தது.[203] உயர்நீதிமன்றம், அரசின் இத்தகைய நடவடிக்கைக்குக் கண்டனம் தெரிவித்தது. இச்சூழலைத் தமிழ்க் கவிதையில் கந்தர்வன்,

கற்பைக் காப்பாற்றப்
போராடி மாதா சிறை போனாள்
உழைப்போர் போரில்
உரிமைக்காய் பிதா
சிறை போனான்
கூலி உயர்வு கேட்டு
இன்று குருவும்
சிறை போனான்
தெய்வங்கள் இல்லையோ!
இருந்தால் இந்த தேசத்தில்
அவையும் போராடும்
அனைத்தும் சிறைபோகும் ***(கந்தர்வன் கவிதைகள், ப.214)***

என்றெழுதி, 'ஆசிரியன் அழும் தேசத்தில், அக்கினிதான் மூண்டெரியும்' என்பதை உணர்ந்து நாட்டு மக்கள் விழிப்புணர்வு கொள்ளுமாறு கேட்கின்றார். மேலும் 'ஆசிரியத் தியாகிகளே' என்னும் கவிதையில், "நீங்கள் சந்திக்கும் அநேக நண்பர்கள், இன்று உங்கள் பழைய ஜெயில் மேட்கள்'' (ப.229) என்றும் தமக்கே உரிய எள்ளலுடன் கவிதை இயற்றியுள்ளார்.

அரசாங்கத்தின் கடுமையால் பல தரப்பிலிருந்தும் ஆதரவு கிடைத்தது. நவம்பர் *6* முதல் பள்ளிகள் காலவரையறையற்று மூடப்பட்டன. மாணவத் தரப்பிலிருந்தும் ஆதரவு எழுந்தது. போராட்ட அறிவிப்பினால் நவம்பர் *15*இலிருந்து மூன்று நாள்களுக்குள் *30* ஆயிரம் பேர் சிறைப்பட்டனர். அரசின் உயர்மட்டக்குழுவுடன் பேச்சுவார்த்தை நடத்த விரும்பாது, நேரடியாகக் கல்வித்துறை மூலமே சிக்கலைத் தீர்க்க எண்ணினர். சேலம் சிறையில் கருப்பண்ணன் எனும் ஆசிரியர் மாரடைப்பால் மரணமடைந்தார். தந்தை இறப்புக்கும்

வெளிவராத நிலையிலும், திருமணம் நடக்கவிருந்த நாளன்றும் வெளிவராத நிலையிலும் போராட்டத்தினர் சிறை கண்டனர். மரணமடைந்த ஆசிரியர்க்கு அரசு இரங்கல் தெரிவிக்காமல்போகவே பிரச்சினை மேலும் தீவிரப்பட்டது.[204]

நவம்பர் 19இல் அன்றைய கல்வி அமைச்சர் ஆசிரியர்களோடு நடத்திய பேச்சுவார்த்தையில் உடன்பாடு ஏற்படவில்லை. போராட்டம் மேலும் வலுவடைந்து குடும்பத்தினரும் பங்கெடுத்தனர். அரசு தடைவிதித்ததையும் மீறிப் போராட்டம், கூட்டங்கள் நடத்தப்பட்டன. தனியார் பள்ளி, பன்னாட்டுப் பள்ளி ஆசிரியர்களும் கலந்து கொண்டனர். அத்துடன், இந்தியத் தொழிற்சங்க மையம், அனைத்திந்தியத் தொழிற்சங்க காங்கிரசு, தி.மு.க. கட்சியின் தொழிலாளர் முன்னணி, பல அரசியல் கட்சிகள் உள்ளிட்டவை ஆதரவு நல்கின. மேலும், கோரிக்கைகள் ஏற்கப்படவில்லையென்றால் தொழிலாளர் வேலைநிறுத்தம் நடைபெறும் எனப்பட்டது. மாணவர்கள் தரப்பிலும் போராட்டங்கள் நடைபெற்றன. இலவசமாக உணவு, பாடப்புத்தகம், சீருடை ஆகியவற்றைத் தரும் அரசு, உள்கட்டமைப்பு வசதிகளைக் கவனத்தில் கொள்வதில்லை; தேவையான ஆசிரியர் பணியிடங்களை நிரப்பவில்லை; மருத்துவ விடுப்பில் செல்லும் ஆசிரியர்க்குப் பதிலாக வேறு ஆசிரியர் ஈடுசெய்ய வருவதில்லை என்பனவும் மாணவர் போராட்டக் காரணங்களாயின.[205]

பதற்றமடைந்த அரசு, வேலையை இழக்கக்கூடுமென்று அச்சுறுத்தியது. மேலும், நவம்பர் 22இல் நாளிதழ்களில் வேலையில்லாதவர்களுக்கு அரசு வேலை தருவதாக அழைப்பு விடுத்தது; இதுவரை ஆசிரியர்க்குச் செய்த நலத்திட்டங்களை வெளியிட்டு, மேலும் செய்வதென்பது வரிப்பணம்தான் செலவாகும் என்றது. நவம்பர் 29 பேச்சுவார்த்தையும் பயனின்றிப் போனதால், பொறியியல், தொழில்நுட்பக் கல்லூரிகள், அரசின் பிற துறைச் சங்கங்கள் ஆதரவு நல்கின. பல்வேறு தொழிற்சங்கங்களும் ஒருநாள் வேலைநிறுத்தம் செய்தன. அரசியல் கட்சிகளும் பேரணி, கடையடைப்பு என்பவற்றின் மூலம் போராட்டத்திற்கு வலுசேர்த்தன.[206]

இறுதியாக, டிசம்பர் 11இல் பேச்சுவார்த்தைக்குத் தமிழக அரசு இசைந்தது. சில கோரிக்கைகள் மட்டுமே ஏற்கப்பட்டாலும் சிறையிலிருக்கும் ஆசிரியர்கள் நிலையை எண்ணிப் போராட்டம் நிறுத்திக்கொள்ளப்பட்டது. போராட்ட நாளின் ஊதியம் உறுதிசெய்யப்படவேண்டுமெனக் கேட்டனர். அரசு, போராட்ட நாள்களை ஈடுசெய்ய விடுமுறை நாள்களில் பணியாற்ற வேண்டும்

என்றது.[207] இவ்வாறு முழு இலக்கை அடைய முடியாவிட்டாலும், இப்போராட்டம் ஆசிரியர்களின் ஒற்றுமையை வெளிப்படுத்தியது.

இருபதாம் நூற்றாண்டில் கல்வித்துறையில் மிக முக்கியமான போராட்டமாகக் கருதப்படும் இந்நிகழ்வில் ஆசிரியர்களின் பலத்தையும், அரசின் அடக்குமுறைகளையும் தமது கவிதையில் எழுதியிருக்கும் தமிழன்பன்,

தியாகி
கறுப்பண்ணனின்
கடைசி மூச்சைத்
தாங்கிவரும், கவிதை இது!
.....
சம்பளத்தை வெட்டுங்கள்...
வயிற்றில் அடியுங்கள்...
திருப்தி ஏற்படும்வரை
சிறையில் அடையுங்கள்... *(ஊர் சுற்றிவந்த ஓசை, பக்.78-81)*

என்று போராட்டக் களத்திலிருந்தே 5.12.1985இல் விவரித்துள்ளார். இரா. மீனாட்சியின் 'தீபாவளிப் பகல்' நூலில் வெளிவந்த 'சாலைகளின் யாத்திரை' கவிதை (மீனாட்சி கவிதைகள், ப.173) ஆசிரியர் போராட்டத்தைக் குறிப்பது போன்றுள்ளது. ஆனால், அந்நூல் 1983இல் வெளிவந்துள்ளது. 1983இல் நடந்த மறியல் போராட்டத்திற்கானதாக இருக்கலாம்.

இரண்டாவது போராட்டம், 1988இல் சூன் 22 முதல் சூலை 22 வரை நடைபெற்ற போராட்டமாகும். பல்கலைக்கழக நிதிநல்கைக்குழு பரிந்துரைப்படி கல்லூரி ஆசிரியர்களின் இடைக்கால நிவாரணத்தில் உள்ள சிக்கல்களைக் களைந்திடக் கேட்டது ஜேக்டீ. இதற்காக, 'அகில இந்தியச் சராசரி சம்பளம்' என்றில்லாமல் மைய அரசுக்கு இணையான ஊதியம் தரவேண்டும், பல்கலைக்கழக, கல்லூரி ஆசிரியர்களுக்கு நிதிநல்கைக்குழு வரையறுத்த ஊதியம் தரவேண்டும், ஒரு மாத ஊதியத்தைப் பணிஊக்கத் தொகையாகத் தரவேண்டும் முதலிய ஐந்து முக்கியக் கோரிக்கைகளை வலியுறுத்திப் போராட்டத்தைத் தொடங்கியது.[208] இவற்றுக்கான இரண்டாம் மாநில மாநாடு மதுரையில் மார்ச்சு 5, 6 ஆகிய நாள்களில் நடைபெற்றிருந்தது.[209]

மாநாட்டின் விளைவால் மே மாதம் முதற்கொண்டு சிறுசிறு அளவில் போராட்டம் தொடங்கப்பட்டுவிட்டது. ஆனாலும், பெரும்போராட்டமாகத் தொடக்கப்பள்ளி ஆசிரியர் கூட்டணியானது ஒன்றரை இலட்சம் பேருடன் சூன் 16இலிருந்து செய்யப்போவதாகவும்,

ஜேக்டீ அமைப்போ சூன் 22இலிருந்து நிகழ்த்தப்போவதாகவும் தெரிவித்தன. இச்சூழலைச் சமாளிக்க அரசாங்கம் அரசு ஊழியர்களுக்கும் ஆசிரியர்களுக்கும் இடைக்கால நிவாரணமாக 70 ரூபாயினை வழங்கியது. இந்த எளிய தொகையினை ஆசிரியர் கூட்டணி ஏற்றுப் போராட்டத்தைக் கைவிட்டது.[210] ஆனால், ஜேக்டீ அதனை ஏற்காது, முடிவெடுத்தபடியே சூன் 22இல் போராட்டத்தைத் தொடங்கியது. இப்போராட்டத்தில் 7 இலட்சம் அரசு ஊழியர்களும், 4 இலட்சம் ஆசிரியர்களும் கலந்து கொண்டனர். அடுத்தடுத்த சில நாள்களில், அப்போது 138 அமைப்புகளின் கூட்டமைப்பாகியிருந்த ஜேக்டீயுடன் பல்கலைக்கழகப் பேராசிரியர் கூட்டணி முதலிய பல அமைப்புகளும் இணைந்து போராடின. இதனால், கல்வி நிலையங்கள் முடங்கின.[211]

அரசுக்கு நெருக்கடி ஏற்பட்ட சூழலில் தலைமைச் செயலக ஊழியர்களும் மாநகராட்சி ஊழியர்களும் வேலைநிறுத்தத்தில் ஈடுபட்டதால் அரசாங்கமே செயல்பட முடியாமல் திகைத்தது. நீதிமன்றச் செயல்பாடும் பாதிக்கப்பட்டது. நூற்றுக்கணக்கான ஊர்வலங்களும், ஆர்ப்பாட்டங்களும், உண்ணாநோன்புகளும், பொதுக்கூட்டங்களும் மாநிலம் முழுக்க நடைபெற்றன. குறிப்பாகத் தென் மாவட்டத்தினைச் சேர்ந்தவர்கள் அதிகமாகப் பங்கெடுத்திருந்தார்கள்.[212] மாணவர் அமைப்பான எஸ்.எஃப்.ஐ., சனநாயக வாலிபர் சங்கம், வங்கி ஊழியர் சங்கம், அகில இந்திய மாநில அரசு ஊழியர் சங்கம் முதலியவை ஆதரவு நல்கிப் பங்கெடுத்தன.

அரசு எவ்விதத் தீர்வினையும் மேற்கொள்ளாமல் போராட்டக்காரர்களை வேலைக்குத் திரும்பும்படி அறிவுறுத்தியது. மேலும், பணிஇடைநீக்கம் செய்வது, இடமாற்றம் செய்வது எனும் எதிர்நடவடிக்கைகளாலும், போராட்டக் காலங்களில் பயன்படுத்தப்படும் 'எஸ்மா' சட்டம் (1981) மூலமும் அச்சுறுத்தியது. பல்வேறு ஊர்களிலிருந்து சென்னைக்கு வந்தவர்களையும் போராட வந்த ஆசிரியர்களாக இருப்பார்களோ என்று விசாரித்தது; கைதுசெய்தது.[213] போராட்டத்தின் தீவிரத்தால் ஜேக்டீயின் முன்னணித் தலைவர்களையும் கைதுசெய்தது.

இறுதியில், பேச்சுவார்த்தைக்கு உடன்பட்ட அரசு, சூலை 14இல் ஜேக்டீயோடு சேராத ஒருசில அமைப்புகளோடே பேச்சுவார்த்தை நடத்தியது. ஒரு மாதத்திற்கு மருத்துவப்படி 15 ரூபாய், சிறப்பூதியம் 5இலிருந்து 10 ரூபாய் தருவதாகவும், பிற கோரிக்கைகளை நிறைவேற்றிட ஊதியக்குழு அமைக்கப்படும் என்றும் முடிவெடுத்தது. தங்கள் அமைப்பான ஜேக்டீ புறந்தள்ளப்பட்ட இப்பேச்சுவார்த்தையில்

போராட்டக்காரர்களுக்கு உடன்பாடில்லை. எனவே, போராட்டம் நீடிக்கவே செய்தது. அரசாங்கமோ நிதிநெருக்கடியைக் காரணம்காட்டி வெளிப்படையாக ஏற்காத இவர்களது கோரிக்கையை, 9ஆவது நிதிக்குழுவின் தீர்மானத்திற்குப் பரிந்துரைத்தது.[214]

போராட்டக்காரர்கள், ஏற்கெனவே மைய அரசு ஒத்துக்கொண்டு முடிவான தங்கள் கோரிக்கையை நிறைவேற்றித்தான் ஆகவேண்டுமென்று அழுத்தமாகத் தெரிவித்தனர். இதன் உச்சமாக, ஒரு மாதத்தை நெருங்கியும் போராட்டத்தை ஒடுக்கவே எண்ணிய அரசின் அதிகாரத்தை எதிர்த்து இலட்சத்திற்கும் மேற்பட்டோர் கலந்துகொண்ட பெரும்பேரணி, சூலை 22இல் தலைமைச் செயலகத்தை முற்றுகையிடச் சென்றது. மாநிலத் தலைவர் ந. வீரையன் தலைமையில் அண்ணாசாலையில் கூடியது.[215] அரசாங்கம் தடுப்பு நடவடிக்கைகளாகத் தடியடி, கண்ணீர்ப்புகை எனும் தாக்குதல்களை நடத்திக் கைதுசெய்தது. இப்படியாக நிலைமை மோசமானதால், அன்று பிற்பகல் அரசு பேச்சுவார்த்தை நடத்தியது. சில கோரிக்கைகளே ஏற்கப்பட்டாலும், பேச்சுவார்த்தைக்குப் பிறகு ஜேக்டீ 31ஆம் நாளோடு தமது போராட்டத்தை நிறுத்திக்கொண்டது.[216] அப்போதைய முதல்வர் எம்.ஜி.ஆர். மறைவினால் மாநிலப் பொறுப்பேற்றிருந்த ஆளுநர் அலெக்சாண்டரால் கோரிக்கைகள் கொள்கையளவில் ஏற்கப்பட்டு ஐந்தாவது ஊதியக்குழு அமைக்கப்பட்டது. 1989 சூன் 5இல் வெளியான இக்குழுவின் முடிவில், 1988 சூன் மாதத்திலிருந்து மைய அரசுக்கிணையான ஊதியம் வழங்கப்படும் என்று நடைமுறைப்படுத்தப்பட்டது.[217]

முழுமைநிலையில் வெற்றிபெற முடியாத நிலையை ஆசிரியர் போராட்டங்கள் அடைந்தன. ஆனால், அதேநேரம் இப்போராட்டங்களின் வீரியமானது பரவலான கவனத்தைப் பெற்றது. இரண்டாவது போராட்டம் தணிகைச்செல்வன், பழமலய் ஆகியோர் கவிதைகளில் பதிவாகியுள்ளது. அவற்றில்,

பாண்டிச்சேரித் தம்பிஅங்கு வாங்கும் சம்பளம் - இங்கே
திண்டிவனம் அண்ணனுக்குத் தர்ம சங்கடம்
ஒரேவீட்டில் இருவரிடம் ஊதிய மாற்றம் - அங்கே
உடையலையா அரசினரின் தேசியத் தோற்றம்

(தணிகைச்செல்வன் கவிதைகள், ப.468)

என்று தணிகைச்செல்வனின் கவிதையும்,

நான் இருப்பது தமிழ்நாடு சர்க்கார் வேலயிலே!
குறைஞ்ச கூலியிலே! -மத்தியில் போலயில்லே!

இதுக்காகப் போராட்டத்தில்-குதிச்சிருக்கேன்!
கோர்ட்ட-மிதிச்சிருக்கேன்! -முத்தரப் பதிச்சிருக்கேன்!
.....
ஊர்வலம், பேரணி, மறியல்கள் தான் நடத்தி
உரிமைக்காகப் போராடுவேன்-சிறப்பா!
'ஜேக்டீ'-உறுப்பா!
உங்களோடு சேர்ந்து பே-ரமைப்பா!

(பழமலய் கவிதைகள், பக்.563,564)

என்னும் பழமலயின் அடிகளும், போராட்டத்திற்கான காரணம், அரசு ஊழியர்கள் ஆசிரியர்களோடு இணைந்தது, போராட்டக்கால விளைவு என்று போராட்டத்தைக் காட்சிப்படுத்துகின்றன. ஆசிரியர்களின் வாழ்நிலையை வெளிப்படுத்தும் பழமலயின் இன்னொரு கவிதையும் (ப.566) இப்போராட்டத்திற்காக எழுதப்பட்டுள்ளது. மேலும், ஆசிரியர் போராட்டங்களைப் பற்றிப் பழமலய் கவிதைகளில் பதிவுகள் இருக்கின்றன (பக்.551-559).

வன்னியர் இடஒதுக்கீட்டுப் போராட்டம் (17.9.1987 - 23.9.1987)

இந்தியாவில் இடஒதுக்கீட்டுக்கான போராட்டங்களில் குறிப்பிடத்தக்கது, பெரிய அளவிலான சாலைமறியல் போராட்டமாகப் பார்க்கப்படுவது வன்னியர் சமூகத்தின் இடஒதுக்கீட்டுப் போராட்டமாகும். மாநில மக்கள்தொகையில் கணிசமான அளவு (30%)[218] வன்னியர்கள் இருந்தும் கல்வி, வேலைவாய்ப்புகளில் பின்தங்கிய நிலையிலேயே காணப்பட்டனர். படையாச்சி, நாயக்கர், கவுண்டர் என்றெல்லாம் உட்பிரிவுகளைக் கொண்ட வன்னியர் சமூகம், பெரும்பாலும் விவசாயத்தைச் சார்ந்திருந்தது. ஆனால் சமூகத்தில் மதிக்கப்படுகின்ற கல்வி மற்றும் வேலைவாய்ப்புகளில் குறைவாகவே பங்கு வகித்ததால், தங்கள் சமூகம் முன்னேற்றமடையத் தனி இடஒதுக்கீடு வேண்டுமென்று பல காலமாக அவர்கள் கோரிக்கை எழுப்பி வந்தனர். இவ்வாறு ஒதுக்கீட்டு முறைக்குப் போராடுதல் என்பது இதற்கு முந்தைய காலங்களிலும் நிகழ்ந்துள்ளது.

பெரும்பாலும் கிராமப்புறங்களில் வசித்த வன்னியர்கள், பொருளாதாரத்தில் உண்மையாகப் பின்தங்கியவர்கள் ஆகியோர் முன்னேற்றமடைய முடியாமல் இருப்பதற்குக் காரணம், பிற்படுத்தப்பட்ட பிரிவினில் வளர்ச்சியடைந்த சாதிகளும் இடம்பெற்றிருந்ததுதான் என்று தனி ஒதுக்கீடு கோரப்பட்டது. பின்னாளில், வளர்ந்த 9 சாதிப்பிரிவுகளைப் பிற்படுத்தப்பட்டோர் பிரிவிலிருந்து நீக்கும்படி அம்பா சங்கர் அறிக்கை, ஏ.என். சட்டநாதன்

அறிக்கை ஆகியன கருத்துரைத்த போதும் அரசு பொருட்படுத்தவில்லை.[219] வன்னிய மக்களின் கோரிக்கைகள் அலைக்கழிக்கப்பட்டன.

இடஒதுக்கீட்டுக் கருத்து நீண்ட காலமாக நிலவி வந்துள்ளது. 1936இல் சட்டமன்றத்திலேயே இக்கோரிக்கை முன்மொழியப்பட்டது. அதேபோன்று 1969இல் தமிழகம் அமைத்த பிற்படுத்தப்பட்டோர் நலக்குழுவும் இதனைப் பரிந்துரைத்துள்ளது.[220] 1952இல் குடிமைப் பணிகளில், உள்ளாட்சித் தேர்தல்களில் ஒதுக்கீடு கேட்கும் இரண்டு கோரிக்கைகள் முன்வைக்கப்பட்டன.[221] பிற்படுத்தப்பட்டோர் இடஒதுக்கீடானது 1971இல் 31 விழுக்காடாகவும், 1980இல் 49 விழுக்காடாகவும் உயர்த்தப்பட்டாலும் வன்னியர் தனி ஒதுக்கீடு கணக்கில் கொள்ளப்படவில்லை. எனவே, அப்போதே மறியல் போராட்டங்களை முன்னெடுத்தது, 28 வன்னிய அமைப்புகளை ஒன்றிணைத்து 20.7.1980இல் மருத்துவர் இராமதாஸ் கட்டமைத்த 'வன்னியர் சங்கம்.[222] தொடர்ந்து வலியுறுத்திவந்தும், தங்களின் கோரிக்கைகளை மாநில, மைய அரசுகளிடம் தெளிவுபடுத்தியும் பயனற்ற நிலையில் 1986 மே மாதத்தில் ஒருநாள் சாலைமறியலும், டிசம்பரில் இரயில் மறியலும் இவர்களால் நடத்தப்பட்டன. சென்னையில் தலைமைச் செயலகத்தை நோக்கிப் பட்டை, நாமம் அடித்துப் போராட்டம், கறுப்புக்கொடிப் போராட்டம் என மார்ச்சு முதல் ஆகஸ்ட் வரை தீவிரமடைந்துள்ளது.[223] அதேநேரம் கும்மிடிப் பூண்டியில் போராடியவர்கள்மீது துப்பாக்கிச்சூடு நடைபெறவும் செய்தது.[224]

இந்த அறப்போராட்டத்தினைத் துப்பாக்கிச்சூட்டால் தகர்க்க முயன்றதால் கிளர்ந்தெழுந்த வன்னியர் சங்கம், 26.6.1987இல் நடத்திய பொதுக்கூட்டத்தில் பெரும்போராட்ட முன்னறிவிப்பு தந்தது. மேலும், 3 முக்கியத் தீர்மானங்களாக இடஒதுக்கீட்டில் அனைத்துச் சாதி மக்களுக்கும் வகுப்புரிமை, வன்னியர்களுக்கு மாநிலத்தில் 20 விழுக்காடு; இந்திய அளவில் 2 விழுக்காடு தரப்படுவது, தாழ்த்தப்பட்டோருக்கு 18இலிருந்து 22 விழுக்காடாக மாற்றுவது ஆகியவை முன்னிறுத்தப்பட்டன.[225] அவ்வாறே, 1987 செப்டம்பர் 17இல் தமிழகத்தின் பல பகுதிகளில் 'தொடர் சாலைமறியல் போராட்டம்' தொடங்கப்பட்டது. குறிப்பாகக் கடலூர், விழுப்புரம் பகுதிகளடங்கிய அன்றைய தென்னார்க்காடு மாவட்டம் உள்ளிட்ட வடமாவட்டங்களெங்கும் அதிகாலையிலே தொடங்கி, பெரிய அளவில் சாலைமறியல் செய்யப்பட்டது. செங்கல்பட்டுப் பகுதியில் சாலைகளில் பெருங்கற்கள் வைக்கப்பட்டும், பள்ளங்கள் தோண்டப்பட்டும் இருந்தன. இதனால், சென்னையின் தென்பகுதி முழுக்கப் போக்குவரத்து தடைபட்டது.[226]

மேலும், செப்டம்பர் 16இல் தி.மு.க.வின் 'அண்ணா அறிவாலயம்' திறப்பு விழா முடிந்து, திரும்பிக் கொண்டிருந்த அக்கட்சியினர்க்கும் வன்னியர்களுக்கும் இடையே பாப்பனாம்பட்டிப் பகுதியில் மோதல் ஏற்பட்டது.[227] அங்கே பேருந்துகள் தாக்கப்பட்டன. வளவனூர் பகுதியில் வாகனங்களுக்குத் தீ வைக்கப்பட்டது.[228] போராட்டத்தின் முதல் நாளே திண்டிவனத்தில் போராட்டத் தலைமையேற்றிருந்தபோது இராமதாஸ் உட்படப் பலர் கைதாகினர். ஒரு வாரத்திற்கு முன்பே தயாரிப்பு வேலைகள் நடந்து திட்டமிடப்பட்ட சாலைமறியலுக்குக்[229] காவல்துறையால் ஈடுகொடுக்க முடியாத நிலை இருந்தது. இதனால் தடியடி, கண்ணீர்ப்புகை எனும் தாக்குதலைத் தொடர்ந்து காவல்துறை நடத்திய துப்பாக்கிச்சூட்டில் 11 பேர் உயிரிழந்தனர். எனவே போராட்டத்தினர், காவல்துறையைத் தடுத்து நிறுத்திப் போராட்டத்தைத் தொடர மரங்களை வெட்டி நெடுஞ்சாலைகளில் கிடத்தினர். ஒடுக்கப்பட்டோர் குடிசைகள் எரிக்கப்பட்டுள்ளன[230] இந்தப் போராட்டத்தில் பல்லாயிரக்கணக்கில் வன்னியர்கள் பங்கெடுத்தனர். மொத்தத்தில் தமிழகத்தின் போக்குவரத்து ஒரு வார காலம் செயல்பட முடியாமல் முடங்கியது. பேருந்துகளில் பயணத்தில் சிக்கிக்கொண்டவர்களோடு, அன்றாடத் தேவைகளான பால் முதலியவை கிடைக்காத நிலையில் பொதுமக்களும் தவித்தனர்.

இந்தியாவின் கவனம் முழுக்கத் தமிழகத்தின்மீது திரும்பியது. இந்தியாவிற்கு வெளியேயுள்ள ஊடகங்களாலும் கவனிக்கப்பட்டது. இதனை ஒடுக்குவதற்காக வந்த துணை இராணுவப் படையினரே விமானத்தின் மூலம்தான் தமிழகத்திற்குள் வரமுடிந்தது.[231] அந்த அளவிற்குச் சாலைமறியல் நடந்தது. அதேநேரம்,

> *இதற்கு மறுபுறமாகத் தமிழக அரசின், 'போராட்டம் பிசுபிசுத்துவிடும்' என்ற அலட்சியப் போக்கு; அது எரிமலையாக வெடித்ததும் 'போராட்டத்தைக் கைவிட்டால்தான் பேச்சுவார்த்தை' என்ற பிடிவாதப்போக்கு. போதாக்குறைக்கு அமைச்சரவைக்குள்ளேயே குழப்பம். 'போராட்டத்தின் தீவிரம் பற்றிப் போலீசுக்குப் போதிய தகவல் இல்லை. அதனால் போலீஸ் போதிய முன்னெச்சரிக்கையுடன் நடந்து கொள்ளவில்லை' என்று துப்பறியும் துறையையும் சேர்த்துக் குற்றம் சாட்டுகிறார் வி.வி. சுவாமிநாதன்* [232]

எனும், பத்திரிகைகள் காட்டும் சூழல்களால் தமிழக அமைச்சர்கள் அடக்கு முறையை மேற்கொண்டனர். ஆனாலும், போராட்டம் பின்வாங்கப்படாமல் செப்டம்பர் 23 வரை ஏழு நாள்கள் நடந்தேறியது. போராட்டத்தின்போது பனையபுரம், கோலியனூர், விக்கிரவாண்டி

முதலான இடங்களில் நடத்தப்பட்ட துப்பாக்கிச்சூடு மற்றும் தாக்குதல்கள் உள்ளிட்டு இப்போராட்டத்தில் மொத்தம் 21 பேர் பலியாயினர். பலர் தங்கள் உடல் உறுப்புகளை இழக்கவும், படுகாயத்திற்கு ஆளாகவும் நேர்ந்தது. பெண்களும் பாலியல் தொல்லைகளுக்கு உள்ளாகினர். அம்மக்களின் வீடுகள் முதல் கோயில்கள் வரை தாக்கப்பட்டன. போராட்டத்தினர் 20 ஆயிரத்திற்கும் மேல் கைதாகினர்.[233]

ஆனாலும், தொடர் முயற்சிகளின் விளைவால், தேர்தல் வாக்குறுதியாகத் தந்த தி.மு.க. அரசால், 1989 மார்ச்சு மாதத்தில் மிகவும் பிற்படுத்தப்பட்ட வகுப்பினர் (எம்.பி.சி.) எனும் பிரிவின்கீழ் கல்வி மற்றும் வேலைவாய்ப்பில் 20 விழுக்காடு வழங்க வழிசெய்யப்பட்டது. அதில், வன்னியர் சமூகத்துடன் பிற, பின்தங்கிய 107 சாதிகளும் இணைக்கப்பட்டன. போராட்டத்தில் உயிரிழந்த ஒவ்வொருவருக்கும் 3 இலட்சம் இழப்பீடு அறிவிக்கப்பட்டது.[234] இவ்வாறு, தனி இடஒதுக்கீடாக இல்லாமல் உள்ஒதுக்கீடாக அமைந்ததுடன், இந்திய அளவிலான 2 விழுக்காடும் நின்றுபோனது.

தமிழ்ச் சமூகத்தில் வன்னியர் சமூகத்தின் பேரெழுச்சியின் வடிவமாகவும், பின்னாளில் 'பாட்டாளி மக்கள் கட்சி' எனும் அரசியல் கட்சி உருவெடுக்கவும் தளம் அமைத்த, இந்த இடஒதுக்கீட்டுப் போராட்டமானது தமிழ் இலக்கியத்தில் கந்தர்வன் கவிதையில்,

பஞ்சாப் விவகாரம்
பாபர் மசூதிப் பிரச்சினை
தெலுங்கு கங்காத் திட்டம்
தெளியாத கங்கைத் திட்டம்
வன்னியர் பிரச்சினை
அஸ்ஸாமில்
அன்னியர் பிரச்சினை
இப்படி எத்தனையோ? ***(கந்தர்வன் கவிதைகள், ப.227)***

என்று ஒரே ஒரு வாக்கியமாகப் பதிவாகியுள்ளது. எனினும், நாடளவிலான முக்கியப் பிரச்சினைகளுள் ஒன்றாக இப்போராட்டம் முன்வைக்கப்பட்டுள்ளது. அந்த அளவிற்குக் கவனம்பெற்ற ஒரு நிகழ்வாக இந்த இடஒதுக்கீட்டுப் போராட்டம் இருந்துள்ளது. இவ்வாறு, கந்தர்வன் கவிதை தமிழ்ச் சமூக வரலாற்றிற்களித்துள்ள இந்நிகழ்வு தொடர்பான பதிவு, இவ்வாய்வுக்குரிய பிற கவிஞர்களின் படைப்பில் காணக்கிடைக்கவில்லை.

காரணை நிலமீட்புப் போராட்டம் (10.10.1994)

பத்தொன்பதாம் நூற்றாண்டிலிருந்தே நிலம் தொடர்புடைய விழிப்புணர்வு ஏற்படுத்தப்பட்டு வந்தாலும் இருபதாம் நூற்றாண்டின் பிற்பாதியில்தான் அதற்கான உரிமை முழக்கங்களும் போராட்டங்களும் அதிகப்படத் தொடங்கின. அவ்வாறு, எழுச்சியுற்ற போராட்டம்தான் காரணையைச் சார்ந்த ஒடுக்கப்பட்ட சமூகத்திற்கான பஞ்சமி நில மீட்புப் போராட்டம்.

நீர்ப்பாசன வசதியுடைய, வளமுடைய மாவட்டமான, அன்றைய செங்கை எம்.ஜி.ஆர். மாவட்டமான செங்கல்பட்டில் நிலம் மீதான உடைமைகளும் ஆக்கிரமிப்புகளும் அதிகம். இங்கு நெடுங்காலமாகப் படியாள்களாக, பண்ணை அடிமைகளாக உழைத்துவந்த ஒடுக்கப்பட்ட மக்களின் வளர்ச்சிக்குப் பிரித்தானிய அரசாட்சியில் சில மாற்றங்கள் கிடைத்தன. அவற்றுள் முதன்மையானது விவசாய நிலத்தை உரிமையாக்கிக் கொடுத்தது ஆகும். 1891இல் செங்கல்பட்டு ஆட்சியரான த்ரமென் ஹீர் முயற்சியால் பயிரிடப்படாத தரிசு நிலங்களை நிலவுடைமையாளர்களிடமிருந்து ஆங்கிலேயே அரசு கைப்பற்றி அதனை நிலமற்ற மக்களுக்கு வழங்கியது.[235] இவ்வாறே ஒடுக்கப்பட்ட சமூகத்திற்குப் பஞ்சமி நிலங்கள் வழங்கப்பட்டன. 1892 செப்டம்பரில் இவ்வகை நிலத்திற்கு இயற்றப்பட்ட சட்டத்தில், முதல் பத்தாண்டுகளுக்கு யாருக்கும் விற்கவோ குத்தகைக்குத் தரவோ அடமானம் வைக்கவோ தானம் வழங்கவோ கூடாது, பத்தாண்டுக்குப் பிறகும் இவ்விவகாரங்களை வேறு ஒடுக்கப்பட்ட ஒருவருடனே வைத்துக்கொள்ளல் வேண்டும், இவ்விதிகளை மீறுவது சட்டப்படி ஏற்கத்தக்கதல்ல என்றெல்லாம் விதிகள் இடம்பெற்றன. ஆகவேதான், இதனை ஆங்கிலேயர்கள் டி.சி. நிலம் (Depressed Classes Conditional Land) என்றழைத்தனர். இச்சட்டத்தின்படி ஒடுக்கப்பட்ட மக்களுக்காக 12 இலட்சம் ஏக்கர் நிலங்கள் ஒதுக்கப்பட்டன.[236]

இத்தகைய விதிகளின்படி ஒடுக்கப்பட்ட மக்கள் வசமிருந்த அந்நிலங்கள் காலப்போக்கில் மீண்டும் ஆதிக்கக்காரர்களின் கைப்பற்றுதலுக்குள்ளானது. செங்கல்பட்டினருகே காரணை மற்றும் சுற்றியுள்ள கிராமங்களிலும் இந்நிலையே இருந்ததால் அந்நிலங்களை மீட்பதற்கான விழிப்புணர்வு ஏற்பட்டது. இதன் வரலாற்றினை,

> *தீபன்சக்ரவர்த்தி எனும் தலித் காரணையைச் சேர்ந்தவர். .... காரணை, நந்தி மாநகர், குழிபாந்தண்டலம், வளவந்தாங்கல், மானாம்பாடி, நல்லான் பிள்ளை பெற்றாள், வடக்கடம்பாடி ஆகிய ஏழு கிராமங்களில்*

> *உள்ள 650 ஏக்கர் பரப்புள்ள பெரும் நிலப்பகுதி அவரது தாத்தாவுக்கு, 1933 நவம்பர் 11அன்று ஒதுக்கப்பட்டது என்பதை அவர் அதிகாரப்பூர்வமான ஆவணங்களில் கண்டபோது போராட்டம் துவங்கியது. தலித் மக்களுக்குப் பட்டாக்கள் தரப்பட்டிருந்தன. 1933ல் இருந்து அது விவசாயம் செய்யப்பட்டது. தி.மு.க. அரசாங்கம் 1974ல் பட்டாக்களைப் புதுப்பித்தது என்பதும் கண்டுபிடிக்கப்பட்டது. 1960 பஞ்சத்துக்கு பிறகு, தலித் மக்களின் அறியாமையையும், வறுமையையும் பயன்படுத்தி, மற்றவர்கள் இந்த நிலத்தை அடிமாட்டு விலைக்கு "வாங்கினர்". "10 படி அரிசி, கேழ்வரகு, கம்பு", தானியங்களையும் அவர்களுக்குக் கொடுத்தனர். பொருத்தமான பேப்பர்களில் கட்டை விரல் கை நாட்டுகளை வாங்கிக் கொண்டு பொய்யான ஆவணங்களைத் தயாரித்துக் கொண்டனர் [237]*

என்பதன் மூலம் அறிந்துகொள்ளலாம். மேலும்,

> *1960ல் இந்த நிலங்களின் ஒரு பகுதியை, ஒரு ஆதிக்க கும்பல் வீட்டுமனைகளாக்கி விற்க முயன்றது. அது பஞ்சமர்களுக்கு ஒதுக்கப்பட்ட நிலமென்று கூறி எம்.எம்.டி.ஏ. அப்போது ஒப்புதல் தர மறுத்துவிட்டது. 1970களில் தலித் மக்களுக்கு தமிழக அரசே பட்டா வழங்கியது. ஆயினும் ஆக்கிரமித்துக் கொண்டிருந்த ஆதிக்க கும்பல் அந்த நிலங்களிலிருந்து வெளியேற மறுத்ததோடு அந்த நிலங்களின் உரிமையாளரான தலித் மக்கள் அவ்விடங்களை பயன்படுத்தவும் அனுமதிக்கவில்லை. இதன் தொடர்ச்சியாக போலீஸ் ஐ.ஜி.யாக இருக்கும் பெருமாள்சாமி, கௌதம்சந்த சேட்டு, வடபழனி சகுந்தலா, திருக்கழுக்குன்றம் வாசுதேவன், மாமல்லபுரம் புரோக்கர் ஜெகதீசன் ஆகிய ஒரு ஆதிக்க கும்பல் வீட்டு மனைகளாக்கி விற்பனை செய்யத்தொடங்கியது [238]*

என்று எஸ். சுந்தரம் எழுதியிருப்பதும் மேற்காணும் சில விவரங்களைத் தெளிவுபடுத்துகின்றன. எனவே, அந்நிலங்களை மீட்பதற்கான வழிமுறைகளை அம்மக்கள் மேற்கொண்டனர்.

வழக்கறிஞராக இருந்த யேசுமரியான், 1989இல் நிலமீட்புப் போராட்டத்தை முன்னெடுத்து, 8.8.1990இல் பஞ்சமி நிலத்தில் அம்பேத்கர்சிலை அமைத்ததும், விழிப்புணர்வு கொண்ட மக்கள் அதில் விவசாயம் செய்யலாயினர். அதுபோன்று, ஆதிக்கக்காரர்களின் எதிர்ப்புகளையும் சூழ்ச்சிகளையும் முறியடிக்க அம்மக்கள் அளித்த முறையீட்டு மனுக்கள்மீது அரசு அக்கறை காட்டாதநிலையில், 4.10.1994அன்று அம்பேத்கரின் முழு உருவச்சிலையினை நிலத்தில் நிறுவினர். மறுநாள் சிலை திறக்கப்பட்டது. ஆனால், அதிகாரிகள் மற்றும் காவல்துறையின் துணையோடு சிலை அகற்றப்பட்டது.

அத்துடன் 14 ஒடுக்கப்பட்ட இளைஞர்கள் கைதுசெய்யப்பட்டனர். அம்மக்களுக்குத் துணைநின்ற பலர்மீது பொய்வழக்குகள் புனையப்பட்டன. இத்தகு ஒடுக்குமுறைகளை எதிர்த்து, உத்திரமேரூர், மதுராந்தகம், திருக்கழுக்குன்றம், திருப்போரூர், காஞ்சிபுரம் பகுதிகளைச் சேர்ந்த ஒடுக்கப்பட்ட மக்கள் செங்கல்பட்டு ஆட்சியரிடம் மனு கொடுக்க முடிவெடுத்தனர்.

அம்பேத்கர் சிலை சிதைக்கப்பட்டதற்கும், பஞ்சமி நிலங்களைக் கையகப்படுத்தியவர்கள் அங்கிருந்து வெளியேறவும், கைதானவர்களை விடுவிக்கக்கோரியும், பொய்வழக்குகளை நீக்கக்கோரியும் பல கிராமங்களிலிருந்தும் ஒடுக்கப்பட்ட மக்கள் 5 ஆயிரத்திற்கும் மேல் 10.10.1994இல் மாவட்டத் துணை ஆட்சியர் அலுவலகம் சென்றனர். ஆனால், அவர்களின் கோரிக்கை பொருட்படுத்தப்படாமல் வெளியேற்றப்பட்டார்கள். சினமடைந்த அம்மக்கள் தேசிய நெடுஞ் சாலையில் சாலைமறியலில் ஈடுபட்டனர். போராட்டத்தினிடையே அரசுப் பேருந்து ஒன்றுக்குத் தீ வைக்கப்பட்டதால் கலவரச்சூழல் உண்டானது. அம்மக்களுக்கும் காவல்துறைக்கும் ஏற்பட்ட மோதலில் காவலர்கள் சிலர் காயமடைந்ததால், துப்பாக்கிச்சூடு நடத்தப்பட்டது. ஜான்தாமஸ், ஏழுமலை எனும் இருவர் பலியாயினர். தப்பியோடிய மக்களும் காவல்துறையால் துரத்தப்பட்டுத் தாக்கப்பட்டனர். பலரும் படுகாயமடைந்தனர். போராட்டத்தில் பெரும்பான்மையாகப் பங்கெடுத்திருந்த பெண்கள் பாலியல் துன்பத்திற்கும் ஆளாகினர். மேலும், ஓரிருவர் மரணமடைந்ததாகக் கருதப்படுகின்றது.

இந்தத் துப்பாக்கிச்சூட்டைக் கண்டித்துச் சென்னை மற்றும் சுற்றுவட்டாரப் பகுதிகளில் பலத்த எதிர்ப்புக் கிளம்பியது. தமிழகத்தில் ஆங்காங்கே கண்டன ஊர்வலங்கள், பொதுக்கூட்டங்கள் நடத்தப்பெற்றன. இந்நிகழ்வு குறித்து ஆராய நீதிபதி பெல்லி தலைமையில் விசாரணைக்குழு அமைக்கப்பட்டது. இதன் நீட்சியில் 'தலித் போராட்டக் குழு - பஞ்சமி நிலமீட்பு இயக்கம்' ஒன்றும் ஏற்படுத்தப்பட்டது. இப்படிப்பட்ட போராட்ட நிகழ்வை இலக்கிய வரலாற்றில் தமது கவிதைப்பதிவு வாயிலாகப் பழமலய் பதிவுசெய்துள்ளார். அதில்,

"எங்கே?" என்றோம்.
"காரணை-" என்றது.
"எங்கே?" மீண்டும்.
"திட்டக்குடி-" மீண்டும்.
"எங்கே?"

"மண்டேலாவைப் பார்க்க-"
"எங்கே?"
"எங்கெல்லாமோ-"
கல்லாக நிற்கும் வரையில்
காட்டில்தான் கிடக்க வேண்டும்
யானையாக நடந்தால்தான்
கோட்டைக்குள் நுழையலாம் *(பழமலய் கவிதைகள், பக்.197,198)*

என்று காரணை நிகழ்வினை முதன்மைப்படுத்தி, தமிழ்ச் சமூகத்தின் மீதான நம்பிக்கையின்மையை வெளிப்படுத்துகின்றார். செங்கற்பட்டுப் பகுதியில் இதுபோன்று ஒரு போராட்டம், 'மன்னவேடு' எனும் விளிம்புநிலையிலிருந்த வன்னியர்களுக்காக அத்திப்பாக்கம் வெங்கடாசல நாயகர் 1860களில் முன்னெடுத்துள்ளதை வீ. அரசு காட்டுகின்றார்.[239] இக்கவிதையினிடையே பதிவாகியுள்ள 'திட்டக்குடி' என்பது, 1995 சனவரி 20இல் கடலூர் மாவட்டம் திட்டக்குடியில் ஒடுக்கப்பட்ட மக்களின் குடியிருப்புகள் தாக்கப்பட்டதால் ஏற்பட்ட சாலைமறியலைக் காட்டுகின்றது.

தொகுப்புரை

தமிழ் இலக்கியங்கள் மனித வாழ்க்கையின் பல பரிமாணங்களைப் பதிவுசெய்து வந்திருக்கின்றன. அகநிலையிலும் புறநிலையிலும் அவை பகுக்கப்படும் மரபு சங்க காலம் முதலே தொடங்கிவிட்டது. இருபதாம் நூற்றாண்டு இலக்கியங்களையும் இதுபோன்ற அமைப்பிற்குள் வைத்துப் பார்த்தால் புறப்பாடல்களைப் போன்று செயலாற்றி வருபவை போராட்டத்தை எழுதும் கவிதைகள் என்பதை உணரமுடியும். ஆனாலும் ஒரு முக்கிய மாறுபாடு உண்டு. புறப்பாடல்கள் ஆட்சியாளர்களுக்கான போர்களைப் பாடியுள்ளன. இருபதாம் நூற்றாண்டுக் கவிதைகளோ ஆட்சியாளர்க்கெதிராக, கோரிக்கைகளோடும், புறந்தள்ளப்பட்ட நீதிக்காகவும் போராடிய மக்களுக்கான போராட்டங்களைப் பதிவுசெய்திருக்கின்றன. அப்படிப்பட்ட கவிதைகளையும், அவை காட்டும் வரலாற்று நிகழ்வுகளையும் இவ்வியல் ஆராய்ந்திருக்கின்றது.

இங்கே காட்டப்பட்டுள்ள நிகழ்வுகளுள் உழைக்கும் தொழிலாளர்களின் போராட்டங்களே பெரும்பான்மையாகக் காணப்படுகின்றன. அவற்றுள்ளும் பஞ்சாலைத் தொழிலாளர் போராட்டங்களாகப் பின்னி ஆலை, ஸ்டேன்ஸ் ஆலை, புதுவை ஆலைகள், இலட்சுமி ஆலை ஆகியவற்றில் நடந்த வேலைநிறுத்தங்களும்,

மற்ற தொழிலாளர் போராட்டங்களாக இரயில்வே, டிராம்வே, சிம்சன் குழுமம் மற்றும் அனைத்திந்தியத் தொழிலாளர் வேலைநிறுத்தம், ஆசிரியர் போராட்டங்கள் ஆகிய நிகழ்வுகள் இடம்பெற்றுள்ளன. இவை மொத்தம் ஒன்பது போராட்டங்கள் ஆகும். மொழி காக்க நடந்த போராட்டங்களாக இந்தி எதிர்ப்பு, கல்லக்குடி ஆகிய இரண்டு போராட்டங்கள் நடந்துள்ளன. திராவிடர் கழகத்தின் தலைமையில் மேற்கொள்ளப்பட்டவையாக நாட்டுப்படம் எரிப்பு, கருவறை நுழைவு, மனுநூல் எரிப்பு எனும் மூன்று போராட்டங்கள் நிகழ்ந்துள்ளன.

சமூக நீதிகோரும் போராட்டங்களாகச் சுசீந்திரம் கோயில் நுழைவு, வன்னியர் இடஒதுக்கீடு, காரணை நிலமீட்பு ஆகிய மூன்று நிகழ்வுகளும், அரசியல் அடிப்படையில் 'எல்லைப் போராட்டங்கள்' நிகழ்வினையும், தனிப்பட்ட நிகழ்வாக 'டாக்டர்' பட்ட எதிர்ப்புப் போராட்டத்தையும் அடையாளம் காணமுடிகின்றது. இப்படியாகக் கவிதைப் பதிவுகளின் அடிப்படையில் மொத்தம் 19 நிகழ்வுகள் இவ்வியலில் ஆராயப்பட்டுள்ளன. இவற்றின்வழி இருபதாம் நூற்றாண்டுத் தமிழ்ச் சமூகத்தில் தொழிலாளர் போராட்டங்களே பெரும்பாலும் நிகழ்ந்திருக்கின்றன, நிகழ்த்தியவர்களும் அவர்களாகவே இருந்திருக்கின்றார்கள் என்பவற்றை அறிய முடிகின்றது.

இவ்வியலைப் பொறுத்தவரையில் ஒரு மாற்றத்தைக் கவனிக்க வேண்டிய அவசியம் இருக்கின்றது. அதாவது, ஒரே தளத்தில் அமைந்த தனித்தனிப் போராட்டங்கள் ஒரே பெயரின்கீழான நிகழ்வுகளாகக் கொடுக்கப்பட்டுள்ளன. அந்த அடிப்படையில், ஸ்டேன்ஸ் ஆலைப் போராட்டங்கள், இந்தி எதிர்ப்புப் போராட்டங்கள், இரயில்வே போராட்டங்கள், எல்லைப் போராட்டங்கள், ஆசிரியர் போராட்டங்கள் ஆகியவை இவ்வகைக்குள் அடங்கும். இவற்றில் உள்ளடங்கி இருப்பவை தனித்தனி நிகழ்வுகளே ஆகும். ஆனால், பொருண்மைக்கு ஏற்ப ஒன்றிணைத்து, ஒரே தளத்தில் வைத்து ஆராயப்பட்டுள்ளன. இந்த இயலில் காட்டப்பட்டுள்ள நிகழ்வுகளில் ஒட்டுமொத்தத் தமிழ்ச் சமூகத்தில் பெருந்தாக்கத்தை உண்டாக்கிய போராட்டமாக இந்தி எதிர்ப்புப் போராட்டத்தைப் பார்க்க முடியும், அதற்கடுத்த நிலை அதிர்வினைக் கொண்டவையாகப் பின்னி ஆலை, சிம்சன் குழுமம், வன்னியர் இடஒதுக்கீடு ஆகியவற்றைக் கருதலாம். மேலும், உயிரிழப்புகளின் எண்ணிக்கையைப் பொறுத்தும் பொதுவாகப் போராட்டத்தின் பரவலாக்கம் நிகழ்ந்துள்ளது, அவ்வாறே அறியப்படவும் செய்கின்றது.

போராட்டங்களில் நீதி கிடைத்ததா என்றால் முறையற்ற நீதியும், இல்லை என்ற விடையுமே எஞ்சுகின்றது. இலட்சுமி ஆலை, சிம்சன் குழுமம் உள்ளிட்ட ஒன்றிரண்டு போராட்ட நிகழ்வுகளே வெற்றி பெற்றிருக்கின்றன. பிற போராட்டங்கள் உயிரிழப்பு உள்ளிட்ட பல்வேறு இழப்புகளை மட்டுமே அடைந்துள்ளன. நிகழ்வுகளைப் பொறுத்தவரையில் கூடுமான அளவு கவிதை, கவிதைக்குறிப்பு மற்றும் பொதுத்தளத்தில் அவை அறியப்படுவது போன்றே ஆய்விலும் நிகழ்வின் பெயராக அறியப்பட்டுள்ளது. ஒரு சில நிகழ்வுகளில் மட்டும் நாள் உள்ளிட்ட சில தகவல்களைப் பெற இயலவில்லை.

அதிகப்படியான கவிதைப் பதிவுகளைக் கொண்ட நிகழ்வாக இந்தி எதிர்ப்புப் போராட்டம் (12 கவிஞர்கள்) விளங்குகின்றது. பெரும்பாலான நிகழ்வுகள் தனிநபர் கவிதையினால் மட்டுமே இவ்வியலில் இடம்பெற்றுள்ளது. அதுபோன்று, அதிக நிகழ்வுகளுக்கான பதிவுகளைப் பெருஞ்சித்திரனார்(5), தணிகைச்செல்வன்(5), பழமலய்(5), பாரதிதாசன்(4), தமிழ்ஒளி(4), இன்குலாப்(4) ஆகியோர் கவிதைகள் பெற்றிருக்கின்றன. மற்ற கவிஞர்களுடைய கவிதைகளைப் பொறுத்தளவில் ப. ஜீவானந்தம், தமிழன்பன் ஆகியோர் கவிதைகள் 3 நிகழ்வுகளையும், வெ.நா. திருமூர்த்தி, கே.சி.எஸ். அருணாசலம் ஆகியோர் கவிதைகள் 2 நிகழ்வுகளையும் பதிவு செய்துள்ளன. இவ்வியலில் பங்கு வகித்துள்ள ஏனையோர் கவிதைகள், ஒன்று என்ற எண்ணிக்கையளவில் நிகழ்வுகளைப் பதிவுசெய்துள்ளன.

வரலாறு எழுதப்படுதலில் முழுப் பரிமாணத்தையும் அடக்கிவிட முடிவதில்லை. அது பல பக்கங்களைக் கொண்டதாக இருக்கின்றது. தமிழ்ச் சமூகத்தின் போராட்ட வரலாற்றிலும் இக்கவிதைப் பதிவுகள் காட்டியவை கடந்து முக்கியமான போராட்டங்களும் நிகழ்ந்துள்ளன. அவற்றுள் தூத்துக்குடி கோரல் ஆலைப் போராட்டம் (பிப்பிரவரி 1908), நீல் சிலை அகற்றப் போராட்டம் (ஆகஸ்ட் 1927), சேரன்மாதேவி குருகுலப் போராட்டம் (அக்டோபர் 1924 - சூன் 1925), வேதாரண்யம் உப்புச் சத்தியாகிரகம் (ஏப்பிரல் 1930), கள்ளிறக்கும் தொழிலாளர் போராட்டம் (மார்ச்சு - ஏப்பிரல் 1937) உள்ளிட்ட பிற தொழிலாளர் போராட்டங்கள், பறை (அடிக்க) மறுப்புப் போராட்டம் (ஆகஸ்ட் 1985), மாஞ்சோலை தோட்டத் தொழிலாளர்கள் போராட்டம் (சூலை 1999) முதலியவற்றுடன் பாலாறு நீர் உரிமைப் போராட்டம், எழுபதுகளில் வீரியம் கொண்டிருந்த உழவர் போராட்டம், நிலமீட்புப் போராட்டம், பிற்படுத்தப்பட்டோர் இடஒதுக்கீடு போராட்டம் மற்றும் பல கோயில் நுழைவுப் போராட்டங்கள் எனச் சில நிகழ்வுகள்

அடங்குகின்றன. இவையும் இருபதாம் நூற்றாண்டு வரலாற்றைத் தீர்மானிக்கும் உரிமையுடையவையே ஆகும்.

......

சான்றெண் விளக்கம்

1. https://www.youtube.com/watch?v=b4Vo8_MDPrs, பா.நா.:22.5.2018., ஆ. சிவசுப்பிரமணியன், ஆ.இரா. வேங்கடாசலபதி, *பின்னி ஆலை வேலைநிறுத்தம் 1921*, பக்.12,13.
2. மேலது (நூல்), ப.18.
3. மேலது, ப.19.
4. தே. வீரராகவன், *சென்னைப் பெருநகர தொழிற்சங்க வரலாறு*, பக்.172-183., குமரிஅனந்தன், *இருபதாம் நூற்றாண்டுக் கவிதைகளில் தொழிலாளர் நிலை*, ப.30.
5. ஆ. சிவசுப்பிரமணியன், ஆ.இரா. வேங்கடாசலபதி, மு.கு.நூ, பக்.25-27.
6. மேலது, பக்.28-30.
7. தே. வீரராகவன், மு.கு.நூ, ப.188.
8. ஆ. சிவசுப்பிரமணியன், ஆ.இரா. வேங்கடாசலபதி, மு.கு.நூ, ப.34.
9. மேலது, பக்.37.
10. மேலது, ப.47.
11. மேலது, பக்.40-41.
12. மேலது, பக்.39,24.
13. மேலது, ப.52.
14. கோ. கேசவன், *கோயில் நுழைவுப் போராட்டங்கள்*, பக்.109,110.
15. மேலது, ப.110.
16. பெரியார், *பெரியார் களஞ்சியம், குடிஅரசு - தொகுதி 2*, பக்.75.
17. பெரியார், *பெரியார் களஞ்சியம், குடிஅரசு - தொகுதி 7*, பக்.132,131.
18. தி இந்து - 8.7.2015.

19. https://www.jeyamohan.in/2291#.XGBePNIzZaQ, பா.நா.:12.5.2018.

20. http://nammacoimbatore.in/article_view.php?newsId=3493, பா.நா.:14.5.2018.

21. என். ராமகிருஷ்ணன், *கோவை மாவட்ட கம்யூனிஸ்ட் இயக்கத்தின் பெருமைமிகு வரலாறு*, பக்.105,106.

22. மேலது, பக்.106,107.

23. மேலது, பக்.107-109.

24. மேலது, ப.129.

25. வ. சுப்பையா, *பிரெஞ்சிந்திய விடுதலை இயக்க வரலாறு*, பக்.48-52.

26. மேலது, பக்.70-77.

27. http://nailango.blogspot.com/2007/09/1936-30.html, பா.நா.:10.5.2018.

28. மேலது,

29. வ. சுப்பையா, மு.கு.நூ., பக்.78-81.

30. மேலது, பக்.83,84.

31. மேலது, பக்.88,114-117.

32. *காக்கைச் சிறகினிலே* - சூன் 2012.

33. http://nammacoimbatore.in/article_view.php?newsId=1743, பா.நா.:28.7.2018.

34. https://theekkathir.in/2017/01/07/வர்க்க நட்சத்திரங்களின்/, பா.நா.:28.7.2018.

35. https://www.jstor.org/stable/4398635?Search=yes&resultItemClick=true&searchText=struggles&searchText=of&searchText=textile&searchText=mill&searchUri=%2Faction%2FdoBasicSearch%3Fgroup%3Dnone%26amp%3Bwc%3Don%26amp%3Bfc%3Doff%26amp%3Bacc%3Doff%26amp%3BQuery%3Dstruggles%2Bof%2Btextile%2Bmill&ab_segments=0%2Ftbsub-1%2Frelevance_config_with_tbsub&refreqid=search%3A86bc29ed75df60634e22989c024bbb44&seq=1#page_scan_tab_contents, பா.நா.:26.7.2018.

36. மேலது .

37. மேலது .

38. ப. ஜீவானந்தம், *ப. ஜீவானந்தம் ஆக்கங்கள் - பகுதி 2*, பக்.1649.

39. www.jstor.org. (முன்னர்க் குறிப்பிட்டது).

40. ப. ஜீவானந்தம், *ப. ஜீவானந்தம் ஆக்கங்கள் - பகுதி 2*, பக்.1650,1651.
41. ப. ஜீவானந்தம், *ஜீவா பாடல்கள்*, ப.99.
42. https://ta.wikipedia.org/wiki/இந்தித்_ திணிப்பு_எதிர்ப்புப்_போராட்டம், பா.நா:25.11.2017.
43. ஆர். முத்துக்குமார், *மொழிப்போர்*, ப.26.
44. மா. இளஞ்செழியன், *தமிழன் தொடுத்த போர்*, பக்.70-75.
45. புலவர் த. அழகரசன், *இந்தி எதிர்ப்பு வரலாறு*, ப.21.
46. ஆர். முத்துக்குமார், மு.கு.நூ., பக்.35,37.
47. மா. இளஞ்செழியன், மு.கு.நூ., பக்.130-140., புலவர் த. அழகரசன், மு.கு.நூ., ப.21.
48. மா. இளஞ்செழியன், மு.கு.நூ., பக்.145-156.
49. மேலது, பக்.184-189.
50. https://ta.wikipedia.org/wiki/இந்தித்_திணிப்பு_ எதிர்ப்புப்_போராட்டம், பா.நா:25.11.2017.
51. ஆர். முத்துக்குமார், மு.கு.நூ., பக்.49-53.
52. மேலது, பக்.54-56.
53. புலவர் த. அழகரசன், மு.கு.நூ., ப.37.
54. https://ta.wikipedia.org/wiki/இந்தித்_திணிப்பு_எதிர்ப்புப்_ போராட்டம், பா.நா:25.11.2017.
55. கவிஞர் கருணானந்தம், *தந்தை பெரியார் வாழ்க்கை வரலாறு*, ப.313.
56. shothganga.inflipnet.ac.in/bitstream/10603/179460/9/chapter%205.pdf, பா.நா:20.12.2017.
57. புலவர் த. அழகரசன், மு.கு.நூ., ப.29
58. மேலது, ப.31.
59. https://ta.wikipedia.org/wiki/இந்தித்_திணிப்பு_எதிர்ப்புப்_ போராட்டம், பா.நா:25.11.2017.
60. கே.ஜி. இராதாமணாளன், *திராவிட இயக்க வரலாறு*, ப.272.
61. ஆர். முத்துக்குமார், மு.கு.நூ., ப.96.
62. https://ta.wikipedia.org/wiki/இந்தித்_திணிப்பு_எதிர்ப்புப்_ போராட்டம், பா.நா:27.11.2017.
63. ஆர். முத்துக்குமார், மு.கு.நூ., ப.99).
64. https://ta.wikipedia.org/wiki/இந்தித்_திணிப்பு_எதிர்ப்புப்_ போராட்டம், பா.நா:27.11.2017.
65. *தி இந்து* - 12.2.2015.
66. ஆர். முத்துக்குமார், மு.கு.நூ., ப.117.

67. மேலது, பக்.106-108.
68. கே.ஜி. இராதாமணாளன், மு.கு.நூ., பக்.274,275,
69. ஆர். முத்துக்குமார், மு.கு.நூ., ப.111.
70. https://ta.wikipedia.org/wiki/இந்தித்_திணிப்பு_எதிர்ப்புப்_போராட்டம், பா.நா:27.11.2017.
71. ஆர். முத்துக்குமார், மு.கு.நூ., ப.118.
72. http://keetru.com/index.php/2009-10-07-10-47-41/thamizhar-kannottam-jan16-2015/28270-50, பா.நா:29.11.2017.
73. *தி இந்து* - 25.1.2015.
74. ஐ. ஜெயராமன், *அதிர்வுகள்*, ப.46.
75. ஆர். இளங்கோவன், *பொன்மலை தியாகிகள் தியாகத்தின் இன்றைய முக்கியத்துவம்*, ப.8.
76. மேலது, ப.10.
77. மேலது, பக்.11,12.
78. எஸ்.கே. நம்பியார், *தென்னிந்திய ரயில்வே தொழிலாளர் இயக்கத்தின் மகத்தான வரலாறு*, பக்.81-85.,
தொழிலரசு - ஏப்ரல் முதல் ஆகஸ்ட் வரையிலான இதழ்கள், 1992.
79. ஆர். இளங்கோவன், மு.கு.நூ., ப.12.
80. மேலது, பக்.13,14.
81. எஸ்.கே. நம்பியார், மு.கு.நூ., ப.90.
82. என். ராமகிருஷ்ணன், மு.கு.நூ., பக்.82-85.,
https://theekkathir.in/2013/01/08/சின்னியம்பாளையம்-தியாகி/, பா.நா: 9.12.2017.
http://www.nammacoimbatore.in/article_view.php?newsId=6971, பா.நா: 9.12.2017.
83. *கலந்துரையாடல்* - ஆர். இளங்கோவன், 13.10.2018.,
எஸ்.கே. நம்பியார், மு.கு.நூ., பக்.166-170.
84. George Fernandes, *The rail strike of 1974 and the railwaymen's movement*, பக்.29,30.
85. மேலது, பக்.40.
86. எஸ்.கே. நம்பியார், மு.கு.நூ., ப.171.
87. மேலது, பக்.172-174.
88. இராமச்சந்திர வைத்தியநாத், *சென்னப்பட்டணம் மண்ணும் மக்களும்*, ப.288.
89. காண்க: *தொழிலரசு* - சனவரி 1995.
90. George Fernandes, மு.கு.நூ., பக்.30.

91. எஸ்.கே. நம்பியார், மு.கு.நூ., ப.173.
92. George Fernandes, மு.கு.நூ., பக்.31.
93. முகிலை இராசபாண்டியன், *தமிழக எல்லைப் போராட்டங்கள்,* நன்றியுரை.
94. மேலது, பக்.7-13.
95. பி. யோகீசுவரன், *திருவிதாங்கூர் தமிழர் போராட்ட வரலாறு,* பக்.2,3. , முகிலை இராசபாண்டியன், மு.கு.நூ., ப.15.
96. பி. யோகீசுவரன், மேலது, ப.130. , முகிலை இராசபாண்டியன், மேலது, பக்.16-21.
97. முகிலை இராசபாண்டியன், மு.கு.நூ., ப.23.
98. மேலது, பக்.40-45.
99. மேலது, ப.51.
100. மேலது, பக்.55-59.
101. அ. பெரியார், *தமிழ்நாடு எல்லைப் போராட்டமும் பெயர் மாற்றமும்,* பக்.72,73.
102. முகிலை இராசபாண்டியன், மு.கு.நூ., பக்.69-72.
103. மேலது, பக்.82,83.
104. அ. பெரியார், மு.கு.நூ., ப.53.
105. முகிலை இராசபாண்டியன், மு.கு.நூ., பக்.83-90.
106. மேலது, ப.94.
107. மேலது, ப.97.
108. அ. பெரியார், மு.கு.நூ., ப.53.
109. முகிலை இராசபாண்டியன், மு.கு.நூ., ப.105.
110. *தி இந்து* - 07.10.2017.
111. முகிலை இராசபாண்டியன், மு.கு.நூ., பக்.117-122.
112. மேலது, ப.126.
113. மேலது, ப.128.
114. மேலது, பக்.145-147.
115. அ. பெரியார், மு.கு.நூ., பக்.60,61.
116. முகிலை இராசபாண்டியன், மு.கு.நூ., ப.160.
117. மேலது, ப.171.
118. மேலது, பக்.177,178. , அ. பெரியார், மு.கு.நூ., பக்.64,65.
119. முதல்வர் பதவியிலிருந்த இராஜாஜியை மாற்றவேண்டும் எனும் கோரிக்கையை நேரு 'நான்சென்ஸ்' என்று சொன்னதாகவும் கருத்துண்டு (http://puthu.thinnai.com/?p=14643, பா.நா:5.3.2019).

120. மு. கருணாநிதி, *மும்முனைப் போராட்டம்; கல்லக்குடி களம்!*, பக்.7-16.
121. மேலது, ப.19.
122. மேலது, பக்.19,20.
123. கே.ஜி. இராதாமணாளன், மு.கு.நூ., பக்.230,231.
124. மு. கருணாநிதி, மு.கு.நூ., பக்.24-26.
125. மேலது, பக்.37-39.
126. கே.ஜி. இராதாமணாளன், மு.கு.நூ., ப.232.
127. https://www.facebook.com/media/set/?set=a.347761401946515.86325.322924201096902&type=3, பா.நா:5.5.2018.
128. https://en.wikipedia.org/wiki/Trams_in_India, பா.நா:11.3.2018.
129. இராமச்சந்திர வைத்தியநாத், மு.கு.நூ., ப.285.
130. *விடுதலை* - 13.4.1953.
131. இராமச்சந்திர வைத்தியநாத், மு.கு.நூ., ப.300.
132. *விடுதலை* - 13.4.1953.
133. மேலது, 15.4.1953.
134. http://www.annavinpadaippugal.info/katturaigal/dramway_vaelai.htm, பா.நா:9.3.2018.
135. விடுதலை - 25.4.1953.
136. மேலது.
137. மேலது.
138. மேலது.
139. கவிஞர் கருணானந்தம், மு.கு.நூ., ப.306., *விடுதலை* - 20.5.1959.
140. கவிஞர் கருணானந்தம், மேலது, ப.308.
141. https://keetru.com/index.php/2016-10-05-08-08-12/kaattaaru-july18/35510-2, பா.நா:19.3.2018.
142. கவிஞர் கருணானந்தம், மு.கு.நூ., ப.319.
143. மேலது, ப.318.
144. மேலது, பக்.319,320.
145. மேலது, ப.320.
146. http://www.tamilvu.org/ta/library-lA451-html-lA451top-151281, பா.நா:2.4.2018.
147. கலி. பூங்குன்றன், *அனைத்துச் சாதியினருக்கும் அர்ச்சகர் உரிமை ஏன்?*, ப.1.
148. மேலது, ப.2.
149. மேலது, ப.3.

150. மேலது, *ப.4.*

151. மேலது, *பக்.55-63.*

152. http://viduthalaidaily.blogspot.com/search?q=நோயாளி+செத்தார்,பா.நா:*15.3.2018.*

153. http://www.unmaionline.com/index.php/2016-magazine/155-jan-01-15/2986-உச்சநீதிமன்றத்-தீர்ப்பின்படி-அனைத்துச்-சாதியினரும்-அர்ச்சகராகலாம்.html, *பா.நா:16.3.2018.*

154. THE HINDU - *31.7.2018.*

155. http://www.kathirnews.com/2018/09/05/student-udayakumar-murder-mystery/, *பா.நா:5.4.2018.*

156. https://vimarisanam.wordpress.com/2016/05/09/முதலமைச்சர்-கருணாநிதி-ச/, *பா.நா:4.4.2018.*

157. http://www.kathirnews.com/2018/09/05/student-udayakumar-murder-mystery/, *பா.நா:5.4.2018.*

158. https://vimarisanam.wordpress.com/2016/05/09/முதலமைச்சர்-கருணாநிதி-ச/, *பா.நா:4.4.2018.*

159. பின்னாளில் சென்னை உயர்நீதிமன்ற நீதிபதியாக விளங்கியவர்.

160. https://timesofindia.indiatimes.com/city/chennai/behind-the-bull-story-depoliticisation-of-campuses/articleshow/56673942.cms, *பா.நா:5.4.2018.*

161. http://www.kathirnews.com/2018/09/05/student-udayakumar-murder-mystery/, *பா.நா:5.4.2018.*

162. https://vimarisanam.wordpress.com/2016/05/09/முதலமைச்சர்-கருணாநிதி-ச/, *பா.நா:4.4.2018*

163. http://www.kathirnews.com/2018/09/05/student-udayakumar-murder-mystery/, *பா.நா:5.4.2018.*

164. இரா. குசேலன், *இங்கும் ஒரு குருச்சேத்திரம்,* பக்.*324-329.*

165. மேலது, *பக்.332-343.*

166. மேலது, *பக்.346,339.*

167. மேலது, *பக்.348-351.*

168. மேலது, *ப.325.*

169. மேலது, *பக்.354-357.*

170. மேலது, *பக்.360-362.*

171. மேலது, *ப.364.*

172. மேலது, *பக்.366-371.*

173. மேலது, *பக்.371,372.*

174. மேலது, *ப.373.*

175. மேலது, பக்.374-388.

176. http://www.viduthalai.in/2011-07-25-07-58-59/138687-2017-02-25-11-00-52.html, பா.நா: 20.5.2017.

177. விடுதலை: தந்தை பெரியார் 103வது பிறந்தநாள் மலர், பக்.101,102.

178. விடுதலை - 4,5, மே 1981.

179. மேலது, 8,10, மே 1981.

180. மேலது, 9,10, மே 1981.

181. மேலது, 18.5.1981.

182. மேலது, 8.5.1981.

183. மேலது, 9,10, மே 1981.

184. மேலது, 6-12, மே 1981.

185. மேலது, 14.5.1981.

186. மேலது, 11.5.1981.

187. மேலது, 18.5.1981.

188. மேலது, 18,17,21, மே 1981.

189. மேலது, 17.5.1981.

190. மேலது, 25.5.1981.

191. மேலது, 17.5.1981.

192. மேலது, 7.5.1981.

193. மேலது, 8-16, மே 1981.

194. கோ. வீரய்யன், *சங்கம் படைத்த சரித்திரம்*, ப.78.

195. https://theekkathir.in/ஜனவரி-19-தியாகிகள்-தினம்-தீ/, பா.நா:8.6.2017.

196. கோ. வீரய்யன், மு.கு.நூ., பக்.79,80.

197. https://theekkathir.in/ஜனவரி-19-தியாகிகள்-தினம்-தீ/, பா.நா:8.6.2017.

198. http://tnptfnilgiris.blogspot.com/p/blog-page_21.html, பா.நா:20.5.2017

199. Meena Radhakrishnan, *Economic And Political Weekly* (இதழ்) - டிசம்பர் 21-28, 1985.

200. மேலது.

201. http://tnptfnilgiris.blogspot.com/p/blog-page_21.html, பா.நா:20.5.2017

202. Meena Radhakrishnan, மு.கு.இ.

203. http://tnptfnilgiris.blogspot.com/p/blog-page_21.html, பா.நா:20.5.2017.

204. Meena Radhakrishnan, மு.கு.இ.
205. மேலது.
206. மேலது.
207. மேலது.
208. Brindavan C. Moses, M.S.S. Pandian, *Economic And Political Weekly* -ஆகஸ்ட் 13, 1988.
209. http://tnptfnilgiris.blogspot.com/p/blog-page_21.html, பா.நா:20.5.2017
210. Brindavan C. Moses, M.S.S. Pandian, மு.கு.இ. , http://tnptfnilgiris.blogspot.com/p/blog-page_21.html, பா.நா:20.5.2017.
211. Brindavan C. Moses, M.S.S. Pandian, மு.கு.இ.
212. மேலது.
213. https://theekkathir.in/2016/02/07/உதித்த-போதே-போராட்டத்தில்/, பா.நா:24.5.2017.
214. Brindavan C. Moses, M.S.S. Pandian, மு.கு.இ.
215. https://theekkathir.in/2016/02/07/உதித்த-போதே-போராட்டத்தில்/, பா.நா:24.5.2017.
216. Brindavan C. Moses, M.S.S. Pandian, மு.கு.இ.
217. http://tnptfnilgiris.blogspot.com/p/blog-page_21.html, பா.நா:20.5.2017.
218. *India Today* - 15.10.1987.
219. மேலது.
220. https://m.dailyhunt.in/news/india/tamil/seithipunal-epaper-seipunal/yar+intha+maramvettikal+samookaneethi+borattam+oru+inam+vanjchikkappatta+boratta+varalaru-newsid-97105878, பா.நா:13.5.2017.
221. R. Vidyasagar, *Economic And Political Weekly* - மார்ச்சு 12, 1988.
222. https://www.youtube.com/watch?v=Fq6QZnglwfI, பா.நா:12.5.2017.
223. https://m.dailyhunt.in/news/india/tamil/seithipunal-epaper-seipunal/yar+intha+maramvettikal+samookaneethi+borattam+oru+inam+vanjchikkappatta+boratta+varalaru-newsid-97105878, பா.நா:13.5.2017.
224. http://www.keetru.com/index.php/2014-03-08-04-35-27/2014-03-08-12-18-14/22560-2013-01-07-07-44-54, பா.நா:13.5.2017.

225. https://www.youtube.com/watch?v=Fq6QZnglwfI, பா.நா:12.5.2017.
226. *India Today* - 15.10.1987.
227. *ஜூனியர் விகடன்* - 23.9.1987.
228. *India Today* - 15.10.1987.
229. *ஜூனியர் விகடன்* - 23.9.1987.
230. *India Today* - 15.10.1987.
231. http://abc.action.news/watch?v=2spgiUZVAt0, பா.நா:12.5.2017.
232. *கல்கி* - 4.10.1987.
233. https://www.youtube.com/watch?v=Fq6QZnglwfI, பா.நா:12.5.2017.
234. https://www.youtube.com/watch?v=Fq6QZnglwfI, பா.நா:12.5.2017.
235. *தி இந்து* - 17.5.2017.
236. மேலது.
237. எஸ். விஸ்வநாதன், *தலித் மக்கள் மீதான வன்முறை*, ப.50.
238. எஸ். சுந்தரம், *சமூகக் குற்றங்கள்*, ப.96.
239. *கவிதாசரண்* - ஆகஸ்ட் 2007 - பிப்பிரவரி 2008.

.....

இயல் நான்கு

வன்செயல் நிகழ்வுகள்: கவிதைகள்

உயிரினத்தின் பண்பியல்புகளில் முதன்மையானதாக அன்பும் சினமும் இருக்கின்றன. இரண்டின் உச்சத்திலும் வன்மை இடம்பெற்று விடுகின்றது. ஆனால் சினமானது அதன் தொடக்கநிலையிலேயே வன்மையை எய்துகின்றது. முறை தவறுகின்ற சினம், தொடக்கத்தில் கொடுமையாயிருந்து உச்சத்தில் வன்முறைக்கு மாறிவிடுகின்றது. இதன்பொருட்டுத் தூண்டடப்படும் செயல்களால் அழிவுகளே எஞ்சி நிற்கின்றன. குற்றங்களை விளைவிக்கும் இச்செயல்களே 'வன்செயல்கள்' எனக் கொள்ளப்படுகின்றன. வள்ளுவமும் 'தீய பிறத்தல் அதனால் வரும்' (குறள் - *303*) என்றுதான் உரைக்கின்றது. மானுட சமூகத்தில் தனிப்பட்ட விருப்பு வெறுப்புகள், ஆதிக்கத்தின் தவறான போக்குகள், சாதி, மத, இனப் பாகுபாடுகள் முதலியவற்றால் வன்செயல்கள் நிகழ்த்தப்படுகின்றன. இவற்றுள் வன்முறைகள், கலவரங்கள், கொலைகள், பாலியல் மற்றும் பிற ஆதிக்க வன்கொடுமைகள் உள்ளிட்டவை அடங்குகின்றன.

ஆறாம் அறிவு பெற்றிருந்தும் மானுடத்தில்தான் வாழ்வியல் நெறிகளிலிருந்து நிலைதவறுகின்ற போக்குகள் பெரும்பான்மையாக நடக்கின்றன. இவை வினையாற்றும் சமூகத்தில் அறநெறிகளும் வகுக்கப்பட்டுள்ளன. இவை பழங்காலத்திலேயே இலக்கியத்தில் இடம்பெறத் தொடங்கிவிட்டன. இலக்கியத்தின் தொடக்கத்திலிருந்தே அறங்கள் கற்பிக்கப்பட்டிருக்கின்றன. குறிப்பாகச் சங்கம் மருவிய கால இலக்கியங்கள் 'அற இலக்கியங்கள்' என்றே அழைக்கப்படுகின்றன. அவற்றுள், நெறியற்ற செயல்களைக் கண்டிப்பதும் நெறிப்படுத்துவதும் நிகழ்ந்திருக்கின்றன. இச்செயல்பாட்டை இலக்கிய வரலாறு இன்றுவரை பின்பற்றியும் வருகின்றது.

வரலாற்றின் ஒவ்வொரு பாகத்திலும் வன்செயல்கள் நிகழ்வதுவும், அவற்றுக்கு இலக்கியங்கள் எதிர்வினையாற்றுவதும் நிகழ்ந்தே வந்திருக்கின்றன. இலக்கியம் மக்களுக்கானதாக இயற்றப்படும்வரை அது அவர்களின் நன்மை தீமைகளில் பங்கெடுக்கவே செய்திருக்கின்றது. அப்பங்கெடுப்பின் வாயிலாக அது சமூக வரலாற்றுக்கு வினையாற்றத் தொடங்குகின்றது. பல்வேறுபட்ட வன்செயல்களின் பதிவுகளாக, அவற்றின் வரலாறாக, அவற்றுடைய வரலாற்றின் சாட்சியாக விளங்குகின்றன இலக்கியங்கள். ஓரிரு சொற்களிலும், ஓரிரு வரிகளிலும் அவை வரலாற்றுக்குக் கொடுக்கும் அழுத்தமென்பது மிக இன்றியமையாத தேவையாகின்றது. அவ்வழுத்தத்தின் வழியாகவே

அவ்வாறான நிகழ்வுகள் காலங்கடந்தும் பின்னைய தலைமுறைக்குக் கருத்துரைக்கப் பயன்படுகின்றன.

இருபதாம் நூற்றாண்டிலும் மனிதத் தன்மையிலிருந்து பிறழ்ந்த ஏராளமான வன்செயல்கள் நிகழ்ந்துள்ளன. அவற்றுள் பல, இலக்கியப் பதிவுகளிலும் இடம்பெற்றுள்ளன. கவிதை இலக்கியமே அவ்வாறான எண்ணிக்கையில் முதன்மைபெற்று விளங்குகின்றது. எனவே, அப்படியாகக் கவிதைகளில் பதிவாகியுள்ள அந்நூற்றாண்டின் வரலாற்றின் பகுதியான வன்செயல் நிகழ்வுகளையும், அவற்றைக் குறித்து எழுதப்பட்டுள்ள கவிதைத் தரவுகளையும் இப்பகுதி ஆராய்கின்றது.

ஆஷ் கொலை (17.6.1911)

ஆங்கிலேய ஆதிக்கத்தின் பிடியிலிருந்து நாடு விடுதலை பெறவேண்டும் எனும் எண்ணம் மேலோங்குதலுக்குப் பல்வேறு தரப்பு முயற்சிகள் காரணப்பட்டன. பேரியக்கங்களாக உருவெடுக்கும் முன்னர் அவை சிறு சிறு குழுக்களாக ஆங்காங்கே இயங்கலாயின. இருபதாம் நூற்றாண்டின் தொடக்கத்தில் நாடெங்கும் பரவத் தொடங்கிய 'சுதேசி இயக்கம்' திருநெல்வேலியில் குறிப்பாகத் தூத்துக்குடியில் செயல்பட்டது. அதில் தலையாய பங்கு வகித்தவர் வ.உ.சி. ஆவார். ஆங்கிலேயரின் வணிகம் சிதைவுற்றால் அவர்களை நாட்டிலிருந்து வெளியேற்ற முடியும் எனும் சிந்தனையில் இயங்கிய இவ்வியக்கத்தின் செயல்பாடாக ஆங்கிலேயர்க்கெதிராகச் சுதேசிப் பண்ட சாலை, நெசவாலை, கப்பல் நிறுவனம் முதலியவற்றை நடத்தலானார். இதனால் ஆங்கிலேயர்க்கு எதிரியான அவரை, 1908இல் அங்கு நடந்த 'கோரல் மில்' போராட்டத்தினை வழிநடத்தியதால் கைது செய்தனர். சுப்பிரமணிய சிவாவும் உடன் கைது செய்யப்பட்டார்.

மேற்கண்ட கைது நடவடிக்கையில் அப்போது துணை மாவட்ட ஆட்சியராக இருந்த இராபர்ட் வில்லியம் டி எஸ்கார்ட் ஆஷ் எனும் ஆங்கிலேயர் பங்குபெற்றார். இக்கைதுக்குப் பிறகு சுதேசி நிறுவனங்களை அழிக்கும் செயல்களையும் செய்தார். 1910 ஆகஸ்டில் திருநெல்வேலி மாவட்ட ஆட்சியராகப் பதவியேற்ற பிறகு, அங்கிருந்த குற்றால அருவியில் காலை இரண்டு மணிநேரம் ஆங்கிலேயர்கள் மட்டும் குளிக்கவும் அந்நேரம் இந்தியர்களுக்குத் தடைவிதித்தும் செயல்பட்டார். இது முதலிய கொடுஞ்செயல் பலவற்றினால் மக்களிடையே வெறுப்புணர்வினைப் பெற்றார். இதன் நீட்சியில் ஆஷைக் கொலை

செய்யும் திட்டத்தில் விடுதலை உணர்வுகொண்ட வாஞ்சிநாதன் பங்கு பெறலானார்.

ஆஷ், தமது மனைவியுடன் கொடைக்கானலில் படிக்கும் தம் பிள்ளைகளைப் பார்த்துவரப் பயணித்தார். அவர் பயணப்பட்ட ‘மணியாச்சி மெயில்’ எனும் இரயில் திருநெல்வேலியிலிருந்து புறப்பட்டு மணியாச்சி சந்திப்பை வந்தடைந்தது. இவ்விடம் இறங்கித் தூத்துக்குடியிலிருந்து வரும் ‘சிலோன் போட் மெயிலில்’ ஏறிக்கொள்வது ஆஷின் பயணத்திட்டம். அதனால் அந்த இரயில் வரும்வரை இந்த இரயிலிலேயே உட்கார்ந்திருந்தார்.மற்றவர்கள் இறங்கிவிட்டனர். அப்போது திருநெல்வேலியிலிருந்து அதே இரயிலில் வேறு பெட்டியில் பயணித்துவந்த வாஞ்சிநாதனும் அவருடன் வந்த இன்னோர் இளைஞனும் ஆஷ் இருக்கும் முதல் வகுப்புப் பெட்டியில் ஏறினர். ஏறியதும் வாஞ்சிநாதன் தம் கையிலிருந்த துப்பாக்கியை எடுத்து நீட்ட, ஆஷ் அதிலிருந்து நழுவத் தம் தொப்பியை எடுத்து வீசியும், வாஞ்சிநாதன் ஆஷின் மார்பில் சுட்டார். சிறிது நேரத்தில் ஆஷ் மரணம் அடைந்தார். இந்நிகழ்வுகள் காலை 9.30 மணியிலிருந்து 11.30 மணி வரை நடந்தேறின.[1]

துப்பாக்கிச் சத்தத்தைக் கேட்டதும் அங்கிருந்த காவல்துறையினர், காங்கித் (தண்டவாளப் பராமரிப்பு) தொழிலாளர்கள், பொதுமக்கள் சிலர் வாஞ்சியைத் துரத்தினர். துப்பாக்கியைக் காட்டி அவர்களையெல்லாம் மிரட்டியவாறே அங்கிருந்த ஆண்கள் கழிப்பறைக்குள் நுழைந்த அவ்விருபத்தைந்து வயது வாஞ்சி தம்மைத் தாமே வாய்வழியாகச் சுட்டுக்கொண்டு இறந்தார். இறந்தவரின் முகத்தில் வழிந்த இரத்தத்தினால் அங்கிருந்தவர்களால் எளிதில் அடையாளம் காண முடியவில்லை. ஆனால் குடுமி, பூணூல் முதலிய அடையாளத்தின் மூலமும், அவரது சட்டைப் பையிலிருந்த தமிழிலும் ஆங்கிலத்திலும் கையெழுத்திடப்பட்ட கடிதத்தின் வழியாகவும் பிறகு கண்டறியப்பட்டார். அக்கடிதத்தில்,

> *ஆங்கில சத்துருக்கள் நமது தேசத்தைப் பிடுங்கிக்கொண்டு, அழியாத ஸனாதன தர்மத்தைக் காலால் மிதித்துத் துவம்சம் செய்து வருகிறார்கள். ஒவ்வொரு இந்தியனும் தற்காலத்தில் தேசச் சத்துருவாகிய ஆங்கிலேயனைத் துரத்தி, தர்மத்தையும், சுதந்திரத்தையும் நிலைநாட்ட முயற்சி செய்து வருகிறான். எங்கள் ராமன், சிவாஜி, கிருஷ்ணன், குரு கோவிந்தர், அர்ஜுனன் முதலியவர் இருந்து தர்மம் செழிக்க அரசாட்சி செய்து வந்த தேசத்தில், கேவலம் கோமாமிசம் தின்னக்கூடிய ஒரு மிலேச்சனாகிய ஜார்ஜ் பஞ்சமனை (George V) முடிசூட்ட உத்தேசம்*

செய்துகொண்டு, பெருமுயற்சி நடந்து வருகிறது. அவன் (George) எங்கள் தேசத்தில் காலை வைத்த உடனேயே அவனைக் கொல்லும் பொருட்டு 3000 மதராசிகள் பிரதிக்கினை செய்து கொண்டிருக்கிறோம். அதைத் தெரிவிக்கும் பொருட்டு அவர்களில் கடையோனாகிய நான் இன்று இச்செய்கை செய்தேன். இதுதான் இந்துஸ்தானத்தில் ஒவ்வொருவனும் செய்ய வேண்டிய கடமை.

இப்படிக்கு
R.வாஞ்சி அய்யர்
R. Vanchi Aiyar of Shencotta [2]

என்றிருந்ததன் மூலம் வாஞ்சியின் கடித விவரங்களையும், ஐந்தாம் ஜார்ஜ் மன்னர் முடிசூட இருப்பதைத் தடுப்பதற்குச் செய்த திட்டத்தையும் அறியமுடிகின்றது. மேலும் '3000 மதராசிகள்' என்பது இந்தியப் புரட்சி இயக்கத்தின் தீவிரத்தினைக் காட்டுகின்றது. இந்த 'அபிநவ பாரத் சமிதி' எனும் இளம் இந்தியர் கழகத்தில் வ.உ.சி. முதல் வாஞ்சி வரை பங்கு வகித்துள்ளனர். தமது கழகத்தைச் சேர்ந்த வ.உ.சி.யைக் கைதுசெய்ததும், அவருக்குத் தண்டனை வழங்கப்பட்டதும் வாஞ்சியின் செயலுக்குக் கூடுதல் காரணம்.[3] இதன் பின்புலத்தை அறிந்து கொள்ளும் ஆங்கிலேய அரசாங்கத்தின் முயற்சிகளுக்கும் இக்கடிதம் வழிவகுத்தது.

கொலை நடந்த அன்றே செங்கோட்டையிலுள்ள வனத்துறைப் பணியாளர் சங்கர அய்யர் எனும் வாஞ்சியின் வீட்டைக் காவல்துறை சோதனையிட்டது. அதனூடாக, வாஞ்சியுடன் துணைவந்த இன்னோர் இளைஞனையும் தீவிரமாகத் தேடியது. அங்குக் கிடைத்த கடிதத் தகவல்களால் கே.வி. ஆறுமுகம் பிள்ளையை விசாரித்து, அவரிடம் பெறப்பட்ட வாக்குமூலத்தின்வழி வாஞ்சி உறுப்பினராக விளங்கிய அமைப்பு (பாரத மாதா சங்கம்) பற்றி அறியப்பட்டது. நீலகண்டப் பிரம்மச்சாரி, சங்கர கிருஷ்ண ஐயர், மடத்துக்கடை சிதம்பரம் பிள்ளை, முத்துக்குமாரசாமி பிள்ளை, வந்தேமாதரம் சுப்பிரமணிய ஐயர், சுப்பையா பிள்ளை, சோமசுந்தரம் பிள்ளை, மாடசாமி பிள்ளை, ஹரிகர ஐயர் என்பதாக ஒரு பட்டியலும், இதேபோல் ஒரு சங்கம் பாண்டிச்சேரியிலும் செயல்படும் தகவலும் கிட்டின. அங்குதான் வாஞ்சி துப்பாக்கி சுடும் பயிற்சி பெற்றதும், வ.வே.சு. ஐயர் அதற்குத் துணைநின்ற வரலாறும் அறியப்படுகின்றன.[4] தொடர்ந்து நடத்தப்பட்ட சோதனை, கைது, விசாரணை உள்ளிட்டவற்றின் வாயிலாகக் காவல்துறையால் அம்மாவட்ட நீதிமன்றத்தில் 1911 ஆகஸ்ட் 1இல் அரசுக்கெதிராகச் சதி செய்தவர்களென 13 பேர் மீது குற்றப்பத்திரிகை

தாக்கல் செய்யப்பட்டது. இவ்வழக்கே 'திருநெல்வேலி சதி வழக்கு' எனப்பட்டது. 1912 பிப்பிரவரி 15இல் அளிக்கப்பட்ட தீர்ப்பின்படி 9 பேர் குற்றவாளியாயினர்.

பாளையங்கோட்டையில் கிறித்து தேவாலயத்தின் கல்லறைத் தோட்டத்தில் ஆஷின் உடல் அடக்கம் செய்யப்படும் முன்னரே தம்முயிரையும் மாய்த்துக் கொண்ட, இவ்வரலாற்றுக்குச் சொந்தமான வாஞ்சிநாதனுக்காக 1980இல் குமரி அனந்தன் தலைமையில் மணியாச்சி இரயில் நிலையத்தின் பெயரினை 'வாஞ்சி மணியாச்சி' என மாற்றவேண்டிப் போராட்டம் நடைபெற்றது. ஆனால் அதற்கெதிராகத் துண்டறிக்கைகளும் பரப்பப்பட்டன.[5] இறுதியில் 1988 அக்டோபரில் அன்றைய பிரதமர் இராஜீவ் காந்தி பெயர்மாற்றத்தை நிறைவேற்றினார். பின்னர் உருவச் சிலையும் நினைவு மண்டபமும் (23.12.2013) அமைக்கப்பெற்றன. தமிழ்க் கவிதை வரலாற்றில் இத்தகு வாஞ்சியைக் குறித்த பதிவுகள் ஒரு சிலவே இடம்பெற்றுள்ளன. கே.சி.எஸ். அருணாசலம்,

இன்னும் சுடுகிறது
நீஉறங்கும் இப்பூமி!
.....
தொழிலாளர் இயக்கத்தைச் சுதந்திரத்தின் சுடர்க்கொழுந்தை
ரத்தப் பெருக்கினிலே நசுக்கி வெறிகொண்டு
பித்தம் தலைக்கேறிப் பேயாய்க் குதித்திட்ட
ஆஷ்துரையை அன்றுமணி யாச்சியிலே சுட்டொழித்து
அந்நியன்கை யாற்சாதல் ஆகா தெனநினைத்துத்
தன்னையும் சுட்டுச் சரித்திரத்தில் வீழ்ந்திட்டாய்

(பாட்டு வராத குயில், ப.72)

என்றிவ்வாறாக ஆஷின் அதிகாரத்தனத்தையும் வாஞ்சியின் செயலையும் 1972இல் 'சுதந்திரதின வெள்ளிவிழா வானொலிக் கவிதை'யாக 'வாஞ்சிநாதன்' எனும் தலைப்பில் கிடைத்த வாய்ப்பில் பதிவுசெய்திருக்கின்றார். வங்காளி ஒருவன் பேச்சுக்குப் பாரதி உரைத்த மறுபேச்சாக,

தேசபக்தியில்
தீரர்கள் வங்காளிகளாம்
தமிழர் இளைத்தவராம்
.....
கலெக்டர் ஆஷ் துரையைக்
கைத்துப்பாக்கியால் சுட்டது
துணிவு மிக்க ஒரு தமிழன்தான்
அறிவாயா நீ? *(சிற்பி கவிதைகள், தொகுதி - 2, ப.1290)*

என்பதனைக் குறிக்கும்போது, வாஞ்சி நிகழ்வினைத் தமது 'பாரதி கைது எண் 253' நூலில் சிற்பி குறிப்பிடுகின்றார்.

மணியாச்சியில் கேட்ட
வேட்டுச் சத்தத்தில்
தேசம் முழுவதும்
திரும்பிப் பார்த்தது.
சுதந்திரப் போரின்
சூடான சரித்திரத்தில்
அது ஓர் ரத்த அத்தியாயம்.
....
ஒரு கொடும்பாவியின்
பொம்மையல்ல-
ஒரு கொடும்பாவியே
கொளுத்தப்பட்டான்' *(கவிராஜன் கதை, ப.104)*

என்னும் வைரமுத்துவின் அடிகளின் மூலம், ஆஷ் எத்தகைய குணம் கொண்டவர், அக்கொலை ஏற்படுத்திய அதிர்வு எத்தகையது என்பவற்றுக்கெல்லாம் பதில்பெற முடிகின்றது.

இவ்வாறாக 'வல்ல வாஞ்சியைப் போல் தீரன்' எனப் பாரதிதாசன் ஒரு வரியானாலும் (பாவேந்தம் 17, ப.315) அழுத்தமாகக் குறிப்பிடும் வாஞ்சியையோ வாஞ்சியின் துப்பாக்கிச் சூட்டைப் பற்றியோ நிகழ்வின் சமகால, பிற்காலக் கவிஞர்களின் கவிதைகளில் பதிவு கிட்டவில்லை. மேற்கண்ட பதிவுகளைக் கவனிக்கையில் வாஞ்சிக்கென்றே ஆய்வுக்கவிஞர்களால் தானாய்த் தனிக்கவிதை எழுதப்படவில்லையென்றே தெரிகின்றது.

பிஜித் தீவில் தமிழர் வதை (1903 - 1916)

புலம்பெயர் வாழ்வில் பொருளாதார முன்னேற்றத்துடன் வாழ்பவர்களாலும் அது ஏற்கமுடியாத அல்லது பெருமகிழ்வற்றதாகவே இருப்பது உலக இயல்பு. அப்படியாயின் பொருளாதாரத்தைத் தேடிப் புலம்பெயரும் எளிய மக்களின் நிலை மிகவும் துன்பத்தை அளிக்கக்கூடிய ஒன்றாகும். இத்துன்பம் தமிழர்கள் வரலாற்றில் பெருங்கவலையாகிப் போனதற்குப் பிஜித் தீவில் தமிழர்கள் பட்ட வதையும் காரணமாகின்றது.

மெலனீசியா தீவில் பசிபிக் பெருங்கடலின் தெற்கே அமைந்துள்ளது பிஜித் தீவு. ஆசுதிரேலியாவிற்குக் கிழக்கே அங்கங்கே பரவியிருக்கும் ஏறக்குறைய 300 சிறுசிறு தீவுகளைக் கொண்டது. 'சர்க்கரை'

ஏற்றுமதிதான் இந்நாட்டின் முக்கிய வருமானமாகும். அதற்காக உலகெங்கிருந்தும் தொழிலாளர்கள் ஒப்பந்த அடிப்படையில் கரும்புத் தோட்டங்களில் வேலைசெய்ய இடைத்தரகர்களான கங்காணிகள்மூலம் அழைத்துவரப்பட்டனர். 19ஆம் நூற்றாண்டின் பிற்பகுதியிலிருந்து பிஜிக்குத் தமிழர்கள் செல்லத் தொடங்கினர். பெரும்பாலான எண்ணிக்கையில் 1900க்குப் பிறகு 1916க்கு இடைப்பட்ட காலத்தில் தமிழர்கள் அழைத்துச் செல்லப்பட்டனர். புள்ளிவிவரமொன்று 1903இல் மட்டும் அங்குச் சென்ற 589 இந்தியர்களில் 164 பேர் தமிழர்களாக இருந்தனர் என்றும், 1879 முதல் 1916வரையிலான காலத்தில் அங்குக் கப்பல்களில் சுமார் 65 ஆயிரம் தொழிலாளர்கள் இந்தியாவிலிருந்து சென்றுள்ளனர் என்றும் தெரிவிக்கின்றது.[6] இவர்களில் தெலுங்கர்களும் அதிகமாக இருந்தனர்.

பல நாடுகளிலிருந்தும் 1 முதல் 5 ஆண்டுகள் ஒப்பந்த அடிப்படையில் பிஜிக்குச் சென்றார்கள். அதிலும் இந்தியர்கள் பெரும்பாலும் 5 ஆண்டு ஒப்பந்தத்திலேயே அழைத்துச் செல்லப்பட்டுள்ளனர். குறுகிய கால ஒப்பந்தம் என்றால் அடிக்கடி அழைத்துவர, தங்கவைத்துப் பார்த்துக்கொள்ளச் செலவு அதிகம் என்பதாலும், கரும்பு விளைவிப்பதில் அனுபவப்படவே ஆறுமாத காலம் ஆகிவிடுமென்று முதலாளிகள் நினைத்ததாலும் நீண்ட கால ஒப்பந்தத்தையே விரும்பினர். பீகார், பஞ் சாப், வங்காளம் முதலிய பகுதிகளிலிருந்தும் கொண்டு செல்லப்பட்டார்கள். ‘கம்பெனி’ வழிகாட்டலின்கீழ் ‘கூலி’களை வேலை வாங்கும் அதிகாரிகள் ‘சர்தார்’ எனப்பட்டனர். இவர்கள் வருமானத்திற்குக் கூலிகளிடமிருந்தும் தரகுப் பணம் பெறப்பட்டது.

எளிய கிராம மக்களிடம் அவர்களின் வறுமை, ஏழ்மையைப் பயன்படுத்தி, தங்களை அரசின் அதிகாரிகளாகக் காட்டி ஏமாற்று வேலைகளைச் செய்தே கங்காணிகள் மதிமயக்கினர். காவல்துறையின் ஒத்துழைப்பும் இருந்துள்ளது. பிஜி கல்கத்தாவிற்குப் பக்கத்திலுள்ள மாவட்டம் என்று படிப்பறிவற்றவர்களிடமும், படித்தவர்களிடம் ஆசிரியர் பணி அல்லது படிப்புக்கேற்ற வேலையென்றும், பஞ் சாப்காரர்களிடம் இராணுவம், காவல்துறைப் பணியென்றும் சூழலுக்கேற்ப ஆசைவார்த்தை கூறி அழைத்துச் செல்வர். சில ஆண்களை வீட்டினருக்குத் தெரியாமல் வெளிஇடங்களில் வைத்துப் பேராசை தூண்டியும், பெண்களை உறவினர் வீட்டுக்கு அழைத்துச் செல்வதாக, சமகாலத்தில் பரவலாகப் பேசப்படும் புனிதத் தலங்களுக்கு அழைத்துச் செல்வதாகவும் பேசி அழைத்துச்சென்று தங்கள் இடத்தில் தங்கவைப்பர். ஆதரவற்றவர்களை வலிந்து தூக்கிக்கொண்டு போயினர்.

பிஜிக்குச் செல்லும்முன் 3 இடங்களில் தங்கவைக்கப்பட்டனர். வடஇந்தியாவிலும், சென்னையிலும் இவர்களுக்கான இடம் இருந்தது. அங்கிருந்து கடல்வழியே அழைத்துச்செல்லப்பட்டனர். இடையில் மருத்துவப் பரிசோதனையில் தகுதிப்படாதவர்களை அங்கங்கே விட்டுவிடுவர். இந்தியர்களில் 80 விழுக்காடு வஞ்சகம் செய்தே கங்காணிகளால் அழைத்துச் செல்லப்பட்டுள்ளனர். காரணம், கூலிகள் எண்ணிக்கைக்கேற்பப் பணம் கிடைத்தது. மேலும் பெண்களைச் சேர்த்தால் அதற்குத் தனியாகப் பணம் தரப்பட்டது. சான்றாக, ஆண்கூலிக்கு 45 ரூபாய் பெற்றவர்கள் பெண்கூலிக்கு 55 ரூபாய் பெற்றனர்.[7]

செல்லும் வழியில் கங்காணிகள் நடவடிக்கையில் ஐயுற்று, பொய்யெனத் தெரிந்ததும் ஹூக்ளி நதியிலும் கடலிலும் குதித்து இந்தியர்கள் தற்கொலை செய்துள்ளனர். இதுகுறித்து 'இந்தியப் புலம்பெயர்வு அறிக்கை'யில் தகவல்கள் உள்ளன. பிஜியிலும் தற்கொலைகள் அதிகரித்ததால் பிஜி அரசு, 'மதராசி'கள் வந்தபிறகே குற்றம், தற்கொலை பெருகியதென்று மேலும் கொடுமைக்குள்ளாக்கினர். உலகளவில் இந்தியாவில் மட்டும்தான் 20 ஆயிரம் பேருக்கு ஒருவர் தற்கொலை செய்துகொள்கின்ற நிலையில், பிஜியில் 950 பேருக்கு ஒருவர் தற்கொலை செய்துகொள்வது நிகழ்ந்தது.[8]

பெருங்கனவுகளுடன் பொருளாதாரத்திற்காகப் பிஜி சென்ற மக்களுக்கு ஏமாற்றம் கிடைக்கத் தொடங்கியது. இந்தியாவில் கூலி 2 அணா என்றால் அங்கு 12 அணா என்று ஒப்பந்தம் செய்தனர். ஆனால் இந்தியாவில் 5 அணா ஆகக்கூடிய செலவு அங்கு 12 அணா ஆனது. ஒரு வாரத்திற்கு ஒருவரின் வருமானம் 4 ரூபாய் 2 அணாவில், சாப்பாடு செலவு 3 ரூபாய் ஆனது. அதுமட்டுமல்லாது சந்தை மதிப்பில் நான்கில் ஒரு மடங்கு கூலியே கொடுத்தனர். விவசாயத்தொழில் என்று போனவர்களுக்கு இறைச்சி வெட்டும் வேலை கொடுத்தனர். இப்பணியில் பெரும்பாலும் இந்தியர்களே அமர்த்தப்பட்டனர். அது அவர்களுக்கு ஏற்பில்லாமல் இருந்தது.[9] பல முதலாளிகளுக்கும் கூலிகள் அனுப்பிவைக்கப்பட்டனர்.

பெண்களுக்குக் குழந்தைகளைப் பராமரிக்க வசதி கிடையாது. உரிமையற்ற, தூய்மையற்ற வாழ்க்கையே கிடைத்தது. சிறுவர்களையும் பதிவுகளில் வயது அதிகம் காட்டி அழைத்துவந்திருந்தனர். குடும்பத்துடன் அழைத்துச் செல்லப்படுவதில்லை. அங்கு நான்கைந்து ஆண்களுக்கு ஒரு பெண் எனும் அளவில் பெண்கள் இருந்தனர். இதனால் பாலியல் தொல்லைகளுக்கு ஆளானார்கள். பாலியல்

தொழிலில் ஈடுபடும் பெண்களின் சூழலிலேயே அதற்கு உடன்படாத பெண்களையும் தங்க வைத்தனர். மேலும் திட்டமிட்டே விலைமகளிரை அழைத்துச் சென்றும் உள்ளனர். தென்ஆப்பிரிக்காவில் சீனர்களின் ஒப்பந்தத்திலிருந்த தமிழர்களைவிடப் பிஜியில்தான் கொடிய வதைகளுக்குள்ளாகி இருந்தனர். தங்கள் நிலையை எண்ணி மனம் சோர்ந்தனர். குடும்பத்திற்கோ உறவினர்க்கோ கடிதம் எழுதுவதென்பது இயலாத ஒன்றாக இருந்தது.

சிலர் தங்களுடைய நிலை தெரிந்தால் தங்கள் கிராமங்களில் ஏற்படும் இழிவுநிலையைக் கருத்தில்கொண்டு கடிதமே எழுதுவதில்லை. எழுதப்படும் கடிதங்களையும் அஞ்சல்துறை அனுப்பி வைப்பதில்லை. இதுபோன்று, மருத்துவ வசதி உட்பட எவ்வித வசதியும் சரிவரக் கிடைக்கவில்லை. எந்த இந்திய விழாக்களையுமே அவர்கள் கொண்டாட முடிந்ததில்லை.[10] இவற்றையெல்லாம் தாண்டி மொழிப் பிரச்சினை அவர்களுக்குப் பெரும் மனஉளைச்சலைத் தந்தது. அதிகாரிகள், உடனிருப்பவர்கள் பேசுவது புரியாமல் தவித்தனர். இந்திமொழி பேசும் மக்கள் அதிகமென்பதால் 'மதராசி'கள் கிண்டலுக்குள்ளாயினர்.

கரும்புத் தோட்டங்கள் பெரும்பாலும் ஆசுதிரேலியாவின் சி. எஸ்.ஆர். நிறுவனத்திற்குச் சொந்தமானது. அங்கு ஏர் உழுவது, கரும்பு நடுவது, உரமிடுவது, அறுவடை செய்வது, புல் வெட்டுவது முதலான வேலைகளைச் செய்தனர். விடியலிலிருந்து இருட்டும்வரை வேலை செய்யவேண்டி இருந்தது. உடல்நிலை கருதி வேலைக்கு வராவிட்டாலோ ஒரு நாளுக்குக் குறிக்கப்படும் வேலையை முடிக்காவிட்டாலோ அவர்களுக்கு அடி, உதை, வசையெனத் தண்டனை உண்டு. சில நேரங்களில் கூலியும் குறைக்கப்படும். மேலும் நீதிபதிகள்முன் நிறுத்தப்பட்டுத் தண்டத்தொகையும் விதிக்கப்பெறும். இல்லையெனில் இறுதியாகச் சிறைத் தண்டனை உண்டு (சிலவற்றில் நீதிமன்றம் இருந்தது ஆறுதலளித்தது). ஒப்பந்தம் முடிந்தவர்களை வெளியனுப்பாமல் தொடர்ந்து வேலைக்குட்படுத்தினர். மறுத்தவர்களைச் சிறையில் வைத்தனர். சர்க்கரை ஆலைகளில் இரவுப் பணியையும் செய்யவைத்தனர். ஆனால் கூடுதல் கூலி இல்லை. அங்கு விபத்தானவர்கள் வேலையிழந்து, இழப்பீடு ஏதுமின்றிக் கைவிடப்பட்டனர்.

சி.எஃப். ஆண்ட்ரூஸ், டபிள்யூ.டபிள்யூ. பியர்சன் எனும் இருவரும் அங்கிருந்த ஒப்பந்தத் தொழிலாளர்களின் கருத்துகளையும் குறைகளையும் கேட்டு அவற்றை 'Report on Indentured Labour in Fiji' என்ற பெயரில் ஓர் அறிக்கையாக 1916 பிப்பிரவரியில் வெளியிட்டனர். இவ்வறிக்கையை

அடிப்படையாக வைத்தே இவ்வாய்வில் நிகழ்வின் தகவல்கள் எழுதப்பட்டுள்ளன. இதில் ஒருமுறை சென்றவர்கள் திரும்ப அங்குச் செல்ல விரும்புவதில்லை என்றும், சிலரே இரண்டாவது முறை சென்றுள்ளார்கள் என்றும் கூறப்பட்டுள்ளது. மேலும் 32 ஆண்டுகளாக ஊதியம் உயர்த்தப்படவே இல்லை என்றும் குறிப்பிடப்பட்டுள்ளது. இவ்வறிக்கை மற்றும் இவ்விருவரின் முயற்சியால் பிஜி அரசாங்கம் கூலியை உயர்த்திக் கொடுத்தது. மேலும் 1917இல் 'கொத்தடிமைக் குத்தகைச் சட்டம்' ஒழிக்கப்பட்டது.

தொழில் அனுபவம் பெற்ற, ஒப்பந்தம் முடிந்த கூலிகளில் சிலருக்குப் பத்து ஏக்கர் நிலம் பத்தாண்டுகளுக்குக் குத்தகை விடப்படும். அதில் அவர்களால் 9 ஏக்கர் கரும்பு விவசாயம் செய்யப்படவேண்டும். அறுவடையின்போது குறைந்த விலைக்கு அதனைப் பெற்றுக்கொள்வார்கள் அல்லது சர்க்கரை ஆகி விற்பனையாகும் வருமானத்தில் 30 விழுக்காடு இவர்களுக்குக் கிடைக்கும். இதுபோல் அங்குள்ள தனியார் நிறுவனங்கள் 180 பேருக்கு 2200 ஏக்கர் நிலம் தந்து விளைவித்துத் தரச்சொல்லின.[11] இவ்வாறான விடயங்களில் கூலிகள் சிலர் முன்னேற்றமடையவும் செய்துள்ளனர். ஆனால் கல்வி அடிப்படையில் எவ்விதச் செயல்பாடும் இல்லை. தமிழருக்குத் தக்கது செய்யப்படாவிட்டாலும் புலம்பெயரும் இடத்தையெல்லாம் வாழவைத்தவர்கள் தமிழர் என்று தேசிக விநாயகம் பிள்ளை,

தென்னாடு விட்டேகித் தீவாந் தரத்தையெலாம்
பொன்னாடாய் மாற்றிப் புரந்திடுவோர் - எந்நாளும்
ஓங்கும் அறிவால் உழைப்பால் பெரும்புகழைத்
தாங்கும் தமிழரே தாம் *(மலரும் மாலையும், ப.133)*

எனப் 'பிஜித் தீவுத் தமிழருக்கு' எனும் தலைப்பிலான கவிதையிலுள்ள வெண்பாவில் முன்வைத்திருப்பார். ஆனால், வதைபடுவதே தமிழர் வாழ்வானது.

இவ்வாறெல்லாம் வாழ்க்கைத் துன்பத்தில் உழன்றுகொண்டிருந்த கூலிகளில், ஒப்பந்தம் முடியாதா, தாய்நாட்டினைச் சேரமாட்டோமா என அங்கிருந்த இந்தியப் பெண்கள் ஏங்கிய நிலையைப் பாரதி,

நாட்டை நினைப்பாரோ? - எந்த
நாளினிப் போயதைப் பார்ப்பதென்றே யன்னை
வீட்டை நினைப்பாரோ? - அவர்
விம்மி,விம்மி,விம்மி,விம்மி, யழுங்குரல்
கேட்டிருப்பாய் காற்றே! - துன்பக்
கேணியிலே யெங்கள் பெண்க ளழுதசொல்

மீட்டு முரையாயோ? - "அவர்
விம்மி யழவுந் திறங்கெட்டுப் போயினர்!"
(கால வரிசையில் பாரதி பாடல்கள், ப.676)

என்று உருகி, அப்பெண்களின் உளம் உரைத்திருக்கின்றார். 'கரும்புத் தோட்டத்திலே' எனத் தொடங்கும் இப்பாடலின் தலைப்பே 'பிஜித் தீவிலே கரும்புத் தோட்டங்களில் ஹிந்து ஸ்த்ரீகள்' என்றுதான் இயற்றப்பட்டிருக்கின்றது. பாரதியின் இப்படைப்பிற்கும் மூலமாகச் சி.எஃப். ஆண்ட்ரூஸ் இருக்கின்றார்.[12] பின்னாளில் இப்பாடலிலுள்ள 'துன்பக்கேணி' என்ற சொல், புலம்பெயர்ந்து தேயிலைத் தோட்டங்களில் உழன்ற மக்களின் வாழ்வியல் குறித்த புதுமைப்பித்தன் சிறுகதைக்குத் தலைப்பாகியுள்ளது. பாரதி பாடல்களின் பெருமையைக் காட்டுகின்ற கவியில் தேசிக விநாயகம் பிள்ளையும்,

'கரும்புத் தோட்டத்திலே' - எனுங்கவி
காதைச் சுடுகுதடா!
இரும்பு நெஞ்சமுமே - நீராய்
இளகி யோடுதடா! *(மலரும் மாலையும், ப.32)*

என்று, இப்பாடலின் வலியை எண்ணிக் குமைந்திருப்பார். பிஜியில் தமிழர்நிலை குறித்து இவ்விருவர் தவிர வேறு யாரும் கவிதை இயற்றி-யிருக்கவில்லையெனினும் பாரதியின் இப்படைப்பையே தமது கவிதையில் நினைவுகூர்கின்றார் இரா. மீனாட்சி. அவர்,

தெற்கு மூலையில் திரு. பாரதி பாட்டு
'கரும்புத் தோட்டத்திலே! ஆ...'
கம்பளம் கிழிந்தது. *(மீனாட்சி கவிதைகள், ப.172)*

என்று, வரலாற்றில் தமிழ்ச் சமூகத்தின் பெருமைக்குரிய கூறுகள் ஒவ்வொன்றையும் காட்டிப் பாரதியின் பாட்டு வெளிப்படுத்தும் வரலாற்றால் அப்பெருமைக்குரிய தமிழினம் அடைந்திருக்கும் துயர நிலைக்கு வருந்துகின்றார். பாரதி பாடலின் தாக்கத்தில் ஜீவாவின் 'வேண்டுகோள்' கவிதையும் (ப.ஜீவானந்தம் ஆக்கங்கள், பகுதி - 1, ப.8) அதே மெட்டில் இயற்றப்பட்டிருக்கின்றது.

இவ்வாறெல்லாம் தமிழர்கள் உள்ளிட்ட இந்தியத் தொழிலாளர்களை அடிமைப்படுத்தியாண்ட பிஜியே, 1874 தொடங்கிப் பிரித்தானியர்களின் ஆட்சிக்கு ட்பட்டிருந்து 1970ஆம் ஆண்டில்தான் விடுதலை பெற்றது. 1980களில் ஏற்பட்ட ஈழத்தமிழர் எழுச்சியின் பிறகே இங்கும் தமிழர்கள் விழிப்புணர்வு பெற்றனர்.

புளியங்குடி வன்முறை (1946)

சாதிய வன்முறைகளால் பரவலாக அறியப்பெற்ற ஊர் புளியங்குடி. சிதம்பரம் வட்டாரப் பகுதியான இக்கிராமத்தில் ஆதிக்க சாதியினரின் கட்டுப்பாடுகள் மேலோங்கியிருந்தன. குறிப்பாக, ஒடுக்கப்பட்ட சமூகத்தின் ஆண்கள் நல்ல ஆடை அணிதல், முடிவெட்டிக் கொள்ளுதலும், பெண்கள் மேலாடை அணிதல், நகைகளை அணிதலும் தடைசெய்யப்பட்டிருந்தன. அச்சமூகத்துப் பிணங்களை ஊரிலுள்ள தெருக்களின் வழியே எடுத்துச்செல்லல் கூடாது, அவர்கள் பகுதியையொட்டி ஓடும் வாய்க்காலில் இறங்கிக் குளித்தல் கூடாது என்றும் அம்மக்கள் பித்தளைப் பாத்திரங்களையே பயன்படுத்தக்கூடாது முதலிய கட்டுப்பாடுகள் விதிக்கப்பட்டிருந்தன.

அன்றைய தென்னார்க்காடு மாவட்டத்தின் புளியங்குடியில் ஒடுக்கப்பட்ட சமூகத்தைச் சேர்ந்தவர் இராணுவ வீரர் வடமலை. இவர் இராணுவத்தில் பணிபுரிந்து 1946ஆம் ஆண்டு ஊருக்கு வந்திருந்தார். அவரது ஆடை மற்றும் மீசை வைத்திருந்த தோற்றத்தை விரும்பாத வன்னிய சமூகத்தினர் அவரைக் கட்டுப்பாட்டுக்குள் கொண்டுவர எச்சரிக்கை செய்தனர். அதற்கு உடன்படாத வடமலையைக் கட்டிவைத்து 3 நாள்களாகத் தாக்கித் துன்புறுத்தினர். மேலும் அவரது மீசையை நெருப்புவைத்துக் கொளுத்தியுள்ளனர்.[13] இராணுவ வீரர் என்றும் பாராமல் வடமலைக்கு ஏற்பட்ட இவ்வன்செயல் நிகழ்வினைப் பிற்காலத்தில் செவிவழியறிந்த பழமலய்,

1946-
சிதம்பரம் தாலுக்கா புளியங்குடி.
எல்லா ஆண்களைப் போலத்தானே
எங்கள் ஆண்களுக்கும் முளைக்கிறது மீசை.
எக்ஸ்-சர்வீஸ் மேன் வடமலை; ஆண்.
எச்சரிக்கையை மதிக்கவில்லை.
நீல மேகப்படையாட்சி நெருப்புவைக்கிறார்!
கட்டிவைத்து-கொள்ளி வைப்பது போல.
.....
இரவிக்கை போடக்கூடாது நாங்கள்.
எங்கள் முலைகளை மட்டும்
எல்லோரும் பார்க்க வேண்டும்.
சொல்லியிருக்கலாம்:
‘கோமணமும் கட்டக்கூடாது’ என்று!

(பழமலய் கவிதைகள், ப.229)

என்று தமது கவிதையில் பதிவுசெய்கின்றார். மேலும் வடமலையின் மீசைக்கு நெருப்பிட்டது 'நீலமேகம் படையாச்சி' என்பதையும், 'வேலைக்கு வரமுடியாமல் போனதற்காக உடையூர் முத்துக்குமரன் பிள்ளை, தாழ்த்தப்பட்டவரின் வீட்டுவாயிலை முள்வைத்து அடைத்தது' முதலிய ஆதிக்கத்தையும் பழமலய் கவிதையின் வழியே அறியமுடிகின்றது. இவ்வாறான பல கொடுமைகள் காரணமாகத்தான் அம்மக்கள் புளியங்குடியிலிருந்து தங்கள் குடிசைகளைக் காலிசெய்துவிட்டு அருகிலுள்ள பிள்ளையார்தாங்கல் பகுதிக்கு இடம்பெயர்ந்தனர். பழமலய்யின் கவிதைவழிதான் இவ்வரலாற்று நிகழ்வு தமிழ்க் கவிதை வரலாற்றிற்குக் கிடைக்கின்றது.

பிந்தைய காலகட்டங்களில், அதாவது இருபதாம் நூற்றாண்டின் பிற்பகுதியில் அவ்வப்போது வன்முறைகள் தொடர்ந்து நிகழ்ந்து வந்திருக்கின்றன. எண்பதுகளின் முதல்பாதியில் பதற்றநிலையிலேயே இருந்துவந்த புளியங்குடி திருநெல்வேலி மாவட்டப் பகுதியாகும். இதுபோன்ற வன்முறை 1995ஆம் ஆண்டிலும் இங்கு (சிதம்பரம் புளியங்குடி) நடைபெற்றுள்ளது. 2000ஆம் ஆண்டு மே 26இல் விதிமீறல்களை எதிர்த்த காந்தி, வெள்ளையன், மதியழகன் எனும் 3 ஒடுக்கப்பட்ட இளைஞர்கள் தூங்கும் நிலையிலேயே கழுத்தறுத்துத் தலை துண்டிக்கப்பட்டுக் கொலைசெய்யப்பட்டுள்ளனர்.

இருபதாம் நூற்றாண்டின் பின்னிருபது ஆண்டுகள் சாதி, மதக் கலவரங்களால் அடர்ந்திருக்கின்றன. அதிலும் சாதிய நிகழ்வுகள் அதிகமாகவும், அவை தென்மாவட்டங்களிலே அதிகமாக நிகழ்ந்தவையாகவும் உள்ளன. இவற்றுள் புளியங்குடியும் (திருநெல்வேலி) இராசபாளையமும் அடிக்கடி மோதல்கள் ஏற்படுகின்ற பகுதிகளாக அறியப்பட்டவை. இராசபாளையப் பகுதிகளில் 1980, 1996, 1997 ஆகிய ஆண்டுகள் உள்ளிட்டு அவ்வப்போது மோதல்கள் நடந்துள்ளன. அதனால்தான்,

உலகத் தமிழர்களே!
ஒன்றுபடுங்கள்
புதியதோர்
தமிழகம் செய்வோம்
கெட்ட
போரிடும் ராஜபாளையங்களை
வேரோடு சாய்ப்போம் (அறிவுமதி, ப.291)

என்று அறிவுமதியின் கவிதையில் எழுதப்பட்டிருக்கின்றது. தென்மாவட்டக் கலவரங்களுக்காக வைரமுத்து பொதுவான

தன்மையில் இரண்டு கவிதைகளை (இந்தப் பூக்கள் விற்பனைக்கல்ல, ப.108 - பெய்யெனப் பெய்யும் மழை, ப.35) இயற்றியிருக்கின்றார்.

சிவபுரம் சிலை கடத்தல் (1956)

இந்திய நாட்டினுடைய பொருட்கள் வணிகத்தின் பொருட்டும், இம்மண்ணைக் கைப்பற்றுவதற்காகத் தொடுக்கப்பெற்ற போரில் கொள்ளை அடிக்கப்பட்டதன் வழியாகவும் வெளிநாட்டிற்குச் சென்றன. அதன்பின்னர் ஆங்கிலேய ஆதிக்கத்தின் பிடிக்குள்ளிருந்தபோது அதிகாரத்தோடு தாவர வளங்களும் நாடுகடத்தப்பட்டன. இன்று, விடுதலையடைந்து நீண்ட காலமாகியும் அந்நிலை வேறு வடிவத்தில் தொடர்கின்றது. நிலவளம், நீர்வளம் உட்பட எல்லா வளங்களும் தனியார் பெருமுதலாளிகளுக்கும், வெளிநாட்டு நிறுவனங்களுக்கும் கொள்ளை போகின்றன. அவ்வாறு கொள்ளைபோன தமிழகத்தின் கலை வளங்களுள் ஒன்றுதான் பத்தாம் நூற்றாண்டைச் சேர்ந்த சிவபுரம் நடராசர் சிலை.

தஞ்சை மாவட்டம் சிவபுரத்தில் 1951ஆம் ஆண்டு அன்னமுத்து என்பவரது நிலத்திலிருந்து ஆறு ஐம்பொன் சிலைகள் கண்டெடுக்கப்பட்டன. அவை அரசாங்கத்திடம் ஒப்படைக்கப்பட, அன்றைய மாவட்ட ஆட்சியர் அச்சிலைகளை அங்குள்ள சிவகுருநாதர் கோயிலுக்கு வழங்கிவிட்டார். அவற்றுள் நடராசர், விநாயகர், சோமாசுகந்தர், திருஞானசம்பந்தர் ஆகியோர் சிலைகளுடன் அம்மன் சிலைகள் இரண்டும் அடங்கும். சிலைகளின் தூய்மைப் பணியில் ஈடுபட்ட சிலை வல்லுநரான கும்பகோணம் இராமசாமி, அச்சிலைகளின் பெருமையையும் மதிப்பையும் உணர்ந்து, போலிச் சிலைகளைத் திரும்பத் தந்து உண்மைச் சிலைகளை வசப்படுத்தி, 1956ஆம் ஆண்டு விலையாக்கிவிட்டார்.

இங்கிலாந்து ராணி எலிசபெத்தின் சென்னை வருகைக்காக 1960இல், பம்பாய் கலைப்பொருள் வணிகர் லான்சு டேன் சிறப்பு மலர் ஒன்றினை வெளியிட்டார். அம்மலர்தான் நடராசர் சிலை கடத்தப்பட்ட விவரம் வெளிவர அடிப்படையாக அமைந்தது. அவ்வரலாற்றைக் குள. சண்முகசுந்தரம்,

> *அந்த மலரில் சிவபுரத்தில் கண்டெடுக்கப்பட்ட (உண்மையான) நடராஜர் சிலையின் புகைப்படம் பளிச்சிடுகிறது. அதைப் பார்த்துவிட்டு பிரிட்டிஷ் மியூசியத்தின் பொறுப்பாளர் டாக்டர் டக்ளஸ் பேரட் அடுத்த சில நாட்களில் சென்னை வருகிறார். சோழர் காலத்துச் சிலைகள் குறித்து புத்தகம் எழுதவேண்டும் என்பதுதான் அவரது*

இந்தியப் பயணத்தின் நோக்கம். அதற்காக ஓராண்டு காலம் தமிழகத்தில் தங்கிஇருந்த பேரட், சிவபுரம் கோயிலுக்கும் சென்று அங்கிருந்த சிலைகளையும் பார்வையிட்டார். தமிழகத்தில் தனது தேடலை முடித்துக் கொண்டு மும்பை சென்ற பேரட், அங்கிருந்து இங்கிலாந்து திரும்பியதும் 'சவுத் இண்டியன் பிரான்சஸ்' என்ற தனது புத்தகத்தை வெளியிட்டார் [14]

என்று எழுதியுள்ளார். இப்புத்தகத்தின்வழிச் சிவபுரத்தில் போலிச்சிலை, பம்பாயில்தான் உண்மைச்சிலை இருக்கின்றதென்பது வெளிப்பட்டது. இதன்மூலம் அரசாங்கம் சிலையை, லான்சு டேன் பம்பாய்க்குக் கடத்தியிருப்பதைக் கண்டுபிடித்தது. ஆனால் சிலையை நெருங்குவதற்குள் அதனைப் பென் ஹெல்லர் என்பவருக்கு விற்றுவிட்டார் டேன். சிலை அங்கிருந்து 1962இல் அமெரிக்காவின் நார்டன் சைமனால் ரூபாய் 75 இலட்சத்துக்கு (சுமார் 1 ஒரு மில்லியன் டாலர்) வாங்கப்பட்டு கலிபோர்னியாவிலுள்ள சைமனின் சொந்த அருங்காட்சியகத்திற்குச் சென்றுவிட்டது. இடையில் மேலும் இருவரிடம் கைமாறிய விவரங்களையும், தாஸ் என்பவர் மூலம் இராமசாமி விற்றார் என்பதையும் கோவி.லெனின் காட்டுகின்றார்.[15] இந்தக் காலகட்டத்தில்தான் 1966இல் தமிழ்நாடு தொல்லியல் மற்றும் வரலாற்றுச் சின்னங்கள் பாதுகாப்புச் சட்டம் இயற்றப்பட்டது. ஏனெனில் ஐம்பொன் சிலைகள் வெளிநாடுகளுக்குக் கடத்தப்படுவதை முதன் முதலாக இதன்மூலமே இந்திய அரசு கண்டுகொண்டது.[16]

கலைப்பொருட்களின் முக்கியத்துவத்தை அறிந்து 1973இல் முயற்சி மேற்கொண்ட இந்தியத் தொல்லியல் துறை சைமனுடன் 1975இல் சிலை தொடர்பாக ஒப்பந்தம் ஒன்றினைச் செய்தது. அதாவது, நடராசர் சிலை பத்து ஆண்டுகள் அமெரிக்காவின் பொது அருங்காட்சியகத்தில் வைக்கப்பட வேண்டுமென்றும், அதற்குப் பிறகு இந்தியாவிடம் ஒப்படைக்க வேண்டுமென்றும் முடிவானது. மேலும் ஓராண்டுக்கும் மேல் விசாரிப்பு இல்லாமல் இந்தியாவிற்குச் சொந்தமான இதுமாதிரிப் பழங்கலைப்பொருட்கள் வெளியில் இருந்துவிட்டால், சைமன் அருங்காட்சியகம் அதனை வாங்கிக்கொள்ள இந்தியத் தரப்பில் யாதோர் எதிர்ப்பும் செய்யக்கூடாது என்றும் ஒப்பந்தம் வரையறுக்கப்பட்டது. சிலைமீட்புச் செயல்பாட்டின் பொருட்டு 1982ஆம் ஆண்டு மாநிலக் குற்றப் புலனாய்வுத் துறையைச் சேர்ந்த கே.கே. இராசசேகரன் உள்ளிட்டோர் அமெரிக்கா சென்று வந்தனர்.[17]

இத்தகைய நிகழ்வும், இதே காலகட்டங்களில் தமிழகத்தில் நடந்த பல்வேறு சிலை கடத்தல்களும் 1983ஆம் ஆண்டில் 'சிலை கடத்தல் தடுப்புப்பிரிவு' உண்டாக்கப்பட வழிவகுத்தன. இவ்வகை

வழக்குகளுக்காகவே இரண்டு சிறப்பு நீதிமன்றங்களும் உண்டாக்கப்பட்டன. இதன்வழியும், சைமனுடனான ஒப்பந்தப்படியும் சிவபுரம் சிலை அமெரிக்காவில் காட்சிக்கு வைக்கப்பட்டு 10 ஆண்டுகள் கழிந்து 1986ஆம் ஆண்டு இந்தியாவிற்கு வந்துசேர்ந்தது.[18] அது, சென்னை கபாலீசுவரர் கோயில் பாதுகாப்பில் வைக்கப்பட்டது. இதன் பிந்தைய மூன்றாண்டுவரை சுமார் 50,000 சிலைகள் இந்தியாவிலிருந்து கடத்தப்பட்டிருக்கலாமென ஐ.நா. சபையின் யுனெஸ்கோ அமைப்பு தெரிவித்தது.[19]

தமிழகத்தில் இதுகாறும் நடந்துள்ள கோயில் சிலை கடத்தலில் நடராசர் சிலைகளே முக்கியமாகக் கடத்தப்பட்டிருக்கின்றன. காரணம் நடராசர் சிலையின் வடிவம். விஞ்ஞானக் கூறுகளைத் தமது மெய்ப்பாட்டில் பெற்றுள்ளமையே காரணமென்று கருதப்படுவதாகும். அதிலும் ஐம்பொன் நடராசர் சிலைகளின் கூடுதல் மதிப்பிற்குக் காரணம் நெடுங்காலமாக மண்ணுக்குள் புதையுண்டு இருக்கையில் அவற்றின்மீது படியும் பச்சை நிறத் தன்மையே ஆகும். சிவபுரத்தின் ஆறு சிலைகளுமே அப்படிப்பட்ட ஐம்பொன்னால் ஆனவை ஆகும். இவற்றுள் மீட்கப்பட்ட நடராசர் சிலை தவிர்த்துப் பிற ஐந்து சிலைகளும் நாளடைவில் சைமன் வசமே சேர்ந்துள்ளன.

ஒப்பந்தத்தின் இரண்டாம் விவகாரத்தைப் பயன்படுத்திக்கொண்டு இந்தியாவின் பெரும்பாலான திருடப்பட்ட சிலைகளை வாங்கி, சைமன் அருங்காட்சியகத்தில் வைத்திருந்ததால் அதனை அறியமுடிந்தது. 1972, 1973ஆம் ஆண்டுகளில் இரண்டிரண்டு சிலையாகச் சைமன் வாங்கியிருப்பது அந்த அருங்காட்சியகத்தின் ஆவணத்தின் மூலம் தெரியவந்தது. இதற்குச் சிங்கப்பூரில் பணியாற்றும் சென்னையைச் சேர்ந்த விஜயகுமார் என்பவரின் தகவல்கள் உதவின. இவர் 'இந்தியா ப்ரைடு ப்ராஜெக்ட்' என்று தொடங்கிய இணையதளத்தின் மூலம், பறிபோன இந்தியச் சின்னங்களையும் கலைப்பொருட்களையும் உலகமெங்கும் இருந்து மீட்டெடுப்பதில் தனி அக்கறை செலுத்திவருகின்றார்.

ஆங்கிலேய அரசாட்சியிலேயே இத்தகைய இந்தியக் கலைவளங்கள் பிற நாடுகளுக்குக் கடத்தப்படுவதையோ சிதைக்கப்படுவதையோ தவிர்க்கச் சட்டங்கள் போடப்பட்டன. அவற்றின் பாதுகாப்பிற்காகவும், பிற மரபுச் சின்னங்களின் பாதுகாப்பிற்காகவும், பிற தொல்லியல் வரலாறுகளின் கண்டுபிடிப்புகள் கருதியும் 18ஆம் நூற்றாண்டில் கல்கத்தாவில் 'ஆசியவியல் கழகம்' தொடங்கப்பட்டது. 1861இல் 'இந்தியத் தொல்லியல் துறை'யும் உருவாக்கப்பட்டது. ஆங்கிலேய

அதிகாரி மெக்கன்சியும் ஏராளமான கல்வெட்டு, சுவடிகளைப் பாதுகாப்புக் கருதிச் சேகரித்தார். மேலும் தொன்மையான கலைப்பொருட்களை இந்தியாவில் ஏற்றுமதி, இறக்குமதி செய்வதற்குத் தடைவிதிக்கப்பட்டது. இதற்காக 1904இல் 'பழங்கால நினைவுச் சின்னங்கள் பாதுகாப்புச் சட்டம்' கொண்டுவரப்பட்டது.

எவ்வளவோ நடந்தாலும் கலைப்பொருட்கள் களவாடப்பட்டும், நாடு கடத்தப்பட்டும் விற்கப்பட்டிருக்கின்றன. 1976க்குப் பிந்தைய 25 ஆண்டுகளில் 19 சிலைகள் மட்டுமே வெளிநாடுகளிலிருந்து மீட்கப்பட்டுள்ளதாக இந்திய அரசாங்கம் தெரிவிக்கின்றது.[20] சிவபுரம் போலப் பெரும்பாலும் தஞ்சாவூர் சுற்றுவட்டாரப் பகுதிகளில்தான் இத்தகைய கடத்தல்கள் நடந்திருக்கின்றன. பலர் தொடர்புடைய இவ்வரலாற்றில் தமிழகத்துச் சிலைகளின் திருட்டுக்குத் தீனதயாள், நியூயார்க்கில் அருங்காட்சியகம் வைத்திருந்த, தில்லியைச் சேர்ந்த சுபாசு சந்திர கபூர் முதலியோர் முக்கியப் பங்குதாரர்கள் ஆவர். இவர்கள் இப்போது (2019) சிறையில் இருக்கின்றனர். சிவபுரம் வழக்கோடு தொடர்புடைய இராமசாமி, லான்சு டேன் உள்ளிட்ட மேலும் சிலரும் சிறையில் அடைக்கப்பட்டுள்ளனர்.

தமிழ்க் கவிதையில் தணிகைச்செல்வன் கவிதை சிவபுரம் சிலையின் வரலாற்றைக் குறிப்பிடுகின்றது. பாரதி நூற்றாண்டு விழாக் கவிதையில் தணிகைச்செல்வன்,

நம்முடையச் சிவபுரம் கிராமத்தில்
சீந்துவாரற்றிருந்த நடராஜர்
சிக்காக்கோவுக்குக் கடத்தப்பட்டதும்
பல லட்சம் டாலர் மதிப்புடையவராகிவிட்டார்
சிவபுரம் நடராஜர் மதிப்பைக் கண்டு
தில்லை நடராஜருக்கே பொறாமை

(தணிகைச்செல்வன் கவிதைகள், ப.332)

எனத் தமிழகம் கலைப்பொருட்களின் மதிப்பை உணராது கடத்தலுக்குத் துணைபோவதை எண்ணி அங்கதத்துடன் அக்கறை கொள்கின்றார். இருபதாம் நூற்றாண்டில் முக்கியமாகப் பேசப்பட்டதொரு சிலை கடத்தலான இந்நிகழ்வு பிறர் கவிதைகளில் எழுதப்பட்டிருக்கவில்லை.

ஈழத் தமிழர் படுகொலைகள் (1956 – 2000)

வேறொரு நாட்டினர் வலிந்து ஆதிக்கம் செலுத்த முற்படுவதைவிடக் கொடுமையானது, ஒரே நாட்டிற்குள் ஓர் இனத்தின்மீது மற்றோர் இனம் செய்யும் ஆதிக்கம். தலைமுறைகளாக

வாழ்ந்தவர்களைச் சொந்த மண்ணிலிருந்து விரட்டியடித்து நிலத்தைக் கைப்பற்றவோ அடிமைகளாக்கி ஆளவோ வந்தேறி இனம் முடிவெடுத்து வன்முறை தொடுப்பதென்பது ஏற்கமுடியாத ஒன்று. அப்படி ஏற்கமுடியாத போராட்டத்தில்தான் ஈழத் தமிழர்களின் வரலாறு முழுக்கப் படுகொலைகளாக நிகழ்ந்தேறியுள்ளன.

இலங்கையில் காலப்போக்கில் பெரும்பான்மைகொண்ட சிங்கள இனத்தவர்களுக்கும், மரபாக உரிமையுடைய தமிழ் இனத்தவர்களுக்கும் இடையே இனமுரண்பாட்டில் பல வன்முறைகள் நிகழ்த்தப்பட்டு வருகின்றன. இருபதாம் நூற்றாண்டில் பெருக்கெடுத்த வன்முறைகளுக்கான முரண்பாட்டு மனநிலை பன்னெடுங்காலத்திற்கு முன்பே அடிகோலியிருக்கின்றது. இதனை,

> *சோழர் மரபுவழி வந்த எல்லாளன் .... 44 ஆண்டுகள் ஈழத்தை ஆண்டுவந்தான். இவனைத்தான் துட்டகமுனு தோற்கடித்தான். எல்லாளன் துட்டகமுனு மோதல் தமிழ் சிங்கள மோதல்களாக உருவெடுக்கின்றன. அரசியல்ரீதியாக நடந்த இம்மோதலால் சிங்களர்கள் ஆட்சி ஏற்பட்டு தமிழர்களுக்கு எதிரான வன்மமாக வரலாற்றில் உருவெடுக்கிறது. தமிழர்கள் வணிகம் தொடர்பாக செல்வாக்கு பெற்றது தமிழர்கள்மீது சிங்களர்களுக்கு பொறாமை உணர்வை ஏற்படுத்தியது. கி.பி. முதலாம் நூற்றாண்டில் தமிழர்கள் ஈழத்தில் திரும்பவும் அரசதிகாரத்தினை கைப்பற்றுகின்றனர். ..... பாண்டியர் வீழ்ச்சிக்கு பிறகு தாதுசேனா என்ற சிங்கள அரசன் தமிழர் ஆட்சியை முறியடித்து சிங்கள ஆட்சியை நிறுவுகிறான். தமிழர்களுக்கு எதிரான எதிர்ப்பு அரசியலை இவனே முன்னெடுக்கிறான். சிங்கள தமிழக அரசர்களுக்கு ஏற்பட்ட இந்த மோதல் சிறிது சிறிதாக சிங்கள தமிழ் மக்கள் மோதலாக மாற்றம் பெறுகிறது. இது சிங்களர்கள் தமிழர்மீது வன்முறை சார்ந்த பகைமை உணர்ச்சிக்கு வித்திடுகிறது* [21]

எனும் வா.மு.சே. ஆண்டவர் கூற்று காட்டுகின்றது. ஆனால் வேறோர் ஆதிக்கத்தின்கீழ் வாழ்ந்திருந்த சூழலால் இனவாதம் பெரிய அளவில் வெளிப்படாது இருந்தது. 19ஆம் நூற்றாண்டிலே காலனியப் பரப்பாக்கத்திற்காகச் சிங்களவர், தமிழர் இனமுரண்பாட்டைத் தூண்டிய ஆங்கிலேயர்கள் 4.2.1948இல் சிலோன் எனப்பட்ட ஸ்ரீலங்காவிற்கு (22.5.1972க்குப் பின்) அதாவது இலங்கைக்கு விடுதலையளித்ததிலிருந்து சிங்கள இனவாதம் நீதிக்கு மாறான நிலையில் செயல்படத் தொடங்கியது. ஆங்கிலேயர்களாவது பொருளாதார வளங்களைச் சுரண்டுவதில் கவனம் செலுத்தினாலும் மக்களின் சில கோரிக்கைகளுக்கோ உரிமைகளுக்கோ செவிசாய்த்தனர். இவர்களோ ஆட்சி அதிகாரத்திலிருந்து பொருளாதாரம், மொழி,

பண்பாடு, சமூக ஏற்றத் தாழ்வுகள், இன்ன பிற வாழ்வுரிமைகள் என அனைத்தின் வழியாகவும் ஆதிக்கம் செலுத்தக் கருதினர். தமிழர் பகுதிகளில் சிங்களவரைத் திட்டமிட்டுக் குடியேற்றுவது நடந்தது. முதற்கட்டமாக மலையகத் தமிழரின் குடியுரிமை, வாக்குரிமையைப் பறித்தனர். தமிழர்கள் அரசியல்தரப்பில் இருந்தும் எதிர்வினை ஆற்றாத இந்நிகழ்வின் நீட்சியில்தான் பின்னாளில் தந்தை செல்வா என்று போற்றப்பட்ட வேலுப்பிள்ளை செல்வநாயகம் தமிழரசுக் கட்சியைத் தோற்றுவித்தார்.[22] ஈழத்தவர்க்குள்ளேயே சைவ வேளாளர் ஆதிக்கத்தின்கீழ் சாதி, மதப் பாகுபாடுகள் இருந்தாலும் அவர்களை ஒருங்கிணைத்து மொழியும் இனமும் பாதுகாக்கப்பட வேண்டுமென்று செயலாற்றினார்.

அங்கே 1956 பொதுத்தேர்தலில் அதுவரை ஆட்சிசெய்த ஐக்கிய தேசியக் கட்சி தோல்வியுற்றுச் சுதந்திரக் கட்சி வெற்றிபெற்றது. இது சிங்கள இனவாதத்திற்கான வெற்றியாகவே பார்க்கப்பட்டது. பிறகு அதிகரித்த தமிழர்களுக்கெதிரான நிலைப்பாடுகளில் 1956இல் கொண்டுவரப்பட்ட 'சிங்கள ஆட்சிமொழிச் சட்டம்' தமிழர்களை அறவே புறந்தள்ளியது. வேலைவாய்ப்புகள் தொடங்கிப் பலவற்றில் இது தமிழர்களுக்கு இடையூறானது. தமிழர்கள் இதற்காகப் போராட்டம் நடத்தியதால் நாடாளுமன்ற உறுப்பினர் உட்படப் பலர் தாக்கப்பட்டனர். இந்த இனத்தாக்குதல் இலங்கை முழுக்கத் தொடங்கப்பட்டது. இச்சூழலுக்குத்தான் பாரதிதாசன்,

சாதி சமயம் என்னும் எவற்றையும்
மதித்தல் கூடாது மறப்பது நன்று
தமிழர் நலத்தைத் தாக்கும் கட்சிகள்
எவற்றிலும் எவரும் சேர்தல் சரியன்று
தமிழர் அனைவரும் கூடித் தக்கதோர்
கொள்கையை வகுத்துக் கொள்ள வேண்டும்
தாய்மொழி யான தமிழ்மொழி வாழ்ந்தால்
தமிழர் வாழ்வார்; ***(பாவேந்தம் - 15, ப.328)***

என்று, இலங்கை 'தினகரன்' சிறப்பு மலருக்கு 1959இல் கவிதை இயற்றியிருக்கின்றார்.

அதேசமயம் தமிழர்களின் உரிமைப் போராட்டங்களும் தொடங்கப்பட்டுவிட்டன. தமிழரசுக் கட்சியால் திரிகோணமலையில் மாநாடு ஒன்று ஏற்பாடு செய்யப்பட்டுத் தமிழர்கள் ஒருங்கிணைந்தனர். குடியுரிமைச் சட்டத்தினைச் சரிசெய்து இலங்கையைத் தாயகமாகக் கொண்டோர்க்குக் குடியுரிமை வழங்கவேண்டுமென்பது உள்ளிட்ட

கோரிக்கைகள் வலியுறுத்தப்பட்டன. ஒட்டுமொத்தமாகத் தமிழர்கள் திரண்ட சூழலைச் சமாளிக்க, கோரிக்கைகளை ஏற்றுக்கொண்டு அப்போதைய பிரதமர் சாலமன் பண்டார நாயக்கா செல்வநாயகத்துடன் உடன்படிக்கை செய்துகொண்டார். இந்த 1957 சூலை ஒப்பந்தம் பின்னர் நிறைவேறவேயில்லை. இதன் தொடர்ச்சியில் சிங்கள வரிவடிவ 'ஸ்ரீ' எழுத்துச் சட்டத்தையும், யாழ்ப்பாணம் நூலகம் எரிக்கப்பட்டதையும் இங்கே இணைத்துப் பார்க்க வேண்டியிருக்கின்றது.

சிங்கள 'ஸ்ரீ' எழுத்துச் சட்டம் (1957 - 1958)

இலங்கை அரசு தமிழர்க்கெதிரான நிலைப்பாட்டில், 1957 டிசம்பரில் 'ஸ்ரீ' எழுத்துச் சட்டம் கொண்டுவந்தது. வாகனங்களில் எண்கள் பொறிக்கப்படும் தகடுகளில் ஸ்ரீ எனும் எழுத்தினைச் சிங்கள மொழி வடிவத்தில்தான் எழுதியிருக்க வேண்டுமென்பதே அச்சட்டம். அதன்படி 'இலங்கைப் போக்குவரத்துச் சபை'யின் பேருந்துகளில் நண்டு வடிவமைப்பைப் பெற்றிருக்கும் சிங்கள வடிவத்திலேயே எழுதி யாழ்ப்பாணம் உள்ளிட்ட வடமாகாணப் பகுதிகளுக்கு அனுப்பியது. தமிழர்களுக்கு இது ஏற்பில்லாமல் 1.1.1958 முதல் தமிழர் வாகனங்களில் தமிழிலே (கிரந்த வடிவமான 'ஸ்ரீ') பொறிக்கத் தமிழரசுக்கட்சி அறிவிப்பு விடுத்தது. மேலும் தமிழ்ப் பகுதிகளில் இவ்வடிவத்தைப் பயன்படுத்திக்கொள்ள வைக்கப்பட்ட வேண்டுகோளை இலங்கை அரசு புறந்தள்ளியது. எனவே போராட்டங்கள் நடத்தினர், வண்டிகள் மீது கல்லெறிந்தனர். மேலும் தமிழர்கள் பயன்படுத்தும் கிரந்த வடிவத்தையே பொறித்தனர். இப்போராட்டத்தில் பங்கெடுத்துக் காவல்நிலையத்தின் பெயர்ப்பலகையிலுள்ள சிங்கள எழுத்துகளை அழித்தவரான காசி ஆனந்தன்,

செந்தமிழ்க் கனலூறி வளர்ந்த இம்மேனி
சிறுத்தையின் எழில்மேனி வளையுமோ கூனி?
மந்திரமான செந்தமிழோடு வாழ்ந்தோம்!
மலைமோதினாலும் நிலைதாழுவோமா?
தந்தை இராவணண் ஆண்ட பொன்னாடு!
தமிழீழ நாடென்றன் தாய்நாடு கண்டாய்!
இந்தமண் மீட்பதே என் முதல்வேலை!
ஏன் மோதினாய்? என்முன் நீ எந்த மூலை!

(காசி ஆனந்தன் கவிதைகள் - முதல் தொகுப்பு, ப.105)

என்று போராட்டக் காலத்தில் தம்மின எழுச்சியை முன்வைத்திருக்கின்றார். அப்போது கைதுசெய்யப்பட்ட மாணவப் பருவத்திலிருந்த அவர் இரவுமுழுதும் காவல் நிலையத்தில் இரத்தம் கக்கும் அளவிற்குத்

தாக்கப்பட்டார். இதனால் பின்பு காசநோய்க்கும் ஆளானார்.[23] ஈழ மண்ணான மட்டக்களப்பில் பிறந்து போராளிகளுள் ஒருவராகவும் வாழ்ந்த காசி ஆனந்தனின் கவிதைகளில் ஈழ வரலாற்றின் அடுக்குகள் பெரும்பாலும் பதிவுபெற்றிருக்கின்றன.

தமிழர்கள் அவ்வெழுத்தை மட்டுமல்லாது தமிழ்ப்பகுதிகளிலுள்ள தனியார், அரசு அலுவலகங்களின் பெயர்ப்பலகைகளிலுள்ள சிங்கள எழுத்துகளை மைபூசி அழித்தனர். இப்போராட்டத்தினால் செல்வநாயகம் சில நாள்கள் சிறைப்படுத்தப்பட்டார். சிங்களவர்கள் கொழும்பிலுள்ள தமிழர் வீடுகளில் சிங்கள வரிவடிவத்தினைப் பொறித்தனர். இது பெருங்கலவரத்தை உண்டாக்கியது. மாற்றி மாற்றி மார்ச்சு, ஏப்பிரல் மாதங்களிலும் தொடர்ந்தது. இதனால் தமிழர்கள் 400 பேர் உயிரிழந்தனர். சிங்களர்கள் கிழக்கில் உள்ள பொலநறுவை மாவட்ட மக்களையெல்லாம் தாக்கி விரட்டினர். இதில் 12,000 பேர் ஏதிலிகளாகக் கொழும்பில் முகாமில் தங்கவைக்கப்பட்டனர்.[24] பின் அவர்கள் உலகெங்கும் புலம்பெயர்ந்து போயினர். இப்படியாக ஏதிலிகள் ஆக்கப்பட்ட தமிழர்களைக் காக்கத் தவறிய மைய அரசின் போக்கைப் பாரதிதாசன்,

நிலைகெட்ட பாகித்தான் மக்கட்கு நேரு
மலைஒத்த பொன்னை வழங்கி - நிலைகெட்
டிலங்கைவிட்டு வந்த தமிழர்களை எல்லாம்
கலங்கவிட்டார் கையை விரித்து **(பாவேந்தம் - 17, ப.373)**

என்ற வெண்பாவில் வெளிப்படுத்துகின்றார். 1958இல் மட்டும் ஆயிரக்கணக்கான தமிழரைக் கொன்ற இலங்கையை ஆதரிப்பதாக, இந்தியஅரசின் செயல்பாட்டைக் கண்டித்தும் எழுதியிருக்கின்றார்.

இந்நிலையால் 1958 ஆகஸ்டில் பண்டார நாயக்கா தமிழுக்கு முன்னுரிமை கொடுக்கும் சட்டத்தை இயற்றினார். இதில் வடமாகாணங்களில் அரசாட்சிக்குத் தமிழைப் பயன்படுத்தவும், மாணவர்கள் நுழைவுத் தேர்வுகளைத் தமிழில் எழுதவும் வழிவகுக்கப்பட்டது. இப்படிச் செய்ததால் சிங்களவாதம் அடுத்த மாதமே பண்டார நாயக்காவைச் சுட்டுக் கொலைசெய்தது. அதன்பிறகு அவரது மனைவி சிறீமாவோ பண்டார நாயக்கா ஆட்சிக்கு வந்தார். அவரும் நீதிமன்ற மொழியாகச் சிங்களத்தை ஆக்கியது முதல் சிங்களவாத நிலைப்பாட்டில் செயலாற்றலானார்.

கல்வி நிலையிலும் உயர்கல்விக்குச் செல்ல தமிழ் மாணவர்களுக்குச் சிக்கல் இருந்ததால், அவர்கள் பேரவை அமைத்துக் இடஒதுக்கீட்டிற்குக் கோரிக்கை வைத்தனர். இது 1970க்குப் பிறகு நடந்தது.[25] 1971இல்

சிங்கள இனவாத அமைப்பாக 'ஜனதா விமுத்திக்பெரமுன' உருவெடுத்து வன்முறையாகச் செயல்பட்டது. சிங்களவர்களே இலங்கையில் குடியேறியவர்கள்தான். அத்தீவு நாடு ஈராயிரம் ஆண்டுகளுக்கும் மேலாகத் தமிழர்களின் உரிமையுடையது. இப்படியிருப்பினும் தன்னாட்சி உடையதாகத் தனித்தனியே தமிழ் மாநிலமும், சிங்கள மாநிலமும் அமைக்கப்பட்டுப் பொதுவாக மைய அரசு ஒன்று ஏற்படுத்தப்படுவதே தமிழர்களின் நோக்கமாக இருந்தது. அதற்காக அவ்வப்போது குரல் கொடுத்தும் வந்தனர். 1972 மே 22இல் இலங்கை குடியரசானபோது சிங்கள பௌத்தர் மட்டுமே குடியரசுத் தலைவராக முடியுமென்ற நிலை ஏற்பட்டது. இந்திய அரசு, பாகிசுதானோடு இணைந்திருந்த வங்கதேசத்தின் விடுதலைக்குத் துணைநின்றது. மேலும் 1974இல் இராமநாதபுரம் சேதுபதிகள் பொறுப்பிலிருந்த கச்சத்தீவு இலங்கைக்கு உரிமையானது.[26] ஆனால் தமிழ் ஈழம் மட்டும் உருவாகவில்லை.

இச்சூழலில் தமிழர்கள் நான்காம் உலகத் தமிழ் மாநாட்டினை யாழ்ப்பாணத்தில் 3.1.1974இல் நடத்தினர். இதன் வெற்றியைப் பொறுக்காத இலங்கை அரசு இறுதிநாளன்று, காவலர்களை ஏவி வன்முறையை நிகழ்த்தியது.[27] அறுந்துவிழுந்த மின்கம்பிகளில் நிறைய பேர் பாதிக்கப்பட்டனர். துப்பாக்கிக்கு 7 பேர் உள்ளிட்டு மொத்தம் 9 பேர் பலியாயினர். இதற்குக் காரணமான அதிகாரியை வீழ்த்தப் போராடியதில் காவலர்களிடம் பிடிபட்டு நஞ்சுண்டு சிவக்குமரன் உயிர்போக்கிக்கொண்டார். இவரைப் பற்றிக் காசி ஆனந்தன் கவிதை இயற்றியுள்ளார். மேலும் சிங்களப் படையினர் 2.2.1976இல் புத்தனம் பகுதிப் பள்ளிவாசல் தொழுகையின்போது துப்பாக்கிச்சூடு நடத்தி 9 இசுலாமியத் தமிழர்களைக் கொன்றனர். இலங்கையில் முக்கியக் கட்சிகளான சிறீலங்கா சுதந்திரக் கட்சி, ஐக்கிய தேசியக் கட்சி எனும் இரண்டில் எது ஆட்சியைப் பிடித்தாலும் சிங்களவாதச் சிந்தனையிலிருந்து விடுபடவேயில்லை.

செல்வநாயகம் 1977 ஏப்பிரலில் மரணமடைந்த பின் நடந்த சூலைத் தேர்தலில், அதுவரை அரசாண்ட கட்சி கடுந்தோல்வி கண்டது. ஜெயவர்தனே ஆட்சிக்கு வந்ததைத் தாண்டித் தமிழர் விடுதலைக் கூட்டணி எதிர்க்கட்சியானது ஒரு முக்கிய மாற்றமாக அமைந்தது. இம்முன்னேற்றத்தைச் சிதைத்திட இனக்கலவரம் உண்டாக்கிட முடிவெடுத்தது சுதந்திரக் கட்சி. அடுத்த மாதமே யாழ்ப்பாணத்தில் மருத்துவமனைக்கு நிதிதிரட்டும் விழாவில் சீருடையற்ற காவலர்கள் கொடுந்தாக்குதலை நிகழ்த்தினர். இதன் நீட்சி கலவரமாக உருவெடுத்தது. மாத்தளை, வவுனியா, பாணந்துறை, தம்புளை, மட்டக்களப்பு எனத்

தமிழர் பகுதிகளெங்கும் வன்முறைச் செயல்களை மேற்கொண்டனர்.[28] இத்தாக்குதல் முதற்கொண்டு தமிழர்களுக்கான பல பாதிப்பைப் பின்னாளில் ஈழத்திற்கே சென்று பார்த்துவிட்டு வந்த பெருஞ் சித்திரனார்,

இந்தத் தமிழன் ஏமாளித் தமிழன்;
இன்னுஞ் சொன்னால் கோமாளித் தமிழன்!
சொந்த இனத்தையும் மதியான்; இவனொரு
மந்தத் தன்மையன்; மழுங்கல் மதியன்;
மானமும் நாணமும் அழுகிக் கிடப்பவன்;
எந்தத் தலைமுறை எழுந்துநிற் பானோ?
எவன்வந்து சொல்லி இவனைமீட் பானோ?

(கனிச்சாறு - 2, ப.163)

என்று இங்குள்ள தமிழர்களைக் கடிந்துரைக்கின்றார். மேலும் தமிழீழத்திற்கான கவிதைகளை நிறையவே இயற்றியுள்ளார். அவருடைய 'கனிச்சாறு-3' தொகுப்பில் அவற்றைக் காணமுடிகின்றது.

இத்தகைய வன்முறைகளுக்கு மேலும் துணைநின்றது 1979இல் நடைமுறைப்படுத்திய பயங்கரவாதத் தடுப்புச் சட்டம். இச்சட்டம் தமிழினத்தை அழிக்கவே இயங்கியது. எனவே தமிழர்கள் தங்கள் உடைமைகள் முதற்கொண்டு உயிரைச் சிதைக்கும் கொடுமைகளிலிருந்து காத்துக்கொள்ள, சிறுசிறு உரிமைகள் முதல் மரபாக வாழும் மண்மீதுள்ள உரிமைகளை நிலைநிறுத்திக்கொள்ளப் போராளிகளாக வினையாற்றும் சூழல் உருவானது. 1972 முதல் ஒன்றுகூடிய புலிகள் இயக்கத்தினர் 1976ஆம் ஆண்டு 'தமிழ் ஈழ விடுதலைப் புலிகள்' (எல்.டி.டி.ஈ.) என்ற இயக்கமாக உருவெடுத்தனர். போர்ப்பயிற்சிகளுடன் இவ்வமைப்பினைப் பிரபாகரன் கட்டமைத்தார். முதல் எதிர்வினையாக 1981இல் யாழ்ப்பாணத்தில் இராணுவ வாகனம்மீது தாக்குதல் நடத்தி இரு சிங்களப் படையினரைக் கொன்று அவர்களின் கருவிகளைக் கைப்பற்றியது. இவ்வியக்கம் உருவாக்கப்பட்ட தேவையை,

சமத்துவம் கேட்டோம்
இல்லை என்றார்கள்
மாநிலம் கேட்டோம்
மறுதலித்தார்கள்
விடுதலை கேட்டோம்
வெகுண்டெழுந்தார்கள்
வெறியில் மனிதநிலை
பிறழ்ந்தார்கள்...
.....

ஈழம் வெல்வது புலிகளின் உரிமை
ஏற்றுக் கொள்வது எங்களின் கடமை
வாலை ஆட்டாதே இந்திய அரசே
வரிப்புலி முழக்குவார் விடுதலை முரசை!

(ஒவ்வொரு புல்லையும்..., பக்.350,351)

என்று இன்குலாப் தெளிவுபடுத்தியிருக்கின்றார். ஈழத் தமிழர்களிடத்தில் அக்கறை செலுத்திடக்கோரி மைய அரசின் நீதியற்ற போக்கையும் தமிழர் தரப்பில் நின்று வெளிப்படுத்தியுள்ளார். இச்சூழலில் நடந்த இன்னொரு நிகழ்வு யாழ்ப்பாணத்தில் நூலகத்தை எரித்தது ஆகும்.

யாழ்ப்பாணப் பொதுநூலகம் எரிப்பு (1.6.1981)

வன்முறைகள் தொடர்ந்ததில் சிங்களவாதிகளால் இரவில் தமிழர்களின் மிகப்பெரிய சொத்தான, ஆசியாவிலேயே மிகப்பெரிய நூலகங்களுள் ஒன்றான யாழ்ப்பாணம் நூலகம் எரிக்கப்பட்டது. 1977 தேர்தலுக்குப் பிறகு தமிழீழத்தினைத் தவிர்த்து 'மாவட்ட அபிவிருத்தி சபை'களுக்கான தேர்தலுக்கு ஜெயவர்தனேயால் சூழ்ச்சி செய்யப்பட்டது. இதற்குத் தமிழர் ஐக்கிய விடுதலைக் கூட்டணியின் பொன்னம்பலம் உடன்படலானார். இதனைத் தமிழர்கள் அமைப்பு மறுத்து அவரது 31.5.1981இல் நடந்த பொதுக்கூட்டத்தையும் புறக்கணித்தது. இங்கு ஏற்பட்ட மோதலில் சிங்களப்படையில் ஒருவர் பலியானார். இதனால் காவலர்கள் நிகழ்த்திய கட்டுப்பாடற்ற வன்முறையால், யாழ்ப்பாண மத்தியப் பேருந்து நிலையத்தினையொட்டிய கடைகளை எரித்ததால், நகரமே தீயானது. இதில் தொழில் நிறுவனங்களும், கட்சி அலுவலகமும், யாழ்ப்பாணப் பாராளுமன்ற உறுப்பினர் வீடும் எரிக்கப்பட்டன.[29] அன்றே, சூன் 4ஆம் நாள் நடக்கவிருந்த அத்தேர்தல் பாதுகாப்பிற்கு வந்த இராணுவப்படையினர் யாழ்ப்பாண நூலகத்திற்குப் பின்னிருந்த விளையாட்டரங்கிலும், முன்னிருந்த கல்லூரி வளாகத்திலும் தங்க வைக்கப்பட்டனர். அவர்கள், திராவிடச் சிற்பக்கலை வடிவமான நூலகக் கட்டடத்திற்குச் சூன் 1ஆம் நாள் இரவில் தீ வைத்தனர்.[30]

கே.எம். செல்லப்பா என்பவர் 1933இல் முயன்ற நூல்நிலைய விருப்பம் தொடங்கி, பழைய அரிதான நூல்களிலிருந்து ஓலைச்சுவடிகள் வரை இங்குச் சேகரிப்பட்டுப் பாதுகாக்கப்பட்டு வந்த 97,000 நூல்கள் தீயில் எரிந்து அழிந்தன. ஏராளமான பழைய பத்திரிகைப் படிகளும் அழிந்துபோயின. 1959இல் திறக்கப்பட்ட இதன் நூலகக் கட்டடம் சிதைக்கப்பட்டது பெருந்தாக்குதல் நிகழ்வாக மாறிப்போனது. இதில் அப்போது அமைச்சராக இருந்தவர் உள்ளிட்டுச் சில அரசியல்

தலைவர்களுக்கும் தொடர்பிருந்தது. இதன் அதிர்ச்சியால் பெரும்புலவர் அருள்தந்தை டேவிட் மரணமடைந்தார். பிறகு இந்திய அரசின் துணையுடன் அது சீரமைக்கப்பட்டது. அண்மையில்கூட 19.9.2018இல் தமிழக அரசு 50 ஆயிரம் நூல்களை இந்நூலகத்திற்கு வழங்கியது.[31] எழுத்தாளர் சுஜாதாவின் 'ஒரு லட்சம் புத்தகங்கள்' எனும் சிறுகதையில் இந்நூலக எரிப்பு பதிவுசெய்யப்பட்டிருக்கின்றது. ஒரு 'பண்பாட்டுப் படுகொலை'யாகக் கருதப்படும் இந்நிகழ்வைப் போன்றே 1984 செப்டம்பரிலும் பருத்தித்துறையில் ஒரு கல்லூரி நூலகத்தையும் அவர்கள் எரித்துள்ளனர். இத்தகைய தீச்செயல்களுக்குத்தான் இந்திரன் பின்னாளில் இந்திய அமைதிப்படையின் செயல்பாட்டைக் குறித்து எழுதிய கவிதையில்,

நேற்று வரையிலும் தெரியாது
வெள்ளைப் புறாக்கள் எல்லாமே
அமைதியின் அடையாளம் அல்ல என்று
.....
மகளிரின் கூந்தல்
அவற்றின் வாயிடுக்கில்
எரிக்கப்பட்ட நூலகங்களின் சாம்பலை
கழுத்தில் பூசி இருந்தன
.....
ஆனால் எல்லாமே
முன்னரே முடிவுசெய்யப்பட்டிருந்தன
காகிதங்களும், கையெழுத்துக்களும்
மனித உயிர்களைக் காட்டிலும்
அதி உன்னதமானவை என்று
நதி
பாலை மணல்வெளியில்
வற்றி உலரலாம்தான்
மணல் அடியில்
பல நதிகள் பாய்ந்து கொண்டிருப்பதை
அறியுமோ புறாக்கள் ***(முப்பட்டை நகரம், பக்.21,22)***

என்று நூலக எரிப்பின் நினைவினைப் பகிர்கின்றார். 'ஸ்ரீ' எழுத்துச் சட்டமும், யாழ்ப்பாணம் நூலக எரிப்பும் தனித்தனி நிகழ்வுகளாக எழுதப்படவேண்டியவை ஆயினும் பொருத்தம் கருதி இப்பகுதியில் இணைத்து ஆராயப்பட்டுள்ளது. அதேபோன்று 'ஸ்ரீ'க்குக் காசி ஆனந்தன் கவிதை, நூலக எரிப்பிற்கு இந்திரன் கவிதை ஆகியன பதிவுகளாக உள்ளன.

'கறுப்பு ஜூலை' (சூலை 1983)

தமிழ்ஈழச் சிந்தனை முகிழ்த்த 1950களிலிருந்து அடக்குமுறைகளும் தாக்குதல்களும் தொடர்ந்துகொண்டேதான் இருந்தன. இதன் உச்சமாக 1983 சூலை 23இல் தமிழினத்தையே அழிக்கும் எண்ணத்துடன் படுகொலைகளுக்கான வன்முறை தொடங்கப்பட்டது. யாழ்ப்பாணத்தின் திருநெல்வேலியில் சிங்கள இராணுவத்தினர் 13 பேர் கொல்லப்பட்டதுவே இத்தாக்குதலுக்குக் காரணம் எனப்பட்டது. ஆனால் ஏற்கெனவே இராணுவத்தினர் திட்டமிட்டிருந்தனர். படையில் 13 பேர் பலியாகவே, சிங்களப்படையினர் கொழும்பில் தமிழர்களைக் கொன்றுகுவித்து, அரசு கட்டுப்படுத்தியும் உடன்படாமல் மீண்டும் சீருடையற்று வாகனங்களில் வந்து கடுமையாகத் துப்பாக்கிச்சூடு நிகழ்த்தியுள்ளனர்.[32] எல்லா வகையிலான, எல்லா வழியிலான தாக்குதல்களும் நடந்தேறின. இராணுவ வண்டிகள், கப்பல்கள், விமானங்கள் மூலம் குண்டுகள் போடப்பட்டன.

சிங்கள இனவாதிகளும் வீடுகளைக் கொளுத்தியது, பல்வேறு வகைப்பட்ட கோடிக் கணக்கிலான சொத்துகள் அனைத்தையும் கொள்ளையிட்டது, பெண்களைப் பாலியல் வன்கொடுமைக்குள்ளாக்கியது, தீயில் தமிழர்களை உயிருடனிட்டு எரித்தது எனக் கடும்வன்முறைகளை நிகழ்த்தினர். இதனால் 3 ஆயிரம்பேர் வரை கொல்லப்பட்டனர். இதில் 18 ஆயிரம்பேர் வீடுகளை இழந்ததாகவும், 1 இலட்சம் பேர் ஏதிலிகளாக்கப்பட்டதாகவும் இலங்கையரசே ஒத்துக்கொண்டது.[33] ஆனால் 350 தமிழர்கள் மட்டுமே கொல்லப்பட்டதாகக் காட்டியது. ஒரு வாரம் நீடித்த இவ்வன்முறை ஆகஸ்ட் மாதமும் தொடர்ந்தது. ஏதிலி மக்கள் தமிழகத்தில் புகலிடம்நாடி வரத் தவித்தபோது,

சுதந்திர கீதம்
கடைசி இந்தியனின் காதுகளில்
இன்னும் கேட்கவில்லையே!

"சிங்களத் தீவினுக்கோர்
பாலம் அமைப்போம்" என்றாயே!
நம் அகதிகள்
நடந்தாவது வரட்டும் என்ற
நல்லெண்ணத்தாலா! (இன்னொரு தேசிய கீதம், ப.61)

என வைரமுத்து, பாரதியின் கவிதையைப் பொருத்திப்பார்க்கின்றார். அம்மக்களும், 1995 காலகட்டத்தில் வந்தவர்களும் தமிழக முகாம்களில்

தங்கி வாழ்ந்தாலும் ஆற்றவியலாத அவர்களின் துயரத்தை 'வலி' (2006) என்ற கவிதை நூலாகப் படைத்த அறிவுமதி, இலங்கையின் சிங்களவாதத்திற்கு எதிராகப் போராடி உயிரிழந்த ஒரு விடுதலைப் புலியின் தாயின் தரப்பிலிருந்து,

உனக்கு
நீயே
மரணத் தாலி
கட்டிக் கொண்டதைப்
பார்த்த
நாளில்
அதை விடவும் அதிகமாய்
மகிழ்ந்தேன்
.....
நாட்டிற்குள் தான்
வாழ்கிறேன்
ஆனால்
துரோகிகளுக்கு
மத்தியில்

நீ
காட்டிற்குள்தான்
வாழ்ந்தாய்
ஆனால்
போராளிகளுக்கு
மத்தியில் *(அறிவுமதி, பக்.286,287)*

என்று போராளிகளின் வாழ்வைக் காட்டியிருக்கின்றார்.

விடுதலைப் புலிகள் அமைப்பினர் இதற்குப் பிறகே சிங்களப் படை-யினருக்குக் கருவிகள் மூலம் எதிர்வினையாற்றினர். இதன் நீட்சியில் கொழும்பில் வெலிக்கடைச் சிறையில் ஈழப் போராளிகள் மற்றும் பிறருமாகச் சூலை 25இல் 35 பேர், இரண்டுநாள் கழித்து 18 பேர் என 53 பேர், ஏவிவிடப்பட்ட சிங்களக் கைதிகளால் கொடிய முறைகளில் கொல்லப்பட்டனர். குட்டிமணி, ஜெகன், தங்கதுரை எனும் தமிழீழ விடுதலை இயக்கப் (டெலோ) போராளிகள் குறிவைத்தே கொல்லப்பட்டனர். இதில் குட்டிமணியைக் கண்களைத் தோண்டியெடுத்து, பிறப்புறுப்பறுத்துப்[34] படுகொலை செய்தனர். இவ்வாறெல்லாம் நடந்ததாலே இந்நிகழ்வு உலகத் தமிழர் வரலாற்றில் 'கறுப்பு ஜூலை' எனப் பதியப்பட்டுள்ளது. இனப்படுகொலையாகப் பெயர்பெற்ற இவ்வன்முறை நிகழ்வுதான் இருபதாம் நூற்றாண்டு ஈழத்

தமிழர் வரலாற்றிலேயே உலகெங்கும் அதிர்வை ஏற்படுத்தியது. குட்டிமணிப் படுகொலையினை வைரமுத்து,

அங்கே
தண்ணீருக்கு மத்தியில்
தழல்
.....
கொள்கைப் புலியே
குட்டிமணீ
உன் கண்களைச்
சிறைக்குள் திருடின
சிங்கள நரிகள்
பூட்ஸ் கால்களில்
போட்டு நசுக்கின
அடே
பூமிக்கே கண்தானம் செய்த
புனிதன் நீயடா *(கொடிமரத்தின் வேர்கள், பக்.69,70)*

என்றெழுதிப் போராளிகளின் மரணம் மண்ணுக்கான ஈகமென்று எடுத்துரைக்கின்றார். பெருஞ்சித்திரனார், தமிழன்பன், இன்குலாப் கவிதைகளில் இப்போராளிகளுக்குப் பதிவுள்ளது.

இனத்தாக்குதல்களாக நடத்தியவர்கள் இதிலிருந்து இனக்கொலையென்று தீர்மானித்தே நடத்திடத் தொடங்கினர். 1983 நிகழ்வை ஜெயவர்தனே 1986இல் வெளிப்படையாகவே ஒத்துக்கொண்டார்.[35] தமிழர்களின் நிலைக்கான எதிர்ப்பிற்காகவும், தொடரும் போர்ச் சூழலுக்காகவும் 1984இல் கொழும்புவில் அனைத்துக்கட்சி மாநாட்டினை இலங்கை அரசு ஏற்பாடு செய்தது. அதனைச் சிங்கள இனவாதிகளும், அந்நாட்டின் எதிர்க்கட்சியினரும் எதிர்த்தனர். அதுவும் கைவிடப்பட்டது. படுகொலைக்குப் பின் இந்திய அரசின் தரப்பில் தமிழர்களின் நிலையை அறிந்துவரச் சென்றுவந்தனர். ஆனால் யாதோர் உடனடிப் பயனும் கிட்டவில்லை. ஐ.நா.வின் இந்திய உறுப்பினராக இருந்த ஜி. பார்த்தசாரதி 'அகதி முகாம்'களுக்குச் சென்று அங்கிருந்தவர்களோடு பேசி, பிறகு ஜெயவர்தனே மற்றும் தமிழர் ஐக்கிய விடுதலை முன்னணியினருடன் கலந்துரையாடி இந்தியாவின் சார்பில் திட்டமொன்றைத் தயாரித்தார். குறைந்தபட்சமாக அது, தமிழ் மாகாணத்தில் தன்னாட்சி அளிக்கப்படவும், மாவட்ட மன்றங்களுக்கு அதிகாரம் வழங்கப்படக்கூடுமென்றும் ஏற்பாடானது. ஆனால் இதுவும் காலங்கடத்திக் கிடப்பில் போடப்பட்டது. இதற்குத் தமிழகத்தில் அரசியல் கட்சிகள் தரப்பில் 19.2.1986இல் கண்டனம் தெரிவிக்கப்பட்டும்

கண்டுகொள்ளப்படவில்லை. இலங்கையரசு தமிழர்களைத் தாக்கிக்கொண்டே வட்டமேசை மாநாடுகளிலும் பங்கேற்கும் போலித்தனத்திற்குத் தமிழகத் தரப்பில் அப்போதைய முதல்வர் எம்.ஜி. இராமச்சந்திரன் கண்டனம் தெரிவித்தார். 1987 மார்ச்சு மாதம் ஐ.நா. அவையும் இலங்கையில் மனித உரிமைகள் மீறப்படுவதாக அறிக்கை வெளியிட்டது.

சூலை நிகழ்வினை உலகமெங்கும் தமிழர்கள் எதிர்த்ததால் இந்திய அரசு 1985 சூலையில் பூடான் தலைநகர் திம்புவில் பேச்சுவார்த்தை நடத்தியது. ஆனால் 1983 நிகழ்வின்பின் விடுதலைப் புலிகளை ஒடுக்குவது என்ற பெயரில் இன்னும் தமிழ்மக்களைக் கொலைசெய்வதே அதிகரித்தது. 1985 ஏப்பிரல் முதல் 1986 பிப்பிரவரி வரை 2587 பேரை இலங்கைப்படை கொன்றதென இலண்டன் 'கார்டியன்' இதழ் வெளியிட்டுள்ளது.[36] விடுதலைப்புலிகள் அமைப்புடன் டெலோ, ஈ.பி.ஆர்.எல்.எஃப்., ஈரோஸ் ஆகிய மூன்றும் ஈழத் தேசிய விடுதலை முன்னணி அமைப்பாக இருந்தது. இதுமட்டுமல்லாது பிளாட், தமிழர் ஐக்கிய விடுதலை முன்னணி எனும் அமைப்புகள் தனியாகவும் இருந்தன. ஆனால் அனைத்துத் தரப்பினரும் *தமிழ் ஈழம்* அமைவதையே வலியுறுத்தினர்.

மேற்கண்ட பிரச்சினைகளுக்கெல்லாம் பெருந்தீர்வு காண்பதுபோல் 29.7.1987இல் இந்தியப் பிரதமர் இராஜீவ் காந்தியும், இலங்கை அதிபர் ஜெயவர்தனேவும் ஓர் ஒப்பந்தம் செய்துகொண்டனர். இலங்கையின் வட, கிழக்குப் பகுதிகளை ஒன்றிணைத்து மாநில அதிகார அமைப்பை ஏற்படுத்துவதென்றும், அதுவரையில் 'இந்திய அமைதிப்படை' அப்பகுதிகளில் இருக்குமென்றும் கையெழுத்தானது. பிரபாகரனும் இந்திய அரசின்மீது நம்பிக்கை வைத்து உடன்படுவதாகவும், ஆனால் சிங்கள இனவாதிகளால் இதுவும் பயனற்றுப் போகும் எனவும் தெரிவித்தார். அதுபோன்றே தமிழ் மாகாண ஆட்சி ஏற்படுவதை முறியடிக்கச் சிங்களவாதிகள் வன்முறையில் இறங்கினர். இந்திய அரசும் அடுத்தகட்ட நடவடிக்கைகளாகப் பேச்சுவார்த்தைகளை நடத்தியது. இந்தியப் படை அங்கு இருந்தாலும் இலங்கையரசின்கீழ்தான் செயல்படவேண்டியிருந்தது. அதனால் சிங்கள வன்முறைகளைக் கையாள முடியாமல்போனது. மக்கள், புலிகள் அமைப்பினர் என ஏராளமானோரைச் சிங்களப்படை சுட்டுக் கொன்றது. இச்சூழலைச் சரிசெய்ய இந்தியாவிடம் புலிகள் அமைப்பு கேட்டுக்கொண்டது. இதற்காகத்தான் உண்ணாநோன்பிருந்து திலீபன் 1987 செப்டம்பரில் உயிரிழந்தார். புலிகள் அமைப்பு கருவிகளை ஒப்படைத்து இந்திய அரசுடன் ஒத்துழைப்பு தந்திருந்தது. ஆனால், இந்திய

இராணுவத்தினையும் விடுதலைப் புலிகளையும் சண்டையிடச் செய்யச் சூழ்ச்சி நடந்தது. அந்நேரம் 'ரா' (RAW - Research and Analysis Wing) என்னும் இந்திய உளவுத்துறை தலையிட்டுப் புலிகளுக்குப் பயிற்சிதந்து, கருவிகளையும் தந்தது. இதனால் இந்தியப் படையினரே தாக்குதல் நிகழ்த்தினர். அவர்கள் தமிழ்ப்பெண்களை வன்புணர்வுக்குள்ளாக்கி, தமிழர்களுக்கெதிரான செயலில் ஈடுபட்டனர்.[37] அமைதிப் படையின் இத்தகு முரண்பாட்டுச் செயலை,

அவர்கள்
கற்பழிக்கப்பட்டுக் கொண்டிருக்கிறார்கள்;
நாம்
'கற்பில் சிறந்தவள் கண்ணகியா? சீதையா?' என்று
பட்டிமண்டபம் நடத்திக்கொண்டிருக்கிறோம்.
.....
இதோ!
வெள்ளைக்கொடி வியாபாரிகள்
விதவைகளின் புடவைகளை
உருவிக்கொண்டிருக்கிறார்கள்.
.....
இன்று
அசோகச் சக்கரத்தின்
குருட்டு ஓட்டத்தில்
கன்றுகளின் ரத்தம்
பெருகிக்கொண்டிருக்கிறது (சுட்டு விரல், பக்.17,19)

என்றெழுதிய அப்துல் ரகுமான், தமிழகத் தரப்பிலிருந்து எதிர்ப்பு வலுக்காத நிலைக்கு வெகுண்டிருப்பார். அதேபோன்று பழமலய் கவிதையிலும்,

வேடனுக்கும் புலிக்கும் இடையில்,
அமைதி காக்கப் போனவர்கள்,
நகங்களைப் பிடுங்கிக் குவிக்கையில்,
அமைதி இழந்தேன்.
கற்பழித்தார்கள்.
காறித் துப்பினேன்.
சக்கரங்கள் முன் எரிந்தார்கள்:
ஈரல் குலை, நசுங்கித் துடியாய்த் துடித்தது.
திலீபன் உயிர் விட்டான். அப்போதும்
நான் செத்தேன். (பழமலய் கவிதைகள், ப.188)

என்று இந்திய இராணுவத்தின் முறைதவறிய போக்கு கண்டிக்கப்பட்டிருக்கும்.

இக்காலத்தில் இலங்கைக் கடற்படையால் விடுதலைப் புலிகள் 17 பேர் கைதுசெய்யப்பட்டனர். குமரப்பா, புலேந்திரன் முதலிய 12 பேர் சிங்களவாதக் கொடுமைக்கு ஆட்படாமல் தாங்களே தங்களை மாய்த்துக்கொண்டனர். எப்படியாயினும் சிங்களவாதத்திற்கு இடையூறாகவே இந்தியப்படை கருதப்பட்டதால் 1988இல் இலங்கையின் குடியரசுத் தலைவரான பிரேமதாசா இந்தியப்படை வெளியேற வேண்டுமென்றார். அமைதிப்படையே ஆயிரக்கணக்கான தமிழர்களைக் கொன்றதால் விடுதலைப் புலிகள் அமைப்பும் ஐ.நா. அவையின்கீழ் தீர்வுகாண மனித உரிமை ஆணையத்திடம் கோரியது.[38] இதனால், 1989 அக்டோபரில் அங்கிருந்து இந்திய இராணுவம் வெளியேறியது. பிரேமதாசா காலத்தில்தான் போர்க்கருவிகளைச் சேகரித்துக் கப்பலில் கொண்டுவந்த போராளி கிட்டுவைக் கைதுசெய்ய இந்தியக் கடற்படை முயன்றதால், 1993 சனவரியில் கிட்டு கப்பலை வெடிக்கச்செய்து தன்னுடன் இருந்த 9 போராளிகளுடன் மரணமெய்தினார்.

பிறகும் தமிழர்கள்மீதான தாக்குதல் தொடர்ந்தது. அடுத்த ஒன்றிரண்டு ஆண்டுகளில் புலிகள் மீதான வன்முறை ஓங்கவே செய்தது. தமிழகத்தில் குண்டுவெடிப்பில் இராஜீவ் காந்தி கொல்லப்பட்டதற்குப் பெண்களும் செயலாற்றும் புலிகள் அமைப்பே காரணம் எனும் கருத்து நிலவியதால் ஈழத் தமிழர்கள் நிலை இன்னும் சிக்கலானது. மரபான ஈழத்தவர்களாக இல்லையென்றாலும், இந்தியவழித் தமிழர் என்றாலும் மலையகத் தேயிலைத் தோட்டங்களில் பணியாற்றும் தொழிலாளர்களுக்கும் இந்நிலையே இருந்தது. அங்குள்ள தமிழர்களுடைய உழைப்பு இல்லையேல் இலங்கையின் அந்நியப் பொருளாதாரம் கடும்பாதிப்புக்குள்ளாகும். ஆனாலும் அவர்களின் குடியுரிமையிலிருந்து, தமிழர்கள் என்பதாலேயே அவர்களைக் கொடுமைப்படுத்துவதிலிருந்து தவறான நிலைப்பாடுகளையே இலங்கை அரசு எடுத்துக்கொண்டிருந்தது. இருபதாம் நூற்றாண்டில், 'சிங்கள் வெறியர்களின் செயல்பாடுகள் 1948இலிருந்து தொடரும் வரலாறு' என்று கு.வெ.கி. ஆசான் குறிப்பிடுகின்றார்.[39] இப்படிப்பட்ட இலங்கைக்கும் அது விடுதலை அடைந்தபோது தமிழகத்தில் நாமக்கல் கவிஞர்,

ஆசியாவினில் பகுதி யாகிய
அழகு சொட்டு மிலங்கையில்
ஆதி வந்தவர் பாதி வந்தவர்
யாவ ராயினும் இவ்விடம்
வாச மாயுள மக்கள் யாவரும்

நேச மாயினி வாழவே
வம்பு துன்புகள் வாதபேதமும்
வந்தி டாவகை ஆளுவோம்

(நாமக்கல் கவிஞர் பாடல்கள், ப.142)

என்று வாழ்த்துக் கவிதையில் கருத்துரைத்துள்ளார். இதுவரையும் பயனில்லை.

இருதரப்பிலான மோதல்களால் 1983 சூலைக்குப் பின்னும் படுகொலைகள் தொடரவே செய்தன. '1984 செப்டம்பரில் தமிழர்கள் பயணித்த பேருந்தினைக் கடத்திச் சென்று சுட்டதில் 26 பேரும், 1985 சனவரியில் இராணுவத்தினரின் இரயிலுக்கு வெடிவைத்ததில் 34 பேரும், 1987 பிப்ரவரியில் இராணுவத்தால் தமிழர்கள் 100 பேரும், ஏப்பிரலில் கொழும்பில் வெடித்த வெடிகுண்டால் 200 பேரும், இராணுவத்தினர் குண்டு வீச்சு நடத்தியதில் 300 பேரும், மே மாதம் நடந்த இருதரப்பினருக்குமான கடும்போரில் 1000 பேரும், அக்டோபரில் பேருந்துகளும் இரயில்களும் எரிக்கப்பட்டதில் 160 பேரும், 1989 சூலையில் இராணுவத்தினர் சுட்டதில் தமிழர் அரசியல் தலைவர்களான அமிர்தலிங்கம், யோகேசுவரன் சிறு இடைவெளியில் உமா மகேசுவரன் ஆகியோரும் கொல்லப்பட்டனர். மேலும் 1992 சூலையில் இருதரப்பின் மோதலில் புலிகள் 400 பேரும், 1993 செப்டம்பரில் இராணுவத்தினரின் விமானத் தாக்குதலில் 350 பேரும் கொல்லப்பட்டனர்.

1995 சனவரியில் இலங்கை அரசும் விடுதலைப் புலிகள் அமைப்பும் அமைதிப் பேச்சு நடத்தியதில் போர் நிறுத்தம் நடைமுறைக்கு வந்தது. ஆனாலும் அதே ஆண்டு சூலையில் இராணுவத்தினர் குண்டு வீச்சில் யாழ்ப்பாணத்தில் 150 பேரும், அம்மாத இறுதியிலே இருதரப்பின் கடும்போரில் 332 விடுதலைப் புலிகளுமென ஆயிரக்கணக்கானோர் கொலைசெய்யப்பட்டு, தமிழர்கள் ஏதிலிகளாகக் குடிபெயர்ந்தனர் (இதனைப் பழமலய் கவிதை(ப.359) பதிவுசெய்திருக்கின்றது). அதற்குப் பதிலடியாகச் செப்டம்பரில் புலிகள் வைத்த வெடிகுண்டால் இராணுவ விமானம் வெடித்து 81 பேரும், 1998 செப்டம்பரில் புலிகள் கிளிநொச்சியைக் கைப்பற்றிய கடும்போரில் 680 பேரும், 2000 சனவரியில் சிறீமாவோவினைக் கொல்ல முயன்றபோது தற்கொலைப்படையினர் 13 பேரும் கொல்லப்பட்டனர்'.[40]

மேற்படி, சில ஆண்டுகளும் இடைவெளியற்று நடந்திருக்கும் இனமோதல்களால் ஆயிரக்கணக்கானோர் பலியாகியுள்ளனர். நூற்றாண்டின் பிற்பகுதி முழுக்கப் படுகொலைகள் நடந்தேறியுள்ளன.

அதனால் ஈழத் தமிழர்கள் நிலையோ வேறுவிதமாக அமைந்தது. 1983 சூலை நிகழ்விற்குப் பிறகு 2000ஆம் ஆண்டு வரை ஏதிலிகளாகத் தமிழகத்தில் சுமார் 45 ஆயிரம் குடும்பங்களின் ஒன்றரை லட்சம் அளவிற்கு ஈழத் தமிழர்கள் அடைக்கலம் புகுந்துள்ளதை அறிக்கைகள் காட்டுகின்றன.[41] தமிழர்களுக்காக இந்திய, தமிழக அரசுகள் அழுத்தமான அக்கறைப்பட்டிருந்தால் வரலாறு மாறியிருக்க வாய்ப்பிருந்திருக்கும்.

இதுவரைக்குமான அனைத்துப் படுகொலைகளின் நீட்சியாக, அவற்றைத் தாண்டிய மாபெரும் வன்முறையாக 2009 மே மாதம் இலட்சக்கணக்கில் ஈழத்தில் தமிழர்கள் கொல்லப்பட்ட படுகொலைகளே நிகழ்ந்தேறின. இதைத் தமிழன்பனின் 'என்னருமை ஈழமே' (2009) நூல் பதிவுசெய்துள்ளது. இப்படியாக, வரலாறெங்கும் இலங்கை அரசின் போலியான செயல்பாடுகளாலும், இந்திய, தமிழக அரசுகளின் நடவடிக்கைகளாலும் பல முறைகள் நம்பிக்கைகள் ஏற்பட்டு ஈழத் தமிழர்கள் ஏமாற்றமே காணநேர்ந்தது. இறுதியில், ஒட்டுமொத்த தமிழ்ச் சமூகத்தின் 'வரலாற்று வலி' என்பதாக ஈழப்படுகொலைகள் ஆகிப்போயின. மொத்தத்தில்,

ஆண்டாண்டு காலமாய்த்
தலை கீழாய்த் தொங்கும்
தமிழனின் இதயம் ***(தணிகைச்செல்வன் கவிதைகள், ப.438)***

என்பதாய் இலங்கை படிமமாகிக் கிடக்கின்றது. தமிழிலக்கியத்தைப் பொறுத்தவரையில் ஈழப் பதிவுகள் அடர்ந்திருக்கின்றன. தமிழின் தொன்மையான சங்க இலக்கியத்திலேயே ஈழத்துப் பூதந்தேவனார் என்றொரு புலவரே இருந்திருப்பது எல்லா வகையிலும் சான்றாகின்றது. இங்குக் காட்டப்பட்டுள்ள கவிஞர்களின் பதிவுகளே இன்னும் இருக்கின்றன. இவர்களோடு இரா. மீனாட்சி, பரிணாமன் ஆகியோர் கவிதையிலும் ஓரிரு பதிவுகள் உள்ளன. மொத்தத்தில் தமிழ்ச் சமூகத்தில் நிகழ்ந்தேறிய மிகப்பெரும் வன்முறையான இப்படுகொலைகளுக்கு எதிராக ஒவ்வொரு காலகட்டத்திற்கும் தமிழ்க் கவிதைகள் பரவலாகவே பதிவுகளைக் கொண்டிருக்கின்றன.

முதுகுளத்தூர் கலவரம் (செப்டம்பர் 1957)

அடக்குமுறைகளால் ஏற்படும் சாதிய மோதல்கள் இருபதாம் நூற்றாண்டில் தமிழ்ச் சமூகத்தின் பெரும்பாலான பகுதிகளில் நிகழ்ந்தேறி இருக்கின்றன. அவை, பாதிப்புகளின் அளவீட்டினைப் பொறுத்தும் அந்நிகழ்வுகள் உண்டாக்கும் தாக்கத்தைப் பொறுத்தும்

ஒட்டுமொத்த சமூகத்தின் இயங்குதளத்தில் அதிர்வை ஏற்படுத்துகின்றன அல்லது வெளித்தெரியாமல் முடக்கப்படுகின்றன. 1957 செப்டம்பர் மாதத்தில் அப்படியோர் அதிர்வைத் தந்து நாடெங்கும் பதற்றத்தை உண்டாக்கியவை, அக்காலத் தேவர் சமூகத்துக்கும் (பெரும்பாலும் மறவர்கள்) அன்றைய பள்ளர் சமூகத்துக்கும் இடையே முதுகுளத்தூர் வட்டாரப் பகுதிகளில் நடந்த கலவரங்கள்.

தென்தமிழகத்தில், இராமநாதபுரம் மாவட்டத்தில் இருதரப்புமே பெரும்பான்மையுடைய சாதியினர். சாதி நிலையில் தேவர்களின் ('தேவர்' என்பது மறவர், கள்ளர், அகமுடையார் எனும் முக்குலத்தோர்க்குப் பொதுவான சொல்) ஒடுக்குமுறைக்குள்ளாகி வாழ்ந்துவந்த பள்ளர் சமூகத்தவர் வாழ்வியல் முறையினில் மாற்றம்பெற்று வருவதை, தங்கள் அதிகாரத்தின்கீழ் இவர்கள் இல்லாமல்போவதை ஏற்க முடியாமல் அவர்களும், ஆதிக்கம் மற்றும் கொடுமைகளின் பிடியினைக் கட்டவிழ்க்க விரும்பிய இவர்களும் முரண்பாடுகளையும் மோதல்களையும் தொடர்ச்சியாகக் கண்டனர். இது கலவரத்திற்கு முன்பேயிருந்த சூழல்தான்.

இருதரப்புக்குமிடையே 1940கள் தொடங்கிப் பகைமை அதிகரித்து வந்தது. இவர்கள் சங்கம் அமைப்பது, நவீன உடை அணிவது, நீர் நிலைகள், கோயில், உணவகம் உள்ளிட்ட பொது இடங்களில் சம உரிமை கேட்பது, பெண்கள் குடத்தைத் தலையில் சுமக்காமல் இடுப்பில் சுமப்பது, இலவசமாக உழைக்க மறுத்துக் கூலி கேட்பது, தெருக்களில் செருப்பணிந்து நடப்பது, குடை பயன்படுத்துவது, கட்டிலில் உட்காருவது முதலியவற்றில் அந்தச் சமூகத்தினருக்கு ஏற்பில்லாமலிருந்தது. சிலவற்றிற்கு எதிர்வினையாக, இவர்களின் கிணற்றில் மண்ணெண்ணெய் ஊற்றுவது, மலத்தைப் போடுவது, ஆடு, மாடுகள் முதலிய உடைமைகளைத் திருடுவது, திருடிய பொருளைத் திருப்பித் தரத் 'துப்புக்கூலி' கேட்பது, உச்சபட்டமாக வீடுகளுக்குத் தீ வைப்பது முதலியவற்றைச் செய்துள்ளனர்.[42] 1955இல் மேற்கண்ட விவகாரங்களால் கொடுமைகள் இன்னும் அதிகமாக நடந்துள்ளன. இது சமூகச் சூழலில் ஏற்பட்டுவந்த நிலை.

அரசியல் சூழலில், 1952இல் தேவர்களின் பிரதிநிதியான முத்துராமலிங்கத் தேவர் காங்கிரசு கட்சியிலிருந்து விலகி 'பார்வர்ட் பிளாக்' கட்சியில் இணைந்தார். அப்போதைய முதலமைச்சர் இராஜாஜி காங்கிரசு கட்சிதான் என்றாலும் முரண்பாடு ஏற்படவில்லை. காமராசர் முதல்வரானதும் தேவர்கள் செய்யும் பிரச்சினைகளில் தலையிடலானார். தாங்களே அதிகாரம் கொண்டவர்போல் வாழ்ந்த தேவர் சமூகமும்

அரசியல் சட்ட திட்டங்களுக்குள் உடன்பட வழிவகுத்தார். எனவே அரசாங்கத்திற்கும் அவர்களுக்குமிடையே உறவுநிலை முரண்பட்டது. தேவர்களுக்கு மாறான காங்கிரசு கட்சியைப் பள்ளர் சமூகம் ஆதரித்ததால் பல தாக்குதல்களை நிகழ்த்தினர். 1957ஆம் ஆண்டுப் பொதுத்தேர்தலில் சிறீவில்லிபுத்தூர் பாராளுமன்றத் தொகுதி மற்றும் முதுகுளத்தூர் சட்டமன்றத் தொகுதி இரண்டிலும் வெற்றிபெற்ற முத்துராமலிங்கத் தேவர் ஒன்றைக் கைவிட வேண்டியதால் சட்டமன்ற உறுப்பினர் பதவியைக் கைவிட்டார். அதனால், அந்த ஆண்டு சூலை மாதம் அத்தொகுதி இடைத்தேர்தல் கண்டது. காங்கிரசு கட்சி தமது மொத்த கவனத்தையும் இதில் ஈடுபடுத்தியது. எனவே தேவர் பொதுக்கூட்டங்களில் காமராசருக்கும் நாடார் சமூகத்திற்கும் எதிராகப் பேசியது உள்ளிட்ட தேர்தல் பரப்புரைக் கூட்டங்களால் சுற்றுவட்டாரத்தில் பதற்றமான சூழல்கள் உண்டாயின.[43] தேர்தலில் காங்கிரசுக்கு ஆதரவாக வாக்களிக்க வரும் மக்கள் முன்கூட்டியே தடுக்கப்பட்டனர். எனவே, காங்கிரசின் பெருமுயற்சிகளையும் மீறித் தேவரின் சார்பில் நிறுத்தப்பட்ட சசிவர்ணத் தேவர் வெற்றிபெற்றார். தேர்தல் முடிவின்போது இருகட்சியினரின் மோதல்களில் கொலை, வீடுகளை எரித்தல் என வன்முறைகள் மாவட்டம் முழுக்க நிகழ்ந்தன.

சமூகத்தில் நீடித்த பதற்றத்தை விலக்கி, அமைதிப்படுத்த மாவட்ட ஆட்சியர் சி.வி.ஆர். பணிக்கர் ஓர் அமைதிக் கூட்டத்திற்குச் செப்டம்பர் 10ஆம் நாள் முதுகுளத்தூரில் ஏற்பாடு செய்திருந்தார். தேர்தலுக்குப் பிறகு, காவல்துறை பள்ளர் சமூகத்தவரையே ஆதரிக்கிறதென வருத்தம்கொண்டு தமது தொகுதிக்கே வராமலிருந்த பாராளுமன்ற உறுப்பினரான முத்துராமலிங்கத் தேவர், அமைதிப் பேச்சுவார்த்தைக்காக வந்திருந்தார். கூட்டத்தில் கலந்துகொண்ட பல தலைவர்களோடு, பள்ளர் சமூகத்தவரிடையே விழிப்புணர்வு ஏற்படுத்திவந்த இம்மானுவல் சேகரனும் கலந்து கொண்டார். இது தேவருக்கு ஏற்பில்லாமலிருந்தது. அரசியல் தலைவரான பெருமாள் மட்டுமே அச்சமூகத்தின் சார்பாகக் கலந்துகொள்ள வேண்டுமென்று கருதினார். கூட்டத்தின் முடிவுபற்றித் தெரிந்துகொள்ள அங்கே 10,000 பேர் காத்திருந்தனர். காவல்துறை அதிகாரிகள் முன்னிலையில் தலைவர்கள் அனைவரும் உடன்பட்டுக் கையெழுத்திட்டனர். ஆனால் கூட்ட விவகாரங்களில் தேவர் பேச்சுக்கு இம்மானுவல் பதில் பேசியதை தேவரது ஆதரவாளர்களான அங்குசாமித் தேவர், பேயன் முனியாண்டித் தேவர் முதலியோர் விரும்பவில்லை. மறுநாள் 11.9.1957அன்று, பரமக்குடி இரயில் நிலையத்திற்குப் பக்கத்திலுள்ள தமது வீட்டினருகே 33 வயதான இம்மானுவல் படுகொலை செய்யப்பட்டார்.[44]

மேற்கண்ட அதே நாளில் பரமக்குடி வட்டாரப் பகுதியான பள்ளர்கள் அதிகம் வாழ்ந்த அருங்குளத்தில், இரு தரப்பினரும் இணைந்து அவ்வாண்டுக்கான அய்யனார் கோயில் திருவிழாவை ஏற்பாடு செய்திருந்தனர். திருவிழாவில் நடந்த அரிச்சந்திரா நாடகத்தின் இடையே மதுரையிலிருந்து வந்த நாடகக் குழுவினர் முத்துராமலிங்கத் தேவரைப் புகழ்ந்து பாடல் பாடவே, எதிர்ப்பு உண்டாகி நாடகம் ஒத்திவைக்கப்பட்டது. மறுநாளும் நாடகம் நடத்த முடியாமல் போனது. இதனால் செப்டம்பர் 13 அன்று அருங்குளத்தில் இருதரப்பினர்க்கும் மோதல் உண்டானது. அவர்களில் இருவர், இவர்களில் ஐவர் கொலை செய்யப்பட்டனர். ஏராளமான வீடுகள் தீயிட்டுக் கொளுத்தப்பட்டன. காவல்துறையின் பதிவில் 556 தேவர் வீடுகளும், 24 பள்ளர் வீடுகளும் பதிவுசெய்யப்பட்டிருந்தன. ஆனால் ‘தி இந்து’ நாளிதழ் தரப்பில் 107 வீடுகள் என்று கணக்கிடப்பட்டிருந்ததே[45] சரியாக இருக்க வாய்ப்புள்ளது. ஏனெனில் அருங்குளத்தில் இருநூறு குடும்பங்களுக்குள்ளாகத்தான் வசித்தனர்.

இம்மானுவல் கொலைக் குற்றவாளிகளைக் கைதுசெய்ய ஆய்வாளர் கேப்ரியல் ராய் தலைமையில் காவல்துறை முதுகுளத்தூரைச் சேர்ந்த கீழத்தூவல் பகுதிக்குச் சென்றது. அங்கே காவல்துறைக்கும் தேவர்களுக்கும் ஏற்பட்ட மோதலில் தேவர்களையெல்லாம் கிராமப் பள்ளிக்கூடத்தினுள் சிறைப்படுத்தி, குற்றவாளிகள் பற்றி விசாரித்து 5 பேரைச் சுட்டுவிட்டது. இம்மானுவல் கொலையும் இந்நிகழ்வும்தான் முதுகுளத்தூர் கலவரத்தின் அடித்தளமாக அமைந்தன. இதன் தொடர்ச்சியாக அச்சமூகத்தினர் அதிகம் வசிக்கும் இளஞ்சம்பூரிலும், இச்சமூகத்தினர் அதிகம் வசிக்கும் வீராம்பலிலும் பதற்றச் சூழல் உண்டானது. செப்டம்பர் 16 முதல் 20 வரையில் பல பகுதிகளில் வீடுகளை எரிப்பது, கொலை, கொள்ளை, துப்பாக்கிச்சூடு உள்ளிட்ட வன்முறைகள் நிகழ்ந்தேறின. முதலிரண்டு நாளில் இளஞ்சம்பூர், கீராந்தை பகுதிகளிலும், பிறகு முதுகுளத்தூர், பரமக்குடி வட்டாரங்களைத் தாண்டி மாவட்டம் முழுக்கக் கலவரம் பரவியது. திருப்புவனம், பிரமனூர், மானாமதுரை, அருப்புக்கோட்டையெனப் பல இடங்களில் தீ வைப்பு மேற்கொள்ளப்பட்டது. சிவகங்கை வட்டாரத்திலும் செப்டம்பர் 19, 20ஆம் நாள்களில் வன்முறைகள் நிகழ்ந்தேறின. தீ வைப்பில் பெரம்பாச்சேரி, மழவராயனேந்தல் ஆகிய பகுதிகளில் பள்ளர் சமூகத்தினர் வீடுகளே மிகவும் பாதிப்புக்குள்ளாயின.

இப்படியே வன்முறை மதுரை மாவட்டத்திற்கும் பரவலானது. அங்கேயும் இவைபோன்றவை நிகழ்ந்தன. இதன் நீட்சியில் செப்டம்பர்

26இல் முதுகுளத்தூர், பரமக்குடி வட்டாரங்களில் 450 பேர் கைதுசெய்யப்பட்டனர். செப்டம்பர் 28ஆம் நாள் முத்துராமலிங்கத் தேவரும் கைதுசெய்யப்பட்டார் (பிறகு விடுதலையானார்). இதன் பிறகு ஓரிரு சிறு அளவிலான நிகழ்வுகள் மட்டும் நடந்தன. காவல்துறையின் துப்பாக்கிச்சூட்டில் மட்டும் கீழத்தூவல்(5), கீராந்தை(4), மழவராயனேந்தல்(1), உளுத்திமடை(4) ஆகிய பகுதிகளில் 14 பேர் இறந்துள்ளதாகத் தெரிகின்றது. இம்மானுவல் கொலையில் தொடங்கிய இக்கலவரத்தில்,

மொத்தத்தில் துப்பாக்கிச் சூடு, மோதல்கள், கலவரங்களில் 40பேர் கொல்லப்பட்டனர். சுமார் 100பேர் காயமடைந்தனர். மாவட்ட ஆட்சியரின் கூற்றுப்படி மோதல், கலவரங்களில் 26பேர் கொல்லப்பட்டனர். இதில் 18பேர் பள்ளர்கள், 8பேர் தேவர்கள். அரசு அறிவிப்பின்படி, தீக்கிரையான வீடுகளில் 2735 வீடுகள் பள்ளர்களுக்கும், 107 வீடுகள் தேவர்களுக்கும் சொந்தமானவை. தாலுகா வாரியான அரசாங்கக் கணக்கின்படி, பயிர்கள், வீட்டுச் சாமான்கள், நகைகள், மற்ற பொருட்களின் மொத்த சேதம் ரூ.3,73,703.00 ஆகும். (பரமக்குடி-ரூ.11,000, முதுகுளத்தூர் ரூ.25,000, சிவகங்கை ரூ.2,51,353.00, அருப்புக்கோட்டை ரூ.86,350) [46]

எனும் அரசாங்கப் பதிவுகளின் இத்தகவல்களிலும் மதிப்பீட்டிலும் மாறுபாடுகளும் இருக்கலாம். இன்னும் சில பகுதிகளிலும் மோதல்கள் நிகழ்ந்துள்ளன. இம்மானுவல் கொலையான ஒரு மாதத்திற்குள் வன்முறைகள் கட்டுக்குள் கொண்டுவரப்பட்டன. ஆனால் இருதரப்பினர்க்குமான மோதலுக்குண்டான இப்பதற்றச் சூழல் இன்றுவரையிலும் தொடர்கின்றது. 2012இல் இம்மானுவல் சேகரனின் நினைவுநாளான செப்டம்பர் 11இல் பரமக்குடியில் உண்டான கலவரத்தால் பள்ளர் சமூகத்தின் ஆறு இளைஞர்கள் காவல்துறையின் துப்பாக்கிச் சூட்டில் மாண்டனர்.

இப்படியாகச் சாதிப் பாகுபாட்டிற்குள் சிக்கிக்கொண்ட முதுகுளத்தூர் பற்றித் தமிழ்க் கவிதைக்குள் மீரா, இன்குலாப் எழுதிய பதிவுகள் இருக்கின்றன. இவையும் இந்நிகழ்விற்காக எழுதப்பட்ட கவிதைகளல்ல. மீரா,

மதம்என்னும் எரிநெருப்பில் சாதி எண்ணெய்
வார்த்ததுண்டு; மடமையினால் பரந்த நாடு
முதுகுளத்தூர் ஆனதுண்டு; .... ***(மீரா கவிதைகள், ப.125)***

என்று, இந்திய சீனப்போர் நிகழ்ந்தபோது 1962இல் எழுதிய கவிதையின் இடையேயும் நாட்டிலேயே முதுகுளத்தூரைச் சான்றாகக் காட்டும்

அளவுக்கு இக்கலவரம் தாக்கம் செலுத்துகின்றது. இப்படிச் சாதி என்னும் தீக்குணம் பெற்றவர்களை இன்குலாப்,

நாகங்கள் எல்லாம்
புறப்படுகின்றன
படங்கள் விரித்து
முதுகளத்தூரில் முதுகு முறிந்தது
திண்ணியத்தில்
அருவருப்பாய்ச் சீறுகிறது

(ஒவ்வொரு புல்லையும் பெயர் சொல்லி அழைப்பேன், ப.261)

என 21ஆம் நூற்றாண்டிலும் எழுதியிருக்கின்றார். சமூக வரலாற்றில் மிகப்பெரிய கவனம்பெற்ற அளவுக்கு இந்நிகழ்வு கவிதைக்குள் இடம்பெறவில்லை. இவ்வன்முறைகள் குறித்து ஏனோ கவிதைகள் ஆய்வுக்கவிஞர்களிடையே அழுத்தமாக எழுதப்படவில்லை. மொத்தத்தில் இவர்களிடையே, முதுகுளத்தூர் கலவரம் தொடர்பாகவே எழுதப்பட்ட தனிக் கவிதை கிட்டவில்லை.

பம்பாயில் தமிழர்கள்மீது தாக்குதல் (ஆகஸ்ட், செப்டம்பர் 1967)

சாதி, மொழி அடிப்படையில் மனித சமுதாயம் ஒற்றுமை கொள்கின்றது அல்லது கலவரம் மேற்கொள்கின்றது. மொழி அடிப்படையில் வாழும் அந்தந்த மண்ணுக்கான மக்கள் தங்கள் உரிமைகளுக்காகவும் நலத்திற்காகவும் பல்வேறு நடவடிக்கைகளில் ஈடுபடுகின்றனர். பெரும்பாலும் அது போராட்டங்களாக அமைய ஒரு சில மட்டும் வன்முறையாக அமைந்துவிடுகின்றன. அத்தகைய ஒரு நிகழ்வுதான், 1967இல் மகாராட்டிர மாநிலம் பம்பாயில் சிவசேனா அமைப்பு அங்கிருந்த தமிழர்கள்மீது தாக்குதல் நடத்தியதாகும்.

நாட்டில் 1950களில் நடந்த மொழிவாரி மாநிலப் பிரிவினையில் பம்பாய்ப் பகுதியைத் தலைநகராக்கிக் கொள்ளப் பெரும்பாடுபட்டது மராட்டிய மண். சுமார் 100 பேர் பலியாகியதொரு பெரும்போராட்டத்தின் மூலம் 1960 மே 1இல் 'மகாராஷ்டிரா' தனி மாநிலமாக உருவெடுத்தது. 1961இல் வெளியான மக்கள்தொகைக் கணக்கெடுப்பின்படி மாநிலத்தில் மராட்டியர்கள் 41 விழுக்காடு, பிற மாநிலத்திலிருந்து வந்தவர்கள் 59 விழுக்காடு இருந்தது தெரியவந்தது. தங்கள் மண் தங்களுக்கானதாக இல்லாமலிருப்பது அவர்களுக்குப் பலவீனமாக இருந்தது. இதன்பிறகு மகாராட்டிரர் அல்லாதார், இசுலாமியர், ஒடுக்கப்பட்டோர் ஆகியோர்மீது பாகுபாடு காட்டினர். இப்பாகுபாடு வெறுப்பாகவும் பிற்காலத்தில் வெறியாகவும் மாறிட முக்கியப் பங்காற்றினார் பால் தாக்கரே.

பத்திரிகை ஊடகப் பணியிலிருந்த தாக்கரே, தாம் தொடங்கிய ‘மார்மிக்’ இதழில் கேலிச்சித்திரங்கள் வரைவதன் மூலம் அரசியலை முன்வைத்து மகாராட்டிர மக்களிடையே பெரும்புகழ் எய்தினார். இதன் மூலம் மண்ணின் மைந்தர்களின் வேலைவாய்ப்பின்மை குறித்தும், அரசு மற்றும் தனியார் நிறுவன முக்கியப் பதவிகளில் பிறர், அதாவது தென்னிந்தியர் இடம்பெற்றிருத்தல் குறித்தும் தொடர்ந்து எழுதிவந்தார். யார் யார், எந்தெந்த வேலைகளில் இடம் வகித்தனர் என்றொரு பெயர்ப் பட்டியலையே ‘மார்மிக்’கில் வெளியிட்டார்.[47] இவற்றால் பிறர்மீது மராட்டியர்களிடையே வெறுப்புணர்வு உண்டாகியது.

தமக்கான புகழைப் பயன்படுத்திக்கொண்டு தாக்கரே 19.6.1966இல் ‘சிவசேனா’ எனும் கட்சியைத் தொடங்கினார். வேலை கொடுப்பதில் தங்களுக்கெதிரான நீதியற்ற தன்மையே நிலவுவதாக அங்கிருந்த வணிகர் சங்கங்களுக்கெதிராகச் சிவசேனா செயலாற்றியது. மேலும் இந்து மதத்தோரை இசுலாமியர்க்கெதிராகவும், ஆதிக்க சாதியினரை ஒடுக்கப்பட்டோர்க்கெதிராகவும் இயக்கிடச் செயலாற்றியது. மராட்டியர் அல்லாதவர் மீதான பகைச் செயல்களிலும் ஈடுபட்டது. அதேநேரம் அவர்கள் முதலாளிகளாக இருந்தால் புகழவே செய்தது. இந்து மதச்சார்புடைய சிவசேனா, இந்து முன்னணி அமைப்பின் நாக்பூர் தசரா விழாப் பேரணிபோலத் தாமும் முதல் பேரணியினை 30.10.1966இல் சிவாஜி பூங்காவில் தொடங்கியது. பல்வேறு கொள்கைகளை முன்வைத்து இதன் பொதுக்கூட்டத்தில் பால் தாக்கரே மிகவும் எழுச்சியுடன் பேசினார். மராட்டியர்களின் வாழ்வும் வளமும் பாதிக்கப்படுவதே வந்தேறிகளால்தான் என்பதே பேச்சின் மையமாக இருந்தது. மாநிலத்தில் வாழும் மக்களில் 8 விழுக்காடான தென்னிந்தியர்கள், மாநிலத்தின் 70 விழுக்காடு வேலைவாய்ப்பைப் பெற்றிருந்தது குறித்து விமர்சனம் எழுந்தது. கூட்டம் முடிந்த சிறிது நேரத்திலேயே தென்னிந்தியரின் உடுப்பி உணவகம் தாக்கப்பட்டது.[48]

பிந்தைய காலகட்டங்களில் தொடர்ந்து சிறுசிறு மோதல்கள் நடந்து வந்தன. 1967இல் ‘ஆகஸ்ட் 15’ கொண்டாட்டத்தின்போதே சிவசேனா இயக்க முழக்கங்கள் எழுப்பிக் கிளர்ச்சி செய்யப்பட்டது. எனவே அவ்வியக்கத்தை ஆதரிப்பவர்களுக்கும் எதிர்ப்பவர்களுக்குமிடையே கடும்மோதல் ஏற்பட்டது. இதில் கடைகளைச் சூறையாடுவது, வாகனங்களைக் கொளுத்துவது, கத்தியால் தாக்குவது என்றெல்லாம் நடைபெற்று 24 பேர் படுகாயம் அடைந்தும், 100 பேர் கைதுசெய்யப்பட்டும் உள்ளனர்.[49]

அதற்குமுன் மாதுங்கா பகுதி இரயில் விபத்தின்போது காயம்பட்டவர்களிடமிருந்து கை, விரல், காதுகளைத் துண்டித்து, நகைகளைப் பறித்துச் சென்றது தென்னிந்தியர்கள்தான் எனச் சிவசேனா மராட்டியர்களிடையே பகையுணர்வை ஏற்படுத்தியது. அக்கட்சியின் 6.5.67இல் நடைபெற்ற பொதுக்கூட்டத்தில் தாக்கரே, மராட்டியர் கடைகளில்தான் பொருள் வாங்கவேண்டும், வீடு, மனை, கடைகளை வேறு மாநிலத்தவர்களுக்கு விற்கக்கூடாது, மராட்டியர்கள் தங்கள் நிறுவனங்களில் மராட்டியர்களையே பணியில் அமர்த்த வேண்டும், கன்னடர்களின் உடுப்பி உணவகங்களைத் தவிர்க்க வேண்டும் என்றெல்லாம் மராட்டியர்களுக்குக் கட்டளை பிறப்பித்தார். மேலும் ‘அண்டுகுண்டு அட்டாவ்’ என்று முழக்கமிட்டு, ‘லுங்கிகளைக் கிழித்து எறியுங்கள், லுங்கி வாலாக்களைப் பூட்சு காலால் உதையுங்கள், அவர்களை விரட்டுவதே நமது குறிக்கோள், காலா நகர் 300 குடிசை வாசிகளையும் துரத்தியாக வேண்டும், ஒரு மாதத்திற்குள் வெளியேறாவிட்டால் குடிசைகளுக்குத் தீ வைத்துக் கொளுத்துங்கள்’[50] என்றும் எழுச்சியூட்டப்பட்டது.

தமிழகத்தில் 1965இல் நடந்த இந்தி எதிர்ப்புப் போராட்டம் நாட்டின் கவனத்தையே தமிழர்கள்பக்கம் திருப்பியது. தமிழ்நாட்டில் இந்தித் திரைப்படங்கள் திரையிட எவ்வாறு தடையிருந்ததுவோ, அதேபோல் பம்பாயிலும் இந்திப் படமே எடுத்தாலும் தமிழ்த் தயாரிப்பாளர்களுக்குத் தடை விதிக்கப்பட்டது.[51] இங்கு இந்தி எதிர்க்கப்பட்ட அரசியல் சூழலை அங்குத் தமிழரை எதிர்க்கப் பயன்படுத்தினார் தாக்கரே. இவ்வாறான பலவற்றின் விளைவுதான் தென்னிந்தியர்களை அம்மண்ணை விட்டே விரட்டவேண்டும் என்று தமிழர்கள்மீது பெருந்தாக்குதல் தொடுத்தது. 1967இல் தமிழர்கள் அதிகமாக வாழும் தானா டோம்பிவில்லி, செம்பூர், தாதர் கையான் - கோலிவாடா, லால் பாக்கின் சில பகுதிகள் முதலிய இடங்களில் தமிழர்களைத் தாக்கி, துடிக்கத் துடிக்கக் கொன்று, அவர்களின் கடைகளை நொறுக்கி, பொருட்களைச் சூறையாடி, தீ வைத்தது. அங்குள்ள தமிழர்கள் உயிருக்கு அஞ்சினர். இனி இப்பகுதிகளில் வாழவே முடியாதெனத் தமிழர்கள் சுமார் 2000 பேர் இரயிலில் சென்னைக்கு வந்தனர்.

தாக்குதல்களால் பாதிக்கப்பட்ட தமிழர்கள் நிலையைப் பாராளுமன்ற உறுப்பினர் கிருஷ்ணமூர்த்தி நேரடியாய்ப் பார்வையிட்டு அறிக்கையைத் தமிழக அரசுக்கு அளித்தார்.[52] அவர், சிவசேனையானது தென்னிந்தியத் தமிழர்களுக்கு எதிராகவே தொடங்கப்பட்டது என்று குறிப்பிட்டுள்ளார்.

இதனையறிந்து பெரியார், 'தமிழனுக்கு மானம் வேண்டாமா?' என்று 'விடுதலை' நாளிதழில் பெருங்கட்டுரை ஒன்றை வெளியிட்டார். அதில்,

> *தமிழ்நாட்டில் தமிழ்நாட்டான் அல்லாதவன்தான் சகலத்திலும் ஆதிக்கக்காரனாக இருக்கிறான். தமிழர் இங்கு பிழைக்க வழி இல்லாமல் வெளிநாட்டிற்குப் போய் பியூன் முதலிய கீழ்த்தர வேலைக்காரனாக இருந்து பிழைக்கலாம் என்றாலும் அவனுக்கு இந்த கதி என்றால் அப்புறம் தமிழன் வாழ்வு என்ன கதியாவது? இது மிகவும் மானக்கேடான காரியம். இதைத் தமிழ் மக்கள் உடனே கவனிக்க வேண்டுமென்று வேண்டிக்கொள்கிறேன்* [53]

என்று விழிப்புணர்வு ஊட்டினார். இதன் தொடர்ச்சியாகத் திராவிடர் கழகம் 16.9.67இல் 'சிவசேனையை எதிர்த்து மாபெரும் மாநாடு' ஒன்றினைத் தமிழகத்தில் நடத்தியது. ''தென்னகமெங்கிருந்தும் பல்லாயிரவர் திருச்சியில் திரண்டு கடுங்கண்டனம் அறிவித்தனர்''.[54] மாநாட்டில் கேட்கப்பட்டதற்கிணங்க, தொடர்ந்து தமிழர்களுக்கு ஆதரவாக இவ்விவகாரங்களைக் கவனிக்க மணியம்மையார் உள்ளிட்ட 9 பேர் கொண்ட குழுவை நியமித்தார் பெரியார். 'சிவசேனைக்குப் பதிலடி கொடுக்கும் 'தென்சேனை' திங்களிருமுறை இதழ்' என்றே சென்னையிலிருந்து மணவை திருமலைசாமி, பாவலர் பாலசுந்தரம் இருவரையும் பதிப்பாசிரியர்களாகக் கொண்டு 15.9.67இல் இதழ் வெளிவரவிருப்பதாக 1.9.67 'விடுதலை'யில் அறிவிப்பு வெளிவந்தது. தமிழகத்தில் குடந்தை கல்லூரி உள்ளிட்டு ஆங்காங்கே கண்டனக்கூட்டங்கள் நடத்தப்பட்டன. இவற்றுடன் இந்திரா காந்தி தலைமையிலான மைய அரசு மற்றும் கேரள, ஆந்திர, மைசூர் மாநில அரசுகளும் தென்னிந்தியர்களுக்கெதிரான சிவசேனாவின் செயல்பாடுகளுக்குக் கண்டனம் தெரிவித்தன. பம்பாயிலும் பலகட்சிக் கூட்டத்தில் அதனைத் தடைசெய்ய வலியுறுத்தப்பட்டது.

சிவசேனாவினரால், அக்டோபர் 1க்குள் பம்பாயிலிருந்து வெளியேறாவிட்டால் மறுநாள், பொழுது விடிவதற்குள் கொல்லப்படுவாய் என்று 'மதராசி'களுக்கு எச்சரிக்கைக் கடிதங்கள் வீசப்பட்டன. இவ்வளவுக்கும் பம்பாய் மாநில அரசாங்கமோ காவல்துறையோ எவ்வித நடவடிக்கையும் எடுக்கவில்லை என்றே தெரிகின்றது. தாதர் பகுதியில் தென்னிந்தியர் கடைகள் தாக்கப்பட்டபோது இருதரப்புக்கும் மோதல் நடந்ததில் காவல்துறை 14 தென்னிந்தியர்களைத்தான் கைதுசெய்துள்ளது.[55] ஆனால் சிவசேனாவினரோ தொடர்ந்து தென்னிந்தியர் உணவகங்களைத் தாக்கியுள்ளனர். இதில் 12 பேர் படுகாயம் அடைந்துள்ளனர்.

பிற்காலத்தில் 1969 செப்டம்பரிலும் இப்படி நடந்துள்ளது. இவற்றையெல்லாம் எதிர்த்துத் திராவிடர் கழகம், 1.10.67இல் சென்னையில் 'ஊர்வலத்தில் எழுப்பப்படும் கோஷங்கள் மிகவும் கண்ணியமானவைகளாக' இருக்க வேண்டுமென்று அறிவித்துப் பெரிய அளவில் கண்டன ஊர்வலத்தையும், மாலை 7 மணிக்குத் திருவல்லிக்கேணிக் கடற்கரையில் பொதுக்கூட்டத்தையும் நடத்தியது.

அறுபதுகளின் இறுதியிலும் எழுபதுகளின் தொடக்கத்திலும் மராட்டியர்கள் தங்கள் மாநிலத்தில் வேலை வாய்ப்பிலும், வீட்டுவசதி வாரியக் குடியிருப்பு ஒதுக்கீடுகளிலும் தங்களுக்கே 80 விழுக்காடு உரிமை வேண்டுமெனக் கோரினர். இவர்கள் குசராத்திகள், பீகாரிகளையும்கூடத் தங்கள் வளர்ச்சிக்குத் தடையாகவே கருதினர். தென்னிந்தியர்கள் யாவரும் அம்மாநிலத்தவரால் 'மதராசி'கள் என்றே கருதப்பட்டனர். எனவே, தமிழர்களைத் தாண்டிக் கன்னட மக்கள்மீதும் சிவசேனா தாக்குதல் நடத்தியது. 1969 பிப்பிரவரியில் ஏறத்தாழ 60 கன்னடர்கள் பலியாயினர், 250 பேருக்கும் மேல் படுகாயமடைந்தனர். இத்தாக்குதல் மட்டும்தான் மொழி அடிப்படையிலானது. அதன் பிறகானவை அனைத்தும் மத, வர்க்க அடிப்படையிலானவை. 1970களில் இசுலாமியர்க்கெதிரான செயல்பாடுகளை முன்னெடுத்தும் தங்கள் இனப்பற்றை நிலைநாட்டிக் கொண்டது. இப்படியெல்லாம் தம் மக்களுக்காகப் பாடுபட்ட சிவசேனா எண்பதுகளுக்குப் பிறகு படிப்படியாக அம்மக்களுக்கே தீங்கிழைக்கத் தொடங்கியது.

இந்துமதச் சார்பையும், பொதுவுடைமைக்கெதிரான போக்கையும் வெளிப்படையாகவே முன்வைத்த சிவசேனாவால் தமிழர்கள் பாதிக்கப்பட்ட சூழலில் அடிதடி, கொலை, கொள்ளை, கடத்தல் தொழில் முதலியவற்றில் ஈடுபட்டுத் 'தாதா'க்களாய் வளர்ந்தவர்களில், 'வரதாபாய்' என்னும் வரதராஜ முதலியாரின் பலம் பெருகிய பின்னரே தமிழர்களிடையே நம்பிக்கை பிறந்தது, சிவசேனாவின் செயல்களும் கட்டுக்குள் வந்தன. மேலும் 1983 இலங்கையில் நடந்த ஈழத் தமிழர் படுகொலைக்குப் பிறகு தமிழர்கள் ஆதரவு நிலைப்பாட்டை எடுத்தது, இன்றுவரை தமிழர்களையும் அதன் தொண்டர்களாக ஆக்கிக் கொண்டது சிவசேனா. ஆனாலும் மகாராட்டிரர் வரலாற்றில் கருமை படியத் தாக்குதல் நிகழ்வுகள் காரணமாகிவிட்டன.

தமிழர்கள் மீதான இந்தக் கொடுந்தாக்குதலைச் சில ஆண்டுகள் கழித்து இளைஞர்களையும் வேலைவாய்ப்பையும் பற்றியெழுதிய கவிதையில் தணிகைச்செல்வன்,

பம்பாயில் தமிழனெல்லாம்
பலியாகிச் செத்துப் போனான்!
அங்கெல்லாம் தமிழனால் தான்
அவனுக்கு வேலை போச்சாம்!
பொங்கிய தருணம் பார்த்துப்
புகுந்தது பூர்ஷ்வா கூட்டம்!
சங்கதி பெரிதாயிற்று;
சிவசேனை உருவாயிற்று!

(தணிகைச்செல்வன் கவிதைகள், ப.106)

என நினைவுகூர்கின்றார். சிவசேனா பலம்பெற்ற வரலாற்றையும் அழுத்தமாகப் பதிவிட்டுள்ளார். இவரது இவ்வடிகளால்தான் இவ்வரலாற்று நிகழ்வு கிட்டுகின்றது. ஈழம் அளவுக்கு இல்லையென்றாலும் தமிழர்கள் எங்கிருந்தாலும் அவர்களுக்கான குரல் தமிழ்க் கவிதையில் ஒலிக்கப்பட்டிருக்க வேண்டும். இந்நிகழ்வுக்கு அப்படி அமையவில்லை. இந்திரன் மட்டும் 'ஒன்றும் ஒன்றும் பூஜ்ஜியம்' எனும் கலவரச் சூழலை ஒட்டிய சிறுகதை ஒன்றினைப் படைத்திருக்கின்றார். இவ்வாய்வுக்காகக் கவிஞர்களை வாசிக்கையில் நா. காமராசன், 1971இல் வெளிவந்த தமது *'சூரியகாந்தி'* கவிதைத் தொகுப்பில் 'சிவசேனை' என்ற தலைப்பிலேயே கவிதை இயற்றியிருப்பதை அறிய முடிந்தது.

கீழவெண்மணிப் படுகொலை (25.12.1968)

இருபதாம் நூற்றாண்டின் மிகக்கொடும் வன்முறை நிகழ்ந்து 50 ஆண்டுகளைக் கடந்தாயிற்று. இன்னும் சாதியிலிருந்து விடுபடாத சமூகத்திலிருந்து கொண்டுதான் இதுபற்றி மீண்டும் மீண்டும் நினைவுகூர வேண்டியிருக்கின்றது. ஆளுமை ஆதிக்கமாக மாறுகிற பொழுதில்தான் உலகெங்கிலும் தலைகீழ் மாற்றங்கள் நிகழ்கின்றன. வெறியேறிய ஆதிக்கம் கொடுமைகளை மேற்கொள்ள முற்படுகின்றது. அவ்விதம் தமிழகத்தில் நடத்தப்பட்டவற்றுள் முதன்மையான ஒன்றுதான் கீழவெண்மணிப் படுகொலை.

விவசாய வரலாற்றோடு விவசாயப் போராட்ட வரலாற்றையும் ஒருங்கே கொண்டிருந்தது முந்தைய ஒன்றிணைந்த தஞ்சை மாவட்டம். அது மேலத்தஞ்சை, கீழத்தஞ்சை என்னும் பகுப்பினைப் பெற்றிருந்தது. கீழத்தஞ்சைப் பகுதிகளுள் நாகப்பட்டினம் என்கிற நாகை வட்டாரத்தைச் சேர்ந்தது கீழவெண்மணி. இங்குப் பெரும்பாலும் விவசாயக் கூலிகளான, ஒடுக்கப்பட்ட வகுப்பைச் சேர்ந்த மக்கள் வசித்து வந்தனர். இங்கும் இதன் சுற்றுப்புறங்களிலும் நிலவுடைமை ஆதிக்கத்துக்கு ஒடுங்கிப்போகாமல் வாழவிரும்பிய அம்மக்களின் போக்கை வெறுத்து,

அவர்களை வழக்கம்போலவே அடக்கியாளத் திட்டமிட்டனர் நிலவுடைமையாளர்கள். அத்திட்டத்தின் உச்சமாக நிலக்கிழாரான கோபாலகிருஷ்ண நாயுடுவால், கீழவெண்மணியில் ஒரு சிறு குடிசைக்குள் 44 உயிர்களைத் தீயிட்டுக் கொளுத்திய நிகழ்வு நடந்தேறியது.

அகில இந்திய விவசாயிகள் சங்கத்தின் (1936) கிளையாகவும் தஞ்சை மண்ணின் தேவைக்காகவும் 1943இல் தென்பரை பகுதியில் 'தமிழ்நாடு விவசாயிகள் சங்கம்' தோற்றுவிக்கப்பட்டது. இதன் பொறுப்பு பொதுவுடைமை இயக்கத் தோழர் பி. சீனிவாசராவிடம் ஒப்படைக்கப்பட்டது. நிலவுடைமையாளர்கள் நிறைந்த தஞ்சை மாவட்டத்தில் விளிம்புநிலை மற்றும் பெரும்பாலும் ஒடுக்கப்பட்ட மக்கள் 'பண்ணை அடிமைகள்' ஆக்கப்பட்டனர். அதிகப்படியான உழைப்பு, குறைந்தகூலி அல்லது கூலியே இல்லை, நிலவுடைமை ஆதிக்கவாதிகள் தரும் சவுக்கடி, சாணிப்பால் ஆகிய தண்டனைகள் எனப் பல கொடுமைகளிலிருந்து இம்மக்கள் மீளவும், உரிமைகளை முன்னெடுத்தும் பெரும்போராட்டங்களை நிகழ்த்தியது பொதுவுடைமை இயக்கம். இவ்விருதரப்பும் ஒன்றுபட்டதன் வாயிலாகப் பண்ணையாள் பாதுகாப்புச் சட்டம் (20.8.1952) தஞ்சை மாவட்டத்திற்கு மட்டும் பொருந்தும் என்று அரசால் அறிவிக்கப்பட்டது.[56]

ஒரு நிலக்கிழார்க்கு ஒரு குடும்பமே, ஒரு பரம்பரையே அடிமைஊழியம் செய்த, 'பண்ணை - பண்ணையாள்' என்ற உறவுமுறை மாறிக் 'கூலித் தொழிலாளர்' எனும் புதியமுறை ஏற்பட்டது. ஒரே பண்ணையில் வேலைசெய்ய வேண்டுமென்பது மாறிப் பல பண்ணைகளில் வேலைசெய்யும் முறை உண்டானது. இதன்வழித் தொழிலாளர் உரிமைக் குரல்களும் எழுந்தன. இது தொடக்கமாக, இதற்குப் பிந்தைய காலகட்டங்களில் தங்களது கூலி, தங்களுக்கெதிராகப் பேசுகின்ற, உரிமைகோருகின்றவற்றைப் பொறுக்கமுடியாத நிலையை நிலவுடைமையாளர்கள் அடைந்தனர். இதற்குக் காரணமான, மாவட்டம் முழுக்கப் பரவிய விவசாயிகள் சங்கமான 'செங்கொடி இயக்க'த்தை ஒடுக்க, அவர்கள் நெல் உற்பத்தியாளர் சங்கத்தைத் தோற்றுவித்தனர்.

கூலிஉயர்வுப் போராட்டங்கள் நிலவிய சூழலில் தஞ்சையில், 1956இல் உருவெடுத்த தமிழ்நாடு விவசாயத் தொழிலாளர் சங்கத்தோடு திராவிட விவசாயத் தொழிலாளர் சங்கமும் அக்காலத்தில் இயங்கியது. இவ்விரண்டிலிருந்தும் தொழிலாளர்களை நெல் உற்பத்தியாளர் சங்கத்திற்கு மாறும்படி நிலவுடைமையாளர்கள் பெருமுயற்சி

எடுத்தனர். கூலி இன்னும் அதிகமாகத் தருவதாகக் கூறியும் அவர்கள் எண்ணம் தோல்வியடைந்தது. 1966இலிருந்தே தமிழ்நாடு விவசாயத் தொழிலாளர் சங்கத்தின் தீவிரச் செயல்பாடுகளால் அரசு தலையிட்டுப் பேச்சுவார்த்தை நடத்தியது. இதன்வழி 06.10.1967இல் அரசு அதிகாரிகள், நிலவுடைமையாளர்கள், விவசாயத் தொழிலாளர் சங்கப் பொறுப்பாளர் சேர்ந்த முத்தரப்பு மாநாடு மன்னார்குடியில் கூடியது. அம்மாநாட்டில் செய்துகொள்ளப்பட்ட உடன்படிக்கையின்படி, “கடந்த ஆண்டு இருந்ததைவிட அரை லிட்டர் கூலி உயர்த்திக் கொடுத்தல், ஆறு லிட்டர் கூலி கொடுக்கப்பட்டிருந்தால் அது அப்படியே நீடித்தல், உள்ளூர் ஆட்களை மீறிப் பற்றாக்குறை ஏற்பட்டால்தான் வெளியூர் ஆட்களை அழைப்பது, ஓராண்டிற்கு மட்டும் செய்துகொள்ளக்கூடிய இவ்வுடன்படிக்கை கீழத்தஞ்சை மாவட்டத்திற்கு மட்டுமே உரியது”[57,58] ஆகியவை தீர்மானமாக்கப்பட்டன. இதன் பிறகு,

> *1968-ல் மன்னார்குடி ஒப்பந்தப்படி ஆண்களுக்கு தினக்கூலி ஆறு லிட்டர் நெல்லுடன் ஒரு ரூபாய் பணமும், பெண்களுக்கு ஐந்து லிட்டர் நெல்லுடன், இருபத்தைந்து காசுகளும் வழங்கப்பட்டன. இவ்வொப்பந்தம் ஓராண்டுக்கு மட்டும் என்பதால் 1968 அக்டோபர் மாதத்துடன் முடிந்தது. மீண்டும் கூலி பற்றி முடிவெடுக்க அரசு குழு எதுவும் அமைக்கவில்லை. நிலவுடைமையாளர்கள் முந்தைய ஒப்பந்தத்திற்கு முன்பிருந்த பழையக் கூலியைத்தான் கொடுப்போம் என்று சொல்ல, விவசாயத் தொழிலாளர்கள் ஒரேவித கூலி (6 லிட்டர்) மற்றும் உள்ளூர் ஆட்களுக்கு வேலை வேண்டும் என்று போராடினர். இதனால் நிலவுடைமையாளர்கள் தங்கள் சங்கத்தின் மூலம் தொழிலாளர்களைப் பட்டினி போட்டு பணிய வைக்கும் புதிய முறையில் வெளியூர் ஆட்களைக் கொண்டு அறுவடை செய்தனர். இதனால் கீழத்தஞ்சை மாவட்டத்தில் கூலிப் போராட்டம் தொடர்ந்து நடந்து வந்தது. இப்போராட்ட காலத்தில் இரிஞ்சூர் கோபால கிருஷ்ண நாயுடு நெல் உற்பத்தியாளர் சங்கத் தலைவராகப் பொறுப்பேற்று அடியாட்கள் துணையுடன் சுற்றுப்புறக் கிராமங்களை அடக்கியும் அவர்களது விவசாயச் சங்கக் கொடியைப் பிய்த்தெறிந்தும் கலவரங்களை உண்டுபண்ணினார்*[59]

இவற்றுடன் இதற்கு முன்பே நெல் உற்பத்தியாளர் சங்கப் பச்சைக்கொடியை ஆங்காங்கே ஏற்றுவது, செங்கொடிகளைப் பிடுங்கிப்போடுவது, தொண்டர்படை அமைத்துக்கொண்டு விவசாயத் தொழிலாளர்களைத் தாக்குவது, இச்சங்கத் தொழிலாளர்களுக்கு வேலை மறுப்பது, சாதி குறித்துக் கேலி செய்வது, எருமை ஊர்வலம்

நடத்திச் அழிக்கப்போவதாகத் தரக்குறைவாய்ப் பேசுவது எனச் சினமூட்டும் நடவடிக்கைகளிலும் ஈடுபட்டிருந்தனர்.[60]

இப்பிரச்சினைகளால் அப்போது புதிதாக ஆட்சியைப் பிடித்த (1967) தி.மு.க. அரசு 'கிசான் போலீஸ்' எனும் ஒரு திடீர் பிரிவையே உண்டாக்கியது. இப்படை நிலவுடைமையாளர்களுக்கு ஆதரவாகவே செயல்பட்டது. இந்நிலையில் செங்கொடியை விடுத்து நெல் உற்பத்தியாளர் சங்கத்தில் சேர்ந்தால் வேலை தருவதாகவும் கேட்டதைவிடக் கூலி அதிகமாகவே தருவதாகவும் நிலவுடைமையாளர்கள் அழைத்தனர். ஆனாலும் அதற்கு இசையாமல் இருந்த மக்களில் உறுதியாக வெண்மணி மக்கள் இருந்தனர். ஆகவே வெண்மணியைக் கொடுந்தாக்குதலுக்கு உட்படுத்திப் பணியவைக்கத் திட்டமிட்டு மிரட்டினர். இதனூடாக 1968 டிசம்பர் 25 அன்று வெண்மணி ஊர்த் தலைவரான தோழர் முத்துசாமியையும் கணபதி என்பவரையும் மாலை 5 மணியளவில் கடத்திச்சென்று இராமானுஜ நாயுடு வீட்டில் கட்டிவைத்துத் தாக்கினர். இச்செய்தியறிந்து வெண்மணி மக்கள் திரண்டுசென்றதால் அவ்விருவரும் விடுவிக்கப்பட்டனர். முத்துசாமியுடன் முனியன் என்பவர் இருந்ததாகவும், பூட்டை உடைத்து விடுவித்ததாகவும் வேறு வேறான பதிவுகள் உள்ளன.[61]

விடுவிக்கப்பட்ட தகவல்தெரிந்து, உழைக்கும் மக்களின் தீரத்தைப் பொறுத்துக்கொள்ள முடியாமலும், பல நிலக்கிழார்கள் தூண்டுதலாலும் கோபாலகிருஷ்ண நாயுடு பெரும் அடியாள்கள் படையைத் திரட்டிக்கொண்டு வெண்மணிக்குள் வந்தார். அங்கிருந்த ஆள்களையெல்லாம் அடிப்பது, வெட்டுவது, துப்பாக்கிச்சூடு நடத்துவது என்று தாக்குதல் நடத்தி, தெருவிலுள்ள வீடுகளை அப்படை தீ வைத்துக் கொளுத்தியது. தடுத்தும் எதிர்த்தாக்குதல் தொடுத்தும் தாக்குப்பிடிக்க முடியாமல் துப்பாக்கிக்குப் பயந்து ஆண்களெல்லாம் அருகிலிருந்த வயல்வெளிகளில் மறைந்து ஓட, ஏராளமான பெண்களும் குழந்தைகளும் முதியவர்களும் தெருவின் மூலையிலிருந்த இராமையன் குடிசைக்குள் தஞ்சமடைந்து ஒளிந்துகொண்டனர். அக்குடிசையையும் வெளிப்புறத்தில் தாழ்ப்பாளிட்டுத் தீயிட்டனர். அத்தீயில் 44 உயிர்கள் வெந்து மடிந்தன. 28 குடிசைகளுக்குக் குறையாமல் சாம்பலாகின. 11 பேருக்கு மேல் குண்டடிபட்டுக் காயத்துடன் ஓடினர். இவையெல்லாம் 6 மணிக்குமேல் சுமார் 9 அல்லது 10 மணிக்குள் நடந்தேறின. கீவளூர் காவல்துறையும் தீயணைப்புப்படையும் காலங்கடந்தே வந்தன.[62] அன்றைய இரவு விடிவதற்குள் அனைத்தும் சாம்பலாகியிருந்தன.

நாடு கடந்த அளவிலும் பேரதிர்ச்சியை ஏற்படுத்திய இக்கொடும் நிகழ்வு தமிழ்க் கவிதைகளில் பிரதிபலிக்கத் தொடங்கியது. சமகாலத்தில் இதுகுறித்துக் கவிதை இயற்றாத கவிஞரே இல்லை எனுமளவுக்குப் பெரும் தாக்கத்தைத் தந்து உறையவைத்தது வெண்மணி. அந்நேரத்தில் நிலவுடைமையாளர்களின் ஆதிக்கவெறி கொண்ட மனநிலைக்கு,

குருவிகள் இவைகள் என்றார்
குழந்தைகள் இவைகள் என்றார்
பெண்களோ இவைகள்? காலி
கன்றுகள் இவைகள் என்றார்
இரவிலே பொசுக்கப்பட்ட
அனைத்துக்கும் அஸ்தி கண்டார்
நாகரிகம் ஒன்று நீங்க

(ஞானக்கூத்தன் கவிதைகள், ப.4)

என்று ஞானக்கூத்தன் கவிதை வருத்தம் கொள்கின்றது. வெண்மணி மக்கள் சிற்சில கோரிக்கைகளுக்காகப் பல போராட்டங்களை நடத்தினர். குறைந்தபட்சக் கூலியைக்கூடத் தரமறுத்தது நிலவுடைமைச் சமூகம். பண்ணையாள் பாதுகாப்புச் சட்டம், 1960,61இல் சீர்திருத்தப்பட்ட நில உச்சவரம்புச் சட்டம் என்றெல்லாம் அரசு கொண்டுவந்ததன் பின்புலத்தில் அதிகப்படியான எளிய மக்களின் ஏராளமான உயிரிழப்புகள் இருக்கின்றன. இதனை,

ஏழை உழவனே!
உனக்காகத் தான்
எத்தனை சட்டங்கள்...
குறைந்த பட்சக் கூலிச் சட்டத்தை
கோரினாய்
உள்ள வேலையும் இல்லை
உயிருக்கே மோசம் என்கிறான்
பண்ணை முதலை.
....
தீண்டாமை ஒழிப்புச் சட்டத்தை
வேண்டினாய்
சேரியையே
நெருப்பின் நீண்ட கரம்
தீண்டும் என்கிறான் செல்வச் சீமான்!

(மீரா கவிதைகள், ப.426)

என மீராவின் கவிதை நினைவுபடுத்துகின்றது. தணிகைச்செல்வனோ நிறங்களைப் பாடுகின்ற ஏதோ ஒரு கவியரங்கத்திலும் மறக்கவில்லை;

தமிழுக்காகக் குரல் கொடுக்கும் தருணத்திலும் மறக்கவில்லை. அவற்றோடு,

கண்ணெரிந்தான் நிலமுடையார்க் களஞ்சி யத்தைக்
காத்திருந்து இரவெல்லாம் விழித்த தாலே;
புண்ணெரிந்தான் நிலப்பிரபு போதை யாலே
போட்டெறிந்த கசையடியால்; இதற்குமேலே
மண்ணிருந்த புழுப்போலே நெளிந்தி ருந்து
வாழ்ந்திருந்தான் பொறுத்திருந்து; ஆத லாலே
பெண்ணெரிந்தான்; பிறர்எரிந்தான் பிள்ளை விட்டுப்
பிரியாத தாயெரிந்தான் பிணக்கா டானான்!

(தணிகைச்செல்வன் கவிதைகள், ப.40)

என்று ஒவ்வொரு காலகட்டத்திலும் நிலவுடைமையாளர்களுக்கு அடிமைப்பணி செய்து அடங்கிக் கிடந்ததால்தான் விவசாயத் தொழிலாளிக்கு இந்நிலை ஏற்பட்டதெனப் புரட்சிச் சிந்தனை மூட்டுகின்றார் கவிஞர். 'தீ வினை' எனும் தலைப்பிலமைந்த இக்கவிதை அடிகள் மேலும் சிலவற்றை நினைவூட்டுகின்றன. வெண்மணிக்குள் 8அடி நீளம் 5அடி அகலம் கொண்ட குடிசையில் எரிந்த 44 உயிர்களில் 19 பேர் பெண்கள்; 15 வயதுக்குள்ளான குழந்தைகள் 20 பேர் (10 பெண் குழந்தைகள்); முதியவர் உட்பட ஆண்கள் 5 பேர் ஆவர். இரண்டு மாதத்திற்குள் பிறக்க வேண்டிய, பாப்பா எனும் இளம்பெண்ணின் வயிற்றுக்குள் இருந்த 45ஆவது உயிரும் இம்மக்களின் கெஞ்சல்களோடும் கதறல்களோடும் மடிந்துபோனது. தன் குழந்தையைக் காப்பாற்ற எண்ணிய பெண்ணால் குடிசைக்கு வெளியே வீசப்பட்ட குழந்தை வெட்டப்பட்டு மீண்டும் குடிசைக்குள்ளே போட்டு எரிக்கப்பட்டது. தான் இறந்தாலும் தன் பிள்ளை பிழைக்க, மார்போடு அணைத்துக் காக்க நினைத்த இன்னொரு தாயோடு குழந்தையும் எரிக்கப்பட்டுவிட்டது.[63] இப்பெண்களின் துயரத்தைக் கந்தர்வன்,

நீங்கள் அடுப்பங்கரையில் நின்று
அரிசியை வேக வைப்பீர்கள்
பருப்பை வேக வைப்பீர்கள்
உங்களையே வேக வைப்பதும் உண்டு
ஆம்
வெண்மணியில் வெந்ததில்
பெண்மணிகளே அதிகம். *(கந்தர்வன் கவிதைகள், ப.19)*

என்றும், ஒரு பெண்ணாக இருந்து இரா. மீனாட்சி, மாதவியின் காற்சிலம்பு பற்றிக் கவலைப்பட்டு அதனுள்ளிருக்கும் முத்துகள் பற்றி எழுதுகையிலும்,

ஒரு 'காதல் தலித்'தின் சமூகத் தவிப்புகள்
பேசமுடியாது எரிந்துபோன ஊமை வெண்மணிகள்
(உதய நகரிலிருந்து..., ப.143)

என்றும், வெ.நா. திருமூர்த்தி,

கொடியதுப் பாக்கி யோடு
குண்டரை ஏவி விட்டே,
....
திடுமெனச் சிதறி ஓடி,
சேய்களை அணைத்த வண்ணம்
உடனொரு மனைக்குள் ஓடி
ஒதுங்கினர் உயிரைக் காக்க!
....
தேர்தலே குறியாய் நிற்கும்
திமுக கட்சி யாரே!
ஆர்பக்கம் நிற்கின்றாய் நீ
அதிநிலக் கார ரோடா?
ஏர்பிடித் துலகு காக்கும்
ஏழையர் பக்கமா சொல்!
(தேசத்தியாகி வெ.நா. திருமூர்த்தி கவிதைகள், பக்.124,125)

என்றும் பதிவுசெய்திருக்கின்றனர். திருமூர்த்தி கவிதை, பெரும்பாலும் காங்கிரசு கட்சிக்காரரர்களாக இருந்த தஞ்சை நிலவுடைமையாளர்களின் கொடுமைகளை விளம்பரப்படுத்திய தி.மு.க. கட்சி, தேர்தலுக்காக மட்டும்தானா தொழிலாளர்பக்கம் பேசியது, இப்போதும் அந்நிலை தொடரப்படுமா எனக் கேட்கின்றது. 'குருவித் துப்பாக்கி' எனப்படும் நாட்டுத் துப்பாக்கிகளால் தாக்கப்பட்டதும், குண்டடிபட்டவர்களில் ஒருசிலர் மீது 10 குண்டுகள், 20 குண்டுகள் சுடப்பட்டதும், அவர்களில் சிலர் காயத்தோடும் குண்டுகளோடும் வாழ்ந்துகொண்டிருப்பதைப் பிற்காலத்திய நேர்காணல் தகவல்கள் காட்டுகின்றன.[64] 'தியாகச் சின்னங்கள் நாற்பத்து மூவர்' தலைப்பிலான இக்கவிதை நடந்த நிகழ்வை ஒரு புனைகதையைப் போலக் காட்சிப்படுத்துகின்றது. ஆனால் 'வெண்மணிக் கொடுமை' எனும் இன்னொரு கவிதையில் 44 பேர் என்கின்றார். முதல் கவிதை நிகழ்வு நடந்த சில நாள்களுக்குள் எழுதப்பட்டு 'அறிவுச்சோலை' இதழில் 10.1.69இல் வெளிவந்துள்ளதாகக் குறிப்பு உள்ளது. பின்னர் இயற்றப்பட்ட கவிதையில் 44 பேர் எனும் சரியான எண்ணிக்கை குறிப்பிடப்பட்டுள்ளது. ஆனால் அரசாங்கப் பதிவேடு 42 பேர் என்று காட்டுகின்றது.[65] தமிழன்பன், பெரியபுராண கால நிகழ்வு இன்னும் நடந்துகொண்டிருப்பதை,

புலராத வேளையில்
உலராத புண்களோடு
எழுந்தான்
இரண்டாவது நந்தன்.
இப்போது இவன்
நரம்பு முறுக்கேறிய
இரும்புக் கரத்தில்
அந்த
நந்தனை எரித்த
நெருப்பின் மிச்சம்!

(அந்த நந்தனை எரிச்ச நெருப்பின் மிச்சம், ப.16)

என்று சாடுகின்றார். 'அறுவா வெட்டு, சவுக்கடி, கூலிஉயர்வுப் போராட்டம்' என்று பதிவுசெய்து, தேர்வானதொரு பொருள்பொதிந்த கவிதையின் தலைப்பை நூலுக்கே தலைப்பாக வைத்துள்ளார். இதே நந்தன் தொன்மத்தோடு அப்துல் ரகுமானின் 'புரட்சிப் பிரளயம்' கவிதையினுள்ளே வரும்,

இன்னும்
நந்தனார்களைமறிக்கும்
நந்திகள் விலகவில்லை
அவர்
நெருப்புக் குளியல்
நிகழ்ச்சிகளும் நிற்கவில்லை *(இறந்ததால் பிறந்தவன், ப.253)*

எனும் அடிகள்கூட வெண்மணியைக் குறிப்பதுபோல்தான் இருக்கின்றது. இவை வெண்மணி எரிப்பு சமகாலக் கவிஞர்களுக்கு ஒரே சிந்தனையைக் கொடுத்திருப்பதை உணர்த்துகின்றது. வெண்மணி திடீரெனத் தோன்றிய ஒன்றல்ல. இருக்கை, கிள்ளிக்குடி, பூந்தாளக்குடி, சிக்கல் எனும் பகுதிகளின் போராட்டத்தின் ஒரு பகுதியாகவும், அவற்றிற்குப் பழிவாங்கவும் வெண்மணிக் கொடுமை நடந்துள்ளதாகக் குறிப்பிடப்படுகின்றது.[66] இங்கு எரிந்துபோனது எல்லாமே மனித உயிர்களென்பதைப் பொறுக்கமுடியாமல்,

காகிதப் பத்திரம் உயில்கள் எரியலை
கடவுள் வேதம் பைபிள் எரியலை
கருகிட வில்லை சட்டக் கட்டுகள்
மனித உயிர்களே பற்றி எரிந்தன!

ஒன்றை விதைத்து
நூறாய்த் தந்தவர்

ஒன்றிய குடிசையிலே
எரிந்ததீ யார் ஏற்றியதீ? (பரிணாமன் கவிதைகள், ப.61)

என்று பரிணாமன், யார் அந்தத் தீயை வைத்தது எனச் சினங்கொள்கின்றார். இத்தகைய குற்றவாளிகளுக்கு அம்மாவட்ட நீதிமன்றம் 1969இல் சிறைத்தண்டனை விதித்தது. இதனை மீறி அவர்கள் உயர்நீதிமன்றத்தில் மேல்முறையீடு செய்தனர். பணம், 'கார்' என வசதிபடைத்த நிலக்கிழார்கள் தாங்களே நேரடியாகத் தெருவில் இறங்கிவந்து தீ வைத்திருக்கமாட்டார்கள் என்று உயர்நீதிமன்றம் 1973இல் அவர்களை விடுதலை செய்தது.[67] நீதிமன்றத்தின் நீதியற்ற தீர்ப்பைக் கண்டு உலகம் அதிர்ச்சியடைந்தது. இன்குலாப் இதனை,

சதையும் எலும்பும் நீங்க வச்ச தீயில் வேகுதே- ஒங்க
சர்க்காரும் கோர்ட்டும் அதிலே எண்ணெ ஊத்துதே
எதைஎதையோ சலுகையின்னு அறிவிக்கிறீங்க- நாங்க
எரியும்போது எவன் மசுரைப் புடுங்கப் போனீங்க?
.... மனுசங்கடா (ஒவ்வொரு புல்லையும்..., ப.339)

எனப் பெருஞ்சினத்துடன் கவிதையாக்கியுள்ளார். வெண்மணிக்குப் பதிலீடான தண்டனையிலிருந்து விடுபட்ட கோபாலகிருஷ்ண நாயுடு 14.12.1980இல் கொலைசெய்யப்பட்டார். மேற்காணும் கவிதை 'வெண்மணிக் கவிதைகள்: நெஞ்சில் வைத்த நெருப்பு'[68] நூலிலும் இடம்பெற்றுள்ளது (இறுதிக் கவிதை). இந்நூல் வெண்மணிக்காகவே சில இதழ்களில் எழுதப்பட்ட கவிதைகளின் தொகுப்பு ஆகும். இதில் 26 கவிஞர்களது கவிதைகள் உள்ளன. இவர்களில் சிலர் இவ்வாய்வுக்குரிய கவிஞர்களில் இடம்பெற்றுள்ளனர். இன்குலாப் கவிதைகளின் தொகுப்பான 'ஒவ்வொரு புல்லையும்...' நூலில் சிறு மாற்றங்கள் செய்யப்பட்டு, அடிகள் மிகுந்து அச்சாக்கம் பெற்றிருக்கும் இக்கவிதை, வெண்மணி குறித்த மேற்கண்ட அடிகளைக் கொண்டிருப்பினும் குளப்பாடி நிகழ்வுக்காக இயற்றப்பட்டது (ஒவ்வொரு புல்லையும்..., ப.112). இதில் வெண்மணியும் இடம்பெற்றுள்ளது.

அதே நேரம், இன்குலாப் வெண்மணி நிகழ்வுக்காகவே 'வெண்மணி' என்று தலைப்பிட்டே ஒரு கவிதை இயற்றியிருக்கின்றார். 'சருகுகள்' எனும் கவிதையும் சிறுமாறுபாட்டுடன் அப்படியே கொள்ளமுடியும். வெண்மணி பற்றிய அழுத்தமான உணர்வும் அதிகப்படியான பதிவுகளும் (ஒவ்வொரு புல்லையும்..., பக்.18,84,85,87,88,95,98,118, 325,337, ஒவ்வொரு புல்லையும் பெயர் சொல்லி அழைப்பேன், பக்.287,463) இன்குலாப் கவிதைகளில் காணமுடிகின்றது. வெ.நா. திருமூர்த்தி, கே.சி.எஸ். அருணாசலம், தணிகைச்செல்வன், மீரா, பழமலய், கந்தர்வன், பரிணாமன், அறிவுமதி, வைரமுத்து ஆகியோரது

கவிதைகளில் ஓரிரு பதிவுகள் உள்ளன. இந்திரன், இந்நிகழ்வின் ஓரிரு ஆண்டுகளில் 'ஜனசக்தி'யில் 'ஞானம்பாடி' எனும் புனைபெயரில் 'காகிதப் புலியே.. கருணா நிதியே..' என்று தொடங்கும் கவிதையினை எழுதியிருப்பதாக நேர்காணலில்[69] குறிப்பிட்டுள்ளார். ஆய்வாளரின் தேடலில் கவிதையைக் கண்டடைய முடியவில்லை. இக்கவிதை இன்னும் அவரது நூல்களில் அச்சாகவில்லை. பெருஞ்சித்திரனார் கவிதைகளுள் ஒரு கவிதையின் பாடல் விளக்கக் குறிப்பில்,

> *இப்பாடல் தமிழ்ச்சிட்டு முதல் இதழின் (ஆகத்து 1966) முதல் பாடல் எனும் சிறப்புடையது மட்டுமல்லாமல், 1965-திசம்பர்த் திங்கள் 25ஆம் நாள் கீழ்வெண்மணியில் நடந்த சாதிவெறிக் கொடுமை நிகழ்ச்சியினைச் சுட்டிக் காட்டியுள்ளார் பாவலரேறு [70]*

என்று பதிவிருக்கின்றது. இது வெண்மணிக்கானதல்ல; ஏனெனில் 1968இல்தான் வெண்மணி[71] நிகழ்வு நடந்தது.

இவற்றுடன் தம் கவிதை நூலுக்கு 'வெண்மணி' என்றே பெயரிட்ட நவகவி முதலிய பலரது கவிதைகளும், நாட்டார் பாடல்களும் இந்நிகழ்வைப் பதிவுசெய்துள்ளன. இந்திய மண்ணைக் கடந்து இலங்கையிலும் 'குமரன்' இதழில் வரதபாக்கியான் (புதுவை இரத்தினதுரை) எழுதிய கவிதை[72] உட்பட்ட ஒன்றிரண்டில்[73] வெண்மணியின் அதிர்வு பதிவாகியிருக்கின்றது. கீழவெண்மணி தொடர்பானவை கவிதைகளாக மட்டுமல்லாமல் பிற வடிவங்களிலும் இலக்கிய உலகத்திற்குள் பதிவுசெய்யப்பட்டுள்ளன.[74] 'இன்னொரு ஜாலியன் வாலாபாக்' என்று கருதப்படுகின்ற இந்நிகழ்வினைப் பிந்தைய காலங்களில் பிறந்த குழந்தைகளுக்கு வெண்மணி என்று பெயரிட்டு நினைவுகூர்ந்தாலும்,[75] அன்று உலகெங்கும் கிறித்துவின் பிறப்பைக் கொண்டாடிய நாளில் தமிழ்மண் மட்டும் ''வரலாறு காணாத கொடுமை''யைக்[76] கண்டது.

விழுப்புரம் படுகொலை (25, 26 சூலை 1978)

சாதிய மோதல்களின்வழி ஒடுக்கப்பட்ட சமூகத்தவர்மீது தொடரப்படும் வன்முறைகளில் பெரிதும் வெளிக்கொணரப்படாத நிகழ்வுகளுள் விழுப்புரம் படுகொலை முதன்மையான ஒன்றாகும். அது, அச்சமூகத்தினருக்கும் முற்பட்ட சாதியினருக்கும் இடையே 1978 சூலை 25இல் நிகழ்ந்த பெரும் கலவரத்தால் ஏற்பட்டது.

அன்றைய தென்னார்க்காடு மாவட்டத்தின் முக்கிய நகரமான விழுப்புரத்தில் ஒடுக்கப்பட்ட வகுப்பினர் அதிகமாக வாழ்ந்தனர். அதிலும் பெரியகாலனி என்பது அம்மக்கள் நிறைந்திருக்கின்ற

பகுதியாகும். இப்பகுதியைச் சேர்ந்த சாலம்மாள் இரவில், திரைப்படம் பார்த்துவிட்டு வீடு திரும்பும் வழியில் காய்கறி விற்கும், கவுண்டர் சாதியைச் சேர்ந்த கலியமூர்த்தியால் பாலியல் தொந்தரவுக்கு உள்ளாக்கப்பட்டார். சில நாள்களில், இதையறிந்த சாலம்மாளின் கணவர் சண்முகம், பெரியகாலனி ஆள்களுடன் கலியமூர்த்தி வீட்டுக்கு 23.7.1978அன்று விசாரிக்கச் சென்றபோது கைகலப்பு உண்டானது. இதனால் கலியமூர்த்தி, காய்கறி வியாபாரிகள் சங்கத் தலைவரான அண்ணாமலையின் துணையுடன் காவல்துறையிடம் புகார் கொடுத்தும் நம்பிக்கை கொள்ளவில்லை. பெரியகாலனி மக்கள்மீது அடக்குமுறை மேற்கொள்ள இவர்கள் சங்கத்தின்மூலம் கடையடைப்பு செய்தனர். இதற்குப் பிற வணிகர்களையும் பொதுமக்களையும் ஆதரவு நல்கக் கோரினர்.

ஆதிக்க சாதியினரையும் இசுலாமியரையும் சேர்த்துக்கொண்டு 24.7.1978 மாலையில் ஒடுக்கப்பட்ட சமூகத்தினர்க்கெதிராகக் கண்டன ஊர்வலம் நடத்தினர். பல வணிகர் சங்கங்கள் ஒன்றிணைந்த அவசரக்கூட்டமும் நடைபெற்றது. அதில் அவர்கள் உடைமைக்கும் உயிருக்கும் அரசாங்கம் உத்திரவாதம் கொடுக்கும்வரை கடையடைப்பு செய்வதென முடிவு எடுக்கப்பட்டது. மேலும் முக்கியமாகப் பேருந்து நிலையமும் காய்கறி அங்காடியும் பெரியகாலனிக்கு அருகிலேயே இருப்பதால்தான் இத்தகைய நிலையென்றும் ஆகவே அவ்விரண்டையும் இடம்மாற்றியாக வேண்டுமென்றும் தீர்மானம் நிறைவேற்றப்பட்டது.

கண்டன ஊர்வலத்திற்குப் பிறகு அரசு அதிகாரிகளும் காவல்துறையும் அமைதிப் பேச்சுவார்த்தைக்கு முயன்றும் அது நடைபெறவில்லை. பின் அன்றிரவு ஒடுக்கப்பட்ட சமூகத்தினரின் மூன்று சக்கர மிதிவண்டிகளோடு பெரியகாலனி நந்தனார் தெருவில் வீடுகளும் எரிக்கப்பட்டன. இதனால் அடுத்தநாள் இருதரப்பினரும் மாறிமாறித் தீ வைப்புச் செயல்களில் ஈடுபட்டனர். நிறைய வீடுகளும் வாகனங்களும் எரிக்கப்பட்டன. இதன் தீவிரத்தில் சூலை 26 அன்று காவல்துறையால் 12 சடலங்கள் கண்டெடுக்கப்பட்டன. கொலையுண்ட அனைவரும் பெரியகாலனி மற்றும் பிற பகுதிகளைச் சேர்ந்த ஒடுக்கப்பட்ட மக்கள் என்பதும் பல்வேறு முறைகளில் படுகொலை செய்யப்பட்டிருப்பதும் தெரியவந்தது.[77] பிற பாதிப்புகள் குறித்த தெளிவான பதிவுகள் கிடைக்கவில்லை.

இக்கலவரம் இதனோடன்றி அன்றிரவும் அடுத்தடுத்த நாள்களிலும் என சூலை 30வரை நீண்டது. இது சாலம்மாள் விவகாரத்தால் மட்டும்

உண்டானதல்ல. அதற்கு முன்பே 23.6.1967இல் பெரியகாலனி கூலியாள்கள் அதிகக் கூலி கேட்டனரென்று அவர்களுக்கும் இசுலாமியர்களுக்குமிடையே பிரச்சினை நடந்துள்ளது. இதுபோன்று தொழிலாளர் - முதலாளிகளுக்குமிடையே அவ்வப்போது நடந்துவந்த மோதல்களும், பெரியகாலனி மக்களின் வளர்ச்சியையும் அவர்களின் மக்கள்பலத்தையும் பொறுக்க முடியாமல், அவர்களை அடக்கியாள உண்டான சாதிஎண்ணமும் காரணங்களாக இருந்தன. இந்நிகழ்வில் ஒடுக்கப்பட்ட சமூகத்தவர் சார்பாக அவர்களுள் பொருளாதார பலம்கொண்ட ஜோதிலிங்கம், லோகநாதன் ஆகியோர் துணைநின்றனர். இப்பெரும் நிகழ்வினால் நாடெங்கும் பல தலைவர்கள் விழுப்புரம் வந்து கலவரப் பகுதிகளைப் பார்வையிடத் தொடங்கினர். மைய அரசு நாடாளுமன்றக்குழு ஒன்றைக் கலவரத்தினை ஆராய அமைக்க இருந்ததால், அப்போதைய தமிழக முதல்வர் எம்.ஜி. இராமச்சந்திரன், நீதிபதி ஆர். சதாசிவம் தலைமையிலான விசாரணை ஆணையத்தினை அமைத்தார். இவ்வாணையத்தின் நடுநிலையில் ஏற்பின்றி டி. டேவிட் எனும் வழக்கறிஞர் பெரியகாலனி மக்கள் சார்பாகத் தாமாகவே முன்வந்து விசாரணை அறிக்கையினை மேற்கொண்டார். அரசு சார்பாக அம்மக்களுக்கு இழப்பீட்டுத் தொகையும் சிலருக்கு அரசுப் பணிகளும் வழங்கப்பட்டிருக்கின்றன. இப்படுகொலை நிகழ்வில்,

> *கொலைக்குக் காரணமானவர்களென்று குற்றம் சாட்டப்பட்ட 41 பேரில் 34 பேர் கைது செய்யப்பட்டனர். தீர்ப்பில் மூன்று பேருக்குத் தூக்குத்தண்டனையும் (பின்னர் தண்டனை குறைக்கப்பட்டது) 27 பேருக்கு ஆயுள்தண்டனையும் விதிக்கப்பட்டது. இவர்களில் பலரும் பின்னர் தண்டனை குறைப்புப் பெற்றதோடு விடுதலையும் பெற்றனர்* [78]

என்பதை ஸ்டாலின் ராஜாங்கம் பதிவு தெரிவிக்கின்றது. இந்நிகழ்வு, நடந்த காலத்தைத் தாண்டிப் பிற்காலத்தில் எவ்வாறு பெரிதும் பேசப்படாமல் முடக்கப்பட்டதோ அதேபோன்று, தமிழ்க் கவிதைகளிலும் ஆங்காங்கே சிலவற்றில்தான் பதிவாகியுள்ளது. தணிகைச்செல்வன்,

நெருப்புக்குக் 'குளிர்' எடுக்கும்போது
எங்கள் சேரிகளின்
குடிகளைக் கொளுத்தியல்லவா - அது
குளிர் காய்ந்து கொள்கிறது?
அதற்குப் பின்னும்
பெல்சியின் ரத்தம்
பெட்ரோலாக எரிந்தபோது

விழுப்புரம் வரை அதன்
வெளிச்சம் தெரிந்ததே!

(தணிகைச்செல்வன் கவிதைகள், பக்.205,206)

எனக் கீழவெண்மணி நிகழ்விலிருந்து ஒடுக்கப்பட்ட மக்களின் குடிசைகள் கொளுத்தப்பட்டு வருவது விழுப்புரத்திலும் நிகழ்ந்திருப்பதைக் காட்டுகின்றார். இதே கருத்தை மீராவும்,

வெண்மணியில் பெல்சியில்
விழுப்புரத்தில் ஏழைகளின்
குடிசைகளில்
சாதி நெருப்புவைத்து
தர்மத்தைக்
கொன்றுவிட்ட பேர்களிடம்
இரக்கத்தை எப்படி நான் போதிப்பது?

(மீரா கவிதைகள், ப.511)

என்று வெளிப்படுத்தியுள்ளார். இங்குப் பதிவாகியுள்ள 'பெல்சி' என்பது, பீகார் மாநிலத்தில் பெல்சி நகரில் குர்மீன் சாதியினரின் ஆதிக்கத்தால் உண்டான ஒரு நிகழ்வு. அப்பகுதியில் அதிகாரங்கொண்ட மகாவீர் மகட்டோ, அவனுக்குப் போட்டியாகச் சிங்கவா எனும் ஒடுக்கப்பட்ட இளைஞன் மக்களிடையே செல்வாக்கினைப் பெறுவதை விரும்பவில்லை.[79] இதனால் அப்பகுதியின் ஒடுக்கப்பட்ட மக்களைக் கொலைசெய்யத் திட்டமிட்ட மகட்டோ, 1977 மே 27இல் அம்மக்களில் விவசாயக் கூலிகள் 11 பேரைப் படுகொலை செய்தான்.[80] இக்கொடும்நிகழ்வு உலகம் முழுக்க அறியப்பட்டது. விழுப்புரம் குறித்துத் தமிழன்பனும் பதிவிட்டுள்ளார். அது இவ்வியலின் மண்டைக்காடு கலவர நிகழ்வில் (காண்க: இந்நூல், ப.358) எடுத்துக் காட்டப்பட்டுள்ளது. விழுப்புரத்தைச் சேர்ந்த விழி.பா. இதயவேந்தனின் 'நந்தனார் தெரு' எனும் புனைகதைப் படைப்பு இந்நிகழ்வை மையமிட்டதாகும்.

முதுகுளத்தூர் கலவரத்தின்போதே 1957இல் தமிழ்ச் சமூகம் சரியான நெறிகண்டிருந்தால் பத்தாண்டு கழித்து 1968இல் கீழவெண்மணிப் பெருங்கொலை நிகழ்ந்திருக்காது. கீழவெண்மணியிலாவது சமூகம் சரிப்பட்டிருந்தால் அடுத்த பத்தாண்டு இடைவெளியில் விழுப்புரத்தில் 12 உயிர்கள் படுகொலைக்கு உள்ளாகியிருக்காது. இந்நிகழ்வின் நீட்சி விழுப்புரத்தைச் சுற்றியுள்ள கிராமங்களையும் பாதித்து, 1981இல் துத்திப்பட்டி கிராமத்தில் ஒடுக்கப்பட்ட மக்களை ஆதிக்க சாதியினர் ஊரைவிட்டு வெளியேற்ற முற்பட்ட அளவிற்கு வந்துநின்றது.

உஞ்சனை கலவரம் (28.6.1979)

அன்றைய இராமநாதபுரம் மாவட்டத்தில் (1984க்குப் பிறகு சிவகங்கை மாவட்டம்) தேவகோட்டைக்கருகே உள்ளது உஞ்சனை கிராமம். சாதி இந்துக்களில் தேவர் பிரிவைச் சேர்ந்த கள்ளர்கள் நிறைந்த பகுதி. பிற பகுதிகளைப் போலவே இங்கும் சாதிய ஒடுக்குமுறைகளும் கட்டுப்பாடுகளும் இருந்தன. இவற்றை எதிர்த்து 1936இல் தேவகோட்டையில் ஒடுக்கப்பட்ட மக்கள் ஒருங்கிணைத்த மாநாடு ஒன்று நடத்தப்பட்டது. சில ஆண்டுகளில் தஞ்சை மாவட்டத்தைப்போன்று பொதுவுடைமை இயக்கம், விவசாயிகள் சங்கம் முதலியவை சாதியக் கொடுமைகளுக்கெதிராக இங்கும் போராடியுள்ளன. உஞ்சனை நாடு, முத்து நாடு, அஞ்சுகோட்டை நாடு என்று மன்னர்கால 'நாடு' அமைப்புமுறை இங்கு எழுபதுகளிலும் பின்பற்றப்பட்டது. இந்த அமைப்பு சாதிய அதிகாரத்திற்கே பயன்படுத்தப்பட்டது. இம்முறையால் கள்ளர்கள் 'நாட்டார்'கள் என்றழைக்கப்பட்டனர்.

இருபதாம் நூற்றாண்டின் பிற்பகுதியில் இக்கிராமத்தின் பள்ளர் சமூகத்தினர் வெளிநாடுகள் சென்று பொருளீட்டி வந்ததால் சொத்து முதற்கொண்டு பொருளாதார முன்னேற்றத்துடன் வாழலாயினர். அதனால் கல்வி முன்னேற்றமும் பெற்றனர். இம்மேம்பாடு அவர்களை அடிமைப்படுத்தவோ ஆதிக்கம் செய்யவோ இடந்தராமல் விழிப்புணர்வுடன் வாழச்செய்தது. இதனால் சிறுசிறு மோதல்கள் அவ்வப்போது இருந்துவந்தன. இவ்வூரிலுள்ள கழனி பெரிய அய்யனார் கோயிலுக்குப் 'புரவி எடுப்பு விழா'வினைப் பிற சாதியினர் மட்டும் நடத்தி வருவது வழக்கம். 1960களில் இத்தகு விழாக்களில் பறையடித்தல், கொம்பு ஊதல், கோயிலைத் துப்புரவு செய்தல், வைக்கோல்பிரி விடுதல் உள்ளிட்ட கூலியற்ற உழைப்பைப் பெற்றுக்கொண்ட ஆதிக்க சாதியினர், வழிபாட்டில் மட்டும் இவர்களை ஒதுக்கிவைத்ததால் இனி இதுமாதிரியான வேலைகளைச் செய்யமுடியாது என்று தெரிவித்தனர். அதேபோன்று நாடகம் நடத்தப்படுகையில் இருதரப்பினரும் தனித்தனியாக உட்கார வைக்கப்படுவதற்கும், அதற்காகக் கட்டப்பட்டிருந்த வைக்கோல்பிரித் தடுப்புக்கும் மறுப்பு தெரிவித்து, அந்தத் தடுப்பினை அறுத்துவிட்டுச் சமமாக உட்கார்ந்தனர். இவ்வாறெல்லாம் உஞ்சனை வரலாற்றை மு. கந்தசாமி,[81] கோ. கேசவன்[82] ஆகியோர் எழுத்துகள் காட்டுகின்றன. இதனால் இருதரப்பினருக்கும் கடும்மோதல் உண்டானது. இப்பிரச்சினைக்குப் பிறகு புரவி எடுத்தலும் நின்றுபோனது.

பின்னர் 13 ஆண்டுகள் கழித்து விழாவினை நடத்த 1979ஆம் ஆண்டு முன்னேறிய சாதியினர் திட்டமிட்டனர். ஒடுக்கப்பட்ட சமூகத்தினரும் உரிமைகோரவே தகராறு உண்டானது. எனவே மாவட்ட ஆட்சித் தலைவரின் தலைமையில் ஓர் அமைதிக்கூட்டம் ஏற்பாடாகி, இருதரப்பினரும் தனித்தனியே விழாவினை நடத்திக்கொள்வதற்கு முடிவானது. அதன்படி, 10.6.1979இல் முன்னேறிய சாதியினர் விழாவினை நடத்தினர். இந்நிகழ்வு நடந்த ஆண்டு 1978 என்பது முதலான சிலவற்றில் தகவல் மாறுபாடுகள் உள்ளன.[83] அடுத்த சில நாள்களில் ஒடுக்கப்பட்ட மக்கள் நடத்துவதற்கான முயற்சிகளை மேற்கொள்ளும்போது பிற சாதியினர் இடையூறுகள் செய்தனர். விழா நாள் தள்ளிப் போனது. மண்குதிரை செய்து தருபவர்களும் ஆதிக்க சாதியினருக்குப் பயந்து மறுத்துவிட்டனர். ஆனாலும் வேறு இடத்தில் (கண்டரமாணிக்கம்) மண்குதிரை செய்துவந்து மறைத்துவைத்தனர். எனவே, இறுதியாக விழாவினைத் தடுப்பதற்கு நீதிமன்றத்தில் தடையாணை பெற்றிட முயலப்பட்டது.[84] அதனை மீறியும் விழா ஏற்பாடுகள் தொடர்ந்தன. இதனால் சூன் 28 அன்று பிற சாதியினர் ஏராளமானோர் ஒன்றுதிரண்டு ஒடுக்கப்பட்ட மக்கள்மீது தாக்குதல் நடத்தினர். இவர்களில் கள்ளர் சமூகத்தினர் பெரும்பான்மையாக இருந்தனர். அன்று அதிகாலை தண்ணீர் எடுப்பதற்காகக் குடங்களுடன் சென்ற பள்ளர் சமூகத்தைச் சேர்ந்த பெண்கள், ஆதிக்க சாதியினர் தாக்குதலுக்கான கருவிகளைக் கையில் ஏந்திக்கொண்டு வருவதைப் பார்த்துத் தங்கள் பகுதிக்குச் சென்று தகவல் தெரிவித்தனர். எனவே இவர்களும் எதிர்கொள்ளத் தயாராகி எதிர்சென்றனர். இருதரப்பினரிடையே கலவரம் பெரிதானது. கத்தியால் தாக்கியது, பெண்கள் உட்பட எல்லாரையும் தாக்கியது என்று நடந்த கலவரத்தில் குடிசைகளெல்லாம் எரிக்கப்பட்டன. இக்கலவரத்தில் ஒடுக்கப்பட்டோர் தரப்பில் சாத்தையா, பெரியய்யா, வீராச்சாமி, தேரடியான், குழந்தையன் ஆகிய 5 பேர் கொல்லப்பட்டனர். மேலும் 27 பேர் படுகாயம் அடைந்தனர்.

அம்பலம் போலவே
வேட்டி கட்டணும்
மறத்தியைப் போலவே
மாரை மறைக்கணும்.
தேவனைப் போலவே
செருப்போடு நடக்கணும்.

அய்யனார் விழாவில்
கள்ளனைப் போலவே

புரவி எடுத்து
ஊர்வலம் போகணும்.

ஊஞ்சனைப் பள்ளன்
அப்படித்தான் வெடித்தான்.
.....
தீர்ப்பு எழுதும் மேல் சாதிகளுக்கும்
தினவெடுத்துத் திரியும் அம்பலங்களுக்கும்
நினைவு படுத்து:
"நீங்களும் மனிதர்கள்"

(ஒவ்வொரு புல்லையும்..., பக்.117,119)

என்று இன்குலாப் எழுதியிருப்பதுபோன்று, உரிமைகளைக் கேட்டதற்காக உஞ்சனையில் இப்படியொரு வன்முறையும், இதற்கான நீதியில் ஏமாற்றம் தந்த தீர்ப்புமே அம்மக்களுக்குக் கிடைத்தன. உஞ் சனையின் சூழலை, வரலாற்றை உணர்ந்தவராகவே இன்குலாப்பை இக்கவிதை வெளிப்படுத்துகின்றது.

இன்றுவரை பெருந்தாக்கத்துடன் பேசப்படுகின்ற இக்கலவரத்தில் ஒடுக்கப்பட்ட சமூகத்தினர்மீது தொடுக்கப்பட்ட வன்முறைக்காக, அன்று பொதுவுடைமைக் கட்சி, குறிப்பாக 'மார்க்சிஸ்ட் கம்யூனிஸ்ட் கட்சி' நீதிகேட்டுச் சுவரொட்டி, துண்டறிக்கை (காண்க: பின்னிணைப்பு, பக்.506) வெளியிட்டுக் கண்டனக் கூட்டங்களையும் நடத்தி வழக்கு தொடுத்தது. வழக்கில் சுமார் 250 பேர் கைதுசெய்யப்பட்டதில் 83 பேர் குற்றம்சாட்டப்பட்டவர்களாகி, அவர்களும் 1983இல் விடுதலையாயினர்.[85] போராட்டங்களில் முன்னின்ற சிவகங்கை மாடக்கோட்டை பகுதியைச் சேர்ந்த பொதுவுடைமைப் போராளியான தோழர் சுப்பு பின்னாளில் 1994 செப்டம்பர் 13இல் படுகொலை செய்யப்பட்டார். இன்றும், குதிரையெடுத்துத் திருவிழா நடத்திடத் தங்கள் உரிமையை நிலைநாட்டுவதில் உயிரிழந்த 5 பேருக்கான சூன் 28ஆம் நாளை அம்மக்கள் 'எழுச்சி நாள்' என நினைவுகூர்கின்றனர்.

இந்நிகழ்வினை மேற்காணும் இன்குலாப் கவிதையே வரலாற்றுக்குத் தந்திருக்கின்றது.நிகழ்வு தமிழகம் முழுக்கப் பரவலாகப் பேசப்பட்டுள்ள அளவுக்குத் தமிழ்க் கவிதைகள் பதிவுசெய்யாமல்தான் இருக்கின்றன. இன்குலாப் கவிதையின் அடிக்குறிப்பில் போராட்டம் நடந்த ஊரெனக் குறிப்பிடப்பட்டிருந்தாலும் அப்போராட்டங்கள் இதற்காக நடந்தவை என்பதைக் கருத்திக் கொள்ள வேண்டும். உஞ்சனைப் பகுதிக்கருகேதான் இதேபோன்று அடிக்கடி பிரச்சினை ஏற்படுகின்ற கண்டதேவி பகுதியும் உள்ளது என்பது கவனிக்கத் தக்கது. இங்குள்ள சுவர்ணமூர்த்தீசுவரர் கோயில் தேர்த்திருவிழாவில் ஒடுக்கப்பட்ட சமூகத்தினரை

முழுமையாகப் பங்குபெறச் செய்யவேண்டுமென்று 6.7.1998இல் உயர்நீதிமன்றம் ஆணையிட்டுள்ளது.[86]

குளப்பாடிக் கிணற்றுப் படுகொலை (28.5.1980)

சாதியக் காரணங்களால் ஏற்பட்ட நிகழ்வுகளில் சிறு பிள்ளைகள்மீது நிகழ்த்தப்பட்ட, கருணையற்ற கொடிய நிகழ்வு குளப்பாடிக் கிணற்றுப் படுகொலை. ஊரிலுள்ள கிணறுகளில் சிறுவர்கள் நீச்சல் பழகுவது, விளையாடுவது முதல் பெரியவர்கள் குளிப்பது வரை கிராமங்களில் நடக்கக்கூடியவைதான். அதேசமயம் சாதிப்பாகுபாடுகளும் உண்டு. அப்படியொரு கிணற்றில் குளிக்கச்சென்ற பிள்ளைகள் மின்சாரம் பாய்ச்சப்பட்டுப் பலியான நிகழ்வுதான் குளப்பாடியில் நிகழ்ந்தது.

அரியலூர் வட்டாரத்திலுள்ள குளப்பாடியைச் சேர்ந்த நிலக்கிழார் சிவசாமி. இவருடைய நிலத்திலுள்ள கிணற்றில் ஒடுக்கப்பட்ட சமூகத்தைச் சேர்ந்த பிள்ளைகள் நீச்சல் விளையாடி மகிழ்வது கண்டிக்கப்பட்டுள்ளது. 1980 மே 28இல் வழக்கம்போல் சிவசாமியின் கிணற்றில் குளிக்கச்சென்ற நான்கு பிள்ளைகள் தண்ணீரில் மின்சாரம் பாய்ச்சப்பட்டதால் கொலையுண்ட பின்புலத்தை,

> *கடந்த 28ந் தேதி 4 தாழ்த்தப்பட்ட சிறுவர்கள், அந்த கிணற்றில் இறங்கி குளித்துக் கொண்டு இருந்தார்கள். அப்போது கிணற்றுத் தண்ணீரில் மின்சாரம் பாய்ச்சப்பட்டு இருந்ததாம்.*
>
> *மின்சாரம் பாய்ச்சப்பட்டபோது 4 சிறுவர்களும் பம்பு செட் குழாயை பிடித்துத் தொங்கிக்கொண்டு இருந்தனர். மின்சாரம் பாய்ந்ததும் 4 சிறுவர்களும் கருகி அந்த குழாயுடன் கருவாடுபோல ஒட்டிவிட்டனர். உடனடியாக உயிர் பிரிந்துவிட்டது* [87]

எனும் 'விடுதலை' இதழின் செய்திவழியாக அறிந்துகொள்ள முடிகின்றது. மேலும் இதன்மூலம், மருதமுத்து(13), மருதமுத்து(12), சின்னதம்பி(7), ஆனிமுத்து(6)[88] எனும் அந்நான்கு சிறுவர்களில் இரண்டு பேர் விடுமுறைக்காகக் குளப்பாடிக்கு வந்தவர்கள்; கிணற்றுக்குள் மின்சாரம் பாய்ச்சப்பட்டதால் அருகிலிருந்த மின்மாற்றி (டிரான்ஸ்பார்மர்) வெடித்துள்ளது; பின் 4 உடல்களும் மீட்டெடுக்கப்பட்டுக் காவல்துறைக்குத் தெரியாமல் விரைந்து எரிக்கப்பட்டுள்ளன; இது குறித்த தகவல் காவல்துறைக்குக் கிடைக்க ஒரு வாரமாகியிருக்கின்றது எனும் தகவல்களையும் பெற முடிகின்றது.

அந்த இடத்திலேயே சிறுவர்கள் உடல்கருகிப் பலியாகிய இந்நிகழ்வு குறித்த தகவல்கள் முழுமையும் கிடைக்கவில்லை. கோ. கேசவன் நூலில்

நிகழ்வு நடந்த நாள் 2.6.1980 என்று பதிவு[89] காணப்படுகின்றது. அகவி நூலில் 1981 எனக் குறிப்பிடப்பட்டுள்ளது.[90] வெ. மதியரசன் நூலின்வழி, "மின்சாரம் பாய்ச்சிக் கொன்றுவிடுவேன் என்று 28.5.80 - ஆம் நாள் அச்சுறுத்தியுள்ளார்"[91] என்பதை அறிய முடிகின்றது. ஊடகப் பதிவுகளோ வேறெந்தத் தகவல்களோ ஆய்வுத் தேடலில் கிடைக்கவில்லை. கீழுள்ள இன்குலாப்பின் கவிதைக்குறிப்பும் இதையேதான் காட்டுகின்றது;

அரியலூருக்கு அருகில் குளப்பாடி என்ற கிராமத்தில் ஒரு மிராசுதாரின் கிணற்றில் குளிக்கப் போன தாழ்த்தப்பட்ட வீட்டுக் குழந்தைகளைத் தண்ணீரில் மின்சாரம் பாய்ச்சிக் கொன்றனர். இப்படி ஒரு நாள் செய்தி வந்த பிறகும் ***அந்தக் குழந்தைகளைப் பற்றி யாரும் எங்கும் மூச்சு விட்டதாகத் தெரியவில்லை.***

இதே சம்பவமே "மனுசங்கடா" கவிதைக்கும் கருப்பொருளாகியது.[92]

மேலும் 'மக்கள் செய்தி' இதழில் இப்படுகொலைக்கான செய்தி வெளிவந்ததையும், அதனை இன்குலாப்புக்குத் தாம் அறிமுகப்படுத்தியதையும் பேரா.வீ. அரசு கலந்துரையாடலில்[93] தெரி-வித்ததன்வழித் தேடியதில் அவ்விதழும் இப்போது கிடைக்கவில்லை. இது தொடர்பான குற்றத்திற்குக் காரணமாக, தண்ணீர் இறைக்கும் மோட்டார் இயந்திரம் பழுதாகி இருந்ததென்று சொல்லப்பட்டிருக்கக்கூடும் என்று இன்குலாப்பின் 'அந்த பம்பு செட்டை ரிப்பேர் செய்துவிட்டார்களாம்' என்ற கவிதைத் தலைப்பு சிந்திக்க வைக்கின்றது. மேலும் நிகழ்வின் வரலாற்றைப் புரிந்துகொள்ள இன்குலாப்பின் குறிப்பும் கவிதையும் துணைசெய்கின்றன. கவிதையைப் பொறுத்தமட்டில்,

தண்ணீரில் விரித்த மின்சார வலையில்
சிறகுகள் பொசுங்கிய சேரிச் சிட்டுகள்

குளிர்ந்த தண்ணீரில்
நெருப்பின் கொடுமையை
எதிர்பாராத அந்த
இளஞ்சிட்டுகள் நான்கும்
ஆத்தாவை அழைத்த வண்ணம்
கருகி விட்டன.

அந்த பம்பு செட்டை ரிப்பேர் செய்து விட்டார்களாம்.
அந்த வயலில் இனி அமோக விளைச்சலாம்

(ஒவ்வொரு புல்லையும்..., ப.115)

என்று கவிதையில், ஒரு வரலாறு மறைந்துபோகாமல் பதிவுசெய்திருக்கின்றார். இது எங்கள் 'அப்பன் தோண்டுன கெணறு',

'மாமன் தோண்டுன கெணறு', 'தளும்புது தளும்புது தண்ணீரு, தப்படிப்போம் வாடா பன்னீரு' என்று மகிழ்ச்சியுடன் குளித்த பிள்ளைகளுக்குச் சிவசாமியின் சாதிய மனநிலை மரணத்தைத் தந்துவிட்டது. இப்படிப்பட்ட எண்ணம்கொண்டவர்களைப் பார்த்து,

மனுசங்கடா - நாங்க
மனுசங்கடா
ஒன்னைப் போல அவனைப் போல
எட்டுச் சாணு ஒசரமுள்ள
மனுசங்கடா - டேய்
மனுசங்கடா.
......
கிணத்துத் தண்ணியும் சாதிஎழவை எழுதிக்காட்டுமா? - எங்க
கொழந்தைக்கெல்லாம் ஒங்க சாதி வெவரம் எட்டுமா?
குளப்பாடி கிணத்துத் தண்ணி புள்ளையச் சுட்டது - எங்க
புள்ளையச் சுட்டது - தண்ணியும்
தீயாச் சுட்டது (ஒவ்வொரு புல்லையும்..., ப.339)

என்று இன்குலாப் எழுதிய அழுத்தமான அடிகள் இன்றுவரை சமூகத்தில் எதிரொலித்துக்கொண்டு இருக்கின்றன. மேலும் ஒரு பதிவு உண்டு (ஒவ்வொரு புல்லையும் பெயர் சொல்லி அழைப்பேன், ப.287). "தமிழகத்தில் மேலும் ஒரு வெண்மணி" என்று விடுதலை குறிப்பிடும் (காண்க: பின்னிணைப்பு, ப. 508)) இவ்வரலாறு இன்குலாப் இயற்றி இருக்காவிட்டால் இல்லையென்றே தோன்றுகின்றது.

மண்டைக்காடு கலவரம் (மார்ச்சு 1982)

கடற்கரையோர மாவட்டமான கன்னியாகுமரியைச் சேர்ந்த கிராமம் மண்டைக்காடு. இங்குள்ள பகவதி அம்மன் கோயிலில் ஒவ்வோராண்டும் 'மாசி கொடை' விழா பெரிய அளவில் கொண்டாடப்படுவது வழக்கம். 1982ஆம் ஆண்டுக் கொண்டாட்டத்தின்போது இந்துக்களுக்கும் கிறித்துவர்களுக்கும் இடையே ஏற்பட்ட சச்சரவு கலவரமாக மாறியது.

தமிழகத்தின் தென்பகுதியிலுள்ள, கன்னியாகுமரியை ஒட்டியுள்ள பிற மாவட்டங்களுக்கும், தமிழக எல்லைக்கருகேயுள்ள கேரள மாநிலப் பகுதிகளுக்கும் பகவதி அம்மன் கோயில் வழிபாடு மிகவும் ஏற்புடையது. பெண்கள் 41 நாள்கள் நோன்பிருந்து இருமுடி சுமந்து வழிபடுவதால் இத்தலம் 'பெண்களின் சபரிமலை' எனவும் வழங்கப்பெறுகின்றது. மாசி கொடை விழாவின்போது பெண்கள் அங்குள்ள கடலில்

குளித்துவிட்டு வந்து வழிபடுவது வழக்கம். அவ்வாண்டுக்கான விழா தொடங்கிய நாளில் அப்படிக் குளித்துவிட்டு வருகையில் கிறித்துவர்கள் சிலரால் பாலியல் சீண்டலுக்குள்ளானதாகத் தகவல் தெரியவந்தது. இதனால் ஏற்பட்ட பிரச்சினையால் இந்துக்களுக்கும் கிறித்துவர்களுக்கும் மோதல் உண்டானது. மேலும் இதற்கு, விழாக்காலத்தில் வைக்கப்பட்டிருந்த ஒலிபெருக்கியின் சத்தத்தால் ஏற்பட்ட பிரச்சினை உள்ளிட்ட பிற காரணங்களும் அறியப்படுகின்றன.[94] இரண்டாயிரத்திற்கும் மேற்பட்ட மீனவர்களின் தாக்குதலால் நடந்த மோதல் கலவரமானதில் காவல்துறையினரும் காயமடைந்தனர். கலவரத்தைக் கட்டுப்படுத்த காவல்துறை 46 முறை துப்பாக்கிச்சூடு நடத்தியதில்[95] 6 கிறித்துவர்கள் (புதூர் கிராம மீனவர்கள்) உயிரிழந்தனர். 1982 மார்ச்சு 1ஆம் நாளின் இந்நிகழ்வு கிறித்துவர்களிடையே சினத்தை ஏற்படுத்தியது. இதனை எதிர்த்துக் அவர்கள் ஊர்வலம் நடத்த முயன்றதையும் அரசு தடைசெய்தது. 3 ஆயிரம் பேர் மீது வழக்கு பதிவுசெய்யப்பட்ட இக்கலவரம் இதன்பின் ஈத்தாமொழி, இராசாக்கமங்கலம், கல்லுக்கூட்டம், பிள்ளைத்தோப்பு, நாகர்கோவில் உள்ளிட்ட பகுதிகளுக்குப் பரவியது.

கடற்கரையோர மாவட்டங்களில் சில நூற்றாண்டுகளுக்கு முன்னரே கிறித்துவ மதத்திற்கு மாறிய மீனவர்களும், இந்து மதத்தில் நாடார்களும் பெரும்பான்மையினராக வாழ்ந்து வந்தனர். மீனவர்கள் தேவாலய நிறுவனத்தின்கீழ் வாழ்ந்தனர். தேவாலயத்தின் செயல்பாடுகளையும் சலுகைகளையும் கண்டு நாடார் பிரிவினருள்ளும் சிலர் கிறித்துவத்திற்கு மாறினர். இந்து நாடார்களைவிடக் கிறித்துவ நாடார்கள் கல்வியறிவுடனும் பொருளாதாரத்துடனும் விளங்கியதால் இவர்களுக்குள்ளேயே பகைமை இருந்தது. இதைக்கொண்டு இவ்விரு தரப்பினரையும் பிரிப்பதற்கான இக்கலவரம் ஆர்.எஸ்.எஸ். அமைப்பினரால் திட்டமிட்டு உருவாக்கிய ஒன்றாகப் பார்க்கப்படுகின்றது.[96]

இங்குள்ள மீனவர்கள் பெரும்பாலும் கிறித்துவர்கள். ஒரே குடும்பத்தில் இருவேறு மதப் போக்குகள் இருந்தாலும் ஒற்றுமையுடனே வாழ்ந்தனர். மதம் மாறாத மீனவர்களும், மதம் மாறியவர்களில் மரபை மறக்கமுடியாதவர்களும் பகவதி வழிபாடு செய்வர். கிறித்துவப் பாதிரிமார்களுக்குத் தமது மதத்திற்கு மாறிய பிறகும் மீனவ மக்கள் இவ்வழிபாட்டினை மேற்கொள்வது ஏற்பில்லை. மேலும் 1963இல் விவேகானந்தர் நூற்றாண்டு விழாவினைக் கொண்டாடிய இந்து அமைப்புகள் கோயிலினருகே கடலில் பெரிய பாறை ஒன்றின்மீது,

விவேகானந்தர் தவம் மேற்கொண்ட பாறையென்று அவருக்கு நினைவிடம் அமைக்கச் செயல்பட்டன. இதனால் பாதிரிமார்களால் தூண்டப்பட்டு மீனவர்கள் அப்பாறை மீது சிலுவையினை நட்டனர். இது முரண்பாட்டிற்கு வித்திட்டது. 1970களில் இந்து முன்னணி அமைப்பு இந்து நாடார்களைக் கவர்ந்து தமது அமைப்பைப் பலப்படுத்தியது. 1980இல் மாடத்தட்டுவிளை எனுமிடத்தில் இருந்த சிலுவை ஒன்று காணாமல் போனதாலும் பகைமையுணர்வு அதிகரித்தது. 1982ஆம் ஆண்டில் நாகர்கோவிலில் கிறித்துவர்கள் 'உலக செப வாரம்' கொண்டாடினர். அங்குப் பெரிய ஊர்வலத்தினை நடத்தி ஒரு சிலுவையை அமைத்தனர். அவ்விடத்தில் சில நாள்களில் சிலுவைக்குப் பதிலாகப் பிள்ளையார் சிலை இருந்தது.[97] மேலும் பிப்பிரவரி மாதம் அங்கு நடந்த இந்து எழுச்சி மாநாடும், அக்காலங்களில் மாவட்டத்தில் உருவாகிய இந்து முன்னணி அமைப்பும் பகைமை இன்னும் அதிகரிக்க வழிவகுத்தன.[98]

இரு மத அமைப்புகளின் ஆதிக்க செயல்பாடுதான் மண்டைக்காட்டில் ஏற்பட்ட பிரச்சினையைக் கலவரமாக்கச் செயலாற்றியுள்ளது. மார்ச்சு 1இல் கிறித்துவர்கள் பலியான சினத்தில், இந்து நாடார்கள் அதிகம் வாழும் ஈத்தாமொழியருகே தர்மாபுரம் எனுமிடத்தில் மார்ச்சு 12இல் வேறு பகுதியிலிருந்து வந்த மீனவர்கள் தாக்கினர். ஏற்கெனவே, இங்கு நாடார்களோடு இசுலாமியர்களும் பகைமை கொண்டிருந்ததால் இம்முறை இவர்களும் உடன்சேர்ந்து தாக்கியதாகத் தெரிகின்றது. இதற்குப் பழிவாங்கும் விதமாக மறுநாள், நாடார்கள் பல்வேறு கருவிகளோடு மீனவர்கள் மீது தாக்குதல் தொடுத்தனர். இக்கலவரத்தில் எதிர்கொண்டு தாக்கிய மீனவர்கள் வெடிகுண்டு பயன்படுத்தியதால்[99] அதன்பொருட்டுக் காயமடைந்து தேவாலயத்தில் நுழைந்த நாடார்கள் 2 பேர் பலியாயினர்.

பிறகு இருதரப்பினரும் அமைதிப் பேச்சுக்கு வழிசெய்தனர். அதற்கு உடன்படாமல் மீனவர்களில் சிலர் நாடார்களின் வீடு, தென்னந்தோப்பு, இரப்பர் தோட்டங்களை எரியூட்டி அழிக்க முற்பட்டுள்ளனர். இதனால் பிற பகுதி நாடார்களையும் ஒன்றுதிரட்டி மார்ச்சு 14, 15ஆம் நாள்களில் 'பள்ளந்துறை' எனும் மீனவக் கிராமத்தையே கொள்ளையடித்து எரியூட்டினர் நாடார் சமூகத்தினர். மேலும் தேவாலயத்திற்கும் அதுசார்பான மருத்துவமனை ஒன்றிற்கும் தீயிட்டனர். இதனால், மேலமணக்குடிப் பகுதியில் காவல்துறைத் துப்பாக்கிச்சூட்டுக்குப் பலியான 2 பேர்[100] உட்பட 10 பேர் மாண்டனர். கோயில்களும் தேவாலயங்களும் மட்டுமல்லாமல் இன்ன பிற

பொதுச்சொத்துகளும் சிதைக்கப்பட்டன. நீர்நிலைகள் மாசுபடுத்தப்பட்டன.[101] இந்து மதத்தினர் சிலரை வலைகளுக்குள் அடைத்துக் கடலில் வீசிக் கொன்றதாகவும் அறியப்பெறுகின்றது. இவ்வாறு மார்ச்சு 20 வரை 22 பேருக்குக் குறையாமல் பலிகொண்டு இத்தகைய கலவரங்கள் நடந்து முடிந்தன. துப்பாக்கிச்சூட்டில் இறந்தோர் குடும்பத்திற்கு அரசு 10 ஆயிரம் ரூபாய் இழப்பீடு அறிவித்தது.[102] ஆனால் இவை ஏற்படுத்திய தாக்கம் இன்றுவரையிலும் நீடிக்கின்றது. இதற்கு, புதிய தேவாலயம் ஒன்று கட்டுவதற்காகப் பகவதி அம்மன் கோயில் அருகினில் 2010இல் அடிக்கல் நாட்டப்பட்டபோது உண்டான சூழல் ஒரு சான்று ஆகும்.[103]

கடற்கரை மீனவர்களிடையே கத்தோலிக்கப் பாதிரிமார்கள் பெருஞ் செல்வாக்கைச் செலுத்தினர். மீனவர்களின் வருமானத்தில் பெரும்பகுதி தேவாலயத்திற்கே சென்றது. நாளடைவில் சமூக வளர்ச்சியில் இந்நிலை மாறுதலானது, மேலும் மீன்பிடி தொழிலில் விசைப்படகுகள் வருகையால் சாதாரண மீனவர்களின் வருமானம் குறைந்தபோதும் தேவாலய விதிமுறைகளைப் பின்பற்ற முடியாமல் போனது. இதனால் ஏற்பட்ட தேவாலய நெருக்கடியினால் அதிலிருந்து விடுபடக் கிறித்துவ நாடார்களை இந்து மதத்திற்கு மாற்ற இந்து முன்னணியினர் முற்பட்டனர். அதேசமயம் பாதிரிமார்களும் இந்து மதத்தைச் சேர்ந்தவர்களைக் கிறித்துவத்திற்கு மாற்ற முற்பட்டனர். இதுவே மத வெறியையும் பகைமையையும் அதிகரிக்கச் செய்தது.

மண்டைக்காடு கலவரத்தின் நீதி விசாரணைக்காக அமைக்கப்பட்ட வேணுகோபால் குழு அறிக்கையும் (1985), கன்னியாகுமரியில் மூளைச்சலவை செய்து கட்டாயப்படுத்தப்படும் மதமாற்றங்களால் சமூக அமைதி பாதிக்கின்றது, ஆகவே இதனைத் தடுக்க 'மதமாற்றத் தடைச் சட்டம்' கொணரப்பட வேண்டுமென்று கோரியது.[104] இதனால்தான், முற்காலத்தில் மனிதனைப் பண்படுத்தச் செய்த மதம் இன்று வெறித்தனத்தைக் கற்பிக்கின்றதென,

இன்று
மத வெறிநெளியும்
மண்டைக் காடுகளில்
மனிதரத்தமே
மலிவாகிப் போனது.
......
பிண மலர்களால்
தினமும் அருச்சனை பெறுகின்றன.

......

மதம்,
மனிதனை, விலங்கிலிருந்து
உயர்த்தியது - அதுவே
மனிதனிலிருந்து
விலங்கை இப்போது
உயர்த்தியுள்ளது (வார்த்தைகள் கேட்ட வரம், பக்.45,46)

எனத் தமிழன்பன் வெளிப்படுத்துகின்றார். இப்படிச் சமூகத்தின் நிலையைச் சீர்திருத்த பாரதியை அழைப்பவர், அம்பேத்கர் குறித்தான கவிதையிலும்,

பண்டித அயோத்தியா தாசர்
வந்து போனார்!
ஜான்ரத்தினம்
வந்து போனார்!
ரெட்டை மலை சீனிவாசன்
வந்து போனார்
பாபாசாகேப் அம்பேத்கர்
வந்து போனார்...

வெண்மணிகள் ஏன் இன்னும்?
விழுப்புரங்கள் ஏன் இன்னும்?
மண்டைக்காடுகள் ஏன் இன்னும்?

(வார்த்தைகள் கேட்ட வரம், ப.58)

என்று கலவரத்தைப் பதிவுசெய்கின்றார். இவரது இவ்விரண்டு பதிவுகள் கவிதை வரலாற்றில் மண்டைக்காடு நிகழ்வினுக்குச் சாட்சியாகின்றன. அக்காலத்திலிருந்து இன்றுவரையில் பெரிதாகப் பேசப்படும் இந்நிகழ்வைத் தமிழ்க் கவிதைகள் பரவலாகப் பதிவுசெய்யாமலிருப்பது கேள்வியாகவே இருக்கின்றது. இந்தக் கலவரத்தைப் பதிவுசெய்திருப்பதில் கவிதைகளைக் கடந்து புதினங்கள் கவனம் கொண்டிருக்கின்றன. பொன்னீலனின் ‘மறுபக்கம்’, சுஜாதாவின் ‘விடிவதற்குள் வா’, முகிலை இராசபாண்டியனின் ‘தேரி மணல்’ முதலியவை அவ்வகையில் வெளி வந்துள்ளன.

மெரினா துப்பாக்கிச்சூடு (4.12.1985)

இருபதாம் நூற்றாண்டில், வங்காள விரிகுடாவின் கரைப்பகுதியான சென்னை மெரினா கடற்கரையைச் சீர்படுத்தும் திட்டங்கள் 1960களில் தொடங்கப்பட்டன. 1965இல் காங்கிரசு ஆட்சியில் சீர்படுத்துவதற்கான சோதனை முயற்சிகள்

முன்னெடுக்கப்பட்டு மரம் வளர்ப்புக்காகச் செடிகள் நடப்பட்டன, நடைபாதைகள் போடப்பட்டன, புல்தரைகள் அமைக்கப்பட்டன. இவ்வேலைகள் நடந்துகொண்டிருக்கும்போதே ஆட்சி மாறியது. 1967இல் தி.மு.க. ஆட்சிக்கு வந்தபோது சி.என். அண்ணாதுரை பூம்புகார் நகரத்தைப் பிரதிபலிக்கின்ற வகையில் மெரினாவை உருவாக்கத் திட்டமிட்டார்.ஆனால் அவர் மரணமடைந்து 1970இல் அவரது நினைவகம் மெரினாவில் கட்டப்பட்ட பிறகு நினைவகத்தின் சுற்றுப் பகுதிகள் மட்டுமே அழகுபடுத்தப்பட்டன. மீண்டும் 1973இல் 1.5 கோடி மதிப்பிலும், 1983இல் கடற்கரையின் முன்பகுதிகளை அழகுபடுத்தவும் தமிழக அரசாங்கத்தால் திட்டமிடப்பட்டது.[105] ஆனால் நடக்கவில்லை. 1983இல் கொண்டுவரப்பட்ட தீர்மானம் இரண்டாண்டுகளில் தடைபட்டது. மீனவர்களின் கட்டுமரங்கள், படகுகள் உள்ளிட்டவற்றை அப்புறப்படுத்திவிட்டுக் கடற்கரையை அழகுசெய்யும் திட்டத்தை நிறைவேற்ற ஆணையிடப்பட்டது. பத்தாண்டுகளுக்கு முன்பு தில்லியில் நெருக்கடி நிலைக் காலத்தில் சஞ்சய் காந்தியாலும், பிறகு இராஜீவ் காந்தியாலும், இதேபோன்று பம்பாயிலும் இதுபோன்ற திட்டங்கள் முன்னெடுக்கப்பட்டுள்ளதை 14.12.1985ஆம் நாளிட்ட 'எகனாமிக் அண்ட் பொலிடிகல் வீக்லி' (Economic and political weekly) இதழ் காட்டுகின்றது.[106]

உலக வங்கியின் துணையோடு மேற்கொள்ளப்பட்ட அழகுபடுத்தும் திட்டத் தீர்மானத்திற்காக, 1985 நவம்பர் 4 அன்று மெரினா கடற்கரையில் மீனவர்களின் கட்டுமரங்களையும் மீன்பிடி கருவிகளையும் அரசு கைப்பற்றியது. இதனால் அயோத்தியா குப்பம், நடுக்குப்பம், மாட்டான்குப்பம், நொச்சிக்குப்பம் என மீன்பிடி தொழிலை நம்பியிருக்கும் சுமார் 10 ஆயிரம் மீனவக் குடும்பங்கள் வாழ்வியல் தொழிலையிழந்து திண்டாடின. இதனை ஊடகங்கள் கவனப்படுத்த, உச்சநீதிமன்றம் அவற்றைத் திரும்ப ஒப்படைக்கும்படி தமிழக அரசாங்கத்திற்கு அறிவுறுத்தியது.[107] அதிலிருந்து நிறைய முரண்பாடுகள் நிகழ்ந்து வந்தன. மீன்பிடிக்க வேண்டிய பகுதிகளை அரசாங்கமே தீர்மானிப்பது முதலிய சில கட்டுப்பாடுகள் ஏற்கும்படியாக இல்லை. இதுபோன்ற முரண்பாடுகளும் மோதல்களும், மீனவர்களுக்கும் காவல்துறைக்கும் இடையே அவ்வப்போது நடந்தேறின. இவை டிசம்பர் 4ஆம் நாளன்று பெரிய கலவரமாக மாறின. அன்று காலை கடலினருகே நிறுத்தப்பட்டிருந்த கட்டுமரங்களைக் காவல்துறை அப்புறப்படுத்தும் செயலில் ஈடுபட்டது. மீன்கள் ஏலம் விடப்படுமிடத்தில் ஏலத்தைக் கலைத்து, இவ்விடத்தில் வணிகம் எதுவும் செய்யக்கூடாது எனத் தடுத்துத் தாக்கவும் செய்தது.[108] இதனால்

இருதரப்புக்கும் வாக்குவாதம் அதிகப்பட்டு, மீனவர்களில் சிலர் தாக்கப்பட்டனர். கட்டுமரங்கள் சில உடைக்கப்பட்டன. இவற்றால் உண்டான பதற்றம் மோதலுக்கு வழிவகுத்தது.

மீனவர்கள் கடற்கரையிலிருந்த கட்டுமரங்களைக் கொண்டுவந்து சாலையில் கிடத்திப் போராட்டத்தில் ஈடுபட்டனர். செய்தியறிந்து குடியிருப்புப் பகுதியிலிருந்த மீனவர் சமூகத்து மக்கள் சாலைக்கு வந்து ஒன்றுபட்டனர். அனைவரும் நீதிகோரித் தலைமைச் செயலகத்தை நோக்கிப் பேரணி நடத்தத் தொடங்கியதைக் காவல்துறை கலைக்க முற்பட்டது. மோதல் பெரிதாகவே மீனவர் தரப்பிலிருந்து கற்கள் வீசப்பட்டன. காவல்துறை தடியடி, கண்ணீர்ப்புகைத் தாக்குதலோடு, துப்பாக்கிச்சூட்டை நிகழ்த்தியது. விவேகானந்தர் இல்லத்தினருகேயும் மாட்டான்குப்பத்தினருகேயும் நடந்த துப்பாக்கிச்சூட்டில் 4 பேர் பலியாகினர்.[109] பலர் குண்டடியில் படுகாயமடைந்தனர். துப்பாக்கிப் பதற்றத்தால் மீனவர்கள் தப்பித்து ஓடினர். எனவே, வசிப்பிடங்களிலிருந்த பெண்கள், குழந்தைகள், முதியவர்கள் தாக்குதலில் சிக்கிக்கொண்டனர். தலைக்கவசம் அணிந்துவந்த காவல்துறையால் துப்பாக்கிக்கட்டை, கைத்தடிகளால் குடியிருப்புகளுக்குள் தாக்குதல் நடத்தப்பட்டது.

படகுகளை அகற்றியபோது பாதிக்கப்பட்ட மூன்று மீனவர் பகுதிகளில் நடுக்குப்பமும் அயோத்தியா குப்பமும் இத்தாக்குலில் பெரும்பாதிப்படைந்தன. நடுக்குப்பம் 740 வசிப்பிடங்களையும் 1654 குடும்பங்களையும் கொண்டிருந்தது. இங்குள்ள மக்கள் மீன்பிடிப்பைத் தாண்டிக் கூலி வேலைகளுக்கும் செல்பவர்களாக இருந்தனர். பாதிப்படைந்த, தாக்கப்பட்ட பெண்களில் 70 வயதளவிலான 5 பெண்களும் அடங்குவர் என்பவற்றை 22.2.1986ஆம் நாளிட்ட 'எகனாமிக் அண்ட் பொலிடிகல் வீக்லி' இதழ் தெரிவிக்கின்றது.[110] சிறுவர்களும் தாக்கப்பட்டுள்ளனர். இதில் 14 வயதுச் சிறுவனை மயிலாப்பூர் காவல்நிலையத்திற்குக் கொண்டுசென்று, வழக்கு பதிவுசெய்திட ஏதுவாக 18 வயதாகிவிட்டதாக ஒத்துக்கொள்ளச் சொல்லித் துன்புறுத்தப்பட்டிருக்கின்றான். டிசம்பர் 14 வரை அச்சிறுவன் சென்னை மத்திய சிறையில் அடைக்கப்பட்டுள்ளான். காவலர்களால் மேலும் மளிகைக் கடை, கோழிக்கடையுடன் மீன்களும் காய்கறிகளும் கொள்ளையடிக்கப்பட்டுள்ளன. வீடுகள் சிதைக்கப்பட்டு வாழ்வாதாரப் பொருட்களான தையல் இயந்திரம், தள்ளுவண்டிகள் ஆகியவையும் சிதைக்கப்பட்டுள்ளன.[111]

தெருமுனை ஒன்றில் பெரிய நெருப்பை ஏற்படுத்தி மீன்பிடி வலைகள், மிதிவண்டிகள், மளிகைப் பொருட்கள், ஆடுகள் முதலியவற்றை அதில் எரித்துள்ளனர். தீயிடப்பட்டதில் ஒரு

தெருவிலுள்ள 13 குடிசைகள் எரிந்துள்ளன.[112] இவ்வாறாகக் காவல்துறை வன்முறையிலும் கொள்ளையிலும் ஈடுபட்டுள்ளது. இவையனைத்தும் நடுக்குப்பம் பகுதிக்குள் சுமார் 9 மணிக்கு மேல் 12 மணிக்குள் நடந்தேறின. இரண்டொரு நாளில் பலியான இருவரையும் சேர்த்து மொத்தம் இவ்வன்முறையில் மீனவ மக்கள் 6 பேர் பலியானதை அறிய முடிகின்றது. அயோத்தியா குப்பத்தில் 4.12.1986இல் அமைக்கப்பட்ட நினைவுச் சின்னத்தில் 7 பேர் பெயர் பதிவாகியுள்ளது (காண்க: பின்னிணைப்பு, ப.509). ஏராளமானோர் குண்டடி மற்றும் பிற காயங்களுக்கு ஆளாகினர். துப்பாக்கிச் சூட்டளவுக்கு நிலைமை மோசமடையவே அப்போதைய அரசு, மெரினாவை அழகுபடுத்தும் திட்டத்துக்கான தீர்மானத்தைத் திரும்பப் பெற்றுக்கொண்டு இனி மீனவர்கள் பாதிப்படையும் செயல்பாடுகள் நிகழாது என அறிவித்தது.

இருபதாம் நூற்றாண்டில் கடற்கரையோர மக்களுக்கு ஒரு மீளாத் துன்பத்தினை உண்டாக்கிவிட்ட இந்நிகழ்வுக்குத் தமிழ்க் கவிதைகள் எதிர்வினை ஆற்றியிருக்கின்றன. அவை துப்பாக்கிச்சூடு நடத்தப்பட்டதை வன்மையாக எதிர்க்கின்றன. மீனவர்களின் துயர நிலையை முன்வைத்துப் பழமலய் கவிதையில்,

புயலடிக்கும் காலத்திலும் போய்வருவ மீன்புடிக்க!
தெசமாறிப் புயலடித்தால் பொணம்கூடக் கெடைக்காது!
ஓங்கமீனத் தின்னவந்தாங்க - ஓ மீனவரே!
சென்னையிலே ஓங்களச் சுட்டாங்க!

(பழமலய் கவிதைகள், ப.553)

எனும் அடிகள் மீனவ மக்களுக்கு விழிப்புணர்வு ஏற்படுத்துகின்றன. ‘துப்பாக்கிச்சூடு நடத்திய காவல்துறை அதிகாரிக்கு எதிரான கண்டன வரிகளை’, ‘அல்சேஷன் நாயும் கொம்புச் சுறாவும்’ என்ற தலைப்பில் ஒரு தனிக்கவிதையில் இன்குலாப்,

எத்தனை தோட்டாக்களால்
வாய்களை அடைப்பாய்?
அலைகளைச் சுடுவாய்?
எந்தத் தடியால்
நுரைகளை அடிப்பாய்? *(ஒவ்வொரு புல்லையும்..., ப.123)*

என்று கொதிப்படைந்த கேள்விகளால் பதிவுசெய்கின்றார். மேலும் அவர் ஒலிம்பிக் போட்டியில் துப்பாக்கிச் சுடுதல் பிரிவில் இந்திய வீரர்கள் பரிசுபெற ‘சில உருப்படியான யோசனைகள்’ என்று,

சுடுற போட்டியில
ஒவ்வொரு வருஷமும்
முதல் பரிசு வாங்குற

அதிகாரி ஐயாவை
துப்பாக்கிப் போட்டிக்கு
அனுப்பிச்சிருந்தா
தங்கமெடலா வாங்கித்
தன்மானம் காத்திருப்போம்.
ஆனாலும் ஒண்ணு
.....
குறிதப்பாமச் சுடுறதுக்கு முன்னே
மனுசரைச் சுட்டாத்தான்
ஊக்கம் பொறக்கும். *(ஒவ்வொரு புல்லையும்..., ப.194)*

எனும் அடிகளை எள்ளல் தன்மையுடன் எழுதியிருக்கின்றார். இவ்வாறு கவிதைப் பதிவுகள் மீனவர்கள் மீதான துப்பாக்கிச் சூட்டைக் கண்டிக்கின்றன. அம்மக்கள் பெரும்பாதிப்படைந்த இந்நிகழ்வின் சில நாள்களில் சென்னையிலுள்ள இந்திய சனநாயக மாதர் சங்கம் ஓய்வுபெற்ற நீதிபதி வி.ஆர். கிருஷ்ணையர் தலைமையில் உண்மையறியும் குழுவொன்றை நிகழ்விடத்திற்கு அனுப்பியது. வழக்கறிஞர்கள், பத்திரிகையாளர்கள், சமூக ஆர்வலர்கள் பங்குபெற்ற இக்குழு உண்மையறிந்து அதற்குரிய நிவாரணத்தை அரசு வழங்கிட வழிவகுத்தது.

தமிழகம் முழுக்கக் கண்டனம் தெரிவிக்கப்பட்ட இந்நிகழ்வானது, குடிமக்களை மதிக்காத அதிகாரப் போக்கினையே காட்டுகின்றது. ஒரே நேரத்தில் அழகுபடுத்துதலும் அதில் இன்னொரு தரப்பு பாதிக்கப்படுதலும் சமூகப் பொருளாதார ஏற்றத்தாழ்வையும், இந்த அழகுபடுத்துதலென்பது சமூகத்தின் வறுமையை மறைத்து,[113] வளர்ச்சியடைந்த ஒன்றாகக் காட்டிக்கொள்ள முயல்வதையும் வெளிப்படுத்துவதாகப் பார்க்கப்படுகின்றது. எதுவாயினும் இது காலத்திற்கும் மாறாத வடுவாய் இன்றுவரை மீனவச் சமூகத்தில் நினைவுகூரப்படுகின்றது. அதன் சாட்சியமாய் அயோத்தியா குப்பத்தின் நினைவுச் சின்னம் விளங்குகின்றது.

போடிநாயக்கனூர் கலவரம் (16.9.1989)

பூகோள
உருண்டையில்
புழு நெளியும் புண்ணாய்த்
தெரிந்தது போடிநாயக்கனூர் *(நாம் இருக்கும் நாடு, ப.69)*

என்று கவிதை எழுதப்படுமளவுக்கு மதுரை மாவட்டத்தில் ‘போடி’ என்றழைக்கப்படும் போடிநாயக்கனூர் மற்றும் அதன் சுற்றுவட்டாரப்

பகுதிகள் 1989 செப்டம்பரில் ஒரு வார காலம் கலவரமாகக் காணப்பட்டன.

தமிழகத்தின் தென்மாவட்டங்களில் சாதியக் கலவரங்கள் அதிகமாய் ஏற்பட்டுக் கொண்டிருந்தன. அவை பெரும்பாலும் முன்னேறிய சாதியினருக்கும் ஒடுக்கப்பட்ட சாதியினருக்கும் இடையிலான மோதல்களின் பெருவடிவமாக அமைந்தன. இத்தகு மோதல்கள் தொடர்ச்சியான சாதிய எண்ணத்தின் அடிப்படையில் திடீரெனத் தோன்றும் சிறுசிறு பிரச்சினைகளைக் கவ்விக் கொண்டு பெருங்கலவரத்திற்கு வழிவகுக்கின்றன.

போடி கலவரத்திற்கு முதல் தூண்டுதலாய் அதனருகிலுள்ள மீனாட்சிபுரம் கிராமம் அமைந்தது. இங்கு ஒடுக்கப்பட்ட பிரிவினரில் பள்ளர்கள் அதிகமாக வாழ்ந்தனர். முன்னேறிய சாதியினரின் ஏலக்காய்த் தோட்டம் முதலியவற்றில் உழைப்புக்கான பண்ணைக்கூலி சரிவரக் கிடைக்காத வருத்தம் அம்மக்களிடையே இருந்து வந்தது. மேலும் இச்சமூகத்தின் படித்த இளைஞர்கள் முழுக்கால்சட்டை, மூடு காலணி (ஷூ) அணிவதைப் பிற சாதியினர் எதிர்த்தனர். தங்களுடைய கடைகளில் விற்பனைப் பொருள்களை இம்மக்களுக்குத் தர மறுத்தனர். இவற்றால் நீண்ட காலமாகவே இருதரப்புக்கும் இடையில் மனவருத்தமும் பகையுணர்வும் இருந்தன. ஆனால், நிகழ்வுக்கு அடிப்படையாக அமைந்தது பள்ளர் சமூகத்தில் ஒரு பெண் இறந்தது மற்றும் அச்சமூகத் தலைவர் ஒருவரின் முன்னேறிய சாதியினர் தொடர்பான பேச்சுக்களும்[114] ஆகும்.

கலவரத்திற்கு முன்பு இவ்வூரில் நடைபெற்ற ஊராட்சி மன்றத் தேர்தலில் தேவர் சமூகத்தைச் சேர்ந்த ராஜுப்பிள்ளை ஊர்த்தலைவர் ஆனார். ஆனால், தங்களில் ஒருவரே தலைவராக வேண்டுமெனப் பள்ளர்கள் விரும்பியும் அப்படி முடியவில்லை. இது இருதரப்புக்கும் முரண்பாட்டை மிகுவித்தது. இந்நிலையில் ஊரின் துரைராசபுரம் காலனியைச் சேர்ந்த முத்துப்பிள்ளை எனும் வயதான பெண் நாக்கறுபட்ட நிலையில் இறந்திருந்தார். இதுகுறித்துப் புகாரளிக்கச் சென்றபோது தங்கள் எல்லைக்கு உட்பட்டதில்லையெனக் காவல்துறையால் ஏற்கப்படவில்லை. மேலும் குரங்கனி, தேனி, பழனிச்செட்டிப்பட்டி ஆகிய பகுதிகளின் காவல்நிலையங்களிலும் இதே நிலைதான் நிலவியது.[115] எனவே சடலத்தின் இறுதி நிகழ்வுக்குக் காலம்கடக்கவே ஒடுக்கப்பட்ட சமூகத்தினர் கோபமடைந்து, 10.9.1989இல் கொலைக் குற்றவாளிகளைக் கைதுசெய்யக்கோரிச் சாலைமறியல் செய்தனர். இதன்மூலம் தகராறுகள் வரக்கூடுமெனக்

காவல்துறை, 'தேவேந்திரகுல வேளாளர் மகாசபை'யின் தலைவரான ஜான்பாண்டியனின் உதவியை நாடியது. அவரும் பிரச்சினைகள் ஏற்படாமலிருக்க உதவுவதாக உறுதியளித்ததை எஸ். கணேஷ்ராம் காட்டுகின்றார்.[116] 2.12.1989ஆம் நாளில் 'எகனாமிக் அண்ட் பொலிடிகல் வீக்லி' இதழில் வெளிவந்த இவரது கட்டுரையினை அடிப்படையாக வைத்து, இவ்வாய்வுப் பகுதியின் பெரும்பான்மையான தகவல்கள் அமைகின்றன.

ஒடுக்கப்பட்ட மக்களின் பகுதியில் 10.9.89 அன்றே நடத்தப்பட்ட பொதுக்கூட்டத்தில் ஜான்பாண்டியன் மிகவும் கொதிப்புடன் பேசியதாகவும், பிற சாதி மக்களையும், ஊர்த்தலைவர் ராஜுப்பிள்ளையையும் இழிவாகப் பேசியதாகவும் அறியப்பட்டது. அவரது பேச்சின் பதிவை அச்சமூக இளைஞர்கள் தேநீர்க்கடை உள்ளிட்ட பொதுஇடங்களில் திரும்பத் திரும்ப முன்வைக்கலாயினர்.[117] முன்னேறிய சாதியினர் தங்கள் கிராமத்தின் இத்தகைய போக்கைப் போடி, தேனி பகுதிகளுக்குக் கொண்டுசெல்லவே பிற பகுதிகளுக்கும் தெரியவந்து தேவர் சமூகத்தினர் ஒன்றுபட்டனர். இவர்களுள் பெரும்பான்மையினரான கள்ளர் பிரிவினர் ஜான்பாண்டியனுக்கெதிராகச் செயல்பட உறுதிகொண்டதால், அவரைக் கைதுசெய்யச் செப்டம்பர் 11இல் ராஜுப்பிள்ளை காவல்துறையிடம் புகாரளித்தார். அது தொடர்பான நடவடிக்கைகள் ஏதும் வெளிப்படாததால் பேருந்துகள், சுவர்கள் எங்கும் கைதுசெய்ய வலியுறுத்திச் சுவரொட்டிகள் ஒட்டப்பட்டன. மேலும் கைதுசெய்யவில்லையெனில் செப்டம்பர் 16இல் மறியல் நடத்தப்போவதாகவும் அறிவிக்கப்பட்டது.

மேற்காணும் போக்கினால் கலவரச் சூழலுக்கான பதற்றநிலை உண்டானது. இது மேலும் தீவிரமடையாமலிருக்க முக்கியத் தலைவர்களின் கூடுகையில் செப்டம்பர் 15இல் அமைதிக்கூட்டம் ஏற்பாடானது. அனைத்துச் சாதியின் முக்கியமானவர்களும் இதற்கு ஒப்புதல் அளித்தனர். இருப்பினும் முன்னேறிய சாதியினர் கள்ளர்கள் வலியுறுத்தும் ஜான்பாண்டியன் கைதில் உறுதியாக நின்றனர். அவர்கள் போடி அருகே தேவாரம் பகுதியில் மறியலில் ஈடுபட்டனர். அவ்வழியே மிதிவண்டியில் வந்த பள்ளர் சமூகச் சிறுவன் வழிவிடக் கேட்ட நிகழ்வில் தாக்கப்பட்டான். இச்செய்தியறிந்து நூற்றுக்கும் மேற்பட்ட ஒடுக்கப்பட்ட சமூகத்தினர் நாட்டுத்துப்பாக்கி, வெடிகுண்டு உள்ளிட்ட பிற கருவிகளுடன்[118] மறியல் பகுதிக்குச் சென்றனர். தாக்குதல் தொடுத்ததில் தேவர் சமூகத்தவர் 5 பேர் உயிரிழந்தனர்; 6 பேருந்துகள் எரிக்கப்பட்டன. இத்தகவல் சுற்றுவட்டாரப் பகுதிகளெங்கும் பரவிப்

போடி, தேனி, தேவாரம், உசிலம்பட்டி, ஆண்டிப்பட்டி, கம்பம், கண்டமனூர் முதலிய இடங்களில் இருதரப்பினர்க்கும் கடும்மோதல்களை உண்டாக்கியது. கலவரத்தில் ஆடு மாடுகளைக் கடத்துவது முதல் ஆள்களைக் கடத்துவது வரை பல செயல்பாடுகள் நிகழ்ந்தேறின. பல்வேறு இடங்களில் தீ வைப்புகள் நடந்தன. அரசுப் பேருந்துகள் எரிக்கப்பட்டதனால் அப்பகுதிகளில் ஏழெட்டு நாள்களுக்குப் போக்குவரத்து தடைபட்டது. இவ்வாறாகச் செப்டம்பர் 16ஆம் நாளானது, போடியைச் சுற்றியுள்ள மதுரை மாவட்டப் பல பகுதிகளுக்கும் பெரும்பாதிப்பை ஏற்படுத்திய நாளாக மாறிப்போனது. முன்னேறிய சாதியினர் வலியுறுத்திய கைது நடவடிக்கையும் நடந்தது.

மறுநாள் அப்பகுதிகளைப் பார்வையிட வந்த தமிழக அமைச்சர்களால் விசாரிக்க முடியாத அளவிற்கு நிலைமை கட்டுங்கடங்காமல் நீடித்தது. காவல்துறையின் நடவடிக்கைகளாலும் தடுத்திட முடியவில்லை. உத்தமபாளையத்தின் அம்மாப்பேட்டையில் இருவர் எரிக்கப்பட்டனர். மேலும் போடி, அல்லிநகரம் எனச் சில பகுதிகளின் தீவிரத்தைக் குறைக்கத் துப்பாக்கிச்சூடு நடத்தப்பட்டது. இதில் 11 பேர் பலியாகினர்.[119] இவ்வாறான தொடர் நிகழ்வுகளால் சுமார் 33 பேர் உயிரிழந்தனர்; நூற்றுக்கும் அதிகமானோர் காயமடைந்தனர்; மதுரை மாவட்டம் முழுக்கவே இயல்பு வாழ்க்கை பாதிப்படைந்தது. எனவே அரசாங்கம் மத்திய காவல்துறைப் படையினர் மற்றும் கேரளக் காவல்துறைப் படையினரைக் கலவரத்தை முடிவுக்குக் கொண்டுவர அனுப்பியது.

மாநில அமைச்சர்கள் நான்கு பேர், மத்திய அமைச்சர்கள் இரண்டு பேர் கலவரப் பகுதிகளைப் பார்வையிட்டனர். பிறகு இக்கலவரம் குறித்து அறிக்கை அளிக்க அரசாங்கத்தால் நீதிபதி பாஸ்கரன் தலைமையில் விசாரணை ஆணையம் அமைக்கப்பெற்றது. தமிழகத்தில் ஆட்சிப் பொறுப்பிலிருந்த கட்சியும் எதிர்க்கட்சியும் மாறிமாறிக் குற்றம் சாட்டின. அதிகமான உயிரிழப்புகளோடு கடைகள், குடிசைகள், பேருந்துகள், பொதுச்சொத்துகள் ஆகியவை தீயில் எரிந்துபோன இவ்வழிவு பெரும்பாலும் பொருளாதாரத்தில் பின்தங்கியவர்களுக்கே இழப்புகளை ஏற்படுத்தின. இக்காலகட்டத்தில் இதுபோன்ற வன்செயல்களுக்கெதிராகத்தான் 11.11.1989இல் ‘வன்கொடுமைத் தடுப்புச் சட்டம்’ இயற்றப்படலானது.

சாதிய சமூகம் இப்படியொரு பேரழிவினைத் தமிழகத்திற்குத் தந்து நாட்டையே பரபரப்புக்குள்ளாக்கியது. இக்கலவர நிகழ்வைத் தமிழ்க்கவிதைக்குள் தமிழன்பன் இடம்பெறச் செய்துள்ளார். அவர்,

பூக்களில்
இரத்தம் தெறித்தது!
பொழுதுகள் ரணம்பட்டன!
போதும் நிறுத்து.
.....
மூடத்தன
மூதேவி கோயிலுக்கு
நடத்தி முடித்தாய் நரபலி!
.....
கறைபடிந்த கத்தியை,
கறை படிந்த மானுடத்தை
எந்த நதியில்
கழுவ உத்தேசம்? *(நாம் இருக்கும் நாடு, பக்.68-70)*

என்றவாறெல்லாம், சாதி எண்ணத்தை வளர்த்துக் கலவரம் நடத்தியவர்களின் மடமைத்தனத்தைப் பற்றி நீண்ட தனிக்கவிதையை எழுதியிருக்கின்றார். இவரது இக்கவிதையால் சமூக வரலாற்றுத் தேடலில் போடிநாயக்கனூர் கலவரத்தைக் காட்ட முடிகின்றது.

திருவல்லிக்கேணிக் கலவரம் (2.9.1990)

சாதிக் கலவரங்களைப் போலல்லாமல் மதக் கலவரங்கள் பெரும்பாலும் முன்கூட்டியே திட்டமிடப்படுபவையாகக் காணப்படுகின்றன. சென்னையின் முக்கியப் பகுதியான திருவல்லிக்கேணியில் 'விநாயகர் ஊர்வலம்' நடைபெற்றபோது உண்டான கலவரமும் அத்தன்மைத்தானதாகவே கருதப்படுகின்றது. கோவை, ஆம்பூர், திண்டுக்கல், நாகூர் முதலிய பிற பகுதிகளில் நடந்த இந்து மதவாத அமைப்புகளின் செயல்பாடுகளே திருவல்லிக்கேணியிலும் நிகழ்ந்தேறியிருப்பதாக ஆய்வாளர்களால்[120] குறிப்பிடப்படுகின்றது.

மக்கள் நெருக்கடி மிகுந்த திருவல்லிக்கேணியில் இந்துக்களும் இசுலாமியர்களும் அருகருகே வீடுகளைக் கட்டிக்கொண்டு தோழமையுணர்வுடன் வாழ்ந்து வந்தனர். இந்து மதத்தினர் கொண்டாடும் 'விநாயகர் சதுர்த்தி' பண்டிகை 1990ஆம் ஆண்டு ஆகஸ்ட் 24இல் திருவல்லிக்கேணியில் வழக்கத்தைவிடச் சிறப்பாகக் கொண்டாடப்பட்டது. தெருக்களில் வைத்து வணங்கப்பட்ட பிள்ளையார் சிலைகள் செப்டம்பர் 2 ஞாயிற்றுக்கிழமையன்று கடலில் கரைத்திட, ஊர்வலமாக மாட்டு வண்டிகளில் கொண்டுசெல்லப்பட்டன. அவற்றில் 18 அடி உயரம் கொண்ட 'வீர விக்னேசுவர் சிலை' இருந்தது.[121] பகலில் 1.30 மணிக்குத் தொடங்கிய[122] ஊர்வலத்தில்

வண்ணப்பொடி தூவல், பட்டாசு வெடித்தல், மேளம், நாதசுரம் வாசிப்பு என்பவற்றுடன் கொண்டாட்ட முறைகள் நடந்தன. ஊர்வலமானது பரபரப்பாக இயங்கக்கூடிய தெருவிலுள்ள மசூதிக்கருகே வந்ததும், மசூதியில் தொழுகை நேரம் என்பதால் இந்த ஆரவாரத்தை நிறுத்தச்சொல்லி இசுலாமியர்கள் கேட்டனர். காவல்துறை உடன்பட்டது. ஆனால், ஊர்வலத்தினர் அதனைக் கேட்கும் மனநிலையில் இல்லை. மேலும் பட்டாசுகளை வெடிக்கத் தொடங்கினர். இதனால் இசுலாமியர்களுக்கும் ஊர்வலத்தினருக்கும் மோதல் உண்டானது. மசூதிக்குள்ளிருந்து ஊர்வலத்தின்மீது செருப்பு வீசப்பட்டதால் மோதல் உண்டானதாகவும் கருதப்படுகின்றது.[123] காவல்துறை தலையிட்டு இருதரப்பினரையும் விலக்கிவிட்டு, ஊர்வலம் கடலை நோக்கிச் செல்ல வழிவகுத்தது.

ஊர்வலம் கடந்து சென்றாலும் ஒரு சிலர் மீண்டும் வந்து மசூதிக்கு வெளியே தகராறு செய்தனர். தகராறு பெரிதாகவே காவல்துறையினர் திடீரெனத் துப்பாக்கியால் சுடத் தொடங்கினர். பதற்றத்தில் ஆங்காங்கே ஓடியவர்களில் இசுலாமிய இளைஞர் ஒருவர் பலியானார். அப்பகுதி முழுக்க வன்முறை பரவியது. சோடா மற்றும் அமிலப் புட்டிகள், கல், வண்டிகளின் ரப்பர் சக்கரங்கள் முதலியவற்றால் தாக்குதல் நடத்தப்பட்டது. இசுலாமியர்களின் வீடுகள், கடைகள் உள்ளிட்ட உடைமைகள் சிதைக்கப்பட்டன.[124] மோதல்களில் 2 பேர் கொலை செய்யப்பட்டனர். இசுலாமியர்கள் எதிர்வினையாற்ற முற்பட்டபோது இதுபோன்ற தாக்குதல்கள் அதிகமாயின. கலவரத்தில் காவல்துறையினரும் பாதிப்படைந்தனர். தாக்குதல் செயல்களில் ஈடுபடவே அருகிலுள்ள குடிசைப்பகுதி இளைஞர்களை இந்து முன்னணி ஏற்பாடு செய்திருந்தது. இந்துத்துவத்தால் ஒதுக்கப்பட்ட ஒடுக்கப்பட்ட மக்களையே அதிகமாக இச்சூழ்ச்சிக்குள் பயன்படுத்தியது. இதற்காகவே, சுவரொட்டியில் அச்சமூகத்தைச் சேர்ந்த முக்கியமானவர்களின் பெயர்களை அச்சடிக்கவும் செய்திருந்தது.[125]

மேலும் மறுநாள் செப்டம்பர் 3ஆம் நாளும் கலவரப் பகுதியில் காவல்துறைப் பாதுகாப்பு இருந்தபோதும் இசுலாமியர்கள் தாக்கப்பட்டுள்ளனர். மசூதிக்குள்ளிருந்த இசுலாமியர் ஒருவர் கத்திக் குத்துப்பட்டார். இவ்வன்முறையால் அப்பகுதியிலிருந்த கடைகள் மூடப்பட்டே இருந்தன. வீடுகளைவிட்டு வெளிவராத மக்களால் நகரமே வெறிச்சோடிக் காணப்பட்டது. இதனால் தி.மு.க. அரசு ஒரு மதம் இன்னொரு மதத்தின் ஊர்வலங்களில் தலையிடுவதையோ விதிகளிடுவதையோ செய்யக்கூடாது என அறிவுறுத்தியது. ஆனால்

நிகழ்வுக்குச் சில நாள்கள் முன்பே ஒட்டப்பட்டிருந்த சுவரொட்டிகளைப் பொருட்படுத்தியிருந்தால் இப்படியொரு பாதிப்பைத் தடுத்திருக்கக்கூடும் என்று இவ்விவரங்களையெழுதிய வ. கீதா, எஸ்.வி. ராஜதுரை ஆகியோர் கருத்துரைக்கின்றனர்.[126]

பிள்ளையாரைக் கொண்டாடும் தனிப்பட்ட ஒரு பண்டிகை 'விநாயகர் சதுர்த்தி'. விழா ஏற்பாட்டாளர்கள் மகாராட்டிர மாநிலத்தைப்போன்று இங்கும் சிலைகரைப்பு ஊர்வலம் பெரிய அளவில் நடத்திட விரும்பி, ஊர்வலத்தில் கலந்துகொள்ளப் பெருவாரியான மக்களுக்குத் திருவல்லிக்கேணி மற்றுமதன் சுற்றுப்புறப் பகுதிகளில் சுவரொட்டிகள் மூலம் அழைப்பு விடுத்திருந்தனர். இச்சுவரொட்டிகள் ஊர்வலத்தின் விளம்பரங்களைப்போல் பேசப்பட்டன. இவற்றில் இந்துமத அடையாளங்களை முன்னிறுத்தும்படியான விவகாரங்கள் இருந்தன. அச்சமற்ற இந்து சகோதரர்களை அழைப்பதாக வாசகம் இடம்பெற்றிருந்தது. தலைமைப் பேச்சாளராக இந்து முன்னணி அமைப்பைச் சேர்ந்த இராமகோபாலன் பெயர் முக்கியப் பங்குவகித்தது.[127] இவை விழாக்குழுவினரின் பின்புலத்தில் இந்து மதவாத அமைப்புகள் இருந்ததை அறிவுறுத்துகின்றன. கலவரத்திற்குப் பின் இசுலாமியர்க்குக் கண்டனம் தெரிவித்தும், பொது இடத்தில் பள்ளிவாசல் கட்டுவதற்குத் தடைகோரப்பட்டும் ஒட்டப்பட்ட சுவரொட்டிகள்,[128] பிரச்சினையை மேலும் வளர்க்க அடிகோலுவது போன்றிருந்தது. இவ்வாறாகத் திருவல்லிக்கேணி, கலவரச்சூழலில் சிக்குண்டு பரபரப்புக்குள்ளானது.

அரசியல் ஆதாயம் தேடிய மதவாத அமைப்பின் இக்கலவர நோக்கத்தை, மதப்பாகுபாட்டு எண்ணத்தைத் தமிழ்க் கவிதை வரலாற்றில் தெளிவாகத் தணிகைச்செல்வன்,

தெய்வ 'வாக்கு'
கோரிவரும் மக்களை
தேர்தல் வாக்குகளாக
மாற்றுவதெப்படி
என்பதை
அயோத்தியில்
'ராமரும்'
அயோத்திக்குப்பத்தில்
'விநாயகரும்'
வெளிப்படுத்திவிட்டார்கள்
அரசியலை

வழிபாட்டுக்குரியதாக்கினார்கள்
சகித்துக் கொண்டோம்
வழிபாட்டையே அரசியலாக்கினால்?...

(தணிகைச்செல்வன் கவிதைகள், பக்.535,536)

என்று உணர்த்தியிருக்கின்றார். ஏனெனில் தங்கள் கட்சிக்கு வாக்களிக்காத அரசியல் பயன்பாடற்றவர்களாக இசுலாமியர்களை இந்து மதவாத அமைப்புகள் எண்ணின. இக்கவிதை, வரலாற்றில் இந்நிகழ்வை இடம்பெறச் செய்துள்ளது.

இராஜீவ் காந்திப் படுகொலை (21.5.1991)

அரசியல் தலைவர்களின் படுகொலைகளில் பெருந்தாக்கத்தைத் தமிழகத்தில் ஏற்படுத்தி இன்றுவரை தொடர்வது இராஜீவ் காந்திப் படுகொலை நிகழ்வுதான். இந்தியாவின் பிரதமராகப் பதவி வகித்தவர் (31.10.1984 - 2.12.1989) அகில இந்திய காங்கிரசு கட்சியைச் சேர்ந்த இராஜீவ் காந்தி. நடக்கவிருந்த தேர்தலில் வெற்றியைத் தீர்மானிக்க 1991ஆம் ஆண்டில் ஒரிசா, ஆந்திரா, தமிழ்நாடு, கருநாடகா ஆகிய மாநிலங்களுக்கு அவரது பயணங்கள் திட்டமிடப்பட்டிருந்தன. அதன்படியே தேர்தல் பரப்புரைக்கான பொதுக்கூட்டத்தில் கலந்துகொள்ளத் தமிழகத்திற்கு வந்தார். விமானத்தில் சென்னை வந்திறங்கியதிலிருந்து வழியெங்கும் அவரை வரவேற்க ஏராளமானோர் திரண்டிருந்தனர். அங்கங்கே வண்டியிலிருந்து இறங்கி அவர்களின் மரியாதையை ஏற்றுக்கொண்டு, போரூர் மேடை, பூந்தமல்லிக் கூட்டங்களைத் தாண்டி முக்கியப் பொதுக்கூட்டத்திற்காகச் சிறீபெரும்புதூர் வந்தார். இந்தப் பாராளுமன்றத் தொகுதியில் அவரது கட்சியைச் சேர்ந்த, அவரது குடும்பத்திற்கு நெருக்கமான மரகதம் சந்திரசேகருக்கு வாக்குச் சேகரிப்பதற்காக வந்திருந்தார்.[129]

மே 21 1991இல் தமது வண்டியிலிருந்து பேசவிருக்கும் மேடையை நோக்கி நடந்து சென்றபோது வழியில் பல தரப்பிலிருந்தும் அவர்க்கு மாலை உள்ளிட்ட மரியாதைகள் செய்யப்பட்டன. அப்படி அவருக்கு மரியாதை செய்துவிட்டுக் காலில் விழுந்து வணங்கும்போது, தமது ஆடைக்குள் மறைத்திருந்த மனித வெடிகுண்டினை வெடிக்கச்செய்தார் தானு எனும் பெண். இரவு 10.10 மணிக்கு வெடித்த அக்குண்டினால் இராஜீவ் காந்தி படுகொலை செய்யப்பட்டார். அவருடன் தானு உட்பட அங்கிருந்த மேலும் 14 பேர் பலியாயினர். பொதுக்கூட்டத்தை ஏற்பாடு செய்திருந்த தமிழக அரசியலாளர்கள் மூப்பனார், வாழப்பாடி இராமமூர்த்தி, ஜெயந்தி நடராசன் ஆகியோருக்குப் பாதிப்பில்லை. இந்நிகழ்வினால் தில்லியில் காங்கிரசு கட்சிக்காரர்களால் சில

வன்முறைகள் நிகழ்ந்தன. பா.ஜ.க. கட்சிக்கெதிராகக் கலவரங்கள் நடந்தன. மேலும் இராஜசுதான், குசராத், மத்தியப் பிரதேசம், ஆந்திரா என இந்திய மாநிலங்களில் ஆங்காங்கே கலவரங்கள் நிகழ்ந்தன. சென்னையிலும் மறுநாள் வன்முறைகள் நடந்ததில் 8 பேர் பலியாயினர்.[130]

இப்படுகொலைக்கு ஈழத்தின் விடுதலைப் புலிகள் இயக்கமே காரணம் என்றும்,[131] அவ்வியக்கத்தின் தேன்மொழி இராஜரத்தினத்தால் நிகழ்த்தப்பட்டது என்றும் குற்றம்சாட்டப்பட்டது. ஆனால் விடுதலைப் புலிகள் இயக்கத்தின் தலைவர் பிரபாகரன் மற்றும் அவ்வியக்கம் சார்ந்த கிட்டு,[132] அண்டன் பாலசிங்கம் ஆகியோர் இக்குண்டுவெடிப்பிற்கும் தங்கள் இயக்கத்திற்கும் எவ்விதத் தொடர்பும் இல்லை என்று அறிக்கை வெளியிட்டனர்.[133] இக்கொலை நிகழ்வு வழக்கிற்கான முக்கிய ஆதாரமாக அமைந்தது பின்னர் அவ்விடத்தில் கண்டுபிடிக்கப்பட்ட ஓர் ஒளிப்படக் கருவி. அதிலிருந்த படங்களின் துணையோடு விசாரணை தீவிரமடைந்தது.

ஒற்றைக்கண் சிவராசன், சுபா, கனகசபாபதி உள்ளிட்டு இதில் 13 ஈழத் தமிழர்கள், 13 தமிழகத் தமிழர்களென மொத்தம் 26பேர் குற்றம் சாட்டப்பட்டனர். இவ்வழக்கினை விசாரித்த பூந்தமல்லி 'தடா' நீதிமன்றம் குற்றம்சாட்டப்பட்ட 26 பேருக்கும் 28.1.1998 அன்று மரணதண்டனையை அளித்தது. மனித உரிமை இயக்கங்கள் இதனை எதிர்த்தன. பிறகு உச்சநீதிமன்றத்தில் மேல்முறையீடு செய்யப்பட்டதில், 11.5.1999இல் பேரறிவாளன், முருகன், நளினி, சாந்தன் ஆகிய நால்வரை மட்டும் முக்கியக் குற்றவாளிகளாகக் கருதி மரணதண்டனை அளித்தது. இராபர்ட் பயாஸ், ஜெயக்குமார், இரவிச்சந்திரன் எனும் மூன்று பேரின் மரணதண்டனையை ஆயுள்தண்டனையாக்கியது.[134] பிற 19 பேருக்கும் விடுதலை வழங்கியது. சில ஆண்டுகள் சிறைத்தண்டனைக்குப் பிறகு நளினியின் கருணை மனுவால் மரணதண்டனை ஆயுள்தண்டனையாகக் குறைக்கப்பட்டது. அதேபோல் மற்ற மூவரும் 26.4.2000இல் கருணை மனு தாக்கல் செய்தனர். ஆனால் அம்மனு, 11 ஆண்டுகளாகப் பதிலின்றிப் பின் 2011 ஆகஸ்டில் தள்ளுபடி செய்யப்பட்டது.

இவ்வெழுவரின் விடுதலைக்காக 2011ஆம் ஆண்டிலிருந்து தமிழகமெங்கும் குரல்கள் வெளிப்பட்டன. காரணம், குற்றவாளிகளாக்கப்பட்ட இவர்களின் மீதிருக்கும் குற்றக்காரணங்கள் மற்றும் இராஜீவ் காந்தி கொலையில் எழுப்பப்பட்டுவந்த கேள்விகள், பிற தெளிவின்மைகள் ஆகியன. எனவே மீண்டும் இதன் மேல்முறையீட்டின்போது ப. சதாசிவம், ரஞ்சன் கோகாய், சி.கே. சிங்

ஆகியோர் அடங்கிய நீதிபதிகள் குழு 18.2.2014இல் பேரறிவாளன், முருகன், சாந்தன் ஆகியோரின் தண்டனையை ஆயுள்தண்டனையாகக் குறைத்தது. மேலும் அவர்களை விடுதலை செய்வது குறித்தும் அரசு முடிவெடுக்கலாமெனவும் தீர்ப்பில் குறிப்பிட்டது. இதன்பொருட்டு முதலமைச்சர் ஜெ. ஜெயலலிதாவும் குற்றவியல் நடைமுறைச் சட்டம் 432இன் மூலம் வழக்கோடு தொடர்புடைய ஏழு பேருக்கும் விடுதலையளிக்க முடிவுசெய்திருப்பதைத் தெரிவித்து, இதுகுறித்து மைய அரசு 3 நாள்களில் கருத்து தெரிவிக்க வேண்டுமென்று கேட்டுக்கொண்டார். இதற்கு மன்மோகன்சிங் பிரதமராக இருந்த காங்கிரசு அரசாங்கம் விடுதலைக்கு மறுப்பு தெரிவித்தது.[135] இவ்வழக்கில் மத்தியப் புலனாய்வுத் துறையும், மைய அரசின் தடா சட்டமும் தொடர்புபட்டிருப்பதால் தமிழகம் தனித்த முறையில் முடிவெடுக்க முடியாதென உச்சநீதிமன்றத்தில் தடையாணை பெற்றது.[136]

இதுபோன்ற விடுதலைகள் இந்தியாவிற்குப் புதிதான ஒன்றல்ல. காந்தி, இந்திரா காந்தி ஆகியோர் கொலை வழக்குகளில் விடுதலை நெகிழ்வுகள் நடந்துள்ளன. இவ்வழக்கில் சிறப்புப் புலனாய்வுக் குழு அதிகாரி தியாகராஜன் உச்சநீதிமன்றத்தில், பேரறிவாளனுடைய ஒப்புதல் வாக்குமூலத்தில் சில முக்கியப் பகுதிகளைத் தாம் தவிர்த்ததாக ஒப்புக்கொண்ட போதிலும், உச்சநீதிமன்றத் தீர்ப்பில் சட்டப் பிழைகள் ஏற்பட்டுள்ளதை ஒப்புக்கொண்டு நீதிபதி கே.டி. தாமஸ் விடுதலை வழங்கச் சொல்லிய போதிலும், இராஜீவ் காந்தியின் குடும்பமே விடுதலை வழங்கிட இசைவு தெரிவித்த போதிலும்[137] எழுவரின் விடுதலை கிடப்பிலேயே இருந்து மே 2022இல் தான் நிறைவேறியது. திருச்சி வேலுசாமி என்பவர் இந்தப் படுகொலையை விடுதலைப் புலிகள் இயக்கம் செய்யவில்லை என்றும்,[138] இவ்வழக்கின் வெளிப்படாத உண்மைகளென்று 'ராஜீவ் படுகொலை: தூக்குக் கயிற்றில் நிஜம்' என்று நூலாகவும் வெளியிட்டுள்ளார்.

குண்டுவெடிப்பில் இராஜீவ் காந்தி கொலையானதற்குப் பிறகு தமிழ்நாட்டில் ஈழத்தமிழர்களுக்கான ஆதரவு என்னும் சிந்தனையே நின்றுபோன சூழல் நிலவியது. மத்தியப் புலனாய்வுத் துறையின் நடவடிக்கையால் அம்மக்களுக்குத் தமிழகத்தில் வீடு வாடகைக்குத் தரவும் பயந்ததில், இவ்வாய்வுக் கவிஞர் காசி ஆனந்தனுக்கும் வீடு மறுக்கப்பட்டுள்ளது.[139] 2009இல் ஈழத்தில் தமிழர்கள் கொன்று குவிக்கப்பட்ட நிகழ்விற்குப் பிறகே ஈழ மக்களுக்கான ஆதரவுக் குரல் தமிழகத்தில் சத்தத்தோடு வெளிப்பட்டு வருகின்றது. குண்டுவெடிப்பு

நிகழ்ந்த சிறீபெரும்புதூரில், 47 வயதில் மரணமடைந்த இராஜீவ் காந்திக்கு நினைவகம் அமைக்கப்பட்டு 10.10.2003இல் அவர் நினைவாக நாட்டுக்கு வழங்கப்பட்டுள்ளது.

இந்திய நாட்டின் மிகமுக்கிய அரசியல் தலைவர், பிரதமராக இருந்தவர், பல பாதுகாப்புகளையும் மீறிக் குண்டுவெடிப்புக்குப் பலியானது பெரும்நிகழ்வானது. ஆனால், தமிழ்க் கவிதைகளில் இந்நிகழ்வுக்கான பதிவுகள் சிற்சிலவே காணப்படுகின்றன. குண்டினை வெடிக்கச்செய்த தானுவின் செயலை, இந்திய 'அமைதிப்படை' விவகாரத்தில் இராஜீவ் காந்தி மீது வெறுப்புற்ற ஈழத் தமிழர்களின் பார்வையில்,

தன்னையும் இழந்து தமரையும் இழந்த
அன்னைக் குலத்தோர் அறங்கூர் மறத்தி-
தானுவென் பெயரினள் தன்னினம் அழித்த
வீணனுக் கெதிரா வெகுண்ட வெஞ்சினம்

(கனிச்சாறு - 3, ப.119)

என்றவாறு பெருஞ்சித்திரனார் வெளிப்படுத்தியுள்ளார். குற்றம்சாட்டப்பட்ட 26 பேருக்கும் மரணதண்டனை அறிவிக்கப்பட்டபோது அவர்களுக்காகக் 'கழிவிரக்கம்' என்றொரு கவிதையைப் பழமலய் எழுதியுள்ளார். மேலும், 1988ஆம் ஆண்டினது இராஜீவ் காந்தியின் தமிழக வருகையின்போதே பாதுகாப்பு நடவடிக்கைகள் கருதி முன்கூட்டியே தாமும் சிலரும் கைதுசெய்யப்பட்டுக் காவலில் வைக்கப்பட்டதற்காகவும் கவிதை படைத்துள்ளார். மேலும் இன்றுவரையிலும் பெருவழக்காக இருக்குமிதில், 1997 நவம்பரில் நீதிபதி ஜெயின் குழுவின் இடைக்கால அறிக்கை வெளியானபோது,

இந்தியத் திருநாட்டின்
பெரிய இதிகாசம் இராமாயணம்.
காலப்போக்கில் திரண்ட
கனமான பனி உருண்டை.
இலங்கைத் தமிழர்களைப்
'பெண் திருடர்கள்' என்கிறது.
மெய்யோ, பொய்யோ-
கட்டிவிடு கதைகளை
அது, அதன் வேலையைச் செய்யும் *(பழமலய் கவிதைகள், ப.250)*

என்றெழுதி விடுதலைப் புலிகள் மீது சாற்றிய குற்றத்தையும், ஒட்டுமொத்தமாகத் தமிழர்கள் மீது தவறான கருத்து வெளி-

யிட்டதையும் சாடுகின்றார். வைரமுத்து, தம் வாழ்நாளில் மறக்கமுடியாத முக்கியமான இரவுகளாகச் சிலவற்றை நினைவுகூர்கையில்,

கோமகன் ராஜீவ் கொல்லப்பட
திசையெல்லாம் தீப்பிடிக்க
என்கார் பெட்ரோலில்
என்வீட்டை எரியூட்ட
என்
மார்போடு மனைவியும்
தோளோடு பிள்ளைகளும்
சத்தமிட்டழுத
'ரத்த ராத்திரி' *(தமிழுக்கு நிறம் உண்டு, ப.128)*

என்றெழுதி இந்நிகழ்வினால் எழுந்த விளைவுகளுக்குச் சான்றுபகர்கின்றார். குறைவான பதிவுகளைக் கொண்டிருப்பினும் இவ்வரலாற்று நிகழ்வைப் பதிவுசெய்வதில் தமிழ்க் கவிதைகள் கவனம் கொண்டிருக்கின்றன.

காவிரியும் கருநாடகத் தமிழர்கள்மீது தாக்குதலும் (டிசம்பர் 1991)

நதிநீர்ப் பங்கீட்டு விவகாரம் என்றாலே பூமியெங்கும் பெரும்பாலும் பிரச்சினைகளே உருவாகின்றன. அவை அரசியல்வழியில் தீர்வுகாணப்படாதபோது வேறுமுறையிலான விளைவுகளைச் சமூகத்தில் ஏற்படுத்துகின்றன. கருநாடகா, தமிழ்நாடு, கேரளா, புதுச்சேரி ஆகியவற்றிற்கான காவிரி நீர் உரிமையில் கருநாடகமும் தமிழகமுமே அதிகம் பயன்பெறுவன. ஆகவே அவற்றிற்கிடையேதான் சிக்கல்கள் அதிகம் வெளிப்படுகின்றன. இவ்வரலாற்றில் தமிழகத்திற்குக் காவிரி நீரைத் திறந்துவிடச்சொல்லிய, காவிரி நடுவர் மன்றத்தின் ஆணையை எதிர்த்து 1991 டிசம்பரில் கருநாடகத்தில் வாழும் தமிழர்கள்மீது நிகழ்த்தப்பட்ட வன்முறை ஒரு முக்கிய நிகழ்வு ஆகும்.

சங்க காலம் முதல் தமிழர்களின் காவிரிப் பயன்பாடு குறித்துத் தமிழ் இலக்கியம் பறைசாற்றுகின்றது. சிலப்பதிகாரம், 'நடந்தாய் வாழி காவேரி' என்று காவிரியின் பெருமையைப் பாடுகின்றது. ஆனால் இருபதாம் நூற்றாண்டில் தமிழ்க் கவிதைகள் காவிரியைப் பயன்படுத்த முடியாத குறைகளையே பதிவுசெய்ய வேண்டியிருக்கின்றது. அதனையும் தாண்டியதொரு வன்முறை நிகழ்வைத் தமிழன்பன் கவிதை காட்டுகின்றது:

காவேரிப் பிரச்சினை
விக்கல் முடிச்சுகளில்
சிக்கித் தவித்தது!

நதியைக்
கட்டவிழ்த்து விடச் சொன்னோம்;
நாய்களைக்
கட்டவிழ்த்து விட்டனர்!
தீர்வாயத்தின்
நேத்திரத்தில் நியாயம் பிறந்தபோது
ஆத்திரம் பிறந்தது
கர்நாடகத்தின் கண்களில்.
ஒவ்வொரு
வெறியன் கண்களிலிருந்தும்
நூறுநூறு விரியன் பாம்புகள்!

(ஈரோடு தமிழன்பன் கவிதைகள் - தொகுதி 4, பக்.343,344)

என்று, காளியம்மாள், கந்தப்பன் எனும் பாத்திர இணையர்களை மையப்படுத்தி எழுதப்பட்டிருக்கும் அக்கவிதை, பிழைப்புக்காகக் கருநாடகத்தை அண்டியிருந்த தமிழர்கள்மீது காவிரி நடுவர் மன்றத் தீர்ப்பின்போது ஏவப்பட்ட வன்முறைகளின் ஒரு கூறினைக் காட்சிப்படுத்துகின்றது. 'இன்றும்... காவேரியின் செத்த அலைகள் கர்நாடக அணைக்கட்டுகளில் மிதக்கின்றன!' எனும் அழுத்தம் மிகுந்த கவிதையின் முடிவு தமிழர்கள் படுகொலையைப் படிமமாக்கிக் காட்டுகின்றது.

காவிரி தொடர்பாக அன்றைய சென்னை மாகாணத்துக்கும் மைசூர் அரசுக்கும் பிரச்சினை, 19ஆம் நூற்றாண்டில் தொடர்ந்தபோதே 1892இல் முதல் ஒப்பந்தம் போடப்பட்டது. அதில் ஒரு பகுதி, காவிரியின் குறுக்கே அணை ஏதேனும் கட்டுவதற்குத் திட்டமிட்டால் அதற்குச் சென்னை மாகாணத்தின் ஒப்புதல் பெறவேண்டும் என்று குறிப்பிட்டது. அதன் அடிப்படையில் கண்ணம்பாடி எனுமிடத்தில் கிருஷ்ணராஜசாகர் அணை கட்டுவதில் ஏற்பட்ட பிரச்சினையின் முடிவில், அனுமதிக்கப்பட்ட கொள்ளளவை விட அதிக உயரத்திற்குக் கட்டியது மைசூர் அரசு. பின்பு, பிரித்தானிய அரசினரின் தலையீடுகளோடு மீண்டும் 1924 பிப்பிரவரி மாதம் ஓர் ஒப்பந்தம் ஏற்பட்டது.[140] ஒவ்வொரு காலகட்டத்திலும் இவ்வாறான ஒப்பந்தங்களைக் கருநாடக அரசு மீறியே வந்துள்ளது. இப்படி விதிமீறல்களால் 1959இல் திறக்கப்பட்ட கபினி முதல் அதன்பிந்தைய 20 ஆண்டுகளில் சொர்ணவதி, ஏமாவதி ஆகிய துணை ஆறுகளில் அணைகளைக் கட்டியது. இதன்மூலம் ஆயிரக்கணக்கான ஏக்கர் நிலங்களைப் புதிய பாசனப் பரப்பாக வளர்த்தெடுத்தது.

காவிரி அதிகமாகப் பாய்வதும், அதனால் அதிகம் பயிரிடப்படுவதும் தமிழகத்தில்தான். 1971இல் மைய அரசின் உண்மை அறியும் குழு வெளியிட்ட அறிக்கையின்படி, கருநாடகத்தில் காவிரியால் பயிரிடப்படும் நிலம் 4.42 இலட்சம் ஏக்கர்; ஆனால் தமிழகத்திலோ 25.30 இலட்சம் ஏக்கர் பயிரிடப்படுவது தெரியவந்தது.[141] பிறகும் காவிரி நீரை வழங்குவதில் கருநாடகம் பல்வேறு முறையற்ற செயல்பாடுகளையே கையாண்டு வந்தது. இதற்காகத் தமிழக விவசா-யிகள் 10 இலட்சத்திற்கும் அதிகமானோர் தஞ்சை மாவட்டத்திலிருந்து 500 கி.மீ. நீளத்திற்கு மனிதச் சங்கிலி போன்று நடத்திய மிகப்பெரிய பேரணி ஒன்று, 27.3.1991இல் காவிரிக்கான நடுவர் குழுவிடம் மனு அளித்தது. இம்மனு, மார்ச்சு 24 - 29ஆம் நாள்களில் நீதிபதி சித்துகோஷ் முகர்ஜி தலைமையில் நடுவர் மன்றக்குழு நதிக்கரை ஓரப் பயணம் மேற்கொண்டபோது அளிக்கப்பட்டது. இதனைப் பழமலய்,

காய்ந்து சாவியான நெற்கதிர்கள்
தஞ்சை மாவட்டத்தில்
வரலாறு காணாத மனிதச் சங்கிலி
500 கி.மீ. நீளம்
இருபது லட்சம் மக்கள்
அதிசயமான நெடுஞ்சுவர்

நெல்மணி மாலைகள்
200 பேருக்கு மேல்
இரத்தக் கையெழுத்திட்ட கோரிக்கை மனு[க்]கள்

(பழமலய் கவிதைகள், ப.101)

என்று, செய்தியைப்போன்றே கவிதையில் பதிவுசெய்திருக்கின்றார். இவ்வாறு தொடர்ந்த பிரச்சினைகளுக்காக, வி.பி. சிங் பிரதமராக இருந்தபோது 1990 சூன் 2இல் 'காவிரி நடுவர் மன்றம்' அமைக்கப்பட்டது. விசாரணைகளின் இறுதியில், 25.6.1991இல் காவிரி நடுவர் மன்றம், கருநாடகா தமிழகத்திற்கு 205 டி.எம்.சி. தண்ணீரைத் திறந்துவிட வேண்டும் என்று தீர்ப்பு வழங்கியது.[142] ஆனால் கருநாடகா, ஆணையை எதிர்த்து உச்சநீதிமன்றத்தில் முறையீடு செய்தது. இந்நிலையில் டிசம்பர் 11இல் இந்திய அரசு காவிரி மன்ற ஆணைப்படி தண்ணீரைத் திறந்துவிட அரசிதழில் உத்திரவிட்டது. இதிலிருந்து பதற்றநிலை உருவாகிற்று.

தங்களுக்காதரவானதாக இல்லாத தீர்ப்பை எதிர்த்து மாநில முதல்வர் சாரெகொப்பா பங்காரப்பா கடையடைப்பு நடத்திட அழைப்பு விடுத்தார். வட்டாள் நாகராஜ் என்பவர் கடையடைப்பில்

முக்கியப் பங்காற்றினார். நடிகர் இராஜ்குமாரின் ரசிகர் மன்றங்கள் முதன்முதலில் ஆர்ப்பாட்டங்களை நடத்தின. தொடர்ந்து கன்னட அமைப்புகள் பல, மறியலில் ஈடுபட்டன.[143] கருநாடக அரசே கடையடைப்பு அறிவித்திருந்ததன்பேரில், டிசம்பர் 13இல் காமாட்சிப்பாளையம், நவ்ரங் முதலிய பகுதிகளில் மிகப்பெரிய வன்முறைகள் நடந்தேறின. சாலைமறியல்கள் ஆங்காங்கே நடந்ததில் பேருந்துகள் எரிக்கப்பட்டன. டிசம்பர் 12ஆம் நாளே 10 நாள்களுக்குக் கல்வி நிலையங்கள் மூடப்படுவதாக அறிவிக்கப்பட்டது. தினத்தந்தி கட்டடம், நேஷனல் பள்ளிக் கட்டடம் ஆகியவை எரிக்கப்பட்டன.[144] காவல்துறையினர் தமிழர்களைத் தாக்கினர். மருத்துவமனையும் தமிழர்களைக் கண்டுகொள்ளவில்லை. தாக்குதலில் மரணமடைந்த ஒருவர் உடலை விக்டோரியா மருத்துவமனையில் காவல்துறையே அழித்தது. வன்முறையாளர்கள் அரசுப் பேருந்துகளையே பயன்படுத்தினர்.[145] தமிழர் குடிசைப்பகுதிகளைத் தாக்கிக் கொள்ளையடித்தது உட்பட இவ்வன்முறையில் கூலித் தொழிலாளர்கள் பெருமளவு பாதிக்கப்பட்டனர். டிசம்பர் 13இல் மட்டும் வன்முறை, காவலர்களின் துப்பாக்கிச்சூடு தாக்குதல் என்று 16 பேர் மரணம் அடைந்தனர். இவ்வாறாக டிசம்பர் 18ஆம் நாள் வரை வன்முறை தொடர்ந்தது.

கருநாடக மக்கள்தொகையில் 3 விழுக்காடு தமிழர்கள் இருந்தனர். ஆனால் கணக்கில் வராத, பிழைப்புக்காகச் சென்ற தமிழர்கள் ஏராளமானோர் இருந்தனர். இவர்கள் அம்மாநிலம் முழுக்க ஆங்காங்கே பரவியிருந்தனர். அவர்களைத் தாக்கிட மீண்டும் டிசம்பர் 24இல் தொடங்கிய வன்முறையில், 50 பேர் அடங்கிய பெருங்கும்பல் மைசூர், மாண்டியா மாவட்டம் உள்ளிட்ட பகுதிகளில் தமிழர்களின் விவசாய நிலங்களை அழித்துப் பயமுறுத்தித் துரத்தியது. அவர்களது உடைமைகள் கொள்ளையிடப்பட்டு வீடுகள் கொளுத்தப்பட்டன. இதில் கன்னடர்களின் நிலத்தில் விவசாயம் புரிந்த தமிழர்களும் இருந்தனர். அம்மக்கள் காடுகளில் ஒளிந்துவாழ வேண்டியதாயிற்று.[146] இப்படியாக 3 நாள்கள் இந்நிலை நீடித்தது. தமிழகத்திலும் இதற்கு எதிர்வினையாக டிசம்பர் 27இல் தமிழக அரசு கடையடைப்பு அறிவித்தது. தமிழக எல்லைப்பகுதியை ஒட்டியுள்ள கருநாடகப் பகுதிகளில் கன்னடர்கள் தாக்கப்பட்டனர். மேலும் நீலகிரி, கூடலூரில் வசித்த கன்னடர்கள் வெளியேற்றப்பட்டனர். கோபிசெட்டிப்பாளையத்தில் தமிழர்களால் கருநாடகப் பதிவு வாகனங்கள் தாக்குதலுக்குள்ளாயின. வன்முறையை ஒடுக்கியபோது காவல்துறையின் துப்பாக்கிச்சூட்டில் 3 பேர் பலியாயினர்.[147]

கருநாடகத்தில் சனவரி மாதம்வரை இதன் பதற்ற நிலை நீடித்தது. கருநாடகத்தின் தெற்கு, கிழக்குப் பகுதிகளில் வாழ்ந்த தமிழர்களே கடுமையாகப் பாதிப்படைந்தனர்.

ஏறத்தாழ 1 இலட்சம் தமிழர்கள் ஏதிலிகளாக்கப்பட்டுத் தமிழகத்திற்கே துரத்தப்பட்டனர். தங்கள் உழைப்பின்வழிப் பெற்ற உடைமைகளை இழந்து அவர்கள் வந்துசேர்ந்தனர். ஏராளமான பெண்கள் பாலியல் துன்புறுத்தலுக்கு ஆளாக்கப்பட்டார்கள். இறந்தவர்கள் எண்ணிக்கையிலும் கருநாடகம் 17 பேரைக் காட்டினாலும் அதற்கு அதிகமாகத்தான் பொதுவாக அறியப்படுகின்றது. இவ்வாறாக, ஏற்கெனவே கன்னட ஏழைகள் உருவாக்கத்திற்குத் தமிழர்களின் ஆக்கிரமிப்பே காரணம் எனக் கருதிக்கொண்டிருந்த சூழலில், காவிரி விவகாரத் தீர்ப்பு நீண்டகால வெறுப்புணர்வைத் தீர்த்துக்கொள்ளப் பயன்படுத்திக் கொள்ளப்பட்டது. இத்தாக்குதலை விசாரிக்க நீதிபதி சுரேஷ் தலைமையிலான விசாரணை ஆணையம் நியமிக்கப்பட்டது.

ஆணையத்திடம், மொத்தம் 47 கோடி மதிப்பிலான சொத்துகள் அழிந்துள்ளதாகக் கருநாடக அரசால் தெரிவிக்கப்பட்டாலும், ஆணையத்திடம் வந்த புகார்களின் முடிவும் தமிழக அரசும் 300 கோடி அளவிலான அழிவு என்று குறிப்பிட்டன.[148] தமிழகத்தில் தஞ் சமடைந்தவர்களிடையே நடத்திய விசாரணையிலிருந்து அன்றைய பெரியார் மாவட்ட ஆட்சியர் அலுவலக அதிகாரிகள் 113 கோடி இழப்பு என்று தெரிவித்தனர்.[149] பாதிக்கப்பட்டவர்களின் முறையீடுகளால், 1999இல் உச்சநீதிமன்றம் கலவரங்களில் ஏற்பட்ட இழப்பீட்டை வழங்கிடச் செய்ய ஓர் ஆணையத்தை அமைக்கச் செய்தது. இவ்வாணையமோ கருநாடகத்தில் பாதிக்கப்பட்ட தமிழர்களுக்கு 2 கோடியே 4 இலட்சம் அளவிலும், தமிழகத்தில் பாதிக்கப்பட்ட கன்னடர்களுக்கு 30 இலட்சம் அளவிலும், கருநாடகாவும் தமிழகமும் வழங்கிடவேண்டும் என்று மொத்தம் 3 கோடியையும் எட்டாத தொகையையே அறிவித்தது.[150] இவையும் காலங்கடத்தப்பட்டன. பின்னாளில், 2000 சூலையில் இராஜ்குமாரை வீரப்பன் கடத்தியபோதும் கேட்கப்பட்ட நிபந்தனைகளுள் இவ்விழப்பீடு வழங்கப்பட வேண்டுமென்பதும் முக்கியமாக இடம்பெற்றிருந்தது.[151]

இத்தகைய வன்செயல்களின் பின்புலத்திலுள்ள காவிரி விவகாரமோ தொடரவே செய்தது. மைய அரசு 1992 பிப்பிரவரியில் இரு மாநில முதல்வர்களையும் பேச்சுவார்த்தைக்கு அழைத்தமை, 1992 சூன் மாதம் திறக்கவேண்டிய தண்ணீர் திறக்கப்படாமல் இருந்ததால் தமிழகத்தில்

விவசாயிகள் சங்கம் முதல் பல தரப்பில் போராட்டங்கள் முன்னெடுக்கப்பட்டமை, முதல்வர் ஜெயலலிதா 18.7.93இல் மெரினா கடற்கரையருகே உண்ணாநோன்பு மேற்கொண்டமை எனத் தீர்வில்லாமல் இருந்தது. காவிரிக்கு வழிவிடவேண்டிய கருநாடகம் ஒவ்வொரு காலகட்டத்திலும் தொடர் பிரச்சினைகளையே ஏற்படுத்தி வருகின்றதை 2016இலும் அறிய முடிகின்றது.[152]

தமிழர்களின் உழைப்பைப் பயன்படுத்திக்கொண்டிருந்த எண்ணமும் இன்றி அவர்கள்மீது வன்முறையை நிகழ்த்திய போக்கினைத் தமிழ்க் கவிதை வரலாறு பதிவுசெய்துள்ளது. அத்தகைய வகையில் மேற்காணும் கவிதைகளோடு நிகழ்வுக்கான கவிதைகளில் பெருஞ்சித்திரனாரின்,

கருமைப் பாடுளக் கன்னட வெறியன்
காவிரி நீர்தர மறுப்பதைக் கண்டும்,
எருமைப் பாடெனத் தில்லியில் இருப்போன்
எம்மின அழிவினைத் தடுத்திட முனையான்!
ஒருமைப் பாடென, ஒற்றுமை என்ன
உலுத்த வாயர்கள் உளறுவ தெல்லாம்
பெருமைப் பாடெனப் பேசுதல் சரியா?
பிடுங்கிய உரிமையை மீட்பது தவறா?

(கனிச்சாறு - 3, ப.69)

எனும் அடிகளையுடைய கவிதை, காவிரியில் தமிழர்களின் உரிமை பற்றியும், மைய அரசின் நிலைப்பாட்டையும் எடுத்துரைக்கின்றது. தணிகைச்செல்வனின் கவிதை,

‘தமிழர்களின்
தலையைப் பந்தாடுவோம்’ என்று
தலையங்கம் தீட்டுகிற
வட்டல் நாகராஜின்
அலுவலகத்துக்கான
எரிவாயு சிலிண்டர்கள்
இனி
நமது நரிமணத்திலிருந்தே
நாகராஜருக்குக் கிடைக்கும்

(தணிகைச்செல்வன் கவிதைகள், ப.493)

என்று, தமிழக அரசியல் நிலையையும், ஒருமைப்பாடு எது என்பதையும் அறிவுறுத்துகின்றது. மேலும், காவிரி குறித்தான பொதுமைப்பதிவுகளாகத் தணிகைச்செல்வன் (ப.417), ஞானக்கூத்தன் (ப.285), பழமலய் (ப.187), கந்தர்வன் (ப.113), இன்குலாப் (ஒவ்வொரு புல்லையும்..., ப.393) ஆகியோரது பதிவுகளைப் பார்க்க முடிகின்றது.

சிதம்பரம் பத்மினி பாலியல் வன்கொடுமை (2.6.1992)

பாலியல் வன்கொடுமை நிகழ்வுகளானாலும், காவல்துறை செய்த அவ்வகைக் கொடுமைகளானாலும் சிதம்பரம் பத்மினிக்கு நேர்ந்த கொடுமை தமிழ்ச் சமூகம் எதிர்பார்த்திராத ஒன்றாகும். கடலூர் மாவட்டம், சிதம்பரத்திற்கு அருகேயுள்ள அண்ணாமலை நகரின் 'மண்சாலை' பகுதியைச் சேர்ந்தவர் பத்மினி. இவரது கணவரான நந்தகோபாலை அண்ணாமலை நகர் காவல்துறையினர் திருட்டு வழக்கு விசாரணைக்காக 1992 மே இறுதியில் கைதுசெய்தனர். இரண்டு நாள்களாகச் சிறையிலிருக்கும் கணவருக்கு உணவு கொண்டு சென்ற இளம்பெண் பத்மினியைக் காவல்துறையினர் பாலியல் சீண்டல் செய்தனர். மறுநாள் விசாரணைக்காக என்று பத்மினி காவல்துறையினரால் அழைத்துச் செல்லப்பட்டார். அங்கு, தொல்லைகளுக்கும் துன்புறுத்தல்களுக்கும் உள்ளாக்கப்பட்டு 2.6.1992இல் அதிகாலையில் காவல்நிலையத்திற்குள்ளேயே, கணவரின் கண்முன்னே பத்மினி காவல்துறையினரால் கூட்டுப் பாலியல் வன்புணர்வு செய்யப்பட்டார். நந்தகோபாலும் அடித்துத் துன்புறுத்தப்பட்டார்.[153] ஏற்கெனவே, விசாரணையின்போது பாதிக்கப்பட்ட உடல்நிலையில், மீண்டும் தாக்கப்பட்டதில் நந்தகோபால் சிறைக்குள்ளே மரணமடைந்தார். ஆனால், அவர் தானே தூக்கிட்டுத் தற்கொலை செய்துகொண்டதாகத் தெரிவிக்கப்பட்டது.[154]

இந்நிகழ்வினைக் கடிந்து காவலர்கள்மீது நடவடிக்கை எடுக்கவும், பத்மினிக்கு இழைக்கப்பட்ட கொடுமைக்கு நீதி வேண்டியும் அனைத்திந்திய சனநாயக மாதர் சங்கமும், மார்க்சிஸ்ட் கம்யூனிஸ்ட் கட்சியும் தமிழகத்தில் ஆங்காங்கே போராட்டங்களை நடத்தின. இதன் விளைவாகக் குற்றப்பிரிவு மற்றும் குற்றப் புலனாய்வுத் துறையின் (சி.பி.சி.ஐ.டி.) மூலம் வழக்கு பதிவுசெய்யப்பட்டது. இதில் ஜெயராமன், இப்ராகிம் செரீப், மெகபூப்பாஷா, பார்த்தசாரதி, கருணாநிதி, ஜாஃபர்சாதிக், செல்லையா முதலிய காவல்துறையினர் பத்துப் பேர் மீது வழக்கு பதிவானது. மேற்காணும் கட்சியின் அன்றைய மாவட்டச் செயலாளர் கே. பாலகிருஷ்ணன், மாதர் சங்கச் செயலாளர் ஜான்சிராணி ஆகியோர் பத்மினியின் தரப்பிலிருந்து தொடர்ந்து வழக்கை நடத்தினார்கள்.

கடலூர் மத்திய சிறையில் ஆகஸ்ட் மாதத்தில் அடையாள அணிவகுப்பு நடத்தப்பட்டது.[155] காவல்நிலையத்தில் நந்தகோபாலுடன் இருந்த 4 பேர், முதலில் குற்றவாளிகளை அடையாளம் காட்டிப் பின்னர் வழக்கில் முரண்பட்டனர்.[156] ஆனாலும், பத்மினியின் சாட்சியம்

மற்றும் அவரின் மருத்துவப் பரிசோதனை அறிக்கை முதலியவற்றால் கடலூர் முதன்மை அமர்வு நீதிமன்றத்தில் விசாரிக்கப்பட்டு 4.9.1997இல் 4 பேருக்கு 10 ஆண்டுகள் கடுங்காவல் தண்டனையும், 15, 10, 15, 5 ஆயிரம் எனத் தண்டத்தொகையும் விதிக்கப்பெற்றது. மேலும், முக்கியக் குற்றவாளிகளான ஜெயராமன், இப்ராகிம் செரீப் ஆகியோருக்கு 3 ஆண்டுகள் தண்டனையும் 5, 10 ஆயிரம் தண்டத்தொகையும் விதிக்கப்பெற்றது. ஆனாலும் அனைவரும் பிணையில் வெளிவந்தனர்.[157] குற்றவாளிகள் தரப்பில் மேல்முறையீடு சென்னை உயர்நீதிமன்றத்திலும், பிறகு உச்சநீதிமன்றத்திலும் தொடுக்கப்பட்டது. உச்சநீதிமன்றத்தில் நீதிபதிகள் மார்கண்டேய கட்சூ, ஞான் சுதா மிஸ்ரா அடங்கிய குழு 29.3.2011இல் கீழமை நீதிமன்றங்கள் கொடுத்த தீர்ப்பினையே உறுதிசெய்தது. தீர்ப்பு வழங்கிய பின்னும் ஓராண்டு கழிந்த நிலையிலேயே அவர்கள் கைதுசெய்யப்பட்டுக் கடலூர் மத்திய சிறையில் அடைக்கப்பட்டனர்.[158] இடையில் பத்மினிக்குத் தமிழக அரசு 1 இலட்ச ரூபாய் இழப்பீடும், அரசுப் பணியும் தர முன்வந்தது.[159]

பத்மினியின்மீது மனிதத்தன்மையற்ற முறையில் காவல்துறையினர் நடத்திய கொடுமையினை அறிந்து தமிழகம் அதிர்ச்சி அடைந்தது. இதே மாதத்தில் இருபது நாள்களிலேயே வாச்சாத்தி வன்கொடுமையும் நிகழ்ந்தேறியது. தமிழில் இவ்விரண்டையும் ஒரே கவிதையில் பதிவுசெய்திருக்கும் தணிகைச்செல்வன் (ப.550) பத்மினி நிகழ்வுக்கென்றே ‘பூம்புகாரும் சிதம்பரமும்’ என்று தனிக்கவிதை இயற்றியுள்ளார். அதில் “*கல்லெறிபட்டதும் குளத்துநீர் சிற்றலை வட்டங்களால் எதிர்ப்பைக் காட்டி, கோபம் தணிந்ததும் கல்லுடன் வாழப் பழகிக் கொண்டது*” என்று பூம்புகார் கண்ணகியைக் குறிப்பிட்டு, ஆனால் சிதம்பரம் பத்மினியோ,

கடல் நீரின்
குணம் வேறு
எழும்பி வீசும்
எதிர்ப்பலைகள்
நிரந்தரமானவை
தோற்றாலும்
வென்றாலும் ***(தணிகைச்செல்வன் கவிதைகள், ப.518)***

என்றெழுதி, கடல்நீருடன் ஒப்பானவர் என, உறுதியுடன் நீதிக்காகப் போராடிய பத்மினியைப் பெருமைப்படுத்துகின்றார். பழமலயும் இதேபோல் கண்ணகி உள்ளிட்ட சில பெண் தொன்மங்களோடு ஒப்பிட்டு எழுதியுள்ளார்(ப.576). மேலும், இன்னொரு

நெடுங்கவிதையையும் இயற்றியுள்ளார். பொதுவாகப் பழமலய் கவிதைகளின் தனித்தன்மையே செய்தியைச் செய்தியாகவே கவிதையில் பதிவுசெய்வதுதான். இதிலும்,

பாஞ்சாலியைக் கூட
ஒரு துச்சாதனன்தான் துகிலுரிந்தான்.'
ஆனாலோ
உங்கள் ஒன்பது பேர் மேல் வழக்கு.
நான்கு பேருக்குத் தலைக்குப் பத்து ஆண்டுகள்.
5,10,15- என்று அறுபதாயிரம் அபராதம்.
முகத்தை மூடாதீர்கள்;
2.5.92 இரவு செத்த
நந்தகோபால் இங்கு வந்திருக்கவில்லை.
.....
சிதம்பரம் என்பதால்
இரகசியமாய் இருந்துவிடும்-
என்று நினைத்துவிட்டீர்கள் போலும்.
.....
"நந்தகோபால் கொல்லப்படவும் இல்லை.
பத்மினி கற்பழிக்கப்படவும் இல்லை"
-அரசு நியமித்த ஒரு நபர் கமிஷன்.
வரலாற்றை ஏமாற்றலாம்:
அது யாரோ ஒரு சிலருக்காக இருக்கும் வரை.
மக்கள் இயக்கமாகிப் போராடாதவரை.
ஏன்- 'லத்திகாசரண்'கள் விசாரிக்காதவரை

(பழமலய் கவிதைகள், பக்.238,239)

என்று வழக்கை முழுவதுமாகக் கண்முன் நிறுத்துகின்றார். இங்கு நிகழ்வின் நாள் உள்ளிட்ட ஓரிரு தகவல்கள் மாற்றமடைந்திருக்கின்றன. ஆனால் தொன்மங்களோடு ஒப்பிடும் கவிதையின் பின்குறிப்பில் நாள் '2.6.92' என்று சரியாகக் காட்டப்பட்டுள்ளது (ப.738). இவ்வன்செயல் நிகழ்வு குறித்து இன்குலாப் தமது கொந்தளிப்பின் அழுத்தத்தை,

கொலையும் காமமும்
நாறும் உன் கூண்டுகள்...

உன்
விசாரணையில் தெறித்த
குருதியும்
சதையும்
ஒரு பிடிக் கூந்தலும்

உடைந்த வளையலும்
உன்
அகிம்சைப் படத்தின்
உளுத்த சட்டங்களில் *(ஒவ்வொரு புல்லையும்..., ப.212)*

எனும் அடிகள் இடம்பெறும் முழுக்கவிதையில் வெளிப்படுத்துகின்றார். இந்நிகழ்வின் கொடுமையைக் குறியீட்டுத் தன்மையுடன் இந்திரன்,

காவல் நிலையங்களில்
கைத்தடிகள்
பாம்புகளாய் மாறி
சாத்தானின் ஆப்பிளைச் சுற்றி
ஊர்ந்து செல்கின்றன.

பாம்புகளின் புராதனப்பசிக்கு
பலியாகின்றனர்
பத்மினிகளும் சாவித்திரிகளும் *(சாம்பல் வார்த்தைகள், ப.20)*

எனக் குறிப்பிடுகின்றார். இந்நிகழ்வில் ஓர் எளிய பெண்ணின் நீதிக்காகப் போராடிய தொடர் முயற்சியையும், காவல்துறையினர் சிலரின் வன்முறைப் போக்கினையும் தமிழ்க் கவிதைகள் முன்னிறுத்துகின்றன.

வாச்சாத்தி வன்கொடுமை (20.6.1992 - 22.6.1992)

சந்தனக் கடத்தல் தடுப்பு என்ற பெயரில் தமிழக வனத்துறையாலும் காவல்துறையாலும் மலைவாழ் பழங்குடியின மக்கள்மீது தொடுக்கப்பட்ட வன்முறைதான் வாச்சாத்தி வன்கொடுமை நிகழ்வு. தருமபுரி மாவட்டம், அன்றைய அரூர் வட்டாரப் பகுதிக்குட்பட்டிருந்த சித்தேரி மலையடிவாரக் கிராமம் வாச்சாத்தி. இங்கு 655 பேர் கொண்ட 290 குடும்பங்கள் வசித்து வந்தன. இவர்களில் பெரும்பான்மையினர் 'மலையாளி' எனும் பழங்குடியினத்தவரைச் சேர்ந்தவர்கள். உழவு மற்றும் கால்நடைகள் மேய்த்தலை முக்கியத் தொழிலாகக் கொண்டிருந்தனர்.[160] உலக நாடுகளின் தேவைக்காகச் சந்தன மரங்களைக் கடத்தும் சமூகக் குற்றவாளிகளுக்கு அரசு அதிகாரிகளும் ஒத்துழைப்பு தந்தது சித்தேரி மலையிலும் நிகழ்ந்தது.

அங்கு, 1992 சூன் மாதத்தில் கடத்தலுக்காக வெட்டி வைக்கப்பட்டிருந்த சந்தனமரக் கட்டைகளைச் சரக்கு வாகனத்தில் ஏற்றும் வேலைக்கு, தமிழக வனத்துறையினர் வாச்சாத்தி மக்களை நாடியுள்ளனர். அவர்கள் மறுத்ததால் அங்கிருந்த மக்களை அடித்து,

பயமுறுத்தி ஒன்றுதிரட்டினர். அவர்களில் 18 பெண்களை மட்டும் தேர்வுசெய்து வேலைக்கென அழைத்துச்சென்று வனத்துறையினரும் காவல்துறையினரும் அப்பெண்களைப் பாலியல் வன்புணர்ச்சி செய்துள்ளனர். 18 பேரில் பருவமடையாத 13 வயது சிறுமியும் கருவுற்றிருந்த பெண்ணும் இருந்தனர். மேலும் அவர்களை அடித்து மரக்கட்டைகளையும் வாகனத்தில் ஏற்றச் செய்து, அதன்பிறகும் காவல்நிலையத்திற்குக் கொண்டுபோய்த் துன்புறுத்தி, அப்பெண்களையே கடத்தல்காரர்களாகவும் பதிவுசெய்து சிறைப்படுத்தியுள்ளனர்.[161] காடுகளையே நம்பி வாழும் அவர்கள் இப்படிக் காடுகள் அழிப்பிற்குக் காரணமாக்கப்படுவது பற்றிய,

> *பழங்குடி சமூகத்தை மட்டும் ஒட்டுமொத்தமாக பழிசுமத்துவதேன்? இவர்கள் வாயில்லா பூச்சிகள், பயந்த சுபாவமுடையவர்கள், இவர்களுக்கு மற்ற சமூகத்தாரோடு அதிக தொடர்பில்லாததால் இவர்களுக்கு ஆதரவாக யாரும் வரமாட்டார்கள், படிப்பறிவு இல்லாததால் நாம் சொல்வதை அப்படியே ஏற்றுக் கொள்வார்கள் என்ற நம்பிக்கை, எல்லாவற்றுக்கும் மேலாக சட்டம் என்ற ஆயுதம் மூலம் இவர்களை சுலபமாக அடக்கிவிடலாம் என்ற அடிப்படையில்தான் அதிகார வர்க்கம், ஆதிக்கக்காரர்கள் இத்தகைய பழிச்செயலில் துணிந்து ஈடுபடுகின்றனர்* [162]

எனும் பெ. சண்முகத்தின் கூற்று எண்ணத்தக்கது.

ஊரில் மற்றவர்களைக் காவல்துறை, கண்காணிப்பில் நிறுத்தி வைத்திருந்தது. அம்மக்களின் வாழிடம், பொருளாதாரங்களைச் சிதைத்து ஆண்களையும் கைதுசெய்தது. சூன் மாதம் 20, 21, 22 ஆகிய நாள்களில் இத்தகைய கொடுமைகள் நிகழ்ந்தேறியிருக்கின்றன. ஆனால் வாச்சாத்தி மக்களில் ஏறக்குறைய 90 பெண்கள், 28 குழந்தைகள், 15 ஆண்கள் என 133 பேர் சிறையில் இருந்தனர்.[163] அங்கிருந்தவர்கள் காடுகளில் ஒளிவதும், வெளியே உறவினர் வீட்டில் பதுங்கியிருப்பதுமென வாழ்ந்துள்ளனர். 1992 சூலை 7ஆம் நாளில் சித்தேரியில் மலைவாழ் மக்கள் சங்கத்தின் மாநாடு நடைபெற்றபோது இதுபற்றித் தெரியவந்த நிலையில், அச்சங்கத்தைச் சேர்ந்த பாஷாஜான், என். கிருஷ்ணமூர்த்தி, பெ. சண்முகம் உள்ளிட்டோர் விவரங்கள் சேகரித்துச் சூலை 13 அன்று அரூர் வட்டாட்சியர் அலுவலகம் முன்பு ஆர்ப்பாட்டம் நடத்தினர். அடுத்தநாள், வாச்சாத்திக்குச் சென்று காடுகளில் ஒளிந்திருந்த மக்களுக்கு ஆதரவு தந்தனர். அதன்பிறகு, இதற்கான தகவல்கள் மாவட்ட ஆட்சியர் முதல் முதலமைச்சர் வரை கொண்டுசெல்லப்பட்டும் யாதொரு பயனும் இல்லாத நிலையேற்பட்டது.[164] ஊடகங்களும்

இந்நிகழ்வினை வெளிக்கொணரவில்லை. பின் மார்க்சிஸ்ட் கம்யூனிஸ்ட் கட்சியின் மாநிலச் செயலாளராக இருந்த ஏ. நல்லசிவன் துணையுடன் வெளித்தெரியத் தொடங்கியது.

இப்படியொரு கிராமத்தையே சூறையாடியது, வீடுகளை நொறுக்கியது, ஆடு, கோழிகளைச் சுட்டுத் தின்றது, அதன் கழிவுகளைக் கிணறுகளில் போட்டுத் தண்ணீரை அசுத்தப்படுத்தியது என எல்லாக் கொடுமைகளையும் செய்தது அரசின் கட்டுப்பாட்டில் உள்ள காவல் துறை, வனத் துறை, வருவாய்த் துறையைச் சேர்ந்த அதிகாரிகள், ஊழியர்கள் என்பது அன்று நம்ப முடியாததாக இருந்தது. நேரில் சென்று பார்க்காத யாரும் நம்பியிருக்க மாட்டார்கள்தான். அப்போது பொதுநல வழக்குகளைக் கவனித்துவந்த உயர்நீதிமன்ற நீதிபதி பத்மினி ஜேசுதுரையும் நம்பவில்லை [165]

என்பது போன்று, படித்த அரசு அதிகாரிகள் இப்படிச் செய்வார்களா என அனைவரும் ஐயமுற்றனர். வழக்கு தள்ளுபடி செய்யப்பட்டதால் பிறகு உச்சநீதிமன்றத்தில் வழக்கு தொடரப்பட்டது.

நீதிமன்றம் விரைந்து விசாரிக்கச் சொல்லி 09.09.92இல் ஆணையிட்டது. இவ்வழக்கில் 155 பேர் வனத்துறை, 108 பேர் காவல்துறை உள்ளிட்டு 269 பேர் குற்றவாளிகள் ஆயினர்.[166] உச்சநீதிமன்ற அறிவுறுத்தலுக்குப் பின்னும் 19 ஆண்டுகள் கழித்து 29.09.2011இல்தான் இதற்கான தீர்ப்பினைத் தமிழக நீதித்துறை வழங்கியது. இதற்கிடையே பல அமைப்புகளின் போராட்டங்களும், ஒத்துழைப்புகளும், வாச்சாத்தி மக்கள் சார்பு வழக்கறிஞர்களின் தொடர்முயற்சிகளும் செயல்பட்டிருக்கின்றன. தீர்ப்புக் காலத்திற்குள் 54 பேர் இறந்துவிட மீதமுள்ள 215 பேருமே குற்றவாளிகள் என்றும் இவர்களில் வன்புணர்வில் ஈடுபட்ட 17 பேருக்கு 17 ஆண்டுகள் சிறைத்தண்டனை என்றும் தீர்ப்பு வழங்கப்பட்டது.[167] இதன்வழிக் கிடைக்கவேண்டிய 1 கோடியே 24 இலட்சம் இழப்பீட்டுத் தொகையும் வாச்சாத்தி மக்களை முழுமையாகச் சேரவில்லை. மலைவாழ் மக்கள்மீது நிகழ்த்தப்பட்ட இக்கொடுமை சமூகத்தில் வெளிப்பட்டது முதல் நீதியடைந்தது வரை காலங்கடந்தே நிகழ்ந்துள்ளது. எல்லா வன்முறைகளிலும் கட்டாயம் பாதிக்கப்படும் பெண்கள் இந்நிகழ்வில் அவர்களே அதிகமாகப் பாதிக்கப்பட்டனர். அப்பெண்களின் மனநிலையை,

கற்பழிக்கப்படுவதோ கொல்லாமல் கொல்வது.
அது, கொலையிலும் கொடியது!
அன்று, வாச்சாத்தியில் அப்படி

(பழமலய் கவிதைகள், ப.517)

என்று சந்தனக் கடத்தல் தொடர்பான வீரப்பனை அதிரடிப்படையினர் கோபிநத்தத்தில் தேடுவது குறித்த கவிதையில் த. பழமலய் பதிவிட்டிருக்கின்றார். சமூகத்தின் எத்தகைய கொடுமைகளானாலும் பெண்கள் கையாளப்படும் நிலையை விவரிக்கும் தணிகைச்செல்வனின் கவிதையில் வாச்சாத்தியின் இரவு படிந்திருப்பதை,

லட்சுமியின் தெய்வப்படம் தொங்கும் சுவரின்கீழ் - போலீஸ்
லத்திகளில் வடிகிறது என்னுடைய சீழ்.
பத்மினியாய், கல்பனாவாய் காவல் சிறைகளில் - என்னைப்
பறிகொடுத்தேன் வாச்சாத்திக் காட்டின் இரவினில்

(தணிகைச்செல்வன் கவிதைகள், ப.550)

எனும் அடிகள் காட்டுகின்றன. சமூக வரலாற்றில் ‘வாச்சாத்தி’ ஒரு சொல்லாக உச்சரிக்கப்பட்டாலும் இவ்வன்கொடுமையின் நினைவினையே தருவதுபோன்று, கவிதை வரலாற்றிலும் ஒரு சொல்லாக மட்டுமே அழுத்தத்துடன் பதிவுபெற்றிருக்கின்றது. இந்நிகழ்வினுக்குரிய தனிக்கவிதை இவ்வாய்வுக் கவிஞர்களிடையே இயற்றப்பட்டிருக்கவில்லை

அத்தியூர் விஜயா பாலியல் வன்கொடுமை (29.7.1993)

குற்றங்களில் தொடர்புடையவர்களைப் பிடிக்க முடியாத சூழலில் காவல்துறையினரால் பழங்குடி மக்களைக் குற்றத்தை ஏற்கச்சொல்லிக் கட்டாயப்படுத்தப்படுவது சமூகத்தில் நிகழக்கூடியது. அத்தகையதொரு நிகழ்வினிடையே நடந்ததுதான் விஜயாவுக்கு நடந்த பாலியல் வன்கொடுமை.

விழுப்புரம் மாவட்டம் செஞ்சிக்கருகேயுள்ள அத்தியூர் கிராமத்தைச் சேர்ந்த அன்றைய 17 வயதுப் பெண் விஜயா. பழங்குடி இருளர் வகுப்பைச் சேர்ந்தவர். 1993 சூலை 29ஆம் நாளன்று சித்தரசூர் கிராமத்திலுள்ள உறவினர் வீட்டிற்குச் சென்றிருந்தபோது, இவரது பெரியப்பா மகன் வெள்ளையன் என்பவரைத் திருட்டு வழக்கு விசாரணை ஒன்றிற்காகத் தேடிவந்த புதுச்சேரிக் காவல்துறையினர் ஆறு பேர், விஜயாவை அழைத்துச் சென்றனர். வழியில் நள்ளிரவில், விஜயாவை விவசாய நிலப்பகுதியில் கூட்டுப் பாலியல் வன்புணர்வு செய்துள்ளனர். இவ்விவரம் விஜயாவின் பெற்றோருக்குத் தெரியவந்து, பத்து நாள்களுக்கும் மேலான முயற்சிகளுக்குப் பிறகே வழக்கு 13.8.1993இல் பதிவானது.[168]

அனந்தபுரம் காவல்நிலையத்தில், வன்புணர்வில் ஈடுபட்ட நல்லாம் கிருஷ்ணராயபாபு, சசிகுமார் நாயர், இராஜாராம், பத்மநாபன், முனுசாமி, சுப்புராயன் ஆகிய காவல்துறையினர் ஆறுபேர் மீது

புகாரளிக்கப்பட்டும் நடவடிக்கைகள் எதுவும் வெளிப்படவில்லை. மாதர் சங்கம், பேரா.பிரபா. கல்விமணி, கோ. சுகுமாரன், சமூக ஆர்வலர்கள், சில அரசியலாளர்கள் உள்ளிட்டோரின் தொடர்போராட்டங்கள் மற்றும் சட்டத்தின் வழியிலான நடவடிக்கைகளால் இவ்வழக்கு குற்றப் பிரிவு மற்றும் குற்றப் புலனாய்வுத் துறைக்கு மாற்றப்பட்டது. அவர்களால் இது குறித்து 1994 செப்டம்பர் தொடங்கி விசாரணை நடத்தப்பட்டது. போராட்டங்கள் தமிழகத்திலும் புதுச்சேரியிலும் நடந்தன. மேலும் பல தரப்பினர் ஒருங்கிணைந்த பெரும்பேரணி ஒன்று 1995 மே மாதத்தில் நடைபெற்றது. 1999 ஏப்பிரல் மாதம் உயர்நீதிமன்றம் இவ்வழக்கில் தாழ்த்தப்பட்ட மற்றும் பழங்குடியினர்க்கான வன்கொடுமைத் தடுப்புச் சட்டம் 1989இன் படி கூடுதல் விசாரணைக்கு உத்தரவிட்டது. அத்துடன் விஜயாவுக்குப் புதுச்சேரி அரசு நிவாரணத் தொகையாக 1 இலட்சம் ரூபாய் தந்திடவும் வழிவகுத்தது. தேசிய மனித உரிமை ஆணையம் இவ்வன்கொடுமை தொடர்பாக விசாரித்து, உறுதிசெய்து 6.5.1999இல் அறிக்கை வெளியிட்டது. விழுப்புரம் மாவட்ட ஆட்சித் தலைவரும் விஜயா தரப்பிலான மனுவினையேற்று, இவ்வழக்கிற்கு அரசு தரப்பு வழக்கறிஞராக எம்.ஆர். செரீப் என்பவரைச் சனவரி 2002இல் நியமித்தார்.[169] பின் இவ்வழக்கு விழுப்புரம் மாவட்ட நீதிமன்றத்தில் தாக்கல் செய்யப்பட்டது.

வழக்கினை 6.7.2004 தொடங்கி இரண்டாண்டுகளாக விசாரித்த விழுப்புரம் நீதிமன்றம் 11.8.2006இல், ஆறு குற்றவாளிகளுக்கும் ஆயுள்தண்டனையையும், 31 ஆயிரம் ரூபாய் தண்டத்தொகையையும் விதித்தது. விஜயாவுக்கு 13 ஆண்டுகள் கழித்தே தீர்ப்பு கிடைத்தது.[170] ஆனால் குற்றவாளிகளின் சார்பில் மேல்முறையீடு செய்யப்பெற்றபோது, விஜயா தரப்பில் எதிர்ப்பைத் தெரிவிக்கவில்லையென்று உயர்நீதிமன்றத்தில் சொக்கலிங்கம், வேணுகோபால் உள்ளிட்டோர் அடங்கிய நீதிபதிகள் குழு 2008 செப்டம்பர் 19இல் தண்டனையை நீக்கியது.[171] பல தரப்பிலும் குற்றவாளிகளாக உறுதிப்படுத்தப் பட்டவர்களை விடுதலை செய்த உயர்நீதிமன்றத்தின் தீர்ப்பு பலருக்கும் அதிர்ச்சியைத் தந்தது.

நீதிக்காகப் போராடியவர்களுள் முதன்மையானவர் பேரா.பிரபா. கல்விமணி (பேரா. கல்யாணி) ஆவார். விஜயாவுக்கு ஆதரவாக நின்று வழக்கைத் தொடர்ந்து முன்னெடுத்தார். இடையில், 4.8.1996இல் 'பழங்குடி இருளர் பாதுகாப்புச் சங்கம்' உருவாகவும் செயல்பட்டார். தமிழக அரசு சார்பில் வழக்கறிஞர் நியமிக்கப்படாவிட்டாலும், இவர்

உச்சநீதிமன்றம்வரை முயற்சி செய்தார். ஆனாலும் வழக்கைத் தொடர்ந்து நடத்த முடியாத நிலை, பொருளாதாரமின்மை என்பவற்றால் பலன்பெற முடியாமல் போயிற்று.[172] இவரது உழைப்பினையும், இதற்கான போராட்டங்களையும் பழமலயின் கவிதை நினைவுகூர்கின்றதை,

எங்கள் தோழர் கல்யாணி சொல்வார்:
"அண்ணாச்சி இங்க திண்டிவனம் வந்தா-
ஏதோ ஒரு விருந்தாளி வந்த மாதிரி- "
எனக்கும் அப்படிதான் தோன்றும்
அத்தியூர் விஜயா கற்பழிப்பு-
சிதம்பரம் நாவரசன் கொலை- என்று
போராட்டங்களில் கலந்து கொள்பவர்,
விழுப்புரத்தைக் கடக்கையில்
வீடு தேடி வருவார் *(பழமலய் கவிதைகள், ப.219)*

எனும் அடிகளின்வழிக் காண முடிகின்றது. அத்துடன் பழமலயும் பாடல் இயற்றிப் பாடிக்கொண்டு போராட்டத்தில் பங்கெடுத்துள்ளார்.[173] தமிழ்ச் சமூகத்தில் கவனம்பெற்ற பாலியல் வன்கொடுமை நிகழ்வாக இருந்தபோதும், இந்நிகழ்வுக்கு முக்கியத்துவம் அளித்து இயற்றப்பட்ட கவிதைகளைக் காண்பதற்கில்லை. அண்மையில் நவம்பர் 2021இல் பா. ஜோதி நரசிம்மனின் 'அத்தியூர் விஜயா' என்றொரு புதினம் வெளிவந்துள்ளது. சிதம்பரம் பத்மினி நிகழ்விற்கான பதிவுகள் அளவிற்குக்கூட இந்நிகழ்வு கவிதை வரலாற்றில் முக்கியத்துவம் பெறப்படாமை கேள்வியாக இருக்கின்றது.

தீர்ப்பிற்குப் பிந்தைய காலங்களில் உறவுகளால் ஒதுக்கப்பட்ட விஜயாவுக்கு, வன்கொடுமைத் தடுப்புச் சட்டப்படி தரப்பட வேண்டிய அரசுப்பணியோ ஓய்வூதியமோ தரப்படவில்லை.[174] நம்பிக்கையுடனும் தீரத்துடனும் தொடர்ந்து நீதிகேட்டுப் போராடிய அப்பெண், ஏழ்மையால் உடல்நலம் குன்றி 2014 சூலை மாதம் இறந்தார். இடைப்பட்ட காலங்களில் குற்றம்செய்த காவல்துறையினர் பணியில் தொடர்ந்து, சிலர் பதவி உயர்வும் பெற்றனர். இந்நீதியற்ற தன்மையினை எதிர்த்துப் போராடியவர்களுக்குக் கிடைத்த ஒரு பலன் பழங்குடியின இருளர் மக்களிடையே விழிப்புணர்வு ஏற்பட்டமையே ஆகும்.

பிரேமானந்தா பாலியல் குற்றங்கள் (நவம்பர் 1994)

மக்களது நம்பிக்கையையும் மூடத்தனத்தையும் பயன்படுத்திக் கொண்டு ஆதாயம் தேடும் போக்குகள் உலகெங்கும் இன்றுவரை நிகழ்ந்தேறி வருகின்றன. பலவகைப்பட்ட இவற்றினுள்

இறைவழிபாட்டுப் போர்வையில் சிலர் 'சாமியார்'களாகத் தங்களை வடிவப்படுத்திக்கொண்டு இழைக்கும் குற்றங்களும் பெருகி வருகின்றன. இத்தளத்தைச் சேர்ந்த ஒன்றே பிரேமானந்தாவின் பாலியல் குற்றங்கள் ஆகும்.

இலங்கை மாத்தளையைச் சேர்ந்தவர் பிரேமானந்தா. தமது 17 வயதிலேயே ஞானம் வந்துவிட்டதாகக் கூறிக்கொண்டு சாமியார் நிலைப்பாட்டுக்கு வந்தவர், 1972இல் ஒரு வழிபாட்டு ஆசிரமத்தைத் தொடங்கினார். அதில் குழந்தைகள் உட்பட ஆதரவற்றோர் அனைவரையும் சேர்த்துக் கொண்டார். 1983இல் இலங்கையில் தமிழர்கள் தாக்கப்பட்ட இனக்கலவரத்தால் அங்கிருந்து தமிழகத்திற்கு இடம்பெயர்ந்தார். திருச்சியருகே மீண்டும் தம் பணியைத் தொடர்ந்து, 1989இல் பாத்திமா நகரில் புதிய மடத்தைத் தொடங்கினார். சுமார் 150 ஏக்கர் நிலப்பரப்பிலான இங்கு ஏறக்குறைய 200 பேர் தங்கியிருந்தனர். இதில் தமிழகம் வந்தபோது பிரேமானந்தாவால் உடன் அழைத்துவரப்பட்டவர்கள் உள்ளிட்டு இலங்கையைச் சேர்ந்தவர்கள் அதிகளவில் இருந்தனர். லிங்கம், திருநீறு உள்ளிட்டவற்றை வாயிலிருந்து வெளியெடுக்கும் திறமையுடையவராகப் பிரேமானந்தா நம்பப்பட்டிருந்தார். இவர் இளம்பெண்களை ஆடையற்ற பூசைகளில் ஈடுபடுத்திய தகவல்கள் வெளிவரத் தொடங்கியது. அங்கிருந்து வெளியே தப்பித்து வந்த சுரேஷ்குமாரி, லதா எனும் இரண்டு பெண்கள், தாங்கள் பாலியல் வன்கொடுமைக்கு ஆளாக்கப்பட்டதைத் திருச்சி வழக்கறிஞர் ஒருவரிடம் தெரியப்படுத்தினர். அவர்மூலம் சென்னையிலுள்ள சனநாயக மாதர் சங்கத்தைச் சேர்ந்த பாப்பா உமாநாத்தின் ஆதரவுக்கு வழிப்படுத்தப்பட்டனர். பிறகு பிரேமானந்தா குறித்த செய்தி முதன்முதலாக 14.11.1994 'இந்தியன் எக்ஸ்பிரஸ்'இல் வெளிவந்துள்ளது.[175] இதன் பின்னர் விசாரணை தொடங்கியது.

முதலில் வன்புணர்வுக் குற்றத்திற்காகக் கைதுசெய்யப்பட்ட இவர்மீது, அங்கிருந்த பருவமடையாதவர்கள் உள்ளிட்ட 13 சிறுமிகளைத் தொடர்ந்து வன்புணர்வுக்கு ஆளாக்கியது, இவற்றை எதிர்த்த இலங்கைப் பொறியாளர் இரவி என்பவரைக் கொலைசெய்தது ஆகிய குற்றங்கள் வெளிப்பட்டன.[176] விசாரணையின் இறுதியில் 1995 சூன் மாதம் குற்றப்பத்திரிகை தாக்கல் செய்யப்பட்டது.

நீதிமன்ற விசாரணைக்குப் பின்னர், 1997இல் புதுக்கோட்டை மாவட்ட அமர்வு நீதிமன்ற நீதிபதி பி.என். பானுமதி (பிற்காலத்தில் உச்சநீதிமன்றத்தில் தமிழகத்தின் முதல் பெண் நீதிபதியாக நியமிக்கப்பட்டவர்) தீர்ப்பினை வழங்கினார். அவர், 13 பாலியல்

வன்கொடுமை, ஒரு கொலை மற்றும் வெளிநாடுகளில் தவறான முறையில் சொத்து சேர்ப்பு ஆகிய குற்றங்களுக்காகப் பிரேமானந்தாவுக்கு இரட்டை ஆயுள் தண்டனையுடன், 66.40 இலட்சம் ரூபாய் தண்டத்தொகையை விதித்தார். பெண் வழிபாட்டாளர்களை ஏமாற்றியதற்காகத் தனியாக ஓராண்டு கடுங்காவல் தண்டனையும் கிடைத்தது. மடத்தில் இவரது குற்றங்களுக்குத் துணைநின்ற கமலானந்தா உட்பட்ட சீடர்கள் ஐவர் மற்றும் கமலானந்தாவின் மனைவியான, பாலியல் குற்றங்களில் கருக்கலைப்பு செய்த மருத்துவர் சந்திராதேவி ஆகியோர்க்குத் தண்டனை, தண்டத்தொகையெனத் தீர்ப்பு வழங்கப்பட்டது. பிரேமானந்தா தண்டத்தொகையைப் பாதிக்கப்பட்ட பெண்கள் ஒவ்வொருக்கும் 5 இலட்சம் வழங்கிடவும், தண்டத்தொகை செலுத்தாவிட்டால் மேலும் 32 ஆண்டுகள் சிறைத்தண்டனை பெறவேண்டுமென்றும் ஆணையிடப்பட்டது.[177]

மிகவும் எதிர்பார்க்கப்பட்ட இத்தீர்ப்பு அதே அளவிற்குப் பரபரப்பாகவும் பேசப்பட்டது. காரணம், அக்காலச்சூழலில் இவ்வளவு கடுமையான தண்டனை இந்திய அளவில் வழங்கப்படாத நிலையில் பிரேமானந்தாவுக்கு வழங்கப்பட்டது. இத்தீர்ப்பு சனநாயக மாதர் சங்கம் உட்பட்ட பெண்கள் இயக்கத்தின் ஒருமித்த குரலாக நடத்தப்பட்ட போராட்டங்களின் வெற்றியாகப் பார்க்கப்பட்டது.[178] இவர்களுக்குப் பொதுவுடைமை இயக்கத் தோழர் கே. பாலகிருஷ்ணனும் துணைநின்றார்.

பிரேமானந்தா தரப்பில் 2005இல் உச்சநீதிமன்றத்தில் மேல்முறையீடு செய்த, ஏற்கெனவே உயர்நீதிமன்றத்தில் பிணை வழங்கவேண்டுமென வாதாடிய வழக்கறிஞர் இராம் ஜெட்மலானியின் முயற்சியைக் கடந்து தண்டனையே உறுதிசெய்யப்பட்டது. மடத்தின் கிளைகளை வெளிநாடுகளில் தொடங்கும் அளவுக்குப் பணக்காரர்களாலும் அரசியல்வாதிகளாலும் பொருள்சேர்த்த, 27முறை பிணையில் வெளிவர முயன்றும் இறுதியில் கடலூர் சிறையில் அடைக்கப்பட்ட பிரேமானந்தா, நீரிழிவு உள்ளிட்ட நோய்களால் 21.2.2011இல் 60 வயதில் மரணமடைந்தார்.[179]

சமூகத்தில் பெண்கள் மதிக்கப்படாத, உடலியல் சார்ந்த காமத்தேவையாகவே பெண்கள் பார்க்கப்படும் நிலையில் இத்தகைய குற்றங்கள் காலங்காலமாகப் பெருகிவரவே செய்கின்றன. அவற்றைச் செய்யும் மனிதத்தன்மையற்ற 'பிரேமானந்தா'க்கள் நிறைய பேர் மண்ணில் இருப்பதாகத் தமிழன்பன்,

பிரேமானந்தாக்கள்
கை வைத்திருந்த -
இடத்தில் இருந்த
காமக்கிழத்தியர் மார்புகளும் நடுங்கின.

எல்.எஸ்.டி. யோகிகள்
அபினி ஞானிகள்...
பவிசும் மவுசும் பார்க்கிறோம் இன்னும்.

எந்தச்
'சமயத்திலும்'
அபாயகரமானவர்கள் சாமியார்கள்

(வார்த்தைகள் கேட்ட வரம், ப.35)

என்று குறிப்பிட்டு, அவர்கள் எல்லாச் சமயம், மதத்திலும் இருப்பதையும் காட்டுகின்றார். தமிழன்பனின் இந்த அழுத்தமான ஒருசொல் பதிவானது தமிழ்ச் சமூகத்தில் நெடுங்காலமாக விளங்கிவரும் வரலாற்றை மீட்டெடுக்கின்றது. இக்கவிதைப் பதிவின் தேவையையுணர்ந்து இந்நிகழ்வு வன்செயல் நிகழ்வாகக் கொள்ளப்பட்டுள்ளது.

நாவரசு கொலை (6.11.1996)

சமூகத்தில் குற்றங்கள் குழுவால் நிகழ்த்தப்பெறுதல் ஒருபக்கமெனில் தனிமனிதச் செயல்களால் இன்னொரு பக்கம் மிகுந்து வருகின்றன. தனிப்பட்ட விருப்பு வெறுப்புகளின் சினத்தில் ஏற்படும் நிகழ்வுகளில் உச்சமாகக் கொலை நிகழ்த்தப்பெறுகின்றது. பல்வேறு காரணங்களையும் முறைகளையும் கொண்டுள்ள இவ்விடயத்துள் மருத்துவ மாணவர் நாவரசு கொடிய முறையில் கொலை செய்யப்பட்ட நிகழ்வும், அதன் வழக்கும் தாக்கத்தை ஏற்படுத்தியவை ஆகும்.

சென்னைப் பல்கலைக்கழகத் துணைவேந்தர் பணியிலிருந்த (1994 - 1997) பேரா.ப.க. பொன்னுசாமியின் மகன் நாவரசு. சிதம்பரத்திலுள்ள அண்ணாமலைப் பல்கலைக்கழகத்தின் ராஜா முத்தையா மருத்துவக் கல்லூரியில் முதலாமாண்டு பயின்று கொண்டிருந்தார். 1996 நவம்பர் 6ஆம் நாளன்று நாவரசு வகுப்பிற்குச் சென்றுவிட்டு விடுதிக்கு வரும்பொழுது, அதே பாடப்பிரிவில் இரண்டாமாண்டு பயின்ற ஜான்டேவிட் தமது அறைக்கு அழைத்துச் சென்றுள்ளார். அங்கு நாவரசுவிடம் 'பகடிவதை' (ரேகிங்) எனும் தவறான நடவடிக்கையில் ஈடுபட்டுள்ளார். அதற்கு இசைய மறுத்த விவகாரத்தில் நாவரசு பலமாகத் தாக்கப்பட்டு மரணமடைந்தார். தம் குற்றத்தை

மறைப்பதற்காக, மருத்துவம் பயிலும் அறிவைப் பயன்படுத்தி நாவரசுவின் உடல் உறுப்புகளைத் தனித்தனியாக வெட்டியெடுத்து வேறுவேறு பகுதிகளில் வீசியுள்ளார். தலையினைக் கல்லூரி வளாகத்தேயுள்ள குட்டையில் வீசியுள்ளார். பிற உடலுறுப்புகளைப் பெட்டியில் வைத்து எடுத்துக்கொண்டு இரயிலில் சென்னைக்கு வரும்வழியில் மார்பு, தொடை மற்றும் கால் பகுதிகளை ஆற்றைக் கடக்கையில் ஆற்றில் எறிந்துள்ளார். சென்னை வந்ததும் துண்டாக்கப்பட்ட மீதமிருந்த உடல் மற்றும் இரண்டு கைகளைத் தாம்பரத்தில் பேருந்திலேயே வைத்துவிட்டுத் தடயமின்றித் திரும்பவும் சிதம்பரம் சென்றுள்ளார்.[180] இந்நிகழ்வின் தகவல்களில் மாறுபாடுகள் உள்ளன.[181]

நாவரசுவைக் காணாமல் அளிக்கப்பெற்ற புகாரின் அடிப்படையில் காவல்துறை விசாரணையின்போது, மீளமுடியாததை எண்ணிக் குற்றத்தை ஒப்புக்கொண்டு டேவிட் நீதிமன்றத்தில் சரணடைந்தார். அவர், விசாரணையில் அடையாளங் காட்டியபோது கண்டெடுக்கப்பட்ட உடல் பகுதிகளை மருத்துவச் சோதனைக்குட்படுத்தப்பட்டதில் நாவரசு கொலை உறுதிசெய்யப்பட்டது. இக்கொடும் நிகழ்வின் தாக்கம், தமிழக அரசு 1997 சனவரியில் இரண்டாண்டு சிறைத்தண்டனையுடன் கூடிய 'தமிழ்நாடு பகடிவதைத் தடைச்சட்டம்' கொண்டுவர முக்கியக் காரணமானது.

கடலூர் நீதிமன்றத்தில் 1997 செப்டம்பரில் தாக்கல் செய்யப்பட்ட இவ்வழக்கில், 11.3.1998இல் டேவிட்டுக்கு இரட்டை ஆயுள்தண்டனை அளிக்கப்பட்டது. மேலும் 1 இலட்சம் தண்டத்தொகை உட்பட்ட 7 வருடக் கடுங்காவல் தண்டனையும் வழங்கப்பட்டது.[182] டேவிட் தரப்பில் உயர்நீதிமன்றத்தில் மேல்முறையீடு செய்யப்பட்டதில், ஆர். பாலசுப்பிரமணியன், வி. பக்தவச்சலு அடங்கிய நீதிபதிகள் தரப்பு, விசாரணை நடவடிக்கையிலுள்ள மாறுதல்களை வைத்துக்கொண்டு குற்றமானது சரிவர மெய்ப்பிக்கப்படவில்லை என்றும்,[183] நேரில் கண்ட சாட்சிகள் இல்லையென்றும் 8.10.2001இல் டேவிட்டை விடுதலை செய்தது. தமிழகத்தின் தலைமை நீதிமன்றமான சென்னை உயர்நீதிமன்றத்தின் இத்தீர்ப்பானது மாநிலமே எதிர்பாராத ஒன்றாகும். குற்றவாளியே ஒப்புக்கொண்ட இவ்வழக்கின் மேல்முறையீட்டில் இப்படியொரு தீர்ப்பு வழங்கப்பட்டமை ஏமாற்றத்தை அளித்தது. 2002இல் வெளிவந்த 'மாறன்' திரைப்படம் இந்நிகழ்வோடு தொடர்புடையது.

பத்தாண்டுகளுக்குப் பிறகு 2011ஆம் ஆண்டு தமிழக அரசு இவ்வழக்கில் நீதியை வேண்டி உச்சநீதிமன்றத்தை நாடியது. கடலூர் நீதிமன்றத் தீர்ப்பினை இறுதிசெய்த உச்சநீதிமன்றம், 2011 ஏப்பிரலில் டேவிட்டுக்கு இரட்டை ஆயுள் தண்டணையை ஒரே நேரத்தில் நிறைவேற்றிட ஆணையிட்டது. இன்றுவரை சிறையிலிருக்கும் டேவிட், இடைப்பட்ட காலங்களில், அதாவது கடலூர் சிறையிலிருந்து விடுதலையான பிறகு மதப் போதகராகவும், சென்னையில் தனியார் நிறுவனம் ஒன்றிலும் பணியாற்றியுள்ளார்.

பதினேழு வயதான தமது ஒரே மகனை இழந்த நாவரசுவின் குடும்பம் 1997 மார்ச் 19இல் 'பொன் நாவரசு அறக்கட்டளை' என்பதைத் தொடங்கியது. இவ்வறக்கட்டளையின் முதல் வெளியீடாகச் 'சூழலைக் காப்போம்' எனும் கவிதைத் தொகுப்பு வெளியிடப்பட்டது. அதில் தமிழன்பன் 'எண்ணங்கள்' எனும் தலைப்பில் கவிதை எழுதியுள்ளார் (ஈரோடு தமிழன்பன் கவிதைகள் - தொகுதி 4, ப.378). இக்கொடிய நிகழ்வினை இரா. மீனாட்சி,

ஒரு நாவரசன் உடம்புத் திசுக்கள்
தமிழகமெங்கும் தூவப்பட்டுவிட்டது.
சின்னப் பையன் அவன்
எங்களைப்போல் அஞ்சுகிறான்
"அம்மா கல்லூரியே வேண்டாம் அம்மா
பயமாயிருக்கிறது
எங்களைப் போர்த்திக்கொள் அம்மா".

இந்த நூற்றாண்டிலுமா
நாவரசைக்
கல்லினில் பூட்டி
கடலினுள் பாய்ச்சுவார்கள்? ***(வாசனைப்புல், ப.69)***

என எழுதி, 'நாவரசு மரணம் நவம்பர் 1996' என்றே தலைப்பு தந்து பதிவுசெய்திருக்கின்றார். இதில், பக்தி இலக்கியத் திருநாவுக்கரசர் தொன்மத்தோடு நாவரசுவின் உடல் பகுதிகள் ஆற்றுக்குள் வீசப்பட்டமை ஒப்புமைப்படுத்தப்பட்டுள்ளது. மேலும் 'அஞ்சலி' என்று இரா. மீனாட்சியால் இன்னொரு கவிதையும் இதற்காக எழுதப்பட்டுள்ளது (வாசனைப்புல், ப.70).

இந்நூற்றாண்டில், 2002இல் வெளியிடப்பட்ட நாவரசு நினைவு மலருக்கு அப்துல் ரகுமான் 'வானத்தின் மரணம்' எனும் தலைப்பில் எழுதியுள்ள குறியீட்டுக் கவிதையில்,

'இவனை ஏன் பிறக்க வைத்தோம்' என்று
இறைவன்
தன்னைத் தானே
கேட்டுக்கொள்கிறான்
பரிணாம மரத்தின்
உச்சிக் கனி
அழுகிவிட்டது *(கவிக்கோ கவிதைகள், ப.632)*

என்று எழுதியிருப்பது ஜான்டேவிட்டுக்கான அடிகளாகவே எண்ணத் தோன்றுகின்றது. த. பழமலய் கவிதையில் ஒருவரிப் பதிவு உள்ளது. இதனை அத்தியூர் விஜயா நிகழ்வில் கண்ணுற முடியும். தமிழ்க் கவிதையில் நாவரசுவின் மரணம் ஆற்றாமை கொள்ளும் விதத்திலும் நினைவேந்தலாகவும் பதிவாகியுள்ளது.

கோவை குண்டுவெடிப்பு (14.2.1998)

தீவிரவாதமோ வன்முறையோ இரண்டிலும் மிகப்பெரிய குற்றம் குண்டுவெடிப்பு நிகழ்த்துவதாகும். இச்செயல் தமிழகத்தின் கோயம்புத்தூர் மாவட்டத்திலும் 1998 பிப்பிரவரி 14ஆம் நாளில் நடந்தது. மதக்கலவரமொன்றில் இந்துத்துவவாதிகளால் இசுலாமியர்கள் கொல்லப்பட்ட அடக்குமுறையின் எதிர்வினையாக இக்குண்டுவெடிப்புச் செயல் நிகழ்ந்துள்ளது.

இந்நிகழ்வின் பின்புலத்தை அறியக் கோவை மண்ணில் நிலவி வந்த நெடுங்காலச் சூழலை அறிவது அவசியம். இதுகுறித்துச் சட்டமன்ற உறுப்பினரான (1996-2001) ஏ.வி. அப்துல் நாசர் காட்டும் மத அடிப்படையிலான மோதல்களின் விளக்கம் உணர்த்துகின்றது. அவர் 1914 முதல் 1997 வரை இருமதத்தினருக்கு இடையிலான மதக்கலவரங்கள், வன்முறைகள்,அவற்றின் விளைவுகள் ஆகியவற்றை எடுத்துக்காட்டியுள்ளார்.[184] இவ்வரலாறு உண்டாக்கியிருக்கும் சமூகப் போக்கே குண்டுவெடிப்புக்குக் காரணமாக அமைந்த மதக்கலவரத்திற்கு அடிப்படையாக அமைந்தது. மேலும் அங்குக் காவல்துறையினர்க்கும் இசுலாமியர்களுக்கும் இடையேயான பூசல்களுக்கான சில காரணங்களை அ. மார்க்ஸ் குறிப்பிடுவதன் வழியும் அறியமுடிகின்றது.[185]

மேற்சுட்டிய மதக்கலவரம் 1997 நவம்பர் மாதத்தில் நடந்தது. நவம்பர் 29இல் சாலை விதியினை மீறி ஓர் இருசக்கர வாகனத்தில் 3 இசுலாமிய இளைஞர்கள் பயணித்ததால், காவல்நிலையம் அழைத்துச் சென்ற காவலர் செல்வராஜ் அன்றிரவே சிலரால் கொலை செய்யப்பட்டார். இதனால் சினமடைந்த காவல்துறையினரால்,

விசாரணைக்கு 3 இளைஞர்களும் சரணடைந்த பின்பும் கண்டன ஊர்வலம் நடத்திட, இந்து முன்னணித் தலைவரான இராமகோபாலன் முன்னிலையில் ஒரு கூட்டம் நடத்தப்பட்டது. இக்கூட்டத்தில் தூண்டப்பட்ட இசுலாமிய வெறுப்பு காரணமாக[186] இந்து முன்னணியினரும் பங்கேற்ற ஊர்வலமானது, இசுலாமியர்களின் நடைபாதைக் கடைகள் கொளுத்தப்பட்டுக் கலவரமாகியது.

நவம்பர் 29, 30 ஆகிய நாள்களில் கலவரத்தில் 24 இசுலாமியர்கள் படுகொலை செய்யப்பட்டனர். அரசாங்கக் கணக்கு 19 பேர் கொலை, 10 பேர் காணவில்லை என்றது.[187] மேலும் 500 கோடி மதிப்பிலான சொத்துகள் சிதைக்கப்பட்டன. காவல்துறையினரின் ஒத்துழைப்பிருந்த இவ்வன்முறையில், இசுலாமியர்களின் வீடுகள், நகரத்தைச் சுற்றியுள்ள பல பள்ளிவாசல்கள் இடிக்கப்பட்டும் தீ வைக்கப்பட்டும் சிதைக்கப்பட்டன. டிசம்பர் முதல்நாளும் ஒருவர் சுடப்பட்டார். இக்கலவர நிகழ்வுகளில் கைது செய்யப்பட்ட 250 பேரில் ஒருவர்கூட ஓராண்டுச் சிறைத்தண்டனையையும் பெறவில்லை. கைதானவர்களிலும் உண்மைக் குற்றவாளிகள் பலருக்குப் பதிலாக இந்து முன்னணியினர் இருந்தனர்.[188] கலவரத்திற்கான முறையான விசாரணையோ நடவடிக்கையோ நிறைவளிக்காத நிலை இசுலாமியர்களிடையே பெருஞ்சினத்தைத் தூண்டியது.

இரண்டு மாதங்கள் கழிந்து 14.2.1998இல் மேற்கண்டதன் நீட்சியாக, பழிவாங்கும் செயலாகக் குண்டுவெடிப்பு நிகழ்ந்தது. பாரதிய சனதாவின் எல்.கே. அத்வானி பங்குபெறவிருந்த மாநாடொன்று கோவையில் நடந்தது. அயோத்தியில் பாபர் மசூதி இடிப்பு உள்ளிட்ட பல்வேறு இசுலாமியர்க்கெதிரான கலவரங்களின் பின்னணியில் அவரைக் கொலை செய்யத் திட்டமிடப்பட்டிருந்தது. இதற்காகக் கோவை நகரில் 11 இடங்களில் 13 குண்டுகள் வைக்கப்பட்டிருந்தன. சனிக்கிழமையான அன்று பிற்பகல் 3.50 மணியளவில் இரயில் நிலையமருகே மிதிவண்டி நிறுத்தத்தில் முதல்குண்டு வெடித்தது.பிறகு 5 நிமிட இடைவெளிகளில் அடுத்தடுத்த குண்டுகள் ஆர்.எஸ்.புரம், பாரதிய சனதா அலுவலகம், அரசு மருத்துவமனை, சிவானந்தா காலனி, சண்முகம் சாலை, கனிராவுத்தர் வீதி உள்ளிட்ட இடங்களில் வெடித்தன. முதலில் வெடிக்கும்படி மாநாட்டு மேடைக்கு அருகிலிருந்த அஞ்சல் நிலையத்தில் வைக்கப்பட்டிருந்த குண்டும், காவலர் குடியிருப்பில் வைக்கப்பட்டிருந்த குண்டும் காவல்துறையால் பாதுகாப்புப் படையினர் மூலம் அகற்றப்பட்டன. இரவு 10 மணியளவிலும் ஒரு குண்டு வெடித்தது. பிறகு பிப்பிரவரி 17இல் ஒரு

குண்டு வெடித்ததில் இசுலாமியச் சிறுவர்கள் 4 பேர் இறந்தனர்.[189]

பிப்பிரவரி 14 முதல் பிப்பிரவரி 17 வரை நிகழ்ந்த இவ்வன்முறைக்குப் பொதுமக்கள் 58 பேர் உயிரிழந்தனர். நூற்றுக்கும் மேற்பட்டோர் படுகாயம் அடைந்தனர். பல கோடி மதிப்பிலான சொத்துகள் குண்டுவெடிப்பிலும் தனிப்பட்ட முறையிலும் அழிக்கப்பட்டன. கோவை நகரம் மட்டுமல்ல நாடெங்கும் பேரதிர்ச்சியும் பதற்றமும் நிலவின. 12 கி.மீ. தூரத்திற்குள்ளாக இயக்கம் கண்ட வெடிகுண்டுகளில் ஒரு வாகனத்தில் வைக்கப்பட்டிருந்த குண்டு ஒன்றினைத் தமிழக வெடிகுண்டு வல்லுநர்களால் முடியாமல் இந்திய அளவில் வரவழைக்கப்பட்டுச் செயலிழக்கச் செய்யப்பட்டது. அது வெடித்திருந்தால் உலக குண்டுவெடிப்பு வரலாற்றில் கோவை பெரும் அழிவைச் சந்தித்திருக்கும் என அறியப்படுகின்றது. நவம்பரில் நடந்த கலவரத்தைப் போலவே இதற்கும் உண்மையறியும் குழு நீதிபதி கோகுலகிருஷ்ணன் தலைமையில் அமைக்கப்பட்டது.

நிகழ்வை முன்பே தடுத்திருக்கவேண்டிய காவல்துறை, அல் - உம்மா அமைப்பினரின் இத்திட்டத்தை ஒரு வாய்ப்பாக எண்ணியதாகக் கருதப்படுகின்றது.[190] நவம்பர் கலவரம் குறித்த தகவல்கள் அதிகாரப்பூர்வமாக வெளிப்பட்டுவிட்டால் அவர்களுக்கு உண்டாகும் பாதிப்பு மற்றும் கலவரத்தில் நடந்த படுகொலைகளின் விளைவால் இசுலாமியர்கள்மீது பொதுமக்களுக்கு உண்டான கருணை ஆகிய இரண்டினைத் தகர்க்க இவ்வாறு கருதியுள்ளது.[191] இந்தப் பெரிய குண்டுவெடிப்பு நிகழ்ந்தால், நவம்பர் கலவரம் ஒரு சிறு நிகழ்வாக மறைக்கப்பட்டுவிடும், இசுலாமியர்மீது மிகப்பெரிய வெறுப்பு மனநிலை ஏற்படும் என்றும் எண்ணிக் கொண்டதாகக் குறிப்பிடப்படுகின்றது.

நிகழ்வுக்குரிய விசாரணையில் இசுலாமியர்கள் மிரட்டப்படுவது உள்ளிட்ட துன்புறுத்தல்களுக்கு ஆளாயினர். இசுலாமியர்களின் பழிவாங்கும் செயலாகக் கருதப்படுகின்ற குண்டுவெடிப்பில் பொதுமக்களே பாதிக்கப்பட்டனர். இசுலாமிய அமைப்புகளின் தலைவர்கள், 30 சிறுவர்கள் உள்ளிட்டு 168 பேர் கைதாயினர். 2007ஆம் ஆண்டு வழங்கப்பட்ட தீர்ப்பில் 153 பேர் குற்றவாளிகளாக அறிவிக்கப்பட்டு, 3 ஆண்டு முதல் 13 ஆண்டுகள் வரை சிறைத்தண்டனையும் பலருக்கு ஆயுள்தண்டனையும் அளிக்கப்பட்டது. இவ்வழக்கில் 9 ஆண்டுகளாகப் பிணை மறுக்கப்பட்டது. தவறிழைக்காதவர்களும் விசாரணைக் காலத்தைத் தண்டனையாக அனுபவிக்க நேரிட்டது.[192] இருபது ஆண்டுகளாகத் தலைமறைவாகியிருந்த

இவ்வழக்கின் ஒரு குற்றவாளி அண்மையில் செப்டம்பர் 2018இல் கைதுசெய்யப்பட்டார்.[193]

தமிழ்ச் சமூகத்தில் மட்டுமல்லாது உலகெங்கும் அதிர்வைத் தந்தது இக்குண்டுவெடிப்பு. தமிழ்க் கவிதையில் இந்நிகழ்வு இரா. மீனாட்சியின் படைப்பில் பதிவாகியிருப்பதன் மூலம் மிகப்பெரியதொரு வரலாற்று நிகழ்வு சமூக வரலாற்றிற்குச் சாட்சியாக்கப்பட்டுள்ளது. அவர் 'கோவை 1998' என்ற தலைப்பில்,

குதித்து வந்த குட்டி முயலே
என்னைக் கும்மாளி போடவைத்த
செல்லக்கிளி தளிர் இயலே
சர்க்கார் சாலையிலே
சிதறிக் கிடக்கிறாயேடா
செவ்வரளி இதழ் இதழாய்...

கவண் கல்லாய்
எவன் எறிந்த வெடிகுண்டு? (வாசனைப்புல், ப.79)

என்று குண்டுவெடிப்பில் சிதறுண்ட சிறு பிள்ளையின் மரணத்துக்காக மனம் வெகுள்கின்றார். அடுத்த பக்கத்தில் '1999 ஜனவரியில் கோவை நகரைச் சுற்றிவந்தபோது...' என்ற தலைப்பிலொரு கவிதையை, "நினைவுகளே நடுகல்லாகிப்போன, நடுச்சாலையில், நாங்கள் மௌன அஞ்சலி செய்கின்றோம்" என்று முடித்திருக்கின்றார். குண்டுவெடிப்பில் பலியாகிப்போன உயிர்களையெண்ணி இரா. மீனாட்சியின் கவிதைகள் கருணை கொள்கின்றன. அதேநேரம், பெரும் பரபரப்பை ஏற்படுத்திய இக்கொடிய நிகழ்வைக் குறித்துப் பதிவுகள் அதிகம் இல்லாமலிருக்கின்றது.

சிறைப்பட்டவர்களின் தண்டனையைவிட அவர்களின் குடும்பங்களுக்கு ஏற்பட்ட பலவித நெருக்கடிகள் அதிகம். இவற்றைத் தமிழ்ப் புனைவுகள் பதிவுசெய்திருக்கின்றன. சம்சுதீன் ஹீரா எழுதிய 'மௌனத்தின் சாட்சியங்கள்' (2015, பொன்னுலகம் பதிப்பகம்) புதினம், அ. கரீம் எழுதிய 'தாழிடப்பட்ட கதவுகள்' (2016, பாரதி புத்தகாலயம்) எனும் சிறுகதைத் தொகுப்பு உள்ளிட்டவை இவ்வினையை ஆற்றியிருக்கின்றன.

தொகுப்புரை

இருபதாம் நூற்றாண்டு அறிவு வளத்தாலும் அறிவியல் வளத்தாலும் செழிப்புற்ற காலம்; அதிகப்படியான விளைவுகளை ஏற்படுத்தும் அணுக் கருவிகள் கண்டுபிடித்துப் பயன்படுத்தப்பட்ட

காலம். உலகெங்கும் இந்நூற்றாண்டில் வன்செயல்களால் விளைந்த பாதிப்புகள் கூடுதலாகவே இருக்கின்றன. தமிழ்ச் சமூகத்தில் அப்படியும், இன்னபிற காரணங்களாலும் நிகழ்ந்த, கவிதைகளில் பதிவாகியுள்ள அத்தகைய வன்செயல் நிகழ்வுகளை இவ்வியலில், வெளிப்படுத்தவே ஆய்வு மேற்கொள்ளப்பட்டிருக்கின்றது.

இவற்றுள் தனி நிகழ்வுகளாக ஆஷ் கொலை, சிவபுரம் சிலை கடத்தல், மெரினா துப்பாக்கிச்சூடு, நாவரசு கொலை ஆகிய நான்கும், சாதிய நிகழ்வுகளாகப் புளியங்குடி வன்முறை, முதுகுளத்தூர் கலவரம், கீழவெண்மணிப் படுகொலை, விழுப்புரம் படுகொலை, உஞ்சனை கலவரம், குளப்பாடிக் கிணற்றுப் படுகொலை, போடிநாயக்கனூர் கலவரம் ஆகிய ஏழும், மத அடிப்படையிலான நிகழ்வுகளாக மண்டைக்காடு கலவரம், திருவல்லிக்கேணி கலவரம், கோவை குண்டுவெடிப்பு ஆகிய மூன்றும், இன அடிப்படையிலான நிகழ்வுகளாகப் பிஜித் தீவில் தமிழர் வதை, ஈழத் தமிழர் படுகொலைகள், பம்பாயில் தமிழர்கள்மீது தாக்குதல், காவிரியும் கருநாடகத் தமிழர்கள்மீது தாக்குதலும் ஆகிய நான்கும், பாலியல் வன்கொடுமைகளாகச் சிதம்பரம் பத்மினி வன்கொடுமை, வாச்சாத்தி வன்கொடுமை, அத்தியூர் விஜயா வன்கொடுமை, பிரேமானந்தா பாலியல் குற்றங்கள் ஆகிய நான்கும் இடம்பெற்றுள்ளன. இவ்வாறு மொத்தம் 23 வன்செயல் நிகழ்வுகளும் அவற்றின் கவிதைப் பதிவுகளும் இவ்வியலில் ஆராயப்பெற்றுள்ளன.

மேற்காணும் நிகழ்வுகளுள் பெரும்தாக்கத்தை ஏற்படுத்திய நிகழ்வுகள் ஈழப் படுகொலைகளும் கீழவெண்மணிப் படுகொலையும்தான். மேலும், கவிதைப் பதிவுகளையும் அதிகம் கொண்டிருக்கின்றன. எனவே, சற்றுக் கூடுதலாகவும் அவை விளக்கப்பட்டுள்ளன. புளியங்குடி வன்முறையிலும், சிவபுரம் சிலை கடத்தலிலும், பம்பாய் நிகழ்விலும் எனச் சிலவற்றில் நிகழ்வு நடந்த நாளை அறிவது அரிதாகவே இருக்கின்றது.

சாதி அடிப்படையிலான நிகழ்வுகளும் அவற்றுள் கலவரங்களுமே அதிகப்படியாக நிகழ்ந்துள்ளன. இத்தகைய வன்செயல்களுக்கெல்லாம் உடனடிக் காரணம் ஒன்று இருந்ததே தவிர மூல காரணம் சாதியப் பாகுபாடுதான். அதேபோன்றுதான் மதக் கலவரங்களின் பின்புலங்களும் இருக்கின்றன. சாதிய நிகழ்வுகளைக் காட்டிலும் மதக் கலவரங்கள் பற்றிய கவிதைப் பதிவுகள் குறைவான விழுக்காட்டினையே கொண்டிருக்கின்றன. இவ்வியலில்

இடம்பெற்றுள்ள பெரும்பாலான நிகழ்வுகள் முன்னேறிய சாதியினருக்கும் ஒடுக்கப்பட்ட சமூகத்தினருக்கும் இடையில் நிகழ்ந்ததாக இருக்கின்றன. இவற்றில் இரண்டாம் தரப்பினரே அதிகப்படியான பாதிப்புக்குள்ளானவர்களாக இருக்கின்றனர். ஐம்பதுகளுக்கு முன்பாக இத்தகைய ஒடுக்குமுறை நிகழ்வுகளைக் காணமுடியவில்லை. அப்படியாயின் பிந்தைய நிகழ்வுகளுக்கு உரிய காரணங்களில் சமூக இயக்கங்கள் மற்றும் பொதுவுடைமைக் கட்சியின் தாக்கத்தால் எழுந்த விழிப்புணர்வுநிலையின் விளைவுகள் முதன்மைக் காரணங்களாகத் தெரிகின்றன.

மேற்காணும் சாதிய நிகழ்வுகளல்லாது இருபதாம் நூற்றாண்டில் அத்தன்மைத்தானவை இன்னும் பல நிகழ்ந்திருக்கின்றன. அவை கவிதைகளில் பதிவாகியிருக்கவில்லை. அதேசமயம், கவிதையில் பதிவாகியிருந்தாலும் ஒன்றிரண்டின் வரலாற்றை அறியமுடியவில்லை. கந்தர்வனின் 'ஒரு டீயின் விலை' எனும் கவிதையில் "*பொது கிளாஸில் டீ கேட்க, தனி கிளாஸில் டீ கொடுக்க, ஒரு டீயின் விலை, ஒன்பது உயிர்கள் என்று, விலைவாசி, உயர்ந்து கிடக்கிறது*"" எனும் அடிகள் இடம்பெற்றுள்ளன. இவ்வடிகள் சாதியப் பாகுபாட்டால் விளைந்த ஒரு நிகழ்வினைக் குறிப்பது தெளிவுபடுகின்றது. ஆனால் அந்நிகழ்வின் வரலாற்றை அறிதல் அரிதாகவே உள்ளது. திருநெல்வேலி மாவட்டம் குமந்தபுரம் பகுதியில் 1982இல் இத்தகைய தனிக்குவளை முறைக்காக அரசு அலுவலகங்கள் முன் போராட்டம் நடந்துள்ளது. ஆனால் 9 உயிர்கள் பலியானது பற்றிய விவரம் இல்லை. கந்தர்வனுடனிருந்து பழகிய அறிஞர்கள் அக்கவிதை கோவை அல்லது அதுபோன்ற மேற்கு மாவட்ட நிகழ்வாகவும், செய்தித்தாளில் படித்துவிட்டு உடனடிக் கவிதையாக இயற்றப்பட்டதாகவும் தெரிவிக்கின்றனர்.[194] ஆனால் அப்படி மேற்கு மாவட்ட நிகழ்வாக நடந்திருக்கின்ற விவரத்தையும் அறிய முடியவில்லை. சிலர் 'ஒன்பது' எனும் எண்ணிக்கை கவிதைக்காகப் பயன்படுத்தப்பட்டது என்றும் தெரிவிக்கின்றனர்.[195]

மேலும், அவினாசியின் காட்டுப்பாளையத்தில் இராசாத்தி என்பவர், கணவர் மதுப்பழக்கத்தினால் கொடுமைசெய்து வந்ததால், தாமே கணவனைக் கொன்ற நிகழ்வு (தமிழன்பன்), கடலூர் பகுதியான காரைக்காட்டில் அரசுப் பள்ளிக்குத் தீ வைத்த நிகழ்வு (பழமலய்), ஒரு சொல்லாகப் பதிவுபெற்றுள்ள தாழங்குடி, குண்டையூர், காருகுடி ஆகிய பகுதிகளில் ஒடுக்கப்பட்ட மக்கள்மீது ஆதிக்கத்தால் உண்டான நிகழ்வுகள் (தணிகைச்செல்வன்) ஆகியவற்றின் வரலாற்றினை அறிய

இயலவில்லை. காலச்சூழலுக்கேற்பக் கவிஞர்கள் அதனைப் படைத்திட்டாலும் காலங்கடந்து அவர்களாலாயே அதனைச் சரிவர நினைவுகூருவதற்கில்லை என்பதாலும், சமூகத்தில் இவற்றின் விளைவு கருதியும் இங்கு எடுத்தாளப்படவில்லை. தமிழரசன், பாலன், சீராளன் முதலிய சில தனிநபர் மரணங்கள் ஓரிரு சொற்களெனக் கவிதைகளில் (வெ.நா. திருமூர்த்தி, பெருஞ்சித்திரனார், சிற்பி, பழமலய்) இடம்பெற்றுள்ளன. இவை தெளிவுகண்டு மேலாய்வில் ஆராயத்தக்கவை. புளியங்குடி வன்முறை *(1946)* மட்டும் பழமலய் கவிதையில் கொடுக்கப்பட்டிருந்த முக்கியத்துவத்தாலும், அவ்வூரின் சாதிய வரலாற்றாலும் ஆராயப்பெற்றுள்ளது.

அதிகப்படியான கவிதைப் பதிவுகளைக் கொண்டிருக்கும் நிகழ்வுகளாகக் கீழவெண்மணிப் படுகொலை*(15)*, ஈழத் தமிழர் படுகொலைகள்*(13)* ஆகிய இரண்டும் விளங்குகின்றன. அதேபோன்று, அதிகப்படியான நிகழ்வுகளுக்குக் கிடைக்கும் கவிதைப் பதிவுகளாகப் பழமலய்*(10)*, தணிகைச்செல்வன்*(9)*, இன்குலாப்*(8)*, தமிழன்பன்*(7)* ஆகியோர் கவிதைகள் பங்குவகிக்கின்றன. இவற்றுள் தமிழன்பன் கவிதைகளால் மண்டைக்காடு கலவரம், போடிநாயக்கனூர் கலவரம், பிரேமானந்தா பாலியல் குற்றங்கள் ஆகியவற்றையும்; தணிகைச்செல்வன் கவிதைகளால் பம்பாயில் தமிழர்கள்மீது தாக்குதல், சிவபுரம் சிலை கடத்தல், திருவல்லிக்கேணி கலவரம் ஆகியவற்றையும்; பழமலய் கவிதையால் புளியங்குடி வன்முறை, இன்குலாப் கவிதைகளால் குளப்பாடிக் கிணற்றுப் படுகொலை, உஞ்சனை கலவரம் ஆகியவற்றையும் இனங்காண முடிகின்றது. அதேபோன்று இரா. மீனாட்சி கவிதையால் கோவை குண்டுவெடிப்பு நிகழ்வைக் காணமுடிகின்றது. இவையனைத்தும் தனிநபர் கவிதைப் பதிவுகளால் இங்கு ஆராயப்பட்டுள்ளன.

கவிதைகளில் இடம்பெறாத எம்டன் கப்பலின் தாக்குதல் (செப்டம்பர் *1914*), குற்றப் பரம்பரைச் சட்டத்தால் உருவான பெருங்காமநல்லூர்க் கலவரம் (ஏப்பிரல் *1920*), சேலம் சிறை துப்பாக்கிச்சூடு (பிப்பிரவரி *1950*), விமானநிலையக் குண்டுவெடிப்பு (ஆகஸ்ட் *1984*), கொடியங்குளம் (ஆகஸ்ட் *1995*), மேலவளைவு (சூன் *1997*) உள்ளிட்ட சாதிய நிகழ்வுகள் முதலிய முக்கியமான நிகழ்வுகள் இருக்கவே செய்கின்றன. இவையும் இருபதாம் நூற்றாண்டின் வரலாற்றில் பங்கு வகிப்பவையே ஆகும்.

......

சான்றெண் விளக்கம்

1. ஆ. சிவசுப்பிரமணியன், *ஆஷ் கொலையும் இந்தியப் புரட்சி இயக்கமும்*, பக்.17-19.
2. மேலது, ப.30.
3. எஸ்.பி. சொக்கலிங்கம், *பிரபல கொலை வழக்குகள்*, ப.25
4. ஆ. சிவசுப்பிரமணியன், மு.கு.நூ., ப.74.
5. https://www.jeyamohan.in/4488#.XErFItIzZaQ, பா.நா.:11.8.2018.
6. http://www.tamilsurangam.in/tamil_world/countries/fiji.html, பா.நா.:23.9.2018.
7. C.F. Andrews, W.W. Pearson, Report on Indentured Labour in Fiji, பக்.4,5.
8. மேலது, பக்.21,31.
9. மேலது, பக்.11-13.
10. மேலது, பக்.15-39.
11. மேலது, ப.45.
12. சீனி. விசுவநாதன், *கால வரிசையில் பாரதி பாடல்கள்*, ப.678
13. http://www.keetru.com/index.php?option=com_content&view=article&id=19518&Itemid=139, பா.நா.:14.9.2018
14. தி இந்து - 9.7.2016.
15. *சிவன் சொத்து*, ப.11.
16. மேலது.
17. *விடுதலை* - 21.1.1982.
18. ஐ. சண்முகநாதன், *ஒரு தமிழன் பார்வையில் இருபதாம் நூற்றாண்டு வரலாறு*, ப.581.
19. http://www.kungumam.co.in/MArticalinnerdetail.aspx?id=5292&id1=30&id2=56&issue=20160509, ð£.ï£.:21.8.2018.
20. தி இந்து - 3.8.2016.
21. வா.மு.சே. ஆண்டவர், ஆ. குழந்தை, *ஈழ ஏதிலியர் ஓர் அறைகூவல்*, ப.17.
22. கு.வெ.கி. ஆசான், *1948 முதல் 1996 வரை...ஈழத் தமிழர்களின் உரிமைப் போர் வரலாறு*, ப.4.

23. காசி ஆனந்தன், *காசி ஆனந்தன் கவிதைகள் - முதல் தொகுப்பு*, ப.17.
24. கு.வெ.கி. ஆசான், மு.கு.நூ., ப.6.
25. கி. இலக்குவன், *ஈழத்தமிழர் உரிமைப் போராட்ட வரலாறு*, பக்.95,96.
26. தமிழவேள், *தமிழ் ஈழம்: தேசிய இனச்சிக்கலும், டானியலின் கருத்து நிலையும்*, ப.XI).
27. கி. இலக்குவன், மு.கு.நூ., பக்.98,99.
28. கு.வெ.கி. ஆசான், மு.கு.நூ., பக்.20,21. , சி. புஸ்பராஜா, *ஈழப் போராட்டத்தில் எனது சாட்சியம்*, ப.241.
29. http://www.eelamview.com/2012/06/02/burning-of-the-jaffna-library/, பா.நா.:22.9.2018.
30. நீலவண்ணன், *மீண்டும் யாழ்ப்பாணம் எரிகிறது*, பக்.31-33.
31. *இந்து தமிழ் திசை* - 19.9.2018.
32. கு.வெ.கி. ஆசான், மு.கு.நூ., ப.25,.
33. தமிழவேள், மு.கு.நூ., ப.ஜ்.
34. கி. இலக்குவன், மு.கு.நூ., ப.124.
35. கு.வெ.கி. ஆசான், மு.கு.நூ., ப.32.
36. மேலது, ப.33.
37. சி. புஸ்பராஜா, மு.கு.நூ., பக்.458,460,.
38. https://nakkheeran.in/special-articles/special-article/indian-peace-keeping-force-srilanka, பா.நா.:22.9.2018, https://ta.wikipedia.org/wiki/இந்திய_அமைதி_காக்கும்_படை, பா.நா.:11.10.2018.
39. கு.வெ.கி. ஆசான், மு.கு.நூ., பக்.14,15.
40. ஐ. சண்முகநாதன், மு.கு.நூ., பக்.578-638.
41. ரவிக்குமார், *தமிழராய் உணரும் தருணம்*, பிற்சேர்க்கை.
42. http://www.tn.gov.in/rti/proactive/public/handbook_rehabilitation.pdf,பா.நா.:11.10.2018.
    கா.அ. மணிக்குமார், *முதுகுளத்தூர் படுகொலை*, பக்.43-45.
43. https://www.vinavu.com/2011/06/04/pasumpon-muthu-ramalingam/, பா.நா.:10.8.2018.
44. கா.அ. மணிக்குமார், மு.கு.நூ., ப.5.

45. மேலது.
46. மேலது, ப.42.
47. http://www.keetru.com/index.php/2014-03-08-04-35-27/2014-03-08-12-18-14/35640-2018-08-16-08-03-30, பா.நா.:16.8.2018.
48. மேலது.
49. *விடுதலை* - 17.8.67.
50. மேலது, 30.9.67.
51. http://www.keetru.com/index.php/2014-03-08-04-35-27/2014-03-08-12-18-14/35640-2018-08-16-08-03-30, பா.நா.:16.8.2018.
52. *விடுதலை* - 30.8.67.
53. மேலது.
54. மேலது, 19.9.67.
55. மேலது, 27.9.67.
56. கோ. வீரய்யன், *தமிழ்நாடு விவசாயிகள் இயக்கத்தின் வீர வரலாறு,* ப.55.
57. செ.த. சுமதி, *வெண்மணி படுகொலைகள்: வரலாறும் கலை இலக்கியப் பதிவுகளும்,* பக்.27,28.
58. கோ. வீரய்யன், *சங்கம் படைத்த சரித்திரம்,* ப.33.
59. செ.த. சுமதி, மு.கு.நூ., பக்.47,48.
60. கோ. வீரய்யன், *சங்கம் படைத்த சரித்திரம்,* ப.30.
61. அப்பணசாமி, *தென்பரை முதல் வெண்மணி வரை,* ப.14. , கோ. வீரய்யன், மேலது, ப.39. , தி இந்து - 26.12.2017.
62. ஆர். நல்லகண்ணு, *வெண்மணிக் கவிதைகள்: நெஞ்சில் வைத்த நெருப்பு,* ப.vii.
63. கோ. வீரய்யன், *சங்கம் படைத்த சரித்திரம்,* ப.41,.
64. *வெண்மணி 50 எரியும் நினைவுகள், விகடன் தடம்,* 1 டிசம்பர் 2017, ப.80., *தி இந்து* - 26.12.2017.
65. உரையாடல் - பாரதி கிருஷ்ணகுமார், 4.2.2018.
66. அப்பணசாமி, மு.கு.நூ., ப.33.
67. எம்.பி. உதயசூரியன், *அதிர்ந்தது பூமி,* ப.23. , செ.த. சுமதி, மு.கு.நூ., பக்.168.169.
68. நியூ செஞ்சுரி புக் ஹவுஸ் (பி) லிட், முதற்பதிப்பு, செப்டம்பர் 2014.

69. கலந்துரையாடல் - இந்திரன், 21.11.2017.
70. பெருஞ்சித்திரனார், *கனிச்சாறு* - 3, ப.உஉ.
71. வெண்மணியைப் பொறுத்தவரையில் கீழவெண்மணி, கீழ்வெண்மணி என்றிரண்டு பெயர்ப்பயன்பாடுகளும் பெருமளவு புழங்குகின்றன. கோபால கிருஷ்ண நாயுடுவின் ஊர்ப்பெயர் இரிஞ்சூர், இருஞ்சூர், இரிஞ்சியூர் எனவும் பயன்படுத்தப்பட்டுள்ளது. பெரும்பான்மை இரிஞ்சூர்தான். நிகழ்வு நடந்ததைப் பதிவுசெய்திருப்பதில் கிடைக்கும் தகவல் மாறுபாடுகள், அதன் வரலாற்றைத் தந்திருப்பதற்குள்ளே கிடக்கும் செயல் வேறுபாடுகள் என வெண்மணி வரலாற்றில் துல்லியத்தைத் தேடுவதில் சிக்கல்கள் இருக்கின்றன.
72. *குமரன்* (இதழ்த் தொகுப்பு) 1971 - 1983, ப.846.
73. கோ. தான்யா, *இருபதாம் நூற்றாண்டுத் தமிழ்க் கவிதைகளில் மார்க்சிய கொள்கைகளின் தாக்கம்,* ப.213.
74. காண்க: *வெண்மணி 50 எரியும் நினைவுகள்,* மு.கு. இதழ். பக்.89-99.
75. *வெண்மணி 50 - தீக்கதிர் சிறப்பு மலர்,* பக்.426-434.
76. இன்குலாப், *ஒவ்வொரு புல்லையும்...,* ப.343.
77. டேவிட். டி, *விழுப்புரம் படுகொலை 1978,* பக்.37-45.
78. மேலது, ப.133.
79. மேலது, ப.30.
80. *விடுதலை* - 20.5.1980.
81. *தீக்கதிர்* - 27.6.2014.
82. கோ. கேசவன், *கோயில் நுழைவுப் போராட்டங்கள்,* பக்.201,202.
83. மேலது, ப.201.
84. *தீக்கதிர்* - 27.6.2014.
85. *தீக்கதிர்* - 27.6.2014.
86. *தி இந்து* - 19.8.2016.
87. *விடுதலை* - 5.6.1980.
88. ஆணைமுத்து என்றும் பதிவு உள்ளது - வெ. மதியரசன், *தமிழகத்தின் ஒடுக்கப்பட்டோர் மீதான வன்முறைகளும் இலக்கியப் பதிவுகளும்,* ப.67
89. கோ. கேசவன், மு.கு.நூ., ப.204.

90. அகவி, *தலித் கவிதையியல்,* ப.30.

91. வெ. மதியரசன், மு.கு.நூ., ப.66.

92. இன்குலாப், மு.கு.நூ., ப.112.

93. *கலந்துரையாடல்* - வீ. அரசு, 25.8.2017.

94. *விடுதலை* - 3.3.1982. , http://kumarimainthan.blogspot.com/2007/05/4.html,பா.நா.:16.8.2018, http://shodhganga.inflibnet.ac.in/bitstream/10603/179317/11/11_chapter5.pdf, பா.நா.:16.8.2018.

95. https://ta.wikipedia.org/wiki/மண்டைக்காடு_கலவரம், பா.நா.:16.8.2018

96. *விடுதலை* - 5,10, மார்ச்சு 1982.

97. https://ta.wikipedia.org/wiki/மண்டைக்காடு_கலவரம், பா.நா.:16.8.2018.

98. http://www.thiruvalluvar.in/2007/04/blog-post_21.html, பா.நா.:16.8.2018.

99. *விடுதலை* - 14.3.1982.

100. http://www.rjisacjournal.com/mandaikadu-riots/, பா.நா.:17.8.2018.

101. http://eegarai.darkbb.com/t4374-topic, பா.நா.:17.8.2018.

102. *விடுதலை* - 15.3.1982.

103. http://www.tamilhindu.com/2010/12/church-in-mandaikadu/, பா.நா.:16.8.2018.

104. http://vsrc.in/index.php/articles/2014-07-30-08-53-42/item/569-2013-07-06-10-11-05, பா.நா.:16.8.2018.

105. https://www.thehindu.com/news/cities/chennai/chen-columns/look-beyond-the-marina/article3731724.ece, பா.நா.:8.9.2018.

106. https://www.jstor.org/action/doBasicSearch?Query=victims+of+beautification&acc=off&wc=on&fc=off&group=none, பா.நா.:5.9.2018.

107. மேலது.

108. *கலந்துரையாடல்* - பொ.நெடுமாறன், வழக்கறிஞர், அயோத்தியா குப்பம், 1.9.2018.

109. மேலது.

110. https://www.jstor.org/action/doBasicSearch?Query=marina+atrocities, *பா.நா.: 4.9.2018.*

111. மேலது.

112. மேலது.

113. https://www.jstor.org/action/doBasicSearch?Query=victims+of+beautification&acc=off&wc=on&fc=off&group=none, *பா.நா.: 5.9.2018.*

114. https://www.jstor.org/stable/4395647?Search=yes&resultItemClick=true&searchText=bodi&searchText=riots&searchUri=%2Faction%2FdoBasicSearch%3FQuery%3Dbodi%2Briots&ab_segments=0%2Fdefault-1%2Frelevance_config_with_defaults_duplicate&refreqid=search%3Ab8975892d9f7683fa059df08802ceb93&seq=1#page_scan_tab_contents, *பா.நா.: 3.9.2018.*

115. மேலது.

116. மேலது.

117. மேலது.

118. மேலது.

119. மேலது.

120. Economic and political weekly - *22.09.1990.*

121. மேலது.

122. *இந்தியா டுடே - செப்.21 - அக்.5, 1990.*

123. மேலது.

124. Economic and political weekly - *22.09.1990.*

125. மேலது.

126. மேலது.

127. மேலது.

128. மேலது.

129. *ஜூனியர் விகடன் - 29.5.1991.*

130. *இந்தியா டுடே - ஜூன் 6 - 20, 1991.*

131. தா. பாண்டியன், *ராஜீவ் காந்தியின் கடைசி மணித்துளிகள்...*, *ப.111.*

132. https://tamilveangai.blogspot.com/2013/04/blog-post_8566.html, பா.நா.:18.9.2018,

133. https://ta.wikipedia.org/wiki/ராஜீவ்_காந்தி_படுகொலை, பா.நா.:18.9.2018.

134. https://www.bbc.com/tamil/india-45465328 , பா.நா.:18.9.2018.

135. மேலது.

136. https://keetru.com/index.php/sinthanaiyalan-jul18/35584-27, பா.நா.:18.9.2018.

137. மேலது.

138. https://tamilveangai.blogspot.com/2013/04/blog-post_8566.html, பா.நா.:18.9.2018.

139. *கலந்துரையாடல்* - காசி ஆனந்தன், 06.07,2018.

140. பெ.மணியரசன், *காவிரி: நேற்று-இன்று-நாளை,* பக்.22-31.

141. http://keetru.com/index.php/component/content/article?id=22549, பா.நா.:18.9.2018.

142. கி. வீரமணி, *காவிரிப் பிரச்சனை: தீர்வு வந்துவிட்டதா?,* ப.33.

143. Economic and political weekly - 4.7.1992.

144. https://www.youtube.com/watch?v=RfBfmbbnfcY, பா.நா.:18.11.2018.

145. Economic and political weekly - 4.7.1992.

146. மேலது.

147. மேலது.

148. https://tamil.oneindia.com/news/2004/03/09/cauvery.html, பா.நா.:19.11.2018.

149. Economic and political weekly - 4.7.1992.

150. https://tamil.oneindia.com/news/2004/03/09/cauvery.html, பா.நா.:19.11.2018.

151. https://ta.wikipedia.org/wiki/இராஜ்குமார்_ கடத்தல், பா.நா.:20.11.2018.

152. *தி இந்து* - ஆகஸ்ட் 29, செப்டம்பர் 13,20,21, அக்டோபர் 3 - 2016.

153. https://indiankanoon.org/doc/620570/, பா.நா.:7.9.2018.

154. இந்தியா டுடே - 24.9.1997.

155. https://sites.google.com/a/theekkadhir.com/www/theekkadhir/nation/084, பா.நா.:7.9.2018.

156. இந்தியா டுடே - 24.9.1997.

157. மேலது.

158. https://theekkathir.in/2012/06/29/சிதம்பரம்-பத்மினி-வழக்கு-2/, பா.நா.:7.9.2018.

159. இந்தியா டுடே - 24.9.1997.

160. பெ. சண்முகம், வாச்சாத்தி....உண்மையின் போர்க்குரல், ப.5.

161. மேலது, பக்.13-15.

162. மேலது, ப.7.

163. மேலது, ப.20.

164. மேலது, பக்.9-12.

165. தி இந்து - 17.07.2017.

166. பெ. சண்முகம், மு.கு.நூ., ப.5.

167. புதிய ஜனநாயகம் - அக்டோபர் 2011.

168. https://www.vikatan.com/anandavikatan/2006-aug-27/special/74954.html, பா.நா.:9.9.2018.

169. https://www.peoplesrights.in/tamil/?p=40, பா.நா.:9.9.2018.

170. https://www.peoplesrights.in/tamil/?p=40, பா.நா.:9.9.2018.

171. தி இந்து - 12.7.2014.

172. கலந்துரையாடல் - பேரா.பிரபா. கல்விமணி - 1.9.2018.

173. மேலது.

174. மேலது.

175. இந்தியா டுடே - 3.9.1997.

176. மேலது.

177. மேலது., https://theekkathir.in/2014/01/16/காமவெறி-சாமியார்-பிரேமானா/, பா.நா.:12.9.2018.

178. இந்தியா டுடே 3.9.1997.

179. http://www.tamilmurasu.org/Inner_Tamil_News.asp?Nid=2144, பா.நா.:12.9.2018.

180. https://www.dinamalar.com/News_Detail.asp?Id=228369, பா.நா.:23.8.2018.

181. ஐ.சண்முகநாதன், மு.கு.நூ., ப.354., https://tamil.oneindia.com/news/2001/10/05/john.html, பா.நா.:23.8.2018, http://thunivumagazine.blogspot.com/2011/10/blog-post_25.html#axzz5eRGgYIj1, பா.நா.:23.8.2018.

182. ஐ.சண்முகநாதன், மு.கு.நூ., ப.354.

183. http://thunivumagazine.blogspot.com/2011/10/blog-post_25.html#axzz5eRGgYIj1, பா.நா.:23.8.2018.

184. *கோவை கலவரத்தில் எனது சாட்சியம்*, பக்.50,51.

185. மேலது, பக்.19,20.

186. மேலது, பக்.59,61.

187. மேலது, ப.17.

188. மேலது, பக்.45,47.

189. மேலது, பக்.74-77.

190. மேலது, ப.82.

191. மேலது, ப.80.

192. மேலது, பக்.121-124.

193. *தினமணி* - 12.9.2018.

194. *கலந்துரையாடல்:* ஜனநேசன் - 28.8.2018, நா. முத்துநிலவன் - 22.8.2018.

195. *கலந்துரையாடல்* - எஸ்.ஏ. பெருமாள், 16.9.2018.

......

இயல் ஐந்து

இயற்கை மற்றும் பிற நிகழ்வுகள்: கவிதைகள்

உலகமானது உயிரினங்களைக் காட்டிலும் இயற்கைக்குரியதாக விளங்குகின்றது. இன்றுவரையிலும் இந்நிலையில் மாற்றமில்லை. மேலும், இயற்கைதான் உலகமும் ஆகும். இவ்வுலகமாயிருக்கும் விண், நிலம், நீர், காற்று, நெருப்பு ஆகிய ஐம்பூதங்களாலானது அந்த இயற்கையாகும். இதனை, "நம் புலனறிவால் உணரக்கூடிய, மனிதனல்லாத, மனிதனால் உடனடியாக இயற்றப்படாத புற உலகம் என்று இயற்கை வரையறுக்கப்படுகின்றது"[1] என ஆய்வுலகம் வெளிப்படுத்துகின்றது. இந்த இயற்கையால் நிகழ்த்தப்படுபவை இயற்கை நிகழ்வுகள் என்று பொதுவாக அறியப்படுகின்றது.

இயற்கையால் நிகழக்கூடிய திடீர் மாற்றங்கள் 'இயற்கை நிகழ்வு'கள் என்று இவ்வியலில் கொள்ளப்படுகின்றன. மனிதச் செயல்பாடுகளின் எல்லையினைக் கடந்த நிகழ்வுகள் பெரும்பாலும் இயற்கையினால் நிகழக்கூடியவையாக விளங்குகின்றன. அத்தகைய நிலைப்பாட்டினையுடைய புயல், பெருமழை, அம்மழையினால் ஏற்படக்கூடிய வெள்ளம், வறட்சி, பஞ்சம், நிலநடுக்கம் உள்ளிட்ட இயற்கையின் செயல்பாடுகளோடு 'விபத்து' உள்ளிட்ட ஒரு சில நிகழ்வுகளையும் இயற்கை நிகழ்வாகவே இவ்வாய்வு கருதுகின்றது. திட்டமிட்டுச் செய்யக்கூடிய நிகழ்வுகள் அல்லாத வகையில் விபத்து முதலியன அடங்கும். இவற்றில் நெருப்பினால் ஏற்படும் தீ விபத்தும் அடங்கும். காரணம், மனிதனால் திட்டமிட்டுச் செய்யப்படாத எந்த ஒரு செயல்பாடும் இயல்பாக நடந்ததாகக் கருதப்படுகின்றது.

மனிதன் இயற்கையின் மூலம் அடையும் பயன்களைக் கடந்த, முரணான விளைவுகளை ஏற்படுத்தக்கூடிய இயற்கையின் செயல்பாடுகளே இவ்வகைமைக்குள் அடங்கும். மானுடத்திற்கு, உயிரினங்களுக்குப் பாதிப்பை ஏற்படுத்தாத, வழக்கத்திற்கு மாறாக இயற்கை நிகழ்த்துவதையும் இவ்வகைப்பாட்டிற்குள் கொள்ளலாம். ஆனால், இருபதாம் நூற்றாண்டுக் கவிதைகளுக்குள் அத்தன்மைத்தானவை, வரலாற்று நிகழ்வுகளாக எடுத்துக்கொள்ளக்கூடிய வகையிலானவை இல்லை. பொதுவாக, இயற்கை இலக்கியத்தோடு தொடர்புறும் போது அதன் மதிப்பீட்டில் உயர்வடைகின்றது. இதனை,

இயற்கையை வெறும் படிமப் பயன்பாட்டுக்காகவும், உதாரண விளக்கத்திற்காகவும் பயன்படுத்தலாம். உவமைகளையும் உருவகங்களையும் அளிக்கக்கூடிய பொருட்களின் களஞ்சியமாகவும் இயற்கையை நோக்கலாம். ஆனால் மானிட நிகழ்வுகளோடு

தொடர்புறுத்தப்படும்போது அல்லது மானிட உணர்ச்சிகளுக்கும் செயல்களுக்கும் பின்னணியாக, சூழலாக அது நோக்கப்படும் போதுதான் தன் மிகச்சிறந்த தன்மையை இயற்கை வெளிப்படுத்துகிறது[2]

என்னும் ஷைர்ப் கருத்தை ஹட்சன் விளக்கியதைத் தனிநாயக அடிகள் காட்டுவதன்வழி மேலும் உணரமுடியும். ஆயினும், இருபதாம் நூற்றாண்டுக் கவிதைகளில் சற்று வேறுவிதமாகவே பயின்றுள்ளது.

இயற்கையோடு இணைந்து வாழ்ந்த சங்க இலக்கியக் காலம் முதல் பல்வேறு மாறுபாடுகளுக்குள்ளாகிய இருபதாம் நூற்றாண்டு வரையிலும் இயற்கை மனித வாழ்க்கையோடு தொடர்புபட்டிருக்கின்றது. மானுட வாழ்க்கைக்கு ஏற்கவியலாத சூழலைப் பெறுகின்றபோதுதான் இயற்கையானது மனித சமூகத்திற்கு முரணாக அமைகின்றது. இத்தகைய, ஏற்கவியலாத இயற்கையின் செயல்பாடுகளே இருபதாம் நூற்றாண்டுக் கவிஞர்களின் கவிதைகளில் முக்கியத்துவத்துடன் பதிவாகியுள்ளன. எதிர்பார்த்திராத விளைவுகளை ஏற்படுத்தும் இச்செயல்பாடுகளைத்தான் 'இயற்கை நிகழ்வுகள்' என்று இவ்வாய்வு கருதுகின்றது. மேலும் அதேபோன்று, எதிர்பாராமல் நிகழும் 'விபத்து'களையும் இவ்வாய்வு இயற்கை நிகழ்வாகவே கொள்கின்றது.

ஆக, இலக்கியம் தோன்றிய காலம் முதல் இருபதாம் நூற்றாண்டுவரை இயற்கை தமிழ்க்கவிதையோடு தொடர்புபட்டிருப்பதை உணரமுடிகின்றது. இவற்றில் பிற காலகட்டத்தைக் காட்டிலும் இருபதாம் நூற்றாண்டுக் கவிதைகள் இயற்கை ஏற்படுத்திய இழப்புகளுக்குக் கூடுதலாக முக்கியத்துவம் கொடுத்திருக்கின்றன. வழக்கமாக இக்கவிதைகளும் இயற்கையைப் பாடியிருந்தாலும் இழப்புகளை ஏற்படுத்தும் செயல்களையே நிகழ்வுகளாகக் கொள்ளமுடிகின்றது. அதாவது, இயற்கையின் சீற்றங்களே இங்கு மையப்படுத்தப்பட்டுள்ளன. இந்த முறைமையில் பதிவாகியுள்ள, இருபதாம் நூற்றாண்டுத் தமிழ்ச் சமூகத்தின் வரலாற்றுக்குப் பங்கு வகிக்கின்ற இயற்கை நிகழ்வுகளையும், அவற்றைப் பதிவுசெய்துள்ள கவிதைப் பதிவுகளையும் இவ்வியல் அறிமுகம் செய்கின்றது.

இங்கு மேலும் குறிப்பிடவேண்டியது, இவ்வியல் குறிப்பிடுகின்ற 'பிற நிகழ்வுகள்' எனும் வகைக்குள் அரசியல், போராட்டம், வன்செயல், இயற்கை ஆகிய இவ்வாய்வின் நான்கு பகுப்புக்குள்ளும் அடங்காத நிகழ்வுகளே கொள்ளப்படுகின்றன என்பதாகும். இவ்வகையில் கவிதைப் பதிவுகள் காட்டும் சில நிகழ்வுகள் இங்கு ஆராயப்படுகின்றன.

இயற்கை நிகழ்வுகள்

இயற்கையின் செயல்பாடுகளால் நிகழ்ந்த பேரிடர்கள் இங்கு ஆராயப்படுகின்றன. இவற்றில் புயல் நிகழ்வுகளே அதிகமாக உள்ளன. இவற்றுடன் வெள்ளம், விபத்து, பஞ்சம் பற்றிய நிகழ்வுகளும் ஆராயப்படுகின்றன.

புதுச்சேரிப் புயல் (22.11.1916)

இயற்கை மனிதர்க்கெல்லாம் பொது என்பதனால் அதன் சீற்றமும் பொதுவானதாகவே இருக்கின்றது. புயலின் உக்கிரச் செயல்பாடுகளில் யாதொரு பாகுபாடும் கிடையாது. புதுவையின் மக்கள் என்றாலும், இருபதாம் நூற்றாண்டின் பெருங்கவி பாரதி என்றாலும், வ.வெ.சு. ஐயர் முதல் வளர்ந்துகொண்டிருந்த கவி பாரதிதாசன் என்றாலும் வீசவே செய்துள்ளது. புதுவையில் **1916** நவம்பர் **22**இல் வீசிய புயல் பல அழிவுகளையும் பாதிப்புகளையும் ஏற்படுத்திய வரலாற்றைத் தமிழ் இலக்கியங்கள் காட்டுகின்றன.

புதுச்சேரியில், நிகழ்வு நடந்த அன்றைய நாள் மாலையிலிருந்து பெருமழைக்கான குறிப்பு தெரியலானது. வங்கக்கடலில் உண்டான காற்றழுத்தம் புதுவையில் மையம்கொள்ளத் தொடங்கியிருந்தது. இரவு தொடங்கும் நேரத்தில் புயலும் வீசத்தொடங்கியது. அன்றைய சூழலை,

> *அநல (நள) வருஷம் கார்த்திகை மாதம் 8ஆம் தேதி புதன்கிழமை இரவு புதுச்சேரியில் யுகப் பிரளயத்தைப் போலே யிருந்தது.*
>
> *நெடும் பொழுதாக - புதன்கிழமை மாலை தொடங்கியே - மழையும் காற்றும் கடுமையாகத்தான் இருந்தன. இடைவிடாத மழை. இடைவிடாத காற்று.*
>
> *இரவு பதினொரு மணிக்குமேல் பெரிதாக வளர்ந்துவிட்டது. ஊழிக் காற்று; படீல், படீல், படீல்.*
>
> *வீடுகள் இடிந்து விழுகின்றன; மரங்கள் சாய்கின்றன; காந்த விளக்குக் கம்பி அறுந்து போகிறது. நான்கு சுவர்களும் மேலே விழுந்து விடும்போலிருந்தன; நல்ல கோட்டை போன்ற வீட்டிலே இருந்தேன். இருந்தாலும் சத்தம் பொறுக்க முடியவில்லை. ஊழிக் காற்று. மருத்துக்களின் (காற்று) களியாட்டம். பேரச்சம்.*[3]

என்று ‘சுதேசமித்திரன்’ இதழில் பாரதி எழுதியிருப்பதிலிருந்து தெரிந்துகொள்ள முடிகின்றது. இப்புயல் பற்றி எழுதியதோடன்றிப் புயலில் சுய அனுபவத்தையும் காண நேர்ந்தவராகவும் அவர் இருக்கின்றார். அதனை அவரது கவிதைகளில்,

நேற்றிருந் தோமந்த வீட்டினி லேயிந்த
நேர மிருந்தா லென்படுவோம்?
காற்றென வந்தது கூற்றமிங்கே நம்மைக்
காத்தது தெய்வ வலிமையன்றோ?
.....
காற்ற டித்ததிலே - மரங்கள்
கணக்கிடத் தகுமோ?
நாற்றி னைப்போலே - சிதறி
நாடெங்கும் வீழ்ந்தனவே!

(கால வரிசையில் பாரதி பாடல்கள், பக்.655-657)

என்று தமக்கு நேர்ந்ததையும், புயலில் பிடுங்கியெறியப்பட்ட மரங்கள் வயலில் நடவுக்குப் போடப்பட்ட நாற்றுகளைப் போலத் தெரிவதையும் குறிப்பிட்டுள்ளார். 'புயற்காற்று', 'பிழைத்த தென்னந்தோப்பு' எனும் இவ்விரு கவிதைகளும் புதுவைப் புயல் நிகழ்வின் பதிவுகளாக இருக்கின்றன. மேலும், பாரதி இந்நிகழ்வு குறித்துச் சுதேசமித்திரனில் *(27,28,30* நவம்பர் *1916)*[4] கட்டுரையும் எழுதியுள்ளார்.

கவிதையின்மூலம் பாரதி காட்டுகின்ற, முன்பு குடியிருந்த வீடு, புயலில் சுவரிடிந்து விழுந்தது. இதில் குறிப்பிடத்தக்க ஒன்று, பாரதி அதற்கு முந்தைய நாள்தான் குடியிருந்த அவ்வீட்டைக் காலிசெய்து, ஈசுவரன் தருமராசா கோயில் தெருவில் கடைசியிலிருந்த குறைந்த வாடகை மாடி வீட்டிற்குக் குடியேறியுள்ளார். புயல் ஓரிரு நாள் முன்னதாகவோ பாரதி வீடு மாற்றிடச் சற்று பின்பாகவோ செயல்பட்டிருந்தால் தமிழ் இலக்கியத்தின் பேராளுமையான பாரதிக்கு என்ன நேர்ந்திருக்குமென எண்ணிப் பார்க்க முடியவில்லை. அதேநேரம் புயலில் பெருக்கெடுத்த மழையால் வ.வெ.சு. ஐயர் வீட்டிலும் முழங்கால் அளவுக்குத் தண்ணீர் இருந்துள்ளது. தமது குழந்தைகளைத் தோளில் சுமந்து இரவுமுழுக்க நின்றுகொண்டே இருந்துள்ளார். மேலும், கீழ்க்காணும் பல விவரங்களைப் பாரதியின் சுதேசமித்திரன் கட்டுரைகள்வழித் தெரிந்துகொள்ள முடிகின்றது:

மறுநாள் புயல் நின்றிருந்தது. எண்பது விழுக்காடு மரங்கள் முறிந்து விழுந்திருந்தன. அவற்றில் தென்னை, பூவரசு மரங்கள் அதிகம். பெரும்பாலும் எல்லா வீடுகளும் சிதைவடைந்திருந்தன. ஈசுவரன் கோயில் சிகரம் விழுந்துவிட்டது. முத்தியாலுப்பேட்டையில் 6 ஆயிரம் நெசவாளர் வீடுகளில் தறி உள்ளிட்ட அனைத்துப் பொருட்களும் பாதிக்கப்பட்டன. பாக்கமுடையான் பேட்டையின் பெரும்பகுதி அழிவுக்குள்ளானது. அங்கு இறந்தவர்களும் அதிகம். அரியாங்குப்பம்,

குறிஞ்சிக்குப்பம் உள்ளிட்ட இடங்களில் உயிரிழப்புகளும் வீடிழப்புகளும் நிகழ்ந்தன. பெருமாள்பேட்டையில் அனைத்துக் கூரை வீடுகளையும் காற்று அடித்துக்கொண்டுபோய்விட்டது. அதேபோன்று சோலைத்தாண்டவன் குப்பத்தில் சுமார் 450 வீடுகளுக்கு மேல் அழிவுற்றன. கடலோரத் தோப்புகளில் வாழ்ந்த 11 பேரைக் கடல் கொண்டுபோய்விட்டது.[5]

ஆங்காங்கே வாழை, வெற்றிலை முதற்கொண்டு விவசாய நிலங்களெல்லாம் புயலாலும் வெள்ளத்தாலும் அழிந்துவிட்டன. வெள்ளத்தில் மனிதர்களும், பிற இனங்களும் கணக்கிட முடியாத அளவுக்கு அடித்துச் சென்றிருக்கக்கூடும். 'ராஜாத் தோட்டம்' எனும் தோட்டம் முழுக்க அழிந்தது. அன்றைய நாகப்பட்டினத்திலும் சென்னையிலும் புயல் பாதிப்பு நிகழ்ந்திருக்கின்றது. ரெட்டியார்பாளையம், அரியாங்குப்பம், வில்லியனூர் கிராமங்களிலிருந்து நகர 'வைத்தியசாலை'க்குப் புண்பட்டோரும் இறந்தோருமாக 108 பேர் வியாழக்கிழமை மாலை வரை வந்துள்ளனர். தேங்காய்த்திட்டு கிராமத்தில் ஒரே குடும்பத்தைச் சேர்ந்த 8 பேரும் புயலால் எறியப்பட்டுப் பலியாகியுள்ளனர். இங்குத் தென்னை மரங்களும் காக்கைகளும் நிறைய மடிந்தன. புதுவையின் பஞ் சாலைகளும் பாதிக்கப்பட்டிருந்தன.[6] பாதித்தோர்க்காக ஆங்காங்கு உதவிகள் மேற்கொள்ளப் பட்டுள்ளன.

இளைஞர்கள் பலரும், பொருளாதார முறையில் முத்தியாலுப் பேட்டைப் பகுதிகளில் உத்திராபதி முதலியார், லெ. கிருஷ்ணசாமி செட்டியார், குறிஞ்சிக்குப்பம், கீரைப்பாளையம் பகுதிகளில் நந்தகோபாலு செட்டியார் என்போரெல்லாம் உதவிகள் புரிந்துள்ளனர். குறிஞ்சிக் குப்பத்தில் பொதுக்கூட்டு நிதியிலிருந்து 11 ஆயிரம் ரூபாய் அப்போதைக்கு ஒதுக்கப்பட்டிருக்கின்றது. இவற்றையெல்லாம் பாரதியின் கட்டுரை[7] தெரிவிக்கின்றது. புயலின் மறுநாள் முதல் ஒரு மாதம்வரை ஈசுவரன் தருமராசா கோயிலில் கஞ்சி காய்ச்சி வழங்கும் அளவுக்கு மக்கள் உணவுக்குத் துன்பப்பட்டனர். நாட்டுப்பற்றாளர்கள் அவர்களுக்கு நிதி திரட்டி வழங்குவது, தொழிலாளர்களுடன் இணைந்து துப்புரவு, குடிசை வீடுகட்டத் தென்னங்கீற்றைப் பின்னுதல், சுவர் எழுப்புதல் எனப் பல நிலைகளில் துணைநின்றுள்ளனர்.

சீரமைப்புப் பணிகளின்போது வீழ்ந்து கிடக்கும் மரங்களுக்கடியில் மனித உடல்கள் அகப்படுவதாகவும், நெல்லித்தோப்பு கிராமத்தில் 50 வீடுகள் முற்றிலும் அழிந்தும், பல சீர்குலைந்தும், 5 பேர் உயிரிழந்தும், கால்நடைகள் 26க்கு மேல் இறந்தும் இருக்கின்ற

நிலையையும், உழவர்கரைப் பறைச்சேரி கிராமத்திலிருந்த 300 வீடுகளில் 296 வீடுகள் காற்றிலே போய்விட்டதாகவும், 4 பேர் இறந்ததாகவும், கருவடிக்குப்பத்தில் இருந்த 90 வீடும் அழிந்துவிட்டதாகவும், மறுநாள் அங்கு மட்டும் பெய்த பலத்த மழையில் கால்நடைகள் சில இறந்ததாகவும் பாரதி பதிவுசெய்துள்ளதை ய. மணிகண்டன் காட்டுகின்றார்.[8] பலகாலம் நூல்வடிவம் பெறாத (2021 பிப்பிரவரியில் பேரா. ய. மணிகண்டன் முயற்சியில் 'புதுவைப் புயலும் பாரதியும்' எனும் நூலில் இடம்பெற்றுள்ளது). புதிதாகக் கண்டெடுக்கப்பட்ட இக்கட்டுரைவழி மேலும் முத்தியாலுப்பேட்டை உள்ளிட்ட சில இடங்களில் 'ஸ்ரீ ஹாஜி மஹமதுஹனீப் ஸாஹீப்' எனும் வணிகர் பலருக்கும் உதவியளித்து வருவதையும், நெருப்பு மழை சில இடங்களில் பெய்ததாகச் செய்தி உலாவியதையும் அறிய முடிகின்றது.

புயல் பாதிப்புகளில் குறிப்பிடத்தகுந்த நிகழ்வொன்று நடந்திருக்கின்றது. பின்னாளில் தமிழ்க்கவிதையின் மிகமுக்கிய ஆளுமையாக உருவெடுத்த பாரதிதாசன், புயல் காற்றில் வீசியெறியப்பட்டிருக்கின்றார். ஆலங்குப்பத்தில் அரசுப்பள்ளி ஆசிரியராக இருந்த 'சுப்புரத்ந முதலியார்' ஆகிய பாரதிதாசனும் உடன் 4 பேரும் 'பள்ளிக்கூடத்து மெத்தையில்' படுத்துக்கொண்டிருந்தபோது புயலில் மேற்கூரை விழுந்தது. அதற்குப் பயந்து வெளியே வந்தவர்களைக் காற்று தூக்கிக் கொண்டுபோய்விட்டது. அதில் ஒரு முதியவர் ஓடையில் அடித்துச்செல்லப்பட்டு 5 மைல் தொலைவில் கொண்டுபோய்ப் போட்டதில் மரணமடைந்தார். பாரதிதாசன் நிலைமையைப் பாரதியார்,

> *வாத்தியார் சுப்புரத்ந முதலியாரைக் கழனியிடையே கைப்பிடிச் சுவர் இல்லாத மட்டக் கிணறொன்றிலே தள்ளிவிட்டது. முதலியார் நல்ல தீரன். அப்பிடி யிப்படித் துழாவிப் பக்கத்திலிருந்த ஒரு காட்டாமணக்கஞ் செடியைப் பிடித்துக்கொண்டார். ஆலமரங்களை அழித்த காற்று சில ஆமணக்கஞ் செடிகளை விட்டிருந்தது. ஒடிந்து விழுந்த தென்னை மரத்தடியிலே எறும்புகள் சாகாமலிருப்பதையுங் கண்டேன். காட்டாமணக்கஞ் செடி முதலியாரைக் காப்பாற்றி வைத்தது. காலும் உடலும் கீழே போகிறது. முதலியாருக்கு 'இது கிணறு' என்ற ஸ்மரணை ஏற்பட்டது. உயிரை வேண்டி ஒரு பாய்ச்சல் பாய்ந்து, பிறகு நாலைந்து குட்டிக் கரணங்கள் காற்றினிடம் பழகிக் கொண்ட பிறகு, ஒரு வரப்பைப் போய்ப் பிடித்துக் கொண்டார். சிறிது நேரம் அதைப் பற்றியிருந்த பின்பு ஒரு மின்னலுண்டாயிற்று. எதிரே பெருமாள் கோயில் கல்லுக் கட்டிடம் தெரிந்தது; அதிலே போய்ச் சேர்ந்து கொண்டார். மற்ற மூன்று இளைஞரும் பலவிதங்களிலே உயிர்தப்பி விட்டார்கள்*[9]

என்றவாறு எழுதியிருக்கின்றார். ஆலங்குப்பத்தில் ‘ஸ்ரீ வெங்கடேச நாயுடு’ என்பவர், ‘தீவர்த்திகள்’ எடுத்துக்கொண்டு புயல் ஓய்ந்த அதிகாலை இருட்டிலேயே, புயலிலும் மழையிலும் சிக்குண்டு குளிரில் நடுங்கியவர்களைக் காப்பாற்றியதோடு, கிராம மக்களுக்கு உணவையும், வீடு கட்டிக்கொள்ள மரங்களையும் வழங்கியிருக்கின்றார்.

பாரதிதாசன் தம்மையும் காப்பாற்றிக்கொண்டு பிறகு தம்முடன் இருந்தவர்களில் இரண்டு பேரையும் காப்பாற்றியிருக்கின்றார். இதன் விளைவில் சில நாள்கள் உடல்நிலை சரியின்றியும் இருந்துள்ளார். மேற்காணும் தகவல்களில் சில சிற்பியின் நூலிலும் பதிவாகியுள்ளன. புயலின் சீற்றங்களைப் பதிவுசெய்து,

விடிந்தபோது கேள்விப்பட்டோம்
குடியிருந்த பழைய வீடு
குட்டிச் சுவர் ஆனதாம்
.....
விடிந்ததும் சேதி கிடைத்தது
சுப்புரத்தினம் புயலில்
செத்துப் பிழைத்ததாக...
அழகிய புதுவை நகரம்
அனுமன் புகுந்த இலங்கையாயிற்று
அய்யரும் நானும்
மண்டையம் ஆச்சாரியாரும்
தண்டினோம் பணம்

முதல் வேலை
பசித்த ஏழை மக்களுக்கு
கஞ்சி காய்ச்சி வழங்குவது

செத்த பறவைகள்
மாடு கன்றுகளை அகற்றி
சுத்தமாக்குவது புதுவையை
-இது அடுத்த வேலை
குடிசைகள் இழந்த
வறுமைக் குடும்பங்களுக்கு
ஒரு கூரை போட்டுக் கொடுப்பது
-இன்னொரு திட்டம்

புதுவையின்
மக்கள் அரசாக
எம் குழு செயல்பட்டது

மக்களின் நன்றிக் குரல்
மனதை நந்தவனமாக்கியது
வரவு–செலவுக் கணக்கு
மித்திரனில் வெளியிடப்பட்டது
பொதுப் பணம் அன்றோ?

(சிற்பி கவிதைகள், தொகுதி - 2, பக்.1301-1303)

என்று, பாரதியின் கடலூர் சிறை வாழ்வை நாட்குறிப்பினைப்போல் கவிதையாக்கியிருக்கும் 'பாரதி கைதி எண் 253' எனும் நூலில், பாரதி இரண்டாண்டுக்கு முந்தைய நிகழ்வினை நினைவுகூர்வதாகச் சிற்பி பதிவுசெய்து இருக்கின்றார். இப்பதிவு பாரதி, வ.வெ.சு. ஐயர், மண்டையம் சீனிவாசாச்சாரி அடங்கிய குழுவொன்று புயலில் பாதிக்கப்பட்டோர்க்காகக் கடுமையாக உழைத்தமையைக் காட்டுகின்றது. இப்புயல் தொடர்புடைய வரலாறுகளைப் பாரதி, பாரதிதாசன் வாழ்க்கை வரலாற்று நூல்கள்[10] பதிவுசெய்துள்ளன.

மேற்காணும் கவிதைப் பதிவில், 'வரவு–செலவுக் கணக்கு மித்திரனில் வெளியிடப்பட்டது' என்று சிற்பி குறிப்பிட்டிருக்கின்றார். ஆனால்,

> *அக்காலத்தில் புதுவையில் வசித்த வ.வெ.சு. ஐயர் கலைமகள் (1916) இதழில் ஒரு உதவி விவர அறிக்கை வெளியிட்டார். அதில் "புயற்காற்றால், ஜனங்களுக்கு நேர்ந்த கஷ்டங்களை, இயன்ற அளவு நிவர்த்திக்கும் பொருட்டு நானும் எனது நண்பரும் வசூலித்த பணங்களுக்கும், அரிசிக்கும், செய்த செலவுகளுக்கும் ஒரு விவர ஜாவிதா வெளிப்படுத்த வேண்டிய[து] கடமையாதலால், அடியில் கூறும் விவரங்களைத் தங்கள் அரிய பத்திரிகையில் வெளிப்படுத்த இடம்தர வேண்டுகிறேன்" எனக் குறிப்பிட்டு வசூல், செலவு விவரங்களை வெளியிட்டார்*[11]

என்று ய. மணிகண்டன், அத்தகு விவரம் 'கலைமகள்' இதழில் வெளிவந்துள்ளதாகக் காட்டுகின்றார். அதேநேரம் இதுவரை வெளியாகியிருக்கும் பாரதி படைப்புகளில் (கட்டுரை) அது குறித்த விவரமோ சுதேசமித்திரனில் வெளியாகியிருப்பது குறித்த பதிவோ இடம்பெற்றிருக்கவில்லை. பாரதியின் கடலூர் சிறை வாழ்வினிடையில் இப்புயல் நிகழ்வு சிற்பியின் பதிவால் நினைவுகூரப்பட்டுள்ளது. ஆனால், பாரதியின் வாழ்க்கை வரலாற்றைக் கவிதையாக்கியிருக்கும் வைரமுத்துவின் 'கவிராஜன் கதை'யில் பதிவாகி இருக்கவில்லை.

இத்தகைய கடும்புயல், புதுவையைச் சீரழித்து மக்களையும் வளங்களையும் இழக்கச் செய்த நிலை ஒரு பக்கம்; தமிழ்ச் சமூகத்தின் ஆகச்சிறந்த ஆளுமைகளான பாரதி, பாரதிதாசன் ஆகிய இரண்டு

ஆளுமைகளையுமே விட்டுவைத்த நிலை இன்னொரு பக்கம். புயல் தமிழுக்கு விட்டுச்சென்றவர்களில் பாரதி, கவிதையிலும் கட்டுரையிலும் இந்நிகழ்வினைப் பதிவுசெய்துள்ளார்; யதுகிரி அம்மாள் பதிவுவழி நோக்குகையில் அவரது 'மழை' எனும் கவிதையும் இந்நிகழ்வை அடிப்படையாகக் கொண்டே இயற்றப்பட்டிருக்க வேண்டும்;[12] பாரதிதாசன் உரைநடையில் பதிவுசெய்துள்ளார். கிடைக்கப்பெற்றுள்ள இவர்தம் கவிதைகளில் இந்நிகழ்வு குறித்த பதிவு இல்லை.

'புயற்காற்று' என்ற தலைப்பில் கவிதை இயற்றியுள்ள பாரதி, அதே தலைப்பில் கட்டுரையையும் எழுதியுள்ளார். அதே நேரம், நிகழ்வின் பல விவரங்களைக் கட்டுரையில் வெளிப்படுத்தியுள்ள அவர் தம், கவிதையில் அத்தகைய விவரங்களைப் பார்க்க முடியவில்லை. அதுபோன்றே, இந்த இயற்கை நிகழ்வினைப் பற்றி உரைநடைப் பதிவைத் தந்த பாரதிதாசன், தமிழ்ச் சமூகத்திற்கு வெளியே நடந்த குவெட்டா, பீகார் ஆகிய பகுதிகளின் நிலநடுக்கம் பற்றிக் கவிதை[13] இயற்றிய பாரதிதாசன் இப்புயல் பற்றிக் கவிதை எதையும் இயற்றவில்லையா, இயற்றிக் கிடைக்கவில்லையா என்பதனை ஆராயவேண்டியுள்ளது.

இத்தகு வரலாற்றையுடைய, *"புதுச்சேரிப் பட்டணத்தை நேற்றுப் பார்த்த கண்ணுக்கு இன்று அடையாளம் தெரிய இடமில்லை"* என்று பாரதி சொன்னதற்குக் காரணப்பட்ட இப்புயலாலும், அப்போது பெய்த மழையாலும் ஆனந்தரங்கம் பிள்ளை நாட்குறிப்பின் மூலப்படியும், அதைப் படியெடுத்த கலுவா மொம்பிரானின் முதல்படியும் அழிந்துபோய்விட்டதாகக் கருதப்படுகின்றது.[14] இதே காலத்தில் தமிழகத்திலும் புயல்பாதிப்பு நிகழ்ந்துள்ளது.

கோடிக்கரைப் புயல் (நவம்பர் – டிசம்பர், 1952)

புயல் தாக்குதல் என்றாலே பெரும்பாலும் பாதிக்கப்படுவது கடற்கரையோர மாவட்டங்கள்தாம். அவற்றில் நாகப்பட்டினம் மாவட்டம் அதிக அழிவுகளைக் கண்டிருக்கின்றது. 1952ஆம் ஆண்டில் ஏற்பட்ட புயலாலும் பேரழிவுகளைக் கண்டது. இப்புயலில் பாதிக்கப்பட்ட இம்மாவட்டத்தின் கடற்கரைப் பகுதி கோடிக்கரை. சதுப்புநிலக் காடுகளையும் உப்பங்கழிகளையும் சுற்றுப்பகுதிகளாகக் கொண்டது.

மேற்காணும் பகுதியில், 1952 நவம்பர் 30லேயே புயலும் மழையும் அதிகரித்துள்ளது. நாகைக்குக் கிழக்கே 100 மைல் தொலைவில் வங்கக்

கடலில் புயல் உண்டானது. அது, டிசம்பர் தொடக்கத்தில் நாகை அருகே கரையைக் கடக்கும்போது 110 கி.மீ. வேகத்தில் அம்மாவட்டத்தைத் தாக்கத் தொடங்கியது. இதனால், கடுமையான சூறாவளிக் காற்றும் பெருமழையும் மக்களை அச்சத்திற்குள்ளாக்கின. புயலில் கடற்கரைப் பகுதியான கோடிக்கரையும் அழிவுக்குள்ளானது. நாகைப் பகுதிகள்தாம் புயலில் முதலில் பாதிக்கப்பட்டன. 10 அடி உயரத்திற்குத் தண்ணீர் எழும்பி, கடற்கரைப் பகுதிகளை முற்றிலும் அழித்துவிட்டது. கடல் கொந்தளிப்பில் 7 மைல் தொலைவுக்குத் தண்ணீர் புகுந்துள்ளது. சுமார் 20 மணி நேரம் புயல் வீசியது.[15] படகுகளும் கப்பல்களும் புயலில் பல கிராமங்களுக்கு அடித்துச்செல்லப்பட்டுள்ளன. இங்கிருந்து நவம்பர் 28இல் சிங்கப்பூருக்குப் பயணமான 'ஜல கோபால்' எனும் கப்பல் கடலில் புயலில் சிக்கித் தப்பியது.[16] மருத்துவமனைக் கட்டடங்கள் பாழாகி, நோயாளிகள் மகப்பேறு பிரிவுக்கு மாற்றப்பட்டுள்ளனர். இங்குள்ள உப்பு ஏரிகளில் முத்துப்பேட்டை, திருத்துறைப்பூண்டி, மேல்மருதூர் பகுதியிலிருந்து மூன்று நதிகள் ஒன்றிணைகின்றன. எனவே கடல்நீர் குடியிருப்புப் பகுதிகளுக்குள் புகுந்து அழிவை ஏற்படுத்தியுள்ளது. நாகை இரயில் நிலையம் முழுதும் பாதிப்பிற்குள்ளாகியது. கடும்காற்றில் பள்ளிவாசல் ஒன்றின் கலசம் கீழே விழுந்தது. கோடிக்கரை முதல் வேதாரண்யம் வரையிலான காடுகள் அழிந்தன. நாகை, பரங்கிப்பேட்டை, கூடலூர் துறைமுகங்களில் எச்சரிக்கைக் கொடி பறக்கவிடப்பட்டது.

புயலுக்கு நாகை மட்டுமல்லாது திருச்சி, தஞ்சையின் பிற பகுதிகளும் பாதிப்பை அடைந்தன. விவசாய நிலங்கள் நிறைய நீரில் மூழ்கின. திருச்சியிலும் குடந்தையிலுமாகச் சுமார் 45 பேர் உயிரிழந்தும், இலட்சக்கணக்கிலான பொருளிழப்புகளோடு கால்நடைகளும், ஏராளமான பயிர்களும் அழிந்துள்ளன. திருச்சி மாவட்டத்தில் மட்டும், அதிலும் 50 ஆயிரம் ஏக்கரில் பயிரிடப்பட்ட வாழைத்தோட்டங்கள் மட்டுமே 5 கோடி மதிப்பிற்கு அழிவுற்றன.[17] தஞ்சை மாவட்டத்தில் மொத்தத்தில் 350 பேர், 26 ஆயிரம் கால்நடைகள், 2 இலட்சம் வீடுகள், கோடிக்கணக்கில் மதிப்புபெறும் பயிர் உள்ளிட்ட பிற பாதிப்புகள் எனும்படியான இழப்பேற்பட்டுள்ளது.[18] இதுபோன்ற சூழல்களைத் தாங்கவே திருநெல்வேலி, அம்பாசமுத்திரம், நாங்குநேரி, திருச்செந்தூர் முதலிய இடங்களில் பொன்னுருவி எனும் நெல்வகையைப் பயிரிட்டுள்ளனர்.[19] நவம்பர் 30இல் அடித்த புயலினால் மட்டும் காரைக்கால் 50 பேர் மரணம், 3 ஆயிரம் வீடுகள் அழிவு என்று பாதிப்படைந்துள்ளது.[20]

டிசம்பர் 6 முதல் புயல் இலங்கையருகே உண்டாகி வடமேற்கில் நகருமென்று தமிழகத்திற்கு மீண்டும் 'பலத்த மழை' எச்சரிக்கை விடப்பட்டது. இலங்கையின் வட பகுதிகளில், குறிப்பாக யாழ்ப்பாணத்தில் புயல் பாதிப்பு நிகழ்ந்துள்ளது. யாழ்ப்பாணத்தில் மட்டும் 20 பேருக்கு மேல் டிசம்பர் முதல் வாரத்திலேயே மரணமடைந்திருக்கின்றனர்.[21] விழுப்புரம், கடலூர், காஞ்சிபுரத்திலும் அதிகப்படியான மழைபெய்துள்ளது.[22] வடஆர்க்காடு மாவட்டத்தில் பல ஏரிகள் உடைந்துள்ளன. இவற்றுடன் திருவாங்கூர், கொச்சி, மலையாளம், மைசூர், ராயல்சீமை முதலிய பகுதிகளிலும் பரவலாக மழை பெய்துள்ளது. ஆந்திரக் கடலோரப் பகுதிகளிலும் அவ்வாறே பெய்துள்ளது.[23]

டிசம்பர் 15 வரையிலான இழப்பீட்டிற்கு மாகாண அரசு 25 இலட்சம் நிதியை வழங்கியது. வீடிழந்தவர்க்கு 20 ரூபாய் வீதம் நிதி அளிக்கப்பட்டுள்ளது.[24] மைய அரசு புயல்பாதிப்புகள் குறித்து அக்கறை காட்டாத நிலையை, மக்களவையில் இதுதொடர்பாகப் பேச நேரம் ஒதுக்கப்படாததை வ. வீராசாமி, அனந்தன் நம்பியார் ஆகியோர் கண்டித்துள்ளனர்.[25] புயல் நிவாரணத்திற்காக இராஜாஜி தலைமையிலான அப்போதைய தமிழக அரசு நிதி திரட்டிட விரும்பியது. அதன்பொருட்டுப் பலரும் நிதியுதவி செய்தனர். கலைவாணர், டி.எம். மதுரம் ஆகியோர் தலைமையில் திரைத்துறையினர் சென்னையில் நிதி திரட்டி[26] 25 ஆயிரம் ரூபாய் வழங்கினர். டிசம்பர் இறுதியிலும் அவர்கள் நிதி திரட்டியுள்ளனர். கோடிக்கரைக்குப் பல்வேறு உயிரிழப்புகளையும் அழிவுகளையும் ஏற்படுத்திய இப்புயலின் பாதிப்பை வெ.நா. திருமூர்த்தி,

அவனிதனில் போர்வெறியால் அநேகர் சாக,
அணுகுண்டால் நாகசாயில் அனைத்தும் சாக,
நவகாளி மதவெறியால் பலபேர் சாக,
நச்சுடைய பிராணிகளால் நடுங்கிச் சாக,
குவியல்முறை பொருள் அமைப்பால் எளியோர் சாக,
கோடிக்கரை கொடும்புயலால் வெகுபேர் சாக,
இவையனைத்தும் தடுத்துலகை ஆட்கொள் ளாத
இறைவனவன் இருந்தென்ன? ஒழிந்தா லென்ன?

(தேசத்தியாகி வெ.நா. திருமூர்த்தி கவிதைகள், ப.140)

என்று ஒரு வரியில் பதிவுசெய்துள்ளார். ஒரு வரிப் பதிவெனினும் பொருட்படுத்தத் தக்க வரலாற்றைக் கொண்ட பதிவாக இது உள்ளது. இக்கவிதையில் குறிப்பிட்டுள்ள 'நாகசாகி' என்பது இரண்டாம் உலகப்போரின்போது 9.8.1945இல் அமெரிக்கா 'ஃபேட் மேன்' எனும்

குண்டுபோட்டு அழித்த சப்பானின் முக்கிய நகரம் ஆகும். இக்குண்டு வெடிப்பால் 75 ஆயிரம் பேர் இறந்தனர். 'நவகாளி' என்பது இசுலாமியர்களின் தனிநாடு கோரும் பிரிவினையையொட்டி அவர்கள் பெரும்பான்மை வகித்த வங்காள மாகாணத்தில் மதக்கலவரம் நடந்தேறிய பகுதிகளுள் முக்கியமான மாவட்டம். 1946 அக்டோபர் - நவம்பர் காலகட்டத்தில் நடந்த வன்முறைகளால் வங்காளம் முழுமையும் ஏறக்குறைய 1,60,000 பேர் இறந்துள்ளனர்.

இத்தகைய பேரழிவுகளோடு உடன்வைத்து எழுதும் அளவுக்குக் கோடிக்கரைப் புயலின் பாதிப்புகள் இருந்துள்ளதால் இது முக்கியமான நிகழ்வாகக் கருதப்படுகின்றது. மேலும், மேற்காணும் இரண்டு நிகழ்வுகளின் காலத்தைக் கவனிக்கையில், 1945, 1946 காலகட்டத்தில் கோடிக்கரையில் பேரழிவுகளை ஏற்படுத்திய புயல் நிகழ்வு 1952ஆம் ஆண்டுதான் நடந்திருக்கின்றது. எனவே, அதுவே கவிதை காட்டும் நிகழ்வாகக் கணக்கில் கொள்ளப்படுகின்றது. கோடிக்கரை இதன்பிறகு 1964, 1977, 1991 உள்ளிட்ட காலங்களில் கடுமையான புயல் பாதிப்பைக் கண்டுள்ளது. இவற்றிலெல்லாம் அதிகப்படியான, மறக்க முடியாத அழிவுகளை 1952, 1977ஆம் ஆண்டுப் புயல்களே ஏற்படுத்தியுள்ளன.

தனுசுகோடிப் புயல் (22 – 25 டிசம்பர், 1964)

தமிழ்ச் சமூகத்தின் முக்கியமான துறைமுக நகரமாக இருந்து, இன்று அவ்வளத்தை எல்லாம் இழந்து தனுசுகோடி காட்சியளிக்கக் காரணம், 1964 டிசம்பரில் வீசிய புயல்தான். இராமநாதபுரம் மாவட்டத்தில் இராமேசுவரத்தில் இருந்து 14 கி.மீ. (இன்றைய சாலைவழி 25 கி.மீ.) தொலைவில் இருந்தது தனுசுகோடி. கடல்வணிகத்தின் சிறந்த இடமாக விளங்கிய இது, வங்காள விரிகுடாவையும் இந்தியப் பெருங்கடலையும் தனது இரண்டு பக்கங்களாக உடையது. இன்றைய அளவில் தமிழகத்தின் மிகமுக்கியச் சுற்றுலாத்தலமாக விளங்குகின்றது. ஆனால் பார்வைக்குப் படக்கூடியவை புயலில் சிதைந்த பழைய தனுசுகோடியின் எச்சங்கள்.

அந்தமானில் டிசம்பர் 17ஆம் நாள் உருவான புயல் வலுவிழந்து மூன்று நாள்களில் இலங்கையின் திசையில் திரும்பியது. அங்கு, வங்கக் கடலில் வலுவடைந்த புயல் டிசம்பர் 21, 22இல் இலங்கைத் தலைமன்னார், யாழ்ப்பாணம் முதலிய தமிழர் பகுதிகளைத் தாக்கிவிட்டுத் தனுசுகோடியை நெருங்கியது.[27] நாகப்பட்டினம் அருகே கரையைக் கடக்கும் என்று எதிர்பார்க்கப்பட்ட புயல் திசைமாறியதால்,

டிசம்பர் 22 இரவில், மதுரை மற்றும் இராமநாதபுரம் மாவட்டத்தில், குறிப்பாகத் தனுசுகோடியில் சூறாவளிக் காற்றுடன் பெருமழை பெய்யத் தொடங்கியது. அந்தப் பகுதி மக்களுக்குப் பதற்றம் உண்டானது. வழக்கத்தை விட மழையின் தாக்கம் அதிகமிருப்பதை உணர்ந்தனர். டிசம்பர் 23இல் மன்னார் வளைகுடாவிலிருந்து புயல் கரையைக் கடந்தபோது பேரலைகள் ஊருக்குள் நுழைந்தன. மணிக்கு 250 கி.மீ. வேகத்தில் வீசத் தொடங்கி இருந்தபோது, அதிகாலையில் தனுசுகோடியை நெருங்கிக் கொண்டிருந்த 'பாம்பன் - தனுஷ்கோடி பாசஞ்சர் ரயில்' பாம்பன் பாலத்திலிருந்து, உயர்ந்தெழுந்த பேரலையால் கடலுக்குள் வீழ்ந்தது. தமிழகத்தின் 'மண்டபம்' எனும் பகுதியையும் இராமேசுவரம் தீவையும் இணைக்கும் புகழ்பெற்ற அந்தப் பாம்பன் பாலமே உடைந்தது. புயல் காற்றில் இரயில் போக்குவரத்தின் அறிவிப்புக் கருவிகள் பாதிப்படைந்து போனதால் இரயிலின் விபத்தைத் தவிர்க்க முடியாமல் போனது. அதில் பயணித்த சுமார் 120 பேர் உயிருடன் கடலில் மூழ்கினர். இதில் குசராத் மாநிலத்தின் கல்லூரி மாணவர்கள் 40 பேர் அடங்குவர்.[28]

கடல் பொங்கியதில் கடல்நீர் ஊருக்குள் வந்தது. அப்போது அங்கிருந்த இரயில் நிலையத்திலும், சுங்கத்துறை பரிசோதனை நடைபெறும் இடத்திலும் இருந்த நூற்றுக்கணக்கானோர் கடலுக்குள் தண்ணீரால் இழுத்துச்செல்லப்பட்டனர். டிசம்பர் 23 பின்னிரவில்,

> *அதே நேரத்தில் கொடும் புயல், கடும் மழை, ராட்சத அலை என மூன்றும் கைகோர்த்து தனுஷ்கோடியை தகர்த்தன. குடிசைகள் கரைந்தன. வீடுகள் இடிந்தன. கூரைகள் பறந்தன. மின் மற்றும் தந்திக் கம்பங்கள் சரிந்தன. சீறிப்பாய்ந்த அலைகள், ஊரையே கபளீகரம் செய்து கடலுக்குள் தள்ளியது. அலையோடு போனவர்கள் எக்கச்சக்கம். வீட்டோடு மூழ்கியவர்கள் ஏராளம். குழந்தைகளைத் தலையின்மேல் தூக்கிக்கொண்டும், முதியோர்களை தோளில் சுமந்துகொண்டும் இடுப்பளவு வெள்ளத்தில், மிச்சமிருந்த மக்கள் உயிரைக் காப்பாற்றிக் கொள்ள தட்டுத்தடுமாறி ஓடினர். உயரமான மணல் மேடுகளில் ஏறி நின்றுகொண்டதால் சொற்ப உயிர்கள் தப்பித்தன*[29]

என்று குறிப்பிடுவதன் மூலம் அப்போதைய புயல், மழையின் கடுஞ் சீற்றத்தை அறியமுடிகின்றது. டிசம்பர் 24இல் நிகழ்ந்த இவ்விளைவால் சுமார் 1500 ஏக்கர் பரப்பளவிலான 3 கிராமங்கள் முற்றிலும் தண்ணீரால் உள்ளிழுக்கப்பட்டு அழிந்துபோயின. அங்கிருந்த பெரிய இரயில் நிலையம், அஞ்சல் நிலையம் என அனைத்தும் காற்றுக்கும் கடலுக்கும் நிலைகொள்ள முடியாமல் அழிந்தன. இதில் துறைமுகமும் அடங்கும். கோதண்டராமர் கோயில் ஒன்று மட்டும் எஞ்சியது.[30] மொத்தத்தில்

தனுசுகோடியில் வீசிய புயலால் 1800 பேருக்கும் மேல் பலியாயினர். இதில் தனுசுகோடியுடன் இலங்கையின் வடக்குப் பகுதியும் பாதிப்படைந்தது. இலங்கையிலும் மொத்தம் ஆயிரத்திற்கும் மேற்பட்ட தமிழர்கள் இறந்திருந்தனர்.[31] டிசம்பர் 25இல்தான் புயலின் வீச்சு குறையத் தொடங்கியது.

பிணங்கள் குவிந்து கிடந்தன; நீரில் மிதந்தன; கழுகுகள் கொத்திய வண்ணம் இருந்தன. அவ்விடத்தில் கண்டெடுக்கப்பட்ட பிணங்கள் மட்டும் 614 இருந்தன.[32] பாம்பன் பாலம் உடைந்ததால் இரயில் மூலம் குடிநீர் அனுப்பப்பட்டு வந்த செயல்பாடு தொடர முடியாமல் போனது. எனவே, தண்ணீர், உணவின்றித் தவித்த அம்மக்களுக்கு உலங்கு வானூர்தி (ஹெலிகாப்டர்) மூலம் தண்ணீரும் உணவுப் பொட்டலங்களும் வழங்கப்பட்டன. 'சாரதா' எனும் கப்பல்மூலம் தனுசுகோடியில் தவித்த மக்களில் நூற்றுக்கும் மேற்பட்டவர்கள் காப்பாற்றப்பட்டு மண்டபம் பகுதியில் தங்க வைக்கப்பட்டனர்.[33] பின்னர் அவ்விடமே முகாமானது. ஊடகத் தொடர்புகள் இழந்த நிலையில் பெரியார், காமராசர், தமிழக முதல்வர் பக்தவத்சலம், அமைச்சர் கக்கன் உள்ளிட்டோர் அப்பகுதிக்குச் சென்றுவந்தபின் நிலையை வெளிஉலகுக்குத் தெரியப்படுத்தினர். பல்வேறு பகுதியிலிருந்து அம்மக்களுக்கு நிதியுதவி வழங்கப்பட்டது. அதில், டிசம்பர் 22இல் தனுசுகோடி வந்து அன்று மாலையே இராமேசுவரம் திரும்பிவிட்டதால் உயிர்தப்பிய திரைத்துறையைச் சேர்ந்த ஜெமினி கணேசன், சாவித்திரி இணையரும் அடங்குவர்.[34]

தனுசுகோடிக்கும் இலங்கையின் தலைமன்னாருக்கும் இடையே 1914லேயே கப்பல் போக்குவரத்தைத் தொடங்கியிருந்தது பிரித்தானிய அரசு. அவ்வளவு சிறப்புடன், முக்கியத்துவம் வாய்ந்த நகரத்தை இந்தப் புயல் முற்றிலும் சீரழித்தது. இரயில் மூழ்கியதிலிருந்து இரயில் போக்குவரத்தும் நிறுத்தப்பட்டது. புயலின் கொடூரங்களால் தமிழக அரசு தனுசுகோடியை 'வாழத் தகுதியற்ற நகரம்' என்று அறிவித்தது.[35] இந்நிகழ்வை, மையஅரசு 'தேசியப் பேரிழப்பு' என்றும், ஐ.நா. அவை 'ஆசியாவின் 20ஆம் நூற்றாண்டின் பேரிழப்பு' என்றும் அறிவித்தன.[36] அந்த அளவுக்குச் சீர்குலைந்த தனுசுகோடியில், சிதைந்த தேவாலயமும், சில கட்டடங்களும் இன்றும் புயலின் கொடுஞ்செயலுக்குச் சாட்சியாக நிற்கின்றன. அன்று பெரிய நகரமாக இருந்த தனுசுகோடி இன்று தலைகீழான நிலையை அடைந்து கிராமம் போல ஆகிவிட்டது. நீண்ட சாலை மட்டும் ஒன்று அமைக்கப்பட்டுள்ளது. மக்கள் பெரும்பாலும் இராமேசுவரத்திற்குக் குடிபெயர்ந்திருந்தாலும், புயலின்போது

கடல்நீரிலிருந்து சிலரைக் காப்பாற்றிக் கரைசேர்த்த நீச்சல் காளியின் குடும்பம் உள்ளிட்டு 200 குடும்பங்கள் மின்சார வசதியும் இல்லாமல், இங்கு வாழவே செய்கின்றனர்.

என்றென்றும் நினைவுபடுத்துவனவாகப் புயலின் சீற்றத்தாலும், கடலின் கொந்தளிப்பாலும் அழிந்துபோன தனுசுகோடியின் துயர வரலாறானது தமிழ்க் கவிதைகளில் பதிவாகியுள்ளது. இந்நிகழ்விற்காகத் தமிழன்பன் கடலின்மேல் சினங்கொண்டு,

கூன்பிறந்த நெஞ்சரக்கி!
கொலைவெறிகொள் இழிமகளே!
குணங்கொன்ற பாவி! மண்ணில்
.....
ஏன்பிறந்தோம் என்றிந்நாள்
இடர்ப்பட்டு முடங்குகிறோம்
இதுசமயம் என்ற றிந்தோ
கான்பிறந்த விலங்கியல்பு
கைவந்த நீவந்து
கைவைத்தாய் கலங்க வைத்தாய்?

(கதவைத் தட்டிய பழைய காதலி, ப.138,)

என்றெல்லாம் கவிதை இயற்றியுள்ளார். அவர், நாட்டில் நடக்கின்ற பல்வேறு பிரச்சினைகளைக்காட்டி, அவற்றுக்கிடையில் கடலும் ஒருபக்கம் பெருந்துன்பத்தைத் தந்திருப்பதை எடுத்துக்காட்டுகின்றார். சிற்பி,

கீழைக்கடலின் அசுரப்பசிக்கு இரை
பூம்புகார்;
நேற்று தனுஷ்கோடியும்.
இயற்கையே
உன் பிரளயக் கோப
ருத்ர தாண்டவத்தில்
மிதிபடும் விதியோ
உயிர்களுக்கு? *(சிற்பி கவிதைகள், தொகுதி - 2, ப.1177)*

என்று தமது கவிதை ஒன்றினிடையே, கடல்கொண்ட பூம்புகாருடன் ஒப்பிட்டுத் தனுசுகோடியின் அழிவைப் பதிவுசெய்திருக்கின்றார். இவ்விருவரின் பதிவுகளும் தமிழ்க் கவிதையில் இந்த இயற்கை நிகழ்வை எக்காலத்திற்கும் பறைசாற்றக் கூடியவையாக விளங்குகின்றன.

வைகை வெள்ளம் (1972-1974?)

இயற்கையின் சீற்றங்களில் வெள்ளம் ஏற்படுத்தும் பாதிப்புகள் காலந்தோறும் நிகழ்ந்திருப்பதைப் போன்று, இருபதாம் நூற்றாண்டிலும் நிகழ்ந்துள்ளன. உயிரினத்தை வாழவைக்கும் இயற்கை அதன் பண்புநிலைகளில் மாற்றமடைகின்றபோது உயிரினத்திற்கு அழிவை உண்டாக்கும் விதமாகவும் அமைந்துவிடுகின்றது. மதுரையைச் சுற்றியுள்ள பகுதிகளில் பெய்த பெருமழையின் காரணமாகவும், வைகை அணை நிரம்பித் திறக்கப்பட்டதன் காரணமாகவும் ஏற்பட்ட வெள்ளப்பெருக்கால் மக்கள் வைகை ஆற்றில் சிக்கிகொண்ட நிகழ்வு 1970களில் நடந்துள்ளது. இவ்வரலாறு தமிழில் இரா. மீனாட்சியின் கவிதையில் பதிவாகியுள்ளது. அக்கவிதை,

வைகை அணை கடந்து
வழியெல்லாம் கிளைசேர்த்து
வெள்ளம் ஆர்ப்பரித்து
சுழற்றியடித்து
கரையழித்து
தரைப்பாலம் அமிழ்த்தி
வீறுகொண்ட வெண்குழம்பாய்
ஆறு, வயிறு பெருத்துப் போய்க் கொண்டிருந்தது.

ஹெலிகாப்டர்
விமானத்திலிருந்து
நூலேணி இறக்கி
நடுமண்டபத்தில் ஒண்டிக் கிடந்தவர்களைக்
காப்பாற்ற முனைந்திருந்தவர்கள் காவலர்கள்

(கொடிவிளக்கு, ப.70)

எனும் அடிகள் காட்டும் விவரங்களோடு அவ்வரலாற்றைப் படைத்திருக்கின்றது. ஆனால், இந்நிகழ்வின் முழு வரலாற்றை அறிய இயலவில்லை. கவிஞரோடு இது குறித்து உரையாடியபோது இந்நிகழ்வு 1972 முதல் 1974 வரைக்குள்ளாக நடந்தது என்று குறிப்பிடுகின்றார்.[37] அக்காலத்திய ஆவணங்களை அடைவது எளிதானதாக இல்லை. கிடைத்தவரையில் நிகழ்வின் வரலாறு குறித்த தகவல்களை அறிய முடியவில்லை. இந்நிகழ்வு குறித்த இன்னொரு தகவலைத் தந்துள்ளது கவிதையின் குறிப்பு. அது,

உதவிக்கு வந்த அந்த ஹெலிகாப்டரும் பிறகு வெள்ளத்தில் விழுந்து புரண்டு அடித்துச் செல்லப்பட்டது. விமானி காப்பாற்றப்பட்டார். - செய்தி[38]

என்றவாறு காட்டுகின்ற தகவல்களில், உலங்கு வானூர்தியும் வெள்ளத்தில் விழுந்ததைத் தெரிந்துகொள்ள முடிகின்றது. மேலும் விமானி காப்பாற்றப்பட்டதாகவும் தரப்பட்டுள்ளது. ஆய்வுத் தேடலின்போது கிடைத்த ஒரு பதிவு,

தோழர் ஏ.கே. கோபாலன் உரையாற்றிய ஒரு அரசியல் பொதுக்கூட்டம் மதுரை வைகையின் நடுவில் கல்பாலம் அருகேயுள்ள மண்டபத்தின் அருகில் நடந்தது. வைகையின் மணலில் சிப்பிகளும், சங்குகளும், சிறு கூழாங்கற்களும் ஏராளமாகக் கிடக்கும். 1970களில் ஏற்பட்ட வெள்ளத்தின் போது வெள்ளத்தில் சிக்கியவர்களை காப்பாற்றச் சென்ற ஹெலிகாப்டர் வெள்ளத்தில் சிக்கிக்கொண்டதால் அதை இயக்கிய விமானியும் உதவியாளரும் வெள்ளத்துக்கு பலியானார்கள்[39]

என்று தெரிவிப்பதன்மூலம் மேலும் சில தகவல்களைப் பெறமுடிகின்றது. அதேசமயம், இங்கு விமானி இறந்துவிட்டதாகக் குறிப்பிடப்பட்டுள்ளமை மேற்காணும் கவிதையின் குறிப்பு காட்டும் தகவலுக்கு மாறானதொரு கருத்தாக உள்ளது. இந்நிகழ்வின் முழுவிவரங்களை அறிகின்றபோதே வெள்ளத்தின் செயல்பாடுகளையும் அது ஏற்படுத்திய பாதிப்புகளையும் தெரிந்துகொள்ள முடியும்.

தமிழக, ஆந்திரப் புயல் (நவம்பர் 1977)

இயற்கையின் சீற்றத்தை இதுவரையில் எதிர்கொள்ள முடியாத நிலையினையே உலகம் பெற்றிருக்கின்றது. அறிவியல் வளர்ச்சிவழிப் பல்வேறு கண்டுபிடிப்புகளுக்குப் பின்பும், முன்கூட்டியே அறிய முடிகின்றதே தவிர இயற்கையின் செயல்பாடுகளைத் தவிர்த்திட முடியாது என்பதே மெய். கொடியதொரு புயலால் இப்படித்தான் 1977ஆம் ஆண்டில் தமிழகமும் ஆந்திரமும் பாதிப்படைய நேர்ந்தது.

தமிழகத்தைப் பெரும்புயல் ஒன்று 1977ஆம் ஆண்டு நவம்பர் மாதம் தாக்கியது. நாகப்பட்டினத்தின் கிழக்கே வங்கக் கடலில் இப்புயல் உருவானது. எனவே, நாகப்பட்டினம் மாவட்டத்தில் கடும் சீர்குலைவு ஏற்பட்டது. நவம்பர் 10ஆம் நாளில் இரவுமுழுக்க உக்கிரத்துடன் புயல் வீசியது. மணிக்கு 160 கி.மீ. வேகத்தில் சூறாவளிக் காற்றிலும், அதனுடன் கூடிய மழையிலும் பெரிய அரச மரங்கள் முதற்கொண்டு கீழே விழுந்துவிட்டன. வீடுகள் சுவர் இடிந்து, கூரைகள் காணாமல் போயிருந்தன. பறவைகள் மற்றும் கோழி, ஆடு, மாடு முதலிய விலங்கினங்கள் பெரும்பாலும் உயிரிழந்தன. கடல் அரிப்பேற்பட்டுக் குடிசைகளுக்குள் நீர் புகுந்தது.

நாகை, வேதாரண்யம், திருவாரூர் பகுதிகள் பெரும் பாதிப்பிற்குள்ளாகின. இப்பகுதிகளில் 15 ஆயிரம் பேர் வீடிழந்துள்ளனர். வேளாங்கண்ணி முழுதும் அழிந்துள்ளது.[40] புதுவையின் 10 மீனவர்கள் காணாமல் போயினர். அதனால் தஞ்சை, தென்னார்க்காடு, புதுவை, செங்கல்பட்டு மாவட்டங்களுக்குப் புயல், மழை எச்சரிக்கை விடப்பட்டது.[41] அங்கிருந்து நவம்பர் 12இல் கரையைக் கடந்த இந்தப் புயலால் ஏறக்குறைய 200 பேர் பலியானார்கள், 65 விழுக்காடு அளவிலான மரங்கள் பாதிப்படைந்தன. மக்கள் இயல்பு வாழ்வை இழந்து, அன்றாடத் தேவைகளுக்கும் வழியின்றி அல்லலுற்றனர். ஐந்து நாள்களுக்கு இம்மாவட்டத்தைப் பிற பகுதியினரால் நெருங்கிட முடியவில்லை. கிராமப் பள்ளிக்கூடங்கள் மற்றும் முகாம்களில் மக்கள் இரண்டு வாரங்களுக்கு வாழ வேண்டியதாயிற்று. நாகையில் 10 ஆயிரம், திருத்துறைப்பூண்டியில் 8 ஆயிரம், திருவாரூரில் 7 ஆயிரம் வீடுகள் எனத் தஞ்சை மாவட்டத்தில் மட்டும் 50 ஆயிரம் வீடுகளுக்கு இழப்பேற்பட்டுள்ளது.[42] செங்கல்பட்டில் ஆயிரக்கணக்கான ஏக்கர் நெல் பயிர் நீரில் மூழ்கியுள்ளது.[43]

புயலின் வேகம் சற்றுக் குறைந்தாலும், நாகப்பட்டினத்திற்கு அடுத்தாற்போல் திருச்சி, தஞ்சாவூர், புதுக்கோட்டை பகுதிகளில் மிகக் கடுமையான பாதிப்பை ஏற்படுத்தியது. நவம்பர் 13இல் திருச்சி நகரப்பகுதியில் ஆங்காங்கே 4 அடி உயரத்திற்குத் தண்ணீர் சூழ்ந்திருந்தது. திருச்சியின் 'கோரை ஆறு' உடைந்ததால் கிராபட்டி, கருமண்டலம், புத்தூர், மிளகுபாறை உள்ளிட்ட பகுதிகளில் வெள்ளம் நுழைந்தது. திருச்சியில் மட்டும் 12 பேர் உயிரிழந்துள்ளனர், அரவக்குறிச்சியில் வெள்ளத்தில் 18 பேர் அடித்துச்செல்லப்பட்டுள்ளனர். லால்குடி, முசிறி உள்ளிட்ட வட்டாரப் பகுதிகளில் பயிரிடப்பட்ட வாழைப்பயிர் மட்டும் ரூபாய் 5 கோடிக்கு இழப்படைந்தது.[44] இராணுவத்தின் துணைகொண்டு மீட்புப் பணி நடைபெற்றது.

இப்புயல் பாதிப்பினால் தமிழகத்தில் மட்டும் சுமார் 600 பேருக்கு மேல் உயிரிழக்க நேரிட்டது. அதில் தஞ்சையில் 189 பேரும், மதுரையில் 136 பேரும் அதிகப்படியாகப் பலியானார்கள். 10 ஆயிரம் வீடிழப்புகளும், 20 ஆயிரத்திற்கும் மேல் கால்நடை இறப்புகளும் நிகழ்ந்துள்ளன. மதுரையில் மாராம்பாடி கிராமத்திற்குள் குடகனாறும் சந்தனவர்த்தினி ஆறும் ஓடுகின்றன. இவற்றினால் வெள்ளம் கிராமத்திற்குள் புகுந்ததால் அங்குள்ள கோயிலுக்குள் 40 பேர் அடைக்கலம் புகுந்துள்ளனர். மழையில் கோயிலே இடிந்துவிழுந்ததில் 36 பேர் இறந்தனர். இக்கிராமத்தின் 568 வீடுகளில் 390 வீடுகள்

வெள்ளத்தில் அடித்துச் செல்லப்பட்டன.[45] சில நாள்களில் திண்டுக்கல் அருகில் குடவனாறு அணை வெள்ளத்தின் வேகத்தில் உடைந்ததால் அருகிலிருந்த 3 கிராமங்கள் அழிந்தன.[46] இப்புயலால் பாதிப்படைந்த இடங்கள் இயல்புக்கு மீண்டுவர ஒரு மாதத்திற்கு மேல் ஆகியது.

சென்னையைச் சீரழிக்கும் என்று எதிர்பார்க்கப்பட்ட அளவுக்குப் பாதிப்பில்லை என்றாலும், சென்னைத் துறைமுகத்திலிருந்த சீனக் கப்பல் கடலுக்குள் மூழ்கியது. காவிரியில் ஆங்காங்கே உடைப்பு ஏற்பட்டுள்ளது. திருநெல்வேலியில் தாமிரபரணி உடையும் நிலையை எட்டியது.[47] செங்கல்பட்டில் 130 வீடுகள், புதுவையில் 2 ஆயிரம் பேருடைய வீடுகள் அழிவுற்றன. காரைக்காலிலும் ஆயிரத்திற்கும் மேற்பட்ட குடிசைகள் அழிந்திருக்கின்றன.[48] நவம்பர் 15 வரை புயலின் தாக்கம் இருந்துள்ளது. அதுமுதல் இராணுவத்தினரின் உதவி மீட்புப் பணிகளில் கிடைக்கலானது.

திருவண்ணாமலை செங்கம் அருகே மழையில் வீடு இடிந்து விழுந்ததில் உறங்கிக்கொண்டிருந்த 5 பேர் மரணமடைந்தனர்.[49] நவம்பர் 16இல் நாகைக்குத் தென்கிழக்கே 750 மைல் தொலைவில் புயல் மையம் கொண்டது. இதனால் கடும்புயல் எச்சரிக்கையால் சென்னை பதற்றத்துக்குள்ளாகியது. ஏரிகள் நிரம்பின. புழல் ஏரிக்கருகேயுள்ள சடப்பாக்கம், மணலி, சடையன்குப்பம் ஆகிய கிராமங்களில் தண்ணீர் சூழ்ந்தது. அதிகாரிகள் வேறு திசையிலுள்ள மதகுகளைத் திறந்துவிட்டிருந்தால் இவ்விபத்தைத் தவிர்த்திருக்கலாமெனக் கருத்துரைக்கப்பட்டது.[50]

விடுதலைக்குப் பின் தமிழகத்தில் ஏற்பட்ட பெரிய இயற்கையின் கொடுமையாகக் கருதப்பட்ட இப்புயல், நவம்பர் 19இலிருந்து ஆந்திர மாநிலத்தின் திசைக்குத் திரும்பியது. தமிழகத்தில் அப்போதைய நிலவரப்படி 15 கோடிக்கு நிவாரணப்பணி மேற்கொள்ளப்பட்டு, பின்பு 100 கோடியளவில் நடந்தது.[51] தமிழக அரசு, கிடைத்த பிணங்கள் 481, காணாமல்போனவர்கள் 49, கால்நடைகள் 20 ஆயிரம், இடிந்த வீடுகள் 3 இலட்சம் என்று அறிவித்தது.[52] ஆனால் பொதுவுடைமை இயக்கத்தைச் சேர்ந்த பாராளுமன்ற உறுப்பினராக இருந்த எம். கல்யாணசுந்தரம் இறந்தவர்கள் மட்டும் 5 ஆயிரம் பேர் இருப்பர் என்று குறிப்பிட்டார்.[53] நவம்பர் 25 வரை புயலின் பதற்றம் நீடித்தது. இந்நேரத்தில் திருச்சியருகே காவிரி ஆறு நெடுக ஆங்காங்கே உடைப்பு ஏற்பட்டது.

மேற்காணும் அளவுக்குக் கொடுமைகளை நிகழ்த்திய இப்புயலைப் பற்றித் தமிழ்க்கவிதையில் பெருஞ்சித்திரனார்

பதிவுசெய்துள்ளார். புயல் பாதித்த அப்பகுதிகளில் வாழை, தென்னை, மா முதலிய அதிகப்படியாகச் சாகுபடி செய்யக்கூடியவை அனைத்தும் மிஞ்சாமல் அழிவுற்றதையும், சூறாவளி, இடி, மின்னல், மழை எனும் இயற்கைச் சீற்றங்கள் எப்படி இருந்தன எனும் நிலைகளையும் தெளிவாகக் காட்டுகின்றார். அதில்,

கண்ணை யளாவிப் பறித்தொளி மின்னிடக்
காதை யளாவிக் கிழித்திடி மேல்விழ
விண்ணை யளாவித் திமிர்ந்தெழ வான்புயல்
வேகம் அளாவிச் சுழன்றெதிர் வீசிட
எண்ணை யளாவிய தென்னை,வா ழைக்குலம்
ஏந்துபூம் பிஞ்சுகா யோடெழு மாவினம்
மண்ணை யளாவிட மாமலை போலெழு
மந்திர ஆழிமுன் மக்களென் செய்வரோ?

(கனிச்சாறு - 6, ப.100)

என்று மனவலியுடன் மக்கள் செயலற்றுப் போயிருப்பதைக் குறிப்பிடுகின்றார். மேலும், இக்கவிதையின் இறுதி விருத்தமானது ஆந்திரமும் பாதிக்கப்பட்டு உள்ளதையும், நிவாரணங்கள் என்ன கிடைத்தாலும் அம்மக்களின் அச்சத்தைப் போக்கிட முடியுமா என்ற கேள்வியையும்,

ஆடிய வன்புயற் கந்தமிழ் நாடுமிங்
காந்திர முங்கள மாகி அதிர்ந்தன!
வாடிய மக்களுக் காறுதல் வாய்மொழி
வாழ்க்கை யுதவிகள் பற்பல வாய்க்கினும்
நாடிந ரம்புந டுக்கந் தவிர்க்குமோ?
நற்றுணை மாண்ட குழந்தையர் மங்கையர்
நீடிய வெந்துயர் நீங்கிடக் கூடுமோ?
நீண்ட நெடுங்கட லேவிடை சொல்கவே!

(கனிச்சாறு - 6, ப.101)

எனும் அடிகள்வழி முன்வைக்கின்றார்.

பெருஞ்சித்திரனார் கவிதையால் இவ்வியலில் ஆராயப்படும் இந்நிகழ்வில், உண்மையில் தமிழகத்தை விட ஆந்திரம் கூடுதலான பாதிப்பைப் புயலால் அடைந்தது. 200 கி.மீ. வேகத்தில் சுழன்றடித்த காற்றினால் நவம்பர் 14 முதல் 20 வரை கடுந்தாக்குதலைக் கண்டு முடங்கியது. கடல்நீர் கிராமங்களுக்குள் புகுந்து கிருஷ்ணா மாவட்டம் முழுக்கவும், பிற இடங்களில் சில கிராமங்கள் மொத்தமாகவும் அழிந்துபோயின. திவிசீமா வட்டாரப் பகுதி அதிகப்படியான அழிவைக்

கண்டது. கடலில் இருந்து, 27 ஆயிரம் கோடி கன அடி நீர் பெருத்த அலையாக எழுந்ததில், 500 ச.கி.மீ. பரப்பில் ஒன்றரை மணி நேரத்திற்குள் சுமார் 10 ஆயிரம் மக்களும், 1 இலட்சம் கால்நடைகளும், 150 கிராமப் பகுதிகளும் அழிவைக் காணவேண்டியதாயிற்று.[54] இப்புயலின் விளைவால் ஆந்திராவில் 14,204 பேர் இறந்துள்ளனர்.

தீப்பெட்டித் தொழிற்சாலைப் பேருந்து விபத்து (1978 - 1981?)

தணிகைச்செல்வன் படைப்பில் ஒரு முக்கிய நிகழ்வினைக் காட்டும் கவிதையொன்று காணப்படுகின்றது. இளம் சிறுவர்களைப் பலிகொண்ட அந்த நிகழ்வின் விவரங்களை அறிய முடியவில்லையெனினும், நிகழ்வை இவ்வியலில் முன்வைப்பது முக்கியமானது. தமிழ்நாட்டில் தீப்பெட்டித் தொழிற்சாலை, பட்டாசுத் தொழிற்சாலைகளில் சிறுவர்கள் சிக்குண்டு வாழ்விழப்பது தொடர்ச்சியாக நிகழ்ந்து வந்தது. சிவகாசியில் தீப்பெட்டித் தொழிற்சாலை ஒன்றிற்கு வேலைக்குப்போன சிறு பிள்ளைகளை ஏற்றிக்கொண்டு சென்ற அத்தொழிற்சாலைப் பேருந்தொன்று விபத்துக்குள்ளாகியுள்ளது. வெள்ளத்தில் மூழ்கிய அப்பேருந்தில் இருந்த அனைத்துப் பிள்ளைகளும் பேருந்திற்குள்ளேயே மரணமடைந்துள்ளனர். இவ்விழப்பினைத் தாங்க முடியாத தணிகைச்செல்வன்,

கந்தகக் கிடங்குக்குள்
கண்மணிகள் தினந்தோறும்
வெந்து பொசுங்குவதால்
வெப்பம் குளிர்வதற்கு
என்றும் நிரந்தரமாய்
இறங்கினரோ நதிக்குள்ளே!
.....
தாயணைக்கும் துயில் சுகமும்
பறி கொடுத்து வயிற்றுக்குத்
தீயணைக்கப் போனதனால்
'தீக்குச்சி' நனைந்ததுவோ?

(தணிகைச்செல்வன் கவிதைகள், ப.191)

எனக் கவிதைவழி இரங்கலைத் தெரிவிக்கின்றார். இக்கவிதைக்கான அடிக்குறிப்பாக, "தீப்பெட்டித் தொழிலுக்குக் குழந்தைகளைக் கூட்டிச் சென்ற பேருந்து வெள்ளத்தில் மூழ்கியதால் பேருந்துக்குள்ளேயே மரணமடைந்த பிஞ்சுகளுக்கு சமர்ப்பணம்" என்று கொடுக்கப்பட்டிருப்பதன் வாயிலாக இந்நிகழ்வு குறித்த அறிமுகத்தைப் பெறமுடிகின்றது. இக்கவிதை இடம்பெற்றிருக்கும் 'பூபாளம்' தொகுப்பு

1981இல் வெளிவந்துள்ளது. இதற்கு முந்தைய அவரது 'சமூக சேவகி சேரிக்கு வந்தாள்' தொகுப்பு 1978இல் வெளிவந்துள்ளது. எனவே, இவற்றை அடிப்படையாகக் கொண்டே இந்நிகழ்வின் காலம் 1978இலிருந்து 1981க்குள்ளாக இருக்குமென இவ்வாய்வு கருதுகின்றது.

சென்னைக் குடிநீர்ப் பஞ்சம் (1983)

உயிர் வாழ்தலில் மிகமுக்கியத் தேவையான குடிநீர்ப் பயன்பாட்டில் சென்னைவாசிகள் நூற்றாண்டு நெடுகத் தட்டுப்பாட்டையும் பஞ்சத்தையும் அடையும் நிலையே இருந்துள்ளது. ஒவ்வோராண்டும் ஏப்பிரல் முதல் சூன் வரையிலான காலங்களில் கோடையின் காரணமாக ஒரு பக்கம் பற்றாக்குறை நேர்ந்தாலும், சில ஆண்டுகள் இடைவெளியில் கடும் பஞ்சமாகும்போது மக்கள் பெருந்துன்பத்திற்கு ஆளாகின்றனர். தமிழகத்தில் ஆங்காங்கே இச்சூழல் நிலவும்போது சென்னையும் தொடர்ச்சியாகப் பாதிக்கப்பட்டுள்ளது. 1983ஆம் ஆண்டு கொடிய குடிநீர்ப் பஞ்சம் சென்னையில் ஏற்பட்டது.

தமிழகத்தில் 1980ஆம் ஆண்டின் பருவமழையே குறைவாக இருந்தது. இதனால் ஆங்காங்கே வறட்சி ஏற்பட்டது. விவசாயப் பயிர்கள் காய்ந்தன. மீண்டும் 1982இலும் கடுமையான வறட்சி நிலவியது. மழைப்பொழிவுப் பகுதிகளிலேயே வறட்சி ஏற்பட்டது. வழக்கமான மழைச்செழிப்புப் பகுதியான நீலகிரி மாவட்டத்திலுங்கூட 15 ஆயிரம் ஏக்கர் அளவிலான தேயிலைத் தோட்டங்கள் காய்ந்தன.[55] தஞ்சை முதலிய வேளாண்மைக்கான இடங்களும் இழப்பைக் கண்டன. இதன் தொடர்ச்சியில், 1983ஆம் ஆண்டு தொடக்கத்திலேயே சென்னைக்குக் குடிநீர் வழங்கிவந்த புழல், பூண்டி, சோழவரம், செம்பரம்பாக்கம் ஆகிய நான்கு ஏரிகளும் பற்றாக்குறையைப் போக்க முடியாமல் வறண்டன. சென்னை அவ்வப்போது வறட்சி கண்டிருந்தாலும் இச்சூழலோ அச்சத்தை ஏற்படுத்தியது.

ஆங்கிலேயர்களின் ஆட்சிக் காலத்தில் சென்னை நகருக்குக் குடிநீர்ப் பஞ்சம் ஏற்பட்டபோது சென்னையின் ஆட்சியராக இருந்த எல்லீஸ், நகரத்தில் 27 இடங்களில் கிணறுகளைத் தோண்டும் முயற்சியை மேற்கொண்டுள்ளார். பிறகு இருபதாம் நூற்றாண்டில் 1947, 1954, 1968, 1972, 1982 ஆகிய ஆண்டுகளில் கடுமையான தட்டுப்பாடு அடைந்துள்ளது.[56] 1905இலிருந்தே முறையற்ற குடிநீர் நிலைப்பாட்டால் காலரா உள்ளிட்ட நீர்வழி நோய்கள் அதிகரித்தனவென்று, அதனைத் தடுக்கும் பொருட்டு நகரக் குடிநீர் வழங்கும் திட்டமொன்றும் மேண்ட்லி என்பவரால் மேற்கொள்ளப்பட்டது. 1911 செப்டம்பரில்

தொடங்கப்பட்ட இத்திட்டம் 1914 டிசம்பரில் நடைமுறைக்கு வந்தது.[57] ஆனால், வளர்ந்துவரும் மக்கள்தொகைக்கேற்பக் குடிநீர் விவகாரத்தைச் சமாளிக்க 1940களில் பூண்டி ஏரி நீர்த்தேக்கம் அமைக்கப்பட்டது. இத்திட்டம் ஓரளவு நிறைவை அளித்துவந்த நிலையிலும் தட்டுப்பாடு ஏற்படவே செய்தது. புழல் ஏரி, சோழவரம் ஏரி ஆகியவற்றிலிருந்து விவசாயத்திற்குப் பயன்படுத்தும் நீரை நிறுத்தி, 1964இல் முழுக்கக் குடிநீர் பயன்பாட்டிற்கே வழிகோலப்பட்டது.[58]

மேற்காணும்படி சில சீரமைப்புகள் செய்யப்பட்டாலும் பல்வேறு மாவட்டங்களிலிருந்தும் மாநிலங்களிலிருந்தும் சென்னையை நோக்கிப் பெருகிவந்த மக்களுக்கேற்பக் குடிநீர்த் தேவையைப் பூர்த்தி செய்வது கடினமானதாக இருந்தது. இதன் நீட்சியில், 1983ஆம் ஆண்டு வறட்சி மிகுந்து பஞ்சத்தை ஏற்படுத்தியது. இயல்பாகவே சென்னையின் பெரும்பான்மையான பகுதித் தண்ணீர்வளம் குடிப்பதற்கு ஏற்ற தன்மையற்றது. அன்றாடத் தேவைகளுக்கு மட்டும் பயன்பாட்டிற்குரியனவாக இருந்தது. குடிநீருக்கு ஏரிகளை நம்பியிருந்த நிலையே இருந்துவந்தது.

ஏரிகளும் வறண்டதால் பிற மாவட்டங்களிலிருந்து தண்ணீர் வண்டிகள் மூலமாகக் கொண்டுவரப்பட்டது. ஆயினும், நிலைமையைச் சமாளிக்க முடியாமல் ஈரோடு முதலிய பகுதிகளிலிருந்து இரயில்களில் குடிநீர் கொண்டு வரப்பட்டது. இத்தகைய இரயில்வழிக் குடிநீரை நம்பியிருக்கும் நிலையென்பது காலம் முழுக்க வறண்டு கிடக்கும் பாலைவனப் பகுதிகள் போன்று ஒரு சில மாநிலங்களுக்கே இருந்தது. எனவே, சென்னைக்கு இரயிலில் குடிநீர் கொண்டுவரப்பட்டது பெரும் வரலாறாகிவிட்டது. இவ்வளவு பெரிய வறட்சியை, அவ்வாண்டு தமிழ்ப் புத்தாண்டுக் கவியரங்கில் சித்திரை நாளினை வரவேற்க மனமிருந்தாலும், கவிதை பாடுதற்கு நாக்கில் ஈரமில்லாமல் நாவறண்டுபோய் இருப்பதாக எழுதுகையில்,

காலமழை பொய்த்ததனால் காய்ந்து வறண்டகலி
காலத்தில் அன்றோநாம் கவியரங்கம் கூடியுள்ளோம்!
கண்ணீரைப் பெருக்கியன்றோ காலத்தைக் கழிக்கின்றோம்!
குழாயடியில் தவம்கிடந்தும் குடம்நிரம்பக் காணாமல்,
.....
தாகத்தைத் தணிப்பதற்குத் தண்ணீரைச் சுமந்துரயில்
வாகன்வரும் என்றல்லோ வாய்பிளந்து நிற்கின்றோம்!
பெட்ரோலைப் போலிங்கு பெருவாழ்வு பெற்றுவிட்ட
மெட்ரோ-நீர் வந்தல்லோ வீட்டில்உலை ஏற்றுகின்றோம்!

மண்பரப்பில் நமக்குதவும் நீர்வளத்தைக் காணாமல்
விண்பரப்பை யன்றோநாம் விழிபிதுங்கப் பார்க்கின்றோம்!
(ரகுநாதம் - 5, ப.1086)

என்று தொ.மு.சி. ரகுநாதன் கவிதையில் கண்டுள்ளார். அவர் தலைமை தாங்கிய அதே கவியரங்கில் தமிழன்பனும் இதே நிகழ்வை முன்னிறுத்தி,

பங்குனி மேல்
நடந்துவந்து
பாதம் நொந்திருக்கும்
நாவும் வெந்திருக்கும்
சித்திரை மயிலே!
கொஞ்சம் பொறு
ரயில்வரும்.
தண்ணீர் தருகின்றேன்.
....
கவிஞர்களின்
பேனா மை,
தாகம் தணிக்கும்
தண்ணீர் ஆகுமானால்
கட்டாயம், கவியெழுதும் காரியத்தில் அதை
வீணாக்க வேண்டாமென
அவசரச்
சட்டம் பிறப்பிப்பேன்
(திரும்பி வந்த தேர்வலம், பக்.79,80)

என்று கவிதை படைத்துள்ளார். அத்துடன் அவர், தண்ணீர்த் தட்டுப்பாட்டில் சென்னை மக்கள் அன்றாடப் பயன்பாட்டிற்கும் அல்லலுறுவதைக் காட்டி,

சென்னையில்
தண்ணீர் இறந்துவிட்டது
அடக்கம் செய்யும் முன்
அதன்
சடலத்தைக் குளிப்பாட்ட வேண்டுமே
அதற்கென்ன வழி? (இரவுப் பாடகன், ப.80)

எனத் துயர மிகுதியுடனும் எள்ளல் தன்மையுடனும் கேட்கின்ற தனிக்கவிதையையும் எழுதியிருக்கின்றார்.

மேற்கண்டவாறு தமிழ்க் கவிதைகள் காட்டுகின்ற அளவுக்கும், தமிழக அரசு நிலைதடுமாறுகின்ற அளவுக்கும் குடிநீர்ப் பஞ்சத்தின் வீரியம் இருந்துள்ளது. அரசாங்கத்தால் இவ்வாண்டில்

மேற்கொள்ளப்பட்ட சட்டமன்றத்தைப் புதிய இடத்துக்கு மாற்றும் திட்டத்தில், சென்னையில் தண்ணீர்ப் பஞ்சம் நிலவுவதால் சட்டமன்றத்தைத் திருச்சிக்கு மாற்றிடவும் கருத்து உருவானது. இத்தகைய சூழ்நிலையை உண்டாக்கிய இப்பிரச்சினையால் நகரின் எதிர்காலத்திற்கும் குடிநீர்த் தேவையை நிறைவேற்றும் திட்டமொன்று மேற்கொள்ளப்பட்டது. அடிக்கடி நிகழும் இதுபோன்ற வறட்சிக்கு வழிசெய்யத் தமிழக அரசு, ஆந்திராவுடன் 1983 ஏப்பிரல் 18ஆம் நாள் ஓர் ஒப்பந்தம் மேற்கொண்டது. சென்னையின் குடிநீர்த் தேவைக்கு ஆந்திராவின் கண்டலேறு அணையிலிருந்து ஒவ்வோர் ஆண்டும் 12 டி.எம்.சி. தண்ணீர் வழங்கிட வேண்டும் என்று உடன்படிக்கையானது. அதாவது 15 டி.எம்.சி. தண்ணீர் திறந்துவிட்டால் 3 டி.எம்.சி. இழப்பு போக, சூலை முதல் அக்டோபர் வரையிலான காலத்தில் 8 டி.எம்.சி.யும், சனவரி முதல் ஏப்பிரல் வரையிலான காலத்தில் 4 டி.எம்.சி.யும் ஆந்திரா வழங்கிட வேண்டும்.[59] தமிழ்நாடு அதற்கான நிதியை ஆந்திராவிற்குக் கொடுக்கும். இத்திட்டம் ‘தெலுங்கு கங்கைத் திட்டம்’, ‘கிருஷ்ணா நதிநீர் ஒப்பந்தம்’ என்ற பெயர்களில் அழைக்கப்பட்டது. இதற்காக 720 கோடியில் 250 மைல் தொலைவிற்குக் கால்வாய் அமைக்கப்பட்டது. இத்திட்டத்தைத்தான்,

பஞ்சாப் விவகாரம்
பாபர் மசூதிப் பிரச்சினை
தெலுங்கு கங்காத் திட்டம்
தெளியாத கங்கைத் திட்டம்
வன்னியர் பிரச்சினை
அஸ்ஸாமில்
அன்னியர் பிரச்சினை
இப்படி எத்தனையோ? ***(கந்தர்வன் கவிதைகள், ப.227)***

எனும் கவிதையில் ஒரு வரியில் கந்தர்வன் பதிவுசெய்துள்ளார்.

இத்திட்டத்தின்மூலம் திறக்கப்படும் தமிழகத்திற்கான தண்ணீரை வரும் வழியிலேயே ஆந்திர மக்கள் குடிநீர், விவசாயத் தேவைகளுக்காகத் பயன்படுத்திக் கொள்கின்றனர். எனவே, மிகக் குறைந்த அளவிலான நீரே சென்னையை வந்தடைகின்றது. 1983ஆம் ஆண்டுப் பஞ்சத்தில் சென்னையில் மட்டுமல்லாது தமிழகத்தின் தென்மாவட்டங்களிலும் தண்ணீர்த் தட்டுப்பாடு ஏற்பட்டது. தமிழக, கேரள எல்லையில் பயணிக்கும் பெரியாற்றின் கிளையாறு கல்லாறு ஆகும். மேற்குத் தொடர்ச்சி மலை அருகிலேயே இருப்பதால் ஆண்டுமுழுக்க இங்குத் தண்ணீர் வரத்து இருந்துகொண்டிருக்கும். அதனை வைகை அணையின் வழியாக மதுரைக்குக் கொண்டுவந்து, தென்மாவட்டங்களின் வறட்சியைப் போக்கும் திட்டத்தை எம்.ஜி. இராமச்சந்திரன் தலைமை-

யிலான தமிழக அரசு மேற்கொண்டது. அதற்காகக் கேரளத்துடனும் பேச்சுவார்த்தை நடத்தப்பட்டது.[60] ஆனால் 1987இல் முதல்வர் மறைவிற்குப் பின்பு திட்டத்தை நிறைவேற்றும் முயற்சி தொடர்ந்து மேற்கொள்ளப்பெறவில்லை.

சிதம்பரம் தீ விபத்து (நவம்பர் 1995)

இருபதாம் நூற்றாண்டில் பல்லாயிரக்கணக்கான தீ விபத்துகள் தமிழ்ச் சமூகத்தில் நடந்துள்ளன. பல்வேறு இடங்களில் எரிப்புகள் விபத்துகளாகச் சித்திரிக்கப்பட்டும் உள்ளன. எப்படியென்றாலும், தீ விபத்துகளில் அதிகப்படியாக எரிந்துபோனவை எளிய மக்களின் வீடுகளாகத்தான் இருக்கின்றன. தமிழகத்தில் சிதம்பரத்தில் ஒரு தீ விபத்து ஏற்பட்டு, 40 வீடுகள் பாதிக்கப்பட்டிருக்கும் நிகழ்வொன்று பழமலய் கவிதையில் பதிவாகியுள்ளது. அக்கவிதை,

தீ விபத்து. 40 வீடுகள் நாசம்.
ரூ.3 லட்சம் சேதம்.
குடிசை வீட்டில் சமையல் செய்யும்போது
ஏற்பட்ட தீப்பொறி-
மற்ற வீடுகளுக்கும் பரவியது.
சிதம்பரம் காயத்ரி அம்மன் கோவில் தெரு:
அம்மன், காப்பாற்றவில்லை.
'கோபம்' என்பார்கள்.
குடிசைவாழ் மக்களிடந்தான்!
.....
கூரை, குடிசைகள்தாம்-
என்றாலும் வீடுகள் *(பழமலய் கவிதைகள், ப.323)*

என்று, அந்நிகழ்வின் தகவல்களையே கவிதையாக்கியிருக்கின்றார். இக்கவிதையே இந்நிகழ்வு குறித்தான விவரங்களைத் தந்துவிடுகின்றது. இந்நிகழ்வில் மனித உயிர் இழப்பு ஏதும் ஏற்பட்டதுபோன்று தெரியவில்லை. இக்கவிதை எழுதப்பட்ட நாளாக 18.11.1995 என்று குறிப்பிடப்பட்டிருந்தாலும், இந்நிகழ்வின் நாளையும், பிற விவரங்களையும் அறிவதற்கியலவில்லை.

பிற நிகழ்வுகள்

நான்கு நிகழ்வுகள் இங்கு ஆராயப்படுகின்றன. மொத்தமாக இவ்வியலில் காட்டப்படும் நிகழ்வுகளைக் கால வரிசையில் ஆராய்கின்றபோது ஏற்படக்கூடிய வகைமைக் குழப்பத்தால், இயற்கை நிகழ்வுகளுடன் கலவாது தனியாக இங்கு ஆராயப்படுகின்றது.

கும்பகோண மகாமகம் (10.3.1933)

தமிழ்ச் சமூகம் பக்திப் பண்பாட்டைப் பல நூற்றாண்டுகளாகத் தொடர்ந்து கொண்டிருக்கின்றது. அதன் அடையாளங்களாக ஏராளமான கோயில்கள் இன்றும் இருக்கின்றன. அவற்றின் சிறப்புகளாகப் பலவாறான புராணக் கதைகளையும் அவை கொண்டிருக்கின்றன. இத்தகு பரவலாக்கத்தில் இன்றுவரை பல கோயில் விழாக்கள் கொண்டாடப்பட்டும் வருகின்றன. இவ்வகைக்குரியதாக விளங்கும் புகழ்வாய்ந்த ஒன்றுதான், கும்பகோணத்தில் 12 ஆண்டுகளுக்கொருமுறை நடைபெறும் 'மகாமகம்' நீராடல் விழாவாகும்.

கும்பகோணம் தமிழகத்தின் கோயில் நகரங்களுள் ஒன்று. இங்குள்ள முக்கிய கோயில் ஆதிகும்பேசுவரர் கோயில். தமிழின் பக்தி இலக்கியங்களில் பாடப்பெற்றதொரு தலம் ஆகும். இக்கோயிலின் குளம்தான் மகாமகக் குளம். மாசி மாதத்தில் கும்பராசியில் குரு இருக்கையில், மகம் நட்சத்திரமும் பூராட நட்சத்திரமும் பொருந்துகின்ற நிகழ்வையே 'மகாமகம்' என்று கொண்டாடுவதாகத் தெரிகின்றது. இவ்வாறாக இந்த நட்சத்திரங்கள் பொருந்தி வருவது 12 ஆண்டுகளுக்கு ஒருமுறைதான் நடக்கின்றது. 1956ஆம் ஆண்டில் மட்டும் 11 ஆண்டுகள் இடைவெளியிலேயே நிகழ்ந்துவிட்டது. ஆண்டுதோறும் மாசி மகம் கொண்டாடப்படும், ஆனால் மகாமகம் 12 ஆண்டுகளுக்கு ஒரு முறை என்பதால் பெரும்விழாவாகக் கொண்டாடப்படுகின்றது. இலட்சக்கணக்கான மக்கள் இந்நிகழ்வில் பங்கேற்கின்றனர்.

இருபதாம் நூற்றாண்டில் மட்டும் 8 முறை இவ்விழா நிகழ்ந்தேறியுள்ளது. அதாவது 1909, 1921, 1933, 1945, 1956, 1968, 1980, 1992 ஆகிய ஆண்டுகளில் நடந்துள்ளது. 1933ஆம் ஆண்டு மார்ச்சு 10ஆம் நாளில் இவ்விழா கொண்டாடப்பட்டது.[61] பிப்பிரவரி அல்லது மார்ச்சு மாதங்களிலும் நடைபெறும் இதனைப் பேச்சு வழக்கில் மாமாங்கம் என்றழைப்பர். கோயில் குளத்தில் புனித நீராடல் என்பது இவ்விழாவின் முக்கிய நிகழ்வு. இவ்வாறு நீராடலில் பல பிறப்புகளில் செய்த பாவங்கள் போகுமென்று நம்பிக்கை வளர்க்கப்பட்டுள்ளது. கடவுள், மதம், வழிபாடு எனும் நம்பிக்கைகளைத் தாண்டி ஆதிக்கமாக, பெரும் வணிகமாக இவ்விழா பார்க்கப்படுவதை,

> *மாமாங்கம் என்பது இந்து மதத்தில் சம்மந்தப்பட்ட ஒரு புண்ணிய(நல்ல) காரியமாக பாவிக்கப்படுகின்றது என்றாலும், அது பெரிதும்*

சுயநலக்காரர்களாகிய முதலாளிமார்கள், சோம்பேறி வாழ்க்கைக்காரர்கள் ஆகிய இருகூட்டத்தாரின் விளம்பரங்களின் மூலமாகவே அது பிரபலப்பட்டு மக்கள் அதில் ஈடுபடு கின்றார்கள். மாமாங்கத்தை விளம்பரம் செய்யும் இவர்கள் மூன்று வகையாவார்கள். ஒன்று பார்ப்பனர்கள், இரண்டு வியாபாரிகள், மூன்று ரயில்வேக்காரர்கள். இம்மூவருக்கும் அனுகூலக்காரராகவும் கூலிக்காரராகவும் இருக்கும் சில பத்திரிகைக்காரர்கள் மூலமே அதிக விளம்பரமாகின்றது[62]

என்று ஈ.வெ.ரா. வெளிப்படுத்துகின்றார். இதன் அடிப்படையில் மகாமகத்திற்கு பல மக்கள் வருகையினால் பல்வேறு வகையான வணிகம் நடைபெறும் என்று எதிர்பார்க்கப்படுகின்றது. இதனையெல்லாம் அறிந்த பாரதிதாசனால் இருபதாம் நூற்றாண்டு இலக்கியத்தில் இக்கும்பகோண நிகழ்வு இடம்பெற்றுவிட்டதை,

கும்பலுண்டு கும்பகோண மாமகத்திலே - கும்பல்
வெம்பலுண்டு வேகலுண்டு மாமகத்திலே
நம்பலுண்டு தெய்விகத்தை மாமகத்திலே - நம்பி
நக்கலுண்டு வெறுங்கையை வீடுவந்தபின்

(பாவேந்தம் - 17, ப.324)

என்ற தொடக்கத்தை உடைய கவிதையின்வழி அறியமுடிகின்றது. ஈ.வெ.ரா.வின் கருத்தைப் பாரதிதாசனும் இக்கவிதையில்,

வானரத மேலிருந்து விளம்பரமாம் - ரயில்
வர்த்தகர்க்கும் இதில்மிகக் கவலையுண்டோ?
ஈனநிலை யில்வருந்தும் மக்கள்பணத்தை - இதில்
இழுத்துச்சு கம்பெருக்கும் எண்ணமல்லவோ?

(பாவேந்தம் - 17, ப.325)

என்றவாறு பின்பற்றியுள்ளார். மகாமகத்தைக் கடவுள் மறுப்புப் பார்வையில் எழுதப்பட்டுள்ள இக்கவிதையில், பொதுவாக அவ்விழாவினால் மக்களுடைய பணம் வீணாகுதல் உள்ளிட்ட சமூக விளைவுகளைப் பற்றிக் குறிப்பிட்டு, **10.3.33**இல் நடக்கவிருக்கும் விழா குறித்த விழிப்புணர்வை முன்கூட்டியே ஏற்படுத்துகின்றார். ஈ.வெ.ரா. **1921**இல் நடந்த மகாமக விளைவுகளைப் பற்றி,

கடந்த மகாமகத்தில் எத்தனை பேர்கள் காதறுபட்டவர்கள், அடி உதைபட்டவர்கள், மூட்டை பறிகொடுத்தவர்கள், பெட்டி பறிகொடுத்தவர்கள், கழுத்து மணி பறிகொடுத்தவர்கள் என்பதை போன மகாமகத்தின் போலீஸ் நிர்வாக அறிக்கையும் பார்ப்பதோடு கர்ப்பத்தோடு கலங்கியவர்களும், கைக்குழந்தைகளோடு

நசுக்கப்பட்டவர்களும், மனைவி மக்களை விட்டு பிரிந்தவர்களுள் எத்தனை பேர்கள் என்பதையும் போய்வந்தவர்களை விசாரித்துப் பாருங்கள். அதோடு காலராவிலும் கூட்டத்திலும் இறந்தவர்கள் எத்தனை பேர்களுக்கு சர்க்கார் கொள்ளி வைக்கும்படி நேரிட்டதென்பதை விசாரியுங்கள். இவைகளை எல்லாம் நன்கு விசாரித்துக் கொண்டு போவதென்பதும், போவதில்லை என்பதும் முடிவு செய்து கொள்ளுங்கள் வருவதைச் சொன்னோம்! கேட்டால் கேளுங்கள் இல்லாவிட்டால் விடுங்கள்.

கும்பகோணத்தின் மகாமக குளத்தின் நிலைமை வெளியூர் வாசிகளுக்கு தெரியாததே பலர் 'மகாமகம்' என்றதும் வந்து விடுகிறார்கள். ஆகவே அக்குளத்தின் நிலைமையையும் கொஞ்சம் சொல்லி விடுகிறோம். அக்குளத்தின் ஆபாசம் தெரிந்தாலே ஒருவரும் போக மாட்டார்கள்! போகவும் மனம் சகிக்காது[63]

என்றெல்லாம் விளக்கி, 1933ஆம் ஆண்டு மகாமகத்தைத் தவிர்க்கும்படி மக்களுக்கு அறிவுறுத்துகின்றார். கும்பகோணத்திலே வசித்தால் யாரும் அதனைப் பொருட்படுத்தமாட்டீர்கள் ஏனெனில், அதொரு 'கும்பகோணம் குப்பைத்தொட்டி' என்று மகாமகக் குளம் தொடர்பான கருத்தை வெளிப்படுத்துகின்றார்.

இவ்வாறான விளைவுகளைக் கடந்து, அவ்விழாவின்போது இலட்சக்கணக்கான மக்கள் ஒரே நாளில் குளத்தில் நீராடுவதில் ஏற்படும் நெரிசலில் சிலர் உயிரிழக்கவும் நேரிடுகின்றது. அதிகப்படியான உயிரிழப்பு, 1992ஆம் ஆண்டு பிப்பிரவரி 18இல் நடந்த மகாமகத்தில் கலந்துகொள்ள அப்போதைய முதலமைச்சர் வந்திருந்தபோது நிகழ்ந்தது. விழா நெரிசலில் சுற்றுச் சுவர் இடிந்து விழுந்ததில் சுமார் 60 பேர் பலியானார்கள். இதனால்தான் பின்னாளில் அப்துல்ரகுமான்,

கும்பகோணத்திற்கு
என்ன சாபமோ?
ஒன்று
நீர் கொல்கிறது
இல்லையென்றால்
நெருப்புக் கொல்கிறது ***(ராப்பிச்சை, ப.90)***

என்று, கும்பகோணம் பள்ளி ஒன்றில் நடந்த தீ விபத்தில்(16.7.2004) மடிந்துபோன 94 குழந்தைகளுக்கான கவிதையில் எழுதியிருக்கின்றார். கும்பகோணத்து மகாமகம் பற்றித் தமிழ்க்கவிதையில் இத்தகைய பதிவுகள் இருக்கின்றன.

பர்மா தமிழர்கள் தாயகம் திரும்புதல் (சூலை 1964)

ஆங்கிலேயர்களின் தொழிலாளர் தேவை, தமிழகத்தில் ஏற்பட்ட பஞ்சம் உள்ளிட்ட காரணங்களுக்காகத் தமிழ்மண்ணை விட்டுத் தமிழர்கள் கொண்டுசெல்லப்பட்ட அல்லது குடியேறிய நாடுகளில் 'பர்மா'வும் ஒன்று. நூற்றாண்டு கடந்து அங்கு வாழ்ந்துகொண்டிருந்த தமிழர்கள், 1960களின் தொடக்கத்தில் நிலவிய பர்மாவின் அரசியல் சூழலால் அங்கு வாழ்வதற்கஞ்சித் தாயகமான தமிழகத்திற்கே திரும்பிவரவேண்டிய நிலை ஏற்பட்டது.

இந்தியாவை ஒட்டிய எல்லைப் பகுதியான, இன்று மியன்மார் என்றழைக்கப்படுகின்ற அன்றைய பர்மா, 19ஆம் நூற்றாண்டில் ஆங்கிலேயர் ஆட்சிக்குட்பட்டதாக மாறியது. ஆங்கிலேயர்களால் விவசாயக் கூலிகளாக ஏராளமான தமிழர்கள் அந்நாட்டிற்குக் கொண்டு செல்லப்பட்டனர். காலப்போக்கில் அங்கேயே வாழத் தலைப்பட்டனர் தமிழர்கள். இந்தியா விடுதலையடைந்த பிறகு 1948இல் பர்மாவும் விடுதலை பெற்றது. சில ஆண்டுகளுக்குப் பிறகு 2.3.1962இல் ஜெனரல் நேவின் தலைமையிலான இராணுவ ஆட்சி ஏற்பட்டது. இந்த ஆட்சி மாற்றமே அந்நாட்டின் பெரியதொரு அரசியல் மாற்றமாக அமைந்துவிட்டது.

ஜெனரல் நேவின் தலைமையிலமைந்த புதிய ஆட்சி அப்போது அந்நாட்டில் நிலவிய பொருளாதாரச் சூழலால் 1962இல் அனைத்து நிறுவனங்களையும் நாட்டுடைமையாக்கியது. பல வணிகங்களையும் தொழில்களையும் தாமே நடத்திட அரசு எடுத்துக்கொண்டதால் அதனை நடத்திவந்தவர்கள் பாதிக்கப்பட்டனர். மேலும் பர்மியர்களே வேலைகளில் அமர்த்தப்பட்டனர். இத்திட்டத்தால் பிற நாட்டிலிருந்து வந்தவர்கள் புறந்தள்ளப்பட்டு வேலையிழந்து பாதிக்கப்பட்டவர்களில் பெரும்பாலும் தமிழர்கள் ஆவர். நிறுவனங்கள் நாட்டுடைமையாக்கப்பட்டதன் பாதிப்பு தமிழர்கள் உள்ளிட்ட வெளிநாட்டினர்க்கு மட்டுமல்ல பர்மியர்களுக்கும் பொருந்தும். தங்கள் தொழில் முதலான வாழ்வாதாரத்தை இழந்ததால், தமிழர்கள் சுமார் ஆயிரம் பேர் இந்தியத் தூதரகத்திடம் முறையிட்டனர்; போராட்டத்திலும் ஈடுபட்டனர். இச்செய்தி அறிந்த இந்திய அரசு, அவர்களை அங்கிருந்து சென்னைக்குக் கொண்டுவர முடிவெடுத்தது. போராட்டக்காரர்களின் கோரிக்கையாகவும் அது இருந்தது.[64]

இந்திய அரசாங்கத்தில் உள்துறை அமைச்சராக இருந்த ஒய்.பி. சவான், வெளியுறவுத்துறை அமைச்சராக இருந்த ஸ்வரன் சிங் ஆகியோர்

இதில் முக்கியப் பங்காற்றினர். தமிழர்கள் மட்டுமல்லாது பிற இந்தியர்களும் அந்நாட்டிலிருந்து வெளியேறத் தலைப்பட்டனர். பாதிக்கப்பட்ட தமிழர்களின் சொத்துகளுக்கு இழப்பீடும் தராமல் அவற்றைப் பர்மா அரசு முடக்கியுள்ளது.[65] ஓய்வுபெற்ற கடற்படை அதிகாரியான ராமதாஸ் கட்டாரி என்பவர் இந்தியத் தூதுவராகப் பர்மாவுக்குச் சென்றிருந்தார்.[66] எனவே, இந்தியர்கள் கப்பல் வழியாகவும், விமானம் வழியாகவும் இந்தியாவிற்கு அழைத்துவரப்பட்டனர். பயணச்செலவை மையஅரசும், அதன்பின்பு ஆகும் செலவுகளை மாநில அரசும் ஏற்றுக் கொள்ளவும் முடிவானது.[67] தமிழர்களின் நிலையை நேரில் அறியத் தமிழக அரசின் உள்துறையைச் சேர்ந்த வெங்கட்ராமன் என்பவர் பர்மாவிற்குச் செல்வதாக இருந்ததை 'விடுதலை' நாளிதழ்[68] காட்டுகின்றது. தமிழர்கள் கப்பல் வழியாகவே தமிழகத்திற்கு வந்தனர்.

பர்மாவின் முக்கிய நகரமான இரங்கூனிலிருந்து 19.7.1964இல் 'முகமதியா' எனும் முதல் கப்பல் தமிழர்களை ஏற்றிக்கொண்டு புறப்பட்டது. இக்கப்பல் 5 நாள் கடல் பயணம்கண்டு, 24.7.1964இல் சென்னைக்கு வந்துசேர்ந்தது. தமிழர்கள் மட்டுமல்லாது ஆந்திரா, கேரளா, ஒரிசா, மேற்கு வங்காளம் ஆகிய பிற மாநிலங்களைச் சேர்ந்த மக்களும் இக்கப்பலில் வந்தனர். ஆனாலும் வந்தவர்களில் பெரும்பான்மையர் தமிழர்கள்தான். கப்பலில் வந்த 1501 பேரில் பலர் சொந்த ஊருக்குச் செல்லக்கூடியவர்களாகவும் இருந்தனர். "இவர்களில் இராமநாதபுரம் மாவட்டம் செல்பவர்கள் 898 பேர். தஞ்சை 58, மதுரை 43, திருச்சி 37, திருநெல்வேலி 25, கேரளா 31, ஆந்திரா 6. பிற மாவட்டங்களில் 4 பேர்களாவர்".[69] அன்றிரவே சில மாவட்டங்களைச் சேர்ந்தவர்களை இரயிலில் ஏற்றி அனுப்பிவைத்தது அரசு. தாயகம் திரும்பிய தமிழர்களுக்குத் தமிழக அரசு செங்குன்றம், கும்மிடிப்பூண்டியில் முகாம் அமைத்துக் கொடுத்தது. எங்கும் செல்லக்கூடிய நிலையற்ற 25 விழுக்காட்டினரை அரசே கவனித்துக்கொள்வதாக முகாமில் தங்க வைத்துள்ளது.

மேற்படி முகாம்களில் உள்ளவர்கள் உட்படத் தமிழகம் வரவிருக்கும் தமிழர்களின் நலன்கருதி, சூலை 25இல் சட்டமன்றத்தில்,

> *(1) படிக்கும் குழந்தைகளுக்கு சம்பளச்சலுகையும் இலவசப்புத்தகமும் கொடுத்தல் (2) தேவையானவர்களுக்கு நீண்ட கால கடன்வசதி (3) கடை நடத்தக் கடன்வசதி (4) திக்கற்ற பலருக்கு அரசாங்கத் திட்டங்களில் வேலை ஏற்பாடு - இப்படி பல நல்ல உதவிகளை அரசாங்கம் மேற்கொள்ளும்*[70]

என்று தெரிவிக்கப்பட்டுள்ளது. இன்னும் கப்பலில் வந்துசேரப் பர்மாவில் தமிழர்கள் தயாராயிருந்தனர். ஆகஸ்ட் 21 வரையில் ஆறு கப்பல்கள் பர்மாவிலிருந்து வந்துள்ளன.[71] இவற்றில் நான்காவது கப்பலான ‘முஜாபரி’ எனும் கப்பல் ‘விசாகை’க்கு வந்து சேர்ந்துள்ளது.[72] இவ்வாறு தமிழர்கள் பர்மாவிலிருந்து வெளியேறியதற்கு அந்நாட்டில் நிலவிய சூழல் முக்கிய காரணம் என்றால், தமிழகம் வந்தவர்களும் இன்னொரு காரணமாக அமைந்ததை,

> *இவர்களுக்கு வேலை வாய்ப்பு, வியாபாரக்கடன், சொந்த ஊருக்குப்போக விரும்புபவர்களுக்கு ஊர் போய் சேர்வதற்கான பயணப்படி வழங்குதல் என பணிகள் சுறுசுறுப்பாக நடந்து வந்தன. அதற்கெனவே ஒரு சிறப்பு தாசில்தாரும், மாவட்ட துணை ஆட்சியரும் பாதுகாப்பிற்காக காவலர்களும் நியமிக்கப்பட்டு இருந்தனர். முதல் கப்பலில் வந்திறங்கியவர்களுக்கு தரப்பட்ட வரவேற்பும், செய்து கொடுக்கப்பட்ட வசதிகளையும் கண்டு மகிழ்ந்தவர்கள் பர்மாவில் விட்டு வந்த உறவினர்களுக்கெல்லாம் “அங்கு இருக்க வேண்டாம்” உடனே புறப்பட்டு அடுத்தடுத்த கப்பல்களில் வந்து சேருங்கள், என்று கடிதங்களை எழுதி அனுப்பிக் கொண்டிருந்தார்கள். ..... அங்கு இரண்டும்கெட்ட நிலையில் தள்ளாட்டத்தில் இருந்த மக்களுக்கு புதிய தெம்பும் அழுத்தமான நம்பிக்கையும் ஏற்பட்டு மிகத் துணிவுடன் கப்பல் பயணத்திற்குத் தயாராகிவிட்டார்கள்* [73]

என்று கோ. வேணுகோபாலன் காட்டுகின்றார். வருவதற்கு ஆயத்தமானவர்களில், ‘வெளிநாட்டினர் பதிவுச் சான்று’ வைத்திருந்தவர்களால் மட்டுமே கடவுச்சீட்டு பெற்றுக் கப்பலில் பயணிக்க முடிந்தது. அந்தச் சான்று இல்லாதவர்கள் பர்மாவிலேயே இருக்க வேண்டியதாயிற்று. மேலும், தமிழர்கள் குறைந்த அளவே தங்கமும் (2 சவரன்), பணமும் (15 ரூபாய்) கொண்டுசெல்லவே பர்மா அரசு அனுமதித்துள்ளது. இந்த அளவினை மீறியிருக்கும் பெண்களின் தாலிகளையும் அதுகுறித்த விழுமியத்தை உணராமல் பறித்துள்ளது.[74] சாப்பாட்டில் தங்க நகைகளை வைத்து மறைத்து எடுத்துச் செல்லலாம் என்று ஐயமுற்றுப் பயணத்திற்கு அவர்கள் உணவு எடுத்துச் செல்வதைத் தடுத்துள்ளனர்.[75]

முதல் கப்பல் தொடங்கி 14.7.1974இல் வந்த 72ஆவது கப்பல் வரை பர்மாவிலிருந்து தமிழர்கள் வெளியேறி வந்தனர். கப்பல் பயணம் முடிந்து விட்டாலும் இதன் தாக்கத்தில் அதற்கடுத்த ஆண்டுவரை 15 விமானங்களில் கல்கத்தாவில் வந்திறங்கினர். பின்பு தமிழர்கள் இரயில் வழியாகச் சென்னையைச் சேர்ந்தனர்.[76] அதேநேரம் பர்மாவிலிருந்து

வெளியேறுவது என்று முடிவான பிறகு, 1964இல் அந்நாட்டிலிருந்த 5 இலட்சம் இந்தியர்களில் 2 இலட்சம் பேர் பர்மியக் குடிகளாக இருக்க விரும்புவதால், மற்றவர்களில் 2 இலட்சம் பேர் விரைவில் இந்தியா வரவிருப்பதாகவும், அவர்களில் விமானம் மூலமும் நாள்தோறும் 200 பேர் வந்துகொண்டிருப்பதாகவும் தெரிகின்றது என 'விடுதலை'[77] காட்டுவதிலிருந்து, வசதிபடைத்தோர் மட்டும் அவ்வழி வந்திருக்கக்கூடும் என்று எண்ணத் தோன்றுகின்றது. மொத்தத்தில் தமிழர்கள் மட்டுமே ஏறக்குறைய 1.75 இலட்சம் பேர் சொந்த மண்ணுக்குத் திரும்பியிருந்தனர்.

இவ்வாறு பெருகிய மக்களால் முகாம்களின் பற்றாக்குறை, அப்போது மாநிலத்தில் நிலவிய அரிசிப் பஞ்சம் எனப் பல காரணங்களால் அவர்களை அரவணைக்க முடியாதநிலை அரசுக்கு உருவாயிற்று. எனவே, இவர்களில் பலரைத் தஞ்சாவூர், திருச்சி, கோவை, சேலம் உள்ளிட்ட பகுதிகளுக்கு அனுப்பி வைத்தது. முகாம் பாதுகாப்பு கிடைக்காத நிலையில் பலரது நிலை கவலைக்குள்ளாகியது. சூலை மாதமே, தமிழத்தில் 12 ஆயிரம் பேர், ஆந்திராவில் 12 ஆயிரம் பேர், ஒரிசாவில் 7 ஆயிரம் பேர் என்ற அடிப்படையில் முகாம் அமைத்துத் தங்க வைத்திடவும் ஏற்பாடாகியுள்ளது.[78] தமிழக அரசு இதற்காக முன்கூட்டியே தயாராக இருந்துள்ளது. அம்மக்களின் பிள்ளைகள் பள்ளிகளில் பயின்றிட அவர்களின் நிலைக்கேற்பப் பயில வசதி செய்துதரப்பட்டது.

கும்மிடிப்பூண்டி முகாமின் பற்றாக்குறையால் திருவண்ணாமலை அருகே சாத்தனூரிலும் 250 குடிசைகளுடன்கூடிய புதிய முகாம் தயாராகியுள்ளது.[79] இதுமட்டுமல்லாது சோழவரம் உள்ளிட்ட ஒரு சில பகுதிகளில் முகாம் இருந்துள்ளளது. எட்டயபுரத்தருகே கழுகுமலை தீக்குச்சித் தொழிற்சாலையில் 487 பேருக்கு வேலை தரப்பட்டுள்ளது. அவர்களுக்கு உணவும் இருப்பிடமும் தருவதற்கு அப்பகுதிகளிலுள்ள மக்கள் முன்வந்துள்ளனர்.[80] கன்னியாகுமரி மாவட்ட இரப்பர் தோட்டத்திலும், கொடையார் நீர் மின்சாரத் திட்டத்திலும் சேர்த்து 100 குடும்பங்களுக்கு வேலைவாய்ப்பு ஏற்படுத்தப்பட்டுள்ளது.[81]

இந்நிலை ஒருபுறமிருக்க, "பர்மா புரட்சி அரசாங்கம் எந்த இந்தியரையும் நாட்டைவிட்டு வெளியேறும்படி கூறவில்லை. இந்தியர்களுக்கு விவசாயக் கடன்கள் கொடுத்து அரசாங்கம் உதவி-யிருப்பதைப் பலவிடங்களில் நானே கண்டிருக்கிறேன்" என்று கட்டாரி பர்மா இந்தியர்கள் முன்னிலையில் ஒரு கூட்டத்தில் பேசியிருப்பதையும் அறிய முடிகின்றது.[82] வாழும் சூழல் பறிபோவதை அஞ்சித் தமிழர்களே

வெளியேறியதையே இது காட்டுகின்றது. இதுபோன்று ஏற்கெனவே தமிழர்கள் இந்தியாவில் ஏதிலிகளாக்கப்பட்ட நிகழ்வொன்றும் நடந்துள்ளது. இந்தியாவின் வெளியுறவுக் கொள்கையினால் 1948இல் தமிழர்கள் அலைக்கழிக்கப்பட்டுள்ளனர்.[83] கப்பல்களில் சுமார் 1800 பேர் பயணிக்கக் கூடுமானாலும் 1500 பேர் அளவிலேயே பயணம்செய்து பத்தாண்டுவரை வந்துகொண்டிருந்தனர். இவ்வாறு தமிழகத்திற்கு வந்தவர்கள் தமிழகத்தில் மட்டும் அல்லாது அண்டை மாநிலங்களுக்கும் அனுப்பி வைக்கப்பட்டனர். அப்போது, அவர்கள் அனைவருக்குமான பராமரிப்புக்காக, அம்மக்கள் பயன்பெறுவதற்காக 1969இல் ஏற்படுத்தப்பட்ட வங்கிதான், தாயகம் திரும்பியவர்களின் கூட்டுறவு மற்றும் நிதி வளர்ச்சிக்கான 'ரெப்கோ' (Repatriates Co-operative Finance and Development Bank Ltd.) வங்கி ஆகும்.

தமிழர்களின் இத்தகைய அவலநிலையினைக் கொண்ட, அவர்கள் உடைமைகளையெல்லாம் இழந்து மனஉளைச்சலுற்று வருந்திய வரலாற்றிற்குச் சான்றாகத் தமிழ்க் கவிதைகள் இயற்றப்பட்டுள்ளன. அவற்றில் தமிழன்பனின் கவிதை இந்நிகழ்விற்காகவே எழுதப்பட்டுள்ளது. அதில்,

தாயகத்தில் பிழைப்பதற்குத்
தக்கவழி இல்லையென்றே
போயவர்கள் வருகின்றார் பாருங்கள் - அவர்
பூவிழிநீர் துடைப்பதற்கு வாருங்கள்!

உடல்தேய உழைத்தவர்கள்
ஓடாகத் தேய்ந்தவர்கள்
முடம்பட்டுத் திரும்புகின்றார் பாருங்கள் - உடன்
முன்வந்தே மனந்தேற்ற வாருங்கள்!

(கதவைத் தட்டிய பழைய காதலி, ப.114)

என்று, ஆதரவு தேடித் தாயகம் திரும்பும் அத்தமிழர்களுடைய வாழ்வில், 'ஒளியேற்ற வாருங்கள்!' என வேண்டுகோள் வைக்கின்றார். மேலும், தனுசுகோடிப் புயலால் ஏற்பட்ட அழிவுபற்றிய அவரது இன்னொரு கவிதையினிடையே,

சேற்றினிலே வீழ்ந்துமனம்
சிதைபவர்தம் துயரொருபால்
சிங்களத்தார் பருமா நாட்டார்
தோற்றயர்ந்து மீளுவதால்
தோன்றியுள்ள இடரொருபால்

(கதவைத் தட்டிய பழைய காதலி, ப.138)

என்று அக்காலத்திய தமிழகம்காணும் துன்பங்களில் ஒன்றாகப் பர்மா தமிழர்கள் வருகையைப் பதிவுசெய்துள்ளார். இத்துடன் இப்பதிவு காட்டும் இன்னொரு தகவலும் முக்கியமானதாகின்றது. இதே சூழலில்தான் இலங்கையிலிருந்தும் வியட்நாமிலிருந்தும் வாழ வழியற்ற தமிழர்கள் வெளியேறித் தாயகம் வந்தடைந்தனர். இவ்வாண்டில் இலங்கையரசும் இந்திய அரசும் மேற்கொண்ட ஒப்பந்தத்தால் லட்சக்கணக்கில் தமிழர்கள் ஏதிலிகளாக இங்கு வந்து தஞ்சம் அடைந்தனர். இதனை வெ.நா. திருமூர்த்தியும்,

இலங்கையுடன், பர்மாவும், கிழக்குப்பாக் கிஸ்தான்
இருந்துவரும் அகதிகளைக் காக்கும்பொறுப் பேற்று
நலமேவும் சமாதானச் சகவாழ்வுப் போக்கில்,
நடுநிலைமைக் கொள்கைதனை நழுவாமல் காத்து!
(தேசத்தியாகி வெ.நா. திருமூர்த்தி கவிதைகள் ப.176,)

என்றவாறு பதிவுசெய்துள்ளார். நாடு என்னென்ன செய்யவேண்டும் என்று 'மகா விண்ணப்பம்' விடுக்கும் இக்கவிதையினிடையே தமிழகத்தில் தஞ்சமடையும் தமிழர்களின் வாழ்வைக் காக்க வேண்டுகின்றார். இவ்வாறு இலங்கை, வியட்நாம் பகுதிகளிலிருந்து தமிழர்கள் வந்த சூழலும் பர்மாவிலிருந்து வந்தவர்களுக்குப் பயன்கிடைக்க முடியாத நிலையை உண்டாக்கியது. தமிழர்கள் பர்மாவிற்குச் சென்று அக்கலாச்சாரத்தைப் பின்பற்றிய வாழ்க்கையினைத் தமிழகம் வந்தும் அதிலிருந்து மீளமுடியாத நிலையை இரா. மீனாட்சியின் கவிதை அடிகள் காட்டுகின்றன. அவை,

பர்மாவிலிருந்து நடைபயணமாய்
ஊர் திரும்பிய அகதித்தாய்.
தலையில் முக்காடு
இடுப்பில் லுங்கி பூப்போட்டது.
முழங்கைவரை நீளும் மேல்சட்டை
முகம் மட்டும் பளிச்சென்று
ரவிவர்மா சித்திரம்தான்.
சேலையணிந்த நம்மவர் மத்தியிலே
வேற்றுலக தேவதை மாதிரி இருப்பார்.
உழைப்புக்கு அஞ்சாத கட்டை
கரிக்கடையின் மேலான நிர்வாகி (கொடிவிளக்கு, ப.36)

என்று, தமிழகம் திரும்பி வாழ்ந்த ஒரு பெண், பர்மிய ஆடைப் பழக்கத்தைப் பின்பற்றியதைப் பதிவுசெய்துள்ளது. அத்தமிழர்களுக்கு அன்றைய தமிழக அரசாங்கம் நம்பிக்கைதந்து பராமரித்ததை முக்கியமாகக் குறிப்பிடவேண்டும். அன்றைக்கு ஆதரித்த முதல்வர்

பக்தவச்சலம் பெயரால் வியாசர்பாடியில் அமைந்த 'பக்தவச்சலம் காலனி' பர்மாவிலிருந்து வந்தவர்கள் வசிக்கும் பகுதியாக இன்றும் உள்ளது.

ரமலான் விழாவில் நெரிசல் (சூன் 1980)

நாடு பல்வேறு வளர்ச்சி கண்டாலும் வறுமையும் ஏழ்மையும் நீங்காமலே இருக்கின்றன. இன்றளவிலும் இலவசங்களுக்காக மக்களின் எண்ணத்தைத் தூண்டும் செயல்பாடுகளே பெருகி வருகின்றன. பரிசு, உதவி என்பவற்றைக் கடந்து இலவசங்கள் வேறுவிதமான பரிமாணங்களைப் பெற்று வருகின்றன. இலவசங்களின் வகைகளும் பெருகி வருகின்றன. ஆங்காங்கே நடக்கும் 'அன்னதானம்' முதல் அரசு வழியிலான கூட்டுறவுக்கடை வரை மக்கள்கூட்டம் மோதிக்கொண்டிருத்தலே நிகழ்கின்றது. 1980ஆம் ஆண்டிலும் இப்படியோர் இலவசம் வழங்கும் நிகழ்வுகளில், அதனைப் பெறுவதற்காகக் கூடிய கூட்டத்தில் பல பெண்கள் உயிரிழந்துள்ள நிகழ்வுகள் நடந்துள்ளன.

இசுலாமியர்களின் முக்கிய விழாவான ரமலான் பண்டிகை ஆண்டுதோறும் கொண்டாடப்பட்டு வருகின்றது. அப்படி, 1980ஆம் ஆண்டில் தமிழகமெங்கும் கொண்டாடப்பட்டபோது, திண்டுக்கல்லில் நடந்த பெரும்விழா ஒன்றில் இலவச சேலை வழங்கப்பட்டுள்ளது. அதனைப் பெறுவதற்காகப் பெருகிய கூட்டத்தில், நெரிசல் உண்டாகிப் பெண்கள் சிலர் உயிரிழந்துள்ளனர். இதனைத் தணிகைச்செல்வன்,

> ***'மத' வேற்றுமை***
> ***மறைய வேண்டும் என்று***
> ***மந்திரிகள் சொன்னதை***
> ***இப்படித்தான்***
> ***புரிந்து கொண்டீர்களோ***
> ***மறையும் போது***
> ***மதவேறுபாடில்லாமல்***
> ***காமாட்சியும்***
> ***காணிக்கை மேரியும்***
> ***கைத்தூன் பீவியும்***
> ***கைகோத்துச்***
> ***செத்திருக்கிறீர்களே!*** ***(தணிகைச்செல்வன் கவிதைகள், ப.255)***

என்னும் கவிதை வழியாகப் பதிவுசெய்திருக்கின்றார். கவிதைக்கான குறிப்பில், "1980 ரம்ஜான் பெருவிழாவின்போது இலவசப் புடவைக்காக

நெரிசலில் சிக்கித் திண்டுக்கல்லில் செத்துப்போன சகோதரிகளுக்காக" என்று வெளிப்படுத்தி இருப்பதால் இந்நிகழ்வை அடையாளம் காணமுடிகின்றது.

மேற்காணும் கவிதைக்கடுத்த கவிதையில், மதுரையிலும் 'சௌராஷ்டிர நெசவாளர் தெரு'வில் இலவச சேலைக்காக நெரிசலில் சிக்கிப் பெண்கள் உயிரிழந்துள்ளமையைத் தெரியப்படுத்துகின்றார். இதனைத் "*திண்டுக்கல் பதிப்பு மதுரையில் மீண்டும் மலிவு விலையில் கிடைத்திருக்கிறது*" (ப.256) என்று கவிதை வரியாகப் பதிவுசெய்துள்ளார். இவ்வாறாகத் '(துய) ரம் - ஜான்...1', '(துய) ரம் - ஜான்...2' எனும் தலைப்புகளைக் கொண்ட இவ்விரண்டு கவிதைகளும் முன்வைக்கும் கேள்வி ஒன்றுதான். அதனையும் அவரே வேறொரு நெடுங்கவிதையினிடையில் வெளிப்படுத்தியிருக்கின்றார். அதாவது,

சேலைகள் நூறு நெய்து
தந்த சோதரிகள் ஒற்றைச்
சேலைக்காய் தெருவில் மோதி
மதுரையில் திண்டுக்கல்லில்
ஆவியை இழந்த சேதி
ஆறிப்போய்விடலாம்; ஆனால்
வாழ்வின் இம்முரண்பாட்டுக்கு
வரலாற்றுத் தீர்வு எங்கே?

(தணிகைச்செல்வன் கவிதைகள், ப.290)

என்று தணிகைச்செல்வன் எழுப்பி இருக்கின்ற கேள்விக்கு இன்றுவரை பதில்பெற முடியவில்லை. திண்டுக்கல் நிகழ்வினைப் போன்று மதுரை நிகழ்வின் காலத்தை அறிய இயலாததால் இவ்வாய்வில் நிகழ்வின் தலைப்பு ஒருமையிலே அமைகின்றது. 1980இல் ரமலான் விழா சூன் மாதத்தில் நடந்திருப்பதைக் கடந்து இந்நிகழ்வின் வரலாறு குறித்த பிற விவரங்களைப் பெற இயலவில்லை. ஆனால், தமிழ்ச் சமூகத்தில் எளிய மக்களின் பொருளாதார நிலையை இக்கவிதை அடிகள் தெளிவாக்கிக் காட்டிவிடுகின்றன.

குற்றாலீசுவரன் நீச்சல் சாதனை (12 ஏப்பிரல், 15 ஆகஸ்ட் 1994)

இளம் வயது விளையாட்டின்மேல் அதிக ஈடுபாடு உடையது. அதுவே அதிமுக்கியமான ஈடுபாடாகப் பரிணமிக்கும்போது அவ்விளையாட்டில் ஒருவரை அது ஆளுமையாக்குகின்றது. நீச்சல் விளையாட்டாகவும் உடற்பயிற்சியாகவும் இருப்பதைக் கடந்து அது இன்று ஒலிம்பிக் வரை ஒரு போட்டியாகவும் விளங்கிவருகின்றது. தமிழ்ச் சமூகத்தில், குற்றாலீசுவரன் எனும் இளஞ்சிறுவனின் ஈடுபாடும்

வியக்கத்தக்க திறமையாகி, அது வெற்றிபெற்ற வரலாற்றைக் கொண்டிலங்குகின்றது.

குற்றால் எனும் இயற்பெயருடைய குற்றாலீசுவரன் *8.11.1981*இல் ஈரோட்டில் பிறந்தவர். பிறந்தவுடனேயே குடும்பம் குடிபெயர்ந்ததால் சென்னையில் வளர்ந்தவர். தமது ஏழாவது வயதிலேயே நீச்சல் போட்டிகளில் பங்குபெறத் தொடங்கி, பிறகு மாவட்ட அளவிலான போட்டிகளில் பங்கேற்று வெற்றி பெற்றிருக்கின்றார். பத்தாவது வயதில் *1991*இல் நடந்த *5* கி.மீ. தொலைவு நீச்சல் போட்டியில் கலந்துகொண்டு நான்காவது இடத்தைப் பிடித்தார். கோபாலபுரத்தில் பள்ளிப்படிப்பு பயின்றுகொண்டிருக்கும்போதே நீச்சல் ஆர்வத்தால் சிறந்த பயிற்சிபெற்ற இவர், மாரத்தான் வகை நீச்சல் வீரர் ஆனார். இவரது வாழ்விலும், தமிழகத்தின் பெருமையிலும் ஒரு சிறந்த சாதனையாக அமையக் காரணமானது இரண்டு வெற்றிகள். ஒன்று, தமது *13* வயதில் *1994* ஏப்பிரல் *12*இல் இலங்கையின் தலைமன்னாரிலிருந்து தனுசுகோடி வரை 'பாக் நீரிணை'யை நீந்திச் சாதனை புரிந்தது. இன்னொன்று, அதே ஆண்டு ஆகஸ்ட் *15*இல் 'இங்கிலீஷ் கால்வாயை'க் நீந்திக் கடந்து சாதனை புரிந்தது. இவை மிகப்பெரிய சாதனைகளாகப் போற்றப்பட்டன.[84]

குற்றாலீசுவரன், தமிழகத்தின் ஊடகம் முழுக்கத் தெரிந்தவரானார். தமிழக அரசும் இவருக்கு நிதியுதவி செய்தது. பிறகு உலக அளவில் ஆறு நீர்வழிகளை (கால்வாய்கள்) நீந்திக் கடந்து பெருஞ்சாதனை படைத்தார். இது, ஆங்கிலக் கால்வாயைக் கடந்த முதல் இந்தியர் எனும் பெருமைபெற்ற மிகிர் சென் என்பவர் *5* கால்வாய்களைக் கடந்த *28* ஆண்டு சாதனையை முறியடித்தது. இதன் மூலம் 'கின்னஸ்' உலகச் சாதனைப் புத்தகத்தில் இடம்பெற்றார்.[85]

பிந்தைய காலத்திலும் தமது செயல்பாடுகளைத் தொடர்ந்தார். இவர் ஆற்றிய சாதனைகளை 'இந்தியா டுடே' கீழ்க்காணும்படி பட்டியலிடுகின்றது:

> *1994 ஏப்ரலிலிருந்து டிசம்பருக்குள் குற்றாலீஸ்வரன் சளைக்காமல் எதிர்நீச்சல் போட்டு முன்னேறினான். மிக இளம் வயதில் பாக்ஜலசந்தியைக் கடந்தவன் (16 மணி நேரத்தில் 32 கிலோ மீட்டர்) என்ற பெருமையைப் பெற்ற பிறகு ஆங்கிலக் கால்வாயைக் கடந்து இன்னொரு சாதனை புரிந்தான். அதன் பிறகு, மிக இளம் வயதில் ஜன்னோளில் இருக்கும் இசோலாவிலிருந்து இத்தாலியில் இருக்கும் சான்ஃபெலில் சிர்சியோ வரை நீந்தியவன் (29 கி.மீ.) என்ற பெருமை. அதோடு, இந்த சாதனையைப் புரிந்த முதல் இந்தியன் இந்தப்*

பொடியன்தான். இத்தாலிக்கும் சிசிலிக்கும் இடையே இரண்டு நீர்வழிகளைக் கடந்து மற்றொரு சாதனை. அடுத்து ரோட்னஸ் கால்வாய் (20 கி.மீ.). கடைசியாக மாபெரும் முத்திரையைப் பதித்த அந்தமான் சாதனை. சிப்பிகட் துறைமுகத்திலிருந்து ரோஸ் தீவுக்கு தாவி பிறகு அங்கிருந்து அந்தமானிலிருக்கும் அபர்தீன் துறைமுகத்தை அடைந்ததுதான் 28 ஆண்டு சாதனையை முறியடித்த பயணம். அந்தமானில் மிக நீண்ட தூரம் நீந்திய முதலாவது வீரன்.[86]

இவ்வாறாகத் தமது தனித்திறமையால் பல வெற்றிகளை ஈட்டிய குற்றாலீசுவரனின் 1994ஆம் ஆண்டினுடைய வெற்றிகளால் தமிழ் இலக்கியத்தில் தமிழன்பன் அவரைப் பெருமைப்படுத்துகின்றார். அதாவது, இந்திய நாட்டிற்கு உண்மையான வளர்ச்சியை, நன்மையைத் தரும் செயல்கள் நடைபெறாதபோது பெருமைகளைத் தேடித்தரும் நிகழ்வுகளை அவர் வரவேற்கின்றார்.

பாரத தேவி படித்துப் பார்த்துப்
பரவசமடைகிறாள்...
நம்
குற்றாலீசுவரன் நீந்திவந்தால்
அவனுக்கு அவள்
கரையில் நின்று ஈர முத்தம் தருகிறாள்

(வார்த்தைகள் கேட்ட வரம், ப.180,)

என்று, பெருமைதரும் நிகழ்வுகளைப் படித்துப் பார்த்துப் பூரிப்படையும் 'பாரத தேவி', நாட்டிற்குக் கேடான செயல்களைச் செய்பவர்கள் இடையில் நாட்டைப் பெருமைப்படுத்தும் சிலரால்தான் உயிர்ப்பித்திருக்கின்றாள் என்றும், அவ்வாறு பெருமைதரும் தம்புதல்வர்களில் குற்றாலீசுவரனை அவள் முத்தமிட்டு வாழ்த்துவதாகவும் கவிதை படைத்திருக்கின்றார்.

மேற்கண்ட பாராட்டு அடிகள் 'தை முதல் நாள் சிந்தனைகள்' எனும் தலைப்பிலான கவிதையில் இடம்பெற்றுள்ளன. இக்கவிதை பற்றிய குறிப்பில் சென்னையில் நடைபெற்ற தமிழர் திருநாள் கவியரங்கில் 12.1.1993இல் தலைமைக் கவிதையாக வாசிக்கப்பட்டதாக உள்ளது. ஆனால் குற்றாலீசுவரன் சாதனையோ 1994ஆம் ஆண்டில் நிகழ்ந்தது. எனவே, கவிதைக் குறிப்பில் ஆண்டு அச்சுப்பிழைபட்டிருக்கக்கூடும்; அது 1995ஆக இருக்கலாம். இல்லையென்றால், குற்றாலீசுவரன் 1991ஆம் ஆண்டில் 10 வயதில் 5 கி.மீ. போட்டியில் 4ஆம் இடத்தைப் பெற்றதை அறிந்துகூட, அச்சிறுவயதுச் சாதனையை வியந்து எதிர்காலத்தைக் கூர்மையுடன் உணர்ந்தவராகத் தமிழன்பன் இக்கவிதையைப் படைத்திருக்கலாம். கையெழுத்துப்படி தற்போது

இல்லாததால், இது தொடர்பாக அவரது விடையும் இவ்விரு கருத்துகளையே முன்மொழிவதால்,[87] வரலாறு கருதி 1994ஆம் ஆண்டு நிகழ்வு இங்கு எடுத்தாளப் பெற்றுள்ளது.

குற்றாலீசுவரனின் திறமையாலும், தொடர்ச்சியான வெற்றிகளாலும் இந்திய அரசு இவருக்கு 1996இல் 'அர்ஜுனா விருது' வழங்கிப் பெருமைப்படுத்தியது. இளம் வயதில் இவ்விருதை இவர் பெற்றுள்ளது குறிப்பிடத்தக்கது. பின்னர் உலகின் பல நீச்சல் போட்டிகளில் பங்குபெறத் தகுதிபெற்ற ஒரே இந்தியரும் இவர் மட்டுமே ஆவார். இளங்கலைப் படிப்பைக் கிண்டி பொறியியல் கல்லூரியிலும், முதுகலைப் படிப்பை டெக்சாஸ் பல்கலைக்கழகத்திலும் பயின்ற இவர், இன்று கலிபோர்னியாவில் கணினிப் பொறியியலாளராகப் பணிபுரிகின்றார்.

தொகுப்புரை

இயற்கையால்தான் இவ்வுலகம் இயங்கிக் கொண்டிருக்கின்றது. அதனால் ஏற்படக்கூடிய நன்மைகளையும் தீமைகளையும் மனித சமூகம் ஒருங்கே கண்டுவருகின்றது. இயற்கையின் சீற்றத்தால் தீய விளைவுகள் ஏற்படும்போது அதற்கு எதிர்வினையாற்றிட, அதன் பாதிப்பிலிருந்து பாதுகாத்துக்கொள்ள முடியாத நிலையினைக் காலங்காலமாகச் சமூகம் கொண்டிருந்திருக்கின்றது. இருபதாம் நூற்றாண்டிலும் அத்தகைய நிலைகளை அடைந்தபோது, அதிலிருந்து மீள முடியாத ஆற்றாமையை, அதனால் ஏற்பட்ட பாதிப்புகளை, அழிவுகளை அந்நூற்றாண்டுக் கவிதைகள் வெளிப்படுத்தியிருக்கின்றன.

அத்தகைய வெளிப்பாடுகளுள் பெரும்பாலும் புயலாலும் பெருமழையாலும் ஏற்பட்ட பாதிப்புகளையே கவிதைகள் அதிகம் கொண்டிருக்கின்றன. இவற்றுடன் விபத்து, பஞ்சம் பற்றியும் கவிதைகள் இயற்றப்பட்டுள்ளன. இவ்வாறு கவிதைகள் வெளிப்படுத்திகின்ற இயற்கை நிகழ்வுகளையும், அவற்றைப் பதிவுசெய்துள்ள கவிதைகளையும் இவ்வியல் ஆராய்ந்திருக்கின்றது. இவற்றுடன், இந்நூலில் அமைந்துள்ள நிகழ்வுகளுக்கேற்பப் பகுக்கப்பட்டுள்ள இயல்களின் வகைமைகளுக்குள் அடங்காத சில நிகழ்வுகளைப் 'பிற நிகழ்வுகள்' என்று இவ்வியல் தந்திருக்கின்றது. அவற்றின் வரலாறுகளும் அவற்றைத் தன்னகத்தே கொண்டுள்ள கவிதைப் பதிவுகளும் இவ்வியலில் ஆராயப்பட்டுள்ளன.

இங்கே காட்டப்பட்டுள்ள நிகழ்வுகள் மொத்தம் 12 ஆகும். இவற்றுள் புதுச்சேரிப் புயல், கோடிக்கரைப் புயல், தனுசுகோடிப் புயல், வைகை வெள்ளம், தமிழக - ஆந்திரப் புயல், தீப்பெட்டித்

தொழிற்சாலைப் பேருந்து விபத்து, சென்னைக் குடிநீர்ப் பஞ்சம், சிதம்பரம் தீ விபத்து ஆகிய 8 நிகழ்வுகள் இயற்கை நிகழ்வுகளாகும். அதுபோன்று, கும்பகோணம் மகாமகம், பர்மா தமிழர்கள் தாயகம் திரும்புதல், ரமலான் விழாவில் நெரிசல், குற்றாலீசுவரன் நீச்சல் சாதனை ஆகிய 4 நிகழ்வுகள் பிற நிகழ்வுகளாகும்.

இயற்கை நிகழ்வுகளில் புதுச்சேரிப் புயல், கோடிக்கரைப் புயல், தனுசுகோடிப் புயல், தமிழக - ஆந்திரப் புயல் ஆகிய நான்கு புயல் நிகழ்வுகளும், தீப்பெட்டித் தொழிற்சாலைப் பேருந்து விபத்து, சிதம்பரம் தீ விபத்து ஆகிய இரண்டு விபத்து நிகழ்வுகளும், இவற்றுடன் வெள்ள நிகழ்வான வைகை வெள்ளமும், பஞ்சத்தைக் குறிக்கும் நிகழ்வான சென்னைக் குடிநீர்ப் பஞ்சமும் அமைகின்றன. பிற நிகழ்வுகள் எனும் வகைப்பாட்டிற்குள் தனிநபர் நிகழ்வான குற்றாலீசுவரன் நீச்சல் சாதனை நிகழ்வைத் தவிர, மற்ற மூன்று நிகழ்வுகளும் மக்கள் கூட்டத்தைக் கொண்டது. இதிலும் இந்து மதம் சார்ந்ததாகக் கும்பகோணம் மகாமகமும், இசுலாம் மதம் சார்ந்ததாக ரமலான் விழாவில் நெரிசலும் மத அடிப்படையிலான நிகழ்வுகளாக உள்ளன.

மேற்காணும் நிகழ்வுகளுள் வைகை வெள்ளம், தீப்பெட்டித் தொழிற்சாலைப் பேருந்து விபத்து ஆகியவற்றின் காலத்தை, விவரங்களை அறிய முடியவில்லை. இயற்கை நிகழ்வுகளுள் பெருந்தாக்கத்தைச் செலுத்தியவையாகத் தனுசுகோடிப் புயலும், தமிழக - ஆந்திரப் புயலும் உள்ளன. கோடிக்கரைப் புயலையும் இந்நிரலில் வைத்துக் கருத முடியும். பொதுவாக, இவ்வகை நிகழ்வுகளின் விவரங்கள் துல்லியத்தைக் கொண்டிருப்பதில்லை. அதனால், இவ்வாய்வில் இயன்ற வரையிலான விவரங்கள் தரப்பட்டுள்ளன. பிற நிகழ்வுகள் வகைக்குள் பெருந்தாக்கம் கண்டது பர்மா தமிழர்கள் தாயகம் திரும்புதல் நிகழ்வு ஆகும். மொத்தமாக, இவையனைத்தும் தமிழ்ச் சமூகத்தில் பெரிய அளவில் தாக்கத்தை ஏற்படுத்தியவை என்பது குறிப்பிடத்தக்கதாகும்.

இந்த இயலைப் பொறுத்தமட்டில், ஒரு நிகழ்வுக்கான அதிகமான கவிதைப் பதிவுகள் என்று பார்க்கையில் இரண்டு எனும் எண்ணிக்கையே மிஞ்சுகின்றது. இரண்டு கவிதைப் பதிவுகளைக் கொண்டிருக்கும் நிகழ்வுகளாகத் தனுசுகோடிப் புயல், புதுச்சேரிப் புயல், கும்பகோணம் மகாமகம், சென்னைக் குடிநீர்ப் பஞ்சம், பர்மா தமிழர்கள் தாயகம் திரும்புதல் ஆகிய 5 நிகழ்வுகள் காணப்படுகின்றன. இவையல்லாத 7 நிகழ்வுகளும் ஒரே ஒரு கவிதைப் பதிவினால் வரலாற்றில் இடம்பெற்ற

நிகழ்வுகளாக உள்ளன. அதிகப்படியான நிகழ்வுகளைப் பதிவுசெய்த கவிஞர்களாகத் தமிழன்பன்(4), தணிகைச்செல்வன்(3), வெ.நா. திருமூர்த்தி(2), சிற்பி(2), இரா. மீனாட்சி(2) ஆகியோர் உள்ளனர். ஒரு நிகழ்வினைப் பதிவு செய்திருப்பதன் அடிப்படையில் பாரதி, பாரதிதாசன், பெருஞ்சித்திரனார், அப்துல் ரகுமான், பழமலய் ஆகியோர் கவிதை அடிகள் விளங்குகின்றன.

இங்கே ஆராயப்பட்டுள்ள இயற்கை நிகழ்வுகள் குறித்துக் கிடைத்துள்ள கவிதைகள் இருபதாம் நூற்றாண்டுத் தமிழ்ச் சமூகத்தின் வரலாற்றை முழுமைப்படுத்துவனவாக இல்லை. அவை குறைந்த அளவிலான இயற்கை நிகழ்வுகளையே பதிவுசெய்துள்ளன. இவற்றைக் கடந்த ஏராளமான நிகழ்வுகள் அந்நூற்றாண்டில் நடந்திருக்கின்றன. அரியலூர் இரயில் விபத்து (23.11.1956), தூத்துக்குடி திரையரங்கத் தீ விபத்து (29.7.1979), சென்னை 'மூர் மார்க்கெட்' தீ விபத்து (29.5.1985) உள்ளிட்ட தீ விபத்து நிகழ்வுகளும், மற்ற விபத்து நிகழ்வுகளும், 1960, 1966, 1979 எனப் பல்வேறு காலகட்டங்களில் பெய்த பெருமழையும், அதேபோன்று புயல், வெள்ள நிகழ்வுகளும் இருபதாம் நூற்றாண்டுத் தமிழ்ச் சமூக வரலாற்றைத் தீர்மானிப்பவையே ஆகும்.

.....

சான்றெண் விளக்கம்

1. தனிநாயகம் அடிகள், *நில அமைப்பும் தமிழ்க் கவிதையும்*, ப.16.
2. மேலது, ப.19.
3. சீனி. விசுவநாதன், *கால வரிசைப்படுத்தப்பட்ட பாரதி படைப்புகள்* - 8, ப.697.
4. மேலது.
5. மேலது, பக்.698-703.
6. மேலது, பக்.700-704.
7. மேலது, பக்.702.703.
8. *காலச்சுவடு* - டிசம்பர் 2015.
9. சீனி. விசுவநாதன், மு.கு.நூ, பக்.705,706.

10. *காக்கைச் சிறகினிலே* - சனவரி 2012, கோ. கிருட்டிணமூர்த்தி, *பாரதிதாசன் வாழ்க்கை வரலாறு*, பக்.32-34, காலச்சுவடு - மு.கு.இ.
11. *காலச்சுவடு*, மேலது.
12. http://ilakkiyapayilagam.blogspot.com/2010/04/blog-post_2956.html, பா.நா: 15.5.2017.
13. பாரதிதாசன், *பாவேந்தம்* - 17, பக்.205,393.
14. http://nrajaselvam.blogspot.com/2013/12/blog-post_7032.html, பா.நா: 15.5.2017.
15. *விடுதலை* - 5.12.1952.
16. மேலது, 8.12.1952.
17. மேலது, 5,8,9 டிசம்பர் 1952.
18. மேலது, 11.12.1952.
19. மேலது, 3.12.1952.
20. மேலது, 5.12.1952
21. மேலது, 6.12.1952.
22. மேலது, 8.12.1952.
23. மேலது, 10,13, டிசம்பர் 1952.
24. மேலது, 16.12.1952.
25. மேலது, 10.12.1952.
26. https://www.magzter.com/news/219/424/092015/a3o0i, பா.நா:20.5.2017.
27. https://www.indiawaterportal.org/articles/story-dhanushkodi-cyclone-hit-town-where-reality-coexists-myths-mysteries-and-miracles, பா.நா:26.1.2018.
28. https://www.youtube.com/watch?v=QWKzzyB8YWk, பா.நா:2.2.2018.,
வரலாற்றுச் சுவடுகள், ப.788.
29. எம்.பி. உதயசூரியன், *அதிர்ந்தது பூமி*, ப.18.
30. https://www.youtube.com/watch?v=dAqSbXxjEMA, பா.நா:2.2.2018.
31. *வரலாற்றுச் சுவடுகள்*, ப.790.

32. ஐ. சண்முகநாதன், *ஒரு தமிழன் பார்வையில் இருபதாம் நூற்றாண்டு வரலாறு*, ப.548.

33. *வரலாற்றுச் சுவடுகள்*, ப.788.

34. மேலது, ப.793.

35. *தி இந்து* - 7.7.2017.

36. எம்.பி. உதயசூரியன், மு.கு.நூ., ப.19.

37. *கலந்துரையாடல்* - இரா. மீனாட்சி, 10.3.2018, 19.3.2019.

38. இரா. மீனாட்சி, *கொடிவிளக்கு*, ப.71.

39. https://theekkathir.in/2014/01/09/வைகை-நினைவலைகள்/, பா.நா:12.5.2018.

40. *விடுதலை* - 26.11.1977.

41. மேலது, 12.11.1977.

42. மேலது, 18.11.1977.

43. மேலது, 14.11.1977.

44. மேலது, 15.11.1977.

45. மேலது, 16.11.1977.

46. மேலது, 18.11.1977.

47. மேலது, 14,16, நவம்பர் 1977.

48. மேலது, 14.11.1977.

49. மேலது, 16.11.1977.

50. மேலது, 18.11.1977.

51. மேலது, 21.11.1977, 4.12.1977.

52. மேலது, 23.11.1977.

53. மேலது, 28.11.1977.

54. https://tamilandvedas.com/2012/09/20/கடலில்-தோன்றும்-மர்மத்-தீ/, பா.நா:18.5.2018.

55. https://www.dailythanthi.com/Districts/Chennai/2017/05/28134244/Coughing-drought.vpf, பா.நா:28.5.2018.

56. https://tamil.oneindia.com/news/tamilnadu/chennai-city-face-water-shortage/articlecontent-pf164125-232313.html, பா.நா:28.5.2018.

57. http://www.puthiyathalaimurai.com/news/special-news/50299-celebrating-379-years-of-madras-has-begun-in-chennai.html, பா.நா:29.5.2018.

58. https://keetru.com/index.php/2014-03-08-04-35-27/2014-03-08-12-18-14/30803-2016-05-09-04-49-08, பா.நா:30.5.2018.

59. http://sathyabharathy.blogspot.com/2015/05/water-source-for-chennai.html, பா.நா:28.5.2018.

60. https://www.dinamalar.com/news_detail.asp?id=650146&Print=1, பா.நா:30.5.2018.

61. https://ta.wikipedia.org/wiki/மகாமகம், பா.நா:3.7.2018.

62. பெரியார், *பெரியார் களஞ்சியம் 'குடிஅரசு - புரட்சி', தொகுதி - 16*, ப.76.

63. மேலது, பக்.98,99.

64. கோ. வேணுகோபாலன், *பொன்னொளி வீசும் புண்ணிய பூமி: பர்மா எனும் மியன்மார்*, ப.214.

65. *விடுதலை* - 3.7.1964.

66. மேலது, 28.7.1964.

67. மேலது, 3.7.1964.

68. மேலது, 10.7.1964.

69. மேலது, 24.7.1964.

70. மேலது, 28.7.1964.

71. மேலது, 22.8.1964.

72. மேலது, 13.8.1964.

73. கோ. வேணுகோபாலன், மு.கு.நூ., ப.219.

74. மேலது, ப.217.

75. *விடுதலை* - 13.8.1964.

76. கோ. வேணுகோபாலன், மு.கு.நூ., பக்.223,224.

77. விடுதலை - 3.7.1964.

78. மேலது, 18.7.1964.

79. மேலது, 3.8.1964.

80. மேலது, 10.8.1964.

81. மேலது, 12.8.1964.

82. மேலது, 28.8.1964.

83. த. சுந்தரராசன், *தமிழ்நாடு பெயர் மாற்ற வரலாறு*, ப.5.

84. https://ta.wikipedia.org/wiki/குற்றாலீசுவரன், பா.நா:3.6.2018.

85. *இந்தியா டுடே*, சனவரி 21 - பிப்ரவரி 5, 1995.

86. மேலது.

87. *கலந்துரையாடல்* - ஈரோடு தமிழன்பன், 24.11.2017.

.....

முடிவுரை

தமிழின் கவிதை மரபு தொல்காப்பியப் பொருளதிகாரத்திலிருந்து தொடங்குகின்றது. அதற்கு முன்பே ஒரு வளமான கவிதைத்தடத்தைத் தமிழ் கொண்டிருந்திருக்க வேண்டும் என்பதைக் காட்டும் செய்யுளியலில் இருந்து பன்னெடுங்காலமாகத் தமிழுக்கு வினையாற்றிவரும் கவிதை மரபின் பங்கு, சமூகத்திற்கு அதிகப்படியாக அதன் வளங்களைக் கொடுத்திருக்கின்றது. உலக இலக்கிய வரலாற்றில் தமிழுக்கு ஒரு தனித்த இடம் உள்ளமைக்கான காரணங்களுள் இதன் தொன்மை முதன்மையானதாக அமைகின்றது. காலந்தோறும் பெருக்கெடுத்துவந்த தமிழ்க் கவிதை, அவ்வக் காலத்தின் சமூகத்தைத் தனக்குள் கிடக்கையாகக் கொண்டே இழையோடுகின்றது.

இலக்கிய வகைமைகளில் கவிதைக்கே இத்தகைய இடம் இருக்கின்றது. மேலும், எக்காலத்திலும் கவிதைதான் சமூகத்தை அதிகப்படியாக வெளிப்படுத்துவதாக இருந்து வருகின்றது. அப்படிக் கவிதைகளில் அதிகமாக வெளிப்படுத்தப்பட்ட ஒரு காலகட்டமாக இருபதாம் நூற்றாண்டு இருக்கின்றது. நாகரிக வளர்ச்சி, அறிவியல் கண்டுபிடிப்புகள் உள்ளிட்ட பல காரணங்களால் வளர்சிதை மாற்றங்களுக்கு உள்ளாகிய அக்காலத்துச் சமூகத்தைக் கவிதை எவ்வாறு நோக்கியிருக்கின்றது எனத் தெரிந்துகொள்வது அவசியம். அதுமட்டுமன்றிக் கவிதை வழியாகச் சமூகத்தை ஆராய்வது உண்மையான சமூக வரலாற்றைக் கண்டடைவதற்கு வழிகோலுகின்றது. வரலாற்றுப் பயன்மிக்க இக்கருத்தினை உள்வாங்கிக் கொண்டு, "இருபதாம் நூற்றாண்டு வரலாறும் கவிதையும்" எனும் இந்த நூல் ஆராய்ந்திருக்கின்றது.

வரலாறு என்பது யாராலும் எவ்விதத்திலும் கட்டமைக்கப்படக்கூடிய ஒன்றாகும். சமூக இயக்கம் முதற்கொண்டு தனிமனித வாழ்வியல் வரை பொருளாதாரப் பின்புலத்தவர்களும் ஆதிக்கவாதிகளும் ஆட்சியாளர்களும் கைக்கொண்டு வரையறைக்குள் வைத்திருக்கின்றனர். ஆதலால், வரலாறும் தற்சார்பு நிலையிலோ தற்பாதிப்பு அடையாத வகையிலோ அவர்களால் நிறுவப்படுகின்றது. இல்லையெனில், மழுங்கடிக்கப்படுகிறது. ஆனால் படைப்பில், படைப்பாளி மானுடப் பிரதிநிதியாக இருந்து செயலாற்றுவது வெளிப்படை. மாறாகச் செயல்பட்டாலும் 'உண்மை உருவெடுப்பது கவிதை' எனும் தேசிக விநாயகம் பிள்ளையின் கருத்தின்படி நன்மையெனினும் தீமையெனினும் உண்மையே வெளிப்படும். மறைத்தலோ மழுங்கடித்தலோ இருந்திராது.

ஆகவே, கவிதைப் பதிவுகள் வரலாற்றின் உண்மைத்தன்மைக்குப் பெரும்பான்மையும் உறுதியளிக்கக் கூடியன.

பொதுவாகத் தமிழ்க் கவிதையையும் சமூகத்தையும் ஒப்பிடும் இதுமாதிரியான ஆய்வுகளில், சமூக வரலாறாக அனைத்துவிதமான அதன் பண்பாட்டு அசைவுகளும் மேலோட்டமாகவோ ஆழமாகவோ எடுத்துக்காட்டப்படும். இவ்வாய்வு அவற்றிலிருந்து வேறுபட்டு, உண்டு, உறங்கி, உயிர்வாழும் மனித வாழ்க்கையில் பெரியதாகப் பார்க்கப்படும் வரலாறாகக் கூடிய, வரலாறாகிய நிகழ்வுகளை மட்டுமே மையப்படுத்துவதாக அமைக்கப்பட்டுள்ளது. ஐந்து இயல்களைக் கொண்டிருக்கும் இந்நூலில், 'சமூகம் - கவிதை - இயங்கியல்' எனும் முதல் இயலில், கவிதை எனும் இலக்கிய வகைமை சமூகத்திற்கானது என்றும், கலை எனும் நிலைப்பாட்டோடு அது மக்களுக்கான கலை எனும் தீர்மானத்தையும் கொண்டிருக்க வேண்டும் என்றும், தொடர்ந்து அது சமூகத்திற்காக இயங்கி வந்திருப்பது குறித்தும் எடுத்துக்காட்டப்பட்டுள்ளது.

இரண்டாவது இயலான, 'அரசியல் நிகழ்வுகள்: கவிதைகள்' எனும் இயலில் அந்நூற்றாண்டு அரசியல் தாக்கங்களால், சமூகச் சீர்திருத்தச் செயல்பாடுகளால் எழுந்த நிகழ்வுகளைக் கவிதை பதிவுசெய்திருப்பது பற்றியும், 'போராட்ட நிகழ்வுகள்: கவிதைகள்' எனும் மூன்றாவது இயலில் பல தரப்பிலும் நிகழ்த்தப்பட்ட முக்கியமான போராட்டங்களைக் கவிதைப் பதிவு காட்டுவது பற்றியும், 'வன்செயல் நிகழ்வுகள்: கவிதைகள்' எனும் நான்காவது இயலில் சமூகத்தில் நிகழ்த்தப்பட்ட கொடுஞ்செயல்களைக் கவிதை பதிவுசெய்திருப்பது பற்றியும், ஐந்தாவது இயலான, 'இயற்கை மற்றும் பிற நிகழ்வுகள்: கவிதைகள்' எனும் இயலில் இயற்கைப் பேரழிவுகளுக்குக் கவிதை கொடுத்திருக்கும் முக்கியத்துவத்தை முதன்மைப்படுத்தும் விதமாக அக்கவிதைகள் பதிவுகளைக் கொண்டிருப்பது பற்றியும், இவ்வகை நிகழ்வுகளுக்குள் அடங்காத சில தனிப்பட்ட நிகழ்வுகளைப் பற்றியும் ஆராயப்பட்டுள்ளன.

இவ்வாறாக, கவிதைளிலுள்ள வரலாற்று நிகழ்வுகள் தொடர்பான குறிப்புகளையும், அதற்கான நிகழ்வின் பின்புலத்தையும் ஆராய்ந்த, இவ்வாய்வின்வழிக் கண்டெடுத்த முடிவுகளில் சில முக்கியமானவற்றையும், இவ்வாய்வு கொண்டுள்ள பரந்த எல்லைகளுக்குள், இவ்வாய்வின் நெறிநின்று இன்னும் செய்யக்கூடிய மேலாய்வுக் களங்களையும் இங்கு எடுத்துரைக்கப்படுகின்றது.

...

இருபதாம் நூற்றாண்டில் கவிதையும் வடிவம், பொருண்மை உள்ளிட்டவற்றில் மாற்றங்களைக் கண்டது. ஆனால், சமூக நடப்புகளை வெளிப்படுத்தும் தன்மையில் சற்றும் சரியவில்லை, மிகைப்படவே செய்திருக்கின்றது. இதற்கு அந்நூற்றாண்டில் பெருகிய நிகழ்வுகளும் ஒரு காரணமாக இருக்கவேண்டும். விடுதலை இயக்கம், பொதுவுடைமை இயக்கம், திராவிட இயக்கம் என வீறுகொண்டு செயல்பட்ட இயக்கங்களால் உந்தப்பெற்ற சமூகம், தமக்கான உரிமைக்குரலை எழுப்பியதும் காரணமாகும். இருபதாம் நூற்றாண்டைப்போல் இனியும் ஒரு நூற்றாண்டு அமையுமா என்று ஐயத்தை ஏற்படுத்தும் அளவுக்குப் பல சமூக மாற்றங்களை ஏற்படுத்தியிருக்கின்றது. அதன் அவ்வளவு வரலாறுகளும், நிகழ்வுகளைப்போல் பெருகிய கவிதைகளிலும் பதிவாகியுள்ளனவா, பதிவுசெய்யப்பட்டுள்ள நிகழ்வுகள் மட்டும்தான் அக்காலத்தின் வரலாறா என்றால் இல்லை என்றே குறிப்பிட வேண்டி-யிருக்கின்றது.

முதல் இயலில் சமூகத்திற்கான கலையாகக் கவிதை காட்டப்பட்டது, அறிஞர்களும் ஆய்வாளர்களும் காலத்தின் தேவையை எழுதவேண்டிய கவிதையின் கடமையைக் குறித்துக் கருத்துரைத்திருப்பது எடுத்துக் காட்டப்பட்டது, தமிழ்க் கவிதை, வரலாற்று நிகழ்வுகளைப் பதிவுசெய்திருக்கும் பண்பைப் பெற்றிருப்பதைக் காலந்தோறுமான கவிதைகள்வழி உணர்த்தப்பட்டது. மேலும், இவ்வாய்வுக்குரிய கவிஞர்களே தாங்கள் எதற்காகக் கவிதை இயற்றுகிறோம், கவிதை குறித்த தங்களது பார்வை என்ன என்பது பற்றித் தெரிவித்திருப்பதையும் இவ்வாய்வு காட்டியுள்ளது. இருந்தாலும், ஆய்வுக்குரிய இருபத்தைந்து கவிஞர்களின் கவிதைகளில் இருபதாம் நூற்றாண்டு முழுமையும் கவிதையில் பதிவாகியிருக்கவில்லை.

அரசியல் நிகழ்வுகளில் பல நிகழ்வுகள் குறித்துப் பதிவுகள் உள்ளன. ஆய்வின் விரிவுகருதி சில நிகழ்வுகள் மட்டும் ஆராயப்பெற்றாலும், ஆராயப்பெறாத நிகழ்வுகள் குறிப்பிடப்பட்டுள்ளன. அவற்றையும் தாண்டி ஏராளமான முக்கிய நிகழ்வுகள் அந்நூற்றாண்டில் நடந்துள்ளன. அவற்றினைப் பதிவுசெய்ய வேண்டியதுதான் அதன்சமகாலக் கவிஞரின் கடமை என்பதல்ல, அதற்கான சமகாலக் குரல் ஒரு படைப்பாளனிடம் வெளிப்படுவது அவசியமாகின்றது. நிகழ்வுகளின் காலத்தில் மறைந்துபோன படைப்பாளிகளிடம் இவ்வவசியத்தை எதிர்பார்த்திட முடியாது. பல கருவிகள் செய்யாத மாற்றத்தை ஒரு கவிதை செய்யக்கூடிய ஆற்றலைப் பெற்றிருக்கும்போது இத்தகைய எதிர்பார்ப்பு ஏற்படுகின்றது.

மேற்காணும் இயலுக்குரிய நிகழ்வுகள் மட்டுந்தான் கவிதைகளில் அதிகம் காணக் கிடைக்கின்றன. மற்ற இயலுக்குரிய நிகழ்வுகளில் இருபதாம் நூற்றாண்டின் பெரும்பான்மையைப் பார்க்க முடியவில்லை. கவிதைகள் இயற்றப்படாமைக்குக் காரணங்கள் இருக்கலாம். ஆனால் ஒருவரின் கவிதைகளிலாவது இடம்பெற இயலாதா? சிலவற்றில், இயற்றப்பட்டிருக்கின்ற கவிதைகளிலேயே நிகழ்விற்கு அதிக முக்கியத்துவம், அதாவது அவ்வரலாற்றிற்கு அதிக முக்கியத்துவம் தரப்பட்டிருக்கவில்லை. இருபதாம் நூற்றாண்டில் நிகழ்ந்த போராட்டமான மாஞ்சோலை தோட்டத் தொழிலாளர் போராட்டம் பற்றிய கவிதைப் பதிவு இல்லை. மிக முக்கியமாகக் கருதப்படும் அப்போராட்டமும், அதில் நடந்தேறிய படுகொலைகள் பற்றியும் பதிவுகள் இல்லாதிருக்கத்தான் செய்கின்றது.

பின்னி ஆலைப் போராட்டம் மிக முக்கியமான நிகழ்வு. ஆனால் அது குறித்து இன்குலாப்பின், மீள்நினைவுக் கவிதையில்தான் பதிவினைப் பார்க்கமுடிகின்றது. அப்போராட்டத்தைப் பற்றிப் பதிவுகள் இல்லாமலிருக்கின்றன. சிம்சன் போராட்டம், பிந்தைய காலத்தில் ஏற்பட்ட வன்னியர் போராட்டம் என்பன பற்றிய பதிவுகள் ஒரு பதிவுதான் எனும்போது அதற்கான காரணத்தைத் தேடவேண்டி இருக்கின்றது. மனித வாழ்க்கையின்மீது கலை கவனம்கொள்கிறபோது போராட்டத்தின் தேவையும் குறைவுபடும்.

வன்செயல் நிகழ்வுகளில் பல முக்கிய நிகழ்வுகளைக் கவிதைப் பதிவுகள் கொண்டுள்ளன. பெரிதும் வெளிப்படுத்தப்படாத நிகழ்வுகளையும் கவிதைகள் வெளிப்படுத்தியுள்ளன. அதேநேரம் இருபதாம் நூற்றாண்டில் ஏராளமான வன்செயல்களும் நிகழ்ந்தேறியிருக்கின்றன. அவற்றில் அதிக பாதிப்புகளை, தாக்கத்தை ஏற்படுத்திய சேலம் சிறை துப்பாக்கிச் சூடு முதலிய ஒன்றிரண்டும் இருக்கின்றன. இது மார்க்சியப் பார்வையையுடைய கவிஞர்களிடேயேயும் எழுதப்படாததாக இருக்கின்றது.

இயற்கை நிகழ்வுகளைப் பொறுத்தவரையில் கவிதைகளிலே பதிவாகியிருப்பது பின்பற்றத்தக்கது. ஆனால் நிகழ்வுகள் அதிகமாகப் பதிவாகியிருக்கவில்லை. புதுச்சேரிப் புயல், தனுசுகோடிப் புயல், சென்னைக் குடிநீர்ப் பஞ்சம் ஆகியவற்றினைப் பதிவுகள் ஓரளவு கவனப்படுத்துகின்றன. அதிலும்கூடச் சிக்கல்கள்தான். புதுச்சேரிப் புயலுக்குப் பாரதியின் பதிவு, அவருடைய வாழ்க்கை வரலாறு அறிந்திருந்தால்தான் பிடிபடும். இந்நிகழ்வில் பாதிக்கப்பட்ட பாரதிதாசன் இதுகுறித்துக் கவிதை எதுவும் இயற்றவில்லையா, பிற

மாநிலங்களில் நடந்த பீகார், குவெட்டா நிலநடுக்கங்களுக்குக் கவிதை கண்டதைப்போல் இந்நிகழ்விற்கு எழுதப்பட்டிருந்து அக்கவிதை கண்டடையப்படவில்லையா என எண்ண வேண்டியிருக்கின்றது. கவியரங்கத்திற்கான கவிதைகளிலிருந்துதான் சென்னையின் குடிநீர்ப் பஞ்சத்தை அறியமுடிகின்றது. இயற்கைப் பேரிடர்கள் என்றாலும் சூழ்நிலைக் காரணங்களோடு கவிதை பதிவுசெய்திடுகையில் கலைவடிவம் ஒருவகையில் தற்காப்பு முயற்சியாகிறது.

இவையெல்லாம் கவிதைகளின் போதாமையைக் காட்டுகின்றதா, முழுமையாக நிகழ்வுகளைக் கவனப்படுத்த கவிதை இயற்றப்படவில்லையா என்பதில் தெளிவுகொள்ள வேண்டியிருக்கின்றது. இந்த நூலின் நோக்கத்தில் வரலாற்றுப் பார்வையில் அணுகிடும்போது புகழ்பெற்றப் பெருங்கவிஞர்களும் உடைபடுவது நேர்கிறது. கவிதைகளில் பொதிந்து கிடக்கும் வரலாற்றைத் தேடியடைகையில் நிறைவும், வரலாற்றைத் தேடித்தான் அடைய வேண்டியிருக்கின்றதா எனும் சிந்தனை மயக்கத்தோடுடைய கேள்வியையும் ஆய்வு எழுப்புகின்றது.

கவிதை என்பதே ஒரு சுருங்கிய வடிவம்தான். அதற்குள் ஓரிரு வரிகள்தான், ஓரிரு சொற்கள்தான் நிகழ்வுளைக் குறித்து இயற்றப்பட முடியும். அதேநேரம் நிகழ்வுகளுக்கென்றே தனிக்கவிதையும் எழுதமுடியும். பெரும்தாக்கத்தை ஏற்படுத்திய நிகழ்வுகளுக்கும் தனிக்கவிதை இயற்றப்படாதபோதுதான் மேற்கண்ட ஐயங்களும் கேள்விகளும் எழுகின்றன. சமுதாயப் பற்றுடைய கவிஞர்கள், சமூகத்தில் பெயர்பெற்ற கவிஞர்கள் ஆகியோர் கவிதைகளிடையே காணப்படும் இத்தகைய போக்கினைப் புரிந்துகொள்ள முடியவில்லை. ஒரு கவிஞன் இதுமாதிரி நிகழ்வுகளை மட்டுமே (தணிகைச்செல்வனைப் போன்று) எழுதவேண்டும் என்று கருதவில்லை. ஆனால், முக்கிய நிகழ்வுகளை, பெருந்தாக்கத்தை உண்டாக்கிய நிகழ்வுகள் பற்றி எழுதாதபோது, ஒரு கவிஞரிடையேயும் பதிவாகாதபோது அதை ஏற்றுக்கொள்ள முடியவில்லை.

போராட்ட நிகழ்வுகளில், இந்தி எதிர்ப்புப் போராட்டத்திற்கு அதிக கவிதைகள் இயற்றப்பட்டிருக்கின்றன. அதன் வீச்சு அந்த அளவு இருந்தது. அந்த அளவிற்கு அதன் தேவை மக்களுக்கு வெளிப்படுத்தப்பட்டது. ஒட்டுமொத்த சமூகத்திற்கான, ஓர் இனத்திற்கான பிரச்சினையாகக் கருதப்பட்டதால் இவ்வளவு பதிவுகள் உள்ளனவா? பிற நிகழ்வுகளைச் சமூகம் அந்த அளவு அறிந்துகொள்ளவில்லையா என்று சிந்திக்க வேண்டியிருக்கின்றது. அவ்வாறாயின், நிகழ்வுகள் கவனப்படும்போதுதான் கவிதைகளும் கவனப்படுத்த முனைகின்றனவா எனத் தோன்றுகின்றது.

நிகழ்வின் சமகாலத்தில் வாழ்க்கையின் பரந்துபட்ட இயல்புகளில் உள்ளடங்கிப்போகும் ஒன்றாக ஆகிடும் அனுபவம் நேர்ந்திடுமோ எனவும் தோன்றுகின்றது. நிகழ்வுகளைப் பொறுத்தவரையில் கூடுமான அளவு கவிதை, கவிதைக்குறிப்பு மற்றும் பொதுத்தளம் ஆகியவற்றால் அவை அறியப்படுவது எப்படியோ, அப்படியே ஆய்விலும் நிகழ்வின் பெயராக அறியப்பட்டுள்ளது. நிகழ்வுகளைக் குறிக்கும் கவிதை என்பது நிகழ்வையே எழுதுவதல்ல. நிகழ்வின் மையத்தைத் தொட்டுக் காட்டுவதாகவும் அமைந்துள்ளது. அத்தகைய பதிவு பல விதங்களில் அமைந்திருக்கின்றது. நிகழ்வின் சமகாலத்தில் உடனுக்குடன் எழுதப்படுவது, நிகழ்வின்போது எழுதப்படுவது, முன்கூட்டியே உணர்ந்து எழுதியது, காலங்கடந்து நினைவுகூர்வது, காலங்கள் தாண்டி நிகழ்வின் தாக்கத்தை உணர்ந்து எழுதப்படுவது என்று கவிதைப் பதிவுகள் காணப்படுகின்றன. எவ்விதத்தில், எவ்வகையில் அதன் பதிவு காணப்பட்டாலும் அது கவனத்தில் கொள்ள வேண்டியதாகும்.

சில கவிதைகள் நிகழ்வினைக் குறிப்பதாக இருந்தாலும் மிகவும் உள்ளுறைப்படுத்தி எழுதப்பட்டிருந்தால், அக்கவிதைகளும் அவைகாட்டும் ஒன்றிரண்டு நிகழ்வுகளும் இவ்வாய்வில் விடுபாடு கண்டிருக்க வாய்ப்புண்டு. படைப்பாளன், ஒன்றைக் குறிப்பிட்டுக் கவிதை எழுதியிருக்கலாம். ஆனால் வாசிக்கும்போது அது பொதுப்படையானதாக இருக்கும். எதைக் குறிக்கின்றதென்று தெரியாமல்போகும். படைப்பாளிக் குறிப்போ வேறு யாராவது அதுபற்றிக் குறிப்பிட்டிருந்தாலோதான் அதற்கான நிகழ்வு பிடிபடும். அதைப்போலவே, நிகழ்வைப் பற்றி எழுதப்பட்டிருக்காது. ஆனால் அதற்காக எழுதப்பட்டிருக்கும். மே நாள் கவிதைகள் உள்ளிட்டவை இவ்வகையில் அடங்கும். நிகழ்வு குறித்தான ஒரு சொல்லோ வேறு தடயங்களோ இருக்காது. ஆனால் அதன் அரசியலைப் பாடுவதாக (குறியீட்டுத் தன்மை) இருக்கின்றது.

இதுகுறித்தெல்லாம் ஆராய அடிப்படையாக, கவிதை வரலாறு, சமூக வரலாறு, கவிஞர்கள் வரலாறு ஆகியவை தெரிந்திருக்க வேண்டியிருக்கின்றது. இவ்வாய்வின் தொடக்கத்தில் கவிதை தொடர்பான திறனாய்வு நூல்கள் வாசிக்கப்பட்டன. அவற்றின் பார்வை இவ்வாய்வு நோக்கோடு பாதியளவுதான் பொருந்தியது. கவிஞர்களுடைய நூல்களை வாசிக்கவேண்டி இருந்தது. பிறகு, வரலாற்று நிகழ்வுகள் பற்றித் தெரியவேண்டியிருந்தது. அப்போதுதான் கவிதைகளை வாசிக்கும்போது பதிவுகளைக் கண்டெடுக்க முடியும். நிகழ்வின் வரலாற்றைத் தெளிவாக அறிந்த பின்னரும் மீண்டும் கவிதைகளை

வாசிக்கவேண்டும், கவிதைக்கேற்ப நிகழ்வினையும் விளக்கவேண்டும் அப்போதுதான் விடுபாடு இராது. இவ்வாய்வுத் தொடக்கத்தில் வரலாறு குறித்த புரிதலுக்கு அடிப்படையாக அமைந்தவை, ஐ. சண்முகநாதனின் 'ஒரு தமிழன் பார்வையில் இருபதாம் நூற்றாண்டு', தினத்தந்தியின் 'வரலாற்றுச் சுவடுகள்', கவிஞர் செவ்வியனின் 'தேதி சொல்லும் சேதி' முதலிய நூல்களாகும். இவ்வாறு வரலாறுகள் தொகுக்கப்படுவதென்பது மிக முக்கியமான ஒன்றாகும். கூடுதல் கவனத்துடன் கூர்மையோடு பிழையற அமைத்தல் இன்னும் முக்கியமாகின்றது.

ஏனெனில், ஆய்வுக் காலத்தில் வரலாற்று நிகழ்வுகள் சேகரிப்பில் ஈடுபட்டிருந்தபோது முக்கியமான 10 பேரிடம் நேரில் கண்டு கலந்துரையாடல் நிகழ்த்தப்பட்டது. வரலாற்றோடு வாழுகிற, தொடர்புடை முக்கிய அரசியல் தலைவர்கள், ஆய்வாளர்கள் உள்ளிட்ட அவர்களால், இருபதாம் நூற்றாண்டின் 10 வரலாற்று நிகழ்வுகளையும் தொடர்ச்சியாக வெளிப்படுத்த முடியவில்லை. ஒரு நிகழ்வின் பெயரைக் குறிப்பிட்டுச் சொன்னால் அது குறித்த கருத்துகளைப் பகிர்ந்துகொள்ள முடிந்ததே தவிர நூற்றாண்டின் பல நிகழ்வுகளையும் நினைவுகூர முடியவில்லை. அப்படிப் பார்க்கும்போது வரலாற்றைத் தொகுப்பது என்பதும், ஆராய்வது என்பதும் இன்றியமையாததாகின்றது. இச்சூழல், இந்நூலின் தேவையைக் கூடுதலாக உணர்த்தியது.

கவிதைத் 'தொகுப்பு நூல்'களின் நிலையும் சிலவற்றில் நிறைவளிக்காத நிலையைக் கொண்டுள்ளது. முதல் அல்லது பழைய பதிப்புகளில் உள்ள குறிப்புகள் விடுபட்டிருக்கின்றது. கவிதைகளைத் தேர்ந்தெடுத்துத் தொகுக்கும்போது சில கவிதைகள் விடுபாடு அடைகின்றன. தனிநூல்கள் எப்போது வெளிவந்தன, ஏதேனும் முன்னுரை அளிக்கப்பெற்றிருந்ததா உள்ளிட்ட ஐயங்களுக்குப் பதில் இல்லை.

இவை முக்கியமாக இங்குக் குறிப்பிடப்படுவதற்குக் காரணம், சில நிகழ்வுகளில் கவிதையின் அடிக்குறிப்புகளைக் கொண்டும் நிகழ்வினை அடையாளங்காண வேண்டியிருக்கின்றது. சான்றாகக் காசி ஆனந்தன் இயற்றிய 'ஸ்ரீ' எதிர்ப்புக் கவிதையில் அதன் குறிப்பே அதை அடையாளம் காட்டுகின்றது. ஒன்று கவிதையில் குறிப்பு இருக்கவேண்டும் இல்லையென்றால் இக்கவிதை இதற்காக எழுதப்பட்டது எனும் குறிப்பாவது இருக்கவேண்டும். கவிஞர்களோ பதிப்பாளர்களோ இதனை எண்ணிப் பார்க்க வேண்டியுள்ளது. மேலோட்டமான, பொதுவான கவிதைகளை விட, இந்தக் குறிப்பான

(வரலாற்று நிகழ்வுகளைக் காட்டும்) கவிதைகளில் சமூகம் பற்றியான கூடுதல் அக்கறையினை அறிய முடிகின்றது.

நிகழ்வுகளில் வெளிப்படாத, வெளியில் தெரியாத நிகழ்வுகளும் சமூகத்தில் நடந்துள்ளன. சில மட்டும் அதனுடைய விளைவுகளால் வரலாறாகி விடுகின்றன. சில மட்டுமல்ல, பெரும்பாலும் நிகழ்வின் பரவலாக்கம் என்பது அது ஏற்படுத்தும் விளைவுகளால், அதாவது உயிரிழப்பு உள்ளிட்டவற்றால் அமைந்துள்ளது. பரவலாகப் பேசப்படாத சமூக நிகழ்வுகள் கவிதைகளிலும் அறிதாகவே இருக்கின்றன. விளிம்புநிலை நிகழ்வெனினும் முதன்மைப்படும்போது மண்ணும் மனிதமும் படைப்பும் பலம்பெறுகின்றன.

அச்சு ஊடகத்தின் வளர்ச்சி அந்நூற்றாண்டில் கவிதைகளை உடனுக்குடன் எதிர்வினையாற்ற வைத்திருக்கின்றது. பத்திரிகைகளும் செய்திகளை விரைந்து பரப்பிய போது பிற மாநிலத்து, உலகத்து நிகழ்வுகளும் தமிழ்க் கவிதையில் பதிவாகியுள்ளன.

.....

மேற்காண்பவற்றையெல்லாம் கடந்து இந்நூல் செய்திருக்கும் முக்கியப் பணிகளுள் கவிதையின் பின்புலமான நிகழ்வுகளை விளக்கியிருப்பதும் ஒன்றாகும். மொத்தமாக, இருபதாம் நூற்றாண்டுக் கவிஞர்களின் கவிதைகளில் பதிவாகியுள்ள தமிழ்ச் சமூகத்து நிகழ்வுகளில் 69 நிகழ்வுகள் இந்நூலில் ஆராயப்பட்டுள்ளன. அவற்றுள் அரசியல் நிகழ்வுகள் முழுமையுமல்லாது பகுதி நிலையில் ஆராயப்பட்டதிலும், பதிவாகியுள்ள பிற நிகழ்வுகளை அறிந்தமையாலும் அரசியல் செயல்பாடுகள் அதிகம் கடந்த இருபதாம் நூற்றாண்டுக் கவிஞர்களிடையே அரசியல் கவனிப்பு அதிகம் இருந்திருப்பது தெரிகின்றது.

போராட்ட நிகழ்வுகளைப் பொறுத்தவரையில் பெரும்பாலும் வெற்றியடையாத போராட்டங்களாகவே இருக்கின்றன. வேலை இழப்புகளும் உயிரிழப்புகளும் ஏற்பட்டிருக்கின்றன. மேலும், தொழிலாளர்கள்மீது ஏவப்பட்ட வன்முறையில் அதிகமாகப் பாதிக்கப்பட்டுள்ளனர். கோவை லட்சுமி ஆலை உள்ளிட்ட ஒரு சில போராட்டங்களே வெற்றியடைந்திருக்கின்றன.

வன்செயல் நிகழ்வுகளில் சாதி, மதம் தொடர்பான நிகழ்வுகளே அதிகம் நடந்திருக்கின்றன. அவற்றிலும் ஒடுக்கப்பட்ட சமூகத்தினர்க்கும் பிற சாதியினர்க்கும் இடையில் நடந்தவையாக உள்ளன. அதிகம் பாதிக்கப்பட்டவர்கள் ஒடுக்கப்பட்ட மக்களே ஆவார். கோவை குண்டுவெடிப்பு மட்டும் அணுசக்தியின் பெரும்விளைவைக் கண்டது.

இயற்கை நிகழ்வுகளில் சில அரிதான நிகழ்வுகளும் இடம்பெற்றுள்ளன. அறியப்பட வேண்டிய சில நிகழ்வுகளின் விடுபடல்களும் உள்ளன. இயற்கை மற்றும் பிற நிகழ்வுகள் வகைப்பாட்டில் நிகழ்வுகளுக்கென்றே தனிக் கவிதைகள் இயற்றப்பட்டிருப்பதை அறியமுடிகின்றது. கவிதைகளைப் புரிந்துகொள்ள நிகழ்வின் வரலாற்றுப் பின்புலத்தை விளக்கவேண்டி இருக்கின்றது. அது இவ்வியலிலும் பின்பற்றப்பட்டுள்ளது. இருபதாம் நூற்றாண்டில் கட்டடங்களுக்கு ஏற்பட்ட தீ விபத்துகள்தான் சமூகத்தில் பெருமளவில் பேசப்பட்டவையாகும். அவற்றிற்கான பதிவுகள் இல்லை. இயற்கை நிகழ்வுகளைப் பொறுத்தவரை அக்காலத்திய தகவல்களே கிட்டுகின்றன. மொத்தமான மதிப்பீடுகளோ கணக்கீடுகளோ கண்டடைய முடியவில்லை.

தரவுகள் சேகரிப்பில் ஆவணங்களைக் கண்டடைவதில் சிக்கல்கள் உள்ளன. தமிழகச் சூழல் அவ்வளவு போதுமானதாக இல்லை. ஆவணக் காப்பகம் உட்பட எளிதில் பெற்றிட முடியாத சூழல் நிலவுகின்றது. மேலும் காலப்போக்கில் நூலகங்களாலும் பாதுகாக்க முடியாத நிலை, அடைமழையில் கட்டடச் சுவர் விரிசலில், கூரையில் வழிந்த நீரினால் அதிகம் அழிந்தது முதலிய காரணங்கள் இருக்கின்றன. ஒன்றிரண்டைத் தவிர, தனிநபர் சேகரிப்புகளை அணுகும்போதும் அவற்றைத் தேவைக்கேற்பப் பயன்படுத்த முடிவதில்லை.

எனவே, இன்றைய காலச்சூழலில் தவிர்க்க முடியாத ஊடகமான இணையதளத்தில் ஆய்வுக்கட்டுரை, மின் நூல், தேர்ந்த அறிஞர்களின், நம்பிக்கைக்குரிய ஆய்வாளர்களின் கட்டுரைகளும் இருக்கின்றமையால் அவை பயன்படுத்திக் கொள்ளப்பட்டுள்ளன. அவற்றில், வரலாறு தொடர்பான ஒளிப்படங்களும் இருக்கின்றன. மேலும், ஆய்வுக்கட்டுரைகள் நேரடியாகவும் இணையதளத்தில் எழுதப்படுகின்றன. எனவே, இவ்வகைத் தரவுகளைத் தவிர்க்க முடிவதில்லை. பெரும்பாலும் பெயர்களில், குறிப்பாகத் தனிமனிதப் பெயர்களில் பிற மொழி எழுத்து வடிவங்கள் அப்படியே பின்பற்றப்பட்டுள்ளன.

‘இலக்கிம் என்பது காலக் கண்ணாடி’ என்று காலங்காலமாகக் குறிப்பிடப்படும் கூற்று மிக முக்கியமானதுதான். பயன்படுத்திப் பயன்படுத்தித் தேய்ந்த ஒரு வாசகமாக இக்காலத்தில் அது தெரிந்தாலும், இவ்வாய்வு அதன் விழுமியத்தை உணர்கின்றது. கவிதைகளை வாசக நோக்கில் மட்டும் வாசிக்கும்போது இருக்கின்ற மதிப்பீட்டை விட, வரலாற்று நோக்கில் வாசிக்கும்போது அதன் மதிப்பு இன்னும் உயரவே செய்கின்றது.

சில நிகழ்வுகளுக்குக் அதிகப்படியாகக் கவிதைப் பதிவுகள் கொடுக்கப்பட்டிருப்பது மற்றும் ஒரு சில மதிப்பீடுகள் தரப்பட்டிருப்பது நிகழ்வின் தேவையக் கருதி தவிர வேறொன்றும் இல்லை. அவை நிகழ்வுக்காகக் கொடுக்கப்பட்டுள்ளனவே தவிர, கவிஞர்களை மதிப்பிடுதல் ஆகாது. காரணம், கவிஞர்கள் யாவரும் சம காலத்தில் வாழ்ந்து எழுதாமல் போகவில்லை. அவரவர்களின் பிறப்பு இறப்பு வேறு கவனிக்கப்பட வேண்டும். தனுசுகோடிப் புயல் பற்றி ஏன் பாரதிதாசன் எழுதவில்லை என்று ஐயுற முடியாது. ஏனெனில் அவ்வாண்டின் முதற்பாதியிலே அவர் மரணமடைந்துவிட்டார். இதனையெல்லாம் கருத்தில்கொண்டுதான் இங்குப் பொதுவான போக்கு குறித்து எடுத்துரைக்கப்படுகின்றது.

இதுபோன்ற சில காரணங்களாலும் நூலில் பெரும்பாலும், நிகழ்வுகளில் கவிதைப் பதிவுகளைக் குறிப்பிடும்போது கவிஞர்களின் காலவரிசைக்கேற்ப ஆராயப்பட்டுள்ளன. சிலவற்றில் காலவரிசையைப் பின்பற்றாது நிகழ்வுகளுக்கென்றே எழுதப்பட்ட தனிக்கவிதைகளுக்கு முன்னிலை தரப்பட்டுள்ளது. அதேபோன்று, நிகழ்வினுக்குரிய தகவல்களின் காலவரிசைக்கேற்பவும் பதிவுகள் காட்டப்பட்டுள்ளன. இது, குறைந்த அளவில்தான் பின்பற்றப்பட்டுள்ளது.

தமிழ்ச் சமூக நிகழ்வுகளைப் பதிவுசெய்யாத அதே சூழலில் பிற மாநில நிகழ்வுகளையும், உலக நிகழ்வுகளையும் பதிவுசெய்திருக்கின்றனர். அந்நிலைப்பாடு பலமாகவும் ஒருசில விடயங்களில் கேள்வியாகவும் அமைகின்றது. ஆனாலும் இவ்வளவு வரலாற்றுத் தரவுகளை அடுத்த நூற்றாண்டு ஆய்வுக்கும், அடுத்தடுத்த நூற்றாண்டுக்கும் தந்துள்ளதைப் பார்க்கையில் கவிதையின் அவசியம் புரிகின்றது. பதிவாகாத நிகழ்வுகளுக்குக் கவிஞர்களின் பல்வேறு சூழல்கள் காரணமாகின்றன. முன்னர்க் குறிப்பிட்டதைப் போன்று கவிதை எனும் வகையே அப்படித்தான். நிகழ்வின் பெரும்பான்மையை வெளிப்படுத்த முடியாது. ஓரிரு வரிகளில்தான் பதிவிட முடியும். இல்லையெனில், நிகழ்வுக்கென்றே தனிக்கவிதை எழுதப்பட வேண்டும். எப்படி இருந்தாலும் அந்த வரலாற்று நிகழ்வை எடுத்துக்காட்டுவது தமிழ்க் கவிதைக்கும் தமிழ்ச் சமூக வரலாற்றுக்கும் செய்யும் கடப்பாடு ஆகின்றது.

ஒரு பெரிய போராட்டத்தின் குறிக்கோளை, அதன் வரலாற்றை ஓரிரு வரிகளிலேயே கவிதையானது வாசிப்பவர்க்குப் புகட்டி விடுகின்றது. அப்படியிருக்கப் பலவற்றைப் பற்றிக் கவிதைகள் இல்லாமைக்குக் காரணங்கள் பல இருக்கின்றன. அதுதொடர்பான சி.எம்.பௌராவின் கருத்தானது ‘கவிஞனும் கவிதையும்’ எனும் நூலில் எடுத்துக்காட்டப்பட்டுள்ளது (பக்.47,48). அது,

கவிஞனுக்கும், அவன் சமுதாயத்தைப் பாதிக்கும் செயல்களைப் பாடுவதற்கும் இடையில் தடையாக இருப்பவை கவிதைக் கோட்பாடுகளும், கவிதை மரபுகளும் மட்டுமே அல்ல. அப்போது நிலவும் குழப்பமான அரசியல் நிலைமையால் கவிஞன் தான் நினைப்பதை வெளிப்படையாகப் பேசமுடியாமல் உள்ளம் சுருங்குவதும் உண்டு. சில சமயம் அக்குழம்பிய நிலைமை அவனுடைய உள்மன எண்ணங்களில் குறுக்கிட்டுப் பெரும் வேதனைக்குள்ளாக்கி அவனைப் பேச்சிழக்கச் செய்கிறது. தன் வேதனையைக் குறைத்துக்கொள்ள அவன் ஏதேனும் சொல்ல முன்வந்தாலும் கூடக் கவிதை இயற்றும் கடினமான செயல் இதனால் பெரிதும் பாதிக்கப்படுகின்றது. அதனால் அவன் காணும் நிலைமைகளைப் பற்றிய உண்மைகளை முழுதும் சொல்ல அவனால் முடியாது என்பதை உணர்ந்து, அதனால் வரும் வேதனையால் ஒன்றும் கூறாமல் அமைதியாக இருந்து விடுவதும் உண்டு. அதையும் மீறிக் கூற வரும்போது முன்னைப் போலத் தான் உறுதியாகக் கூற முடியாமல் போவதும் உண்டு. அதன் பயனாக அவனுடைய கவிதை இயற்றும் ஆற்றல் குறைந்துவிடுகிறது

என்றவாறு சில காரணங்களைக் காட்டுகின்றது.

நிகழ்வுகளை வெளிப்படுத்தும் கவிதைகள் கவியரங்கங்களின் வாயிலாக வெளிப்பட்டவையாகவும், தனிப்பட்ட ஆளுமைகளைப் போற்றும் கவிதைகளின் இடையே இடம்பெற்றவையாகவும் கூட இருக்கின்றன. அவையும் இவ்வாய்வில் ஆதாரமாகக் கொண்டு நிகழ்வுகள் ஆராயப் பெற்றுள்ளன. எனவே யாதொரு வகையிலும் வெளிப்படுத்தப்பட்டுவிட்டால் கவிதை வரலாற்றைத் தக்க வைத்துக்கொண்டுவிடும். அக்கடமையை ஆற்றவேண்டிய பொறுப்பு கவிஞனுக்கு இருக்கின்றது.

சமகால உணர்வு என்று நாம் குறிப்பிடும்போது, சமகால உணர்வுடன் எழுதுவது எளியதுதானே என்றுதான் எண்ணத் தோன்றுகிறது. ஆனால் நடைமுறையில் இது மிகவும் சிரமமானது. இலக்கியத் துறையில் அதுவும் கவிதைத் துறையில் அது இன்னும் கடினமானது. பல்வேறு மொழி இனங்களும் வேறுபட்ட கலாச்சார வரலாறும் உள்ள நம் இந்தியத் திருநாட்டில் சமகால உணர்வுடன் வாழ்தல் இன்னும் கடினமானது. பரந்த நல்லெண்ணமும் ஆற்றல்மிக்க உள்ளுணர்வும் சிந்தனை எழுச்சியும் உள்ள இலக்கியவாதிக்கே இது சாத்தியம். அதிலும் தமிழ் போன்ற தொன்மையான இலக்கிய வரலாறு உள்ள மொழியைக் கையாளும் கவிஞனுக்கு இந்தச் சிக்கல் இன்னும் பெரிதாகிவிடுகிறது. பழமையான மரபுகளிலிருந்து மீண்டும் இன்றைய வாழ்க்கைக்கு இணக்கமான

உணர்வுடன் எழுதுவதற்குக் கவிஞன் நிறையச் சோதனைகளைக் கடக்க வேண்டியிருக்கிறது

என்று, தமது 'புதுக்கவிதை ஒரு புதுப்பார்வை' நூலில் குறிப்பிட்டிருக்கின்றார் பாலா (ப.68). இவற்றோடு, அதே நூலில் (ப.103) அவர்,

பஸ்விபத்து, ரயில்விபத்து, புயல், வெள்ளம் இவற்றால் நேரும் மனித இழப்புகளைப் பற்றி நாம் செய்தித்தாட்களில் படிக்கிறோம். வானொலியில் கேட்கிறோம். ஆனால் உள்ளூரில் நடந்த சிறுவிபத்து நம்மை உலுக்குவதைப் போல தொலைவில் நிகழ்ந்த பேரழிவுகள் நம்மைத் தாக்குவதில்லை. நம்முடைய உணர்வுகளுக்கு இருக்கும் இந்தப் பிராந்திய உணர்வைப் பற்றி சால்செனிட்சன் தன் நோபல் உரையில் குறிப்பிடுகிறார்.

என்று இயற்கை நிகழ்வுகளின் குறைவான பதிவுகளுக்குக் காரணத்தைக் காட்டுகின்றார். இது பிற நிகழ்வுகளுக்கும் பொருந்தும். கவிஞனும் ஒரு மனிதன்தான். வாழ்க்கை நிலைக்கேற்பத்தான் அவனும் இயங்க வேண்டியிருக்கின்றது.

அதுபோன்றே, 1970களில் ஏற்பட்ட அகமொழி இலக்கியம், மற்றும் ஹைக்கூ முதலியவற்றின் தாக்கமும் வழக்கமான கவிதை மரபில் தொய்வு ஏற்படக் காரணமாக இருந்திருக்கும்.

கவிதைக்கு ஒரு நோக்கம் இருக்கவேண்டும். நோக்கமில்லாத அவை கால வரலாற்றில் நிலைக்காது. சமூகத்தை, போராட்டங்களை, வன்முறைகளை எழுதுவது 'பிரச்சாரம்' என்றால், அப்படிப் பார்க்கையில் அகவயக் கவிதைகளும் பிரச்சாரம்தான். தன்னைத் தான் வெளிப்படுத்துவதும் ஒரு பிரச்சாரம்தான். சங்க அகப்பாடல்களை இன்று சமூகப் பார்வையில் ஆராய்வது ஏன்? அதில் அக்காலச் சமுதாயத்தைத் தேடுவதைக் காண்கையில் கவிதையும் சமூகமும் தொடர்புடையவை என்பது விளங்கும்.

வாழ்க்கையின் உணர்வை மீண்டும் பெற வைப்பதற்குத்தான் கலை இருக்கின்றது. நிகழ்வுகளை மற்ற இலக்கிய வடிவங்களைவிடக் கவிதைகளே அதிகம் பதிவுசெய்துள்ளன. ஆகவே, கவிதையானது வரலாற்றை வெளிப்படுத்தினால், வாழ்வியலைக் கடந்தும் படைப்புகள் தக்கவைத்துக் கொள்ளும். இல்லையெனில், தன்னலக்காரனை மனிதர்கள் விரும்பாததைப் போன்று தன்னலக் கவிதையும் புறம் ஒதுக்கப்படும். வடிவம் இறுக்கமற்ற புதுக்கவிதை என்பதால் இவ்வளவு சமூகப் பிரச்சினைகள் குவிந்துள்ளதைக் கவனித்தால், இவ்வளவு சமூக நிகழ்வுகள் வெளிப்பட வடிவ மாற்றமும் ஒரு காரணம் ஆகின்றது. 1917இல் வெற்றிகண்ட இரசியப் புரட்சியின் தாக்கத்தால் இங்கும்

இருபதாம் நூற்றாண்டில் பொதுவுடைமைக் கொள்கையின் தாக்கம் இருந்திருக்கின்றது.இது நிகழ்வுகளைக் கூடுதலாகக் கவனப்படுத்த உதவியிருக்கிறது.

பொதுவாக, வரலாறு பற்றி மேற்கொள்ளப்படும் ஆய்வுகள் அரசாள்வோர் கடந்த சில அரசியல் நிகழ்வுகளையோ இயற்கை நிகழ்வுகளையோ மற்றும் பிற நிகழ்வுகளையோ அதிகம் பேசுவதில்லை. இவ்வாய்வு சற்று வேறுபட்டு அவற்றையும் முக்கியப்படுத்தி இருக்கின்றது. கலை உலகம் சமூக உணர்வுடன் இயங்கினால் திரைப்பாடல்களிலும் சமுதாயத்தைப் பிரதிபலிக்கலாம். ஒரு வரி, ஒரு சொல் பதிவாக இருந்தாலும் அதுபோதுமானது. இலக்கியத்தைத் தெரிந்து, தெளிந்து வெளிப்படுத்த கவிஞருக்கும் வரலாற்று முறையிலான பார்வை அவசியம். சமூகச் சீர்திருத்தத்தைக் கொணர்வதும் அரசியல் ஆகும். சமூகம் என்பது தனிமனிதனின் பெரிய குடும்பம். ஆதலால், இவ்வளவு பிரச்சினைகள் முகிழ்க்கும்போது கவிதைகள் இன்னும் அதிகமாகத்தான் வெளிப்பட வேண்டும்.

கலை பிரச்சாரம் ஆகின்றதா அல்லது கவிதை வெற்றியடைந்ததா என்பதல்ல இவ்வாய்வு. படைப்பு யாதெனினும் பதிவு முக்கியமாகின்றது. அது, மனித வாழ்க்கையின் தேவையை, சிக்கல்களைப் பிரதிபலிக்க வேண்டும்.

விரிய வேண்டிய ஆய்வுக் களங்கள்

1. ஆய்வுக் கவிஞர்களின் கவிதைகளில் பதிவாகியுள்ள உலக, இந்திய நிகழ்வுகளைத் தனியாக ஆய்வுசெய்ய வேண்டும்.
2. இந்த ஆய்வுக்குரிய அரசியல் நிகழ்வுகளை மட்டுமே தனி ஆய்வாக நிகழ்த்த வேண்டும்.
3. தமிழ்க் கவிதைக்கு முக்கியப் பங்காற்றிய ஒவ்வோர் ஆளுமையையும் தனியாகக் கொண்டு ஆய்வு நிகழ்த்தலாம்.
4. புனைகதைகள் வழி வரலாற்று நிகழ்வுகளையும், நாடகங்கள் வழி வரலாற்று நிகழ்வுகளையும் ஆராய வேண்டும். கவிதைகளில் கவனம்பெறாத நிகழ்வுகளும் இவ்வகை இலக்கியங்களில் பதிவாகியுள்ளன.
5. காலகட்டங்களை வகுத்துக்கொண்டு, நிகழ்வுகளின் சமகால இதழ்கள் வாயிலாகப் பதிவாகியிருக்கும் கவிதைகளைக் கொண்டு ஆராய வேண்டும்.
6. பிற நூற்றாண்டுகளை எடுத்துக்கொண்டு அதன் வரலாற்று நிகழ்வுகளைத் தமிழ்க் கவிதைகள்வழி ஆய்வுசெய்ய வேண்டும்.

.....

துணைநூற்பட்டியல்

முதன்மைத் தரவுகள்

கவிதை நூல்கள்

(கவிஞர்களின் காலவரிசைப்படி)

தேசிக விநாயகம் பிள்ளை,சி,

கவிமணி கவிதைகள், பூம்புகார் பதிப்பகம், சென்னை, முதற்பதிப்பு, 2003.

மலரும் மாலையும், முல்லை நிலையம், சென்னை, முதற்பதிப்பு, 2000.

நாஞ்சில் நாட்டு மருமக்கள்வழி மான்மியம், அ.கா. பெருமாள்(ப.ஆ), காலச்சுவடு பதிப்பகம், நாகர்கோவில், முதல் பதிப்பு, 2008.

தேவியின் கீர்த்தனங்கள், தமிழ் இணையக் கல்விக் கழகம் (இணைய தளம்).

சுப்பிரமணிய பாரதி, சி,

கால வரிசையில் பாரதி பாடல்கள், சீனி. விசுவநாதன் (ப.ஆ.), சீனி. விசுவநாதன் வெளியீடு, சென்னை, முதற்பதிப்பு, 2012, மறு அச்சு, 2013.

இராமலிங்கம் பிள்ளை, வெ,

நாமக்கல் கவிஞர் பாடல்கள், புலவர் தணிகை. உலகநாதன் (ப.ஆ.), தி லிட்டில் ப்ளவர் கம்பெனி, சென்னை, முதற்பதிப்பு, 1960.

பாரதிதாசன்,

பாவேந்தம், தொகுதிகள் (1, 3, 4, 5, 7, 15, 16, 17, 18), ப.ஆ. - இரா. இளங்குமரன், இரா. இளவரசு, கு. திருமாறன், பி. தமிழகன், இளங்கணி பதிப்பகம், சென்னை, முதற்பதிப்பு, 2009.

திருமூர்த்தி, வெ.நா,

தேசத்தியாகி வெ.நா. திருமூர்த்தி கவிதைகள், சங்கை வேலவன் (தொ.ஆ.), பாவை பப்ளிகேஷன்ஸ், சென்னை, முதற்பதிப்பு, 2004.

வெ.நா. திருமூர்த்தி பாடல்கள், நியூ செஞ்சுவரி புக் ஹவுஸ் (பி) லிட்., சென்னை, முதற்பதிப்பு, 1986.

ஜீவானந்தம். ப,

ஜீவாவின் பாடல்கள், கே. ஜீவபாரதி (தொ.ஆ.), காவ்யா வெளியீடு, சென்னை, முதற்பதிப்பு, 2007.

ப. ஜீவானந்தம் ஆக்கங்கள், பகுதி -1, வீ. அரசு (ப.ஆ.), நியூ செஞ்சுரி புக் ஹவுஸ் (பி)லிட்.,சென்னை, முதற்பதிப்பு, 2007.

கே.சி.எஸ். அருணாசலம்,

பாட்டு வராத குயில், நியூ செஞ்சுரி புக் ஹவுஸ் (பி) லிட்., சென்னை, முதற் பதிப்பு, ஆகஸ்ட் 1985, மூன்றாம் அச்சு, அக்டோபர்,1992.

கவிதை என் கைவாள்!, நியூ செஞ்சுரி புக் ஹவுஸ் (பி)லிட்., சென்னை, முதற்பதிப்பு, 1965, மூன்றாம் அச்சு, 1990.

ரகுநாதன், தொ.மு.சி,

ரகுநாதன் கவிதைகள், நியூ செஞ்சுரி புக் ஹவுஸ் (பி) லிட்., சென்னை, முதற்பதிப்பு, 1957, இரண்டாம் பதிப்பு, 1991.

ரகுநாதம் - 4, படைப்புலகம், சு. சண்முகசுந்தரம்(தொ.ஆ.), காவ்யா வெளியீடு, சென்னை, முதற்பதிப்பு, 2016.

ரகுநாதம் - 5, கட்டுரை,கவிதை,நாடகம், சு.சண்முகசுந்தரம் (தொ.ஆ.), காவ்யா வெளியீடு, சென்னை, முதற்பதிப்பு, 2016.

தமிழ்ஒளி,

தமிழ்ஒளியின் சிறந்த கவிதைகள், செ.து. சஞ்சீவி (தொ.ஆ.), சாகித்திய அகாதெமி, சென்னை, முதற்பதிப்பு, 2010.

கவிஞர் தமிழ்ஒளி காவியங்கள், கவிஞர் தமிழ்ஒளி நூற்றாண்டு விழாக்குழு, சென்னை, முதற்பதிப்பு, 2016.

பெருஞ்சித்திரனார்,

கனிச்சாறு, 8 தொகுதிகள், தென்மொழி பதிப்பகம், சென்னை, முதற்பதிப்பு, 2012.

தமிழன்பன், ஈரோடு,

தமிழன்பன் கவிதைகள், சு. செல்லப்பன் (தொ.ஆ.), மங்கள நூலகம், சென்னை, முதற்பதிப்பு, 1970.

விடியல் விழுதுகள், பொதிகைப் பதிப்பகம், சென்னை, முதற்பதிப்பு, 1977.

தோணி வருகிறது, பூம்புகார் பதிப்பகம், சென்னை, முதற் பதிப்பு, 1993.

ஊர் சுற்றி வந்த ஓசை, பூம்புகார் பதிப்பகம், சென்னை, முதற்பதிப்பு, 1989.

கிழக்குச் சாளரம், பாப்லோ பாரதி பதிப்பகம், சென்னை, முதற்பதிப்பு, 1991.

பனி பெய்யும் பகல், பூம்புகார் பதிப்பகம், சென்னை, முதற் பதிப்பு, 1998.

நாமிருக்கும் நாடு, பாப்லோ பாரதி பதிப்பகம், சென்னை, முதற்பதிப்பு, 1989.

வார்த்தைகள் கேட்ட வரம், விழிகள் பதிப்பகம், சென்னை, முதற்பதிப்பு, 2002.

இவர்களோடும் இவற்றோடும், விழிகள் பதிப்பகம், சென்னை, முதற்பதிப்பு, 2003.

மின்னல் உறங்கும்போது, ஸ்ரீதுர்கா பப்ளிகேஷன், சென்னை, முதற்பதிப்பு, 2004.

கதவைத் தட்டிய பழைய காதலி, விழிகள் பதிப்பகம், சென்னை, முதற்பதிப்பு, 2005.

ஈரோடு தமிழன்பன் கவிதைகள், தொகுதி - 4, பூம்புகார் பதிப்பகம், சென்னை, முதற்பதிப்பு, 2007.

காலத்திற்கு ஒரு நாள் முந்தி, பூம்புகார் பதிப்பகம், சென்னை, முதற்பதிப்பு, 1982.

தீவுகள் கரையேறுகின்றன, பூம்புகார் பதிப்பகம், சென்னை, முதற்பதிப்பு, 1985.

அந்த நந்தனை எரிச்ச நெருப்பின் மிச்சம், பூம்புகார் பதிப்பகம், சென்னை, முதற்பதிப்பு, 1982, இரண்டாம் பதிப்பு, 1994.

திரும்பி வந்த தேர்வலம், பூம்புகார் பதிப்பகம், சென்னை, முதற்பதிப்பு, 1985.

இரவுப் பாடகன், பூம்புகார் பதிப்பகம், சென்னை, முதற் பதிப்பு, 2003.

திசைக்குள் திசைகள், மருதா பதிப்பகம், சென்னை, முதற் பதிப்பு, 2000.

என் வீட்டு எதிரே ஓர் எருக்கஞ்செடி, பூம்புகார் பதிப்பகம், சென்னை, முதற்பதிப்பு, 2004.

மூன்று பெயர்களும் என் முகவரிப் புத்தகமும், மணிவாசகர் பதிப்பகம், சென்னை, முதற்பதிப்பு, 2006.

தணிகைச்செல்வன்,

தணிகைச்செல்வன் கவிதைகள், தணிகை நூலகம், சென்னை, முதற்பதிப்பு, 2001.

சிற்பி,

சிற்பி கவிதைகள், 2 தொகுதிகள், சேதுபதி (தொ.ஆ.), நியூ செஞ்சுரி புக் ஹவுஸ் (பி) லிட், சென்னை, முதற்பதிப்பு, 2011.

அப்துல் ரகுமான்,

இறந்ததால் பிறந்தவன், நேஷனல் பப்ளிஷர்ஸ், சென்னை, மூன்றாம் பதிப்பு, ஜனவரி 2016.

கவிக்கோ கவிதைகள், நேஷனல் பப்ளிஷர்ஸ், சென்னை, முதற் பதிப்பு, 2013, மூன்றாம் பதிப்பு, 2017.

ராப்பிச்சை, நேஷனல் பப்ளிஷர்ஸ், சென்னை, முதற்பதிப்பு, 2016.

சுட்டுவிரல், நேஷனல் பப்ளிஷர்ஸ், சென்னை, முதற்பதிப்பு, 1989, ஆறாம் பதிப்பு, 2015.

விதைபோல் விழுந்தவன், நேஷனல் பப்ளிஷர்ஸ், சென்னை, முதற்பதிப்பு, 1988, ஏழாம் பதிப்பு, 2014.

ஆலாபனை, நேஷனல் பப்ளிஷர்ஸ், சென்னை, முதற்பதிப்பு, 1995, ஒன்பதாவது பதிப்பு, 2016.

இறந்ததால் பிறந்தவன், நேஷனல் பப்ளிஷர்ஸ், சென்னை, முதற்பதிப்பு, 2007, மூன்றாம் பதிப்பு, 2016.

பால்வீதி, நேஷனல் பப்ளிஷர்ஸ், சென்னை, முதற்பதிப்பு, 1974, 12ஆம் பதிப்பு, 2015.

நேயர் விருப்பம், நேஷனல் பப்ளிஷர்ஸ், சென்னை, முதற்பதிப்பு, 1978, 13ஆம் பதிப்பு, 2014.

முத்தமிழின் முகவரி, நேஷனல் பப்ளிஷர்ஸ், சென்னை, முதற்பதிப்பு, 1998, 3ஆம் பதிப்பு, 2010.

காசி ஆனந்தன்,

காசி ஆனந்தன் கவிதைகள், முதல் தொகுப்பு, காசி ஆனந்தன் குடில், சென்னை, முதற்பதிப்பு, 2003, மூன்றாம்பதிப்பு,2012.

காசி ஆனந்தன் கவிதைகள், இரண்டாம் தொகுப்பு, காசி ஆனந்தன் குடில், சென்னை, முதற்பதிப்பு, 2006.

நறுக்குகள், முதல் தொகுப்பு, காசி ஆனந்தன் குடில், சென்னை, நான்காம் பதிப்பு, 2016.

நறுக்குகள், இரண்டாம் தொகுப்பு, காசி ஆனந்தன் குடில், சென்னை, முதற்பதிப்பு, 2011.

ஞானக்கூத்தன்,

ஞானக்கூத்தன் கவிதைகள், ஆழி பப்ளிஷர்ஸ், சென்னை, முதற்பதிப்பு, 2008.

காலச்சுவடு - இதழ் (இதுவரை வெளிவராத ஞானக்கூத்தன் கவிதைகள்), செப்டம்பர் 2017.

மீரா,

மீரா கவிதைகள், அன்னம் வெளியீடு, தஞ்சாவூர், முதற்பதிப்பு, 2015.

பழமலய். த,

பழமலய் கவிதைகள், சு. சண்முகசுந்தரம்(தொ.ஆ.), காவ்யா வெளியீடு, சென்னை, முதற்பதிப்பு, 2009.

மீனாட்சி, இரா,

வாசனைப்புல், மித்ர ஆர்ட்ஸ் & கிரியேஷன்ஸ், சென்னை, முதற்பதிப்பு, 2006.

மீனாட்சி கவிதைகள், காவ்யா வெளியீடு, சென்னை, முதற்பதிப்பு, 2002.

உதய நகரிலிருந்து..., கபிலன் பதிப்பகம், புதுச்சேரி, முதற்பதிப்பு, 2006.

கொடி விளக்கு, கபிலன் பதிப்பகம், புதுச்சேரி, முதற்பதிப்பு, 2009.

கந்தர்வன்,

கந்தர்வன் கவிதைகள், பாரதி புத்தகாலயம், சென்னை, முதற்பதிப்பு, 2015.

இன்குலாப்,

ஒவ்வொரு புல்லையும்..., பொன்னி பதிப்பகம், சென்னை, முதற்பதிப்பு, 1999, மறுபதிப்பு, 2005.

ஒவ்வொரு புல்லையும் பெயர் சொல்லி அழைப்பேன், அன்னம் வெளியீடு, தஞ்சாவூர், முதற்பதிப்பு, 2017.

பரிணாமன்,

பரிணாமன் கவிதைகள், ஸ்ரீ செண்பகா பதிப்பகம், சென்னை, முதற்பதிப்பு, 2001.

அறிவுமதி,

அறிவுமதி, தமிழோசை பதிப்பகம், கோவை, முதற்பதிப்பு, 1999.

இந்திரன்,

முப்பட்டை நகரம், யாளி பதிவு வெளியீடு, சென்னை, முதற்பதிப்பு, 1991.

சாம்பல் வார்த்தைகள், யாளி பதிவு வெளியீடு, சென்னை, முதற்பதிப்பு, 1994.

மின்துகள் பரப்பு, யாளி பதிவு வெளியீடு, சென்னை, முதற்பதிப்பு, 2002.

அந்நியன், அன்னம் வெளியீடு, சிவகங்கை, முதற்பதிப்பு, 1982.

வைரமுத்து,

வைகறை மேகங்கள், சூர்யா லிட்ரேச்சர் (பி) லிட்., சென்னை, முதற்பதிப்பு, 1972, 32ஆம் பதிப்பு, 2016.

திருத்தி எழுதிய தீர்ப்புகள், சூர்யா லிட்ரேச்சர் (பி) லிட்., சென்னை, முதற்பதிப்பு, 1979, 24ஆம் பதிப்பு, 2013.

என் பழைய பனை ஓலைகள், சூர்யா லிட்ரேச்சர் (பி)லிட்., சென்னை, முதற்பதிப்பு, 1982, 12ஆம் பதிப்பு, 2008.

கவிராஜன் கதை, சூர்யா லிட்ரேச்சர் (பி) லிட்., சென்னை, முதற்பதிப்பு, 1982, 9ஆம் பதிப்பு, 2001.

ரத்த தானம், சூர்யா லிட்ரேச்சர் (பி) லிட்., சென்னை, முதற்பதிப்பு, 1984, 13ஆம் பதிப்பு, 2008.

தமிழுக்கு நிறம் உண்டு, சூர்யா லிட்ரேச்சர் (பி) லிட்., சென்னை, முதற்பதிப்பு, 1997, 8ஆம் பதிப்பு, 2006.

கொடிமரத்தின் வேர்கள், சூர்யா லிட்ரேச்சர் (பி) லிட்., சென்னை, முதற்பதிப்பு, 1984, 16ஆம் பதிப்பு, 2014.

இன்னொரு தேசிய கீதம், சூர்யா லிட்ரேச்சர் (பி) லிட்., சென்னை, முதற்பதிப்பு, 1982, 13ஆம் பதிப்பு, 1997.

இந்தப் பூக்கள் விற்பனைக்கல்ல, சூர்யா லிட்ரேச்சர்(பி)லிட், சென்னை, முதற்பதிப்பு, 1991, 18ஆம் பதிப்பு, 2007.

பெய்யெனப் பெய்யும் மழை, சூர்யா லிட்ரேச்சர்(பி) லிட்., சென்னை, முதற்பதிப்பு, 1999.

கொஞ்சம் தேநீர் நிறைய வானம், சூர்யா லிட்ரேச்சர் (பி) லிட்., சென்னை, முதற்பதிப்பு, 2005, 5ஆம் பதிப்பு, 2011.

……

துணைமைத் தரவுகள்

ஆய்வு நூல்கள்

அகவி,

தலித் கவிதையியல், யாளி பதிவு வெளியீடு, சென்னை, முதற்பதிப்பு, 2018.

அப்துல் நாசர்,

ஏ.வி, கோவை கலவரத்தில் எனது சாட்சியம், ஆழி பப்ளிஷர்ஸ், சென்னை, முதற்பதிப்பு, 2016.

அப்பணசாமி,

தென்பரை முதல் வெண்மணி வரை, பாரதி புத்தகாலயம், சென்னை, முதற்பதிப்பு, 2004.

அரசு, வீ, (ப.ஆ.),

ப. ஜீவானந்தம் கால ஜனசக்தி தலையங்கங்கள் (1937 - 1963), பகுதி - 2, நியூ செஞ்சுவரி புக் ஹவுஸ் (பி) லிட்., சென்னை, முதற்பதிப்பு, 2007.

அருணன்,

மார்க்சிய அழகியல், வசந்தம் வெளியீட்டகம், மதுரை, முதற்பதிப்பு, 1992, இரண்டாம் பதிப்பு, 2009.

அருணாசலம், மு,

தமிழ் இசை இலக்கண வரலாறு, உல. பாலசுப்பிரமணியன் (ப.ஆ.), கடவு பதிப்பகம், மதுரை, முதற்பதிப்பு, 2009.

அழகரசன், த,

இந்தி எதிர்ப்பு வரலாறு, வளனரசுப் பதிப்பகம், சென்னை, முதற்பதிப்பு, 1985.

அன்னிதாமசு,

இக்காலக் கவிதையில் சமூகம், அமுத நிலையம் லிமிடெட், சென்னை, முதற்பதிப்பு, 1996.

ஆசான், கு.வெ.கி,

1948 முதல் 1996 வரை...ஈழத் தமிழர்களின் உரிமைப்போர் வரலாறு, திராவிடர் கழகம், சென்னை, மூன்றாம் பதிப்பு, 1998.

ஆண்டவர், வா.மு.சே,

தமிழ்க் கவிதைகளில் சமகால வரலாறு, சேதுச்செல்வி பதிப்பகம், சென்னை, முதற்பதிப்பு, 1998.

இந்திரன்,

கவிதையின் அரசியல், அலைகள் வெளியீடு, சென்னை, முதற்பதிப்பு, 2001.

இளங்கோ, சி,

இராஜராஜ சோழனின் காந்தளூர்ச் சாலைப் போர், அலைகள் வெளியீட்டகம், சென்னை, முதற்பதிப்பு, 2011.

இளஞ்செழியன். மா,

தமிழன் தொடுத்த போர், வசந்தா பதிப்பகம், சென்னை, முதல் பதிப்பு, 2006.

இளவரசு, இரா,

பாவேந்தரின் உலக நோக்கு, பாரதிதாசன் உயராய்வு மையம், திருச்சிராப்பள்ளி, முதற்பதிப்பு, 2002.

இராசபாண்டியன் முகிலை,

தமிழக எல்லைப் போராட்டங்கள், உலகத் தமிழாராய்ச்சி நிறுவனம், சென்னை, முதற்பதிப்பு, 2007.

இராதாமணாளன். கே.ஜி,

திராவிட இயக்க வரலாறு, பாரி நிலையம், சென்னை, முதற் பதிப்பு, 2007.

இராமச்சந்திர வைத்தியநாத்,

சென்னபட்டணம் மண்ணும் மக்களும், பாரதி புத்தகாலயம், சென்னை, முதற்பதிப்பு, 2016.

இராமலிங்கம், மா, (எழில்முதல்வன்)

இருபதாம் நூற்றாண்டுத் தமிழ் இலக்கியம், நியூ செஞ்சுவரி புக், ஹவுஸ் (பி) லிட்., சென்னை, முதற்பதிப்பு, 1999.

இலக்குவன். சி,

ஈழத்தமிழர் உரிமைப் போராட்ட வரலாறு, பாரதி புத்தகாலயம், சென்னை, முதல் பதிப்பு, 2015.

இளங்கோவன், ஆர்,

பொன்மலை தியாகிகள் தியாகத்தின் இன்றைய முக்கியத்துவம், தொழிலரசு, சென்னை, -.

உதயசூரியன், எம்.பி,

அதிர்ந்தது பூமி, புதிய தலைமுறை பதிப்பகம், சென்னை, முதற்பதிப்பு, 2014.

எர்னஸ்ட் ஃபிஷர்,

கலையின் அவசியம், மிலிட்டரி பொன்னுசாமி (மொ.ஆ.), பாரதி புத்தகாலயம், சென்னை, முதற்பதிப்பு, 2014.

கணேசலிங்கன். செ

கலையும் சமுதாயமும், குமரன் புத்தக இல்லம், சென்னை, முதற்பதிப்பு, 2000, மறுபதிப்பு, 2010.

குமரன் தொகுப்பு (1971-1983), குமரன் பப்பிளிஷர்ஸ், (தொ.ஆ.), சென்னை, முதற்பதிப்பு, 2006.

கருணாநிதி. மு கலைஞர்,

மும்முனைப் போராட்டம்; கல்லக்குடி களம்!, திருமகள் நிலையம், சென்னை, முதற்பதிப்பு, 2002.

கருணானந்தம், கவிஞர்,

தந்தை பெரியார் வாழ்க்கை வரலாறு, அருள்பாரதி பதிப்பகம், ஆவடி, முதற்பதிப்பு, 2012.

கார்த்திகேசு சிவத்தம்பி,

சங்க இலக்கியம் கவிதையும் கருத்தும், உலகத் தமிழாராய்ச்சி நிறுவனம், சென்னை, முதற்பதிப்பு, 2009.

தமிழின் கவிதையியல், குமரன் புத்தக இல்லம், சென்னை, முதற்பதிப்பு, 2007.

தொல்காப்பியமும் கவிதையும், நியூ செஞ்சுவரி புக் ஹவுஸ் (பி) லிட்., சென்னை, முதல் பதிப்பு, 2012.

கிருட்டிணமூர்த்தி, கோ,

பாரதிதாசன் வாழ்க்கை வரலாறு, தமிழ்நாடு அரசியல் அறிவாய்வுக் கழகம், சென்னை, முதற்பதிப்பு, 1991.

குசேலன், இரா,

இங்கும் ஒரு குருச்சேத்திரம், உழைக்கும் மக்கள் தொழிற்சங்க மாமன்றம், சென்னை, முதற்பதிப்பு, 2005, இரண்டாம் பதிப்பு, 2008.

குமரி அனந்தன்,

இருபதாம் நூற்றாண்டுக் கவிதைகளில் தொழிலாளர் நிலை, பூம்புகார் பதிப்பகம், சென்னை, முதற்பதிப்பு, 2013.

குழந்தை, ஆ, ஆண்டவர், வா.மு.சே,

ஈழ ஏதிலியர் ஓர் அறைகூவல், சேதுச்செல்வி பதிப்பகம், (தொ.ஆ.), சென்னை, முதற்பதிப்பு, 2014.

கேசவன், கோ,

கோயில் நுழைவுப் போராட்டங்கள், சரவண பாலு பதிப்பகம், விழுப்புரம், முதற்பதிப்பு, 1997.

கைலாசபதி, க,

இரு மகா கவிகள், குமரன் புத்தக இல்லம், சென்னை, மறு பதிப்பு, 2006.

கவிதை நயம், குமரன் புத்தக இல்லம், சென்னை, மீளச்சு, முருகையன்,இ, 2000, 2011.

சமூகவியலும் இலக்கியமும், குமரன் புத்தக இல்லம், சென்னை, முதற்பதிப்பு, 2002, மறுபதிப்பு, 2009.

தமிழ் வீரநிலைக் கவிதை, குமரன் புத்தக இல்லம், சென்னை, முதல் பதிப்பு, 2006.

சண்முகம். பெ,

வாச்சாத்தி..... உண்மையின் போர்க்குரல், தமிழ்நாடு மலைவாழ் மக்கள் சங்கம், தமிழ்நாடு விவசாயிகள் சங்கம் வெளியீடு, சென்னை, முதற்பதிப்பு, 2008.

சாரதா நம்பிஆரூரன்,

தனித்தமிழ் இயக்கத்தின் தோற்றமும் வளர்ச்சியும், ஆரூரன் பதிப்பகம், சென்னை, முதற்பதிப்பு, 2008.

சிவசுப்பிரமணியன், ஆ,

ஆஷ் கொலையும் இந்தியப் புரட்சி இயக்கமும், மக்கள் வெளியீடு, சென்னை, முதற்பதிப்பு, 1986.

சிவசுப்பிரமணியன், ஆ, வேங்கடாசலபதி, ஆ.இரா,

பின்னி ஆலை வேலைநிறுத்தம் 1921,பொன்னி வெளியீடு, சென்னை, முதற்பதிப்பு, 1990.

சிவசுப்பிரமணியன், ஆ,

அடித்தள மக்கள் வரலாறு, நியூ செஞ்சுவரி புக் ஹவுஸ் (பி) லிட், சென்னை, முதற்பதிப்பு, 2016.

சீநிவாசராகவன், அ,

ஒரு நூற்றாண்டுத் தமிழ்க் கவிதை, மெர்க்குரி புத்தகக் கம்பெனி, கோயமுத்தூர், முதற்பதிப்பு, 1970.

சீனிச்சாமி, து,

இருபதின் கவிதைகளில் சமூக நீதிக் கோட்பாடு, உலகத் தமிழாராய்ச்சி நிறுவனம், சென்னை, முதல் பதிப்பு, 1994.

சுந்தரராசன். த,

தமிழ்நாடு பெயர் மாற்ற வரலாறு, வளனரசுப் பதிப்பகம், சென்னை, முதற்பதிப்பு, 1986.

சுந்தரவடிவேலு, நெ.து,

நினைவு அலைகள், வானதி பதிப்பகம், சென்னை, முதற்பதிப்பு, 1988.

சுப்பையா, வ,

பிரெஞ்சிந்திய விடுதலை இயக்க வரலாறு, காசி வில்லவன் (மொ.ஆ.), நியூசெஞ்சுவரி புக் ஹவுஸ் (பி) லிட்.,சென்னை, முதற்பதிப்பு, 2011.

சுமதி, செ.த.,

வெண்மணி படுகொலைகள்: வரலாறும் கலை இலக்கியப் பதிவுகளும், அலைகள் வெளியீட்டகம், சென்னை, இரண்டாம் பதிப்பு, 2015.

சுமதி, தெய்வ,

பரணர் பாடல்களில் வரலாற்றுச் செய்திகள், மணிவாசகர் பதிப்பகம், சென்னை, முதற்பதிப்பு, 2006.

செகந்நாதன், ஆ,

புதுக்கவிதை ஒரு திறனாய்வு, திலகன் பதிப்பகம், சீர்காழி, முதற்பதிப்பு, 1978.

செயப்பிரகாசம், பா, (தொ.ஆ.),

அதிர்வுகள், அன்னம், தஞ்சாவூர், முதற்பதிப்பு, 2017.

செவ்வியன், கவிஞர்

தேதி சொல்லும் சேதி, இ. கோதை, சிங்கப்பூர், முதற்பதிப்பு, 2001.

செவ்வியன் கவிஞர் (தொ.ஆ.),

சமூகக் குற்றங்கள், திருவள்ளுவர் வாழ்வியல் மன்றம், சென்னை, முதற்பதிப்பு, 2011.

சேதுராமன், வே,

காப்பியங்கள் காட்டும் தமிழர் வாழ்வியல், சேது பதிப்பகம், திருச்சி, முதற்பதிப்பு, 2016.

சொக்கலிங்கம், எஸ்.பி,

பிரபல கொலை வழக்குகள், கிழக்கு பதிப்பகம், சென்னை, முதற்பதிப்பு, 2012.

ஞானக்கூத்தன்,

கவிதைக்காக, விருட்சம் வெளியீடு, சென்னை, முதற்பதிப்பு, 1996, இரண்டாம் பதிப்பு, 2009.

ஞானி,

தமிழ்க் கவிதை: ஞானி கட்டுரைகள் - III, காவ்யா வெளியீடு, சென்னை, முதற்பதிப்பு, 2007.

மார்க்சிய அழகியல்: கடிதங்கள், கட்டுரைகள், காவ்யா வெளியீடு, சென்னை, முதற்பதிப்பு, 2002.

டேவிட். டி,

விழுப்புரம் படுகொலை 1978, ஸ்டாலின் ராஜாங்கம்(ப.ஆ), காலச்சுவடு பதிப்பகம், நாகர்கோவில், முதல் பதிப்பு, 2012.

தட்சிணாமூர்த்தி, அருச்சுன,

கவிஞனும் கவிதையும், உமா பதிப்பகம், சென்னை, முதல் பதிப்பு, 1987.

தட்சிணாமூர்த்தி, அருச்சுன,

தமிழ்ப் புதுக்கவிதைகளில் அரசியல் கருத்துகளின் தாக்கம், பாரதி புத்தகாலயம், சென்னை, முதற்பதிப்பு, 2004.

தமிழ்நாடன்,

புதுமையின் வேர்கள், புதுமலர் படைப்பகம், கோவை, முதல் பதிப்பு, 2000.

தமிழவேள்,

தமிழ் ஈழம்: தேசிய இனச் சிக்கலும் டானியலின் கருத்து நிலையும், தமிழர் பண்பாட்டு ஆய்வகம், மதுரை, முதற் பதிப்பு, 2009.

தனிநாயகம் அடிகள், (மொ.ஆ.),

நில அமைப்பும் தமிழ்க் கவிதையும், க. பூரணச்சந்திரன் நியூ செஞ்சுரி புக் ஹவுஸ் (பி) லிட்., சென்னை, முதற்பதிப்பு, 2014.

தான்யா, கோ,

இருபதாம் நூற்றாண்டுத் தமிழ்க் கவிதைகளில் மார்க்சியக் கொள்கைகளின் தாக்கம், ஐந்திணைப் பதிப்பகம், சென்னை, முதற்பதிப்பு, 1990.

திருநாவுக்கரசு. மறை,

மறைமலையடிகள் வரலாறு, மறை.தி. தாயுமானவன்(ப.ஆ.), மறைமலையடிகள் பதிப்பகம், சென்னை, முதல் பதிப்பு, 1959, மறு பதிப்பு, 2013.

திருமாவளவன், தொல்,

மதமும் மதமாற்றமும், அம்பேத்கர் படிப்பு வட்டம், மதுரை, முதற்பதிப்பு, 2019.

தேசிகன், ரா. ஸ்ரீ,

கவிதைக் கலை, பாரதி தமிழ்ச் சங்கம், கல்கத்தா, முதற்பதிப்பு, 1966.

நடராசன், தி.சு,

கவிதையெனும் மொழி, நியூ செஞ்சுவரி புக் ஹவுஸ் (பி) லிட்., சென்னை, முதற்பதிப்பு, 2008.

நடுநல்நாடன் (தொ.ஆ),

'மே' தினம், விழிகள் பதிப்பகம், சென்னை, முதற்பதிப்பு, 2013.

நம்பியார், எஸ்.கே,

தென்னிந்திய ரயில்வே தொழிலாளர் இயக்கத்தின் மகத்தான வரலாறு, தட்சிண ரெயில்வே எம்பிளாயீஸ் யூனியன், சவுத் ஏசியன் புக்ஸ், சென்னை, முதற்பதிப்பு, 1997.

நல்லகண்ணு. ஆர்,

மொழிவழி மாநிலம் "தமிழ்நாடு", நியூ செஞ்சுரி புக் ஹவுஸ் (பி) லிட், சென்னை, முதற்பதிப்பு, 2005.

நீலவண்ணன் (தொ.ஆ.),

மீண்டும் யாழ்ப்பாணம் எரிகிறது, வரதர் வெளியீடு, யாழ்ப்பாணம், இரண்டாம் பதிப்பு, 1981.

பாண்டியன், தா,

ராஜீவ் காந்தியின் கடைசி மணித்துளிகள், நியூ செஞ்சுரி புக்ஹவுஸ் (பி) லிட்., சென்னை, முதற்பதிப்பு, 2014.

பாலா,

புதுக்கவிதை ஒரு புதுப்பார்வை, அகரம், தஞ்சாவூர், முதற்பதிப்பு, 1981, ஐந்தாம் பதிப்பு, 2011.

பிச்சமுத்து, ந,

இலக்கிய இயக்கங்கள், சக்தி வெளியீடு, சென்னை, முதற்பதிப்பு, 1980.

பிள்ளை,கே.கே,

தமிழக வரலாறு - மக்களும் பண்பாடும், உலகத் தமிழாராய்ச்சி நிறுவனம், சென்னை, (ஆறாம்) பதிப்பு, 2004.

புஸ்பராஜா. சி,

ஈழப் போராட்டத்தில் எனது சாட்சியம், அடையாளம் வெளியீடு, புத்தாநத்தம், முதற்பதிப்பு,2003, இரண்டாம் பதிப்பு, 2006.

பூங்குன்றன், கலி,

அனைத்துச் சாதியினர்க்கும் அர்ச்சகர் உரிமை ஏன்?, பெரியார் சுயமரியாதை பிரச்சார நிறுவன வெளியீடு, சென்னை, முதற்பதிப்பு, 1993, இரண்டாம் பதிப்பு, 2000.

பூபேஷ் குப்தா,

தமிழ்நாடு பெயர் மாற்ற மசோதா, எஸ். சோமசுந்தரம்(மொ), நியூ செஞ்சுரி புக் ஹவுஸ் (பி) லிட், சென்னை, முதற்பதிப்பு, 2006.

பூரணச்சந்திரன். க,

கவிதையியல்: வாசிப்பும் விமரிசனமும், அடையாளம், புத்தாநத்தம், முதற்பதிப்பு, 2013.

பெரியார். அ,

தமிழ்நாடு எல்லைப் போராட்டமும் பெயர் மாற்றமும், முரண்களரி படைப்பகம், சென்னை, முதற்பதிப்பு, 2010.

பேரின்பன். தேவ, (ப.ஆ.),

மரக்காணமும் உப்பளங்களும், தென்னக ஆய்வு மையம், சென்னை, முதற்பதிப்பு, 2008.

மணவாளன், அ.அ,

அரிஸ்டாடிலின் கவிதை இயல், திறனாய்வு நூலகம் வெளியீடு, சென்னை, முதற்பதிப்பு, 1976.

மணிக்குமார், கா.அ,

முதுகுளத்தூர் படுகொலை, சு. சுப்பாராவ் (மொ.ஆ.), பாரதி புத்தகாலயம், சென்னை, முதற்பதிப்பு, 2018.

மணியரசன், பெ,

காவிரி: நேற்று - இன்று - நாளை, பன்மை வெளி, சென்னை, முதற்பதிப்பு, 2017.

மதியரசன், வெ,

தமிழகத்தின் ஒடுக்கப்பட்டோர் மீதான வன்முறைகளும் இலக்கியப் பதிவுகளும், காவ்யா வெளியீடு, சென்னை, முதற்பதிப்பு, 2016.

மருதநாயகம், ப,

மேலை நோக்கில் தமிழ்க் கவிதை, உலகத் தமிழாராய்ச்சி நிறுவனம், சென்னை, முதல் பதிப்பு, 2001.

மறைமலை, சி.இ,

புதுக்கவிதை - முப்பெரும் உத்திகள், திருமகள் நிலையம், சென்னை, முதற்பதிப்பு, 1986.

மாதையன், பெ,

தமிழ்ச் செவ்வியல் படைப்புகள்: கவிதையியல், சமுதாயவியல் நோக்கு, நியூசெஞ்சுவரி புக் ஹவுஸ்(பி)லிட்., சென்னை, முதல் பதிப்பு, 2009.

மார்க்ஸ். அ,

ஈழத் தமிழ்ச் சமூக உருவாக்கமும் அரசியல் தீர்வும், புலம் வெளியீடு, சென்னை, முதற்பதிப்பு, 2009.

முத்துக்குமார், ஆர்,

மதுவிலக்கு அரசியலும் வரலாறும், சிக்ஸ்த்சென்ஸ் பப்ளிகேஷன்ஸ், சென்னை, முதற்பதிப்பு, 2015.

மொழிப்போர், கிழக்கு பதிப்பகம், சென்னை, முதற்பதிப்பு, 2013.

முருகேசன், கே, சுப்பிரமணியம், சி.எஸ்,

சிங்காரவேலு - தென்னிந்தியாவின் முதல் கம்யூனிஸ்ட், நியூ செஞ்சுவரி, சென்னை, முதற்பதிப்பு, 1991, இரண்டாம் பதிப்பு, 2007.

யோகீசுவரன், பி,

தமிழ்க் கவிதைகளில் சமுதாயச் சிக்கல்கள், நீலா பதிப்பகம், சென்னை, முதற்பதிப்பு, 1985.

திருவிதாங்கூர் தமிழர் போராட்ட வரலாறு, நீலா பதிப்பகம், சென்னை, முதற்பதிப்பு, 2011.

ரவிக்குமார்,

தமிழராய் உணரும் தருணம், ஆழி பதிப்பகம், சென்னை, 2009.

ரவிபிரகாஷ், ராஜா (தொ.ஆ.),

ஆனந்த விகடன் காலப் பெட்டகம் (1926 முதல் 2000 வரை), விகடன் பிரசுரம், சென்னை, முதற்பதிப்பு, ஜனவரி 2011, ஆறாம் பதிப்பு, ஜூலை 2013.

ராமகிருஷ்ணன். என்,

கோவை மாவட்ட கம்யூனிஸ்ட் இயக்கத்தின் பெருமைமிகு வரலாறு, இந்திய கம்யூனிஸ்ட் கட்சி (மார்க்சிஸ்ட்), கோவை, முதற்பதிப்பு, 2003.

ராஜதுரை, எஸ்.வி,

சொல்லில் நனையும் காலம், அடையாளம் வெளியீடு, புத்தாநத்தம், முதற்பதிப்பு, 2003.

லாரா கோப்பா,

கத்தியின்றி ரத்தமின்றி..!, மகாதேவன் (மொ.ஆ.), விகடன் பிரசுரம், சென்னை, இரண்டாம் பதிப்பு, 2006.

லெனின், கோவி,

சிவன் சொத்து, நக்கீரன் பப்ளிகேஷன்ஸ், சென்னை, பதிப்பு 2016.

வல்லிக்கண்ணன்,

புதுக்கவிதையின் தோற்றமும் வளர்ச்சியும், அகரம், தஞ்சாவூர், முதற்பதிப்பு, 1977, ஏழாம் பதிப்பு, 2011.

விஸ்வநாதன், எஸ்,

தலித் மக்கள் மீதான வன்முறை, த. நீதிராஜன் (மொ.ஆ.), சவுத் விஷன் புக்ஸ், சென்னை, முதற்பதிப்பு, 2015.

விஜயராஜ், க,

குஜிலிப் பனுவல்கள், நறுமுகை பதிப்பகம், செஞ்சி, முதற்பதிப்பு, 2016.

வீரமணி, கி,

காவிரிப் பிரச்சனை: தீர்வு வந்துவிட்டதா?, திராவிடர் கழக வெளியீடு, சென்னை, முதற்பதிப்பு, 1999.

மீனாட்சிபுரத்தில் மதமாற்றம் ஏன்?, உண்மை விளக்கம் பதிப்பகம், சென்னை, முதற்பதிப்பு, 1991, மூன்றாம் பதிப்பு, 2008.

வீரமணி. கி, (ப.ஆ.),

பெரியார் களஞ்சியம், பகுத்தறிவு-குடிஅரசு, தொகுதி 18 - 1935, பெரியார் சுயமரியாதைப் பிரச்சார நிறுவனம், சென்னை, முதற்பதிப்பு, 2010.

வீரமணி, பா,

சிங்காரவேலரின் சிந்தனையும் தொண்டும், நியூ செஞ்சுவரி புக் ஹவுஸ் (பி) லிட்., சென்னை, முதற்பதிப்பு, 2009.

வீரமணி, பா, குணசேகரன், முத்து, (தொ.ஆ.),

ம. சிங்காரவேலரின் சிந்தனைக் களஞ்சியம், தொகுதி-1, பாவை பப்ளிகேஷன்ஸ், சென்னை, முதற்பதிப்பு, 2006.

வீரய்யன், கோ,

சங்கம் படைத்த சரித்திரம், அகில இந்திய விவசாயத் தொழிலாளர் சங்கம், சவுத் விஷன், சென்னை, முதல் பதிப்பு, 2000.

தமிழ்நாடு விவசாயிகள் இயக்கத்தின் வீர வரலாறு, தமிழ்நாடு விவசாயிகள் சங்கம், சவுத் விஷன், சென்னை, முதற்பதிப்பு, 1998.

வீரராகவன், தே,

சென்னைப் பெருநகர தொழிற்சங்க வரலாறு, ச.சீ. கண்ணன், புதுவை ஞானம் (மொ.ஆ.), அலைகள் வெளியீட்டகம், சென்னை, முதற்பதிப்பு, 2003.

வேங்கடாசலபதி, ஆ.இரா,

முச்சந்தி இலக்கியம், காலச்சுவடு பதிப்பகம், நாகர்கோவில், முதற்பதிப்பு, 2004, மூன்றாம் பதிப்பு, 2012.

வேணுகோபாலன், கோ,

பொன்னொளி வீசும் புண்ணிய பூமி,மணிவாசகர் பதிப்பகம், சென்னை, முதற்பதிப்பு, 2014.

ஜவஹர், இரா,

ஒரு மார்க்சியப் பார்வையில், நக்கீரன் பப்ளிகேஷன், சென்னை, முதற்பதிப்பு, 2005.

அடிப்படை நூல்கள்

1. *ஒரு தமிழன் பார்வையில் இருபதாம் நூற்றாண்டு வரலாறு, ஐ. சண்முகநாதன், பூம்புகார் பதிப்பகம், சென்னை, மூன்றாம் பதிப்பு, மே 2008.*

2. *வரலாற்றுச் சுவடுகள், தினத்தந்தி வெளியீடு, சென்னை, முதற்பதிப்பு, ஆகஸ்ட் 2010, நான்காம் பதிப்பு, பிப்ரவரி 2015.*

பிற நூல்கள்

அறிவுமதி,

வலி, தமிழ்மண் பதிப்பகம், சென்னை, முதற்பதிப்பு, 2006.

அறிவொளி (ப.ஆ),

தீக்குளியல், மனிதன் பதிப்பகம், சிதம்பரம், இரண்டாம் பதிப்பு, 2006.

ஷெரீப், கா.மு,

கவி கா.மு.ஷெரீப் கவிதைகள், பேரா.சு. சண்முகசுந்தரம் (தொ.ஆ.), காவ்யா வெளியீடு, சென்னை, முதற்பதிப்பு, 2015.

–

வெண்மணிக் கவிதைகள்: நெஞ்சில் வைத்த நெருப்பு, நியூ செஞ்சுவரி புக் ஹவுஸ் (பி) லிட்., சென்னை, முதற்பதிப்பு, 2014.

–

வெண்மணி 50, தீக்கதிர் சிறப்பு மலர், தீக்கதிர் நாளிதழ் வெளியீடு, மதுரை, 2018.

ஆய்வேடுகள்

திருமாறன், கு,

தனித்தமிழியக்கம், முனைவர்பட்ட ஆய்வேடு, சென்னைப் பல்கலைக் கழகம், 1988.

பராந்தகன், மா,

மதுவிலக்கு இயக்கமும் இருபதாம் நூற்றாண்டுத் தமிழ் இலக்கியமும், முனைவர்பட்ட ஆய்வேடு, சென்னைப் பல்கலைக் கழகம், 1987.

ஆங்கில நூல்கள்

Andrews, C.F, Pearson, W.W,

Report on Indentured Labour in Fiji, Febraury *1916.*

George Fernandes,

The rail strike of 1974 and the Railwaymen's movement, A Socialist Book Club Presentation, Sindhu Publication, Bombay, First Edition, 1984.

இதழ்கள்

மாத இதழ்கள்

அரிமா நோக்கு

இந்தியா டுடே

கவிதா சரண்

காக்கைச் சிறகினிலே

காலச்சுவடு, டிசம்பர் 2015.

புதிய ஜனநாயகம்

வெண்மணி 50 - எரியும் நினைவுகள், 1 டிசம்பர் 2017, விகடன் - தடம்

வார இதழ்கள்

கல்கி

ஜூனியர் விகடன்

நாளிதழ்கள்

இந்து தமிழ் திசை

தி இந்து

தினமணி

தீக்கதிர்

விடுதலை

ஆங்கில இதழ்கள்

THE HINDU

Economic and Political Weekly

India Today

இணைய தளங்கள்

1. http://www.keetru.com/index.php/2010-06-24-04-31-11/2012-sp-1026381667/19475-2012-04-21-00-15-50, *பா.நா:28.6.2018.*
2. https://books.google.co.in/books?id=L8L-பஃறுளி-யாற்றுடன்-பன்மலை___யடுக்கத்து=false,*பா.நா:5.7.2018,*http://irruppu.com/?page_id=53807, *பா.நா:5.2.2018.*
3. https://www.keetru.com/index.php/2009-10-07-12-25-28/10-sp-1483084462/10293- 2010-08-08-01-43-18, *பா.நா.:20.5.2018.*
4. https://ta.wikipedia.org/wiki/மே_நாள்,*பா.நா:12.2.2017.*
5. https://www.vinavu.com/2014/05/01/the-history-of-may-day/, *பா.நா:13.2.2017.*
6. https://www.vikatan.com/juniorvikatan/2014-may-18/politics/94937.html, *பா.நா:13.2.2017.*
7. http://vallinam.com.my/issue2/essay3.html, *பா.நா:18.1.2018.*
8. https://www.youtube.com/watch?v=DeScJ0oI1hw, *பா.நா:19.1.2018.*
9. https://desiyachindhanai.wordpress.com/2012/07/06/உலகளந்தான்/, *பா.நா:9.2.2018.*
10. http://www.puthiyavidial.com/பசுவதை-தடை-சட்டம்-உணவு-பழி/, *பா.நா:4.3.2018.*
11. https://www.jstor.org/action/doBasicSearch?Query=marina+atrocities,*பா.நா.:4.9.2018.*
12. https://sites.google.com/a/theekkadhir.com/www/theekkadhir/nation/084, *பா.நா.:7.9.2018,*
13. https://www.jeyamohan.in/2291#.XGBePNIzZaQ, *பா.நா.:12.5.2018.*

14. http://nammacoimbatore.in/article_view.php?newsId=3493, *பா.நா.:14.5.2018.*

15. http://nailango.blogspot.com/2007/09/1936-30.html, *பா.நா.:10.5.2018.*

16. www.jstor.org

17. shothganga.inflipnet.ac.in/bitstream/10603/179460/9/chapter%205.pdf *பா.நா:20.12.2017.*

18. http://www.tamilsurangam.in/tamil_world/countries/fiji.html, *பா.நா.:23.9.2018.*

19. http://www.tn.gov.in/rti/proactive/public/handbook_rehabilitation.pdf,*பா.நா.:11.10.2018.*

20. https://www.vinavu.com/2011/06/04/pasumpon-muthu-ramalingam/, *பா.நா.:10.8.2018.*

21. http://www.rjisacjournal.com/mandaikadu-riots/, *பா.நா.:17.8.2018.*

22. http://eegarai.darkbb.com/t4374-topic, *பா.நா.:17.8.2018.*

23. http://www.tamilhindu.com/2010/12/church-in-mandaikadu/, *பா.நா.:16.8.2018.*

24. http://vsrc.in/index.php/articles/2014-07-30-08-53-42/item/569-2013-07-06-10-11-05, *பா.நா.:16.8.2018.*

25. https://www.bbc.com/tamil/india-45465328 , *பா. நா.:18.9.2018.*

.....

பின்னிணைப்புகள்

நூலில் இடம்பெற்றுள்ள நிகழ்வுகளின் பட்டியல்

அரசியல் நிகழ்வுகள்

1	தனித்தமிழ் இயக்கம்	1916
2	மே நாள்	1.5.1923
3	மருமக்கள்வழி ஒழிப்புச் சட்டம்	1927
4	சார்தா சட்டம்	28.9.1929
5	மதுவிலக்கு	1.10.1937 முதல்
6	தமிழிசை இயக்கம்	1941
7	பூதான இயக்கம்	1951 - 1957
8	குலக்கல்வித் திட்டம்	18.6.1953
9	உணவுத் திட்டங்கள் - மதிய உணவு, சத்துணவு	11.7.1956, 1.7.1982
10	பசுவதைத் தடுப்புச் சட்டம்	1958 - 1982
11	‘தமிழ்நாடு’ பெயர் மாற்றம்	1.12.1968
12	கங்கை - காவிரி இணைப்புத் திட்டம்	1972
13	மீனாட்சிபுரம் மதமாற்றம்	19.2.1981
14	போக்குவரத்துக் கழகங்கள், மாவட்டங்கள் - தலைவர்கள் பெயர்கள் நீக்கம்	1.7.1997
15	கன்னியாகுமரியில் வள்ளுவர் சிலை திறப்பு	1.1.2000

போராட்ட நிகழ்வுகள்

16	பின்னி ஆலைப் போராட்டம்	20.6.1921 - 20.10.1921
17	சுசீந்திரம் கோயில் நுழைவுப் போராட்டம்	18.1.1926
18	கோவை ஸ்டேன்ஸ் ஆலைப் போராட்டங்கள்	1935, 1946
19	புதுவைத் தொழிலாளர் போராட்டம்	23 - 30 சூலை 1936
20	கோவை இலட்சுமி ஆலைப் போராட்டம்	21.9.1937 - 12.10.1937
21	இந்தி எதிர்ப்புப் போராட்டங்கள்	1937 - 1966
22	இரயில்வே தொழிலாளர் போராட்டங்கள்	23.7.1946 - 23.9.1946, 8.5.1974 - 28.5.1974
23	எல்லைப் போராட்டங்கள்	1947 - 1960
24	கல்லக்குடிப் போராட்டம்	15.7.1953
25	‘டிராம்வே’ தொழிலாளர் போராட்டம்	24.4.1953
26	நாட்டுப்படம் எரிப்புப் போராட்டம்	5.6.1960
27	கருவறை நுழைவுப் போராட்டம்	26.1.1970
28	‘டாக்டர்’ பட்டம் - எதிர்ப்புப் போராட்டம்	23.7.1971
29	சிம்சன் போராட்டம்	30.10.1971 - 13.3.1972
30	மனுநூல் எரிப்புப் போராட்டம்	17.5.1981
31	அனைத்திந்தியத் தொழிலாளர் போராட்டம்	19.1.1982
32	ஆசிரியர் போராட்டங்கள்	சூலை - டிசம்பர் 1985, 22.6.1988 - 22.7.1988

33	வன்னியர் இடஒதுக்கீட்டுப் போராட்டம்	17.9.1987 - 23.9.1987
34	காரணை நிலமீட்புப் போராட்டம்	10.10.1994

வன்செயல் நிகழ்வுகள்

35	ஆஷ் கொலை	17.6.1911
36	பிஜித் தீவில் தமிழர் வதை	1903 - 1916
37	புளியங்குடி வன்முறை	1946
38	சிவபுரம் சிலை கடத்தல்	1956
39	ஈழத் தமிழர் படுகொலைகள்	1956 - 2000
40	முதுகுளத்தூர் கலவரம்	செப்டம்பர் 1957
41	பம்பாயில் தமிழர்கள்மீது தாக்குதல்	ஆகஸ்ட், செப்டம்பர் 1967
42	கீழவெண்மணிப் படுகொலை	25.12.1968
43	விழுப்புரம் படுகொலை	25,26 சூலை 1978
44	உஞ்சனை கலவரம்	28.6.1979
45	குளப்பாடிக் கிணற்றுப் படுகொலை	28.5.1980
46	மண்டைக்காடு கலவரம்	மார்ச்சு 1982
47	மெரினா துப்பாக்கிச்சூடு	4.12.1985
48	போடிநாயக்கனூர் கலவரம்	16.9.1989
49	திருவல்லிக்கேணிக் கலவரம்	2.9.1990
50	இராஜீவ் காந்திப் படுகொலை	21.5.1991
51	காவிரியும் கருநாடகத் தமிழர்கள்மீது தாக்குதலும்	டிசம்பர் 1991
52	சிதம்பரம் பத்மினி பாலியல் வன்கொடுமை	2.6.1992

53	வாச்சாத்தி வன்கொடுமை	20 - 22 சூன் 1992
54	அத்தியூர் விஜயா பாலியல் வன்கொடுமை	29.7.1993
55	பிரேமானந்தா பாலியல் குற்றங்கள்	நவம்பர் 1994
56	நாவரசு கொலை	6.11.1996
57	கோவை குண்டுவெடிப்பு	14.2.1998

இயற்கை மற்றும் பிற நிகழ்வுகள்

இயற்கை நிகழ்வுகள்

58	புதுச்சேரிப் புயல்	22.11.1916
59	கோடிக்கரைப் புயல்	நவம்பர் - டிசம்பர் 1952
60	தனுசுகோடிப் புயல்	22 - 25 டிசம்பர் 1964
61	வைகை வெள்ளம்	1972 - 1974?
62	தமிழக, ஆந்திரப் புயல்	நவம்பர் 1977
63	தீப்பெட்டித் தொழிற்சாலைப் பேருந்து விபத்து	1978 - 1981?
64	சென்னைக் குடிநீர்ப் பஞ்சம்	1983
65	சிதம்பரம் தீ விபத்து	நவம்பர் 1995

பிற நிகழ்வுகள்

66	கும்பகோண மகாமகம்	10.3.1933
67	பர்மா தமிழர்கள் தாயகம் திரும்புதல்	சூலை 1964
68	ரமலான் விழாவில் நெரிசல்	சூன் 1980
69	குற்றாலீசுவரன் நீச்சல் சாதனை	12 ஏப்பிரல், 15 ஆகஸ்ட் 1994

நிகழ்வுகளும் கவிஞர்களும்

[• - நேரடியாக நிகழ்வைக் குறிக்கும் பதிவு,
+ - தொடர்புடைய பதிவு, பொதுநிலைப் பதிவு]

அரசியல் நிகழ்வுகள்

வ.எண்	நிகழ்வுகள்	பதிவுகள் கொண்ட கவிஞர்கள்
1	தனித்தமிழ் இயக்கம்	• பாரதிதாசன் பெருஞ்சித்திரனார் இன்குலாப் + ஈரோடு தமிழன்பன் பழமலய்
2	மே நாள்	• தணிகைச்செல்வன் + வெ.நா.திருமூர்த்தி ப.ஜீவானந்தம் கே.சி.எஸ்.அருணாசலம் தொ.மு.சி.ரகுநாதன் தமிழ்ஒளி பெருஞ்சித்திரனார் ஈரோடு தமிழன்பன் மீரா பழமலய் கந்தர்வன் இன்குலாப் பரிணாமன் வைரமுத்து
3	மருமக்கள்வழி ஒழிப்புச் சட்டம்	•தேசிக விநாயகம் பிள்ளை
4	சார்தா சட்டம்	•ப. ஜீவானந்தம்

5	மதுவிலக்கு	•தேசிக விநாயகம் பிள்ளை வெ.இராமலிங்கம் பிள்ளை பாரதிதாசன் வெ.நா.திருமூர்த்தி பெருஞ்சித்திரனார் அப்துல் ரகுமான்
6	தமிழிசை இயக்கம்	•தேசிக விநாயகம் பிள்ளை வெ.இராமலிங்கம் பிள்ளை பாரதிதாசன்
7	பூதான இயக்கம்	• வெ. இ ரா ம லி ங் க ம் பிள்ளை வைரமுத்து
8	குலக்கல்வித் திட்டம்	•பாரதிதாசன் கே.சி.எஸ்.அருணாசலம் பெருஞ்சித்திரனார் பழமலய்
9	உணவுத் திட்டங்கள் - மதிய உணவு, சத்துணவு	•பாரதிதாசன், வெ.நா.திருமூர்த்தி. •கந்தர்வன்
10	பசுவதைத் தடுப்புச் சட்டம்	•ஈரோடு தமிழன்பன் தணிகைச்செல்வன் கந்தர்வன் + பாரதிதாசன் காசி ஆனந்தன்?
11	'தமிழ்நாடு' பெயர் மாற்றம்	•பாரதிதாசன் வெ.நா.திருமூர்த்தி ஈரோடு தமிழன்பன் ஞானக்கூத்தன்?
12	கங்கை - காவிரி இணைப்புத் திட்டம்	•தணிகைச்செல்வன் பரிணாமன் வைரமுத்து

13	மீனாட்சிபுரம் மதமாற்றம்	•பெருஞ்சித்திரனார் தணிகைச்செல்வன் கந்தர்வன் வைரமுத்து
14	போக்குவரத்துக்கழகங்கள், மாவட்டங்கள் - தலைவர்கள் பெயர்கள் நீக்கம்	•அப்துல் ரகுமான் பழமலய் இரா. மீனாட்சி
15	கன்னியாகுமரியில் வள்ளுவர் சிலை திறப்பு	•அப்துல் ரகுமான் + ஈரோடு தமிழன்பன்

போராட்ட நிகழ்வுகள்

16	பின்னி ஆலைப் போராட்டம்	•இன்குலாப்
17	சுசீந்திரம் கோயில் நுழைவுப் போராட்டம்	•தொ.மு.சி.ரகுநாதன் + ப.ஜீவானந்தம் பாரதிதாசன்
18	கோவை ஸ்டேன்ஸ் ஆலைப் போராட்டங்கள்	•ப.ஜீவானந்தம் கே.சி.எஸ்.அருணாசலம்?
19	புதுவைத் தொழிலாளர் போராட்டம்	•தமிழ்ஒளி? + பாரதிதாசன்
20	கோவை இலட்சுமி ஆலைப் போராட்டம்	•ப.ஜீவானந்தம்
21	இந்தி எதிர்ப்புப் போராட்டங்கள்	•பாரதிதாசன் வெ.நா.திருமூர்த்தி தமிழ்ஒளி பெருஞ்சித்திரனார் ஈரோடு தமிழன்பன் தணிகைச்செல்வன் காசி ஆனந்தன் மீரா, பழமலய் இன்குலாப், அறிவுமதி + அப்துல்ரகுமான்

22	இரயில்வே தொழிலாளர் போராட்டங்கள்	•ப.ஜீவானந்தம் தணிகைச்செல்வன் பழமலய் + கே.சி.எஸ்.அருணாசலம்
23	எல்லைப் போராட்டங்கள்	தென்எல்லை •தேசிக விநாயகம் பிள்ளை பாரதிதாசன் தமிழ்ஒளி பழமலய் வடஎல்லை •வெ.இராமலிங்கம் பிள்ளை வெ.நா.திருமூர்த்தி ஞானக்கூத்தன்?
24	கல்லக்குடிப் போராட்டம்	•ஈரோடு தமிழன்பன்
25	‘டிராம்வே’ தொழிலாளர் போராட்டம்	•தமிழ்ஒளி
26	நாட்டுப்படம் எரிப்புப் போராட்டம்	•பாரதிதாசன் பெருஞ்சித்திரனார்
27	கருவறை நுழைவுப் போராட்டம்	•பெருஞ்சித்திரனார்
28	‘டாக்டர்’ பட்டம் - எதிர்ப்புப் போராட்டம்	•பெருஞ்சித்திரனார் தணிகைச்செல்வன் இன்குலாப்
29	சிம்சன் போராட்டம்	•இன்குலாப்
30	மனுநூல் எரிப்புப் போராட்டம்	•பெருஞ்சித்திரனார்
31	அனைத்திந்தியத் தொழிலாளர் போராட்டம்	•தணிகைச்செல்வன்
32	ஆசிரியர் போராட்டங்கள்	•ஈரோடு தமிழன்பன் தணிகைச்செல்வன் பழமலய், கந்தர்வன்

33	வன்னியர் இடஒதுக்கீட்டுப் போராட்டம்	•கந்தர்வன்
34	காரணை நிலமீட்புப் போராட்டம்	•பழமலய்

வன்செயல் நிகழ்வுகள்

35	ஆஷ் கொலை	•பாரதிதாசன் கே.சி.எஸ்.அருணாசலம் சிற்பி வைரமுத்து
36	பிஜித் தீவில் தமிழர் வதை	•தேசிக விநாயகம் பிள்ளை சி.சுப்பிரமணிய பாரதி + இரா.மீனாட்சி
37	புளியங்குடி வன்முறை	•பழமலய்
38	சிவபுரம் சிலை கடத்தல்	•தணிகைச்செல்வன்
39	ஈழத் தமிழர் படுகொலைகள்	•பாரதிதாசன் பெருஞ்சித்திரனார் ஈரோடு தமிழன்பன் தணிகைச்செல்வன் அப்துல் ரகுமான் காசி ஆனந்தன் பழமலய் இரா. மீனாட்சி இன்குலாப் பரிணாமன் அறிவுமதி இந்திரன் வைரமுத்து
40	முதுகுளத்தூர் கலவரம்	•மீரா இன்குலாப்
41	பம்பாயில் தமிழர்கள்மீது தாக்குதல்	•தணிகைச்செல்வன்

42	கீழவெண்மணிப் படுகொலை	•வெ.நா.திருமூர்த்தி கே.சி.எஸ்.அருணாசலம் ஈரோடு தமிழன்பன் தணிகைச்செல்வன் ஞானக்கூத்தன் மீரா பழமலய் இரா. மீனாட்சி கந்தர்வன் இன்குலாப் பரிணாமன் அறிவுமதி வைரமுத்து + அப்துல் ரகுமான் இந்திரன்? பெருஞ்சித்திரனார்?
43	விழுப்புரம் படுகொலை	•ஈரோடு தமிழன்பன் தணிகைச்செல்வன் மீரா
44	உஞ்சனை கலவரம்	•இன்குலாப்
45	குளப்பாடி கிணற்றுப் படுகொலை	•இன்குலாப்
46	மண்டைக்காடு கலவரம்	•ஈரோடு தமிழன்பன்
47	மெரினா துப்பாக்கிச்சூடு	•பழமலய் இன்குலாப்
48	போடிநாயக்கனூர் கலவரம்	ஈரோடு தமிழன்பன்
49	திருவல்லிக்கேணிக் கலவரம்	•தணிகைச்செல்வன்
50	இராஜீவ் காந்திப் படுகொலை	•பெருஞ்சித்திரனார் பழமலய் வைரமுத்து

51	காவிரியும் கருநாடகத் தமிழர்கள்மீது தாக்குதலும்	•பெருஞ்சித்திரனார் ஈரோடு தமிழன்பன் தணிகைச்செல்வன் பழமலய் + ஞானக்கூத்தன் கந்தர்வன் இன்குலாப்
52	சிதம்பரம் பத்மினி பாலியல் வன்கொடுமை	•தணிகைச்செல்வன் பழமலய் இன்குலாப் இந்திரன்
53	வாச்சாத்தி வன்கொடுமை	•தணிகைச்செல்வன் பழமலய்
54	அத்தியூர் விஜயா பாலியல் வன்கொடுமை	•பழமலய்
55	பிரேமானந்தா பாலியல் குற்றங்கள்	•ஈரோடு தமிழன்பன்
56	நாவரசு கொலை	•அப்துல் ரகுமான்? பழமலய் இரா.மீனாட்சி + ஈரோடு தமிழன்பன்?
57	கோவை குண்டுவெடிப்பு	•இரா.மீனாட்சி

இயற்கை மற்றும் பிற நிகழ்வுகள்

இயற்கை நிகழ்வுகள்

58	புதுச்சேரிப் புயல்	• சி.சுப்பிரமணிய பாரதி சிற்பி
59	கோடிக்கரைப் புயல்	• வெ.நா.திருமூர்த்தி
60	தனுசுகோடிப் புயல்	• ஈரோடு தமிழன்பன் சிற்பி

61	வைகை வெள்ளம்	• இரா.மீனாட்சி
62	தமிழக, ஆந்திரப் புயல்	• பெருஞ்சித்திரனார்
63	தீப்பெட்டித் தொழிற்சாலைப் பேருந்து விபத்து	• தணிகைச்செல்வன்
64	சென்னைக் குடிநீர்ப் பஞ்சம்	•தொ.மு.சி.ரகுநாதன் ஈரோடு தமிழன்பன் + தணிகைச்செல்வன்? கந்தர்வன்
65	சிதம்பரம் தீ விபத்து	•பழமலய்

பிற நிகழ்வுகள்

66	கும்பகோண மகாமகம்	•பாரதிதாசன் + அப்துல் ரகுமான்
67	பர்மா தமிழர்கள் தாயகம் திரும்புதல்	•வெ.நா.திருமூர்த்தி ஈரோடு தமிழன்பன் இரா.மீனாட்சி
68	ரமலான் விழாவில் நெரிசல்	•தணிகைச்செல்வன்
69	குற்றாலீசுவரன் நீச்சல் சாதனை	•ஈரோடு தமிழன்பன்

அன்றைய தொடக்கப் ப[illegible] நூல்களில்
ராஜாஜியின் குலக்கல்விப் [illegible]த்திட்டத்தில்...

இவன் குடியானவன்
ஏர் உழுகிறான்

இவன் வண்ணான்
துணி துவைக்கிறான்

இவன் குயவன்
மட்பாண்டம் செய்கிறான்

இவர் ஐயர்
இவர் மிகவும் நல்லவர்
பாடம் படிக்கிறார்

இதில் கவனிக்க வேண்டிய ஒரு செய்தி. உழைப்பாளர்களை எல்லாம் அவன், இவன் என ஒருமையில் எழுதி, பார்ப்பானை மட்டும் இவர் ஐயர் என்றும், அவர் மட்டுமே படிக்கப் பிறந்தவர் என உணர்த்தும் வகையில் 'இவர் பாடம் படிக்கிறார்' என்று எழுதியதும், அதுவும் அரசே அப்படி ஒரு பாடத் திட்டத்தை நடை முறைப் படுத்தியது என்பதும் எவ்வளவு கொடுமையானது என்பது தான்.

பார்ப்பனர்களின் திட்டம் என்பதும், உச்சநீதிமன்றத் தீர்ப்பு என்பதும் குலக் கல்வித் திட்டத்தின் திருந்திய பதிப்பு என்பதை நாம் ஒரு போதும் மறந்து விடக்கூடாது.

குலக்கல்வித் திட்டப் பாடநூலில் இடம்பெற்றதாகக் கருதப்பட்டுச் சமூக வலைதளங்களில் காணப்படும் ஒளிப்படம்.

செங்கொடி வாழ்க !　　　　மக்கள் ஜனநாயகம் வெல்க !

உஞ்சனை படுகொலையைக் கண்டித்து தேவகோட்டையில்

பேரணி - பொதுக்கூட்டம்

நாள் : 5—8—79　　　இடம் : ஆர்ச் அண்ணா அரங்கம்

தலைவர் : தோழர் மு. காசிநாதன்
தாலுகா செயலாளர்

சிறப்புரை :

A. பாலசுப்பிரமணியம்

அரசியல் தலைமை குழு உறுப்பினர் · மாநிலச் செயலாளர்

தோழர் S. A. பெருமாள்
மாவட்டச் செயலாளர்

தோழர் மு. வேலு தலைவர்
தாலுகா விவசாயிகள் சங்கம்

,, V. அருள், செயலாளர்
தாலுகா விவசாயிகள் சங்கம்

,, K குழந்தைச்சாமி
செயலாளர் தேவகோட்டை நகர் கிளை

தோழர் SP. துரைராசு

,, PR. கருப்பையா

,, PR ஆறுமுகம்

,, மு. அழகு

தோழர் M கருப்புராசா
முகவை மாவட்ட விவசாயிகள்
சங்கத் தலைவர்

தோழர் G. பஞ்சநாதன்

,, S. சேகர்

,, S. கோபால்

,, தோட்டாமங்கலம் ராசு

,, நமசு

,, V. வேலுச்சாமி

,, சின்னத்தம்பி

மற்றும் பலர் பேசுவர்

ஜனநாயக உணர்வுடைய அனைத்து மனிதாபிமானிகளும்
திரண்டு வருக !

5—8—79 மாலை 3 மணிக்கு
ஆர்ச்சிலிருந்து
பேரணி புறப்படும்.

இவண்,
மார்க்ஸிஸ்ட் கம்யூனிஸ்ட் கட்சி
தேவகோட்டை நகர் கிளை

கலைமணி பிரஸ், தேவகோட்டை

உஞ்சனை நிகழ்வு தொடர்பான துண்டறிக்கை.

ஆதிக்க வெறியர்களின் சூழ்ச்சித் திட்டங்கள் அனைத்தையும் முன்கூட்டியே அறிந்திருந்த அதிகாரிகள், கொஞ்சம் "நியாயமாக" நடந்திருந்தால் கூட **28-6-79**ல் நடந்த உஞ்சனை படுகொலை நடந்திருக்காது! **5** உயிர்ப்பலியும், **19** பேர் படுகாயப் படுதலும், **12** வீடுகள் **3** கடைகள், **10** வைக்கோல் போர்கள் தீக்கிரையாகியிருக்காது! **54** ஆடுகளும் விலை உயர்ந்த **5** காளை மாடுகளும் ஓட்டிக்கொண்டு போகப்பட்டிருக்காது! **2** லட்ச ரூபாய் மதிப்புள்ள பொருள்களும் கொள்ளையடிக்கப்பட்டிருக்காது!

இவ்வளவுக்குப் பின்னரும் — குற்றவாளிகளைப் பிடிப்பதிலும், கைது செய்வதிலும் அதிகாரிகள் மெத்தனப் போக்கை கடைப்பிடிக்கின்றனர் என்றும் குற்றவாளிகளுக்கு அனுசரணையாக இருப்பது போல் போலீஸ் இலாக்கா செயல்படுவதாக இருக்கிறது என்றும் மக்கள் சந்தேகப்படுகிறார்கள்.

பாதிக்கப்பட்ட மக்களுக்கு முழுநிவாரணம் வழங்குவதிலும் அரசு தாமதப்படுத்துகிறது; நாடகம் ஆடுகிறது!

திட்டமிடப்பட்ட மிகப் பெரிய கொள்ளை — கொலை தீ வைப்பை துப்புத் துலக்குவதிலும் அரசு ஓரவஞ்சனை செய்கிறது!

எனவே — உஞ்சனை படுகொலைகளுக்கு காரணமாக இருந்தவர்களை கண்டறிய பகிரங்க விசாரணையும்,

நிகழ்ச்சிகளுக்கு காரணமாக இருந்த அதிகாரிகள் மீது தக்க நடவடிக்கையும்,

பாதிக்கப்பட்டமக்களுக்கு உடன் முழுநிவாரணமும்,

குற்றவாளிகளைக் கைது செய்வதில் தீவிரமும் கொள்ள வேண்டுமென அரசை வற்புறுத்துவதோடு,

ஒடுக்கப்பட்ட மக்களது உரிமைக்காக ஜனநாயக உணர்வுடையோர் அனைவரையும் அமைப்பு ரீதியாகத் திரளுமாறு அறை கூவி அழைக்கிறோம்! அடக்குமுறையை முறியடிப்போம்! ஒடுக்குமுறையை அனுமதியோம்!

இவண்,

மார்க்ஸிஸ்ட் கம்யூனிஸ்ட் கட்சி,

தேவகோட்டை நகர்-கிளை.

குறிப்பு :- உஞ்சனைப் படுகொலையைக் கண்டித்து தேவகோட்டையில் 5—8—79 மாலை 3 மணிக்கு பேரணியும், மாலை 6 மணிக்கு பொதுக் கூட்டமும் நடைபெறும்.

மாநிலச் செயலாளர் **கே. பாலசுப்பிரமணியம்** இந்நிகழ்ச்சிகளில் கலந்துகொள்கிறார்.

கலைமணி பிரஸ், தேவகோட்டை.

நன்றி: மு. கந்தசாமி.

தமிழகத்தில் மேலும் ஒரு 'வெண்மணி'

மின்சாரம் பாய்ச்சி தாழ்த்தப்பட்டவர்கள் கருகடித்துக் கொலை

அரியலூர், ஜூலை 5—

கிணற்றில் குளித்த தாழ்த்தப்பட்ட சிறுவர்கள் மின்சாரம் பாய்ச்சி கொலை செய்யப்பட்டனர். 4 பிணங்களும் போலீசுக்கு தெரியாமல் எரிக்கப்பட்டன. இதுபற்றி போலீசார் விசாரணை நடத்தி வருகிறார்கள்.

அரியலூர் பக்கம் உள்ள குளப்பாடி கிராமத்தில் சிவசாமி படையாச்சிக்கு சொந்தமான கிணறு உள்ளது.

இக்கிணற்றில் தாழ்த்தப்பட்ட சிறுவர்கள் குளிப்பது வழக்கம் என்று கூறப்படுகிறது. ஆனால் அங்கு அச்சிறுவர்கள் குளிக்கக்கூடாது என்று தடைபோட்டு வந்ததாக தெரிகிறது.

கடந்த 28ந் தேதி 4 தாழ்த்தப்பட்ட சிறுவர்கள், அந்த கிணற்றில் இறங்கி குளித்துக் கொண்டு இருந்தார்கள். அப்போது கிணற்றுத் தண்ணீரில் மின்சாரம் பாய்ச்சப்பட்டு இருந்ததாம்.

மின்சாரம் பாய்ச்சப்பட்டபோது 4 சிறுவர்களும் பம்பு செட் குழாயை பிடித்துத் தொங்கிக்கொண்டு இருந்தனர். மின்சாரம் பாய்ந்ததும் 4 சிறுவர்களும் கருகி அந்த குழாயுடன் கருவாடுபோல ஒட்டிவிட்டனர். உடனடியாக உயிர் பிரிந்துவிட்டது.

4 சிறுவர்களின் பெயர் வருமாறு:

மருதமுத்து (வயது 12) (சூரியனின் மகன்) மருதமுத்து (வயது 13) (வடிவேலு மகன்).

சின்னதம்பி (வயது 7). (பொன்னுசாமி மகன்) ஆனிமுத்து (வயது 6) (பெரியசாமி மகன்)

இவர்களில் முதல் 2 சிறுவர்களும் பள்ளிக்கூடத்தில் படித்துக் கொண்டு இருந்தனர். விடுமுறையில் குளப்பாடி கிராமத்துக்கு வந்து இருந்தனர். வந்த இடத்தில் மின்சாரத்துக்கு பலியாகிவிட்டனர்.

4 சிறுவர்களும் கிணற்றுக்குள் இறங்கி குளித்துக் கொண்டு இருந்தபோது சின்னதம்பி என்ற சிறுவனின் அண்ணன் முருகன் மட்டும் வெளியே உட்கார்ந்து கொண்டிருந்திருக்கிறான்.

கிணற்றுக்குள் மின்சாரம் பாய்ச்சப்படவும் அருகில் இருந்த டிரான்ஸ்பார்மரில் பயங்கர வெடிச்சத்தம் கேட்டு இருக்கிறது.

உடனே முருகன் கிணற்றுக்குள் எட்டிப்பார்த்தான். அங்கு 4 பேரும் பிணமாகி பம்புசெட் குழாயில் ஒட்டிக்கொண்டு இருப்பது தெரிந்தது. உடனே அவன் பதறிப்போய் ஊருக்குள் சென்று நடந்ததைக் கூறினான். அக்கம்பக்கத்தில் வயலில் வேலை செய்துகொண்டு இருந்தவர்களும் கிணற்றடிக்கு ஓடிவந்தனர். பிறகு 4 சிறுவர்களின் பிணங்களும் கிணற்றில் இருந்து வெளியே எடுக்கப்பட்டன.

அதன் பிறகு 4 பிணங்களும் போலீசுக்கு தெரியாமல் அவசர அவசரமாக எரிக்கப்பட்டுவிட்டதாக தெரிகிறது.

8 நாட்களுக்கு முன்பு நடந்த இந்த நிகழ்ச்சிபற்றி போலீசுக்கு இப்போதுதான் தகவல் கிடைத்து உள்ளது. அரியலூர் போலீஸ் சூப்பிரண்டு தலைமையில் போலீசார் தீவிர புலன் விசாரணை நடத்தி வருகிறார்கள்.

குளப்பாடிக் கிணற்றுப் படுகொலை தொடர்பாக விடுதலை நாளேட்டில் வெளிவந்த செய்தி

மெரினா துப்பாக்கிச்சூட்டில் உயிரிழந்தவர்களுக்கான நினைவுச் சின்னம். அடுத்த பக்கத்தில், அதன் பக்கவாட்டில் பொறிக்கப்பட்டுள்ள அவர்களின் பெயர்ப் பட்டியல்.

திருவாளர்கள் வயது மறைவு
1. அன்னம்மாள் (60) 6-11-85
2. C.A.கோதண்டபாணி (34) 9-11-85
3. M.மனோகரன் (24) 4-12-85
4. M.துலுக்கானம் (45) 4-12-85
5. G.சேகர் (25) 4-12-85
6. S.குள்ள சேகர் (40) 4-12-85
7. M.சின்னப் பிள்ளை (37) 4-12-85

அமைப்பு
அயோத்தியா குப்பம மீனவர்க
நாள்: 4-12-1986

குறிப்புகளுக்காக ..

www.ingramcontent.com/pod-product-compliance
Ingram Content Group UK Ltd.
Pitfield, Milton Keynes, MK11 3LW, UK
UKHW042139021026
15589UKWH00003B/922

9 789395 776752